AF761646

அவனின்றி எல்லாம் அசைகின்றன

அவனின்றி
எல்லாம் அசைகின்றன

தே. இலட்சுமணன்

பாரதி
புத்தகாலயம்

Avaninri Ellam Asaiginrana (in Tamil)
D. Lakshmanan
First Published: June, 2019

Published by

BHARATHI PUTHAKALAYAM
7, Elango Salai, Teynampet, Chennai - 600 018
Email: thamizhbooks@gmail.com
www.thamizhbooks.com

அவனின்றி எல்லாம் அசைகின்றன

தே. இலட்சுமணன்

முதல் பதிப்பு: ஜூன், 2019

வெளியீடு:

பாரதி புத்தகாலயம்

7, இளங்கோ சாலை, தேனாம்பேட்டை, சென்னை-600 018.
தொலைபேசி : 044 -24332424, 24356935 விற்பனை: 24332924

விற்பனை நிலையங்கள்
மதுரை: 37A, பெரியார் பேருந்து நிலையம் - 045 22324674
ஈரோடு: 39: 39 ஸ்டேட் பாங்க் சாலை - 9245448353
திண்டுக்கல்: பேருந்து நிலையம் - 9942331105, 9976053719
பழனி: பேருந்து நிலையம் அருகில் - 9442883696
திருப்பூர்: 447, அவினாசி சாலை - 9486105018
சேலம்: பாலம் 35, அத்வைத ஆஸ்ரமம் சாலை 0427 2335952
திருவல்லிக்கேணி: 48, தேரடி தெரு - 9444428358
வடபழனி: பேருந்து நிலையம் எதிரில் அடையார்
ஆனந்தபவன் மாடியில் - 9444476967
பெரம்பூர்: 52, கூக்ஸ் ரோடு - 9444373716
திருவாரூர்: 35, நேதாஜி சாலை - 9442540543
சேலம்: 15, வித்யாலயா சாலை சாலை
திருநெல்வேலி: 25A, ராஜேந்திரநகர் - 9442149981
அருப்புக்கோட்டை: 31, அகமுடையார் மஹால் - 9994173551
மதுரை: சர்வோதயா மெயின்ரோடு
குன்னூர்: N.K.N வணிக வளாகம் பெட்போர்ட்
செங்கல்பட்டு: 1 D ஜி.எஸ்.டி சாலை - 044 27426964
விருதுநகர்: 131, கச்சேரி சாலை - 0456 2245300
கும்பகோணம்: 352, ரயில் நிலையம் எதிரில் - 9443995061
வேலூர்: பேஸ் III, சத்துவாச்சாரி - 9442553893
நெய்வேலி: பேருந்து நிலையம் அருகில், - 9443659147
தஞ்சாவூர்: காந்திஜி வணிக வளாகம் காந்திஜி சாலை - 9655542400
கோவை: 77, மசக்காளிபாளையம் ரோடு, பீளமேடு - 8903707294
திருச்சி: வெண்மணி இல்லம், கரூர் புறவழிச்சாலை - 9994289492
திருவண்ணாமலை: முத்தம்மாள் நகர்
நாகர்கோவில்: 699 கே.பி.ரோடு R.V. புரம் - 9443450111
சிதம்பரம்: 22A / 18B தேரடி கடைத் தெரு,
கீழவீதி அருகில் - 9994399347
கரூர்: நாரத கானசபா அருகில் (TNGEA OFFICE) - 9442706676

நினைத்த நூல்கள்... நினைத்த நேரத்தில்...

thamizhbooks.com   8778073949

அச்சு: அருணா எண்டர்பிரைசஸ், சென்னை 600 018.

நுழைவுவாயில்

இந்திய தத்துவ தரிசனம் மிக பழைமை வாய்ந்தது என்பதை அறிகிறபோது பெருமையடைவது இயல்பே. ஆனால் சாருவாகம் போன்ற தத்துவஞானம் (உலகாயதம்) கி.மு. ஆறாம் நூற்றாண்டுக்கு முன்பே கடவுள் மறுப்புக் கொள்கையைக் கொண்டிருந்தவை, உலகத் தோற்றத்துக்கு ஒரு வெளிக்காரணம் தேவையில்லை என்று சொன்னதும், பொருள்கள் தோன்றி மறைகின்றன என்று சாதித்ததும் நம்மை வியப்பில் ஆழ்த்துகிறது. உலகத்தின் பல பகுதிகள் உறங்கிக் கொண்டிருந்த வேளையில் இப்படி ஒரு முற்போக்குக் குரல். ஆனால் அதன் கதி என்ன ஆயிற்று? அன்றைய ஆதிக்க வர்க்கத்தால் பாவமும், பழியும் சுமத்தப்பட்டு, அடக்குமுறையும் வீசப்பட்டு ஒழிக்கப்பட்டது.

ஆனாலும் அதை ஒட்டி வந்த ஜைனம், பௌத்தம், சாங்கியம், வைசேடிகம் என்ன ஆயின? அவைகளும் அரசின் ஆதரவோடு அடித்து ஒழிக்கப்பட்டன. சில தத்துவ மரபுகள் நியாய வைசேசிகம் போன்ற நாத்திகத் தத்துவ கொள்கையையே ஆதிக்க வர்க்கத்துக்குச் சார்பாக மாற்றிக் கொண்டது. பௌத்தம் போன்றவை அதைப் பின்பற்றியவர்களாலேயே பிற்காலத்தில் திருத்தப்பட்டுவிட்டன.

இந்தப் பொருள்முதல்வாதத் தத்துவம் தாக்குதலுக்கு உள்ளாகாமல் வளர்க்கப்பட்டிருந்தால் இந்தியாவின் நிலை உயர்ந்த கட்டத்தை அடைந்திருக்கலாம். வர்ணாசிரமம் வராமலேயே போயிருக்கலாம், மூடப்பழக்க வழக்கங்கள் முழுமையாக முறியடிக்கப்பட்டிருக்கலாம். வைதிகம் வாய்பிளந்து மரணத்தை அணைத்திருக்கும்.

ஆரம்பக் கட்டத்தில் கடவுள் மறுப்பைக் கொண்டிருந்த நியாய வைசேசிகத்தை உருவாக்கிய கணாதர் அணுவின் தன்மை பற்றி எவ்வளவு தெளிவாகச் சொல்லியுள்ளார் பாருங்கள்.

"பொருட்களுக்கு அடிப்படை, அணுக்களே. இவை நான்காகும். வாயு, ஒளி, நீர், மண் என்பன. இவற்றைத் தவிர விசும்பு என்றதும் உண்டு. ஆனால் இது அணுதன்மைக் கொண்டதல்ல. இது ஒளியும், ஆற்றலும் ஓரிடத்திலிருந்து மற்றொரு இடத்திற்குப் பரவ உதவும் ஒரு சாதனமாகும் அணுக்கள் இயக்கம், பரவுந்தன்மை, நிறை முதலிய பண்புகள் உடையவை.

நால்வகை அணுக்களின் புணர்ச்சியாலும், பிரிவினாலும் ரசாயன விளைவுகள் நிகழ்கின்றன. ரசாயன மாறுதல்கள் நிகழப் பெரும்பாலும் வெப்பம் தேவையாக உள்ளது. கந்தகத்தையும், இரும்பையும் ஒன்று சேர்த்து சூடேற்றினால் அவற்றிடையே ரசாயன விளைவு நிகழ்கிறது. ஒரு புதுப்பொருள் உருவாகிறது. கூடியிருக்கும் அணுக்கள் வெப்பத்தால் பிரிந்து வேறு வகை அணுக்களாவதும் உண்டு!

முதன்முதலில் நம் நாட்டில் அணுக் கொள்கையை மிகவும் தெளிவாகவும், விரிவாகவும் ஆய்ந்தவர் சாங்கிய வேதாந்தத்தின் மூலவர் கபிலர் என்பவர். இவரை அடுத்து பதஞ்சலி முனிவரும் அணுக்கொள்கையை விரிவாக ஆராய்ந்துள்ளார். இவர்களது கூற்றுப்படி ஆதியில் உலகில் தோன்றிய துகள்கள் பூதாதிகள் எனப்படும். கண்ணுக்கெட்டாதத் துகள்களான இவை உரு, பண்பு முதலிய இயல்புகள் இல்லாதவை. இத்துகள்கள் ஆற்றலை மேற்கொண்டு தன் மாத்திரைகள் எனும் துகள்களாக மாறுகின்றன. பல தன் மாத்திரைகள் ஒன்று கூடி ஒரு பரமாணுவாகத் திரள்கின்றன. நாம் காணும் பொருள்கள் பரமாணுக்களின் தொகுதிகளாகும். தன் மாத்திரைகள் விரைவாய்த் துடிப்பதால் ஒளியும், வெப்பமும் தோன்றுகின்றன. பதஞ்சலியின் கருத்து இக்காலக் கொள்கையை ஒத்திருக்கிறது.

புத்தர் கூட ‘‘பொருள்கள் அணுக்களால் ஆனவை. வாயு அணுக்கள் பல ஒன்று சேர்ந்து வாயுப் பொருள்களையும், ஒளியணுக்கள் ஒளியையும், வெப்பத்தையும், நீர் அணுக்கள் நீர்மப் பொருளையும், மண்ணணுக்கள் மண்ணை ஒத்த பொருளையும் தருகின்றன’’-என்கிறார்.

இப்படிப்பட்ட கொள்கையை இவ்வளவு தெளிவாக பழமை வாய்ந்த கிரேக்கமும், சீனமும் கூட சொல்லியிருக்குமா எனக் கேள்வி எழுகிறது.

இந்தியாவின் பெருமையை இந்திய வைதிகம், வேதாந்தம் பின்னுக்குத் தள்ளிவிட்டன. இந்தியா வேதங்களின் நாடு என்று பெயர் உண்டாக்கப்பட்டது.

தமிழகமும் இந்தத் தாக்குதலுக்கு உள்ளாகியது. தமிழின் தொல்லியக்கங்களில் தொல்காப்பியமும் புறநானூறு பாடல்களும் பஞ்ச பூதப் பொருள்கள், உயிர், உணர்வுகள் பற்றி பேசுகின்றன. புத்தம், சமணத்தின் தாக்கமும் தமிழகத்தில் நிலவின. தமிழகத்தின் மதமோதலால் இவை பின்னுக்குத் தள்ளப்பட்டன.

இந்தியாவில் அவ்வப்போது சில சமூக ஆர்வலர்கள், சீர்திருத்தவாதிகள் தோன்றி முற்போக்குக் கருத்துக்களைக் கூறிவந்தாலும், பெரிய

மாற்றங்களோ, விழிப்புணர்வோ ஏற்பட்டுவிடவில்லை.

மார்க்சிய சித்தாந்தம் இந்தியாவில் நுழைந்த பிறகுதான் சமூக, அரசியலை இயக்க இயல் பொருள்முதல்வாத அடிப்படையில் இடதுசாரி ஆய்வாளர்கள் கணிக்க ஆரம்பித்தார்கள். தமிழகத்தைப் பொருத்தமட்டில் இடதுசாரி அணுகுமுறையோடு, அய்யா தலைமையில் பகுத்தறிவு சித்தாந்தமும் ஒரு இயக்கமாக எடுத்துச் செல்லப்பட்டது. அதுவும் பல சோதனைகளை, எதிர்ப்புகளைச் சந்தித்தது. அரசியல், சமூக, பொருளாதார களத்தில் அவற்றைச் செழுமைப் படுத்தி மார்க்சியத்தின் அடிநாதமான இயக்க இயல் பொருள் முதல்வாதம்தான் என்றைக்கிருந்தாலும் சரியான திறவுகோலாக இருக்க முடியும்.

ஆனால் இந்தத் தத்துவஞானம் இந்தியாவில் இன்னும் விரிந்து பரந்த மக்களைச் சென்றடையவில்லை. சென்றடைந்த சிறிய இடத்திலும் போதிய தெளிவுடன் பொலியவில்லை. மக்கள் தொகையில் மிக மிகச் சிறிய சதவீதத்தினரே இதுபற்றி தெளிவுடன் உள்ளனர். இதனை ஏராளமான மக்களிடம் இயக்கமாக எடுத்துச் சென்று மக்களின் கொள்கையாக மாற்ற வேண்டும். அவர்கள் புரிந்து கொள்ளும் மொழியில், எழுத வேண்டும், பேச வேண்டும். இப்படி ஓர் எண்ணம், ஆவல் எனக்கும் உண்டு. ஆனால் நான் ஒரு பெரிய சிந்தனையாளன், ஆய்வாளன் அல்லன். ஆனால் இடதுசாரி. எனவே நான் படித்த, புரிந்துகொண்ட மார்க்சிய தத்துவஞானத்தின் இயக்கஇயல் பொருள்முதல்வாதத்தை மிக எளிமையாக, எழுதப்படிக்கத் தெரிந்தவர்கள் படித்தாலும் புரிந்துகொள்ளும் வகையில் ஏராளமான உதாரணங்களை எடுத்துச் சொல்லி, வாழ்க்கையில் நிகழும் நிகழ்ச்சிகளை எடுத்துச் சொல்லி இந்த சிறு புத்தகத்தை எழுதினேன்.

சில தோழர்கள், குறிப்பாக மருத்துவமணி, காலம் சென்ற சுந்தா போன்றோர் தூண்டிக் கொண்டே இருந்தார்கள். அச்சு ஏறுவதற்கு முன்பாக எழுத்துப் பிரதியை சிரமப்பட்டு திருத்திய தோழர் மயிலை பாலு, செங்கை பாரதியார் மன்றத்தின் செயலாளர் அ.பேபி - ஆகிய இருவருக்கும் என் நன்றி. நான் படித்த புத்தகங்களில் உள்ளவற்றை, நான் புரிந்து கொண்டதை அப்படியே எடுத்து ஆண்டுள்ளேன். அதோடு என் சிந்தனை ஓட்டத்தையும் சேர்த்துள்ளேன்.

இதையெல்லாம் புரிந்து கொள்ள வேண்டும், அறிந்து கொள்ள வேண்டும் என்று நினைக்கிற ஆர்வலர்களுக்கு இந்தப் புத்தகம் ஒரு தூண்டுகோலாக இருக்கும் என்ற குறிக்கோளோடு இதை எழுதினேன். ஆகவேதான் கேள்வி, பதில் என்ற முறையில் எழுதினேன். இதில் வரும் பேராசிரியர் அருணா; கற்பனையல்ல, பெயர்தான் வேறு. ஆனால் நான் நெஞ்சில் நிறுத்தியுள்ள ஒரு நிஜப் பேராசிரியர்தான்.

இடதுசாரி அரசியல், வரலாறு, சமூகம் பற்றிய இலக்கியங்களைத் தமிழகத்தில் உருவாக்கித் தந்ததில் அவருக்கு ஒரு பெரும் பங்குண்டு. இந்த நூல் நேர்த்தியாக வெளிவர உழைத்த பாரதி புத்தகாலய நண்பர்களுக்கு மிக்க நன்றி.

இதில் வரும் மூன்று மாணவர்களும் (இளைஞர்கள் என்றும் சொல்லலாம்) என்னோடு பரிச்சயம் ஆனவர்களே. இவர்களின் பெயர்களும் தரப்பட்டுள்ளன. பாலா, மாரி, செல்வா என்பவர்கள்.

சில இடங்களில் மாணவர்கள் கேட்கும் கேள்விகளுக்கு பதில் சொல்லுகிற போது சில கருத்துக்கள் திரும்பத் திரும்ப சொல்லவேண்டி வந்தது. வாசக இளைஞர்களுக்கு, புதிதாகப் படிப்பவர்களுக்கு அவை அவர்களின் மனதில் படியுமே என்ற எண்ணம்தான்.

தத்துவம் பற்றி ஏராளமான புத்தகங்கள் வந்துள்ளன. இது ஒன்று கூடுதலாக வந்துள்ளது. ஆம், கூடுதல்தான். ஆனால் இயக்கவியல் பொருள் முதல்வாதத்தைப் படித்துப் புரிந்தவர் மக்கள் தொகையில் எத்தனை பேர்? மிக மிக எளிமையாக புரிய வேண்டும் என்று திட்டமிட்டே எழுதினேன். இதில் எனக்கு எவ்வளவுதூரம் வெற்றி கிடைக்கும் என்பதை வாசகர்கள் தான் சொல்ல வேண்டும்.

தே. இலட்சுமணன்

உள்ளே...

1
பருப் பொருளும் சிந்தனையும்

தமிழ்ப் பேராசிரியர் **அருணாவோடு** மாணவர்கள் **மாரி, பாலா, செல்வா** ஆகியோர் ஜீவா பூங்கா நோக்கி நடந்து கொண்டிருந்தனர். நடக்க இருக்கும் கல்லூரி முத்தமிழ் விழா பற்றி முன் ஏற்பாடாக பேசத்தான் சென்று கொண்டிருந்தார்கள். மாலை நேரம் பொழுது போக்குவதோடு முகாந்திரமாக விழா பற்றி பேசுவதும் அவர்கள் நோக்கம்.

வழியில் சாலை ஓரத்தில் ஒரு மூதாட்டி மிகக் கோபாவேசமாக ஒரு வாலிபனைக் கடுமையாக ஏசிக்கொண்டிருந்தாள். சாபமிட்டுக்கொண்டிருந்தாள். 'நீ வாழ மாட்டடா, புழுத்து சாவடா' - எனச் சொல்லி மண்ணை வாரித் தூற்றினாள். வாலிபன் அந்தச் சாபத்தைப்பற்றி சட்டை செய்யவே இல்லை. ஏதோ கேலி செய்தவாறு சிரித்துக்கொண்டே குத்தலாகப் பேசினான்!

(சாலைச் சண்டையை குறிப்பாக மூதாட்டியிட்ட சாபத்தைக் கேட்டு செல்வா தன் பேராசிரியரிடம் கேட்டான்.)

"அய்யா, இது என்ன சாபம்? அவன் புழுத்து சாக வேண்டும் என்று சபிக்கிறாள். அவர்களுக்குள் பிரச்சினை எதுவோ? அந்தச் சாபம் பலிக்குமா? எந்த நம்பிக்கையில் அப்படி சபிக்கிறாள்?"

(அதற்குப் பேராசிரியர் பதில் சொல்லுவதற்கு முன்பாக மாரி தலையிட்டு சொல்ல ஆரம்பித்தான்.)

'அதெல்லாம் நடக்காது. வெறுமனே கோபத்தில் திட்டுவது, திட்டி விட்டோம் என்ற மன ஆறுதல்தான்'- என்றான்.

(உடனே **பாலா** தலையிட்டு) 'அப்படியானால் நாம் திருமணங்களில், நன்னாட்களில் வாழ்த்து தெரிவிக்கிறோம். நீடூழி வாழ்க என்கிறோம். அது மட்டும் பலிக்குமா' - என்று கேட்டான்.

(அதைக் கேட்டு பேராசிரியர் சிரித்தவாறே) 'வாருங்கள் ஜீவா பூங்காவிற்குச் சென்று அங்கு அமர்ந்து நிதானமாகப் பேசுவோம்' என்றார்.

அதைக்கேட்ட யாரும் ஏதும் பேசாது ஓரிரண்டு நிமிடம் வரை அமைதியாக நடந்துச் சென்று பூங்காவில் மரத்துக்குக் கீழே கான்கிரீட் இருக்கையில் அமர்ந்தனர். ஆசிரியரே பேச்சைத் துவங்கினார்.

பே.அ: அந்த மூதாட்டியின் பேச்சு - இட்ட சாபம் நமக்குப் பயன்பட்டுள்ளது. யாருக்கோ இட்ட சாபம். சபிக்கப்பட்டவன் மீது பலிக்குமோ பலிக்காதோ நமக்குப் பயன்பட்டுள்ளது.

படிக்காத மூதாட்டி சபிக்கிறாள், படித்த நாம், நன்னாளில் மற்ற நிகழ்ச்சிகளில் வாழ்த்துகிறோம். சிந்தனையில் வெவ்வேறு நிலையில் உள்ள இரு வகையினர் ஒரு புள்ளியில் சந்திக்கிறார்கள்.

ஆனால் தெளிவாகச் சொல்லவேண்டுமென்றால் சாபமும் பலிக்காது; வாழ்த்தும் பலிக்காது. பெரும்பாலோர் அப்படி நடக்கும் என்ற நம்பிக்கையில் பேசுகிறார்கள். இரண்டுமே நடைபெற்றால் ஒரு பக்கம் சாபத்துக்கு பலியாகி நிறையபேர் இறந்து கொண்டே இருப்பார்கள். பலர் நூற்றாண்டுகள் சாகாமல் வாழ்ந்து கொண்டும் இருப்பார்கள்.

மூதாட்டியின் சாபத்தால் அந்த வாலிபன் புழுத்து சாகிறானோ இல்லையோ அந்த மூதாட்டிக்குக் கோபம் தணிகிறது. ஆனால் அவன் அப்படி அழிவான் என்ற நம்பிக்கையில்தான் திட்டுகிறாள்.

வாழ்த்துகிறோம், வாழ்த்தப்படுகிறவர்கள் வாழ்கிறார்களோ இல்லையோ அப்படி அவர்கள் வாழவேண்டும் என்று நாம் விரும்புகிறோம். நம் விருப்பத்தை மன வேட்கையை வார்த்தைகளால் வாழ்த்துக்களாய் தெரிவிக்கிறோம். பகுத்தறிவாளர்களும் இந்த நோக்கில்தான் வாழ்த்துகிறார்கள்.

வாழ்த்துவது மனித நாகரிகத்தின் வளர்ச்சி! வாழ்த்துபவருக்கும் மகிழ்ச்சி, வாழ்த்தப்படுபவருக்கும் மகிழ்ச்சி. சபிப்பதால் சபிப்பவருக்கு ஒரு வகையில் மகிழ்ச்சியே தவிர, சபிக்கப்படுபவனுக்கு ஆத்திரம், வருத்தம்தான் மிச்சம்.

எல்லாம் அவரவர் மனதைப் பொறுத்தது;

(உடனே **பாலா** தொடுத்த கேள்வி!)

''மனத்தைப் பொறுத்தது என்றால் நம்பிக்கையை பொறுத்ததா?

பே.அ : நம்பிக்கையைப் பொறுத்தது என்றாலும் மனதைப் பொறுத்ததுதான்.

செல்வா: அப்படியானால் மனம் என்றால் என்ன? அது எங்கே இருக்கிறது பலர் பேசும்போது நான் மனமறிய பேசுகிறேன் என்று நெஞ்சில் கைவைத்துப் பேசுகிறார்களே? அது ஏன் மனம்

நெஞ்சுக்குள் இருக்கிறதா? என் மனம் புண்ணாகி விட்டது, என் மனம் மகிழ்ச்சி அடைகிறது என்று சொல்லும்போது கூட நெஞ்சைத் தொட்டுத்தானே பேசுகிறார்கள. மனம் நெஞ்சில்தான் இருக்கிறதா?

பே.அ: செல்வா, நீங்கள் சத்தான கேள்வியைக் கேட்டு விட்டீர்? மிக ஆழமான கேள்வி, அடிப்படையான கேள்வி, பல ஆயிரம் ஆண்டுகளாகக் கேட்கப்படுகிற கேள்வி.

செல்வா: (சற்று பதற்றத்தோடு) அய்யா நான் ஏதோ எனக்கு ஏற்பட்ட மிகச் சாதாரணமான கேள்வி என்று எண்ணிக் கேட்டுவிட்டேன். இது ஆழமான கேள்வி, பல ஆயிரம் ஆண்டுகளாகக் கேட்கப்படும் கேள்வி என்பதெல்லாம் எனக்குத் தெரியாது அய்யா! தவறு இருந்தால் மன்னிக்க வேண்டும்.

பே.அ: மன்னிக்க என்ன தப்பு செய்து விட்டீர்? நீர் கேட்ட கேள்வி ஒரு தத்துவம் சம்பந்தமான கேள்வி.

மாரி: நாங்கள் தத்துவப் பாடம் படிக்கவில்லையே! செல்வா கேட்டது எப்படி தத்துவம் சம்பந்தமான கேள்வியாகும்?

பே.அ: படித்தவராக இருந்தாலும் இல்லாவிட்டாலும், பணக்காரராக இருந்தாலும், இல்லாமல் போனாலும், அவரவர் அறிந்தோ அறியாமலோ தத்துவம் சார்ந்துதான் பேசுகிறார்கள்.

பாலா: எப்படி அய்யா தெரியாமல் ஒருவர் தத்துவம் பேச முடியும்?

பே.அ: முடியும், உதாரணமாக ஒரு விவசாயி வானம் பொய்த்து மழை இல்லாமல் வறட்சி நிலவியதால் வேறு வழியின்றி மழை பொழிய வருண பகவானை வேண்டுகிறான். வருண பகவானை வேண்டினால், பூஜித்தால், காவடி எடுத்தால், மழை பெய்யும் என அவன் நம்புகிறான். எல்லாம் வல்ல இறைவன், இறைஞ்சுவதைக் கேட்டு மழையை பெய்ய வைப்பான் என்பது அவன் கருத்து, நம்பிக்கை. இது ஒரு தத்துவ நம்பிக்கை. இயற்கையையும் மீறி, ஒரு சக்தி மழையைப் பொழிய வைக்கும் என்பது. இது ஒரு ஆத்திகத் தத்துவம். எல்லாம் வல்ல இறைவன் எல்லாவற்றுக்கும் முதல்வனாக உள்ள தெய்வம் மழையைப் பொழிய வைக்கும் என்ற கருத்து, கருத்தை முதன்மையாக வைத்து பேசும். அதாவது கருத்து. இதை கருத்து முதல்வாதத் தத்துவம் என்கிறோம்.

மாரி: முன்னாள் அஇஅதிமுக பொதுச்செயலாளரும் முதலமைச்சருமான ஜெயலலிதா நோய்வாய்ப்பட்டிருந்தபோது பல லட்சக்கணக்கான மக்கள் பல வகையில் பல தெய்வங்களை

வேண்டினார்கள். பல மதத்தினரும் வேண்டினார்கள். உண்மையிலேயே ஆண்டவன் இரக்கமுள்ளவனாக இருந்திருந்தால் உடனே மனமிரங்கி அருள்பாலித்து அந்த அம்மையாரைக் காப்பாற்றியிருக்க வேண்டும். ஆனால் அவர் இறந்து போனார்! ஆயினும் கடவுளால் அவரைக் காப்பாற்ற முடியும் என்ற நம்பிக்கை அவர்களுக்கு எப்படி இருந்தது?

செல்வா: அப்போலோ மருத்துவமனையில் பல புகழ்பெற்ற டாக்டர்கள், வெளிநாட்டிலிருந்து வரவழைக்கப்பட்ட டாக்டர்கள் - இரவு பகலாக முயன்றும் அவர்களைக் காப்பாற்ற முடியவில்லையே இதற்கு என்ன அய்யா சொல்லுவது? விஞ் ஞானம் தோற்றுவிட்டது என்று சொல்லலாமா?

பே.அ: விஞ்ஞானம் தோற்றுவிட்டது என்று எப்படி சொல்லமுடியும்? ஒரு கட்டத்துக்குமேல் இறக்கும் மனிதரை காப்பாற்றிவிட முடியாது. இன்னமும் விஞ்ஞானம் அந்த அந்த அளவுக்கு முன்னேறவில்லை, இன்று உள்ள விஞ்ஞானத்தால் மரணத்தை ஓரளவு தள்ளிப் போடலாம். ஜெயலலிதா விஷயத்திலும் அப்படித்தான் நடந்துள்ளது. தேர்ந்த சிகிச்சை, உயர்ந்த சிகிச்சை, இறப்பைச் சில நாட்கள் தள்ளிப்போட்டது. அப்படிப்பட்ட உயர்ந்த சிகிச்சை கிடைக்காதிருந்தால் நம்மைப் போன்றவர்கள் ஓரிரு நாட்களிலேயே இறந்திருப்போம். சிகிச்சை முறையால் பிழைத்துக் கொண்டு சில நாட்கள் சில மாதங்கள் சில ஆண்டுகள் வாழ்ந்து மறைந்தவர்களும் உண்டு. ஆனால் மரணம் நிச்சயம். மனித வாழ்க்கையில் மனிதர்கள் இப்படிபேசிக்கொண்டுதான் இருக்கிறார்கள். இதோ நாம் பேசிக்கொண்டிருக்கிறோமே அதுவும் ஒரு தத்துவம் சார்ந்ததுதான்.

இறப்பு என்பது ஓர் அற்புதம். அது நடக்காமல் போனால் இந்த உலகில் மனிதன் இருக்கக்கூட இடமில்லாமல் போய்விடும்.

> 'நெருநல் உளன்ஒருவன் இன்றுஇல்லை என்னும்
> பெருமை உடைத்து இவ் வுலகு'

என்ற குறள் எவ்வளவு அற்புதமானது, ஆழமான கருத்துடையது. நேற்று இருந்தவன் இன்று இல்லை, இறந்துவிட்டான் என்று சொல்லும் பெருமை கொண்டது இந்த உலகு.

விஞ்ஞானம் ஒரு காலக்கட்டத்தில் அறிய முடியாததை இன்று அறிய முடிந்துள்ளது இன்னும் இயற்கையின் பல்வேறு ரகசியங்களை மனிதன் தொடர்ந்து கண்டுபிடிக்க முயற்சி செய்து கொண்டுதான் இருக்கிறான். அதன் விளைவுகளால், தானே இப்போது மனித ஆயுட்காலம் நீண்டுள்ளது. ஒரு காலத்தில்

மனிதனின் சராசரி ஆயுட்காலம் 40வயது என்றிருந்தது. இன்று சராசரி 65வயது என்று நீண்டுவிட்டதல்லவா? சில நாடுகளில் மனித சராசரி வயது 70 அல்லது 75 ஆண்டுகள் என நீண்டிருப்பதையும் காண்கிறோம். இவையெல்லாம் விஞ்ஞான கண்டுபிடிப்புகளின் விளைவுகள்தான். ஆனால் மரணத்துக்கு முடிவு கட்ட மனிதன் எந்தக் காலத்திலும் வெற்றியடையக்கூடாது.

ஒரு மனிதன் எவ்வளவு திறமை வாய்ந்தவனாக இருந்தாலும் அறிவாளியாக இருந்தாலும் அவனால் மனிதகுலத்துக்குக் கோடி பலன்கள் இருந்தாலும் சரி, அவன் மரணம் அடைந்துதான் தீர வேண்டும். இதில் ஒரு துளிகூட சமரசம் கிடையாது. காரணம் இது இயற்கையின் அடிப்படையான அத்தியாவசியமான விதி. ஒரு பொருள் தேய்ந்த பிறகு, ஓய்ந்தபிறகு அற்றுப்போகும் அல்லவா?

மாரி: அய்யா நாம் மனித மனத்தைப் பற்றியல்லவா பேசிக்கொண்டிருந்தோம். மனம் என்பது என்ன? அது நம் நெஞ்சுக்குள்தான் இருக்கிறதா?

பே.அ: மனம் என்பது மனிதனின் சிந்தனைதான். அது இதயத்திலிருந்து உருவாவதில்லை. மூளைதான் அதற்கு முக்கியக் காரணம். அங்கிருந்துதான் சிந்தனை உருவாகிறது. ஆனால் சிந்தனை என்ற வார்த்தை கருத்து, எண்ணுதல், சிந்தித்தல், உணர்தல், வேட்கை, கவனத்தில் குறித்தல், உள்ளம், அதற்கெல்லாம் மேலாக ஆன்மா (soul) என்றும் வியாக்கியானம் செய்கிறார்கள்.

(மாணவர்கள் **பாலா, மாரி செல்வா** மூவருமே ஒரே குரலில்,) "என்ன ஒரே குழப்பமாக இருக்கிறதே" என்று தங்களின் கருத்தை வெளியிட்டார்கள். பேராசிரியரும் "ஆம், இந்த இருபத்தோராம் நூற்றாண்டிலும் குழப்புகிறார்கள். உண்மைதான்! புரிந்து கொண்டால் குழப்பம் தெளிவாகிவிடும்.

உயிருள்ள அனைத்து ஜீவராசிகளுக்கும் சிந்திக்க சக்தி உண்டு! ஆனால் சிந்தனையின் அளவு, நோக்கம் வேறுபடும்!

புலி, புள்ளிமானைப் பார்த்தவுடன் தனக்குத்தீனி கிடைத்துவிட்டது என்று எண்ணி, நினைத்து, கருதி உடனே பாய்கிறது.

மனிதனும் தனக்கு முன்னால் வேகமாக வரும் பேருந்தைக் கண்டு, கவனித்து ஒதுங்கி விடுகிறான். இல்லாவிட்டால் விபத்தில் சிக்கி மாண்டு போகிறான். அதோடு அவன் சிந்தனை முடிந்து போகிறது.

மான், பாயும் புலிக்குப் பலியாகி செத்துப்போகிறது. அதோடு அதற்கும் சிந்தனை முடிந்துப் போகிறது. இரண்டுக்கும் உயிர் போய்விட்டதால், ஆவிபோய் விட்டதால் ஆன்மா போய்விட்டதால் மாண்டு போகிறார்கள். ஆகவே ஆன்மாதான், சிந்தனைதான் - உயிர் என்று அடித்துப் பேசுகிறார்கள். இப்படி மனிதன்தான் பேசுகிறானே தவிர மற்ற உயிரினங்களுக்கு ஆவி போய்விட்டது, உயிர்போய்விட்டது எனச் சொல்லத் தெரியாது. மனிதன்தான் அப்படிச் சொல்லுகிறான். மனிதனுக்குக் கற்பனை வளர்ந்துவிட்டதால் அப்படிச் சொல்லுகிறான். மிருகங்களுக்கு கற்பனை செய்யத் தெரியாது.

'நான் இருக்கிறேன். ஆகவே சிந்திக்கிறேன்'- என மனிதனால் தான் சொல்ல முடியும்" என்றார்.

செல்வா: அய்யா நமக்கு சிந்தனை எப்படி உண்டாகிறது?

பே.அ: நமது புலன் உறுப்புகளின் மூலம் உணர்வுகள் உண்டாகின்றன. அந்த உணர்வுகளின் மூலம் சிந்தனைகள் உருவாகின்றன.

மாரி: மேலும் புரியும்படி விளக்குங்கள்.

பே.அ: நம்முடைய காது, மூக்கு, கண், விரல்கள் போன்ற உறுப்புகள்தான் நம் சிந்தனையைத் தூண்ட உதவுகின்றன. உதாரணமாக நாம் ஒரு மரத்தைப் பார்க்கிறோம் என்றால் அந்த மரத்தைக் கண் பார்க்கிறது. கண் பார்வையின் மீது அந்த மரம் எனும் பொருள் தாக்கம் செய்கிறது. இந்தத் தாக்கம் மூளையில் செலுத்தப்பட்டு நாம் பார்ப்பது மரம் என்பதை உணரச் செய்கிறது. மரம் என்பதை நினைக்கச் செய்கிறது. கண் பார்வையின் மீது மரம் தாக்கத்தை உண்டாக்கவில்லை என்றால் அது மூளைக்குச் சென்று மரம் என்ற நினைவை உருவாக்க இயலாது. மூளை மங்கினால் மரம் என்ற உணர்வை, நினைவை உருவாக்க வழியில்லை.

செல்வா:அப்படியானால் சிந்தனைக்கு வெளியே உள்ள பொருள்கள்தான் காரணமா?

பே.அ: ஆமாம், சிந்தனை என்பது பொருளின் பிரதிபலிப்புதான். கட்டாலா என்றால் என்ன? அது ஒரு பொருள், அதுபற்றி உங்கள் சிந்தனையில் தோன்றுகிறதா? யாராவது சொல்லுங்களேன்.

மாணவர்கள் மூன்று பேருமே "அது என்னவென்று தோன்றவில்லை" என்கிறார்கள்.

பே.அ: ஏன் தோன்றவில்லை. அது பற்றி முன்பு கேள்விப்பட்டதும் இல்லை. பார்த்ததும் இல்லை; காட்டாலா என்ற ஒரு பொருள்

இல்லை. சும்மா அப்படி ஒலித்தேன். சரி, இப்போது சுத்தியல் என்கிறேன். அது உங்கள் சிந்தனையில் தோன்றுகிறதா?

மாரி: ஆம், தோன்றுகிறது, காரணம் அதனை முன்பே பார்த்திருக்கிறேன். பொதுவாக சுத்தியலைப் பார்த்தால் சுத்தியல் என்ற நினைவு சிந்தனையில் தோன்றுகிறது.

பே.அ: ஏற்கெனவே நாம் சுத்தியலை பார்த்திருப்பதால், அதைப்பற்றிய பிம்பம் நம் மூளையில் தோன்றுகிறது. ஏற்கெனவே அதைப் பார்த்திருப்பதால் அது ஒரு சூட்சுமமாக நம் நினைவில் வருகிறது. கண்ணாடி போல நமக்குள் பிரதிபலிக்கிறது. நினைவாக வருகின்றது. அதே போலத்தான் காது புலன் உறுப்பு மூலம் ஒலியும், நாவின் மூலம் ருசியும், தொடுவதன் மூலம் தொடு உணர்ச்சியும் அதாவது பொருளின் கடின அல்லது இலகு தன்மை, அதன் நிறை நிலையைக கூட உணர முடிகிறது. புலன் உறுப்புகள் மனித குலப் பரிணாம வளர்ச்சியில் எவ்வளவோ வளர்ச்சியடைந்து நுட்பமாகி விட்டன. புலன் உறுப்புகளே இல்லாமல் போயிருந்தால் மனிதனுக்கு சிந்தனை வளர்ச்சியே இல்லாமல் போயிருக்கும்.

செல்வா: அப்படியானால் மனிதன் உருவாவதற்கு முன்னால் இந்த வெளிப்பொருட்கள் இருந்திருக்க வேண்டுமல்லவா? அது முன்னால் இருந்ததால்தான் அவன் புலனுறுப்புகளும் வளர முடிந்தது, பண்பட முடிந்தது எனலாமா?

பே.அ: உண்மைதான். மனிதகுலம் தோன்றிய பல கோடி வருடங்களுக்கு முன்னாலே இந்த உலகம் தோன்றிவிட்டது. பிரபஞ்சம் தோன்றிவிட்டது. மனித குலம் நாகரிகம் அடைந்த ஓர் ஐயாயிரம் ஆண்டுகளாக இது பற்றிய விவாதம் நடந்து கொண்டுதான் இருக்கிறது.

பாலா: எதைப்பற்றிய விவாதம் நடந்து கொண்டிருக்கிறது?

பே.அ: இந்தப் பிரபஞ்சம் இந்த அண்ட சராசரம் முதலில் தோன்றியதா, அல்லது இது தோன்றுவதற்கு முன்னால், ஏதோ ஒரு சக்தி முதலில் தோன்றி அந்தச் சக்தி இதைத் தோற்றுவித்ததா என்கிற கேள்வி தொடுக்கப்பட்டு, இல்லை, ஆம் என்ற வாதம், தத்துவ விவாதம் நடந்து கொண்டுதான் இருக்கிறது.

பாலா: அய்யா, நாம் ஏற்கெனவே தத்துவம் பற்றிகூட பேசினோம். நீங்களும் அதுபற்றி தொட்டீர்கள். ஏதோ அது இடையில் விட்டுப்போனதாகத் தெரிகிறது, படித்தவர்களாக இருந்தாலும், படிக்காதவர்களாக இருந்தாலும் எல்லோருமே தெரிந்தோ தெரியாமலோ தத்துவம் பற்றி பேசிக்கொண்டுதான் இருக்கிறார்கள் என்றீர். அதற்கு ஒரு விவசாயியின்

மழையைப் பற்றிய சிந்தனையையும் சொன்னீர்கள்! தத்துவம் என்பது பற்றி சற்று விளக்குங்களேன்.

பே.அ: இயற்கையைப் பற்றிய, சமூகத்தைப் பற்றிய, மனித சிந்தனையைப் பற்றிப் பொதுவான விதிகளைத் தெளிவுபடுத்துவதுதான் தத்துவம் என்பது.

பாலா: புரியும்படி தெளிவாகச் சொல்லுங்கள்

பே.அ: நாம் வாழும் இந்த உலகம், நம்மைச் சுற்றியுள்ள இயற்கை, நாம் வாழும் இந்தச் சமூகம் இவற்றின் மீது ஆதிக்கம் செலுத்தும், பொதுவான விதிகள் பற்றி பேசுவதுதான் தத்துவம். இவையெல்லாம் எப்படி உருவாயின? இவற்றுக்கு இடையில் உறவு, சம்பந்தம், உண்டா? அல்லது இவை அனைத்தும் தனித்தனியாக சம்பந்தம் இல்லாமல் இருக்கின்றனவா? இவையெல்லாம் இயங்குகின்றனவா? இயங்காமல் இருக்கின்றனவா? அப்படி இயங்கினால் அதற்கான அடிப்படை என்ன? இப்படி இவைப் பற்றியெல்லாம் விவாதித்தார்கள். சிந்தித்தார்கள். இந்த விவாதத்திலிருந்து சிந்தனையிலிருந்து வந்த ஞானத்தைத்தான் தத்துவஞானம் என்றார்கள். ஆரம்ப காலத்தில் சுமார் மூவாயிரம் ஆண்டுகளாக அனுமானத்தின் அடிப்படையில், அனுபவத்தின் அடிப்படையில் சிந்தித்தார்கள், விவாதித்தார்கள்.

உதாரணமாக, நாம் இந்த பூமியில் வாழ்கிறோம். இந்தப் பூமிக்கும், நமக்கும் என்ன சம்பந்தம்? யாராவது ஒருவர் சொல்லுங்கள்.

செல்வா: நாம் இந்த பூமியில் வாழுகிறோம். நாம் வாழுவதுதான் இந்தப் பூமிக்கும் நமக்கும் உள்ள சம்பந்தம். இறந்தால் புதைக்கப்படுகிறோம் அல்லது எரிக்கப்படுகிறோம். அதுதான் கூடுதல் சம்பந்தம்.

பே.அ: இது சாதாரண பார்வையிலிருந்து பேசப்படுவது; பாமரத்தனமான பதில்.

நம் உடம்பில் ஈரம் இருக்கிறது; பூமியில் ஈரம் உள்ளது. நாம் காற்றை சுவாசிக்கிறோம். நாம் வாழும் உலகில் காற்று இருக்கிறது. நம் உடம்பில் சூடு இருக்கிறது. இந்த உலகில் வெப்பம் இருக்கிறது. இந்த பூமி, உலகம், பஞ்ச பூதத்தால், ஐந்து இயற்பொருள்களால், ஆனது. நம் உடலும் அப்படித்தான். பூமியில் உள்ள இரும்பு, கால்சியம், உப்பு போன்றவை நம் உடம்பில் உள்ளது. இந்த பூமிக்கும் நமக்கும் பஞ்ச பூதங்களுக்கும் நமக்கும் எவ்வளவு சம்பந்தம், உறவு உண்டு என்பதை நாம் நினைத்துப்பார்க்கவேண்டும்.

இந்த பிரபஞ்சத்தில் உள்ள கிரகங்கள், கோள்கள், கோடிக்கணக்கான நட்சத்திரங்கள். இவைகளுக்கிடையே சம்பந்தம் உண்டு. இவையெல்லாம் சதா இயங்கிக்கொண்டே இருக்கின்றன. இந்தப் பிரபஞ்சத்தில் மனிதகுலம் ஒரு தூசு, துகள்.

இவைகளைப் பற்றிய, இவைகள் மீது ஆட்சி செய்யும் பொதுவான விதிகளைக் குறித்த கணிப்பே, கண்டுபிடிப்பே, தத்துவஞானம் என்பது. வானவியல், இயற்பியல், வேதியியல், மருத்துவம் எனப் பல பிரிவுகள் இருக்கலாம். இவை பற்றிய பொதுவான விதிகள் குறித்த அறிவே தத்துவஞானம் எனப்படும்.

ஆனால் இந்தத் தத்துவஞானம் எப்போது உருவானது? இது மனித நாகரிகத்தின் வளர்ச்சியோடு சம்பந்தப்பட்டது. அப்படி நாகரீகம் வளர்ச்சி அடைந்த நாடுகளில்தான் இந்தியா, சீனா, கிரீஸ் போன்ற நாடுகளில்தான் தத்துவ ஞானம் பேசப்பட்டது; விவாதிக்கப்பட்டது. பின் பிற நாடுகளுக்கும் எடுத்துச்செல்லப்பட்டது.

தத்துவஞானம் விவாதிக்கப்பட்டது என்றால் அதைப்பற்றிய சர்ச்சை எழுந்ததால்தான் விவாதிக்கப்பட்டது.

ஏன் சர்ச்சை எழுந்தது? சமூகம் வர்க்கங்களாக, சொத்துள்ளவர்கள், சொத்தற்ற மக்கள், ஆண்டான் அடிமை என்ற சமுதாயப் பிரிவு உண்டான காலத்திலிருந்தே தத்துவ விசாரணை உருவாக்கப்பட்டுவிட்டது.

முரண்பட்ட சமுதாயத்தில் வாழ்நிலைக்கும், அதைப் பற்றிய புரிதலுக்கும் அதாவது அதைப்பற்றிய சிந்தனைக்கும் இடையே உள்ள உறவு பற்றிய பிரச்சினையே தத்துவ ஞானத்தின் அடிப்படையாக எழுந்தது.

இன்னும் எளிமையாக சொல்ல வேண்டும் என்றால் மனிதனின் சிந்தனை சுயமாக உருவாகிறதா. அல்லது அதற்கு ஒரு தூண்டுகோல் தேவைப்படுகிறதா?

மனிதனின் சிந்தனைக்குத் தூண்டுகோலாய் இருப்பது, அவனுக்கு புறத்தே சுதந்திரமாக இருக்கிற பொருள்கள்தான் தூண்டுகோலாய் இருக்கின்றன என்பது ஒரு வாதம், இதைப் பொருள்முதல்வாதம் என்று சொல்லலாம்.

இல்லை, இல்லை மனிதனுக்கு சிந்தனை என்பது அவனுக்கு சுயமாக உருவாகிறது. புறத்தே உள்ள பொருட்களினால் அல்ல. காரணம் ஒரு மரத்தை அவன் பார்க்கிறான் என்றால் அந்த மரத்தைப் பற்றிய சிந்தனை, ஞானம், உணர்வு ஏற்கெனவே மனிதனிடம் படிந்துள்ளதாகவும் அதனால்தான் அவனுக்கு அது

மரமாகத் தெரிகிறது. மலையைப் பார்க்கிறபோது மலையாகத் தெரிகிறது. அப்படிப்பட்ட சிந்தனையை, எண்ணத்தை, உணர்வை ஆன்மாவை ஆண்டவன், எல்லாம் வல்ல இறைவன் ஏற்கெனவே மனிதனிடம் உருவாக்கி விட்டான். ஆகவே இந்தக் கருத்தமைப்புதான் எல்லாவற்றுக்கும் முதன்மையானது. பொருள்கள் முதன்மையானது அல்ல என்று தத்துவம் பேசுகிறவர்கள் "கருத்து முதல்வாதிகள்" என்று அழைக்கப்படுகிறார்கள்.

மனிதனின் உணர்வுக்கு, சிந்தனைக்குக் காரணம் விரவிக்கிடக்கும் பொருள்கள் தான் முதன்மைக் காரணம். பொருள்கள் புறத்தே இல்லை என்றால் மனிதனின் சிந்தனைக்கே வாய்ப்பில்லை. ஆகவே பொருள்களே முதன்மையானது என்று வாதிடுபவர்கள் பொருள் முதல்வாதிகள்" என்று அழைக்கப்படுகிறார்கள்.

இப்படிப் பொருள்முதல்வாதிகள் என்றும், கருத்து முதல்வாதிகள் என்றும் இரண்டு முகாம்களாக தத்துவஞானிகள் பிரிந்தனர்.

இங்கே எங்கல்ஸ் சொன்ன குறிப்பை நினைவுகூர்வது பொருத்தமாகஇருக்கும்.

'சிந்தனைக்கும் வாழ்வுக்கும் உள்ள உறவு என்கிற கேள்வி தத்துவம் முழுவதும் கேட்கப்படுகிற கேள்வி, இதுதான் முதல் கேள்வி. எல்லா கேள்விகளுக்கும் முதலான கேள்வி. இந்தக் கேள்விக்கு தத்துவவாதிகளிடம் தந்த பதில்களே அவர்களை இரண்டு மாபெரும் முகாம்களாகப் பிரித்துவிட்டன'

ஆமாம்! இரு முகாம்களாக பிரிந்து வியாக்கியானம் செய்தார்கள், தத்துவப்போர் நடத்தினார்கள்.

அந்தந்தக் கால சூழல்களுக்கு ஒத்தவகையில் இரு சாராருமே வாதங்களை வைத்தார்கள்.

கருத்து முதல்வாதமும் வெற்றிடத்தில் தோன்றவில்லை.

பொருள் முதல்வாதமும் வெற்றிடத்தில் தோன்றவில்லை.

அது பற்றி மார்க்சின் கருத்து:

'தத்துவஞானிகள் காளான்கள்போல் தோன்றுவதில்லை. இவர்கள் தம் காலத்தின் தம் மக்களின் விளைபொருள்கள் ஆவர். இம்மக்களின் முக்கியமான துல்லியமான விலை மதிப்பற்ற கண்ணுக்குத் தெரியாத சாரங்கள் தத்துவஞான கருத்துக்களில் ஒரு முனைப்படுத்தப்படுகின்றன. எந்த ஆன்மா தொழிலாளர்களுடைய கரங்களின் மூலம் இருப்புப் பாதைகளை அமைக்கிறதோ, அதே ஆன்மா தத்துவஞானிகளின் மூளையில் தத்துவத்துக்கான முறைகளை உருவாக்குகின்றன' என்றார்.

மாரி: மனிதன் குரங்கிலிருந்து பரிணாம வளர்ச்சியில் உருவானவன். அதாவது பல லட்சம் ஆண்டுகளுக்கு முன்னால்.....

பே.அ: 10 லட்சம் ஆண்டுகளுக்கு முன்னால் கூட இன்றைய மனித வடிவில் மனிதன் உருவாகவில்லை.

மாரி: அப்படி நிலை இருக்க பல 10 லட்சம் ஆண்டுகளுக்கு முன்னாலேயே இந்தப் பிரபஞ்சம் இயற்கை உருவாகிவிட்ட நிலையில் மனிதன் பின்னால்தான் உருவானான். அவனுக்கு முன்னாலேயே இயற்கை, பிரபஞ்சம் உள்ளது. அப்படி இருக்கிறபோது மனிதனின் சிந்தனைதான் முதலாவது பொருள் முதலானது அல்ல என்று சொல்வது எப்படிப் பொருந்தும்? சாதாரண அறிவுக்குக்கூட ஏற்புடையதாக இல்லையே!

பே.அ: உண்மைதான். ஆனால் கருத்து முதல்வாதிகள் வைக்கும் கூற்று.

'சுற்றியுள்ள உலகம் முழுவதும் உணர்வின் (தெய்வத்தின்) செயல்பாட்டின் விளைபொருள் என்கின்றனர்.

'இந்த உலகமும், இயற்கையும் மனிதர்களுடைய வாழ்க்கைக்குப் பயன்படவேண்டும் என்ற வகையில் மனிதர்களின் எண்ணமும் ஒரு ஆன்மாவின் (தெய்வத்தின்) படைப்பு என்றும் கூறுகிறார்கள்.

மாணவர்களாகிய நீங்கள் ஒன்றைத் தெளிவாக முதலிலேயே புரிந்து கொள்ள வேண்டும்.

தத்துவஞான உலகில் அடிக்கடி பேசப்படுகிற பருப்பொருள் என்றால் என்ன என்று புரிந்து கொள்ள வேண்டும்.

பருப்பொருள் என்பதை சாதாரண மொழியில் புரிந்துகொள்ள வேண்டுமென்றால் கண்ணால் பார்க்கக் கூடிய, பொருள், தொட்டு உணரக்கூடிய பொருள் (object that can be seen or felt, concrete object). ஒரு பொருளில் அடங்கியுள்ள மொத்தப் பருப்பொருள் அளவு அதன் நிறையாகும்.

தத்துவார்த்த மொழியில் பருப்பொருள் என்பது மனிதனின் உணர்வைச் சாராமல் நிலவி உணர்வில் பிரதிபலிக்கும் புறவய யதார்த்தத்தைக் குறிப்பிடுவதற்கான தத்துவஞானக் கருத்தினம்.

செல்வா: இந்தப் பருப்பொருள் பற்றி பொருள் முதல்வாதத் தத்துவஞானிகள் எப்படி விளக்கம் தருகிறார்கள்.

பே. அ:பருப்பொருள் என்பது நமது உணர்வுக்கு வெளியே நிலவுவது. உணர்வைச் சாராதது. உணர்வுக்கு முன்னரே தோன்றியது. அதாவது புறவய ரீதியாக நிலவுவது (மனிதனின்

உணர்வை சாராதது) இதைப் படைக்கவோ அழிக்கவோ முடியாது. இது நிரந்தமானது, முடிவற்றது. மனிதன் தன் வாழ்க்கை பூராவும் எந்த ஒரு நடவடிக்கையின்போதும் உழைப்பில் ஈடுபடும்போதும் சரி, சுற்றி உள்ளவைகளை வெறுமனே ரசிக்கும் போதும் சரி பருப்பொருளுடன் தொடர்பு கொள்ளுகிறான். மனித உடலே பருப்பொருள்தான். ஆனாலும் மனித உடலின் தோற்றம், வளர்ச்சி, இதன் பணிகள் முதலியன மனிதன் எவ்வளவுதான் ஆசைப்பட்டாலும் முழுக்க முழுக்க அவன் சிந்தனைக்கு உட்படுவதில்லை. மனிதனுக்கும், சுற்றியுள்ள உலகிற்கும் இயற்கைக்கும் இடையிலான பரஸ்பரச் செயலாக்கத்தின்போது, இயற்கையானது மனிதன் மீது இவனுடைய உணர்ச்சிகள், பகுத்தறிவு, சித்தம் மீது கண்டிப்பாகத் தாக்கம் செலுத்துகிறது. எனவே மனித உணர்வின் தோற்றம் மட்டுமின்றி இதன் உள்ளடக்கமும், பருப்பொருளைச் சார்ந்துள்ளது. ஏனெனில் மனிதனுக்கு தெரிந்தவையெல்லாம் சுற்றியுள்ள உலகிலிருந்து எடுக்கப்பட்டவை.

மேலே குறிப்பிட்டுள்ள விஷயங்களை மேலும் கூர்மையாகப் பார்ப்போம். 'மனிதனுக்கு தெரிந்தவையெல்லாம் சுற்றியுள்ள உலகிலிருந்து எடுக்கப்பட்டவை - என்ற வரிகளை எப்படிப் புரிந்து கொள்ள வேண்டும்? மிக மிக சாதாரண உதாரணம் பார்ப்போம்.

நாம் குடிக்க காபி தயார் செய்கிறோம் என்றால் பால் பயன்படுத்துகிறோம், சர்க்கரை பயன்படுத்துகிறோம், காப்பித்தூள் பயன்படுத்துகிறோம், கொதிக்க வைக்கிறோம், காபியாகிவிடுகிறது. இவையாவும் நம்மை சுற்றியுள்ள கிடைக்கக்கூடிய பொருள் தான். இந்த உலகத்தில் இல்லாத வேறு எதைக்கொண்டு வந்து காபி தயாரிக்க முடியும்? இதற்கு இன்னும் மேலே சிந்தித்தால் காப்பித்தூள் தயாரிக்கிறபோதோ சர்க்கரை தயாரிக்கிறபோதோ பால் சேகரிக்கிறபோதோ அவைகளைத் தயாரிக்கப் பயன்படுத்துகிற பொருள்களும் கூட இப்பூவுலகிலிருந்துதான் சேகரிக்கப்படுகின்றன. இதற்கு அப்பால் எங்கே இருந்தும் கிடைப்பதில்லை.

மாரி: 'இந்தப் பருப்பொருளை படைக்கவோ, அழிக்கவோ முடியாது - என்று சொல்லப்பட்டுள்ளதே அதை எப்படிப் புரிந்து கொள்ளுவது?"

பே.அ : 'ஒரு பொருளில் அடங்கியுள்ள மொத்தப் பருப்பொருளின் அளவு அதன் நிறையாகும்'-என்று நாம் ஏற்கெனவே பேசியுள்ளோம்.

ஒரு சிறு கல்லையெடுத்துக்கொள்ளுவோம். அதன் அடர்த்தி, நிறை, அதில் அடங்கியுள்ள மூலப்பொருள்களின் அளவை எண்ணிக்கையைப் பொருத்தது. அதுதான் அதன் நிறை. அந்தக் கல்லை இந்த உலகில் இல்லாமல் ஒழித்துவிட முடியுமா? முடியாது! வேண்டுமானால் கல்லை உடைக்கலாம், தூள் தூளாக பொடியாக்கலாம். மேலும் சிறு சிறு துகள்களாக ஆக்கலாம். வீசி எறியலாம். அவை காற்றோடு காற்றாக மண்ணோடு மண்ணாகக் கலக்கலாம். ஆனால் அதன் மூலகங்களை அணுக்களை இல்லாமல் செய்துவிட முடியாது.

மேலும் ஓர் உதாரணம் பார்ப்போம்.

ஒரு காகிதத்தை எடுப்போம். துண்டு துண்டாகக் கிழிப்போம். கொளுத்துவோம். அவைகளைப் பொடி பொடியாக்கி விடுவோம், தண்ணீரில் கரைப்போம் பின் என்ன செய்வோம் மண்ணில் வீசி எறிந்து விடுவோம், அவை மண்ணில் கலந்து போகும். அவை மண்ணோடு மண்ணாக ஆகும். ஆனால் முழுமையாக இந்தப் பூவுலகிலிருந்து இல்லாமல் போகாது. வடிவம் மாறும். மூலப்பொருள், அணுக்கள் இருந்துதான் தீரும்.

ஆகவேதான் ஒரு பருப்பொருளை ஆக்கவோ அழிக்கவோ முடியாது என்கிறோம். அது நிரந்தமானது, அதற்கு முடிவே இல்லை.

மனித உடலின் தோற்றம், வளர்ச்சி அதன் பணிகள் முதலியன மனிதன் எவ்வளவு ஆசைப்பட்டாலும் முழுக்க முழுக்க அவன் சித்தத்துக்கு உட்படப் போவதில்லை. காரணம் மனித உடலே கூட பருப்பொருள்தான். அவன் யாருக்கும் தெரியாமல் மாயமாக யார் கண்களுக்கும் தெரியாமல் உலவ முடியுமா? முடியாது. சினிமாவில் காட்டலாம். ஆனால் நிஜத்தில் அல்ல!

ஐந்தடி மனிதன் ஒரு அடி மனிதனாக மாற முடியாது, பத்தடி உயரமாக ஆக முடியாது. 150 ஆண்டுகள் வாழ முடியாது. இறந்து போகலாம். இறந்து விட்டால் அவனைப் புதைக்கலாம். கொளுத்தலாம். அவனும் மண்ணோடு மண்ணாக கலந்து விடுவானேதவிர முழுமையாக உலகிலிருந்து ஏதுமே இல்லாமல் மாறிவிட முடியாது.

உருவங்கள் மாறலாம், வடிவங்கள் மாறலாம், ஆனால் ஏதும் அற்றதாக ஆகிவிட முடியாது.

எதுவுமே இல்லாததிலிருந்து எதுவுமே உருவாக்க முடியாது, அதே போல ஏதுமே எதுவும் அற்றதாக ஆகிவிட முடியாது'

இந்தத் தத்துவம்தான் ஆன்மீக வாதிகளுக்கும் ஆன்மீக நம்பிக்கையற்றவர்களுக்கும் இடையில் சம்வாதம் நடந்து கொண்டே இருக்கிறது.

சரி, இப்போது இரவு ஒன்பது மணி ஆகி விட்டது. நாம் கலைவோம். மீண்டும் நாளை மாலை 5 மணி அளவில் இங்கு கூடுவோம். (எல்லோரும் ஏதோ ஒரு புரிதலை, புதுமையைக் கண்டவாறு சற்று மன மகிழ்வோடு கிளம்பினார்கள்.)

2
உடல் பொய் என்றால் அதற்கு மெய் என்ற பெயர் ஏன்?

பேராசிரியர் **அருணாவும்,** மாணவர்கள், **பாலா, மாரி, செல்வா** ஆகியோரும் மறுநாள் மாலை 5 மணிக்குக் கூடிவிட்டார்கள். அவர்கள் நேரத்தோடு வந்ததற்கு உற்சாகமும் ஒரு காரணம்.

(பேராசிரியர் துவக்கலாமா எனக் கேட்க, மாணவர்களும் சம்மதித்தார்கள்.)

பே.அ: மாணவத் தோழர்களே தத்துவ விவகாரத்தில் தத்துவவாதிகள் இரு கூறாகப் பிரிகிறார்கள். முக்கியமாக இரு கூறுகள், அதிலும் உட்பிரிவுகள் உள்ளன.

தத்தவவாதிகளில் ஒரு பிரிவினர் பொருள் முதல்வாதிகள் என்போர்.

இவர்கள் பொருள், இயற்கை, பொருள் இயல், வாழ்க்கை- இவைகள் முதன்மையானது. அதன் பிரதிபலிப்பே உணர்வு, சிந்தனை அல்லது கருத்து என்று கூறுகிறார்கள். இவர்கள்தான் பொருள் முதல் வாதிகள் என்று சொல்லப்படுகிறார்கள்.

தத்துவவாதிகளில் இன்னொரு பிரிவினர் கருத்து முதல்வாதிகள் என்போர்.

இவர்கள் சிந்தனை, உணர்வு, ஆன்மா என்பவை முதன்மையானது, இவைகளின் பிரதிபலிப்பே பொருள், இயற்கை, பொருளியல், வாழ்க்கை என்று வாதிக்கிறார்கள். எனவே இவர்கள் கருத்து முதல்வாதிகள் அல்லது ஆன்மீகவாதிகள் எனச் சொல்லப்படுகிறார்கள்.

இந்த இருவகையினரும் உலகில் சீனா, கிரீஸ், இத்தாலி இந்தியா போன்ற நாடுகளில் இருந்தார்கள், இருக்கிறார்கள், தர்க்கம் செய்கிறார்கள்.

எளிய மொழியில் புரிய வேண்டுமென்றால் கடவுள்தான் இந்தப் பிரபஞ்சத்தை, இயற்கையை உருவாக்கினார் என்று சொல்லுபவர்கள் கருத்து முதல்வாதிகள்.

இல்லை, இதற்குக் கடவுள் காரணமல்ல, கடவுள் தேவையும் இல்லை. உணர்வுள்ள மனிதனுக்கு முன்னதாகவே பருப்பொருள், சுற்றியுள்ள உலகம், இயற்கை, வாழ்வியல் உள்ளன. பின்னர்தான், இயற்கையின் வளர்ச்சிப் போக்கில் முதலில் உயிர்கள், தாவரங்கள், விலங்குகளும் பின்னர் மனிதர்களும் தோன்றினர் என்று பொருள் முதல்வாதிகள் கூறுகின்றனர். இவையாவும் புறவய ரீதியாக நிலவுகின்றன என்றனர்.

இந்த இரு பிரிவினரிலும் பல ரகங்கள் உண்டு.

உதாரணமாகக் கருத்து முதல்வாதிகளில் அகநிலை கருத்து முதல்வாதம், புறநில கருத்து முதல்வாதம், இரு நிலைவாதம் என்ற வகையறாக்கள் உண்டு.

ஆரம்பகால தத்துவஞானிகள் பற்றி லெனின் குறிப்பிடுகிறபோது பொருள் முதல்வாதப் போக்கை டெமாக்கிரசின் போக்கு என்றும், கருத்து முதல் வாதப் போக்கை **பிளாட்டோவின் போக்கு** என்றும் குறிப்பிட்டார். இரண்டு பேருமே தத்துவ ஞானிகள்தான்.

செல்வா: லெனின் ஏன் டெமாக்கிரசை முதலாவது பொருள் முதல்வாதி என்றார்?

பே.அ: காரணம் அவர்தான் உலகின் கூட்டமைப்பு பற்றிய சரியான கண்ணோட்டத்தை யாவரினும் அதிகமாக நெருங்கி வந்தவர். மிகச் சிறிய, இயக்கமுள்ள துகள்களாகிய அணுக்களை ஆரம்ப அடிப்படையாகக் கொண்டார். இவர் கிரேக்கப் பொருள் முதல்வாதி.

இதற்கு முன்னாலும் சிலர் இருந்தனர். உலகம் ஒன்றே, ஏனெனில் வெவ்வேறு அளவில் மூண்டு அணையும் நெருப்பு இதன் அடிப்படை என்றார். நெருப்பு எனும் பொருளை முதன் அடிப்படை என்றார். இவர் கிரீஸ் நாட்டைச் சேர்ந்த ஹெராக்லீடஸ்.

டாலஸ் என்பவர் உலக அடிப்படைக்கு தண்ணீர்தான் காரணம் என்றார்.

அனக்சிமேனஸ் உலக அடிப்படைக்கு காற்றுதான் முக்கியம் என்றார். இவர்களில் யாரும் உலக அடிப்படைக்கு ஆண்டவன்தான் அவசியம் என்று சொல்லவில்லை. ஏதோ ஒரு பொருளைத்தான் குறிப்பிட்டார்கள். அதில் அனுமானம், யூகம் இருக்கலாம். இவர்களில் டெமாக்கிரீஸ் அணு பற்றிய விஷயத்தில் மிக நெருங்கி வந்து விட்டார். இவர் பொருள் முதல் வாதத்தின் முன்னோடி எனலாம்.

பாலா: இந்திய தத்துவஞானிகளில் இப்படி யாரும் முன்னோடிகளாக இருந்ததில்லையா?

பே.அ: இந்தியா வேதங்களின் நாடு என்று சொல்லி வைத்தார்கள். வேதங்களைப் படித்தால்தான் அவன் அறிவாளி, மோட்சம் போகக்கூடியவன் என்றார்கள். ஆனாலும் தத்துவ விசாரத்தில் இந்தியா பின்வாங்கவில்லை.

இந்தியத் தத்துவஞானங்களில் ஒன்றான சாங்கிய தரிசனம். இந்தத் தத்துவத்தின் முக்கியஸ்தர் கபிலர் மிக அற்புதமாக சொல்லுகிறார்.

நிரந்தரமானது ஏதும் இல்லை, வெற்றிடத்திலிருந்து ஏதும் தோன்றுவதில்லை. அழிகின்ற பொருள் ஒன்றுமில்லாது போவதுமில்லை. படைக்கப்பட முடியாத அழிக்கப்படமுடியாத பொருள் இருந்து வருகிறது- என்றார்.

வைசேஷிக தத்துவத்தின் ஆசிரியர் கணாத முனிவர் அனைத்துக்கும் மூலம் அணுவே என்று அனுமான அடிப்படையில் 2500 ஆண்டுகளுக்கு முன்னாலேயே சொன்னார். அதை விஞ்ஞானம் இப்போது நிரூபித்துள்ளது. இந்தியத் தத்துவஞானம் நம்மைப் பெருமைப்படுத்துகிறது. இன்னும் இந்திய தரிசனம் பற்றிய அற்புதங்களைப் பின்னால் பேசுவோம். அகவய கருத்து முதல்வாதிகள் என்ற தத்துவஞானிகளும் மிக உறுதியாக தன் கொள்கையில் நிற்பவர்கள்தான்.

பெர்க்ளின் என்பவர் ஆங்கிலேய கருத்து முதல்வாத தத்துவஞானி. 18ஆம் நூற்றாண்டில் வாழ்ந்தவர். கிறிஸ்துவ பிஷப்.

மிக உறுதியாக சொல்லுகிறார். உலகில் உள்ள அனைத்தும், நிலவுகின்ற அனைத்தும் புலன்களால் உணருவதுதான் என்று- அடித்துப் பேசுகிறார்.

இன்னும் விளக்கமாகச் சொல்லப்போனால்,

‘உலகத்தில் உள்ள வலிமை மிக்க கூட்டமைப்பாய் உள்ள எல்லா பொருள்களும் மலை, ஆறு, சமுத்திரம் எதுவாயிருந்தாலும் மனதில்தான், அகத்தில்தான் இருக்கின்றன. அவை வெளியே வாழ முடியாது’ என்கிறார்.

பாலா: அய்யா நீங்கள் சொல்லுவது குழப்பமாக இருக்கிறது. நீங்கள் சொல்லுவதை நான் எப்படிப் புரிந்து கொள்ளுகிறேன். அது சரியா என விளக்குங்கள்.

என் முன்னால் ஒரு யானை நிற்கிறது. அது யானைதான் என்ற உணர்வு ஏற்கெனவே என் அகத்தில் இருப்பதால் அதாவது

என் மனத்தில் இருப்பதால் அது யானை என்று தெரிகிறது. இங்கே யானை என்ற ஒன்று யதார்த்தமாக நிற்பது, உண்மை. ஏற்கெனவே யானை என்பது என் அகத்தில் உணர்வாக இருப்பதால் அது யானையாகத் தெரிகிறது. எனவே அகத்தின் எண்ணம்தான் உண்மை என்பது, பெர்சிலின் கொள்கை, இது அபத்தமல்லவா?

பே.அ: ஆம், ஒரு ஆதிவாசி வெளி உலகமே தெரியாதவர், மலையிலேயே வாழ்ந்தவர். அவரை அழைத்து வந்து நகரத்தில் உள்ள காரைக் காட்டினால் அது ஏற்கெனவே அகத்தில் எண்ணமாக இருப்பதால் அது கார் என்று புரிந்து கொள்வாரா? எண்ணம்தான் முதல் உண்மை, யதார்த்தம் என்று எப்படி முடிவுக்கு வர முடியும்! நிச்சயமாக அந்த ஆதிவாசியால் அதைக் கார் என்று சொல்ல முடியாது! இப்படிப்பட்ட அபத்தத்தை பெர்க்கிலியால் எப்படி சொல்ல முடிந்தது.

செல்வா: அந்த கிறிஸ்துவ தத்துவ ஞானியை அழைத்து வந்து, மலை உச்சியில் நிற்க வைத்து கீழே தெரியும் பாதாளம் உங்கள் அகத்தில் உள்ள பள்ளம் தான், அதே போல் நீங்கள் நிற்பது மலையுச்சி என்றாலும் இரண்டும் அகத்தில் தெரிவதுதான், கீழே விழுங்கள் என்று சொன்னால் குதிப்பாரா?

பே.அ: நீங்கள் கேட்கும் கேள்வி, சரியானதுதான் ஆனால் அவர்கள் அப்படித்தான் பேசினார்கள், வாதிட்டார்கள்.

19ஆம் நூற்றாண்டில் வாழ்ந்த ஜெர்மானிய கருத்து முதல்வாதி ஷோப்பெனஹாஷா என்பவர் உலகம் என்பது என் எண்ணம் மட்டுமே என்று அடித்துப் பேசினார்.

மனிதன் எவ்வித வெளிக் காரணமும் இன்றியே சிந்திக்கிறான்; உணருகிறான்; அனுபவிக்கிறான் என்று சொன்ன அகவய கருத்து முதல்வாதிகளும் உண்டு. இதற்கெல்லாம் காரணம், எல்லாம் வல்ல இறைவனின் தூண்டுதல் என்ற நம்பிக்கையில் பேசுகிறார்கள்.

பாலா: இப்படிப்பட்ட அகவய கருத்து முதல்வாதிகள் இந்தியாவிலும் இருந்திருக்கிறார்களா?

பே. அ: நிச்சயமாக இருந்திருக்கிறார்கள். அப்படிப்பட்டவர்கள் பேரோடும் புகழோடும் வாழ்ந்துள்ளனர். அவர்களில் முக்கியமான ஒருவர் ஆதி சங்கரர் என்பவர். இவர் அகவய கருத்து முதல்வாதிகளில் உச்சத்தில் நின்றவர்.

'உலகத்தில் ஒன்றுதான், அந்த ஏகம் என்பதுதான் உண்மை. அதன் பெயர்தான் பிரம்மம் - பரபிரம்மம். சக்திகளையெல்லாம்

தன்னகத்தே கொண்ட பிரம்மம்தான் உண்மை. அப்படியானால் இந்த உலகம் உண்மையில்லையா? உண்மை இல்லை, வெறும் மாயை'- என்கிறார். காடு, மலை, விசும்பு, மனிதன் உட்பட எல்லாம் மாயை என ஏற்றுக்கொண்டு பிரம்மம் என்னும் உண்மையைத் தரிசித்தால்தான் முக்தி அடைய முடியும்; மோட்சத்துக்குப் போக முடியும் என்கிறார்.

பிரம்மம் என்பது, நிர்க்குணமானது. குணவிசேஷங்கள் சிறப்பியல்புகள் ஏதுமில்லாதது. அதற்கு உருவம் இல்லை. கோபம், தாபம், ஆசைகள் இல்லை, பசி இல்லை, தாகம் இல்லை, உருவமோ, குணங்களோ ஏதுமற்றது. ஆனால் சர்வ வல்லமைப் பெற்ற ஒரே உண்மைதான் பரபிரம்மம் என்கிறார். அதற்கு அத்வைதம் என்று பெயர் சூட்டினார்.

பாலா: தலை சுற்றுகிறது. பசி அறியாதது, ருசி அறியாதது, தாகம் அறியாதது, கோபம் இல்லாதது, ஆசை இல்லாதது, எந்த குணமும் இல்லாதது என்றால் அது என்னவாக இருக்க முடியும்? எதுவுமே இல்லாமல் எப்படி சர்வ வல்லமையுடையதாக இருக்க முடியும்? இவர் எப்படி இந்தியாவில் புகழ்பெற்ற ஞானியாக இருந்தார்?

பே.அ: இது வேதங்களின் நாடல்லவா? ஆகவே இவர் காலம் ஓடியது! சங்கரர் ஆன்மாவும், பிரம்மமும் ஒன்றுதான் என்றார். மனிதனின் எண்ணம்தானே ஆன்மா என்கிறோம். இல்லை, இல்லை, ஆன்மா என்பது பிரம்மத்தைச் சார்ந்தது. ஆன்மாவுக்கும் உடலுக்கும் சம்பந்தமில்லை. ஆன்மா தனித்து இருப்பது. ஆகவே ஆன்மாவும், பிரம்மமும் தனித்தனி அல்ல ஒன்றே என்கிறார். ஆன்மாவும் ருசி, பசி, குணம் இல்லாதது, காணக்கிடைக்காதது என்றார். ஆனால் அவர் இந்த நூற்றாண்டில் இல்லாமல் போனார்.

இன்றைய கால கட்டம் என்ன?

இன்றைய விஞ்ஞான உலகம், வாழ்நிலைதான், இயற்கையானது முதன்மையானது என்பதற்கு ஆதரமாக விஞ்ஞானிகள் தரும் சாட்சியங்கள் முக்கியமானவை.

ஆன்மா என்பது உடலுக்கு சம்பந்தப்படாமல் தனியாக இயங்குவதில்லை. உடலோடு சம்பந்தப்பட்டது. மூளை நிகழ்ச்சிப்போக்குடன் தொடர்பு உடையது.

மூளையினுள் மின்னலைகளை செலுத்தி மறந்துபோன நினைவுகளை வருமாறு செய்யலாம். குறிப்பிட்ட ஓர் உணர்வைக் கூட தூண்டலாம். நீண்டநேரம் மயக்கத்தை ஏற்படுத்தலாம்.

உடலில் எந்த பாகத்தைத் தூண்டினாலும் மனிதன் அதை உணர முடியாமலேயே செய்யலாம்.

நமது உணர்வுகளும், சிந்தனைகளும் சுற்றியுள்ள யதார்த்தத்துக்கு நெருங்கிய தொடர்பு கொண்டுள்ளது.நம்முடைய ஆன்மீக உலகம் பூராவும் அனுபவத்தின் விளைவாய் சுற்றியுள்ள உலகத்துடனான தொடர்புகளின் விளைவாய் உருவாகிறது. நாம் கனவுகள் காண்கிறோமே அந்தக் கனவுகள் எவ்வளவு அற்புதமானதாக இருந்தாலும், எவ்வளவு மாயா வினோதமாக இருந்தாலும் அவைகளுக்கு இந்த உலகில் உள்ள யதார்த்த வேர்களுடன்தான் தொடர்பு உள்ளது என மனவியல் விஞ் ஞானிகள் நிரூபித்துவிட்டார்கள். ஆக ஆன்மா என்பது உடலில் தனித்து இயங்கும் தன்மையானது அல்ல என அடித்துச் சொல்லலாம்.

மனிதன் எவ்வளவு பெரிய செயல்களைச் செய்கிறான். கடலில் மூழ்குகிறான். விண்ணில் மிதக்கிறான், வனத்தில் உலவுகிறான், பூமிக்குள் நுழைகிறான். என்னே அவன் கீர்த்தி!

பாலா: இத்தகைய மனிதனை காயமே இது பொய்யடா, காற்றடைத்த பையடா, என்பதன் மூலம் மனித உடலை பொய் என்கிறார்களே, காற்றடைத்த பை என்கிறார்களே, மனித உடலை இவ்வளவு மட்டமாக வர்ணிக்கிறார்களே! இது எப்படி நியாயமாகும்? உண்மையாகும்?

பே.அ: இதுவும் ஒருவகை தத்துவத்தின் வெளிப்பாடுதான். ஆதி சங்கரரின் மாயா வாதம்தான். எல்லாமே மாயை என்கிறபோது உடலும் மாயைதான், பொய்தான் என்கிறார்கள்.

மாரி: பாரதியார் கூட இதை மறுத்து கவிதை ஒன்று படியுள்ளார். அது எனக்கு ஞாபகமில்லை.

பே.ஆ: உண்மைதான். பாடியுள்ளார். ‘பொய்யோ? மெய்யோ?’ என்ற தலைப்புக் கொடுத்து பாடியுள்ளார்.

நிற்பதுவே, நடப்பதுவே - நீங்களெல்லாம்
தோற்ற மயக்கங்களோ?
கற்பதுவே, கேட்பதுவே - நீங்களெல்லாம்
அற்ப மாயைகளோ? உம்முன்
ஆழ்ந்த பொருளில்லையோ? -
என்று துவங்கி கடைசி பாட்டுப்பகுதியாக
காண்பதெல்லாம் மறையுமென்றால் -
மறைந்ததெல்லாம் காண்பதன்றோ?
வீண்படும் பொய்யிலே - நித்தம்

விதி தொடர்ந்திடுமோ?
காண்பதுவே வுண்மை கண்டாய் -
காண்பதல்லா லுறுதியில்லை
காண்பது சக்தியாம், இந்தக் காட்சி நித்தியமாம்"
என்று முடிக்கிறார்.

அதோடு மேலும் ஒரு கேள்வியைத் தொடுக்கிறார். எல்லாம் பொய்தான், மாயைதான் என்றால், தேள் பொய் என்றால் அதன் உருவம் மாத்திரம் பொய் என்றால் அது கொட்டினால் வலிக்காதோ? கொட்டுவதும் பொய்யாகுமா? எனக் கேட்கிறார்?

நம் உடல் பொய் அல்ல, அது உண்மை என்று சொல்லுவதோடு உடம்பை மெய் என்ற பொருளாலும் குறிப்பிடுவதை கவனிக்க வேண்டும். மனித உடம்பு பொய் அல்ல, மெய் என்ற எதிர்வாதத் தத்துவம்தான் இது. திருமந்திரம் பாடிய திருமூலரின் கருத்தை கவனிக்க வேண்டும்.

உடம்பினை முன்னம் இழுக்கென்று இருந்தேன்
உடம்பினுக்குள்ளே உறுபொருள் கண்டேன்
உடம்புளே உத்தமன் கோயில்கொண்டான் என்று
உடம்பினை யானிருந்து ஓம்புகின்றேனே.
உடம்பார் அழியின் உயிரால் அழிவர்
திடம்பட மெய்ஞ்ஞானம் சேரவும் மாட்டார்
உடம்பை வளர்க்கும் உபாயம் அறிந்தேன்
உடம்பை வளர்த்தேன் உயிர் வளர்த்தேனே
உடம்பும் உண்மை, உயிரும் உண்மை
உயிரின்றி உடம்பு இல்லை, உடம்பின்றி உயிரில்லை

ஞானம் இல்லை, அறிவில்லை - என்கிற உயரிய கருத்து எப்படி பொய்யாகும்.

மனிதன் எவ்வித புறவயக் காரணங்களும் இன்றியே சிந்திக்கிறான். உணருகிறான். அனுபவிக்கிறான் என்று கூறும் அப்பட்டமான கருத்து முதல்வாதியாய் பலர் இருந்தாலும், இதிலும் சற்று மாறுபட்டுப் பேசும் புறவயக் கருத்துமுதல்வாதிகள் இருக்கிறார்கள். கருத்து முதல்வாதிகளிலேயே புறவயக் கருத்துமுதல்வாதிகள் உண்டு.

செல்வா: சற்று புரியம்படி சொல்லுங்களேன்.

பே.அ.:வெளியில் உள்ள பொருள் மலை, காடு, கடல், மரம், செடி, கொடி போன்றவைகள் மனிதனைச் சாராமல் புறவயமாக இருக்கின்றன. உண்மையில் இருக்கின்றன. ஆனால் இவையாவும்

ஆண்டவனுடைய, ஆன்மாவினுடைய நடவடிக்கையின் வினைப் பயனாகும். அவனின்றி இவை இருக்க முடியாது. ஆனால் மனிதனின்றி இவை இருக்க முடியும். மனிதனை சாராமல் இருக்க முடியும். ஏன் மனிதனே கூட ஆன்மாவின் வினைப் பயன்தானே என்று சொல்லுகிற தத்துவஞானிகளும் உண்டு. இவர்கள் புறவயக் கருத்துமுதல்வாதிகள்.

இந்தப் புறவயக் கருத்துமுதல்வாதம் சற்று முன்னேற்றம்தான்.

சிந்திப்பதன் மூலம் உண்மையை அறியமுடியாது. மாயமான உள் உணர்வு மட்டுமே, தெய்வீக ஒளிதான் முழுமையான அறிதலைத் தரும் என்கிற கருத்து முதல்வாதத்தைவிட புறவய கருத்து முதல்வாதம் சற்று பாராட்டத்தக்கது. காரணம் புறத்தே பொருள் இருப்பதைக் கற்பிக்கிறார்கள், சுயமாக இருப்பதையும், அது ஆன்மாவின் பிரதிபலிப்பு இல்லை என்பதையும் ஏற்கிறார்கள். ஆனால் இவையாவும் ஆன்மாவின் முழுமுதலான இறைவனின் ஆன்மா என்கிறார்கள். அதாவது அவனால் படைக்கப்பட்டது என்கிறார்கள்

உலகின் அடிப்படையாக உள்ளது உணர்வுதான், ஆன்மாதான். (எல்லாம் வல்ல இறைவன்தான்) ஆனால் மனிதனின் உணர்வு முழுமைப் பெறாது. உலகப்புதிர்களைப் புரிந்து கொள்வதில் மனிதனுடைய பகுத்தறிவு பல சமயங்களில் சக்தி அற்றது. பல இடர்பாடுகள் வருவதால் மனிதன் நழுவிவிடுவான். அவனுக்குப் பேராசை உண்டு. நிதானமாகசிந்திக்க தவறிவிடுவான். செல்வாக்குக்கு உட்பட்டு இவன் அடிக்கடி குழம்பிப் போவான். தவிர மனிதனால் தன் பகுத்தறிவை நீண்ட காலத்துக்குப் பயன்படுத்த முடியாது. ஏனெனில் இவனுடைய வாழ்வு சிறியது.

மனிதனுடைய சிந்தனைபற்றி, உணர்வு பற்றி புறவய கருத்து முதல்வாதிகள் இப்படித்தான் கருதுகிறார்கள்.

ஆனால் வேறொரு பகுத்தறிவு, அதாவது முழுமுதலான மானுட தன்மையற்ற பகுத்தறிவு உள்ளது. இது மனிதன் இல்லாதபோதே நிலவியது. என்றென்றும் நிலவக்கூடியது.

இந்த முழுமையான பகுத்தறிவுக்கு இயற்கையின் எல்லா ரகசியங்களும், மனித எதிர்க்காலம் முழுவதும் தெரியும். மனிதப் பகுத்தறிவு என்பது இறைவனுடைய பகுத்தறிவின் ஒரு சிறுபகுதி, பலவீனமான பிரதிபலிப்பு மட்டுமே.

எனவே முழுமுதலான, இறைவனின் பகுத்தறிவு மனிதனை சாராமல் நிலவுகிறது. அதாவது புறவய ரீதியாக நிலவுகிறது. மனிதனும் இவனைச் சுற்றியுள்ள உலகம் பூராவும் மனிதனுக்கு வெளியில் உள்ள இந்த ஆன்மாவினுடைய நடவடிக்கையின் வினைப்பயனாகும். இதுதான் புறவய கருத்து முதல்வாதத்தின் சாரமாகும்.

ஆண்டவன் முழுமுதலானவன். அவனது சக்தி மனிதனைச் சார்ந்து நிற்கவில்லை, சுயமானது, புறவய ரீதியாக செயல்படுகிறது. இந்த உலகில் உள்ள யாவும் மனிதனுக்கு வெளியே மனிதனைச் சாராமல் முழுமுதலான சக்தியின் நடவடிக்கையின் பயனால் வந்தவை. உண்டானவை. புறவயக் கருத்து முதல்வாதத்தின் நிலையான கொள்கை இதுதான்.

மனிதகுலம் உருவாவதற்கு முன்னாலேயே எல்லாம் வல்ல சக்தியால் உருவாக்கப்பட்டவை, என்றென்றும் நிலவி வருபவை என்று புறவயக் கருத்து முதல்வாதிகள் சொல்லுவது கருத்து முதல்வாதத்தைவிட சற்று மேலானதுதான். ஆனால் முதன்மையானது முழுமுதல் சக்திதான் - பரம கருத்துதான் என்கிறார்கள்.

பாலா: அய்யா இந்தியாவில் இப்படிப்பட்ட புறநில கருத்து முதல்வாதிகள் இருந்திருக்கிறார்களா?

பே.அ:இருந்திருக்கிறார்கள். உதாரணமாக மாதவாச்சாரியாரைக் குறிப்பிடலாம்.

இவர் மூன்று நிலையான உண்மைகளை முன் வைக்கிறார்.

கடவுள், ஆன்மா, உலகம். இவை மூன்றும் நிலையான உண்மைகள் என்கிறார்.

ஆனால் நாம் ஏற்கெனவே குறிப்பிட்ட ஆதி சங்கரர் ஆன்மாவும் பிரம்மமும் ஒன்றுதான். அதுதான் பரபிரம்மம் என்ற ஒன்றே ஒன்று என்று சொன்னதை மாதவாச்சாரியார் ஏற்கவில்லை. அதை மறுத்து வாதிட்டார்.

ஜீவாத்மாவும் (ஜீவிக்கும் மனிதனிடம் உள்ள ஆன்மா) பரமாத்மாவும் ஒன்றுதான் என்றால் பிரம்மத்தை அறியும் முயற்சிக்கு என்ன அர்த்தம் இருக்கிறது என்று அவர் கேட்டார். இந்த ஜீவிக்கும் மனிதனிடம் ஆன்மா அடங்கியுள்ளபோது, அதுதான் பரமாத்மா என்று சொல்லகிறபோது, ஏன் பரமாத்மாவை அறிய தியானம், கடுமையான தியானம் கடைப்பிடிக்க வேண்டும் என்றும் கேட்டார்.

பிரபஞ்சம் பொருளால் ஆனதால் மாதவாச்சாரியார் இயற்கையை அங்கீகரிக்கிறார். இயற்கையின் பரிணாம வளர்ச்சியின் காரணமாகவே மற்ற பொருட்கள் எல்லாம் உருவாகின்றன. அனைத்துக்கும் அடிப்படை இயற்கைதான் என்கிறார். ஆனால் இவையாவும் இயற்கை முதல் கொண்டு ஆண்டவனுக்குக் கட்டுப்பட்டவை. ஆன்மாவும் உண்மையே, இயற்கையாவும் உண்மையே. ஆனாலும் அவை ஆண்டவனுக்குக் கட்டுப்பட்டவையே. ஆண்டவன்தான், எல்லாவற்றுக்கும் மேலான முழுமுதல் உண்மை. அனைத்து ஜீவன்களிடமும் உலகின் அனைத்துப்படைப்புகளிலும் கடவுள் உள்ளார். வேதம் படிப்பதன் மூலம், தியானிப்பதன் மூலம் கடவுளை அறியலாம், புரியலாம் என்கிறார்.

ஜீவாத்மா பரமத்திலிருந்து, ஆண்டவனிடமிருந்து சுதந்திரமாக உள்ளன, இயற்கையும் பிரமத்திலிருந்து சுதந்திரமாக இருக்கின்றன. ஆனால் அவை அனைத்தும் ஆண்டவனின் கட்டுப்பாட்டில் உள்ளன என்கிறார்.

மாதவாச்சாரியைப் பற்றி பேசுகிறபோது உடனடியாக ஜெர்மனி நாட்டில் வாழ்ந்த புறநிலை கருத்து முதல்வாதி வில்லியம் ஹெகல் என்பவர் நம் நினைவுக்கு வர வேண்டும் இவரைப் பற்றி பேசுவதற்கு முன்னால் இந்தியாவில் வாழ்ந்த ஒரு வேதாந்தி ராமனுஜாச்சாரியார் பற்றித் தெரிந்து கொள்ளுவதும் நல்லது. ஆனால் இவர் ஆதி சங்கரருக்கு 200 ஆண்டுகள் பிந்தியவர். ஆதி சங்கரரின் கொள்கையை எதிர்த்தவர்.

எதிர்த்தவர் என்பதால் நாத்திகர் அல்லர். இவரும் ஒரு வேதாந்திதான். புகழ்பெற்ற வேதாந்தி.

நிலையானது, உண்மையான பிரம்மம் என்கிற ஒன்றுதான் உள்ளது. அதுதான் உண்மை. ஆனால் ஒருமையில் பன்மை அடங்கியுள்ளது என்றார்.

பொருளும், உணர்வும் அதாவது, உணர்வற்ற பொருளும் (அசித்) உணர்வுகள் உள்ள ஆன்மாவும் (சித்) உணர்வும், உணர்வின்மையும் இரண்டுமே பிரம்மத்தின் பிரிக்க முடியாத அம்சங்கள் என்றார். அதாவது பொருளும், உணர்வும் பிரிக்க முடியாத அம்சங்கள் என்றார்.

ராமானுஜர் சொன்ன 'பிரம்மம்' சற்குணமானது (பல்வகை குணங்களால் ஆனது) ஆதி சங்கரரின் பிரம்மம் நிர்குணம் ஆனது (ஒரே குணம்தான்)

ராமானுஜர் சொன்ன பிரம்மத்துக்கு ஒருமையில் பன்மை அடங்கியுள்ளது. அதற்கு வேறுபட்ட தன்மைகள் உள்ளன.

அதற்கு சர்வ சக்தியும், சகல குணங்களும் உண்டு. அதற்கு ஞானம், சக்தி, ஐஸ்வரியம், கருணை, அன்பு முதலிய குணங்கள் உள்ளன. இந்த விசேஷ குணங்களை முக்கியமாகக் கொள்ளுவதுதான் ராமானுஜரின் வசிஷ்ட 'அத்வைதம் என்று சொல்லப்படுகிறது. ஆதி சங்கரரின் தத்துவம் 'அத்வைதம்' இரண்டல்ல, ஒன்று அல்லது ஏகம் என்பது ராமானுஜர் விசிஷ்ட அத்வைதத்தை மேலும் விளக்குகிறார்.

உடல் உயிர் ஆகிய இரண்டு அம்சங்களும் கொண்டவன் மனிதன். இரண்டும் பிரம்மத்தின் பாகங்கள்தான். கடவுள் இப்படிப் பல வடிவங்களில் உள்ளார். அனைத்திலும் கடவுளின் அம்சங்கள் உண்டு. படைக்கப்பட்ட அனைத்திலும் கடவுள் உள்ளார். ஆண்டவனை ஆதாரப்பட்டே அவை அனைத்தும் இருக்கின்றன. படைக்கப்பட்டுள்ள பன்முகம் கொண்ட இவ்வுலகம் பிரம்மத்தைப் போலவே உண்மையானது. அவை பிரம்மத்தின் ஆதரவால் உள்ளன. பிரபஞ்சமும் ஜீவான்மாக்களும் சுதந்திரமாக நிலை பெற்றுள்ளன. இவையும், பிரம்மமும் ஒரே மாதிரியானது அல்ல. பிரம்மம் சர்வ சுதந்திரமானது. குறைகள் ஏதுமற்றது.

ஆனால் இந்த உலகம் உணர்வற்றது. அசைவற்றது, ஜீவாத்மாக்கள் அறியாமைக்கும், துன்பங்களுக்கும் உட்பட்டவை. இக்குறைகள் இருந்தாலும் அவை நிலைப்பெற்றுள்ளன. மாயையல்ல என்கிறார் ராமானுஜர், சங்கரரோ இது மாயை என்கிறார்.

சங்கரரின் அகநிலைக் கருத்துமுதல்வாதத்திலிருந்து ராமானுஜர் மாறுபடுகிறார். அதாவது அகநிலைக் கருத்து முதல்வாதத்துக்கும், புறநிலைக் கருத்துமுதல்வாதத்துக்கும் இடையில் நிற்கிற கொள்கைதான் ராமானுஜரின் 'விசிஷ்ட அத்வைதம்'

மாரி: அய்யா இரவு மணி ஒன்பதாகிவிட்டது.

பே.அ: இன்று கலைவோம். நாளை மாலை 6 மணி அளவில் இங்கேயே கூடுவோம்.

3

பொருளில்லா இயக்கம் இல்லை இயக்கம் இல்லா பொருளில்லை

(முன்தினம் முடிவெடுத்தப்படியே குறித்த நேரத்தில் மறுநாள் கூடினார்கள்.) இதுவரை பேசியதில் எவ்வளவு தூரம் புரிந்து கொண்டீர்கள் என்று பேராசிரியர் அருணா மூன்று மாணவர்களிடமும் கேட்டார். (ஆரம்பத்தில் இது பற்றி பேச்சைத் துவக்க மாணவர்களிடம் தயக்கம் இருந்தது. ஆகவே பேராசிரியரே மாரி பெயரைக் குறிப்பிட்டு துவக்கி வைக்க கேட்டுக்கொண்டார். அவரும் துவக்கினார்.)

மாரி: அய்யா, இந்திய நாடும் பண்டைக் காலத்திலிருந்தே தத்துவ விசாரணையில் கிரேக்க நாட்டைப்போல முன்னணியில் இருந்தது என்பதை அறிய மகிழ்ச்சியாக இருக்கிறது.

எல்லாம் மாயை ஆனால் பரபிரம்மம் ஒன்றுதான் உண்மை என்ற ஆதி சங்கரரின் வாதத்தை ஏற்றுக்கொள்ள முடியவில்லை. அந்தக்கொள்கை எப்படி செல்வாக்குப் பெற்றது? முற்போக்குக் கருத்துக்களை முன் வைத்த தத்துவங்கள் எப்படி பின்னுக்குத் தள்ளப்பட்டன? அவரின் ஆன்மிகவாதம் எப்படி வெற்றி பெற்றது?

பே.அ: நீ சொல்லுவது உண்மைதான். அவரின் கொள்கையை இந்தியா பூராவும் பரப்ப அவரே சுற்றுப்பயணம் செய்து கர்னாடக மாநிலத்தில் சிருங்கேரி, குஜராத் மாநிலத்தில் துவாரகா, ஒரிசா மாநிலத்தில் பூரி, இமயமலை அடிவாரத்தில் பத்ரிநாத் ஆகிய நான்கு இடங்களில் மடங்களை நிறுவினார். அவை இப்போதும் இயங்கி வருகின்றன.

பாலா: காஞ்சிபுரத்தில் உள்ள மடமும் சங்கர மடம் என்கிறார்களே. அதையும் அவர்கள்தான் உருவாக்கினாரா?

பே.அ: இல்லை, அவர் காஞ்சி மடத்தை உருவாக்கவில்லை. இங்கு இருந்தவர்கள்தான், காஞ்சி காமகோடிதான் உருவாக்கினார். ஆனால் சங்கரர் உருவாக்கிய மடம் என்று கட்டுக்கதை விடுகிறார்கள். செல்வாக்கு சேரும் என்பதற்காக.

ஆதி சங்கரர் கேரளத்தில் காலடி என்ற ஊரில் பிறந்தவர். 32 வயதிலேயே இறந்துவிட்டார். ஆனால் அதற்குள் அவர் திறமையாக செயல்பட்டு அவர் கொள்கையைச் சாதித்தார். பௌத்த மதம் செல்வாக்காக இருந்த காலத்தில் அதை முறியடிக்க சங்கரர் அத்வைதம் பேசினார்.

புத்தக் கொள்கையை, சாங்கிய வைசேஷிகக் கொள்கைகளை ஓரளவு முற்போக்குக் கொள்கைகளைப் பின்னுக்குத் தள்ளினார். எப்படி முடிந்தது. இது சங்கரரின் கொள்கை மேல்தட்டு வர்க்கத்துக்கு ஆதிக்க கும்பலுக்கு அனுசரணையாக இருந்தது. 'சூத்திரர்' என்று அழைக்கப்படும் மக்களுக்கு உயர் தத்துவ ஞானம் பெறும் உரிமை இல்லை'- என்றார் சங்கரர். ஆதிக்கத்தில் இருந்த அன்றைய பெரும்பாலான ஆட்சியாளர்களின் ஆன்மீகக் கொள்கையாவும் அது இருந்தது. புத்தமதம் போன்ற கொள்கை சாதாரண ஏழை எளிய மக்களை அழைத்துக்கொண்டு வேதமதத்திற்கு எதிராகப் பிரச்சாரம் செய்தது. மேல்தட்டு வர்க்கம் பலாத்காரத்தைக் கொண்டும் அடக்கியது. இந்த மண்ணில் பிறந்த புத்தமதம் இப்போது இங்கே எங்கே உள்ளது. ஓடி ஒளிந்த, அல்லது பிரச்சாரம் செய்த அண்டை நாடுகளில்தான் அது வேரூன்ற முடிந்தது. சமண மதம் கூட பலாத்காரமாக ஒடுக்கப்பட்டது. சாங்கிய, வைசேஷிக தத்துவங்கள் இருட்டடிப்பு செய்யப்பட்டன. வேத மதம் ஆதிக்க வர்க்கத்தின் ஆதரவோடு வேர்பிடிக்க ஆரம்பித்தது.

பாலா: *திருமூலர் கூட சங்கரரின் கொள்கைகளுக்கு எதிராகத்தான் கருத்தை முன்வைத்துள்ளதாகக் கருதுகிறேன்.*

"உடம்புக்குள்ளே உத்தமன் கோயில் கொண்டான்" என்பது, மனிதனின் உள்ளத்திலேதான் ஆண்டவனைக் கண்டேன். அது உண்மை. ஆகவே ஆண்டவன் குடி கொண்டுள்ள இந்த உடம்பை இந்த மெய்யைத் திடமாகக் காப்பாற்றிக்கொள்கிறேன் என்கிறார். மனிதனின் உடம்பு இழுக்கு அல்ல, உத்தமமானது, மேலானது அதைக் காப்பதன் மூலம்தான் உயிரையும் காப்பாற்றிக்கொள்ள முடியும் என்கிறார்.

உடம்பு அழிந்தால் உயிரும் அழியும். உயிர் என்பது தனித்திருக்கும் சக்தி அல்ல. மனிதன் இறந்தபின் உயிர்- ஆன்மா வேறு ஓர் உடம்பில் இடம் பிடிக்கும் என்ற வாதத்தை, பொய்யை திருமூலர் முறியடித்தார் என்று தோன்றுகிறது.

"உடம்பார் அழியின் உயிரார் அழிவார்

திடம்பட மெய்ஞ்ஞானம் சேரவும் மாட்டார்" என்பது அதைத்தானே கூறுகிறது. உடம்பு ஒடுங்கினால் சிந்தனையும் அறிவும் சுருங்கிவிடத்தானே செய்யும்!

நான் நேற்று இரவு வீடு சென்று திருமூலரின் இந்தப் பாடலைத் தேடிப் பார்த்து படித்தேன்.

அவர் மேலும் சில கருத்துக்களைச் சொல்லுகிறார்.

ஆண்டவனுக்கு வைத்து படைக்கிறீர்களே. அது என்ன ஆண்டவனுக்கா சேரப்போகிறது? நாட்டில் நடமாடிக்கொண்டிருக்கிறானே மனிதன் - ஏழை பாழை அவனுக்குக் கொடுத்தால் போதும். அது ஆண்டவனுக்குக் கொடுத்ததாகும் என்கிறார். கோயிலுக்கே போக வேண்டாம் என்று சொல்வதுபோல் உள்ளது. உள்ளமே கோயில் என்று சொல்லுகிறபோது எதற்கு வெளியே கோயில் என்கிறார் போலும்!

உள்ளம் பெருங்கோயில், ஊன் உடம்பு ஆலயம்
வள்ளல் பிரானார்க்கு வாய் கோபுர வாசல்
தெள்ளத் தெளிந்தோர்க்குச் சீவன் சிவமாகும்
கள்ளப் புலன் பெயர்ந்தும் காளா மணி விளக்கே
படமாடக் கோயில் பகவற்கு ஒன்று ஈயின்
நடமாடக்கோயில் நம்பர்க்கு அங்கு ஆகா
நடமாடக்கோயில் நம்பர்க்கு ஒன்று ஈயின்
படமாடக்கோயில் பகவற்கு அதாமே

மனிதனை நடமாடும் கோயில் என்கிறார். மனிதனை மதி என்கிறார். மனிதன் கோயில் என்றால், மதிக்கும் தெய்வம் என்றால், அவன் உள்ளத்தில் தெய்வம் உள்ளது என்றால் கலாச்சார ரீதியாக மனதிற்குள் ஏற்றத்தாழ்வு ஏது? ஆதிக்க ஆத்தீகர்களுக்கு இவர் விடும் சவால் அல்லவாஇது?

செல்வா. அய்யா இவரைக் கருத்து முதல்வாதி என்பதா? புறநிலைக் கருத்து முதல்வாதி என்பதா?

பே.அ: மாயை இல்லை, எங்கோ ஒரு சக்தி ஆணையிடவில்லை. மனிதனே ஆண்டவன் நிலையை அடையலாம் என்றும் தனியாக அதற்காக அலைய வேண்டாம் என்றும் மனிதனிடம் நம்பிக்கை வைப்பதால், மனிதனிடம் தெய்வத்தைக் காண்பதால் இவரை புறநிலைக் கருத்து முதல்வாதி என்றும் ஆத்திக சமூக சீர்திருத்தவாதி என்று கூட சொல்லலாம்.

(பாலா, மாரி, செல்வா - உங்களில் வேறு யார் என்ன கருத்தை சொல்ல விரும்புகிறீர்கள்)

மாரி: அய்யா இந்தத் தத்துவ மோதல் இந்தியாவிலும் பழம் பெருமை கொண்டதென்றால் பல நூறு ஆண்டுகளுக்கு முன்னாலேயே துவங்கப்பட்டு விட்டது என்றால் தோராயமாக எவ்வளவு ஆண்டுகளுக்கு முன்னாள் தோன்றியிருக்கும்.

பே.அ: கி.மு. 6ஆம் நூற்றாண்டிலேயே துவக்கப்பட்டு விட்டது என்று அறிஞர்கள் சொல்லுகிறார்கள். அதன் அடையாளத்தை புத்தருக்கு முந்திய ஸ்வேதஸ்வதரர் உபநிடதத்தில் காணமுடிகிறது என்கிறார்கள்.

பாலா: ஆதி சங்கரரின் கொள்கையான மாயா வாதத்தை எதிர்த்த ராமானுஜர் வாழ்ந்த காலம் என்ன?

பே.அ: நான் ஏற்கெனவே சொன்னேன். ஆதி சங்கரருக்கு சுமார் 200 ஆண்டுகள் பிந்தியவர். சரியாக சொல்ல வேண்டுமானால் கி.பி.1017 ஆம் ஆண்டு பிறந்தவர். இவர் சுமார் 120 ஆண்டுகள் வாழ்ந்ததாகச் சொல்லுகிறார்கள். வாழ்ந்திருக்கலாம் சுமார் ஆயிரம் ஆண்டுகளுக்கு முன்னால் வாழ்ந்தவர்.

ஆதி சங்கரர் சைவ மதம் என்றால் ராமானுஜர் வைணவ மதத்தைச் சார்ந்தவர்.

ராமானுஜர் வைணவ மதத்தின் ஸ்தாபகர் அல்லர் என்றாலும் மேல்தட்டு வர்க்கத்துக்கு உரித்தான கொள்கையை கோட்பாடுகளை சாதாரண மக்களுக்குப் புரியும்படி கொண்டு சென்றார்.

சாதாரண மக்களையும் கவர பக்திமார்க்கத்தைக் கொண்டு வந்தார். பஜனையைக்கொண்டு வந்தார். ராமானுஜர் சாதி வேறுபாடுகளை அடியோடு வெறுத்தார். இதற்கு அடிப்படைக் காரணம் ஆன்மாவும், மனித உடலும் இரண்டுமே ஆண்டவனோடு இடையின்றி ஒன்றியவை என்ற கொள்கைதான். ஆண்டவனும் ஒன்றிய ஆன்மாவும், உடலும் இறைவனோடு ஒன்றியவை என்றால் மனிதரில் ஏற்றத்தாழ்வு ஏது, தொழில் பிரிவினை ஏது என்று வினா எழுப்பினார்.

பஞ்சமர்களை வைணவர்களாக ஆக்கி - வைணவ மதத்தில் சேர்த்து அவர்களுக்கு திருக்குலத்தார் எனப்பெயரிட்டு அழைத்தார். சமஸ்கிருத வழிப்பாட்டை மாற்றி தமிழில் வழிபாட்டை உறுதிபடுத்தினார். பெண்களையும் சிஷ்யைகளாக ஏற்றுக்கொண்டார்?

ஆகவே இவர் மேல்தட்டு பிராமணர்களுக்கு எதிரியானார். இவரைக் கொல்ல முயற்சித்தார்கள். சிறை பிடிக்க முயன்றார்கள். அந்தத் தாக்குதல்களிலிருந்து தப்பித்தார்.

சாதியற்ற சமுதாயம், நாதியற்றவர்களுக்கு நற்கதி என்று கொள்கை வகுத்தார். இவரை ஆத்திக மனிதாபிமானி-என்றும் சொல்லலாம்.

ஆனால் சமண மதத்திலிருந்தும், சைவ மதத்திலிருந்தும் வைணவ மதத்துக்கு ஆட்களைக்கொண்டுவர முயன்றவர் என்றாலும் சூத்திரர்களை பஞ்சமர்களை அணைத்துக்கொண்டது, ஒரு ஜாதி அற்ற சமூகம் வேண்டும் என்பவை போற்றக்கூடியதே!

வைணவ மதத்தில் ஈடுபாடு கொண்ட ராமானுஜர், வைணவர் என்றால் என்ன என்பதற்கு அவர் தரும் பதில்:

"வையகத்தில் உள்ள அனைத்துக்கும் அர்த்தம் உண்டு என்று நம்புகிறவர்கள் வைணவர்கள். காரணம் அவை அனைத்தும் ஆண்டவனுடன் தொடர்பு கொண்டவை" என்கிறார்.

ஆண்டவன் எல்லாவற்றுக்குள்ளும் இருப்பவன். எல்லாமாகவும் இருப்பவன். சூட்சுமமானவன், அதே நேரத்தில் பௌதிக நிலையிலும் இருப்பவன். எவன் ஒன்றைப் பார்த்து தெய்வம் என்று நம்பினால் அந்த உருவம் அவனுக்குத் தெய்வம் - இப்படியெல்லாம் ராமானுஜர் தன்னுடைய கொள்கையாக விசிஷ்ட அத்வைதம் (ஒருமையில் பன்மை) என்பதற்கு வியாக்கியானம் தருகிறார். மக்களுக்குப் புரியும்படி எளிமையாகவும் சொல்லுகிறார்.

மாரி: அய்யா, புறநிலைக் கருத்து முதல்வாதி வில்லியம் ஹெகல் பற்றி நினைவுக் கூறவேண்டும் என்று குறிப்பிட்டுள்ளீர். அவரின் தத்துவம் பற்றி விளக்குங்களேன்.

பே.அ: மாரி நினைவுபடுத்தியது சரியானது.

வில்லியம் ஹெகல் ஜெர்மனி நாட்டைச் சேர்ந்தவர். புறநிலைக் கருத்து முதல்வாதி.

இவர் இயக்கவியலைப் புறநிலைக் கருத்து முதல்வாதத்துடன் இணைத்தார்.

பாலா: இயக்கவியல் என்றால் என்ன?

பே.அ: இயக்கவியலைத் தள்ளிவிட்டு தத்துவஞானம் நிற்க முடியாது. உலகில் உள்ள அனைத்துப் பொருள்களும் இயங்கிக்கொண்டே இருக்கின்றன. மாறிக்கொண்டே இருக்கின்றன. நகருகிற பொருள்கள் இயங்குகின்றன என்று எடுத்துக்கொள்ளலாம். நகராத பொருள் உதாரணமாக மலை நகரவில்லை, கட்டிடம் நகரவில்லை, அவை இயங்குவதாகக் கொள்ள முடியுமா என்றால் அவையும் சதா இயங்கிக்கொண்டே இருக்கின்றன. கண்ணுக்குத் தெரியவில்லை என்றாலும் இயங்கிக்கொண்டிருக்கின்றன. இதைக்கூட ஒரு எளிய உதாரணம் மூலம் விளக்கலாம்.

ஒரு வெண்மையான காகிதத்துண்டை எடுத்து துடைத்து சுத்தப்படுத்தி ஒரு கண்ணாடி குழாயில் போட்டு விடுவோம்.

குழாய்க்குள் கொஞ்சம் கூட காற்றில்லாமல் ஆக்கி குழாயின் இரு துவாரங்களையும் மூடி விடுவோம். கண்ணாடிக் குழாயை வெய்யில் படாமல் ஈரம்படாமல் ஒரு கண்ணாடி பீரோவில் வைத்துப் பூட்டி விடுவோம். ஒரு பத்தாண்டுகள் கழித்து அந்தக் கண்ணாடிக் குழாயில் உள்ள வெள்ளை காகிதத்தைப் பார்த்தால் வெண்மை நிறம் குறைந்து போயிருக்கும். காகிதம் கூட உடைவதுபோல் தன்மை மாறியிருக்கும். வெப்பம் இல்லை. காற்றுப்பட வழியில்லை. ஈரம்பட வாய்ப்பில்லை. எப்படி மாறியது? வெளி சக்திகள் ஏதும் தொடாத நிலையில் எப்படி மாறியது?

கண்ணாடிக் குழாயில் இருந்த காகிதம் அசையவே இல்லை. ஆனாலும் மாறி விட்டது! அப்படியானால் காகிதம் இயங்கிக்கொண்டே இருந்தது.

ஒவ்வொரு பொருளும் அணுக்களால் ஆனது. கண்ணுக்குத் தெரியாத அணுக்களால் ஆனது. அவை அனைத்தும் முரண்பட்ட சக்திகள் எலக்ட்ரான் - புரோட்டான், நியூட்ரான் எனும் துகள்கள் இயங்கிக்கொண்டே இருக்கின்றன. மோதிக்கொண்டே இருக்கின்றன. இதன் விளைவுதான் காகிதத்தைப் பாதித்துள்ளது.

மனிதன்கூட மாறிக்கொண்டே இருக்கிறான். குழந்தைப் பருவத்திலிருந்து கிழப்பருவம் வரை வளருகின்ற உடலும், அணுவின் கட்டமைப்புதான். உடம்பில் கெட்ட செல் வெளியேறுவதும் புதிய செல் நுழைவதும், என சதா இந்த மோதல் நடந்து கொண்டே இருக்கிறது.

மூச்சு விடும்போது கூட கெட்டக்காற்றை (கார்பன்டை ஆக்சைட்) வெளியே தள்ளிவிட்டு, நல்ல காற்றை (ஆக்சிஜன்) உள்ளே சுவாசிக்கிறான். சதா முரண்பட்ட பொருள் மோதிக்கொண்டே இருக்கின்றன. மின்சாரத்தில் கூட நெகடிவ், பாசிடிவ் இல்லையென்றால் மின்சாரம் ஏது? ஒவ்வொரு அமைப்பிலும் பரஸ்பரம் மோதுதல் நடந்து கொண்டே இருக்கின்றன. வளர்ச்சி என்பதே இரு எதிர் தன்மைகளிடையே நடக்கிற மோதல்தான்!

வில்லியம் ஹெகல் செய்த பெரு முயற்சியால் இயற்கையில், சமூக வாழ்வில், சிந்தனையில் முடிவற்ற இயக்கமும், மாறுதலும், வளர்ச்சியும் நடந்து கொண்டே இருக்கின்றன என்பதைக் கண்டார். இவையாவும் இயக்கவியலின் ஒரே விதிக்கு உட்பட்டது என்றும் நிறுவினார்.

இவ்வளவு அற்புதமாகச் சொன்ன இந்த அறிஞர் இந்தப் பிரபஞ்சத்தின் எல்லா நிகழ்வுகளுக்கும் அடிப்படையாக அதாவது இந்த இயற்கை, சமூகம், சிந்தனை யாவும் இயங்குவது இதற்கு அடிப்படையாக இருப்பது, தொடக்கமாகவும் இருப்பது பரம கருத்து, பிரபஞ்ச ஆன்மா - என்றார். அந்த சக்தியால்தான் எல்லாம் அசைகின்றன என்று சித்தாந்தம் வகுத்தார். முதன்மையானது கருத்துதான், ஆன்மாதான், ஆண்டவன்தான் என்றார். தலைசிறந்த புறநிலைக் கருத்து முதல்வாதியாக இருந்த அவரின் பலவீனம் பொருளின் பிரதிபலிப்பு அல்ல கருத்து; கருத்தின் பிரதிபலிப்புதான் பொருள் என்று வாதிட்டதில் தெரிந்தது. ஆகவே அவர் இயக்கத்தைப் பொருளில் காணவில்லை, கருத்தில் கண்டார்.

இந்த மகா புறநிலைக் கருத்து முதல்வாதியை மார்க்ஸ் மெச்சுகிறார்.

இயக்கவியலின் பொதுவான வடிவங்களைப் பற்றிய முழுமையான, உணர்வு பூர்வமான சித்திரத்தை ஹெகல்தான் முதன் முதலாகத் திரட்டித் தந்தார், என மெச்சிவிட்டுக் கீழ்காணுமாறு விமர்சனமும் செய்கிறார்.

"என்னுடைய இயக்க இயல் அணுகுமுறை ஹெகலின் இயக்க இயல் அணுகுமுறையிலிருந்து மாறுபட்டது, மட்டுமல்ல, அதற்கு நேர் எதிரானதாகும். ஹெகல் கருத்து என்றதன் பெயரில் சிந்தனையின் இயக்கப்போக்கையே ஒரு சுயேச்சையான பொருளாக மாற்றிவிடுகிறார். மேலும் இந்தச் சிந்தனையின் இயக்கமே யதார்த்த உலகைப் படைத்து விடுகிறது என்றும், யதார்த்த உலகம் என்பதே கருத்தின் வெளித்தோற்றம் என்றும் கூறுகிறார். ஆனால் உலகைப் பற்றிய என் பார்வை இதற்கு நேர்மாறானது. பொருளியல் உலகத்தை மனித மூளை பிரதிபலித்து எண்ணங்களாக மாற்றுகிறது. மனதிலிருக்கும் எண்ணம் என்பது பொருளியல் உலகத்தின் பிம்பமே தவிர வேறு எதுவும் இல்லை" என்கிறார் மார்க்ஸ்.

மார்க்ஸ் இயக்க இயல் பொருள் முதல் வாதக் கொள்கையில் தெளிவாக நின்றதில் இயக்க இயல் பற்றிய தெளிவை மார்க்ஸ் ஹெகலிடம் பெற்றது போல், பொருள்தான் எல்லாவற்றுக்கும் முதலானது என்ற கொள்கையை ஃபாயர்பாக்கிடம் கண்டார். ஆனால் ஃபாயர்பாக்கிடமும் ஒரு குறை இருந்தது.

ஃபாயர்பாக் பொருள் முதல்வாதத்தைப் பெருமளவு வளர்த்தார் கருத்துமுதல்வாதிகளிடம் கடுமையாய்ப் போராடி பொருளின் உண்மை நிலையை நிலைக் நாட்டினார். ஆனால் அவருடைய

பொருள் முதல்வாதக் கொள்கையில் இயற்கையில் சமுதாயத்தில், சிந்தனையில் ஏற்பட்டு வரும் மாறுதல்களை விளக்க முடியவில்லை. ஒரே முறையில் மீண்டும் மீண்டும் நிகழும் ஒன்றாக இயந்திரவியல் முறையில் செயல்படும் ஒன்றாகவே அவரால் பொருட்களை விளக்க முடிந்தது. ஒவ்வொரு பொருளிலும் உள்ளடங்கியுள்ள முரண்பாட்டையும் இயக்கப்போக்கையும் மார்க்சுக்கு முந்திய பொருள் முதல்வாதிகளால் பார்க்க முடியவில்லை.

ஹெகல் இயக்கத்தில் பொருளைப் பார்க்கவில்லை. ஃபாயர்பாக் பொருளில் இயக்கத்தைப் பார்க்கவில்லை. இயக்கமும் பொருளும் பிரிக்க முடியாதது.

எங்கு பொருள் இருக்கிறதோ அங்கு இயக்கம் இருக்கிறது, எங்கு இயக்கம் இருக்கிறதோ அங்குப் பொருள் இருக்கிறது- என்றார் மார்க்ஸ்.

பாலா: அய்யா ஃபாயர்பாக் பொருள் முதல்வாதத்தை பெரும் அளவு வளர்த்தார். கருத்து முதல்வாதிகளிடம் கடுமையாக வாதாடினார். போராடினார் என்றீர்கள். ஆனால் இயற்கையில் ஏற்படும் மாறுதல்களை சமுதாயத்தில், சிந்தனையில் ஏற்படும் மாறுதல்களை ஒரே முறையில் மீண்டும் மீண்டும் நிகழும் ஒன்றாக இயந்திரவியல் முறையில் செயல்படும் ஒன்றாகவே அவரால் பொருட்களை விளக்க முடிந்தது என்றீர்கள். ஏன் அவரால் அதையும் தாண்டி பொருள்களில் உள்ளடங்கி உள்ள முரண்பாட்டை, இயக்கவியலைப் பார்க்க முடியவில்லை?

பே.அ:, கேள்வி சரியானது கேள்விதான் அறிவின் ஆரம்பம். இது இயந்திரவியல் பொருள் முதல்வாதம் என்று சொல்லப்படும் வடிவம். ஏன் இந்த பெயர் வந்தது?

17-18ஆம் ஆண்டுகளில் பொருள்முதல் வாதத்தின் இந்த வடிவம் தோன்றியபோது இயந்திர இயல் விஞ்ஞானம் மட்டுமே உண்மையான வளர்ச்சி அடைந்திருந்தது. ஆனால் விஞ் ஞானம் அப்போது தொட்டிலில்தான், ஆரம்ப நிலையில்தான் இருந்தது. உழைப்பிலும், அன்றாட வாழ்க்கையிலும் இயந்திரத்தின் கண்டுபிடிப்புகள் மனிதனுக்கு உதவ ஆரம்பித்தன. ஆனால் இவற்றை மனித சமூகம் மிகைப்படுத்தி பார்க்கத் துவங்கியது, தனி மனிதனும் அப்படித்தான் பார்த்தான். அதன் விளைவு எல்லா புலப்பாடுகளையும் அறிந்து கொள்ள ஒரே அடிப்படை இயந்திர இயல்தான் என்று ஒப்புக்கொள்ளப்பட்டது.

இயந்திரவியல் பொருள்முதல்வாதத்தின் பிரதிநிதிகள் இயங்குவியலின் விதிகள் சர்வ பொதுவானவை எல்லா உயிருள்ள

வையும் உயிரற்றவையும் இவற்றின்படிதான் வளர்கின்றன எனக் கருதினர்.

இயந்திரவியல் பொருள் முதல்வாதிகள் மனிதர்களைக்கூட ஒரு சிக்கலான இயந்திரமாகப் பார்த்தார்கள்.. மிருகத்தைக் கூட தானியங்கி இயந்திரமாகப் பார்த்தார்கள்.

மனிதன் இயந்திரம்போலத்தான் என்றால் இயந்திரம் சிந்திக்காதே மனிதன் சிந்திக்கின்றானே! இது எப்படி? சிந்தனை கூட இயந்திரத்தின் செயல்பாடு போலத்தான். கண்ணில் கண்ணீர் சுரக்கிறதல்லவா அதுபோல மனித மூளையில் சிந்தனை சுரக்கிறது. சிந்தனையும் பொருள்தானா? சிக்கலான பொருள்தான். இயந்திரம் ஓடுகிறபோது சூடாகிறதல்லவா? அதுபோல மூளை எனும் இயந்திரத்தில் சூடு எனும் சிந்தனை சுரக்கிறது என்று விளக்கம் தரப்பட்டது. லமெத்ரீ என்ற பிரஞ்சு தத்துவ ஞானி தான் எழுதிய நூலுக்கு -மனிதன் - இயந்திரம் என்றே பெயரிட்டார்.

பாலா: அய்யா இந்தப் பிரபஞ்சம் இருக்கிறதே அதில் உள்ள இவையெல்லாம் தானாக இயங்கிக்கொண்டுதானே உள்ளன. மாறிக் கொண்டுதானே உள்ளன. அவையும் இயந்திரவியல் இயக்கம்தான் என்று சொல்லுகிறார்களா?

பே.அ: ஆமாம், கிட்டத்தட்ட அப்படித்தான் வியாக்கியானம் செய்தார்கள். உதாரணமாக இந்தப் பிரபஞ்சம் ஒரு கடிகாரம்போல ஓர் இயந்திரமாகக் கருதப்பட்டது. கடிகாரம் ஓடுவதுபோல் பிரபஞ்சமும் இயங்குகிறது என்றார்கள்?

பாலா: கடிகாரம் ஓட அதற்கு சாவி கொடுக்க வேண்டும். அப்போதுதான் அது ஓடும். அது போல பிரபஞ்சமும் இயங்க யார் சாவி கொடுத்தார்கள்.

பே.அ: இயந்திரவியலில் இதற்கு சரியான பதில் கிடைக்கவில்லை.

யாரோ ஒரு முறை பிரபஞ்சம் எனும் கடிகாரத்தை இயக்கி இருக்கவேண்டும். அது ஒரு முறை இயக்க வைக்கப்பட்ட பிறகு பழுதின்றி ஓடிக்கொண்டே இருக்கிறது, அதை ஓட வைத்தவர் யார்?

உலகில் ஏற்படும் மாற்றங்களின் இறுதியில் உலகின் மூல கூற்றைப் பற்றிய பிரச்சனையின் தீர்வில் அது ஆன்மீக அடிப்படையின் உதவியை அதாவது கடவுளை நாடுகிறது.

இந்தக் கடவுள் உலகத்தைத் தோற்றுவித்தபின் அதாவது கடிகாரத்தை இயக்கிவைத்தபின் உலகில் மேற்கொண்டு அக்கறை

செலுத்துவதில்லை. எல்லாவற்றையும் ஆண்டவன் உலகின் கையிலேயே விட்டு விடுகிறார்.

உணர்வு என்றால் என்ன? மனிதனின் பகுத்தறிவு எப்படி தோன்றியது? இவனால் எப்படி அழகை ரசிக்க முடிகிறது? மன சாட்சியயைக் கேட்டு அடக்க முடிகிறது என்ற கேள்விக்கு பதில் கிடைக்கவில்லை!

உணர்வு, சிந்தனை என்பது செய்யப்பட்ட இயந்திரமாகிய மானுட உடலின் இயக்கத்தோடு கூட இருப்பது என்று சொல்லுவது பலவீனமான பதில்.

மனித சிந்தனைகள் உணர்வுகள் ஆகியவற்றையும் பருப்பொருள் வளர்ச்சியின் நியாயமான, அவசியமான விளைபொருளாக ஒரு பொருள் முதல்வாதி விளக்கவேண்டும்.

உலகின் பொருளாயத ஒற்றுமையையும், இதன் நிரந்தர தன்மையையும் முடிவற்ற நிலையையும் ஒரு பொருள்முதல்வாதி விளக்க வேண்டும்.

இயந்திர இயல் பொருள் முதல்வாதியால் இவற்றை விளக்க முடியாமல் ஆரம்பத் தூண்டுதலுக்கான ஒரு கர்த்தாவைத் தேட வேண்டிய கட்டாயம் ஏற்படுகிறது. ஆகவே இவர்களின் நிலை கருத்து முதல்வாதத்துக்கு அருகிலேயே இருக்கிறது.

செல்வா:அய்யா தத்துவஞானத்தில் கருத்து முதல்வாதம், பொருள் முதல்வாதம் இவை இரண்டுக்கும் அப்பால் மூன்றாவது போக்கு ஏதேனும் உண்டா?

பே.அ: நிச்சயம் உண்டு! இரட்டை வாதம் என்று சொல்லப்படுவது. ஆன்மீக அடிப்படை வாதம் பொருளாய அடிப்படை வாதம் என்ற இரண்டையும் ஏற்றுக் கொண்டிருக்கிறவர்கள் இரட்டை வாதம் என்று சொல்லப்பட்டுள்ள மூன்றாம் போக்கு.

இயந்திரஇயல் பொருள்முதல்வாதம் உறுதியாக நிற்க முடியாமல் இந்த இரட்டை வாதத்துக்குத் தாவும் போக்கும் உண்டு. பல சமயங்களில் கருத்து முதல்வாதிகளும் இரட்டை வாதத்தின் பக்கம் சாய்கிற போக்கும் உண்டு.

இவர்களால் பொருளாயத உலகம் நிலவுவதை முற்றிலுமாக நிராகரிக்க முடியாது.

இந்த இரட்டைவாத குழப்பமான கொள்கைக்கு ஓர் உதாரணம். 17ஆம் நூற்றாண்டில் வாழ்ந்த பிரஞ்சு சிந்தனையாளர் ரே. டெக்கார்டசின் சிந்தனை மிகப்பொருத்தமனானது.

உலகில் இரண்டு அடிப்படைகள்- பொருள் அடிப்படை, ஆன்மீக அடிப்படை - இரண்டும் நிலவுகின்றன என்கிறார்.

ஆன்மீக அடிப்படையின் முக்கிய தன்மை - சிந்தனை

பொருள் அடிப்படையின் முக்கிய தன்மை-இந்த வெளி உலகம் பரந்த உலகம் என்கிறார். ஒன்றுடன் ஒன்று எவ்வித தொடர்பும் இல்லாதவை என்று சொல்லுகிறார். ஆனாலும், இவை கடைசியாக சேரும் இடம் கருத்து முதல்வாதம். இதன்படி இவரின் கருத்து ஆன்மாவும், பருப்பொருளும் இயங்கும் பொதுவான அடிப்படையாகிய கடவுளுக்கு இட்டுச் செல்கின்றன என்கிறார்.

அப்படியானால் இரட்டைவாதம் மனிதனையும் சடப்பொருளையும் மற்றும் ஆன்மீக அம்சங்களையும் ஆண்டவனின் பேரால் புனித அடிப்படைகளின் கூட்டாக விளக்குகிறது. அப்படியானால் மனிதனும் கூட்டுக்கலவைதான். அவனிடம் புனிதத் தன்மையும் - அதாவது தெய்வீகத் தன்மையும், சடத்தன்மையும் உணர்வற்ற தன்மையும் உள்ளது. அப்படியானால் பாதி புனிதம், பாதி புனிதம் அற்ற மிருத்தன்மை என்றாகும். அப்படியானால் அவன் பாதியாக உள்ள மிருகத்தன்மையிலிருந்து மீண்டு வர வேண்டும். வழி என்ன? தன் உடலை வருத்திக்கொள்ள வேண்டும். உண்பதைக் குறைத்துக்கொள்ள வேண்டும், விரதம் இருக்க வேண்டும். குடிப்பதை, நேசிப்பதை இல்லாமல் செய்து கொள்ள வேண்டும். தன்னைத்தானே தண்டித்துக்கொள்ள வேண்டும். சாட்டையால் அடித்துக்கொள்ள வேண்டும், ரத்தம் வழிய வழிய அடித்துக் கொள்ள வேண்டும். ஏனெனில் இந்த உடம்பு நிரந்தர அடிப்படையான ஆன்மாவை மூடியிருக்கும் அழிந்து போகும் மேலுறை மட்டுமே. இந்த வகையில் இரட்டை வாதம் கருத்து முதல்வாதமாகிறது.

இந்த விஷயம் உடலை வருத்தி, வருத்தி மனித மனத்தைப் புனிதமாக்கும் இந்திய கலாச்சாரத்தைப்போல் அந்தத் தத்துவமும் பளிச்சிடுகிறது. மனிதன் என்பவன் தெய்வமாகலாம் என்பதுபோல.

மாரி: இந்தியாவில் இப்படியான இரட்டைவாதியான தத்துவஞானிகள் இருந்ததுண்டா?

பே.அ: இந்தியாவில் எல்லா கருத்து முதல்வாதிகளும், உடல் வருத்த பட்டினி கிடப்பது, தவமிருப்பது, வாடி வதங்குவது, வடக்கு நோக்கி இருப்பது, ஆசை, மோகம் வெறுப்பது, அதன் மூலம் புனிதமடைவது, மோட்சம் ஏறுவது என்பது உண்டு.

ஆன்மாதான் நிரந்தரமானது. இந்த உடல் அழிந்துபோவது, அற்பமானது என்று சொல்லுவதும் உண்டு.

இந்தியத் தத்துவஞானிகளில் இரட்டை வாதம் பேசிய ஞானிகளில் ஒருவராக நாம் ஏற்கெனவே குறிப்பிட்ட வேதாந்தி மாதவாச்சாரியாரைக் குறிப்பிடலாம்.

இவருடைய சித்தாந்தம் ஆதிசங்கரரைப்போல் அத்வைதம் அல்ல, துவைதம். ஒன்று அல்ல இரண்டு என்பதே இதன்பொருள்.

இயற்கை, கடவுளின் கட்டுப்பாட்டில் உள்ளது.ஆன்மாவும் உண்டு. உலகமும் உண்டு. ஆனால் அவையாவும் கடவுளுக்கு உட்பட்டது. கடவுள்தான் மேலான உண்மை. அனைத்து ஜீவராசிகளிடமும் கடவுள் பிரகாசிக்கிறார். ஆனால் வேதம் பயிலுவதன் மூலம்தான் நாம் புனிதமடைய முடியும். மனிதன் உயர்ந்த நிலைக்குப் போக முடியும். கடவுளையே, உருவத்தையே சரியாகப் புரிந்து கொள்ள முடியும்.

இயற்கையும், ஜீவான்மாவும் பரமத்திலிருந்து, கடவுளிலிருந்து சுதந்திரமானவை. ஆனால் அதன் கட்டுப்பாட்டில் உள்ளவை என மாதவாச்சாரி துவைதம் என்றார்.

இன்னும் இப்படிப்பல வடிவங்கள் தத்துவஞானத்தில் பேசப்படுகின்றன. இரட்டைவாதம் என்ன? ஒற்றைவாதம் கூட பேசப்படுகிறது. இந்த ஒற்றைவாதம் இரட்டைவாதத்துக்கு எதிரானது.

ஒருமைவாதம் என்பது வேறொன்றுமல்ல, முதலாவது ஒன்றை அதாவது கருத்து முதல்வாதத்தையோ, அல்லதுபொருள் முதல்வாதத்தையோ நிரந்தரமாகப் பிடித்துக்கொள்ளுவதுதான், ஆனால் இந்த நிரந்தரப் பிடிப்பு அடிப்படை ஆதாரத்தோடு நிற்காமல் போனால் அவர்களே வழுக்க வேண்டியதுதான்.

ஹெகலின் கருத்து முதல்வாதத்தைத்தான் மிகத் தொடர்ச்சியான கருத்து முதல்வாதத்துக்கு ஓர் உதாரணமாகக் குறிப்பிடுவார்கள். இவரை ஒருமைவாதி என்று கூட சொல்லுவார்கள்.

ஹெகல் சொல்லுவதை கவனியுங்கள்

முதலில் ஏதோ ஒரு முழு முதல் கருத்து உலக ஆன்மா (மாபெரும் சக்தி, கடவுள்) நிலவியது. பின்னர் இது இயற்கையையும் மனிதனையும் தோற்றுவித்தது- என்றார். மேலும் அவர் சொல்வதை கவனியுங்கள்.

இயற்கையை அறிந்து கொள்ளும்போது வெளிப்படையாகத் தெரியும் இதன் பன்முகத்தன்மைக்குப்பின் ஆன்மீக ரீதியான விதிகள் உள்ளன. இந்த விதிகள் இயற்கையில் ஒழுங்கை நிலைநாட்டுகின்றன. உலகத்தை ஒரே முழுமையாக ஒன்றிணைக்கின்றன, என்பதை மறக்கக்கூடாது என்கிறார். நாம்

வாழக்கூடிய, பார்க்கக்கூடிய உணரக்கூடிய பொருளாயத உலகை அங்கீகரிக்கும் ஹெகல், மிகச் சரியாகச் சொன்ன ஹெகல் எங்கே வழுவுகிறார்?

உலகில் சுற்றியுள்ள பன்முகத்தன்மை கொண்ட இவற்றை விளக்க இன்னொன்றை, எல்லாம் வல்ல சக்தியைத் துணைக்கு அழைக்கிறார். அதாவது அவர் கருத்தின்படி இந்த வெளியுலகம், இயற்கை என்பது வெறும் வெளியுறை; ஆளுமை செலுத்துவதற்கான முதற்காரணம் ஆன்மா என்கிறார். ஆக அவரால், கருத்து முதல்வாதியால் தொடர்ச்சியான ஒருமைவாதியாக இருக்க முடியவில்லை.

பாலா: அய்யா, இரட்டைவாதம், ஒருமை வாதம் என்கிறீர், இதற்கு மேலும் வேறுவகையான தத்துவ ஞானம் உண்டா?

பே.அ: உண்டு, பன்மைவாதம் என்ற ஒரு தத்துவவாதமும் உண்டு.

பன்மைவாதத்தின் தத்துவம் என்பது ஒன்றுடன் ஒன்று தொடர்பு இல்லாத ஏராளமான சாராம்சங்கள் உலகின் அடிப்படையில் உள்ளன என்பதை அடிப்படையாகக் கொண்ட போதனை. இது ஒருமை வாதத்துக்கு எதிரானது.

இந்த உலகில் உள்ள அனைத்தும் அதற்குரிய சாராம்சத்தோடு நிலவுகின்றன. மரம் பூமியில் உள்ளது. என்றால் மரத்துக்குரிய சாராம்சத்தின் அடிப்படையில் உள்ளது. அந்த சாராம்சத்தை மனிதனிடம் காண முடியாது, மனிதனின் சாராம்சத்தை மரத்தில் காணமுடியாது. இப்படி அவை அவை அவற்றுக்குரிய அடிப்படை சாராம்சத்தோடு ஒன்றுக்கொன்று தொடர்பில்லாமல் இருக்கின்றன என்கிற தத்துவம் பன்மைவாதம் என்பது.

இவையெல்லாம் நிலைத்து நிற்க முடியாத தத்துவங்கள்

பண்டைய காலத்திலிருந்து இதுவரை சொல்லப்பட்டு வந்த கிருஸ்து பிறப்பதற்கு முன்பாகவேகூட அனுமானத்தின் அடிப்படையில் கிரேக்கப் பொருள் முதல்வாதிகள், இந்தியப் பொருள் முதல்வாதிகள் சொல்லி வந்த பொருள் முதல்வாதக் கொள்கைகள்தான் தொடர்ந்து நிலைத்து வந்தன. அவற்றை 19ஆம் நூற்றாண்டின் விஞ்ஞானக் கண்டுபிடிப்புகள் ஆதாரங்களின் அடிப்படையில் பொருள் முதல்வாதக் கொள்கையை நிரூபித்துக்காட்டின.

19ஆம் நூற்றாண்டின் மூன்று விஞ்ஞான கண்டுபிடிப்புகள் இயற்கையின், பொருளின், உயிரினங்களின் இயங்கும் தன்மையை நிலைநாட்டின.

1) உயிருள்ள ஜீவன்கள் எல்லாம் உயிரணுக்கூட்டமைப்பால் ஆனவை என்ற கண்டுபிடிப்பு. உயிரியல் தன்மையில் ஏற்படும் பலவித மாறுதலின் அடிப்படையில் தாவரங்களிலும், விலங்குகளிலும் வளர்ச்சியின் பொதுவிதிகள் நிலவுகின்றன என்பதை இது வெளிப்படுத்தியது.

2) பொருளின் அழியாத்தன்மையும் ஆற்றலின் மாற்றத்தையும் விளக்கும் விதிபற்றிய கண்டுபிடிப்பு. இயற்கையின் பொருளியல் ஒருமையையும் அதன் பல வேறுவிதமான செயல்முறைகளின் பரஸ்பர தொடர்பையும் வெளிப்படுத்திய இயற்கை விஞ்ஞான சான்றாக இக்கண்டுபிடிப்பு விளங்கியது. இயந்திர இயக்கம், வெப்பம், மின்சாரம், இரசாயன ஆற்றல் போன்ற நிகழ்வில் பிரிக்க முடியாதபடி ஒருங்கிணைந்தவை. ஒன்று மற்றொன்றாக மாறக்கூடியவை என்பதை இது வெளிப்படுத்தியது. பொருட்கள் நித்தியமானது. அழிக்க முடியாதது என்ற பொதுத் தத்துவ முடிவை இக்கண்டுபிடிப்பு உறுதிப்படுத்துகிறது.

3) உயிரினங்களின் பரிணாம வளர்ச்சி பற்றிய டார்வினின் கண்டுபிடிப்பு. மனிதன் உள்ளிட்ட எல்லா அங்க ஜீவிகளின் தோற்றத்திலும் வளர்ச்சியிலும் ஒருமையை அது வெளிப்படுத்தியது. தாவரங்கள் முதல் மனிதன் வரை இயற்கை, உலகம் முழுவதும்

இடையறாத இயக்கத்திலும் வளர்ச்சியிலும் இருப்பதை டார்வின் ஏராளமான ஆதாரங்களுடன் நிரூபித்தார்.

இதற்குப் பின்னால் வந்த பல்வேறு விஞ்ஞானக் கண்டுபிடிப்புகளும் இயக்கத்தையும், பொருட்களும் இடையறாது இயக்கமும் மாறி வருவதையும் நிரூபித்துள்ளன.

இந்த விஞ்ஞானக் கண்டபிடிப்புகள் இயக்கஇயல் பொருள் முதல்வாதத் தத்துவ வளர்ச்சிக்கு ஆதாரமாகியுள்ளன.

விஞ்ஞானத்தின் வளர்ச்சி இயற்கையைப் புரிந்து கொள்ளப் பேருதவி செய்துள்ளது என்பது உண்மைதான்.

இயற்கைப் பொருள் உண்மையானது - முதன்மையானது என்ற தத்துவக் கண்ணோட்டம் விஞ்ஞான ஆராய்ச்சிக்கு உதவியது; விஞ்ஞானத்தை வலுப்படுத்தியது என்று துணிந்து சொல்வோம்.

நாம் வாழும் பூமி எந்த சக்தியாலும் படைக்கப்பட்டதல்ல. சுமார் 500 கோடி ஆண்டுகளின் பரிணாம வளர்ச்சியே இன்றைய பூமியின் தன்மை என்பதைப் புவியியல் விஞ்ஞானம் நிரூபித்துள்ளது. சுமார் 400 கோடி ஆண்டு வரை செடி, கொடி ஜீவராசிகள் ஏதும் இந்த பூமியில் தோன்றி இருக்கவில்லை என்பதையும் விஞ்ஞானம் கண்டறிந்துள்ளது.

பூமியின் வடிவம் உருண்டை என்பதைக் கூட 16வது நூற்றாண்டில் கோபர்நிகஸூம், கலிலியோவும் கண்டுபிடிக்கும் வரை பூமி தட்டையானது என்றே நம்பி வந்தனர். பிரபஞ் சத்தின் மையம் பூமியல்ல, சூரியன் பூமியைச் சுற்றிவருகிறது மாறாக பூமிதான் சூரியனைச் சுற்றி வருகிறது எனறு கண்டுபிடிக்கப்பட்டது.

பாலு: அய்யா இதை நாங்கள் பத்தாம் வகுப்பிலேயே படித்துள்ளோம் - என்று குறுக்கிட்டார்.

பே.ரா: உண்மைதான். படித்திருப்பீர்கள். ஆனால் நான் இப்போது சொல்லப்போகும் கூடுதல் விஷயம் உங்கள் பாடத்தில் வந்திராது.

இந்த உண்மையைச் சொன்னதற்காக அன்றைய கத்தோலிக்க மதச்சபை கலீலியோவை சாகும் வரை வீட்டுச்சிறையில் அடைத்துத் தண்டனை வழங்கியது. அவர் ஒன்பது ஆண்டுகள் சிறையிலிருந்து மரணமடைந்தார்.

உடலில் ரத்தம் ஓடுகிறது. ரத்தம் ஓடுவதால்தான் நாம் உயிர்வாழுகிறோம் என்று சொன்ன புரூனோ எனும் விஞ்ஞானி

உயிரோடு கொல்லப்பட்டார். இவையெல்லாம் உங்கள் பாடத்தில் வந்திருக்காது.

உயிர்கள்- செடி, கொடிகள் முதற்கொண்டு மனிதன் வரையிலான உயிரினங்கள் எதுவும் இன்றுள்ள வடிவில் எந்த சக்தியினாலும் படைக்கப்படவில்லை. மாறாக பூமியின் வளர்ச்சிப்போக்கில் நிலமாக, நீராக, வாயு மண்டலமாக மாறிய காலத்துக்குப் பின்னர்தான் உயிரணுக்கள் தோன்றக்கூடிய சாதக நிலை உருவாகியது. அதற்குப்பின் தோன்றிய உயிர் இனங்களின் மிக உயர்ந்த பரிணாம வளர்ச்சியே இன்றைய மனிதன் என்று உயிரியல் விஞ்ஞானம் - குறிப்பாக 19அவது நூற்றாண்டில் சார்லஸ் டார்வின் கண்டுபிடிப்புகள் நிரூபித்துள்ளன. 10 லட்சம் ஆண்டுகள் வரை இன்றைய வடிவில் மனிதர்கள் பூமியில் இருந்ததற்கான ஆதாரம் ஏதுமில்லை. அதற்கு முன் வாழ்ந்து வந்த ஒரு வகை குரங்கினமே அதனுடைய வாழ்க்கைப்போக்கில் - உழைப்பின் போக்கில் இன்றைய மனித இனமாக மாறியது என்று உயிரியல் விஞ்ஞானம் கூறுகிறது.

மாரி: குரங்கிலிருந்து மனிதன் தோன்றினான் என்ற விஞ் ஞானமும் நாங்கள் படித்ததுதான்.

பே.அ: ஆனால் அவற்றைத் தத்துவரீதியில் நீங்கள் படித்த பாடத்தில் விளக்கி இருக்கமாட்டார்கள்.

உதாரணமாக கருத்து முதல்வாதத்தைப் பிரதிநிதித்துவப் படுத்தும் மதவாதிகள் இதை ஏற்க மாட்டார்கள். அவர்களின் கண்ணோட்டம் விஞ்ஞானத்துக்கும், உண்மை நிலைக்கும் நடைமுறைக்கும் புறம்பானது. எந்தப் பொருளையும் வெறுமையிலிருந்து உண்டாக்க முடியாது. அதேபோல் எதனையும் இறுதியாக அழித்து இல்லாமல் ஆக்க முடியாது. ஆகவே இன்றைய பூமியோ, பிரபஞ்சமோ வெறுமை நிலையிலிருந்து யாராலும் படைக்கப்படவில்லை. பிரபஞ்சம், இயற்கை என்றும் இருந்து வருகின்றன. அவை இடைவிடாமல் இயங்கிக்கொண்டும் மாறிக்கொண்டும் வளர்ந்து கொண்டும் உள்ளன. பொருட்களின் அழியாத் தன்மை பற்றி 2,500 ஆண்டுகளுக்கு முன்பே இந்திய-கிரேக்க பொருள் முதல்வாத தத்துவஞானிகள் அனுமான அடிப்படையில் கூறியிருக்கிறார்கள். இன்று விஞ் ஞானம் பொருட்களின் இருத்தல், மாறுதல் விதிகள் பற்றி கண்டறிந்துள்ளது. நிரூபித்துள்ளது. பொருட்களின் திட, திரவ வாயுநிலைகளில் உள்ளன. அவற்றை ஒரு நிலையிலிருந்து இன்னொரு நிலைக்கு மாற்றவும் முடிகிறது.

மனிதனின் சமூக நிலைகூட இன்றுபோல் ஆரம்பத்தில் இருந்ததில்லை. இன்றுள்ள குடும்பம், திருமணம், ஒழுக்க நெறிகள், கடவுள், மதங்கள், தத்துவங்கள், ஆசாரங்கள், தனிச்சொத்து, அரசு-ஆட்சி முறைகள் எதுவும் இருந்ததில்லை. இப்படி சமூகம் நீண்ட காலம் வாழ்ந்தது. ஆரம்ப காலத்திலிருந்து நீண்ட காலம் லட்சக்கணக்கான ஆண்டுகளின் வளர்ச்சிப் போக்கில்தான் மனிதன் இன்றைய நிலையை அடைந்துள்ளான். இன்னும் மேலே போவான், வளருவான்.

மனிதன் சமூக வாழ்நிலையை எப்படி அடைந்தான் என்பதை நீண்ட காலம்ஆராய்ந்த சமூக விஞ்ஞானி லூயிஸ் மோர்கன் இந்த உண்மைகளைக் கண்டறிந்தார்.

எங்கல்ஸ் எழுதிய குடும்பம், அரசு, தனிச்சொத்து என்ற நூலில் இதனை விரிவாக எழுதியுள்ளார்.

ஆனால், சில மதவாதிகள் என்ன சொல்கிறார்கள்.

கண்ணால் காண முடிகிற, அறிவால் செய்ய முடிகிற விஷயங்களை மட்டுமே விஞ்ஞானம் ஆய்வு செய்கிறது. கண்ணால் காணுகிற உலகத்தைத் தவிர கண்ணால் காண முடியாத வேறு ஒரு உலகம் இருக்கிறது. விஞ்ஞானத்தினால் அதை எட்ட முடியாது. கடவுள் நம்பிக்கையில்தான் எட்டமுடியும் என்கிறார்கள்.

ஆனால் பண்டைய காலத்தில் அனுமானமாக சொன்னவை இப்போது விஞ்ஞான ஆதாரத்தின் அடிப்படையில், சாட்சியங்கள் அடிப்படையில் விளக்கப்பட்டுள்ளன, நிரூபிக்கப்பட்டுள்ளன.

இந்தியத் தத்துவஞானிகள் இதில் தலை சிறந்தவர்களாக இருந்தார்கள் என்பதைப் பெருமையாகச் சொல்லலாம் இது பற்றி நாளை மாலையில் விவாதிப்போம்.

இப்போது இரவு மணி பத்தாகிவிட்டது. கலைவோம்.

4
இந்தியத் தத்துவ ஞானங்கள் அவற்றின் விசாரங்கள்

(முன்தினம் எடுத்த முடிவின்படி இன்று பூங்காவில் பேராசிரியர் அருணா சரியாக மாலை ஐந்து மணிக்கெல்லாம் வந்து விட்டார். மற்ற மூன்று மாணவர்களும் 10 நிமிட இடைவெளியில் கூடிவிட்டார்கள்.)

பே.அ.: இந்தியத் தத்துவ ஞானங்கள் பற்றியும் அவற்றின் விசாரங்கள் பற்றியும் சொல்லுகிறேன்.

இந்தியத் தத்தவ ஞானங்களால் மிகப் பிரபலமான பவுத்தம், சமணம், லோகாயதம் (சாருவாகம்), மீமாம்சம் எனப்பொதுவாகச் சொல்லப்படுகிற பூர்வ மீமாம்சம், சாங்கியம், வேதாந்தம் அல்லது உத்திர மீமாம்சம், நியாய வைசேஷிகம் ஆகியவை பிரதான இந்தியத் தத்துவங்களாகும்.

செல்வா: இவற்றில் எவை எவை நாத்திகம் சார்ந்தவை?

பே.அ.: மேலே குறிப்பிட்ட முக்கியமான தத்துவங்களில் வேதாந்தமும், நியாய வைசேஷிகமும் (பிற்கால நியாய வைசேஷிகம்) மட்டுமே ஆத்திகம் சார்ந்தவை. இதற்கு மாறானவைதான் பவுத்தம், சமணம் பூர்வ மீமாம்சம், சாங்கியம், லோகாயதம் மற்றும் ஆதி நியாயவைசேஷிகம். முதலில் புத்த தத்துவம் பற்றி சொல்லுகிறேன்.

புத்த தத்துவம் என்ன சொல்லுகிறது?

பிரபஞ்சத்தில் சர்வசராசரங்களும் இடைவிடாமல் மாறிக் கொண்டிருக்கின்றன. இந்நிகழ்ச்சிப்போக்கு காரிய காரணங்கள் என்ற விதிக்கு உட்பட்டது.

இந்த விதிகளுக்கு மேலானது ஒன்றுமில்லை. எது ஒன்றும் நிலையானது இல்லை. அதன்படி ஆன்மா என்ற ஒன்று இல்லை. அது நிலையானது, மரணத்துக்கு அப்பாலும் நிலையானது. அது ஒரு உடலிலிருந்து, இன்னொரு உடலுக்குப் பாய்கிறது என்பதும் இல்லை என்கிறார் புத்தர். இதன்பொருள் கடவுள் இல்லை என்ற முடிவுக்கு அவர் உறுதியாக வருகிறார்.

நிலையான எந்த ஒரு பொருளும் இல்லையென்றால். வினாடிக்கு வினாடி மாறிக்கொண்டே இருக்கிறது என்பது பொருள். இதிலே இயக்கஇயல் பார்வை அடங்கியுள்ளது. கடவுள் இல்லையென்பதில் அவர் தெளிவாக இருந்தார். பவுத்த உலகப் பார்வையில் நாத்திகம், பிரிக்க முடியாத அங்கம். அதற்குமேல் அவர் வற்புறுத்தியது வாழ்க்கைக்கு உதவாத ஆதாரத்தை அவர் அறவே வெறுத்தார். மனித குலத்தை துன்பக் கடலிலிருந்து மீட்க முயன்றார்.

பிராமணியத் தத்துவத்தை, வேத தத்துவத்தை அடியோடு வெறுத்தார். எதிர்த்தார். ஆகவே அவர் சூத்திரர்களுக்கான ஆதிகால சமூக சீர்திருத்தவாதிதான். இவர் வாழ்ந்த சூழ்நிலையையும், காலத்தையும் கவனிக்க வேண்டும். புத்தரின் காலத்துக்கு முன்னர் சாங்கிய தத்துவம் மேலோங்கி இருந்தது. கடவுளர் மறுப்புக் கொள்கையின் மூலவராக இருந்தவர் கபிலர். அக்காலத்திலேயே அணுக்கொள்கை பேசியவர், இயக்கத்தைப் பற்றி புரிந்தவர். இவரின் தாக்கம் - சாங்கியக்கொள்கையின் தாக்கம் புத்தருக்கு இருந்தது என்பதைப் புறக்கணிக்க முடியாது.

'மனித செயல்பாடுகள் அவற்றுக்கு ஏற்ற விளைவுகளை ஏற்படுத்தும் ஆற்றலைத் தமக்குள்ளேயே கொண்டிருக்கின்றன. இதனால் அவற்றுக்கு வெளியிலிருந்து எந்த சக்தியும் தேவையில்லை எனும் கருத்து இந்திய நாத்திகத்தின் வலுவான தூண்களில் ஒன்றாக இருந்து வந்துள்ளது. கடவுளின் இருப்பை மறுப்பதற்கு இது ஒரு முக்கிய காரணம். இதற்கு பௌத்தம் ஒரு சான்று'

'தீதும் நன்றும் பிறர் தர வாரா' தேர்தலும், தனித்தலும், அவற்றோரன்ன என்கிற சிந்தனையும் அதையொட்டித்தான் வந்திருக்க வேண்டும்.

நல்லதும் கெட்டதும் மனிதனுக்கு எங்கிருந்தோ பிற சக்தியால் வருவதல்ல. அவ்வாறே அவற்றிலிருந்து மீள வேண்டுமென்றால் பிற சக்தியால் நம்மை மீறிய சக்தியால் தீர்வு விளைவதில்ல, அதுவும் நம்மைப் பொறுத்ததுதான் என்கிற தத்துவம் மேலே சொன்ன இருவரிகளில் மறைந்திருக்கிறது. மனிதனின் முயற்சியை வலியுறுத்துகிறது.

பௌத்த கொள்கை புத்தருக்குப்பின் வந்த பௌத்தர்களால் மாற்றப்பட்டதோடு, அமைப்பும் இரண்டாகப்பிரிந்தது.

புத்தர் எதையும் எழுதி வைக்கவில்லை. அவர் தன் கோட்பாட்டை வாய்வழியாகத்தான் சீடர்களுக்கு சொல்லி வைத்தார். அவரின் சீடர்களும் குறிப்பு எழுதி வைக்கவில்லை. மனதில் பதிய வைத்துக்கொண்டதோடு சரி. அவர் இறந்த

பிறகுதான் அவருடைய கோட்பாட்டை தொகுக்க முயன்றார்கள். இந்த முயற்சியில் கருத்து வேறுபாடு வந்தது. ஒரு பிரிவு மகா சங்கம் என்று அழைக்கப்பட்டது. இன்னொரு பிரிவு தேரவாதிகள் என்ற பழமைவாதிகளின் சபை.

பிறகு அசோகர் காலத்தில் அழைக்கப்பட்ட சபையினரிடையே மற்றுமொரு பிளவு ஏற்பட்டது. அதன் பிறகும் பிரிந்து சர்வாஸ்திவாதிகள் என்று அழைக்கப்பட்டார்கள். அதன்பிறகு கி.பி.100ஆம் ஆண்டில் கனிஷ்கர் மன்னரால் கட்டப்பட்ட சபை வைபாசி என அழைக்கப்பட்டது.

புத்தமத வரலாற்றில் அடுத்த பேரியக்கமாக்கக் கருதப்படும் ஒரு பிரிவு மகாயானம் எனப்படும்; மற்றொரு பிரிவு 'ஹீனயானம்' எனப்பட்டது.

நாகார்ஜுனர்தான், அந்த மன்னர்தான் மகாயானத்தின் ஆரம்பகால விரிவுரையாளர். 'சூனியவாதம்' எனும் கோட்பாட்டை வலியுறுத்தினார். இதை நாம் எப்படிப் புரிந்து கொள்ள வேண்டும் என்றால் - எதுவும் உண்மையில்லை; அதாவது எதார்த்தம் என்பது, வெறும் சூனியமே என்றார். இப்போது நமக்கு ஆதி சங்கரரின் கோட்பாடு நினைவுக்கு வரவேண்டும். அவர் சொன்ன எல்லாம் மாயை என்றார். நாகார்ஜுனரோ எல்லாம் வெறும் சூனியமே என்றார். புத்த மதத்தில் ஒரு திருத்தல்வாதம் என்று சொல்லலாம்.

வேதமதத்தார் -பிராமண கோட்பாட்டார் புத்தரை விஷ்ணுவின் அவதாரம் என கற்பிதம் செயதார்களே அது தற்செயலானது அல்ல! திட்டமிட்டே செய்த சதி!

பிற்கால பவுத்தர்களில் ஆத்திக எதிர்ப்பு வாதங்களில் "வைபாசிகள்" என்ற பிரிவினர் எப்படிப்பட்ட வாதங்களை வைத்தார்கள் என்று பார்ப்பது நல்லது. ஏற்கெனவே நாம் குறிப்பிட்டதுபோல் கி.பி.100ஆம் ஆண்டில் கனிஷ்கரால் கட்டப்பட்ட சபை அதாவது புத்த துறவிகளைக் கொண்ட சபை வைத்த கோட்பாடு விபாசகம் மகா - விபாசகம், என்று சொல்லப்பட்டது. ஆகவே இவர்கள் விபாசதத்தின் சீடர்கள் என்று வைக்கப்பட்டார்கள். இவர்களை வைபாசியர் என்றும் அறியலாம். இந்த வைபாசிகர் கடவுள் மறுப்பு வாதத்தை எப்படி வைத்தார்கள் என்று பார்ப்போம்.

1) ஒரு சடப் பொருளானாலும் ஓர் உயிரினமானாலும் அவற்றிடம் மாற்றங்கள் - அதாவது விளைவுகள் தோன்றுவதை நாம் அறிவோம். அப்படிப்பட்ட மாற்றங்கள் கட்டாயமாகத்

தீர்மானிக்கப்பட்ட கட்டங்களைக் கடந்து செல்வதன் மூலம்தான் விளைவுகள் ஏற்படுகின்றன.

2) அப்படிப்பட்ட விளைவுகள் கட்டாயமாக ஒரு குறிப்பிட்ட இடத்தை, ஒரு குறிப்பிட்ட காலத்தை அடிப்படையாக வைத்துதான் நடக்கும்.

ஒரு ஜடப்பொருளிலோ ஓர் உயிரினத்திலோ மேற்குறிப்பிட்ட இரண்டும் கட்டாயம் நடந்துதான் தீரவேண்டும்.

உதாரணங்கள் கொண்டு இவற்றை விளக்குவோம்.

ஒரு காய் கனிவது திடீரென ஒரே கட்டத்தில் நடப்பதில்லை. பழம் பழுப்பது என்பது அடுத்தடுத்து நடைபெறும் விளைவுகளைப்பொருத்தே.

விதை, விதையிலிருந்து தளிர் - தளிரிலிருந்து இலை- இலைக்குப்பின் தண்டு கிளை, அதன் பிறகு மொட்டு, பூ, அதன் பிறகு காய், என அடுத்தடுத்து நடக்கும் விளைவுகளின் இறுதிகட்டம்தான் பழம். இந்த நிகழ்வுகள் பிரிக்க முடியாதவை.

அதே போலத்தான் மனித உடலும் திடீரென உருப்பெறுவதில்லை. கருவாகி அதைத் தொடர்ந்து உடலின் ஒவ்வொரு பாகமும் படிப்படியாகத் தோன்றுகிறது. இறுதியாகக் குழந்தையாய் பிறக்கிறது.

இரண்டாவதாக அந்த விளைவுகள், மாற்றங்கள் கட்டாயமாக இடம், காலம் சார்ந்த அமைவுகளால், பின் புலத்தால், தீர்மானிக்கப்படுகின்றன.

சில விளைவுகள் குறிப்பிட்ட இடங்களில்தான் குறிப்பிட்ட நேரங்களில்தான் ஏற்படும்; வேறு சில வேறு இடங்களில் காலத்தில்தான் நிகழ்கின்றன. தாமரை, குளத்து நீரில்தான் வளரும். அதை மலை மீது வளர்க்கமுடியாது. சிம்லாவில் விளையும் ஆப்பிள் பழத்தை சிறுதாவூரில் விளைவிக்க முடியாது. கோடைக் காலத்தில் கிடைக்கும் தர்பீஸ் பழம் குளிர்காலத்தில் கிடைக்காது. குறிப்பிட்ட காலங்களில்தான் குறிப்பிட்டவை வளர்கின்றன.

ஆக இரு விஷயங்கள் மறுக்க முடியாதவை. ஒரு விளைவு அல்லது மாற்றத்துக்குப் பல கட்டங்களின் கறாரான அடுத்த அடுத்த நிகழ்வுகள். இது தவிர்க்க முடியாத முன் நிபந்தனை.

இரண்டாவது அந்த விளைவு அல்லது மாற்றத்தின் மீது இடமும், காலமும் தீர்மானகரமான பாதிப்பை செலுத்துகின்றன.

இந்த இரண்டு காரணங்கள்தான் புத்த மதம் கடவுளை அறவே மறுக்கின்றன.

கடவுள் முக்காலமும் அறிந்தவன், எல்லாம் வல்லவன், உலகைப் படைத்தவன் என்பதன் பொருள் அவனே இவ்வுலகில் உள்ள எதற்கும் தனிப்பட்ட முறையில் முழு முதற்காரணமாகும். ஆதலால் அவன் எதையும் சாராத தனித்துவம் உடையவன். ஏதோ ஒன்றைச் சார்ந்திருப்பவன் அல்லது தனித்துவமின்மை என்பது, எல்லாம் வல்லவன் என்கிற இலக்கணத்துக்கு எதிரானது. ஆகவே அனைத்துக்கும் ஒரே மூலகாரணியாக - அதாவது உலகில் உள்ள ஒவ்வொன்றின் தோற்றத்துக்கும் அம் மூலகாரணி ஒன்றே போதுமானதாக இருக்கிறது எனில் இவ்வுலகத்தில் உள்ள அனைத்தும் சதா சர்வ காலமும் உற்பத்தியாகிக்கொண்டே இருக்க வேண்டும். எந்த ஒன்றின் உருவாக்கத்துக்கும் போதுமான முழு முதற்காரணி எப்போதும் இருக்கிற கடவுள் ஒருவரே என்கிறபோது அவ்வாறான முன் நிபந்தனைகள் தேவையே இல்லை. தொடர் நிகழ்வு தேவையில்லை., காலம் தேவை இல்லை, இடம் தேவை இல்லை.

எங்கு வேண்டுமானாலும், எந்தக் காலத்திலும், தொடர் நிகழ்வு இல்லாமல் உருவாகலாம், பழுக்கலாம், உடனே மலரலாம். எல்லாம் வல்ல சக்தியைச் சார்ந்து இருந்தால் அவை நடைபெறவேண்டும். எந்தக் குறிப்பிட்ட ஒன்றோடும் எல்லாம் வல்ல இறைவன் சார்ந்திருக்ககூடாது. ஒரு காரணி எல்லாம் வல்லதாய் விளங்கிட அது மற்றதன் துணையின்றி (காலம், இடம் இடைவெளி) தன்னிச்சையாகவே ஒரு விளைவை ஏற்படுத்த வேண்டும். அது நடைபெறாது.

அதற்கான விடை மிக எளிதானது. இடமும், காலமும் சார்ந்த சூழமைவுகளின் சங்கிலித் தொடர் இவ்வுலக வாழ்வின் நிதர்சனமான உண்மையாக இருப்பதால் கடவுள் பற்றிய கருத்து அதனுடன் இணங்க மறுக்கிறது. எனவே கடவுள் கலப்படமற்ற கற்பனையே என்கிறது வைபாசிகம்.

மாணவர்களே இதில் உங்களுக்கு ஏதேனும் சந்தேகம் இருந்தால் கேட்கலாம்.

பாலா: இடமும், காலமும் ஒரு விளைவின் மீது அல்லது மாற்றத்தின் மீது அவசியமான, கட்டாயமான, தீர்மானகரமான பாதிப்பை செலுத்துகின்றன என்றால் அதற்கு-ஆண்டவன் விதித்த விதி என்று ஏன் சொல்லக்கூடாது?

பே.அ: அதாவது உன் வாதம் இவ்வுலகில் உள்ளதற்கும் தனிப்பட்ட முறையில் முழு முதல் காரணர் என்பதாகும். ஆண்டவன் என்பதாகும்.

தாமரை குளத்தில்தான் வளரும் அது என் தயவால் நடைபெறுகிறது; என் ஆசிர்வாதத்தால் நடைபெறுகிறது. ஆனால் ஈச்சமரம் குளத்தில் வளராது; அது குளத்தில் வளர நான் ஆசீர்வதிக்க மாட்டேன் என்று சொல்லுவது ஆண்டவன் முதற்காரணம், அவன் ஏதோ ஒன்றுக்கு சார்ந்திருப்பது மற்ற ஒன்றுக்கு சாராமல் இருப்பது என்பது, எல்லாம் வல்ல இறைவனுக்கு, அந்த இலக்கணத்துக்கு எதிரானது. ஆகவே அனைத்துக்கும் ஒரே மூல காரணியாக - அதாவது உலகில் உள்ள அனைத்துக்கும் சதா சர்வகாலமும் உற்பத்தியாகிக்கொண்டே இருக்க வேண்டும். இதற்குக் காலமும் இடமும் தேவை இல்லை. ஆனால் காலம் இடம் இல்லாமல் அவை முன் நிபந்தனையாக இல்லாமல் எந்த விளைவும் உருவாகாது. நான் எல்லாவற்றிற்கும் முன் நிபந்தனை, என்னால் காலமும், இடமும் முன் காரணியாக இல்லாமல் எல்லாம் அவராகவே முன் நிபந்தனை என்ற காரணத்தால் எல்லா இடத்திலும் எல்லா காலத்திலும் விளைவுகள் உண்டாக வேண்டும். அது நடைபெற வழியில்லை.

குளிர் பிரதேசங்களில் விளைகின்ற பூக்கள் அழகாக இருந்தாலும், மணம் சற்று குறைவு. ஆனால் வெப்பப் பிரதேசத்தில் விளைகிற பூக்களுக்கு அதைவிட வாசனை கூடுதல் என்றால் இது எதைப்பொறுத்தது? இடத்தை, கால சூழலைப்பொறுத்தது; இந்த முன் நிபந்தனையைப் பொறுத்தது. ஆண்டவனின் கட்டளை தேவையில்லை.

மணல்பாங்கான பாலைவனத்தில் கோதுமையைப் பயிரிட முடியாது. அதற்கான முன் நிபந்தனைகள் அங்கு இல்லை. ஆனால் கோதுமை பயிரிடுவதற்கான சீதோஷ்ண நிலையை, மண்வளத்தைப் பண்படுத்தி நீரைக்கொண்டு வந்து ஒரு குறிப்பிட்ட எல்லை வகுத்து கோதுமையை உருவாக்க முடியும். இப்படி எல்லா காலத்திலேயும் எல்லா இடங்களிலும் எல்லாப் பொருளையும் பெரும்பாலும் குறிப்பிட்ட எல்லை வகுத்து செய்ய முடியும். இந்த முன் நிபந்தனைகளை மனிதன் ஓரளவு ஈடுகட்ட முடியும். அதுவும் ஓரளவே.

ஆக தெளிவாகத் தெரிவது இடமும் காலமும் சார்ந்து சூழமைவுகளின் சங்கிலித் தொடர் இவ்வுலக வாழ்வின் நிதர்சன உண்மையாக இருப்பதால் கடவுள் பற்றிய கருத்துக்கு இணங்க மறுக்கிறது. எனவே கடவுள் கலப்படமற்ற கற்பனையே.

இந்தியாவில் 3000 ஆண்டுகளுக்கு முன்பாக இவ்வளவு ஆணித்தரமாக மனிதன் விவாதித்து இருக்கிறான்.

விஞ்ஞானம் வளராத காலத்தில் ஆண்டவன் இருப்பு உண்டா? இல்லையா என இப்படி வாதம் நடத்திதான் வென்றார்கள்.

இதனை ஆத்திக, நாத்திக சம்வாதம் என்றார்கள்.

ஆத்திகர்கள் அப்போதும் இடைவிடாது எதிர்வாதம் செய்கிறார்கள்.

கடவுள் சர்வ வல்லமையும், சர்வ ஞானமும் கொண்டு சுதந்திரத்துடன் இயங்குவதால் அவர் ஒருவர் மட்டுமே முழு முதற் காரணி என்கின்றனர். மறுபக்கத்தில் அதே கடவுள் தன் சொந்த இயல்புக்குக் கட்டுப்பட்டவராக வெவ்வேறு பொருட்களை வெவ்வேறு இடங்களில் வெவ்வேறு காலங்களில் படைக்கிறார் என்கிறார்கள்.

மாரி: அப்படிப்பட்ட ஆண்டவன் ஆற்றல் படைத்த ஆண்டவன் எதற்காக ஒன்றை உருவாக்க உரிய காலத்தையும், இடத்தையும் எதிர்பார்த்துக் காத்திருக்க வேண்டும்?

பே.அ: மாரி கேட்ட கேள்வி சரியானது. ஒரு குறிப்பிட்ட பருவத்திலும் இடத்திலும் மட்டுமே வளரக்கூடிய தன்மை கொண்டவையாக மட்டுமே அப்பூக்களும் பழங்களும் இருக்கையில் ஆத்திகரால் நம்பப்படுகிற ஆண்டவனுக்கு எவ்விடத்திலும் எப்பருவத்திலும் அவற்றைப் படைத்திடும் ஆற்றல் இல்லை எனும் முடிவுக்கு வருவதே சரியாகும். இக்குறிப்பிட்ட ஆற்றலே இல்லையெனில் பொதுவான படைப்பாற்றல் இருக்கவும் வாய்ப்பில்லை.

பாலா: அந்த ஆண்டவனுக்குக்கூட எந்தக்காலத்திலும் எதையும் விளைவிக்கக்கூடிய ஆற்றல் உண்டென்றால் அவருக்கு உரிய காலமும் இடமும் உதவி செய்யவில்லையென்றால், அந்த இரண்டும் துணை இல்லையென்றால் ஆண்டவனால் எதையும் செய்ய இயலாது. இதன் பொருள் ஆண்டவன் பங்கு ஏதுமில்லை.

செல்வா: ஆண்டவனுக்கும் ஒன்றை ஆற்றிட துணை தேவையா? இடமும் காலமும் தேவையா? அப்படியானால் காலமும் இடமும் ஆண்டவனுக்குக் கட்டுப்படாததா? அப்படியானால் அவை பற்றி பேராசிரியர் சற்று விளக்கினால் நல்லது.

பே.அ: ஆத்திகர் சொல்லுவது போல ஆண்டவர் எதையும் எவ்விடத்தும் எச்சமயத்திலும் செய்யும் சர்வ ஆற்றல் உள்ளவர் என்றால் செயல் வடிவில் அது நிகழ்கின்றபோதுதான்

சரியானதெனக் கருத முடியும். அது உண்மையல்ல என்பதால் சர்வ சக்தியும், சர்வ ஞானமும் அடிப்பட்டுப் போகின்றன.

செல்வா: இந்த இடத்தில் காலம் இடம் பற்றி விளக்கம் கேட்பதால் அதனுள்ளும் சஞ்சரிக்கலாம், சுவாரசியமாகச் சஞ் சரிக்கலாம்.

மாரி: காலம் என்றால் என்ன?

பே.அ.: காலை நேரம் என்கிறோம், மாலை நேரம் என்கிறோம், இரவு நேரம் என்கிறோம். இது நம்மைச் சுற்றியுள்ள இயற்கையின் இயக்கத்தை அசைவை வசதிக்காக இப்படிப் பெயரிட்டு செல்லுகிறோம். எனினும் துல்லியமாகச் சொல்ல வேண்டும் என்றால் கடிகாரத்தில் வினாடி நிமிடம் மணி என வைத்து நாம் அதை ஓட்டி செயல்படுகிறோம். இதுவும் மனிதனின் வசதிக்காக செய்யப்பட்டுள்ள ஏற்பாடுதான். காலத்தையும் அளக்கிறோம், வருடத்தையும் கணக்கு வைக்கிறோம். ஆனால் காலம் என்பது மனிதனின் ஏற்பாடு அல்ல. காலம் மனிதனுக்கு முன்னாலேயே இருக்கிறது. உடமை உருவாவதற்கு முன்னாலேயே காலம் இருக்கிறது.

செல்வா: புரியவில்லை

பே.அ: இந்தப் பிரபஞ்சம் இருக்கிறதல்லவா? இந்தப் பிரபஞ்சம் இயங்குகிறது அல்லவா? பகல், இரவு உட்பட சூரியன், நட்சத்திரங்கள் உட்பட, கிரகங்கள் இயங்குகின்றன அல்லவா? அந்த இயக்கத்தை அளக்கும் வேலையைத்தான் மனிதன் செய்கிறான்.

பாலா: அது சரி! நம் வசதிக்காகக் காலத்தைக் கணக்கிடுகிறோம். நாம் ஒரு குறிப்பிட்ட காலத்தைக் குறிப்பிடாதபோது அந்தக்காலம் என்பது உண்டா?

பே.அ: நல்ல கேள்வி, பிரபஞ்சத்தின் இயக்கம் உண்டு. ஆனால் கிறிஸ்துவர் பிறப்பதற்கு முன்தான், புத்தர் வாழ்ந்தார் என்று குறிப்பிடுவது நாம் வைத்துக்கொண்ட கணக்குப்படிதான். ஆகவே மனித வாழ்வில் காலம் என்பது சார்புடையது. ஒரு நிகழ்வைக் குறித்தால்தான் காலம் தெரியும். ஆனால் பிரபஞ்சம் இயங்கிக்கொண்டே இருக்கிறது.

மாரி: அப்படியானால் பிரபஞ்சம் எப்போது தோன்றியது?

பே.அ: பிரபஞ்சம் தோன்றவில்லை. அது நித்தியமானது, காலமும் தோன்றவில்லை, இயக்கமும் நித்தியமானது.

காலம் என்பது பிரபஞ்ச நோக்கில் நித்திய தன்மை கொண்டது. மனிதர்கள் நோக்கில் சார்புத் தன்மை கொண்டது.

பாலா: *காலத்தைப் பற்றி நீங்கள் சொல்லுகிற விளக்கம் புதுமையாக இருக்கிறது. மனிதனைப் பொறுத்தவரை காலம் என்பது சார்புடையது.*

கடந்த காலம், நிகழ்காலம், எதிர்காலம் எல்லாம் சார்பு நிலையுடையது. நிகழ்வுகளோடு ஒப்பிட்டால்தான், விளைவுகளோடு ஒப்பிட்டால்தான் காலம் கிடைக்கிறது. இந்த ஏற்பாடு இல்லையென்றால் மனிதன் காலத்தை எப்படி வெல்ல முடியும். (காரியங்களும், காலமும் நித்தியமானது, பிரபஞ்சமும் நித்தியமானது)

செல்வா: *இடம் பற்றி சொன்னீர்களே அது பற்றி விளக்கவும்*

பே.அ: *சடப்பொருளால்தான் இடம் அல்லது வெளி உருவாகிறது. நாம் ஏற்கெனவே இது பற்றி பேசியுள்ளோம்.*

மாரி: *அய்யா, விளக்க வேண்டும். விவாதிக்க விவாதிக்க புதுமையாக இருக்கிறது.*

பே.அ: *ஒரு அட்டைப்பெட்டியை எடுத்துக்கொள்ளுங்கள். அதைத் தரையில் வைக்கிறீர்கள். அதன் உயரம், அகலம் ஓர் இடத்தை அடைத்துக்கொள்ளுகிறது. அப்போதுதான் ஓர் இடமே உருவாகிறது. ஒரு சடப்பொருள் எங்கிருந்தாலும் அது ஒரு இடத்தை அடைத்துக் கொள்ளும். சடப்பொருள் முப்பரிமாணம் கொண்டது. இடம் அல்லது வெளி என்பது சடப்பொருளின் இருப்பைக் குறிப்பது. சடப்பொருள் என்றாலே இடத்தை ஆக்கிரமிக்கும் வெளி என்பதுதான்.*

பாலா: *அய்யா நீங்கள் ஒரு வெளியை அடைத்துக்கொண்டு உட்கார்ந்திருக்கிறீர். நான் இங்கே அமர்ந்து சொண்டு ஒரு வெளியை அடைத்துக்கொண்டிருக்கிறேன். நமக்கு இடையில் இடைவெளி இருக்கிறது. இந்த இடைவெளியில் சடப்பொருள் இல்லையே, இதற்கு என்ன சொல்லுகிறீர்?*

பே.ரா: *நீங்கள் சொல்லும்போதே என்னையும், உங்களையும், அதாவது இரண்டு சடப்பொருள்களை ஒப்பிட்டதால்தான் வந்தது. ஆகவே அந்த தூரம் கூட உங்களையும் என்னையும் சார்பு படுத்தியதால்தான் தூரம் என அறிய முடிகிறது. இரண்டு சடப்பொருளை ஒப்பிடாமல் போனால் தூரம் என்பதை எப்படி குறிக்க முடியும்? அதோடு உங்களுக்கும் எனக்கும் உள்ள இடைவெளியில் காற்று உண்டு. தூசி போன்றவை இடத்தை*

அடைத்துக்கொண்டு இருக்கினறன. எந்த இடைவெளியும் வெறுமையாக இல்லை. எதுவும் அணுக்களால் நிரம்பியதே. நிலம், நீர், மண், காற்று போன்றவை இட இருப்பில்தான் இருக்கின்றன.

தூரம் பற்றி கொஞ்சம் பேசுவோம், அந்த விளக்குக் கம்பம், இந்த விளக்குக் கம்பம் - இடையில் தூரம் உருவாகிறது. இரண்டு கம்பங்களே இல்லாதபோது எப்படி தூரம் பற்றி வரையறை செய்ய முடியும். வெறும் டேப் வைத்து தரையில் அளந்தாலும் அந்த டேப் முனைக்கும், இந்த டேப் முனைக்கும் இடையில் உள்ள தூரம் எனவருகிறது. சென்னையிலிருந்து ஆக்ரா எவ்வளவு தூரம் என சொல்ல முடியும். ஆக்ராவையும் சென்னையையும் ஒப்பிட்டால்தான் தூரம் காண முடியும். எனவே தூரமும் சார்புடையதுதான். தூரம் கூட வேகத்துக்கு வேகம் மாறக்கூடியது.

சென்னையிலிருந்து ஒருவர் பேருந்தில் விழுப்புரம் போகிறார். அவருக்கு மூன்று மணி நேரம் ஆகிறது. மற்ற ஒருவர் எக்ஸ்பிரஸ் ரயிலில் போகிறார். அவருக்கு இரண்டு மணி நேரம் ஆகிறது. எனவே ஒருவருக்கு விழுப்புரம் மூன்று மணி நேரப் பயணம் இன்னொருவனுக்கு இரண்டு மணி நேரப் பயணம். நாம் நமக்கு வழியாக அளவீட்டை தயாரித்து அந்த அடிப்படையில் சென்னையிலிருந்து 100 கிலோ மீட்டர் என வைத்துக்கொள்வோம். ஆனால் வேகம் அதை வித்தியாசப்படுத்தி விடுகிறது. நடந்துபோனால் மூன்று நாள் ஆகும். ஆக தூரம் என்பது கூட சார்பு நில உடையதுதான்.

ஆக காலம், வெளி, தூரம் என்பது மனிதனைப் பொருத்தமட்டில் சார்பு நிலையுடையதே. ஆனால் சடப் பொருளை விட்டு அவற்றை நீக்கி விட முடியாது. ஆண்டவன் சடப்பொருள் அற்ற மகா சக்தி என்று சூத்திரர்கள் சொல்லுவதால் ஆண்டவனுக்கு வெளியில் காலத்தில், தூரத்தில் இடமில்லை. பின் அவர் வேறு எங்கு இருப்பார்?

(சபை கலைகிறது. மறுநாள் மாலை 6 மணிக்கு சந்திப்பதாக கலைகிறார்கள்.)

புத்தமதத்தின் பயணம்

(சொன்னபடி அடுத்தநாள் மாலை 6 மணிக்கு கூடி விட்டார்கள்.)

புத்த நெறியிலிருந்து பிரிந்த ஒன்றான மஹாயானம் நாத்திக வாதத்தை எப்படிப் பேசுகிறது என்பது பற்றி நாம் உரையாடுவோம் என்றார் பேராசிரியர் அருணா.

மகாயான நூலை நாகார்ஜீனர் எழுதினார் என்று கூறப்படுகிறது. அந்த நூல் சிறியது எனினும், அதன் பெயர் நீளமானது. ‘கடவுள் உலகைப் படைத்தார் என்பதற்கும் விஷ்ணுதான் உலகம் முழுமையும் உருவாக்கிய ஒரே கடவுள் என்ற கருத்துக்கு மறுப்பு’- என்று தலைப்பு

பாலா: அது என்ன விஷ்ணு என்று தலைப்பில் வருகிறது. வைணவ மதத்துக்கு எதிரான நோக்கமா?

பே.அ: அப்படி அல்ல. அன்றையக் காலகட்டத்தில் உலகைப் படைத்த ஒருவர் என்பதைப் பொதுவாகக் குறிக்க அந்தப் பெயர் சொல்லப்படுவது உண்டு. அதன் அடிப்படையில் ‘விஷ்ணு’ என்று குறிப்பிடப்பட்டுள்ளது.

‘கடவுள், படைப்பாளி’- என்று ஆத்திகர்கள் வாதிடுகிறார்கள். கடவுள் ஏற்கெனவே இல்லாத ஒன்றைத் தனது தெய்வீக ஆற்றலால் புதிதாகப் படைத்தார் என ஆத்திகர்கள் வாதிடலாம். ஆனால் இல்லாத ஒன்றை உருவாக்க முடியாது. ஏதுமற்றதிலிருந்து எதுவும் உருவாக முடியாது. இருப்பதிலேயே கூட அவரால் ஏதும் செய்ய இயலாது. மணலைப் பிழிந்து எண்ணெய் எடுக்க முடியுமா? பாறாங்கல்லிலிருந்து கம்பளி உருவாக்க முடியுமா?

ஏற்கெனவே மண்ணும் இருப்பது, எண்ணெயும் இருப்பது; கல்லும் இருப்பது, கம்பளியும் இருப்பது. இவையாவும் அவரால் உருவாக்கப்பட்டது என்றால் ஏன் மண்ணிலிருந்து எண்ணெயை, கல்லிலிருந்து கம்பளியை உருவாக்க முடியவில்லை - முடியாது. ஆகவே அவரால் இல்லாததிலிருந்து எதையும் உருவாக்க முடியாது. இருப்பதிலிருந்தே நாம் உருவாக்க முடியவில்லை.

மேலும் ஆத்திகர் வைக்கும் ‘வாதம்’ ஏற்கெனவே உலகில் உள்ள எல்லாவற்றையும் அவர்தான் படைத்தார். அவர் படைப்பாளி என்கிறார்கள். மகாயானவாதிகள் கேட்டது. தனக்கு அப்பால் ஒன்றைப் படைத்தார்? என்றால் எப்போது படைத்தார். தான் தோன்றிய பின்னர் உருவாக்கினாரா? அல்லது தான் தோன்றுவதற்கு முன்னாலேயே படைத்தாரா? தானே பிறவாதபோது அவர் தனக்கு புறத்தே ஒன்றைத் தோற்றுவிக்க முடியாது. மகப்பேறு இல்லாத பெண்ணின் மகன் தானே பிறந்திராத போது அவன் எப்படி மண்வெட்டி எடுத்து மண்ணைத்தோண்ட முடியும்? அதே போன்று ஆண்டவனும் தானே தோன்றாதபோது தனக்கு முன்னால் எதையும் எப்படிப் படைக்க முடியும்?

செல்வா: ஆண்டவன் தோன்றியபின் இவற்றைத் தோற்றுவித்தான் எனச் சொல்லலாமே!

பே.அ: அப்படியானால் ஆண்டவன் எங்கிருந்து வந்தார். தன்னிலிருந்தே தோன்றினாரா? அல்லது தனக்குப் புறத்தே இருந்த பிறிதொன்றிலிருந்து தோன்றினாரா? இதற்கு பதில் என்ன?

அவன் அவனிலிருந்தே உருவாகியிருக்க முடியாது. படைப்பு போன்ற செய்கை அவன் ஒருவனுக்குப்பொருந்தாது. ஒரு தகப்பன் தானே தனக்கு மகனாக ஆக முடியுமா? ஒரு கூரிய கத்தி தன்னைத்தானே அறுத்துக்கொள்ள முடியுமா?

செல்வா: கடவுள் பிறிதொன்றிலிருந்து வந்தார் என்று வைத்துக்கொள்ளலாமே.

பே.அ: அதுவும் சரிபடாது. ஆத்திகர் வாதப்படி கடவுள் தோன்றுவதற்கு முன்னால் எதுவுமே கிடையாது அல்லவா! செல்வாவின் கேள்விப்படி ஏதோ ஒன்றிலிருந்து எல்லாம்வல்ல இறைவன் வந்தான் என்றால் எல்லாம் வல்லவனுக்கு முன்னால் ஏதோ ஒன்று இருந்திருக்க வேண்டும். அது எங்கிருந்து வந்திருக்க வேண்டும்? அதைப்படைத்தது எந்த சக்தி என்று கேட்கப்படுமே. அதற்கு பதிலென்ன? இவ்வளவு வாதமும் மன்னர் நாகர்ஜுனரின் வாதம்தான். புத்தரை ஆசானாக ஏற்றுக் கொண்டவரின் வாதம்தான்.

ஆனாலும் இவர் புத்தரின் அற்புத தத்துவ விசாரணையை வேறு விதமாக வியாக்கியானம் செய்து தவறு செய்து விட்டார் என்றே சொல்லலாம்.

நாகார்ஜுனரின் வாதமான முரண்பாட்டு விதி (புத்தரின் ஒப்பற்ற இயக்க இயல் வாதம்) இருப்பு, இன்மை என்கிற கோட்பாட்டை சூன்யத்துக்குள் தள்ளி விடுகிறது. மாயாஜாலம் போல அவர் காட்டுகிறார்.

செல்வா: புரியவில்லை விளக்கமாகச் சொல்லவும்

பே.அ: இருப்பையும், இன்மையையும், இருளையும், ஒளியையும் ஒன்றோடொன்று தொடர்பற்ற தனித்துவமான கருதுகோளாக நாகார்ஜுனர் பார்க்கிறார்.

மாரி: அய்யா, மேலும் புரியும்படி சொல்லுங்கள். நாங்கள் மற்றவர்களிடம் இதைப் புரியும்படி சொல்லவேண்டுமல்லவா?

பே.அ: பொருள்கள் இயங்கிக்கொண்டே இருக்கின்றன. மாறிக்கொண்டே இருக்கின்றன. இயற்கையின் அற்புத சாதனை இதுதான். எந்த ஒன்றும் வினாடிக்கு வினாடி மாறிக்கொண்டு இருக்கிறது. நம் உடம்புங்கூட வினாடிக்கு வினாடி மாறிக்கொண்டே இருக்கிறது.

பழைய நிலை (இன்மை, மறுக்கப்பட்டு புதிய நிலைக்கு மாறுகிறது (இருப்பு)

பழைய நிலை (இன்மை) மறுக்கப்பட்டு புதிய நிலை (இருப்பு) தோன்றுகிறது. இவ்வாறு ஒரு நிலை மறுக்கப்பட்டு இன்னொரு நிலை தோன்றும். இந்த நிகழ்ச்சிப்போக்கு இயற்கையிலும், சமுதாயத்திலும் இடைவிடாமல் நடைபெற்று வருகிறது. பழையது (இன்மை) மறுக்கப்பட்டு புதியது, (இருப்பு) தோன்றுகிறது. இந்தப் புதியது மறுக்கப்பட்டு மீண்டும் புதியது. இப்படி புதியது தோன்றுகிறபோது, பழைய போக்கை நிராகரிப்பதில்லை. பழையதின் சிறப்பான சாராம்சத்தை உட்கொண்டு புதியது தோன்றுகிறது. இந்த ஒவ்வொரு மறுப்பும் அடுத்த கட்ட வளர்ச்சியை ஏற்படுத்துகிறது. திரும்பத்திரும்ப ஒரே விதமான நிகழ்ச்சியல்ல. மேல்மட்டத்தை நோக்கியே வளர்ச்சிப்போக்கு.

நாகார்ஜுனர் இந்த இருப்பையும், இன்மையையும் எதிரெதிரே நிறுத்தி இருட்டும் தேவை, ஒளியும் தேவை. இருப்பும் தேவை. இருள் ஒளியை நீக்கும். ஒளி இருளை நீக்கும் - இரண்டுமே வாழ்க்கைக்குத் தேவை. இவை இயற்கைக்குத் தேவை; சமுதாயத்துக்குத்தேவை.

இங்குதான் பவுத்தத்தை விஷமாய் எதிர்த்த ஆதி சங்கரரின் நினைவு வருகிறது. உலகையே பொய், மாயை என்றார்.

நாகார்ஜுனர் சூனியவாதம் பேசினார்.

எல்லாம் வினாடிக்கு வினாடி மாறிக்கொண்டே இருக்கின்றன. மறைந்துகொண்டே இருக்கின்றன. இது ஒரு மாயாஜாலம், சூன்யம் என்ற வியாக்கியானம் செய்தார்.

எதிர்மறை, உடன்பாடு நல்லது, கெட்டது, உயரம், குள்ளம் - இப்படி மாறுபட்ட இரண்டும் இருந்தே ஆகவேண்டும். அதன் மூலம்தான் வளர்ச்சி என்பது.

நாகார்ஜுனன் என்னதான் நாத்திகம் பேசினாலும், அதை இன்றைய நாத்திகர்கள் பொருள்முதல்வாதிகள் ஏற்கமுடியாது.

நமது உடலில் ஒவ்வொரு வினாடியும் பழைய செல் அழிந்து புதிய செல் உருவாகின்றன. அந்த புதிய செல் கெட்டு பழைய செல்லாக மாறி மீண்டும் புதிய செல் நுழைந்து அதைக் கழிக்கின்றன. இந்தப் புதிய - பழைய செல்களின் மோதல் நடந்துதான் தீரும். அதுதான் வாழ்வு. ஒவ்வொரு வினாடியும் கெட்ட கரியமில வாயுவை வெளியேற்றி, புதிய ஆக்சிஜனை சுவாசிக்கிறோம். இது உள்ளே நுழைய அது வெளியேறுகிறது. வளர்ச்சியின் அவசியம் இது. தவிர்க்க முடியாதது.

வினாடிக்கு வினாடிஎல்லாம் மாறிக்கொண்டே இருப்பதால், மறைந்து கொண்டே இருப்பதால் இந்த இரண்டும் வெறும் சூன்யமே என்கிறார். இந்தப் போராட்டமே வெறும் சூன்யமாக இருப்பதால் கடவுள் அதைப் படைத்திருக்க முடியாது என்கிறார் நாகார்ஜுனர்.

ஆனால் இன்றைய நவீன விஞ்ஞானிகள் பொருள்முதல்வாதிகள் நாகார்ஜுனரின் கூற்றை ஏற்பதில்லை. உலக வரலாற்றில் நேர்மறையான இயக்கவியலைப்பற்றிய தருக்க முறையை மகான் புத்தர்தான் முதன் முதலாக நமக்குக் காட்டினார். புத்தருக்குப் பின் சில தலைமுறை தாண்டி கிரேக்க தத்துவ ஞானியாகிய ஹெராக்ளிடசின் கருத்து உலகின் கவனத்தை ஈர்த்தது.

இது பற்றி எங்கல்ஸ் கூற்றை கவனியுங்கள்.

'இவ்வாறு நாம் கிரேக்க தத்துவத்தின் புகழ் பெற்ற மூலவர்களுடைய ஆய்வுமுறைக்கு மீண்டும் திரும்பியுள்ளோம். இயற்கையில் உள்ள நுண்ணியது முதல், ஆகப்பெரியது வரையிலான அனைத்தின் இருப்பும்... எதில் அடங்கியுள்ளது எனில் அது தோன்றுவதும், மறைவதுமான முடிவற்ற ஓய்வற்ற இயக்கத்திலும் மாற்றதிலுமே என்கிறார் எங்கல்ஸ். ஒரு பொருள் முதல்வாதி ஒரு பருப்பொருளை இப்படித்தான் கணிக்க முடியும்.

(விவாதத்துக்கு இடையில்) மழை பெய்ய ஆரம்பித்ததால் நாளை மாலை ஆறு மணி அளவில் கூட உறுதிபடுத்தப்பட்டு கூட்டம் கலைந்தது.)

5

புத்தெழுச்சி புத்த மதம் சாதித்த சமணமதம்

(பேராசிரியர் அருணா மறுநாள் சற்று காலதாமதமாக வந்தார். ஆகவே மாணவர்களிடம் அதற்காக வருத்தம் தெரிவித்து பேச ஆரம்பித்தார்.)

"நேற்று மாகாயானம் பற்றி நாம் பேசியதிலிருந்து தங்களுக்கு ஏதேனும் ஐயமுண்டா" எனக் கேட்டார்!

பாலா: *புத்த தத்துவம் ஆரம்ப காலத்தில் மறுப்புத் தத்துவமாக பிராதனப் பொருள் முதல்வாதத் தத்துவமாக இருந்தது எப்படி மறுபிறப்பு உண்டு என்று ஏற்றுக்கொண்டது? மனிதனின் ஆன்மா, மனிதன் இறந்துவிட்டாலும் மறுபிறவி எடுக்கும் என்று சொன்னது முரணாக உள்ளதே!*

பே.அ: *உண்மைதான். பிற்காலத்தில் அக்கொள்கையைப் பின்பற்றியவர்கள் செய்த குளறுபடி*

மனிதனில் ஆன்மா என்ற அம்சம் நிலையானது அல்ல. அது மரணத்தையும் மீறி நிலைத்திருப்பது அல்ல. அது ஒரு உடலிலிருந்து இன்னொரு உடலுக்கு போகிறது என்பதும் இல்லை என்பதில் புத்தர் உறுதியாக நின்றார்.

மீண்டும் அவரின் தத்துவம் பற்றி சுருக்கமாகச் சொல்லுகிறேன். பிரபஞ்சத்தின் சர்வ சாராம்சங்களும் விடாமல் மாறிக்கொண்டிருக்கின்றன. தோன்றிக்கொண்டும் அழிந்துக்கொண்டும் இருக்கின்றன. இந்த நிகழ்ச்சிப்போக்கு காரண, காரிய விதிகளுக்கு உட்பட்டது. இந்த விதிகளுக்கு மேலான எந்த விதியும் இல்லை.

ஆன்மீகமானாலும் பௌதிகமானாலும் நிலையான எந்தப்பொருளும் இல்லையென்றார். இன்னொரு வகையில் சொல்வதென்றால் பொருளியல், கருத்தியல் எந்த அடிப்படை அம்சங்களையும் நிரந்தரமானவை என்று அவர் ஏற்கவில்லை.

புத்தரைப் பின்பற்றி பின்னால்வந்தவர்கள் செய்த சில

சேர்க்கைகள் முரண்பாடாக உள்ளன. மறுபிறப்பு போன்றவற்றை சேர்த்தார்கள். புத்த தத்துவ போதகர் கௌதம புத்தரும், ஜைனதத்துவ போதகர். வர்த்தமான் மஹாவீரரும் சமகாலத்தவர்கள். ஆனால் மஹாவீரர் புத்தரை விட மூத்தவர். 2,500 ஆண்டுகளுக்கு முன்னால் வாழ்ந்தவர்கள். பிராமண மத ஆதிக்கத்தை எதிர்த்து எழுந்தவை. இரண்டுமே கடவுள் இருப்பை மறுத்தவை.

மாரி: அய்யா, சமண தத்துவம் பற்றி தாங்கள் தொடரலாமே நாம் புத்தத்திலிருந்து பிரிந்த ஒன்றான மகாயானம் கூறும் நாத்திக தத்துவம் பற்றி பேசினோம்.

பே.அ.: புத்தரே நேரடியாக நாத்திகவாதம் பற்றி எப்படி தர்க்கித்தார் எனப் பார்ப்போம். பிறகு சமணம் பற்றி பேசுவோம்.

புத்தரின் போதனைகள் அபித பிடகம், விநய பிடகம், சுத்த பிடகம் என மூன்று தொகுப்புகளாக அவருடைய சீடர்களால் முறைப்படுத்தப்பட்டன. இந்தப் பிடகங்கள் கி.மு. 80ல்தான் எழுத்து வடிவம் பெற்றன. பிரபஞ்சத்தின் தோற்றம், உலகில் பரவிக் கிடக்கும் சடப் பொருள், மனிதனின் உணர்வு இவைகளுக்கான தொடர்புகள் பற்றி தெளிவு கிடைக்கத்தான் கவுதம புத்தர் வீட்டை விட்டு வெளியேறினார். ஆனால் அவர் வெளி உலகில், ஆண்டான், அடிமை ஓலம், வருணாசிரமத்தின் வன்கொடுமைகளைக் கண்டு கொதித்துப் போனார். மனிதர்களின் இந்தத் துயரங்களுக்கு முடிவு கட்ட முடியுமா? என்ற தேடலில் இறங்கினார். அவர் கனவில் கண்ட மெய்ஞானம் என்பது இதற்கான விடையே.

துக்க நிவாரண மார்க்கம் என்பதில் இவர் கண்டது...

நற்காட்சி, நற்கருத்து, நற்செய்கை, நல் வாய்மை, நற்செயல், நல்வாழ்க்கை, நன் முயற்சி, நல் விழிப்புணர்வு, நல் அமைதி எனும் எட்டு வித மனித ஒழுக்கங்கள், திட்டவட்டமான நடைமுறை வாழ்க்கை சம்பந்தமானவை. ஆனாலும் இதற்குள் வேத மதத்தின் வேள்வி முறைகள், வருணாசிரமம் ஆகியவற்றுக்குக் கடும் எதிர்ப்பு இருந்தன. இவையாவும் இவ்வுலகம் இகலோகம் சம்பந்தமான சமூகப் பிரச்சனைகள் இந்த முயற்சியில் புத்தருக்குக் கடவுள் தேவைப்படவில்லை.

கடவுள் மறுப்பு பற்றிய வாதத்தில் புத்தரின் பகுத்தறிவு சம்பந்தமான வாதங்களைப் பார்க்க முடியும். அவரின் கடவுள் மறுப்பு பகுத்தறிவு வாதங்கள் ஒரு புதிய சமூகக் கட்டமைப்பை உருவாக்குவதாக இருந்தன என்பதைக் காணலாம். புத்தரின்

உரையாடல் அடங்கிய ஒரு நூல், தீவிக்க சுத்தம் என்பது. அதில் அவர் கேட்கும் கேள்வி ஒன்று.

பிரம்மா என்று கூறும் ஒன்றை பிராமணர்களில் யாராவது ஒருவர் நேருக்கு நேர் கண்டதுண்டா எனக் கேட்கிறார். யாராவது கண்டதாகச் சொல்லியுள்ளார்களா? அவர்கள் யாரும் அப்படி கண்டதாகச் சொல்லவில்லை என்று கூறிவிட்டு அடுத்து ஒரு கேள்வி தொடுக்கிறார்.

தாங்கள் எதைப் பார்க்க வில்லையோ, காணவில்லையோ அறியவில்லையோ அதோடு இணைத்து அதோடு ஒன்றுபடுகிற மார்க்கத்தை மட்டும் தங்களால் காட்ட முடியும் என்கிறார்களே இது முட்டாள்தனம் இல்லையா எனக் கேட்கிறார். புலன்களால் அறியப்படாத அந்த ஒன்றுடன் எப்படி ஒன்றுபட முடியும் எனக் கேட்கிறார். அந்த அறிவு பூர்வமான கேள்வியுடன் ஆண்டவனின் இருப்பை சந்தேகத்துக்கு உட்படுத்துகிறார்.

அக்காலத்தில் கடவுள் பற்றிய பகுத்தறிவு ரீதியான கேள்விகள் தொடுத்ததை கிரேக்கத்தின் அரிஸ்டாட்டிலிடம் காண்கிறோம். இந்தியாவில் அதைவிட அதிகமாகவே வாதப் பிரதிவாதங்கள் நடந்துள்ளன.

இந்த உலகம் கடவுளால் படைக்கப்பட்டது. படைக்கப்படாமல் அது எப்படி தோன்றியிருக்கும்? இது ஆத்திகவாதிகள் கேட்கும் கேள்வி.

இதற்கு புத்தர் தரும் பதில்

இந்த உலகமானது ஈஸ்வர தேவனால் படைக்கப்பட்டது என்றால் இங்கே இளமையோ, மூப்போ, துவக்கமோ, அதற்கடுத்ததோ, பிறப்பின் ஐந்து வழிகளோ, பிறந்து விட்டால் அப்படியே துன்பம் அல்லது பேரிடர் போன்றவையோ நடக்கக் கூடாது; நல்லது கெட்டது இருக்கக்கூடாது. அனைவரது சுத்தமான மற்றும் அசுத்தமான செயல்கள் எல்லாம் ஈஸ்வர தேவனிடமிருந்தல்லவா வந்திருக்க வேண்டும்?

உலகைப் படைத்தது கடவுள் என்றால் இங்குள்ள குறைகளைப் படைத்தவர் அவரே என்றாகிறது. குறைகளைப் பிறப்பிக்கிறவர் எப்படி முழுநிறைக் கடவுளாக இருக்க முடியும்? ஆகவே இவை உலகில் எவராலும் படைக்கப்பட்டதல்ல.

உலகைப் படைத்தவர் கடவுள் என்று நிறையபேர் சொல்லுகிறபோது அது எப்படி தவறாக இருக்க முடியும் என்ற வாதம் வைக்கப்பட்டது அதற்கு புத்தர் தரும் பதில்.

உலகைப் படைத்தவர் ஈஸ்வர தேவன் என்றால் - ஆண்டவனே படைத்தார் என்றால் இந்த விஷயத்தில் சந்தேகமே வரக்கூடாது. தந்தையைப் பற்றி மகன் சந்தேகப்படுவதில்லை. மரியாதையே செய்கிறான். கொடும் பேரழிவுகள் காரணமாய் துயரங்கள் வரும்போது அவரை எதிர்த்துப் பேசக்கூடாது. மாறாக சுய இருப்பாளர் என்ற வகையில் அவரைப் பெரிதும் போற்ற வேண்டும். அப்படியே ஒரு கடவுளை விட்டுவிட்டு பல கடவுளர்களைப் போற்றக்கூடாது.

கடவுள் இருக்கிறார் என்று பலரும் நம்புகிறார்களே என்று கேட்டால். அப்படியும் சிலர் மறுக்கிறார்களே. அது எப்படி, எப்படியும் கடவுள் உண்டு என்றால் அவர் பற்றிய சந்தேகமே ஒருவருக்கும் வரக்கூடாது அல்லவா? தனக்கு ஒரு தந்தை உண்டு என்பது பற்றி எந்த மகனுக்காவது சந்தேகம் வரலாமா? ஆனால் பெரும் துன்பம் ஏற்பட்டால் கடவுளே நீ இருக்கிறாயா என்று கேட்கிறார்களே! கடவுள் இருப்பு நிச்சயமானது என்றால் பேரழிவுக்காகவும் அவரைப் போற்ற வேண்டுமல்லவா? வேத மதத்தில் இவ்வாறு கடவுள்கள் இருக்கிறார்களே, படைப்பு வேலையை இத்தனை கடவுள்களும் சேர்ந்து செய்கின்றன என்றால் அந்த வேலைகள் அப்படி சிக்கலானதா அல்லது கடவுள் தன்மை அப்படி கையாலாகாத்தனமா? ஏகக் கடவுள் வழிப்பாட்டை கொண்டு வர முடியாத நிலையில் அந்த ஏகக் கடவுளே உலகைப் படைத்தார் எனச் சொல்லுவது அர்த்தமற்றது.

இப்படி அவர் பதில் சொன்னாலும் இந்த உலகைப் படைத்தவர் கடவுள்தான், கடவுள்தான் என்று சொல்லிக் கொண்டே இருந்தார்கள் ஆத்திகர்கள். உடனே புத்தர் மறு கேள்வி தொடுத்தார்.

அப்படியானால் அந்தக் கடவுளைப் படைத்தவர் யார் என்று கேட்டார். அதற்கு வேத வாதிகள் சொன்னது. கடவுள் வேறு யாராலும் சிருஷ்டிக்கப்படாத சுயம்பு - சுய இருப்பாளர் என்று பதில் சொன்னார்கள். இதில் உள்ள முரண்பாட்டை சுட்டிக் காட்டினார் புத்தர்.

ஈஸ்வரனே சிருஷ்டி கர்த்தர் என்றால் அவரை சுய இருப்பாளர் என்று அழைக்கக்கூடாது. காரணம் அவர் இப்போது மட்டுமல்ல எப்போதும் சிருஷ்டி கர்த்தர். எப்போதும் சிருஷ்டி கர்த்தர் என்றால் அவர் எப்போதும் சுய நினைப்புள்ளவராகிறார். ஆகவே அவர் சுய நிலையுள்ளவராக இருக்க மாட்டார். சுய இருப்பு என்றால் எதிலும் சாராத சகலத்திலிருந்தும் விடுபட்ட இருப்பு.

சிருஷ்டி கர்த்தர் என்றால் எதைப் படைப்பது, எதற்காகப் படைப்பது எப்படி படைப்பது என்ற நினைப்பு உள்ளூர ஓட ஆரம்பித்துவிடுகிறது. அது விருப்பு வெறுப்புக்கு இடம் தரும் நிலை. இது சகலத்தையும் தாண்டிய நிலை ஆகாது. இது சுய இருப்பு ஆகாது. ஆக, சுய இருப்பு என்றால் சிருஷ்டி கர்த்தர் இல்லை. அப்படியென்றால் அவரின் தேவையே இல்லை. அவரே இல்லை என்றார்.

நாத்திகவாதிகள் கடவுள் எந்த நோக்கத்துடன் உலகைப் படைத்தார் என்று கேட்டார்கள். அதற்கு ஆத்திகவாதிகள் சொன்ன பதில் அப்படியெல்லாம் அவருக்கு எந்த நோக்கமும் இல்லை என்றார்கள்.

இதற்கு புத்தர் சொன்னது:

எந்த ஒரு நோக்கமும் இன்றி இறைவன் இவ்வுலகைப் படைத்தார் என்றால் அவர் பால் குடிக்கும் பச்சை குழந்தையாய் இருக்க வேண்டும். நித்தியமான ஒரு நோக்கத்தோடு படைத்தார் என்றால் அவர் எப்படி சுய இருப்பாளராக இருப்பார் என்று கேட்டார்.

வாழும் உயிர்களிலெல்லாம் தூக்கமும் இன்பமும் உள்ளது. அவர்தான் இவற்றுக்குக் காரணம் என்றால் அவர் தன்னுள்ளேயே அன்பையும், வெறுப்பையும் கொண்டிருக்கிறார் என்பதாகும். அப்படிப் பட்டவரை சுய இருப்பாளர் என்று அழைக்க முடியாது.

எல்லாம் அவன் செயல்; உலகின் சகல இயக்கத்துக்கும் மக்களின் சகல செயல்பாடுகளுக்கும் கடவுளே காரண கர்த்தர் என்றும் சொன்னார்கள் வேதவாதிகள். இது பற்றி புத்தர் சொன்னது.

செயல்களெல்லாம் ஈஸ்வரனின் செயல்கள் என்றால், ஈஸ்வரனின் சிருஷ்டியே என்றால் பிறகு நல்லறத்தைக் கடைபிடிப்பதால் என்ன பயன்? நல்லது செய்வது கெடுதல் செய்வது எல்லாம் ஒன்றுதான். கடவுள் விதித்த விதியாகும். ஊழ்வினை என்பதாகும். மனித முயற்சி கேள்விக் குறியாக்கப்படுகிறது. இது பற்றியும் புத்தர் பேசியுள்ளார்.

சகலமும் இறைவனின் செயல் என்பது மனிதப் பிறவிகளை அர்த்தமற்றதாக்குகிறது. நல்லது, கெட்டது என்ற வித்தியாசத்துக்கே இடமில்லாமல் போகும்போது நல்லறம் ஒழுக்கம் பற்றிய வரையறைகள் தேவையில்லாமல் போகின்றன. அப்படிப்பட்ட ஒரு சமூக அமைப்பை மாந்தர்கள் ஏற்கத் தயாரா என்று கேட்காமல்

கேட்டு மனித முயற்சியை முன்னிறுத்துகிறார். எட்டு ஒழுக்க விதிகளை முன்மொழிந்தவருக்கு கடவுளின் நிர்ணயவாதமோ, விதிக் கோட்பாடோ ஏதுவாக இல்லை.

கடவுள் இல்லை என்றால் ஜீவராசிகளுக்கு வேறு என்ன காரணம் கற்பிப்பது? அதிலும் மனித உயிர்கள் என்பவை எவ்வளவு உன்னதமானது. அவற்றுக்கு வேறு என்ன காரணம் கற்பிப்பது? என்று வேதவாதிகள் மடக்குகிறார்கள்.

புத்தர் இதற்கும் சொன்ன பதில்.

கடவுள் படைக்கவில்லை என்றால் சகல உயிர்களும் படைக்கப்படாதவையே. அவரைத் தாண்டி வேறொரு காரணமும் உள்ளது என்றால் ஈஸ்வரன் இந்த விவாதத்திலிருந்து வெளியேற்றப்படுகிறார்.

உயிர்கள் என்றாலே அயல் சக்தியால் படைக்கப்பட்டிருக்க வேண்டும் என்று ஏன் கருத வேண்டும். சடப் பொருளாலான இந்த உலகு படைக்கப்படாதது என்றால் அதில் பிறந்த உயிர்களும் படைக்கப்படாதவையே. அவற்றின் படைப்புக்கும் ஒரு காரணகர்த்தா தேவையில்லை. வேறுகாரணம் தேட ஆரம்பித்தாலே கடவுள் என்பவர் தேவையில்லாமல் போகிறார். விவாதத்திலிருந்து அவரை விலக்கிவிட வேண்டியதுதான். 2500 ஆண்டுகளுக்கு முன்பு இப்படி ஒரு நுணுக்கமான தத்துவவாதம் நடத்தியுள்ளார்.

சமணம்கூட ஆன்மா கோட்பாட்டை மையமாகக் கொண்டது. அதைக் கொண்டு மறு பிறவி. ஊழ்வினை என்று தழுவியது புத்தமோ, ஆத்மாவை அப்புறப்படுத்தும்படி பரமாத்வாவையும் புறம் தள்ளியது. இந்தியத் துணைக் கண்டத்தின் சிந்தனை மரபில் உயர்நிலை சித்தாந்தம் இது.

கந்த சம்யுக்தம் மற்றும் மகா வக்கம் எனும் படைப்புகளில் உள்ள புத்தரின் வாக்குகள்:

பிட்சுக்களே, சடப் பொருளான உடல் அனாத்மா (ஆத்மா அற்றது) தெய்வீகம் அற்றது? உடல் ஆத்மாவாக இருந்திருக்குமாயின் அது நோய் முதலிய தொந்தரவுகளைத் தருவதாக இருக்காது. என் உடல் இப்படியாக ஆகட்டும் என்று சொல்ல முடிந்திருக்கும். ஆனால் உடல் அனாத்மாவாக இருக்கிறது. அதனால்தான் அது தொந்தரவு தருகிறது. நிலையான ஆத்மா எனப்படுவது உடலுக்குள் இருந்திருந்தால் அதுதான் வசிக்கும் உடலை தனக்கு ஏதுவாக, வசதியாக வைத்திருக்க வேண்டியது தானே! எதற்கு இந்த உடலுக்கு நோய் வருகிறது? மூப்பு வருகிறது. மரணம் வருகிறது. இதிலிருந்து இந்த

உடலுக்கு நிலையான ஆத்மா இல்லை என்பது நிச்சயமாகிறது என்றார். மேலும் கவனியுங்கள் அநாத பண்டிதரோடு நடந்த உரையாடலில் அவர் கூறியது:

நீங்கள் அகம் என்பதே சிருஷ்டி கர்த்தர் என்பீர்களேயானால் நிச்சயம் அகம் இவற்றை இனிமையானதாக ஆக்கியிருக்க வேண்டும். அகமே சிருஷ்டி கர்த்தர் என்று கூறினால் குறைந்தபட்சம் தீய கருமம் என்பதாவது இருக்கக்கூடாது. ஒரு புறம் பரமாத்மா, ஆத்மா என்பதைப் படுசுத்தமான முழுநிறை விஷயங்களை சொன்னார்கள் வேதவாதிகள். மறுபுறம் துன்பம் ஆகிய யதார்த்தங்களுக்கு விளக்கம் சொல்ல முடியாமல் திணறினார்கள். வாழ்க்கை துக்கங்களில் இருப்பதால் நிலையான ஆன்மா, உன்னதமான ஆன்மா என்பது இருக்க முடியாது என்பதை சுட்டிக் காட்டினார் புத்தர். அறிவியல் காணாத அந்தக் காலத்தில் சமூகவியலைக் கொண்டே மெய்ஞ்ஞானத்தை மகா சிந்தனைவாதியாக புத்தர் விளங்கினார்.

“மலிந்த பங்கம்“ எனப்படுவது புத்த பிட்சு நாக சேனருக்கும் கிரேக்க மன்னன் மலிந்தருக்கும் இடையே நடந்த உரையாடல் காலம் கி.மு. 125-95. தனது குரு புத்தரைப் பின்பற்றி ஆத்மா மறுப்பை நாகசேனர் அதில் பதிவு செய்கிறார்.

ஆத்மா என்று ஏதும் தனித்து இல்லை என்றால் சடப் பொருளான உடலானது உயிர், உணர்வு எனும் நிலையை எப்படி பெற்றது எனும் கேள்வி எழுந்தது.

அதன் தனித்துவமான அர்த்தத்தில் ஆன்மா என்று ஏதுமில்லை. தேர் எனும் வார்த்தையின் பொருள் அதற்கான பகுதிகள் எல்லாம் சேர்ந்த ஒரு முழுமைக்கே உரியது. அவ்வாறே பகுதிகள் ஒன்றுபட்டு நிற்கும்போது அதற்கு வாழும் உயிர் என்கிற வார்த்தை மூலம் பயன்படுத்துகிறோம் என்றார் நாகசேனர்.

ஆதி நாத்திகவாதிகளான லோகாய வாதிகள் கூட இதற்கான பதிலை ஏற்கெனவே சொல்லி வைத்தார்கள்.

உயிர், உணர்வு என்ற நிலை சடப் பொருள்களின் ஒரு வித சேர்க்கையின் விளைவு. மறுபிறப்பு என்ற வார்த்தை புத்த தத்துவத்தில் வந்தாலும் அது மறுபிறவி, ஆன்மா ஒரு உடலைவிட்டு வேறு ஒரு உடலுக்கு பாய்கிறது என்ற அர்த்தத்திலோ, இறந்தவரே மீண்டும் பிறக்கிறார் என்ற பொருளிலோ புத்தர் பேசவில்லை.

இடம் பெறுவதற்கான ஆன்மா என்பது இல்லை. குணம் என்பதே தொடர்கிறது. இயற்கையான காரணங்களைக் கொண்ட ஒரு சங்கிலியால் அடுத்தடுத்த உயிர்கள் பிணைக்கப்பட்டிருக்கின்றன

என்று சொல்லப்படுகிறது. ஆக இதன் பொருள் அடுத்தடுத்த தலைமுறைகளிடையே தொடரக்கூடிய குண விஷேசமாகும். ஒரு பிறவியின் செயல்பாடுகளின் விளைவு அந்தத் தனிமனிதப் பிறவியோடு முடிந்து விடுவதில்லை. அதன் வாரிசுகள் மூலம் அது ஏதோ ஒரு வகையில் தொடர்கிறது என்பதையே மறுபிறப்பு என்கிறது அவரின் தத்துவம்.

ஆனால் இரண்டாம் நூற்றாண்டில் வந்த மகாயானம் புத்தரின் பகுத்தறிவுக்கு துரோகம் செய்துவிட்டது. ஆனால் ஹீனயானம், தேரவாதம் பிரிவினர் மகாயானத்தின் திரிபைக் கடுமையாக எதிர்த்தார்கள். புத்தரது போதனையின் உயிர்ச் சத்தைக் காத்து நிற்க முயன்றார்கள். முடியவில்லை.

எனினும் மகாயான புத்தமே இந்திய துணைக் கண்டத்தின் வடக்கு, திபெத், மங்கோலியா, சீனா, கொரியா, ஜப்பான் இலங்கை போன்ற பகுதிகளில் பரவியது. கடவுள் இல்லையன்று சொன்னவர் கடவுளாக்கப்பட்டார். பூஜை புனஸ்காரங்கள் செய்கிற சடங்காச்சாரங்கள் மண்டின. இதை விமர்ச்சித்தால் புத்தமத வாதிகள் என்ன சொல்லுகிறார்கள். பிச்சு கங்ரக்ஷிதா என்ன சொல்லுகிறார்.

கடவுள் அற்ற மதத்தில் ஒருவரைக் கடவுளாக்குவது என்பது அர்த்தமற்றது. ஆனால் புத்தரானவர் முழு முதன்மை பெற்ற மனிதர். அவர் கடவுளைவிட உயர்ந்தவர். கடவுளைவிட அதிகமாக மதிக்கப்படுகிறார். பிரபஞ்சத்தின் மிக உன்னத உயிரான அவருக்கு எட்ட வேண்டிய வேறு எந்த உயர்நிலையும் கிடையாது.

புத்தர் சத்தியத்தைக் கண்டு விட்டதாக பௌத்தர்கள் நம்புவதால், அதன் அடையாளமாக அவர் மாறிவிட்டதால் அந்த முழுநிறை உண்மையானவர் புத்தராக மட்டுமல்லாது சான்யதா, தத்ஹதா எனும் வார்த்தைகளாலும் விளக்கப்பட்டார். இவ்வார்த்தைகளை சொன்ன பிறகு மேலும் ஒரு கருத்து அவரைப் பற்றி சேர்க்கப்பட்டுள்ளது. அவரின் பெருமையை, கீர்த்தியை அவர் கொள்கைக்கு நேரானது, எதிரானது. அதே நேரத்தில் புத்தரை பக்தியோடு வணங்குவது என்பது கடவுள் உள்ள மதங்களில் சிருஷ்டி கர்த்தா எனும் வகையில் அவரை வணங்குவதற்கு இணையானதாகும் என்று சொன்ன அபத்தம்தான்.

சடங்காச்சாரங்களைக் கொண்டுள்ள மதத்தில் வெகுகாலம் வரை ஒரு கடவுள் இல்லாமல் இருக்க முடியாது என்பது புத்த

மதத்திலும் நடந்துவிட்டது. கடவுள் எதிர்ப்பு இயக்கம் மிக மிகக் கடுமையானது போலும்..

சமணத்தின் பயணம்

பே.அ: சரி, தொடரலாம். மாபெரும் ஆசானாகிய மகாவீரர் அந்த இயக்கத்தின் கடைசி தீர்த்தங்கரர். சமண மரபின்படி அதன் தோற்றம் அறுதியிடப்படவும், நம்பவும் முடியாத ஆதிகாலத்தது. உயிருள்ளவைகளும், உயிரற்றவைகளும் நிரந்தரமானது. இரண்டும் சுதந்திரமாக நிலை பெற்றுள்ளன. ஆனால் இரண்டும் ஒன்றோடு ஒன்று தொடர்பு உள்ளவை. ஒவ்வொரு உயிரும் ஓர் ஆன்மாவாகும். ஆனால் ஆன்மா உயிரற்ற பொருட்களுடன்தான் வாழ முடியும். ஆகவே உயிரை அல்லது ஆன்மாவைப் புரிந்து கொள்ள வேண்டுமானால் உயிரற்ற பொருட்களுடன் பொருத்தி அதனைப் பரிசோதிக்க வேண்டும். அதே போல் உயிருடன் அல்லது ஆன்மாவுடன் பொருத்திப் பார்க்கிறபோதுதான் உயிரற்ற பொருட்களையும் சரியாகப் புரிந்து கொள்ள முடியும்.

உயிர் அல்லது ஆன்மாவைப் பொருட்களுடன் பொருத்தியே சமண தத்துவம் விளக்குகிறது. இதுபோன்ற ஏராளமான கருத்துக்கள் சமண- ஜைன அமைப்பில் கலந்துள்ளன.

தர்மம், அதர்மம், நல்லொழுக்கம், தீயொழுக்கம், களங்கப்படுத்துதல் போன்றவையும் தத்துவத்தில் விளக்கப்பட்டுள்ளன.

ஆன்மா அல்லாதவற்றுள் ஆன்மா எவ்வாறு மாட்டிக்கொள்கிறது. என்பதையும் அதிலிருந்து விடுவித்துக் கொள்ளுவது எங்ஙனம் என்பதையும் விளக்குவதற்காக இவையனைத்தும் கற்பிக்கப்பட்டன.

சமண மதத்தில் மகாவீரர், கடைசி தீர்த்தங்கரர் என்று சொன்னேன். அதாவது 24வது தீர்த்தங்கரர். இவருக்கு முன்னால் 23, தீர்த்தங்கரர்கள் வாழ்ந்து சமணத்தை வழி நடத்தியிருக்கிறார்கள்.

மகாவீரருக்கு முன் வாழ்ந்த 23வது தீர்த்தங்கரர் பெயர் பார்சுவநாதர் என்று சொல்லப்படுகிறது. இவரும் ஒரு சரித்திர மகான் என்று வர்ணிக்கப்படுகிறார்.

கடைசியான 24வது - தீர்த்தங்கரர், மகாவீரர் ராஜ குடும்பத்தைச் சேர்ந்தவர். பீகார் மாநிலம், வைசாலிக்கு அருகே பிறந்தவர்.

வேத மதத்தை எதிர்த்துக் கிளம்பியவர். தனது முப்பதாவது வயதிலேயே குடும்பத்தைத் துறந்து வந்துவிட்டவர்.

பன்னிரண்டு ஆண்டு காலம் மெய்ஞானம் தேடி அலைந்தவர். மேலும் முப்பதாண்டு காலம் ஊர் ஊராகத் தன்னுடைய கோட்பாட்டை பிரச்சாரம் செய்தவர். பீகாரில் கி.மு.527ல் பாவா எனும் ஊரில் மாண்டு போனார்.

பாலா: அய்யா சமணமும் பௌத்தம் போல் இரண்டாகப் பிளந்ததா?

பே.ஆ: ஆம். பிளந்தது. சங்கம் என செயல்பாட்டுக்கான அமைப்பு உருவானாலும் அது திகம்பரர்கள், ஸ்வேதாம்பரர்கள் எனப் பிளந்தது. ஆயினும் கோட்பாட்டளவில் பெரும் வித்தியாசம் இல்லை என்று சொல்லப்படுகிறது.

சமணத்தத்துவம் ஸ்ரீ உமாஸ்வாதி ஆச்சாரியார் என்பவர் எழுதிய நூலில் விளக்கப்பட்டுள்ளது. அந்த நூலின் பெயர் தர்வார்த்த தாதிகாம சூத்திரம் என்பது. இதில் நாம் ஏற்கெனவே பேசியதுபோல எல்லாவற்றையும் ஜீவன், அஜீவன்-உயிருள்ள பொருள், உயிரற்ற பொருள் எனப் பிரித்துப் பார்த்தது.

ஜீவனர்களும் திரவியங்களே. இவை இயல்பிலேயே நிரந்தரமானவை. காலம் என்பதோடு சேகரித்து இவை பிரபஞ் சத்தின் நிரந்தரக் கூறுகளாக உள்ளன. ஜீவன் எனும் உயிருக்கும், அதாவது ஆத்மாவுக்கும் அஜீவன் எனும் சடப்பொருளுக்கும் அதாவது உடலுக்கும் தொடர்பு ஏற்படுத்த கடவுள் எனும் தேவை இருப்பதாகச் சமணம் ஏற்கவில்லை. இந்தக்கொள்கை வேதமதத்துக்கு எதிரானது.

ஆன்மா, சடப்பொருள் இரண்டுமே அநாதியானவை. கூடுவதும் விலகுவதும் இவற்றின் இயல்பு. இந்த இரண்டையும் இணைக்க, பிரிக்க இவற்றுக்கு அப்பால் ஒரு சக்தி தேவையில்லை. அதாவது கடவுள் தேவையில்லை என்கிறது சமணம்.

கடவுள் இல்லை என்று செப்பும் சமணத்தில் ஆத்மா (ஆன்மா) உண்டு அது மறு பிறப்பு அடைகிறது. ஆன்மாவின் இயங்கு நிலைக்கு அதன் முன் பிறப்பில் செய்த கருமங்களே காரணம் என்கிறது. அதாவது ஊழ்வினைக் கோட்பாட்டை ஏற்கிறது. அதாவது தர்மபலன் என்கிறது. ஆன்மாக்கள் அவற்றின் பிறப்பிடத்தைக் கொண்டு நான்கு வரிசைகளாகப் பிரிக்கப்பட்டன.

நாக சுதி, விலங்கு சுதி, மனித சுதி, தேவ சுதி. அவரவரின் வினைப்பயனுக்கு ஏற்ற வகையில் பிறவி, ஜென்மம் கிடைக்கும் போலும். தேவசுதி என்பது கடவுளுக்கு ஈடான சுதி அல்ல. மனிதப் பிறவியில் சற்று மேலான சுதி. அந்த தேவ சுதியை

அடைவது முக்தியல்ல! முக்தி அடைவது மனிதரால் மட்டுமே முடியும் என்கிறது. பிறவி சுழற்சியில் மனித சுதியில்தான் அதை அடைய முடியும் என்கிறது சமணம். அந்த வகையில் அது தேவர்களிலும் உயர்வானவர்களாக மனிதர்களை நோக்கியது. காரணம் மனிதர்கள்தாம் பிறப்பறுக்கும் வேலையைச் சுத்தமான ஆன்மாவை அடையும் வேலையை உணர்வுபூர்வமாகச் செய்வார்கள் என்றது. தேவர்களுக்கு அந்த ஆற்றல் இல்லை என்கிறது. இதன்படி தேவர்கள் எனப்பட்ட வேதக் கடவுள்களைச் சமணம் தாழ்த்தியது.

சமண நூலான திருக்குறளில் பல இடங்களில் வானுலக தேவர்களை இகழ்வதையும், மனிதர்கள் தேவர்களைவிட உயர்ந்த நிலையை அடைய முடியும் எனப் பல இடங்களில் குறிப்பிட்டுள்ளதையும் காணலாம்.

சமணம் யாகத்தை எதிர்த்தது. கொல்லாமையை ஆதரித்தது. வருணா சிரமத்தையும் மறுத்தது. வேத மதத்தின் அன்றைய சூழலில் இவை மாற்றாகச் சீர்திருத்தமாகக் கருதப்பட்டது. யாகங்களை, பலியிடுவதை விரும்பும் வேதக் கடவுளர்களை இழிவாகக் கருதியது. இதன் காரணமாகவே பிராமணர்கள் இதிகாசங்கங்களில் வரும் வேதக் கடவுளர்களை விட கிருஷ்ண அவதாரங்களை முன்நிறுத்தினார்கள்.

ரோமிலா தாபர் போன்ற வரலாற்றாசிரியர்கள் கிருஷ்ணன், ராமன் போன்ற மன்னர்களை விஷ்ணு அவதாரங்களாக இதிகாசங்களில் சித்திரித்திருப்பது கூட இடைச்செருகல்களாக இருக்கலாம் என்கிறார். கடவுளை நிராகரித்த தேவர்களைத் தாழ்த்திய சமணம் பின்னாளில் கடவுள்களையும் தேவதைகளையும் ஏற்றுக் கொண்டது.

மகாவீரரையே, அந்த தீர்த்தங்கரரையே, அந்த வழிகாட்டியையே தெய்வமாக்கி விட்டார்கள். மரியாதைக்குரிய பிரார்த்தனைகள் செய்ய ஆரம்பித்துவிட்டார்கள். காரணம் யாது?

சமணத்தின் தாக்கம் படிந்துள்ள தடயங்களின் செழுமைப்படுத்தப்பட்ட வடிவிலான விக்கிரக ஆராதனை கோயில்கள் கட்டுதல் என்றும் துவக்கப்பட்டுவிட்டன. இந்தியாவில் கர்ப்பகிருகத்தில் மூலவர் எனும் பெரும் சிலைகளைக் கொண்ட பெரும் கோயில்களைக் கட்டியது முதலில் சமணமே. தீர்த்தங்கரர்களின் உருவச் சிலைகளும் அவர்களின் துணைவர்கள் என்று தேவர்களும் தேவதைகளும் அந்தக் கோயில்களில் இடம் பெற்றுள்ளன அவற்றுக்கான ஆராதனைகளும் வழிபாடுகளும், சடங்குகளும் ஆரம்பமாயின. யாகம், பலியிடுதல் என நடத்திய

வேத மதம் கூட இதைத்தான் பின்னர் அப்படியே பின்பற்றியது. காப்பியடித்ததும் இது பொதுமக்களை ஈர்த்தது. இதைக்கண்ட சமணமதம், கடவுளை மறுத்த மதம், நடைமுறை ரீதியாகப் பல கடவுளர்களைக் கொண்ட மதமாகிப்போனது. வெகுநேரம் ஆகிவிட்டது. இரவு பத்து மணி ஆகிவிட்டதால் நாளை மாலை கூடுவோம். மேற்கொண்டு இது பற்றி விவாதிப்போம்.

6
புத்தமதம், சமண மதம் ஏன் தாக்குப்பிடிக்க முடியவில்லை?

(பேராசிரியர் **அருணா** மாணவர்கள் **பாலா, மாரி, செல்வா** ஆகியோர் முன்தின முடிவின்படி மாலை 5 மணிக்கே கூடி விட்டார்கள். நேற்று சமண மதம் பற்றிப் பேசியதை பேராசிரியர் மாணவர்களுக்கு நினைவுபடுத்தினார்.)

பே.அ: மாணவர்களே பண்டைய காலத்திலேயே ஏசுநாதர் பிறப்பதற்கு முன்னாலேயே இந்தியாவில் புத்தமதமும் சமணமதமும் எப்படி ஓங்கி வளர்ந்தன; இரண்டு மதமும் கடவுள் மறுப்பு தத்துவத்தில் எவ்வளவு உறுதியாக இருந்தன; பின் எப்படி தளர்ந்தன என்றும் பார்த்தோம்.

பாலா: அய்யா ஏன் இரண்டு மதமும் கொள்கையில் தளர்ந்தன என்பது பற்றி சற்று விளக்கினால் நல்லது.

பே.அ: ஆம் சரியானது. அவை இரண்டும் எப்படி தளர்ந்தன. வீழ்ந்தன என்பது பற்றி பார்ப்போம்.

பொதுவாகக் கடவுள் மறுப்பு மதங்கள் மக்கள் ஆதரவுடன்தான் நிற்க முடியும். ஆனால் மன்னர்கள் எந்த மதத்தைத் தழுவினார்களோ ஆதரித்தார்களோ அந்த மதம்தான் நிலைத்திருக்க முடியும். இதில் வேதமதமும், கடவுள் மறுப்பு மதமும் போட்டிப்போட்டுக்கொண்டு மன்னர்களின் ஆதரவைப் பெறுவதில் முயன்றன. மன்னர்களின் ஆதரவைப் பெற முடியாத மதங்கள் பல கொடுமைகளுக்கு ஆட்பட்டன.

வேதமதத்தை அதாவது பிராமண மதத்தை எதிர்த்தே புத்த மதம் வந்தது என்பதை நாம்அறிவோம்.

எந்த வகையில் பிராமணிய மதத்தை எதிர்த்தார்கள்.

1) வேத மதம் தெய்வங்களின் வெளிப்பாடு என்பதைக் கண்மூடித்தனமாக ஏற்றுக்கொள்வதை புத்தமதம் மறுத்தது.

2) இந்த உலகைப் படைத்தவன் கடவுள் என்பதை புத்தம் ஏற்கவில்லை.

3) வேதமதத்தின் சடங்குகளை புத்தம் ஏற்கவில்லை. புனித நீராடல், உடம்பில் மதச் சின்னங்களை பூசுதல், விரதம் இருப்பது, போன்ற பிராமணிய சடங்குகளை புத்தம் ஏற்கவில்லை.

4) கொடுமையிலும் கொடுமையான பிராமணியக் கொள்கையான தீண்டாத சாதிய வித்தியாசத்தை புத்தம் ஏற்கவில்லை.

5) தீவிர விரதம்! நோன்பு போன்றவைகளைக் கடைப்பிடித்து உடம்பைத் துன்புறுத்திக்கொள்வதை பவுத்தம் நிராகரித்தது.

இவ்வளவுக் கறாராக இருந்த புத்த மதம் இரண்டாகப் பிரிந்த பிறகு - மகாயானம், ஹீனயானம் என்று பிரிந்த பிறகு புத்தரையே கடவுளாக தரிசிக்கும் நிலைப்பாடுகளை எடுத்தன. அதற்கான சடங்காச்சாரங்களையும் எடுத்தன.

'புத்தர் மாண்ட பிறகு அவருக்கு இறுதி சடங்குகள் நடத்தப்பட்டன. அவரது அஸ்தி பிரிக்கப்பட்டு எட்டு ஸ்தூபங்கள் எழுப்பப்பட்டன. ஸ்தூபிகள் பாதுகாத்து, பராமரித்து காக்கப்பட்டன. புத்தரின் மரணத்திற்குப் பிறகு நான்கு இடங்கள் புனிதமாகக் கருதப்பட்டன. அங்கெல்லாம் பிரார்த்தனை மண்டபங்களும் சைத்யங்களும், கட்டப்பட்டன.

அவர் பிறந்த இடம், லும்பினி. அவர் ஞானம் பெற்ற இடம் புத்தகயா, அவர் முதல் உபதேசம் செய்தது மான்பூங்கா. அவர் மரணமடைந்தது கசினார். இந்த நான்கு இடங்கள் புனிதத் தலங்களாகக் கருதப்பட்டன.'

புத்தரின் அஸ்தி புதைக்கப்பட்டு அதன் மீது எழுப்பப்பட்ட ஸ்தூபியை வணங்குவது என்று வந்து விட்ட பிறகு மெல்ல மெல்ல அவரது உருவத்தையே வணங்கும் பழக்கம் வந்து விட்டதில் ஏதும் ஆச்சரியம் இல்லை.

அசோக மன்னரும் கூட இதுபோன்ற ஸ்தூபிகளை உருவாக்கினார் என்பதை நாம்அறிவோம். இது மேலும் விரிந்து மட வளாகத்திலேயே ஸ்தூபிகள் அமைக்கப்பட்டு அவற்றை பிக்குகளும் வணங்க ஆரம்பித்தார்கள். இந்த விஷயத்தில் புத்தப் பிரிவினரிடையே, அதாவது ஹீனயான பிக்குக்களுக்கும், தேர வாதிகளான மகாயான பிக்குக்களுக்கும் வித்தியாசம் இல்லை. காரணம் மக்களை ஈர்க்க அந்த ஸ்தூபிகள் ஒரு குறியீடாக அமைந்தன.

பாலா: அய்யா ஸ்தூபியை வணங்குவதால் கடவுள் சிலையை பக்தியோடு வணங்குவதுபோல் ஆகிவிடுமா?

பே.அ: ஸ்தூபியை என்ன நோக்கி வணங்கப்படுகிறது புத்தரை எண்ணிதான் வணங்கப்படுகிறது. அதன் நீட்சி இப்போது புத்தர் சிலையையே வணங்குவதாக ஆகிவிட்டதல்லவா?

மாரி: தேசத் தலைவர்களை - தியாகிகளை வணங்குகிறோம். சிலை வைக்கிறோம். மரியாதை செலுத்துகிறோம் - அப்படி ஏன் இதை எடுத்துக்கொள்ளக்கூடாது?

பே.அ: தேசத்தலைவருக்கு சிலை அமைப்பதோடு நின்றுவிடவில்லை. தேசத் துரரோகிகளுக்குக் கூட இப்போது கோயில் கட்ட முயற்சிகள் நடக்கின்றன.

புத்தர் ஸ்தூபி வழிப்பாட்டில் பல சடங்குகள் நுழைந்து விட்டன. மலர் தூவுவது, வாசனை திரவியங்கள் தெளிப்பது, கொடிகள் கட்டுவது, பதாகைகள் தொங்கவிடுவது, இசை, நடனம், நாடகம் என நடத்துவது - இவையாவும் மக்களை ஈர்க்க எடுக்கப்படும் நடவடிக்கைகள். இயல்பாக சாதாரண மக்கள் அவரை தெய்வமாகக் கருதும் மனப்போக்குக்கு இழுத்துவிட்டது.

தேவி பிரசாத் சட்டோபாத்யாயா தான் எழுதிய இந்திய நாத்திகம் எனற நூலில் சுட்டிக்காட்டியதுபோல்,

'மஹாயான புத்தர்களின் கடவுளர் கூட்டத்தைக் காண விரும்பும் ஒருவர் அவர்களின் மடங்களுக்குள் போனால் அங்கே ஹெருகர்கள், ஹேவஜ்ரங்கர், தாரா தேவிகள் போன்றோருடன் எண்ணற்ற பேய்கள், பிசாசுகள், மனித தெய்வங்கள் ஆகியோரின் படங்களையும், உருவங்களையும் ஒரு சேரக் காணலாம்! அவற்றை கண்ணுறுகிற ஒருவர் இந்த மஹாயானத்தின் தத்துவ ஆசிரியர்கள் இதுபோன்ற மடங்களில் அமர்ந்து கொண்டனர். கடவுள் நம்பிக்கைக்கு எதிரான மிக விரிவான தருக்கக் கருத்துகளுக்கு வடிவம் தந்தவர்களே இவர்கள்தானே என வியக்கவும், ஐயுறவும் செய்தவர்கள் பவுத்தர்கள் மட்டுமா? அப்படி இல்லை, குறிப்பாக ஆதி மீமாம்சர்களும், சமணர்களும் எவ்வாறு தாங்கள் எழுப்பிய கடவுள் நம்பிக்கை எதிர்ப்புத் தத்துவக் கோட்டையின் முன் கதவை மட்டும் அந்த மூட நம்பிக்கை நுழையா வண்ணம் இறுகச் சாத்திவிட்டு அதற்கு மிகவும் நெருக்கமான எண்ணற்ற மூட நம்பிக்கைகளைப் பின்கதவு வழியே தாராளமாக நுழைய விட்டனர்'- என குறிப்பிட்டுள்ளார்.

செல்வா: பிராமணிய மதத்தை எந்த நோக்கில் எதிர்த்தார்களோ அதே நோக்கை இவர்களும் பின்பற்றினார்களா?

பே.அ: ஆம் அப்படித்தான் மாறிப்போனார்கள்.

போதி சத்துவர்கள் என்று புத்தருக்கு முந்திய ஞானிகள் பற்றி மகாயானம் புகழ்ந்து பெரிதுபடுத்திப் பேசியது. அவர்களைப் பற்றி கதைகள் உருவாக்கப்பட்டன. இதைக் குறிப்பிட வேண்டிய காரணம் அப்படிப் புனையப்பட்ட கதைகள் பிராமண மதத்தின் வழிபாடுகளுக்கும், புராணங்களுக்கும் நெருங்கி வந்தன என்பதுதான்.

புத்தரின் ஜாதகக் கதைகள் என்று அவரின் முன் ஜென்மக் கதைகளைப் புனைவு செய்தார்கள். புதுப்புது கதைகள் கட்டினார்கள். புராணங்கள் மலிந்தன. போதி சத்துவர்களை பிராமணிய புராணங்களில் உள்ளது போல் அவதார புருஷர்களாகச் சித்தரித்தார்கள். வேறு சில போதி சத்துவர்கள் புத்தருக்கு மேலான அதிசய சக்தி படைத்தவர்களாகச் சித்தரிக்கப்பட்டார்கள்.

மகாயான புத்தம் சில மந்திர ஒலிகளை முன் வைத்தது. 'தாரணி' எனும் அந்த ஒலிகள் மூலம் போதி சத்துவர்களை அது விவரித்தது.

செல்வா: அதனால் என்ன முக்கியத்துவம் அதற்கு உண்டு?

பே.அ: 'தாரணி' எனும் ஒலிகள் இந்து மதத்தில் ஒலிக்கும் 'ஓம்' என்பது அபார சக்தி கொண்டது என்று சொல்லப்பட்டதுபோல, தாரணி ஒலிகளுக்கும் உள்ள சக்தி நல்லதைப் பாதுகாக்கும்; தீயதை விரட்டுமாம். அதோடு நிற்கவில்லை. பிற்காலத்தில் தாரணி தாந்திரீக மந்திரங்களாகவும் சமர் நிலைகளை அடையவும் மகாயான பவுத்தர்களால் பயன்படுத்தப்பட்டது- எனவும் தெரிகிறது.

-இவ்வளவையும் ஜப்பானிய புத்த அறிஞர் ஹிரகவா அதிரா குறிப்பிட்டுள்ளதாக அருணன் எழுதிய கடவுளின் கதை இரண்டாம் பாகத்தில் எடுத்தாண்டுள்ளார்.

ஒரு ருசிகரமான தகவல், வடஇந்தியாவில் ஹர்ஷவர்தனன் என்னும் மன்னன் தான் மன்னனாகப் பதவி ஏற்கும் முன் கங்கைகரையில் உள்ள அவலோகிதேஸ்வரர் என்கிற போதி சத்துவரின் சிலையிடம் சென்று குறிகேட்டு பின்தான் பதவி ஏற்றாராம். அந்தச் சிலை அமானுஷ்ய அதிசயங்களைக் கொண்டதாம்.

இந்த மன்னன் ஹர்ஷவர்த்தனன் ஆண்ட கி.பி.ஏழாம் நூற்றாண்டில் பவுத்தம் மேலோங்கி நின்றதாம். காரணம் அந்த மன்னன் கன்னோக்கியைத் தலைநகராகக்கொண்ட கிட்டத்தட்ட வடபாரதம் முழுமையும் ஆண்டவன். ஒரு

சக்ரவர்த்தி உண்மையிலேயே ஹர்ஷன் காலத்தில் புத்தம் அதிகபட்சமாக பரவியது.

நாளந்தா மகாவிகாரைப் பராமரிக்க அதிகபட்சமாக மன்னன் செலவு செய்தான். கங்கை கரையில் நிறைய புத்த மடாலயங்களை நிறுவினான். ஹர்ஷன் சாம்ராஜ்யத்தில் ஏறக்குறைய 5000 புத்த மடாலயங்களும், பல புத்த கல்வி நிறுவனங்களும் இருந்ததாக சொல்லப்படுகிறது.

ஹர்ஷன் சீன யாத்திரி யுவான் சுவாங்குடன் நெருக்கமாக இருந்திருக்கிறார். அவரும் மகாயன பிரிவைச் சேர்ந்தவர். அசோகனுக்குப்பிறகு புத்த மதத்தைப் பரவச் செய்ததில் ஹர்ஷனுக்குப்பெரும் பங்கு உண்டு.

இதற்கு எதிராக சதி செய்த பிராமண மந்திரி ஹர்ஷனையே கொல்ல முயற்சித்தான். அவர்களை அரசன் தண்டித்தான்; கொன்றான். ஆனாலும் மற்ற 500 பிராமணர்களை ஏனோ நாடு கடத்தினான். ஏன் அவர்களைக் கொல்லவில்லை? இதற்கு அருணன் சொல்லும் காரணம்

கொலைகார வேலையில் பிராமணன் ஈடுபட்டாலும், அவனுக்கு மரண தண்டனை வழங்கக்கூடாது எனும் பிராமணிய சாஸ்திரங்களை புத்த சக்ரவர்த்தியும் கடைப்பிடித்தான் என்பது இங்கே வெளிப்படுகிறது என்கிறார்.

செல்வா: இப்படிக் கொடிகட்டிப் பறந்த மதம் ஏன் சரிந்தது?

பே.அ: புத்த மதத்தின் கீர்த்தி மங்கியதற்கு இஸ்லாமியர்களின் படையெடுப்பும் ஒரு காரணம். பிராமணிய மதத்தின் தாக்குதல்களும் காரணம். பிராமணிய தாக்குதல் என்பது கூட நேரடி தாக்குதல்களாகவும் இருந்தன; மறைமுகத் தாக்குதலாகவும் இருந்தது.

மறைமுகத் தாக்குதல் என்றால் புத்த மதத்துக்குள் நுழைந்து அதன் கொள்கையைத் தத்துவத்தை மெல்ல, மெல்ல, நீர்த்துப்போகச் செய்து பிராமணிய மதத்தின் கூறுகளை நுழைப்பதற்கு மகாயானம் மிக வசதியாக இருந்தது. புத்தரே விஷ்ணுவின் அவதாரம் என்று பிராமண மதம் பேசியது.

மேலும் ஒரு கொடுமை! புத்த மதத்தில் ஏற்கெனவே குறிப்பிட்டதுபோல் தாந்ரீக சடங்குகளும் ஆறு ஆச்சாரங்களும் மாகாயானத்தில் பெரும் பங்கு வகித்தன. தாந்ரீகம் மேலும் மாந்ரீகம், காமலீலைகள், மற்றும் ஏகாந்தவாதத் தத்துவம் எனும் கலவைகள் சேர்ந்து பல அருவருப்பான நடைமுறைகளும், கவர்ச்சியான

கற்சிலைகளும் பவுத்தத்தில் சேர்ந்தன. இவை சங்கத்தை அமைப்பு ரீதியாகவும், ஒழுக்க ரீதியாகவும் பாதித்தன.

மகாயானம் சில பிராமண ஞானிகளின் ஆதரவோடு வளர்ந்தெடுக்கப்பட்டது.

அஸ்வ கோசர், அர்கதர் ஆச்சாரிய ஜேத்ரி, ரத் வஜ்ரர், சம்கரானந்தர், தர்மகீர்த்தி ஆகியோர் புத்தமார்க்கத்தால் அல்லர்; பிராமணர்கள்.

இதோடு கி.பி இரண்டாம் நூற்றாண்டிலேயே நாகார்ஜுனர் மன்னர் புத்த தத்துவத்தையே சூனியவாதமாக்கிவிட்டார் என்பதும் நாம் அறிந்ததே.

இதோடு சில மன்னர்களின் எதிர்ப்பும் அடக்கு முறையும் சேர்ந்தே புத்தமதத்தின் வீழ்ச்சியை விரைவுபடுத்தியது.

உஜ்ஜயினியின் மன்னன் சுதவன் என்பான் குமரிலா என்பவனின் தூண்டுதலால் புத்த பிக்குகளைக் கொடுமை செய்தான்.

இந்தக் குமரிலர் யார்? ஒரு பிராமணன். கள்ளத்தனமாக நாளந்தாவில் உள்ள புத்தமடாலயத்தில் புகுந்து அவர்களோடு பழகி அவர்களின் சித்தாந்தங்களை கற்று ஒரு கட்டத்தில் வேஷம் தெரிந்துவிட அங்கிருந்து வெளியேறினான் என்று சொல்லப்படுகிறது.

புத்தமதத்தை ஒழிக்க குமரிலர் எடுத்த சூளுரை.

நாட்டில் வேதங்களைக் கடைபிடிப்போர் குறைந்து போய்விட்டனர். காரணம் புத்த மதத்தின் வீச்சு. எனவே இந்த புத்தர்களை வெல்லவேண்டும். வேதமமதத்தின் ஆதிக்கத்தை நிலை நாட்டவேண்டும். அந்த புத்தமத தலைவர்கள் தங்களின் சீடர்களுடன் சேர்ந்துகொண்டு மன்னர்களைத் தம் மதத்திற்கு மாற்றினார்கள். வேதங்களைப் புறம்தள்ளத் தூண்டினார்கள். வேதங்களில் முரண்பாடான போதனைகள் இருப்பதால், அவை அறிவுக்குப் பொருந்தாத தன்மையினால் அவற்றை மெய்யான புனித நூல்களாக ஏற்க முடியாது என்று நிலைநாட்ட அவர்கள் முயன்றார்கள். அவர்களின் இந்தத் தந்திர நடவடிக்கைகளை எதிர்க்கும் அளவிற்கு சக்திவாய்ந்த ஒருவரும் இல்லை. எனவே தத்துவ விவதாதங்களில் அவர்களோடு மோதினேன். ஆனால் தத்துவம் மற்றும் தர்க்க வாத முறையில் நான் நிபுணன் இல்லை என்பதால் அவர்களின் வாதங்களை என்னால் நிராகரிக்க முடியவில்லை. ஆகவே ஒரு புத்த மடாலயத்துக்குள் அவர்களைப் போலவே வேடமிட்டு ஒரு மாணவனாகப்போனேன் - இப்படியாக வர்ணிக்கிறார் குமரிலர்.

ஒரு கட்டத்தில் இவரின் வேஷம் தெரிய இவரை உயர்ந்த மாடியிலிருந்து வீசி எறிகிறார்கள். ஆனால் வேதம் மெய்யானால் புனித ஞானம் என்றால் என்னைக் கீழே தள்ளினாலும் பாதகம் வராது என்று நம்பினேன். ஆகவே நான் உயிர்தப்பினேன். எனக்கு ஒரு கண்ணும் போயிற்று. அவர்களை ஏமாற்றி புத்தமத நூல்களைக் கற்றேன். நான் பௌத்த ஆசிரியரை ஏமாற்றியது மோசமானதுதான். ஆனாலும் அவர்கள் தத்துவத்தைக் கற்றேன். பிறகு அவர்களைக் கூண்டோடு ஒழித்துக் கட்டினேன் என்கிறான்.

மாதவ வித்யாரணியர் என்பவர் எழுதிய சங்கர-திக்-விஜயம் எனும் சங்கரரின் வாழ்க்கை வரலாற்று நூலில் இப்படிக் குமரிலர் வாக்காக இது சுட்டிக்காட்டப்படுகிறது. இவர் சிருங்கேரி சங்கர மடத்தின் தலைவராகவும் இருந்துள்ளார்.

இந்தக் குமரிலர்தான் புத்தத்தை ஒழித்ததாகப் பெருமையோடு பேசியிருக்கிறார்.

உஜ்ஜயினியின் மன்னன் இதற்கு உடன்பட்டிருக்கிறான்.

உஜ்ஜயினி. மன்னனின் மைத்துனன் ஒருவன் புத்த பிக்குகளை கொடுமை செய்துள்ளான். அவர்களை வண்டியில் பூட்டி காதுகளில் கயிறைக் கட்டி மாடுகள் போல விரட்டி இருக்கிறான். சம்வாஹக் என்ற புத்த துறவியை சவுக்கால் அடித்துள்ளான்.

குமரிலர் நடத்திய புத்த எதிர்ப்பு இயக்கத்தை வெற்றிகரமாக மேலும் எடுத்துச் சென்றவர் சங்கரர்.

பாலா: குமரிலர் புத்த மதத்தினரை ஒழிக்க மன்னர்களை ஏவினார் என்பது இருக்கட்டும். அவர் புத்த மடாலயத்தில் அத்தத்துவத்தைக் கற்று வெளியே வந்து, பிறகு அதை மடக்கிப்போட ஏதேனும் தத்துவ விசாரணை நடத்தினாரா?

பே.அ: ஆம், நடத்தினார். ஆனால் தடாலடி விசாரணை நடத்தினார்.

குமரிலர் 'சுலோகவார்த்திகா' எனும் தர்க்கவாத நூல் இயற்றியுள்ளார். அதில் அர்த்தமற்ற வாதங்கள்தான் உள்ளன.

அவர் சொல்லுவதைக் கேளுங்கள்.

மனிதனால் படைக்கப்படாத ஒன்று, அதுவே அதன் உண்மைத் தன்மை என்கிறார்.

அப்படியானால் அது யாரால் படைக்கப்பட்டது? அது யாராலும் படைக்கப்படாதது! அதுவாகவே உருவாகியது. சுயம்புவாக உருவாகியது என்று அடித்து பேசுகிறார். நாம் எந்த நீதிமன்றத்துக்குப்போவது?

இதை ஏன் இவர் இப்படிச் சொல்கிறார். புத்த நூல்கள் மனிதர்களால் உருவாக்கப்பட்டவை. ஆகவே அதை எதிர்க்கவே அப்படிச் சொல்கிறார்.

மனிதனால் உருவாக்கப்பட்டவை என்பதாலேயே அது பொய்யாகிப்போய் விடுகிறது என்கிறார்.

அந்தப்பொய்த்தன்மை வேதங்களுக்குக் கிடையாது என்கிறார்.

குமரிலர் ஏன் புத்த சித்தாந்தத்துக்குள் ஆய்ந்து அதை பொய் சித்தாந்தம் என்று விசாரணை நடத்தவில்லை. அவரால் அது முடியாது. சித்தாந்தத்தை பொய் என நிரூபிக்க முடியாமல் தோற்றுப்போனவர் அவர்.

'அவர்கள் தத்துவம், தர்க்கவாத முறையில் நான் நிபுணன் இல்லை என்பதால் அவர்களது வாதங்களை என்னால் நிரூபிக்க முடியவில்லை'- என்றார்.

மேலும் கவனியுங்கள்! வேதங்கள் வேறு அமானுஷ்யத் தன்மையாலும் கூடப் படைக்க முடியாதவை. ஆதி, அந்தம் இல்லாதவை. வேதங்களின் சாசுவதத்தன்மை நிரூபிக்கப்பட்டவை என்கிறார். அதன் பொருள் அவை- வேதங்கள் ஒரு சர்வஞான படைப்பாளியால் உருவாக்கப்பட்டதோ என்ற ஊகத்துக்கு இங்கே இடமே இல்லை என்கிறார்.

'வேதங்களே கடவுள் அவையே என்றும் மாறா நித்திய உண்மை, அவன் சர்வஞானன்' என்பதெல்லாம் என்ன என்று கேட்டால் அதற்கு அவர் சொல்லும் பதில்

அவற்றை வெறும் புகழ்ச்சி உரையாக எடுத்துக்கொள்ள வேண்டும். மெய்ப்பொருளாக எடுத்துக்கொள்ள வேண்டாம்" என்கிறார்.

பிராமணிய வேதங்கள் பலரால் பல நூற்றாண்டுகளுக்கு முன்னால் வாய் வழியாக சொல்லப்பட்டு பின்னால் அவை தொகுக்கப்பட்டவை என்ற வரலாற்று உண்மையையே ஏற்க மறுக்கிறார் குமரிலர்.

குழியைத் தோண்டியதோடு, அக்குழியில் தள்ளிய கதையாக குமரிலர் சொல்வதைக் கேளுங்கள்.

புத்தர் சொன்னதாகச் சொல்லப்படும் தத்துவம் அவரால் சொல்லப்பட்டதாக இருக்கலாம். அல்லது மக்களை ஏமாற்றுவதற்காகக் கண்ணுக்குத் தெரியாத கெட்ட புத்தியுள்ள பிசாசுகளால் சொல்லப்பட்டதாகவும் இருக்கலாம் என்கிறார்.

இவ்வளவு விஷம் கக்கிய குமரிலர் உஜ்ஜயினியின் மன்னனை புத்த மத ஆதரவாளராக இருந்த அந்த சுதன்வன் என்பவனை தன் பக்கம் இழுத்ததோடு அவனைக்கொண்டு புத்த பிக்குகளை சூறையாடப்பட்டதையும் நாம் கண்டோம்.

மேலும் சில தகவல்களை காண்போம்.

சங்கரரின் சரிதத்தை எழுதிய சங்கர-திக்- விஜயத்தில் உள்ள ஆதாரம்.

புத்தமதத்தினருக்கும், வேத மதத்தினருக்கும் இடையில் தத்துவ விவாதம் நடந்தது. இதில் திருப்தியடையாத மன்னன் சுதன்வன் வேறொரு தந்திரமான சோதனை வைத்தான்.

அழுத்தமாக மூடியுள்ள ஒரு பானையைக் காட்டி இதன் உள்ளே என்ன இருக்கிறது என்று இருவரையும் கேட்டான் சரியாக சொல்லாதவர்கள் கொல்லப்படுவார்கள் என்றும் சொல்லி வைத்தான். இரு சாராரும் நாளை வந்து சொல்லுவதாக விடைபெற்று சென்றார்கள்.

அவ்வாறே மறுநாள் இரு சாராரும் வந்து பதில் சொன்னார்கள். புத்த மதத்தவர் பானைக்குள் பாம்பு இருப்பதாகச் சொன்னார்.

குமரிலரும் அவரோடு வந்த பிராமணர்களும் உள்ளே பாம்பு மட்டுமல்ல, அந்தப் பாம்பு மேல் விஷ்ணுவும் பள்ளி கொண்டிருப்பதாகச் சொன்னார்கள்.

மன்னன் சுதன்வனின் தீர்ப்பு என்ன? பானையைத் திறந்து காட்டிய மன்னன் சொன்னது!

பானையுள் போட்ட வெறும் பாம்பு எனக்கு இப்போது விஷ்ணுவாகத் தெரிகிறது என்று சொல்லிக் குமரிலரின் கூற்றுக்கு ஆதரவாக நின்றான். வரலாறு பூராவும் இப்படிப்பட்ட சூழ்ச்சிகள், அநியாயங்கள், வேதமதத்தார் நடத்தியிருக்கிறார்கள் என்பது வெள்ளிடைமலை. தீர்ப்புக்குப்பின்னர் மன்னன் சுதன்வன் என்ன செய்தான்?

வேதங்களைத் தாக்கிய, மற்றும் விமர்சித்த அனைவரையும் தனது நாட்டிலிருந்து விரட்டியடித்தான். தனது உத்திரவினை நிறைவேற்றாதவர் யாராக இருந்தாலும் கடும் தண்டனைக்கு ஆளாவார்கள் என்று பிரகடனம் செய்தான். அப்படியே தீர்த்தும் கட்டினான்.

குமரிலரால் மாற்றப்பட்ட மன்னன் இப்படியாக புத்த மதத்தாரை சமணர்களை விரட்டி தன் நாட்டை அவர்களின் அபாயங்களிலிருந்து காப்பாற்றினானாம்.

புத்த மதம் மக்களிடையே வேர்கொண்டு பலமாகப் பரவி வேத மதத்தாருக்குப் பெரும் தடையாக இருந்தது. செல்வாக்குக் குறைந்தது. ஆச்சாரங்களை, சடங்குகளை நடத்திக் கொடுக்க முடியவில்லை. ஆகவே புத்தர்கள் மீது சமணர்கள் மீது பலாத்காரங்கள் வீசப்பட்டன.

குமரிலரைத் தொடர்ந்து ஆதி சங்கரரும் புத்த மத எதிர்ப்பைத் தொடர்ந்து எடுத்துச் சென்றார்.

செல்வா: புத்தமதத்தை ஏன் வேத மதத்தினர் இவ்வளவு கடுமையாக எதிர்த்தார்கள்.

பே.அ: புத்த மதம், சமண மதம், நாத்திகக் கொள்கை கொண்டவை என்று நாம் அறிந்தோம். அது ஒரு முக்கிய காரணம்.

அதோடு சில சமூக பிரச்சினைகளும் அடிப்படையாக இருந்தன.

வேதமதம் சமூகத்தில் வருணாசிரமத்தை அடிப்படையாகக் கொண்டது. ஆனால் புத்த மதம் வருணாசிரம கட்டுமானத்தைக் கடுமையாக எதிர்த்தது. தன் மதத்தில் சாதி வேறுபாடு இல்லாது அனைவரையும் சேர்த்தது.

அதோடு புத்தமதம் தன் சங்கத்தில் பெண்களையும் சேர்த்தது. பெண்களும் துறவறம் கொள்ளலாம். ஆனால் வேதமதத்தில் பெண்களுக்கு சந்நியாசம் போக உரிமையில்லை.

பிறப்பின் அடிப்படையில் சமூக வேலைப் பிரிவு வேதமதத்தில் உண்டு. இதை எதிர்த்து, பிறப்பினால் யாவரும் ஒருவரே என்று கூறியதோடு வேலையின் அடிப்படையில் வேறு பிரிவினைகளை உருவாக்கியது. ஆனால் வேத மதத்துக்குப் பிறப்பு என்பதுதான் முக்கியம். அதனடிப்படையில்தான் மனிதர்களைத் தரம் பிரித்தது. ஆகவே தன்னுடைய அடிப்படை ஆதாரமே? சாதிகள் மீது கட்டப்பட்டிருப்பதை புத்தமதம் தகர்க்க வந்தால் எப்படி அனுமதிக்கும் வேதமதம்?

பாலா: அய்யா ஈஸ்வரனே சண்டாளர்வேடம் தரித்து சங்கரரை ஏகடியம் செய்தார் என்று சொல்லப்படுகிறதே, அது என்ன செய்தி?

பே.அ: ஆம், அது ஒரு செய்திதான். அப்படி ஒரு குறிப்பு, காட்சி பதிவு செய்யப்பட்டுள்ளது.

சங்கரரின் வரலாற்று நூலான சங்கர-திக்-விஜயத்தில் மனீஷா பஞ்சகம் என்ற தலைப்பில் காட்சிப்படுத்தப்பட்டுள்ளது.

வாரணாசியின் கங்கை கரை ஓரத்தில் சங்கரர் நடந்து செல்லும்போது அவர் எதிரே தீண்டத்தகாதவர் எதிரே வருகிறாராம். இதைக் கண்டு அசூயை அடைந்த சங்கரர் 'போய்விடு', 'தூரப்போ', 'தள்ளிப்போ' என்று அவர் சொன்னாராம். தொடுவதுதான் தீட்டு என்பதில்லை, பார்த்தாலே தீட்டு. பார்வை பட்டாலே தீட்டு.ஆகவேதான் பிரமத்தைத் தவிர மற்றதெல்லாம் பொய் என்று சொன்ன சங்கரர் சண்டாளரைக் கண்டதும் துடித்துப் போனார். அச்சச்சோ என்று அலறிவிட்டார். சண்டாளன் உருவத்தில் வந்த சிவன் கேட்கிறார்.

இருபிறப்பாளரில் சிறந்தவரே! உணவினால் உருவான உடலையா அல்லது உடலுக்குள் இருக்கும் ஆன்மாவையா? எதைத் தூரப்போகச் சொல்கிறீர்?"

சூரியன் கங்கை நீரிலும் பிரதிபலிக்கிறது, சண்டாளன் வீட்டின் சாக்கடை நீரிலும் பிரதிபலிக்கிறது. பொன் பாண்டத்திலும், மண்பாண்டத்திலும் உள்ள வெளியில் வேற்றுமை இருக்கிறதா? அவையெல்லாம், வித்தியாசங்கள் இல்லா சுபாவத்தை கொண்டிருக்கிறபோது, அளவில்லா பேரானந்தக் கடவுளான உள்ளார்ந்த ஆன்மாவில், இவன் பிராமணன் இவன் நாய் மாமிசம் உண்பவன் எனும் வேற்றுமை எங்கிருந்து வந்தது?

சண்டாளன் கேட்ட கேள்வியின் உட்பொருள் என்ன?

சங்கரரே, எல்லாம் பிரம்மம்தான் என்றால், எல்லாம் ஒன்றுதான் என்றால் அது இரண்டல்ல என்றால் பிராமணன்-சண்டாளன் என்ற இந்த வருணபேதம் ஏன்? எனக்குள் இருப்பதும் பிரம்மம்தான்; உங்களுக்குள் இருப்பதும் பிரம்மம்தான். ஏன் ச்சி, ச்சி என்கிறீர்? பிரம்மத்தை பிரம்மம் விரட்டுமா? - எனக் கேட்கிறார் சண்டாளர். இதுபற்றி தர்க்க இயலார் -ஆய்வாளர் அருணன் அனுமானிப்பது:

இப்படி ஒரு தத்துவப் பிரச்சினையை, சங்கரை இடிக்கிப்போட்டு மடக்கும் பிரச்சனையை யாரோ ஒரு புத்தமதத்தைச் சேர்ந்தவர்தான் கேட்டிருக்கவேண்டும். ஆனால் புத்த மதத்தைச் சேர்ந்தவர் அப்படிக் கேட்டு சங்கரரை மடக்கினார் என்று சொல்ல மனம் சகிக்காது, சிவன் சண்டாளர் வேடம் தரித்து வந்ததாகக் கயிறு திரித்திருக்கவேண்டும் - என்று யூகிக்கிறார்.

மாரி: சண்டாளரின் கேள்விக்கு சங்கரர் சொன்ன பதிலை இப்போதும் சிலர் சிலாகிக்கிறார்களே அது என்ன அப்படிப்பட்ட பதில்? சங்கரரைப் பெருமைப்படுத்துவதற்காகவே சண்டாளனை வைத்து ஒரு கேள்வி கேட்டு அதற்கு சங்கரர் ஒப்பற்ற பதிலைத்

தந்து அத்வைதத்தைத் தூக்கிப் பிடிக்க இந்த ஏற்பாடு என்று சொல்லலாமா?

பே.அ: சண்டாளருக்கு சங்கரர் சொன்ன பதில்.

விழிப்பிலும், கனவிலும், உறக்கத்திலும், எந்தத் தூய உணர்வு தெளிவாக வெளிப்படுகிறதோ, பிரபஞ்சத்தின் சாட்சியாக எது பிரம்மா முதல் எறும்பு வரை அனைத்து உடல்களிலும் ஊடுருவியுள்ளதோ அதுதான் (பிரம்மம்) என்று எவருக்கு உறுதியான ஞானம் இருக்கிறதோ அவர் சண்டாளனாக இருந்தாலும் சரி, பிராமணனாக இருந்தாலும் சரி அவரே என் குரு என்றாராம்.

சண்டாளனையும் தனக்கு குரு- என்று சொல்லிவிட்டார். அந்த உண்மை ஒன்றுதான் நிச்சயமானது, நான், என் உடல் உண்மையல்ல, அந்த உண்மையற்ற உடலில் பிரம்மம்தான் இருக்கிறது என்று உணர்ந்தவன்தான் எனக்கு குரு என்கிறார். அதாவது அத்வைதத்தை ஒப்புக்கொண்டால்தான் நான்அவனை ஏற்பேன் என்கிறார்.

அப்பர் கூட சிவமதத்தில் ஆள்சேர்க்க இப்படி ஒரு கூற்றை சொல்லியுள்ளார். அவர் சொல்லும் நிபந்தனை என்ன?

ஆவுரித்தும் உண்ணும் புலையரேனும் ஈசர்க்கு அன்பென்றால் நான் வணங்கும் கடவுளாரே' என்கிறார்.

பசுமாட்டுப் புலாலையே உண்டு வாழும் புலையர் என்றாலும் அவர் ஈஸ்வரருக்கு பக்தன் என்றால் நான் அவரையே கடவுளாக வணங்குவேன் என்கிறார். புத்த மதத்துக்கும் சைவமதத்துக்கும் இடையேயான போட்டியில் புத்த மதம் புலால் உண்ணுவதை அங்கீகரித்துள்ள நிலையில் சைவ மதத்துக்கு ஆள் சேர்க்க வந்தவரின் சமரசம் இது. சரி, இங்கே, சங்கரரின் என்னவென்று பார்ப்போம்.

சூத்திரர்களே வேதம் கற்கும் உரிமை இல்லாதபோது சண்டாளர்களுக்கு இந்த ஞானம் வந்தால் ஏற்பேன் என்பது எப்படி? சண்டாளன் பிராமணனாக சாதி உயர்ந்திட முடியுமா? வெறும் சாமார்த்தியமான பேச்சுதான் இது.

பாலா: அய்யா, சூத்திரத்தாய்க்குப் பிறந்த விதுரர் போன்றோர் அத்தகைய ஞானத்தைப் பெற்றார்கள் என்று ஸ்மிருதி பேசுகிறதே?

பே.அ: அதற்கு சங்கரரே சொல்லும் திறமையான பேச்சைக் கேளுங்கள்.

'விதுரர் போன்ற சூத்திரர்கள் ஞானத்தைப் பெற்றாரகள் என்றால் அது அவர்களின் முற்பிறவியின் பயன். ஆனால் அந்தப் பயன் நீடிக்காது.

மேலும் நான்கு சாதியினரும் இதிகாசங்கள், புராணங்கள் படிக்கலாம். அதுவே அறிவு அடையாளம் என்று ஸ்மிருதி கூறியுள்ளது. ஆனால் வேதத்தைப் பொறுத்தவரை அந்தத் தகுதி அவர்களுக்கு இல்லை என்பது முடிந்து போன விஷயமே' என்கிறார். இவர்தான் சங்கரர்.

சூத்திரர்கள் புராணங்கள் படிக்கலாம், இதிகாசம் படிக்கலாம் என்று ஏன் சொன்னார்கள்?

அவைகளில் பிற மதங்களைக் குறிப்பாக புத்தமதத்தைச் சாடி விஷயங்கள் சேர்க்கப்பட்டுள்ளன. வர்ணாசிரமக் கட்டமைப்பு நியாயப்படுத்தப்பட்டுள்ளன.

விஷ்ணுபுராணம் சொல்வதை கவனியுங்கள். மகாபாவிகள் பாஷாண்டுகள் (புத்த, சமண மதத்தார்கள்) இவர்களோடு பேசுவதையே விட்டுவிட வேண்டும். அனுஷ்டான காலத்தில் அதை விசேஷமாக விட்டு விடவேண்டும். இதுவரை பலவகையான நாத்திகர்களையும் (ஆடையை மட்டுமல்லாது வேதங்களையும் துறந்தவர்கள்) இவர்களைப் பார்த்தாலும் கூட சிரார்தம் அழிந்து போகும். இவர்களுடன் பேசுவதால் அந்தந்த நாளில் செய்த புண்ணியங்கள் நசிந்து போகும். வீணான சண்டை வளரும். மழுங்க மொட்டை அடித்துக் கொள்ளுவோரும், அகமும், புறமும் துய்மையற்றவரும், பிதுர்களுக்குக் பிண்டமும், தண்ணீரும் இடுவதை விட்டவர்களும் இத்தகைய அசத்தல்களுடன் எவ்விதமான சம்பந்தங்கள் கொண்டாலும் நரகமே அடைய நேரிடும்'

விஷ்ணு புராணம் எவ்வளவு விஷத்தைக் கக்குகிறது என்று பாருங்கள்.

செல்வா: புராணங்களை இதிகாசங்களை ஆயிரம் ஆண்டுகளாக நாடகங்கள் கூத்துக்கள் மூலம் பரவலாக மக்களிடம் எடுத்துச் சென்று தங்களின் வேதக் கொள்கைகளை மிக நேர்த்தியாகப் புரிய வைத்திருக்கிறார்கள்.

பே.அ: அதுவும் உண்மைதான்! வெகு மக்கள் மத்தியில் கலைகள் மூலம் இசையின் மூலம், நாடகங்கள்மூலம் பிறமத எதிர்ப்பையும் பரப்பினார்கள். தங்கள் மதங்களுக்கு ஆதரவாக மக்களையும் திரட்டினார்கள்.

உதாரணமாக பல்லவ மன்னன் மகேந்திரவர்மன் 'மத்தவிலாச பிரகசனா' என்ற நாடகத்தை இதற்கென்றே எழுதியுள்ளான்.

இந்த மன்னன் ஏழாம் நூற்றாண்டைச் சேர்ந்தவன். இந்த மன்னன் சமணனாக இருந்து சைவனாக மாறியவன். இவன் சமஸ்கிருதத்தில் எழுதிய நாடகம் இது.

புத்த மதத்தைச் சேர்ந்தவர்களை மிகக் கேவலப்படுத்தி எழுதியிருக்கிறான்.

ஒரு குடிகார கபாலி தனது மண்டையோடு காணாமல் போய்விட்டது என்று அலறுகிறான். அதை ஒரு நாயோ அல்லது புத்த பிக்குவோ திருடியிருக்கவேண்டும் என்று குற்றம் சாட்டுகிறான். அந்த நேரத்தில் ஒரு புத்த பிக்கு அங்கு வருகிறார். அவர் மீது பாய்கிறான். புத்த பிக்கு புத்தம் சரணம் கச்சாமி, சரணம் என்கிறார்.

அப்படி சொல்லாதே கர்பதா சரணம், கச்சாமி என்று சொல்லு என்கிறான். அவன்தான் திருட்டுக் கலைக்குப் புத்தகம் போட்டான் என்கிறான். அப்படியும் இல்லை, இல்லை புத்தம் சரணம் கச்சாமி என்பது சரியே. புத்தர் சரபாதவைவிட பெரிய திருடன் மகாபாரதத்திலிருந்தும் வேதங்களிலிருந்தும் கருத்துக்களைத் திருடிக்கொண்டான்'- என்கிறான் இப்படி இவன் திட்டிக் கொண்டிருக்கும்போது ஒரு பைத்தியக்காரன் வர அவன் கையில் இந்த கபாலிகனின் மண்டை ஓடு இருந்தது. அது அவன் கைக்கு எப்படி வந்தது என்றால் ஒரு நாயிடமிருந்து வந்தது. பிறகு அனைவரும் சமாதானமாகிக் கலைந்து போனார்கள்.

இப்படி ஒரு தரக்குறைவான நாடகத்தை பிறமதத்தைக் கேவலப்படுத்தி ஒரு மன்னனனே எழுதியுள்ளான். நாடகப் பெயரின் பொருள் 'குடிகாரர்களின் அபத்த விளையாட்டு'

அதே போல் இன்னொரு நாடகம் 'பிரபோத சந்திரோதயம்' 11ஆம் நூற்றாண்டைச் சேர்ந்த ஸ்ரீகிருஷ்ண மிஸ்ர யதி என்பவர் எழுதியது. இதுவும் ஒரு சமஸ்கிருத நாடகம். நாடக தலைப்பின் பொருள் 'விழிப்பு எனும் சந்திரோதயம்'

நாடகத்தின் சாரம்:-

சார்வாகர்கள், புத்த மதத்தார், சமணர்கள், காபாலிகர் ஆகியோரிடமிருந்து விடுபட்டு வேதாந்த மார்க்கத்திற்கு வருவது. இவர்களின் மொத்த உருவமாகச் சித்தரிக்கப்படும் மகாமோகன் எனும் மன்னனை விவேகன் எனும் மன்னன் வெல்லப் பார்க்கிறான். அதற்காக அவன் விஷ்ணு பக்தியின் துணைகொண்டு உபநிஷத் தேவியை மணக்குமுன் அவர்களுக்குப்

பிறக்கும் பிரபோதன் முடிவில் மகாமோகனை வெல்கிறான்.

இந்த நாடகம் பிற மதத்தை எதிர்க்கவே எழுதப்பட்டது.

இந்த நாடகத்தில் புத்த மதத்தைச் சேர்ந்தோர், சமணர்கள் காபாலிகர்கள் மிகக் கேவலமாக சித்தரிக்கப்பட்டுள்ளனர். குடிகாரர்களாகவும்,பெண்பித்தர்களாகவும் காட்டப்பட்டுள்ளனர். ஒரு புத்த பிக்குவும் ஒரு சமண முனியும் ஒரு பெண் கபாலியின் மோகவலையில் வீழ்ந்ததாகக் காட்டுகிறார்கள்.

பாருங்கள் புத்த, சமண மதங்களை ஒழிக்க வேத மதம் என்னவெல்லாம் செய்திருக்கிறது? மனம், ஆறா ஏற்பாடுகள்.

பாலா: அய்யா, இஸ்லாமியப் படையெடுப்பும் இந்தியாவில் குறிப்பாக வட மாநிலங்களில் புத்த மதம் தேய்ந்து போகக் காரணமாக இருந்தன என்கிறார்களே, அதுபற்றிய வரலாறு என்ன?

பே.அ: ஹர்ஷவர்த்தனின் காலத்துக்குப் பிறகு வட நாட்டில் புத்தத்தை ஆதரிக்கும் ஆட்சியாளர்கள் குறைந்து போனார்கள். வேத மதத்தை ஆதரிக்கும் மன்னர்கள்தான் பெருகி வந்தார்கள்.

இது சம்பந்தமாக ஆய்வாளர் சி.எலியட் கூறுவதை கவனிக்கலாம்.

சங்கரரின் (கி.பி.800) சகாப்தத்திற்கு பிறகு இந்திய புத்தமதத்தின் வரலாறு பாலகர் ராஜியத்தில் முடங்கிப்போனது. மற்ற பகுதிகளில் புத்த மடாலயங்களுக்கு மானியங்கள் அரிதாகவே அளிக்கப்பட்டது. அவையும் பிராமண சாசனங்களுடன் ஒப்பிடும்போது மிக மிகக் குறைவு. சிதைக்கப்பட்ட புத்தம் என்றாலும் அது பாலகர் ராஜ்யத்தில் செழித்திருந்தது. ஆனால் பாலகர் ஆட்சி புத்த மதத்தை ஆதரித்தாலும் பிராமண மதத்தைத் தீவிரமாக எதிர்க்கவில்லை. அவர்கள் இந்தக் கோயில்களுக்கு மானியங்கள் கொடுத்தார்கள். அந்த ஆட்சியின் பிரதம மந்திரிகள் பொதுவாக பிராமணர்களாக இருந்தார்கள். அந்தப் பிரதம மந்திரிகள் புத்த, விஹாரங்களில் புத்தம் அல்லாத விஹாரங்களை நிறுவுவதை வழக்கமாகக் கொண்டிருந்தார்கள். பாலகர் வம்ச ஆட்சியில் 11ஆம் நூற்றாண்டிலும் பீகாரில் புத்தம் செழித்திருந்தது என்று நம்ப காரணங்கள் உண்டு. அங்கு பிக்குகள் அதிக எண்ணிக்கையில் இருந்தார்கள். அவர்களது மேதமை போற்றப்பட்டது. ஆனால் பாலகர்களே புத்தத்தை ஆதரித்த கடைசி மன்னர்கள். அவர்களுக்குப் பிறகு அதை ஆதரிக்கும் மன்னர்கள் இல்லாமல் போனார்கள்.

சிந்துப் பகுதியில் புத்தர்களை அராபியர்கள் தாக்கிய போது அந்த முஸ்லீம் ஆக்கிரமிப்பாளர்களிடமிருந்து அவர்களைக் காப்பாற்ற எந்த ஆட்சியாளர்களும் படையெடுத்துப் போகவில்லை. அதே போல் பக்தியார் கல்ஜியின் வீரர்கள் நாளந்தா மகாவிகாரைகளைத் தாக்கி அழித்தபோது அதைக் காப்பாற்ற எந்த ஆட்சியாளரும் முன் வரவில்லை. பாலகருக்குப்பிறகு ஆதரிக்க மன்னர்கள் இல்லாதபோது புத்தம் தன் செல்வாக்கையும், பிரபல்யத்தையும் இழந்து படிப்படியாக அது மேலும் மேலும் பிராமணியத்தின் பக்கம் சாய்ந்தது. முடிவில், பிராமணியத்தால் விழுங்கப்பட்டது.

இங்கே ஒரு கேள்வி. ஏன் அரேபியர் தாக்கியபோது, பக்தியார் கல்ஜியோ தாக்கியபோது மற்ற அரசுகள் ஏன் காப்பாற்ற முன் வரவில்லை.

ஒரே வரி பதில், புத்த மதத்தின் வீழ்ச்சியை வேதமதத்தார் ஆவலோடு எதிர்பார்த்துக்கொண்டு இருந்தார்கள். ஆய்வாளர் சி. எலியட் குறிப்பிட்டுள்ளதை மேலும் கவனிப்போம்.

'வேத மதம் தேசம் முழுவதும் பரவி இருந்தது. ஆனால் புத்த மதமானது மகாவிகாரையில் குவிந்திருந்தது. அவை அழிக்கப்பட்ட பிறகு முஸ்லிம்களின் வன்முறையையோ அல்லது பிராமணர்களின் விழுங்கும் உத்தியையோ எதிர்த்து நிற்கும் ஆற்றலுடன் கூடிய எதுவும் புத்த மதத்துக்கு எஞ்சி இருக்கவில்லை'

மாரி: அப்படியானால் முஸ்லிம்கள் புத்த விகாரங்கள் மீது அந்த பிக்குகள் மீது தாக்குதல் தொடுத்தார்கள். அவர்களும் அதன் அழிவுக்குக் காரணமானவர் இல்லையா.

பே.அ: புத்த மதம் அழிய இஸ்லாமியர்களின் படையெடுப்பும் தாக்குதல்களும் கூட காரணமாக இருந்தன என்பது உண்மை. அவர்கள் சிலைகளையோ, விகாரைகளையோ; விடமாட்டார்கள், படையெடுப்பில் அழிப்பார்கள். ஆனால் அதற்கு முன்னாலேயே புத்த மதம் வலுவிழந்து போயிற்று. அதோடு முஸ்லிம் படையெடுப்பும் அழிவை முடிவுக்குக்கொண்டு வந்துவிட்டது. ஆனால் இந்த மண்ணை ஆண்ட முஸ்லீம் மன்னர்களில் சிலர் மதநல்லிணக்கத்துக்கு முயன்றோரும் உண்டு. கோயில்களுக்கு மானியம் கொடுத்தோரும் உண்டு.

பாலா: புத்தமத வீழ்ச்சிக்கு இரண்டு மூன்று காரணங்களைக் குறிப்பிடலாமா? ஒன்று உள்ளுக்குள் ஏற்பட்ட முரண்பாடு; இரண்டு மூன்று கூறுகளாகப் பிரிந்து போனது; புத்தர் காலத்திய ஒப்பற்றக் கொள்கை தத்துவம் தளர்ந்து போனது. நீர்த்துப்போனது மூன்று மதத்தின் தாக்குதல்கள். வேதமதத்தைத்தழுவிய

மன்னர்களின் தாக்குதல்கள்; இஸ்லாமிய மன்னர்களின் தாக்குதல்கள்...

பே.அ.: நான்காவது ஆய்வாளர்கள் ஜே காஸ்யம் சொன்னதுபோல் பிக்குகள் ஒழுக்கத் தரங்களும் பலவீனப்பட்டுப்போனது. சொகுசு வாழ்வில் ஈடுபட்டது. மதக் கொண்டாட்டங்களை ஆடம்பரமாக நடத்தியது. பண்டிதத்தனமான ஆய்வுகள் மேற்கொண்டது - இவையாவும் பக்தர்களிடம் மதவுணர்வு, நம்பிக்கையிலிருந்து அந்நியத் தன்மையை உருவாக்கிவிட்டது.

செல்வா: புத்தம் பிறந்த மண்ணில்தான் அது முறியடிக்கப்பட்டதே தவிர பிற நாடுகளில் சீனா, ஜப்பான், இலங்கை, தாய்லாந்து, பர்மா போன்ற நாடுகளில் நிலை பெற்று விட்டது ஆச்சரியமல்லவா?

பே.அ: ஆம் ஆச்சரியம்தான். அங்கெல்லாம் வேதமதம் வேர்விடாமல் இருந்ததும் முக்கியமல்லவா? 13ம் நூற்றாண்டுக்குள் புத்தமதம் இந்தியாவிலிருந்து அகற்றப்பட்டுவிட்டது.

7

தென் மாநிலங்களில் சமணத்தின் எழுச்சி! வீழ்ச்சி!

(பேராசிரியர் **அருணா** மாணவர்கள் **பாலா, மாரி, செல்வா** மூன்று பேரும் நேரத்தோடு மாலை ஐந்து மணிக்குக் கூடிவிட்டார்கள்)

பே.அ: புத்த மதம் வீழ்ந்தது பெரியசோகம்தான். சமணத்தின் கதியும் கிட்டத்தட்ட அதேதான்.

இரண்டு மதங்களுமே கடவுளை மறுக்கும் மதங்களாக இருந்ததை நாம் ஏற்கெனவே பார்த்தோம்.

முதலில் தமிழகத்தில் அதன் வளர்ச்சி வீழ்ச்சியைப் பார்ப்போம்.

சமண மதம் தமிழகத்தில் மதத்தைப் பரப்பியது மட்டுமல்ல. அதை ஒட்டி தமிழிலக்கியம் வளரவும் ஓங்கவும் வகை செய்தது..

திருக்குறள், சிலப்பதிகாரம் இரண்டும் சமண இலக்கியங்களே. அதற்கு முன்னால் உருவான தமிழ் இலக்கண நூல் தொல்காப்பியம் சமணர் எழுதிய நூல். கி.பி.3ஆம் நூற்றாண்டு துவங்கிய அளவிலேயே சமணம் தழைத்தது. இன்னும் சொல்லப்போனால் கி.பி.மூன்றாம் நூற்றாண்டு இறுதியில் இந்தியா பூராவும் வேர் விட்டிருந்தது.

கி.பி.5ஆம் நூற்றாண்டில் உருவான நீலகேசி கூட சமண காப்பியம் தான்.

சமண மதம் தமிழ் நாட்டில் ஓங்கி நின்றது என்று சொன்னால் தவறில்லை.

தமிழகத்தில் பல்லவ பாண்டிய அரசுகளில் இவை ஆரம்பத்தில் ஆதரவு பெற்றிருந்தன. பின்னர் அதே அரசுகள் அதைத் தாக்கவும் ஆரம்பித்தன.

பல்லவ மன்னன் மகேந்திரன் முதலில் சமண மதத்தைத் தழுவியவன். பின் பிராமண மதத்துக்கு மாறினான். அவன் ஒரு

நாடக நூல் இயற்றியிருந்தான். 'மத்திவிலாச பிரகசனா' என்று பெயர். அந்த நாடகத்தில் சமணர்களை நாத்திகர்கள் எனத் திட்டி வைத்திருக்கிறான். அந்த நாடகத்தில் கபாலிகத்தையும் பூதவாதத்தையும் அதிகமாகவே பழித்துள்ளான்.

இவனது காலத்தைச் சேர்ந்தவர்கள்தான் சைவ நாயன்மார்கள் நாவுக்கரசரும் ஞானசம்பந்தரும். இவர்கள் இருவருமே புத்தத்தைக் காட்டிலும் சமணத்தையே அதிகமாகத் தாக்கினார்கள்.

நாவுக்கரசர் சமணத்தைத் தாக்கும் சொல் பாரீர்.

'மயிர் பறிக்கும் சமணர் பொய்யியல்புக்கு அழிந்து விழாதே' - என்கிறார். திருநாவுக்கரசரும் முதலில் சமண மதத்தில் இருந்தவர்தான். பின் சைவத்துக்கு மாறியவர்.

சம்பந்தரை சிவன் பிறக்கவைத்ததே சமணத்தையும் சாக்கியரையும் வாதத்தில் தோற்கடிக்கவும் சைவம் ஓங்கவும்தான் என்கிறார்.

'உண்மை உணரா குண்டர்கள்' என்று சமணர்களைத் திட்டுவதோடு,

'ஊத்த வாயினர்' என்று உமிழ்கிறார். 'சமணர் சிரத்தர்' வாழ்ந்த இடமெல்லாம் சிவனுடையதே என்று சொன்னதோடு, புத்த மடாலயங்களையும், சமணப் பள்ளிகளையும் கைப்பற்றியுள்ளார். இப்படிப் பல இடங்களில் ஆக்கிரமிப்புகள் நடந்துள்ளன.

பல்லவ மன்னன் மகேந்திரனைத் தூண்டி சமணர் பள்ளிகளை இடித்து அதில் கிடைத்த கட்டுமானங்களையும் பொருட்களையும் கொண்டு சிவன் கோயிலைத் திருநாவுக்கரசர் கட்டினார் என்று வரலாற்றுக் குறிப்புகள் கூறுகின்றன.

மதுரையில் சமணர் வதை செய்த வரலாறு பிரபல்யம் ஆனதை பெரிய புராணம் பெருமையோடு சொல்லுகிறது. விவாதம்நடத்தி விவாதத்தில் சமணர்கள் தோற்றுவிட்டாகச் சொல்லி பலரைக் கழுவிலேற்றிக் கொன்ற கதை. கூன் பாண்டியன் என்ற மன்னனைத் தூண்டி ஞானசம்பந்தர் இந்தத் திருத் தொண்டை செய்தார் என்பது வரலாறு. இந்தக் கொடுஞ் செயலைப் பெரிய புராணமும் உயர்த்தியது. அதற்கு முன்னால் எழுந்த திருத்தொண்டர் திருவந்தாதியும் போற்றுகிறது.

தென்னகத்தில் சமணர்களை வேட்டையாடி அழித்ததில் உதாரணமாக நின்றது தமிழகமே என்று சொன்னாலும் தவறில்லை.

பாலா: *ராமானுஜரின் பங்கு இதில் ஏதும் இல்லையா?*

பே.அ: உண்டு ஹொய்சல மன்னன் விஷ்ணுவர்த்தன் என்பவன், விஷ்ணுபக்தனாக மாறியவன் ராமானுஜரின் தூண்டுதலால் சமணர்களை செக்கிட்டு ஆட்டி தண்டனை கொடுத்தான் என்ற தகவலும் உண்டு.

தொண்டரடிப்பொடி ஆழ்வார் ‘சமண முண்டர் வீதியில் சாக்கியர்கள் நின்பால் தலையை ஆங்கே அறுப்பதே கருமம் கண்டாய் அரங்க மாநகருளானே’ - என்று கொலைவெறியோடு பாடியுள்ளார்.

மாரி: தாங்கள் தென்னகத்தில் சமணர்களை அழித்ததில் தமிழகம் முன்னணிப் பாத்திரம் வகித்தது என்று சொன்னீர்கள். அப்படியானால் ஆந்திராவிலும், கர்நாடகாவிலும் சமணத்துக்கு எதிராக இப்படி வன்மங்கள் நடந்தனவா?

பே.அ:ஆம், நடந்தன. இன்றைய ஆந்திரா, கர்நாடகம் அன்றைய சாளுக்கிய சாம்ராஜ்யத்தில் இருந்தன. ஆரம்பத்தில் அங்கும் சமணம் போற்றப்பட்டது.

6ஆம் நூற்றாண்டு மத்தியில் சாளுக்கியர்கள் காலம் முதல் அதாவது முதலாம் புலிகேசி காலம் முதல் அந்த வம்சம் செல்வாக்காக ஆண்டது.

வாதாபியைத் தலைநகராகக் கொண்டு கீர்த்திவர்மன், மங்கலராஜன் இரண்டாம் புலிகேசி (கி.பி.620-642) முதலாம் விக்ரமாதித்யன் (கி.பி.642-681) விக்ரமாதித்யன் (8ஆம் நூற்றாண்டு) இரண்டாம் கீர்த்தி வர்மன் ஆகியோர் காலத்தில் மன்னர்களின் ஆதரவோடு சமணர் கோயில்கள் கட்டப்பட்டன. பல சலுகைகள் வழங்கப்பட்டன என வரலாறுகள் சொல்லுகின்றன.

சாளுக்கிய சாம்ராஜ்யம் மாறி பிற வம்சத்தாரிடம் ஆளுகை போன போது நிலைமை தலைகீழாக மாறிவிட்டது.

வரலாற்று ஆசிரியர்கள் தகவல்படி பரிச்சேடி பசுபதி மன்னர்கள் (பெஜவாடா) கோட்டா மன்னர்கள் (தான்ய கடதா) காகதீய மன்னர்கள் (வாரங்கல்,) சமண மதத்தை ஆந்திராவிலிருந்து காணாமல் அழித்து விட்டார்கள்.

வாரங்கலில் காகதீய மன்னனாகிய கணபதி தேவனின் காலத்தில் (கி.பி.1199-1260) சமணர்கள் மிகக் கொடுமையான வதைகளுக்கு ஆளானார்கள்.

திக்கென் சோமைய்யா என்பவர் தெலுங்கில் மகாபாரதம் எழுதினார். இவரிடம் மத சம்வாதத்தில் சமணர்கள் தோற்றுப் போனார்கள் என்று காரணம் காட்டி அவர்களின் சகல அதிகாரங்களும், செல்வாக்குகளும் பறிக்கப்பட்டனவாம்.

வீர-சைவ ஆச்சாரியார் ஏகாந்த ராமையா என்பவர் தன் செல்வாக்கின் கீழ் இருந்த *விஜாலாவின் காலச்சூரி* மன்னனைக் கொண்டு சமணர்களைப் பெரும் கொடூரங்களுக்கு ஆளாக்கினார் என்பதைக் கல்வெட்டுகள் காட்டுகின்றன. அந்தக் காலச்சூரி அரசன் அப்பலூரில் இருந்த சமண விக்ரகத்தைத் தூக்கி எறிந்து விட்டு சிவலிங்கத்தை அந்த இடத்தில் வைத்தான் என்ற தகவலும் உண்டு. ஏகாந்த ராமையாவுக்குப் பரிசுகளையும் சாசனங்களையும் கொடுத்து பாராட்டியிருக்கிறான்.

சாளுக்கிய வம்சத்தின் கடைசி அரசனாகிய நான்காம் சோமேஸ்வரன் வீர சைவ மதத்திற்கு மாறினான் என்பதும் கல்வெட்டுச் செய்தி.

சமணக் கோயில்களை இடித்து அவற்றில் கிடைத்த கட்டுமானங்களைக் கொண்டு சிவன், விஷ்ணு கோயில்கள் கட்டப்பட்டுள்ளன.

ஆந்திராவில் *அன்மகோண்டா* மலையிலிருந்த பத்மாவதி கோயில் பிராமணர்கள் வசம் போனது. கோலாப்பூரின் மகாலட்சுமி கோயிலில் தூண்களில் பார்சுவநாதர் கோயில் பற்றிய கல்வெட்டுகள் உள்ளன. இப்படி சமணர்களைக் கொடுமைப்படுத்தியது பற்றிய உள்ளூர் தகவல்களும் ஏராளம் உண்டு. சமணர்கள் மீதான இந்த வெறுப்பும், கொடுமைகளும் 16ஆம் நூற்றாண்டு வரை நீடித்திருக்கின்றன. ஸ்ரீசைலம் எனும் ஆவணம் ஒரு வீரசைவத் தலைவன் சுவேதாம்பர சமணர்களின் தலைகளைக் கொய்தான் என பதிவு செய்துள்ளது.

ஆந்திராவில் இப்படியெல்லாம் சமண மதம் கொடுமைகளுக்கு உட்பட்டது. ஆதரித்த மன்னர்களே எதிரிகளாக ஆகிப்போனார்கள். பிராமண மதத்தாரின் வஞ்சனையான கொடுமைகளால்தான் பிற மதத்தவரின் இடங்கள் சைவ வைணவக் கோயில்களாக மாற்றப்பட்டுவிட்டன.

கர்நாடகாவிலும் இதே கதைதான். வரலாற்றாளர்கள் சொல்லுவது:

சமணர்களின் மிகப் பிரியமான பூமியாக கர்நாடகம் இருந்தது. ஆனாலும் ஏகாந்த ராமையாவின் தீவிர நடவடிக்கையால் அங்கேயும் தாக்குதல்கள் பரவி இருக்கின்றன. ஏகாந்த ராமையா கட்டவிழ்த்துவிட்ட ஒடுக்குமுறைத்தீயில் எண்ணெய் வார்த்தவர்கள் வீர கொக்கிதேவன் மற்றும் விருபராட்ச வீர பனாஜிகள் எனப்பட்டோர். வணிக வகுப்பார் சமணத்திலிருந்து வீர சைவத்துக்கு மாறியது அதன் சரிவை வேகப்படுத்தியது. பசவாவின் (11ஆம் நூற்றாண்டைச் சேர்ந்த பிராமணர்)

ஆதரவாளர்கள் வணிக வகுப்பாரை அனேகாந்த மதத்திலிருந்து இழுத்துக் கொண்டது. கர்நாடகத்தில் அதன் அச்சை ஒடித்தது. நிலப்பிரபு குடும்பங்களும் சமணத்திலிருந்து வீர சைவத்துக்கு மாறின.

குறுநில மன்னர்களும் நிலப்பிரபுக்களும் எப்படி வீர சைவத்துக்கு மாறினார்கள் என்பதை கி.பி.1195 ஆம் ஆண்டின் கல்வெட்டு புகழ்பெற்ற வீர-சைவ ஆச்சாரியார் ஏகாந்த ராமையாவின் நடவடிக்கைகளை விவரிக்கும் விதமாக உள்ளது. கி.பி. 14ஆம் நூற்றாண்டின் பிற்பகுதியில் சமணர்கள் கணிசமான ஒடுக்குமுறைக்கு ஆளானார்கள். தங்களுக்குப் பாதுகாப்பு கோரி விஜயநகர மன்னரிடம் அவர்கள் வேண்டுகோள் விடவேண்டியதாயிற்று - என்று வரலாற்று ஆசிரியர்கள் கூறுகிறார்கள்.

சமண மதமும் புத்த மதம் போல் மன்னர்களின் எதிர்ப்பால் வேத மதத்தார்கள் சூழ்ச்சியால், எதிர்ப்பால், சைவ, வைஷ்ண மத எதிர்ப்பால் இஸ்லாமியர் எதிர்ப்பால் தாக்குப்பிடிக்க முடியாமல் சரிந்தது மட்டுமல்ல, அதோடு உடன் இருந்தே கொல்லும் நோய் போல் அதன் உள்ளேயும் சில குறைபாடுகள் தலையெடுத்தன.

பாலா: முஸ்லிம்களின் நேரடித் தாக்குதல்கள் சமணமதத்துக்கு ஏற்பட்டது என்கிறீர்கள் எந்தப் பகுதிகளில் அப்படி ஏற்பட்டன?

பே.அ: பொதுவாக புத்த மதத்துக்கு இஸ்லாமியர்களால் ஏற்பட்ட இடிபாடுபோல், சமணர்களுக்கும் ஆங்காங்கே முஸ்லிம் ஆட்சி அதிகாரம் இருந்த இடத்தில் நடந்தன.

உதாரணமாக 'சாசன சதுஷ்டிரிம் சதிக் என்ற நூல், மதனகீர்த்தி என்பவர் 13ஆம் நூற்றாண்டில் எழுதியது. அதில் கண்டுள்ளபடி 'இல்த்துமிஷ்' என்னும் சுல்தான் மாளவதேசத்தின் மங்கலபுரத்தில் இருந்த சமண அபிநந்தரின் புனித இடங்களைத் தகர்த்தான் என்பது விவரிக்கப்பட்டுள்ளது.

அதோடு அதன் உள் குலைவுக்குக் காரணங்கள் என்ன?

வரலாற்றாளர் கே.சி.ஜெயின் சொல்லுவது.

மதுராவின் குஷானர் கல்வெட்டுகளிலிருந்து தெரியவருவது என்னவென்றால் சாதி மற்றும் வகுப்பு வேறுபாடுகளின்றி மக்களால் சமணம் பின்பற்றப்பட்டது என்பது பின்னர் ஆரம்ப மத்திய காலத்தில் அந்த சிறிய சமண சமூகத்திற்குள்ளே நிறைய சாதிகளும், உபசாதிகளும் உருவாயின. பிராமணிய மதச்

செல்வாக்கு காரணமாக சமணத்துக்குள் சாதிகள் உருவானதால் அதற்கு மக்கள் மாறுவது நின்று போனது. இது படிப்படியாக சமணர்களின் எண்ணிக்கையைக் குறைத்தது. அதன் விளைவாக சமணம் சரிந்தது.

வட இந்தியாவில் சமண சாதிகள் பலவும் ராஜஸ்தானில் உதயமானவை. பின்னர் அவர்கள் படிப்படியாக இதர பகுதிகளுக்கும் பரவினார்கள். இந்த சமண சாதிகள் சுவேதாம்பரர், திகம்பரர் என்று மதப்பிரிவுகளின் அடிப்படையில் பிரிந்தார்கள். தென்னிந்தியாவில் சமணர்கள் மத்தியில் சாதிகள் தொழில் அடிப்படையில் நிச்சயமாயின. இந்த சாதிகள் படிப்படியாக பல கோத்திரங்களாகப் பிரிக்கப்பட்டன. அந்தக் கோத்திரங்களைக்கொண்டே இரு சாதியின் தனி மனிதர்களது திருமணம் நிச்சயமானது.

பிராமணியத்தின் வருணாசிரமத்தை எதிர்த்து எழுந்த சமணம் அதன் மூல சத்தை இழந்து இழி நிலை அடைந்தது.

அன்றாட வாழ்வில் கடுமையான பல சாஸ்திர சடங்காச்சரியத்தைக்கொண்டு வந்து நிர்பந்தித்தது. கொல்லாமை, (எறும்பைக்கூட) புலால் உண்ணாமை என்பன போன்ற கட்டுப்பாடுகளை விதித்தது.

அதற்கு மேல், திகம்பர முனிவர்கள், ஆடையில்லாத முழு நிர்வாணமாக இருந்ததும் சமூகத்தில் ஏற்புடையதாக இல்லை.

8
மீமாம்ச நாத்திகம்

மீமாம்ச நாத்திகம் என்று வழக்கமாகச் சொல்லப்படும் பூர்வ மீமாம்ச நாத்திகத்துக்கு இந்தியத் தத்துவ வரலாற்றில் தனிச் சிறப்பு உண்டு.

(தனிச் சிறப்பு மிக்க பூர்வ மீமாம்ச நாத்திகம் பற்றிய தத்துவத்தைத்தான் இன்றைய சந்திப்பில் பேராசிரியர் **அருணாவும், மாணவர்கள், பாலா, மாரி, செல்வா** *மூன்று பேரும் விவாதிக்கக் கூடினார்கள்.)*

பே.அ: *'ஆன்மீக ஞானம்' என்றால் என்ன?*

மாரி: *கடவுளைப் பற்றி அறியும் ஞானத்தை ஆன்மீக ஞானம் என்கிறார்கள்.*

பே.அ: *இன்னும் துல்லியமாக சொல்ல வேண்டும் என்றால் கடவுள் இருக்கிறார் என்கிற அடிப்படை அம்சத்தை - கடவுளிடம் காண்கின்ற ஞானத்தையே ஆன்மீக ஞானம் என்று தத்துவரீதியாக சொல்லுகிறார்கள்.*

மாரி: *கடவுள் இருக்கிறார் என்ற நம்பும் ஒருவர் ஆன்மீக ஞானம் உள்ளவர் என்று சொல்ல முடியுமா?*

பே.அ: *ஒருவர் கடவுள் இருக்கிறார் என நம்புவது, சொல்லுவது, பிறர்சொல்லக் கேட்டு நம்புவது வேறு. சாதாரண மக்கள் அப்படித்தான் நம்புகிறார்கள். ஆனால் ஆன்மீக ஞானம் என்பது இருத்தலை- தெய்வம் உண்டு என்ற இருத்தலை - உணர்வு பூர்வமாக உய்த்துணர்வது என்கிறார்கள்.*

செல்வா: *அதை எப்படி உய்த்துணர்வது?*

பே.அ: *வேதங்களைப் படிப்பதன் மூலம் அதை அறிய முடியும் என்கிறார்கள். காரணம் வேதங்களில் ஆழ்ந்த ஆன்மீக ஞானம் புதைந்துகிடப்பதாகச் சொல்லுகிறார்கள். அவற்றை ஆழ்ந்து படிப்பது, பாராயணம் செய்வது, தியானம் செய்வது, தவம் இருப்பது இதன் மூலம் ஆண்டவனைப் பற்றிய ஆன்மாஞானம் பெற முடியும் என்கிறார்கள்.*

செல்வா: *அப்படி ஆன்ம ஞானம் பெற்றவர்களில் ஆண்டவனைக் கண்டவர்கள் உள்ளனரா?*

பே.அ: அதற்கும் மிகத் திறமையான பதிலைத் தருகிறார்கள். கண்டவர் விண்டதில்லை, விண்டவர் கண்டதில்லை என்கிறார்கள்.

மாரி: கடவுளைக் கண்டதாகச் சொல்பவர்கள் உண்மையில் காணவில்லை, கடவுளைக் கண்டவர்கள் அப்படிக் கண்டதாகச் சொல்வதில்லை. இது குழப்பும் வேலையல்லவா? வார்த்தை விளையாட்டல்லவா?

பே.அ: அப்படித்தான் பல ஆயிரம் ஆண்டுகளாகக் குழப்பி வருகிறார்கள்.

பாலா: வேதங்கள் என்பதுதான் என்ன?

பே.அ: அவை மாபெரும் ஸமஸ்கிருத இலக்கியத் திரட்டு என்று சொல்லலாம்.

அவை சம்ஹிதைகள், பிராமணங்கள், ஆரண்யகங்கள், உபநிடதங்கள் என நான்கு வகையாகப் பகுக்கப்பட்டுள்ளன. இவற்றில் வேதங்களின் கடைசிப் படி நிலையாக உள்ளவை உபநிடதங்கள். இவற்றை வேதாந்தம், வேத முடிவு, என்றும் சொல்லப்படுகிறது. இவை ஆயிரம் ஆயிரம் ஆண்டுகளாகச் சொல்லப்பட்டு பின் தொகுக்கப்பட்டவை ஆனால் இந்த நூற்றாண்டிலும் சிலர் இவை தெய்வத்தால் உருவாக்கப்பட்டவை என்கிறார்கள்.

குறிப்பாக உபநிடதங்கள் ஆன்மீக கண்ணோட்டத்தைத் தாங்கி நிற்கின்றன. அதற்கு மேலாக எங்கும் எதிலும் கடவுளைக் காண்கிற ஒரு செயல் கோட்பாட்டை, கொள்கையைப் பிரதிநிதித்துவப்படுத்துகின்றன.

உபநிடதத்தின் பெருமை பற்றி முன்னாள் குடியரசுத் தலைவர் டாக்டர் எஸ்.ராதாகிருஷ்ணன் கூறியுள்ளதையும் கவனிப்போம்.

“உபநிடதங்கள் ஒரு தத்துவ முறையின் கூறுகளைக் கொண்டிருப்பதால் அவை மனித வாழ்வின் நிரந்தரத் தேவையொன்றை நிறைவு செய்கின்றன. அவை இவ்வுலக வாழ்வின் ஒரு பேருண்மையாம் கடவுளை நாம் உருவகப்படுத்துவதற்குரிய சூத்திரங்களை நமக்கு அளித்திருக்கின்றன. அவை ஒரு வேளை அனைத்தையும் விளக்காமல் இருந்திருக்கலாம். ஆனால் பிற்கால தத்துவம் என்பது அவற்றின் முழுமையான உள்ளடக்கத்தை வெளிக்கொணரும் தொடர் முயற்சியே என்பதை மறுப்பதற்கு இல்லை. இவ்வாறு கூறுவதால் உபநிடதங்களில் அவற்றின் அடி ஒற்றிய பிற்கால தத்துவம் பயணித்தது, வளர்ந்தது என்று நாம் கருதுவதாக இதற்குப்பொருள் கொள்ளக்கூடாது. இங்கே நாம்

வலியுறுத்த விழைவது யாதெனில் இவ்வுலகில் உபநிடதங்களே ஊக (அல்லது உய்த்துணர்வு) கருத்து முதல்வாதத்தின் ஆரம்பகால வடிவங்களாக விளங்குவதால் பிற்காலத் தத்துவத்தின் சிறந்த, சீரிய அம்சங்கள் அனைத்தும் உபநிடதக் கருத்தின் விளக்கவுரைகளாகவே தோன்றுகின்றன என்பதுதான்."

மிகத் துணிச்சலான கூற்று.

நாம் இங்கே விளக்கப்போகும் மீமாம்சத் தத்துவத்துக்கு இந்திய தத்துவ வரலாற்றில் ஒரு தனிச் சிறப்பு உண்டு.

மீமாம்சத்தின் நாத்திகம் வலிவானது. ஆனாலும் வேதப் பழமைவாதத்துடன் நெருக்கம் கொண்டிருந்தது என்றும் சொல்லப்படுகிறது. அதே நேரத்தில் மீமாம்சத்தின் நாத்திகம் அதே அளவுக்கு செயலுக்கு அப்பாற்பட்டது.

மீமாம்சத்தின் ஆசிரியர் பெயர் ஜைமினி. மீமாம்ச இலக்கியத்தில் மிகவும் பரந்து விரிந்து கடவுளுக்கு எதிரான ஆணித்தரமான பிரகடனங்கள் உள்ளன. தர்க்கவியல் பாங்கிலான வாதங்களும் உள்ளன.

மீமாம்சத்தின் ஆகச் சிறந்த பிரதிநிதிகளில் ஒருவர் குமாரிலர். இந்த உலகில் தீமைகள் எவ்வளவோ மலிந்து கிடக்கின்றபோது குமாரிலரைப் பொறுத்தவரை ஆண்டவன் இல்லை என்பதே. இவர் மட்டுமல்லாது மீமாம்ச தத்துவத்தை ஏற்றுக்கொண்ட பல பிரதிநிதிகளும் இதே போல் கடவுள் மறுப்பு வாதத்தில் வலுவாக நின்றார்கள். ஆத்திகப் பிரமுகர்களும் மீமாம்சத்துக்கு எதிராகக் கச்சை கட்டி நின்றார்கள். கீதையில் கூட மீமாம்சத்தைக் கண்ணனின் வாயாலேயே இடித்துரைத்த குறிப்பும் உண்டு.

மீமாம்ச நாத்திகம் தனித்தன்மை கொண்டது. சில தருக்கவியல் பாங்கு பவுத்தம், சமணத்தை ஒத்திருந்தாலும் மீமாம்சகர் பவுத்தத்துக்கும் சமணத்துக்கும் எதிரானவர் என்பதும் உண்மை. அது ஒரு புறம் இருக்க, மீமாம்சத்தின் ஆதிகால உண்மையில் சபர் எனும் மீமாம்சப் பிரதிநிதி தொடுக்கும் கேள்வி.

வேதக் கடவுளர் மெய்யான இருப்பைக் கொண்டவரா, அவ்வாறாயின் வேதத்தில் காணப்பட்டுள்ள கடவுளர்கள் யார்? அவை வெறும் ஓசைகள் அல்லது சொற்கள் என்கிறார். இருப்பு ஒன்று உண்டு என்பதைக் குறிக்க வந்த சொல்லே. சொல்லைத் தவிர இருப்பு இல்லை. வேதங்களில் அக்னி. தீ என்ற சொல்லுக்கு இணையாக ஒரு நூறு சொற்கள் இருக்கின்றன. அவை வெவ்வேறு வேத தெய்வங்களைக் குறிப்பன. அத்தெய்வங்களின் இருப்பு குறிக்க அச் சொற்களில் ஏதேனும் ஒன்றன் ஒளியில்

அடங்கி இருக்கும் (நிஜத்தில் இல்லை என்பது இதன் விளக்கம்) மீமாம்ச கண்ணோட்டத்தின்படி வேதக் கடவுளர் மனிதரின் விஷயங்களில் தலையிடுவதற்கான சாத்தியமே இல்லை. மனித செயல்பாடுகளின் விளைவுக்கும் அக்கடவுளுக்கும் எவ்வித சம்பந்தமும் இல்லை. எனவே அவற்றுக்கு பலி கொடுப்பதில் அர்த்தமே இல்லை. அக் கடவுளர்களுக்கு பொருண்மையுடைய இருப்பு இன்மையால், அவற்றால் எவ்வித காணிக்கையையும் ஏற்கவோ அவற்றில் திருப்தியடையவோ இயலாது. அவற்றின் அருளை வேண்டி நிற்பது அர்த்த மற்ற செயல்." (இந்திய நாத்திகம் பக்கம் 214)

மீமாம்ச நாத்திகத்தின் கடவுள் பற்றிய அணுகுமுறை இதுதான்

கடவுள் என்பது வெறும் கட்டுக்கதை; வேத தெய்வங்கள் வெறும் வார்த்தைகள் - இப்படி சொன்ன மீமாம்சகர்களுக்கு வேதாந்தங்களின்பால் அதிகபட்ச ஈடுபாடு இருந்தது என்கிறார். இந்திய நாத்திகம் என்ற நூல் எழுதிய தேவி பிரசாத் சட்டோபாத்யாயா

ஒரு கடவுள்-பல தெய்வக் கோட்பாடுகளை அவர்கள் ஒதுக்கித் தள்ளியதற்கு வேதங்களின்பால் அவர்கள் கொண்டிருந்த ஈடுபாடு தான் காரணம் என்கிறார்.

மாரி: இது என்ன குழப்பமாக இருக்கிறதே? தீவிர நாத்திகம் பேசிய மீமாம்சம் வேதங்களின்பால் அதிகமாக ஈடுபாடு கொண்டிருந்தது என்பது முரண்பாடான தகவல் அல்லவா?

பே.அ: உண்மைதான் முரண்பாடான விஷயம்தான். அதற்கும் அவரே பதில் சொல்லுவதைக் கேளுங்கள்.

"சராசரி இந்தியனுக்கு இன்று இதெல்லாம் புதுமையானதாகவும் குழப்பமானதாகவும்படும். ஆயின் இதைக் கொண்டு மீமாம்சகர்களுக்கு வேதங்களைப் புரிந்து கொண்டதில் கடும் பிழை இருந்ததாகக் கருதி விடக்கூடாது. அவர்கள் வேத மரபினூடே வாழ்ந்தவர்கள். அவற்றில் ஆழ்ந்த ஈடுபாடு உடையவர்கள். ஆகவே அவற்றை பற்றிய அவர்களின் புரிதலில் குறை ஏற்பட வாய்ப்பில்லை.

ஆக மீமாம்சகர்களின் வெறித்தனமான வேதப்பற்று எவ்வாறு தீவிர நாத்திகத்தைத் தழுவ அவர்களை அனுமதித்தது என்பதை நாம் புரிந்துகொள்ள முடியாமைதான் காரணம் என்கிறார்.

பாலா: ஐயா எனக்கொரு உதாரணம் மனதில்படுகிறது. சொல்லுகிறேன். சரியா என்று பாருங்கள்.

இனிப்புப் பண்டங்களை விற்கிற ஒரு வியாபாரி தன்னைச் சுற்றி இனிப்புப் பண்டங்கள் அழகழகாகக் கட்டி அடுக்கப்பட்டிருந்தாலும் அதைச் சாப்பிட மாட்டார். விருப்பமில்லை என்பார். சலிப்பு ஏற்பட்டு விட்டது என்பார். சதா இனிப்புப் பண்டங்கள் தயாரிக்கும் ஏற்பட்டின் ஊடாலேயே வாழ்வதால் அந்தச் சலிப்பு என்பார். மீமாம்சகர்கள் வேதங்களில் தீவிரமாக ஈடுபாடு கொண்டிருந்ததால் அதன் மீது சலிப்பு ஏற்பட்டு அதை வெறுக்கும் நாத்திகர்களாக ஆனார்களா?

(இந்த மேற்கோள் கேட்டு எல்லோரும் நகைத்தார்கள்.)

செல்வா: நாம்தான் பால் குடிக்க விரும்புகிறோம். பால் விற்கும் வியாபாரி நம்மைப்போல் அதை விரும்பிக் குடிப்பதில்லை.

மாரி: அதே போல் நாத்திகத்தின்பால், ஏகபட்ட தீவிர ஈடுபாட்டின் மீது சலிப்பு கொண்டு அன்றையக் காலக்கட்டத்தில் வேதாந்தம் பலமாகக் கோலோச்சிய காலத்தில், அதன் மீது சாய்தலும் கூட ஏற்பட்டிருக்கலாம் அல்லவா?

பே.அ: நம் காலத்தில் கூட தீவிர நாத்திகராக இருந்தவர்களில் சிலர் ஆத்திகராக மாறியதும் தீவிர ஆத்திகர்களாக இருந்தவர்கள் தீவிர நாத்திகர்களாக ஆனதும் உண்டு. நானே கூட ஒரு காலத்தில் தீவிர ஆத்திகனா இருந்தேன். இன்று மாறிவிட்டேன். சின்னசாமி என்ற பெயரைக்கூட அருணா என்று மாற்றிக்கொண்டேன்.

பாலா: அய்யா, அதில் சலிப்பு ஏற்பட்டு மீண்டும் ஆத்திகராக மாறிவிட மாட்டீர்களே?

(எல்லோரும் மீண்டும் சிரித்தார்கள்.)

பே.அ: நிச்சயமாக மாற மாட்டேன். என் கொள்கை வெறும் நம்பிக்கை மீது கட்டப்பட்டதல்ல. ஆதாரங்கள் மீது, உணர்வுகள் மீது, நிரூபிக்கப்பட்ட சாட்சியங்கள் மீது கட்டப்பட்டது. வேதகால உச்சபட்ச ஆட்சி அதிகார காலத்தில் ஒரு மீமாம்சரின் வழுக்கலைப் பார்ப்போம்.

17ஆம் நூற்றாண்டில் வாழ்ந்த கந்த தேவர் எனும் மீமாம்சகருக்கு தீவிர நாத்திக வாதம் எப்படி மாற்றத்தை உருவாக்கியது என்று பார்ப்போம்.

இவர் மீமாம்சத்தின் அடிப்படைக் கொள்கைகளை விளக்கி அரிய நூல் எழுதினார். மீமாம்சத்தின் நிறுவனர் ஜைமினியின் அடியொற்றிதான் எழுதினார். அவரின் மெய்க்கருத்துக்கு உண்மையாக இருக்க வேண்டிதான் எழுதினார். ஆத்திகத்தின் ஒரு சிறு படிவம் கூட படாமல்தான் எழுதினார். ஆனால்

நூலின் இறுதியில் ஒரு விந்தையான வேண்டுதலை அந்த கந்ததேவர் வைக்கிறார்.

“இவ்வாறு ஜைமியின் தத்துவாம்சம் என்னால் விவரிக்கப்பட்டுள்ளது. அவற்றை என் வாயால் சொன்னதாலேயே என் வார்த்தைகள் தீட்டாகிவிட்டன. எனவே இறைவனின் அருள் இறைஞ்சினால் மட்டுமே எனக்கு மீட்சிகிட்டும்” என்று சொல்லி கவிழ்ந்து விட்டார்.

மீமாம்ச தத்துவத்தில் தவிர்க்க இயலாது இடம் பெற்ற கடவுள் மறுப்பு நிலைபாட்டை அவர் ஒரு பாவச் செயலாக தெய்வ நிந்தனையாகக் கருதினார்போலும்.

வேதாந்தம் அரசோச்சும் காலம் - சபலம், வழுக்கல்.

ஆனால் இந்த வழுக்கலை, நம் காலத்தில் வாழ்ந்த சர்வபள்ளி ராதாகிருஷ்ணன் எப்படித் தனக்கு சாதகமாகப் பயன்படுத்திக்கொண்டார் என்பதை தேவி பிரசாத் சட்டோபாத்யாயா தன் நூலில் (இந்திய நாத்திகம்) எப்படிக் குறிப்பிடுகிறார் என்பதைப் பார்ப்போம்.

பிற்காலத்தில் ஏற்பட்ட மாற்றங்களால் ஓர் உண்மையான மீமாம்சகர் தான் நம்பிய (மீமாம்ச) நாத்திகத்தை எவ்வாறு திரும்பிப் பார்க்க நேர்ந்தது? இத்தத்துவத்தின் அடிப்படைக் கருத்தில் பிடிப்பில்லாத பலர் ஆத்திகராக மாற விரும்பினர். மீமாம்சரிடம் தோன்றிய இப்போக்கு (நம் நூற்றாண்டில்) இராதாகிருஷ்ணனுக்கு மிகுந்த மகிழ்ச்சியைத் தந்ததில் வியப்பில்லை. மீமாம்ச தத்துவத்தில் கடவுள் காணப்படாமை குறித்து அவர் இவ்வாறு கூறுகிறார்:

பூர்வ மீமாம்சத்தின் இக் கோளாறைச் சரி செய்ய பிற்கால எழுத்தாளர்கள் மெதுவாக சத்தமின்றி கடவுளைப் புகுத்தினர். இதன் பொருட்டு வேதாந்த தேசிகரையும், ஆபாதேவரையும் இன்ன பிறரையும் மேற்கோள் காட்டுகிறார்கள். இவ்விருவரில் முன்னவர் - வேதாந்த தேசிகர் கடவுளுக்கான மீமாம்சபார்வைக்கு முற்றிலும் அயலானதொரு கருதுகோளை முன்மொழிந்தார். ஊழிப்பெருவெள்ளத்தில் அண்டமே அழிந்தபோது வேதங்கள் ஆண்டவனின் நினைவகத்தில் சேதமின்றி சேமிக்கப்பட்டன என்றார். இராதாகிருஷ்ணன் சொல்லாமல் போனது யாதெனில் உண்மையான மீமாம்சம் பற்றிப் பேசுகையில் வேதாந்த தேசிகரைக் குறிப்பிடுவது கொஞ்சமும் பொருத்தமற்றது என்பதைத்தான். ஏனெனில் வேதாந்த தேசிகரின் உண்மையான விசுவாசம் இராமானுஜ வேதாந்தத்திடம்தான் என்பது நன்கறியப்பட்ட ஒன்று. வேறு விதமாக சொல்வதெனில் அவர் மீமாம்சத்துக்குள்

கடவுளைப் புகுத்தினார் என்பதைவிட தனது ஆத்திகத்தினுள் மீமாம்ச கருத்துக்களைச் செருகிட முனைந்தார் என்பதே சரியாக இருக்கும்.

அத்துடன் சாஸ்திரி அவர்கள் சரியாகவே சுட்டிக்காட்டியுள்ளது போல *கடவுளான மீமாம்சம் (சேஸ்வர-மீமாம்சம்)* எனும் அவருடைய நூலின் பெயரிலிருந்து உண்மையான மீமாம்சகருக்குக் கடவுளிடத்து எவ்வித ஒட்டோ உணர்வோ இல்லை என்பது தெளிவு.

'அதே போன்று அப்பகுதிகளின் கருதுகோளும் மெய்யான ஆதி மீமாம்சத்தின் நிலைப்பாட்டுக்கு நேர் எதிரானது. ஏனெனில் 'படைப்பு' எனும் கருத்தைப் போலவே ஊழிப் பெருவெள்ளம் என்பதும் வெறும் கற்பனை என்கிறது மீமாம்ச தத்துவம்.

ஆக, சுருங்கக் கூறின் மீமாம்சத்தை ஆத்திகத்துடன் ஒட்டுப்போடப் பிற்காலத்தில் மேற்கொள்ளப்பட்ட முயற்சி மீமாம்சத்தின் அடிப்படைகளைத் தகர்ப்பதை நோக்கமாகக் கொண்டது என முடிக்கிறார்.

இதன் பொருள் மீமாம்சத்திடம் சில வழுக்கல்கள் இருந்ததோடு வேதாந்திகளும் மீமாம்ச அடிப்படைகளைத் தகர்க்க பெருமுயற்சி எடுத்துள்ளனர்.

பாலா: எது எப்படி இருந்தாலும் மீமாம்சர்களிடமும் பலவீனம் இருந்தது உண்மையல்லவா?

பே.அ: ஒருபுறம் உண்மை என்றாலும் மீமாம்சர்கள் கடவுள் மறுப்பு வாதத்தை வைத்துள்ளது நம்மை மெய்சிலிர்க்க வைக்கிறது.

மீமாம்ச தத்துவத்தின் மூல நூலான மீமாம்ச சூத்திரம் 2500 சூத்திரங்களைக் கொண்டது. ஜைமினி என்பவரால் தொகுக்கப்பட்டது. சூத்திர நூல்களிலேயே மிகப் பழமையானது. இதன் காலம் கி.மு.200க்கும் கி.பி 200க்கும் இடைப்பட்ட காலமாக இருக்கலாம்.

மீமாம்சக் கொள்கையின் அடிப்படைக் கோட்பாடு எல்லாம் வல்ல படைப்பாளியால்தான் இவ்வுலகு தோன்றியது எனும் கருத்தை மட்டுமின்றி வேதக்கடவுள்களுக்குப் பொருண்மையான இருப்பு இல்லை என வலியுறுத்துகிறது.

மீமாம்சர்களில் பிரபாகரும் மற்றும் பாட்ட மீமாம்சகரும் ஆண்டவனின் இருப்பை வலியுறுத்துகிற நியாய வைசேசிக வாதத்துக்கு எதிராக வாதிட்டனர்.

அனைத்து விலங்குகளின் உடல்களும், இயற்கை வழி முறையாகவே உருவாகின்றன. ஆகவே இறந்த கால மற்றும் எதிர்கால நடப்புகளுக்கு வெளியிலிருந்து யாதொன்றின் உதவியும் அவசியமில்லை.

நியாய-வைசேசிக வாதம் கடவுள் உண்டு எனும் கொள்கையை வலியுறுத்தி தனிப்பட்ட ஆன்மாக்களின் கடந்த கால நடவடிக்கைகளின் விளைவாக நல்வினையும், தீவினையும் உள்ளார்ந்த நிலையில் உணர்வற்றவை என்பதால் அவற்றை வழி நடத்த மனித சக்தியை மிஞ்சியதொரு காரணி அல்லது கடவுள் அவசியம் என்பதை பிரபாகர் மீமாம்சகர் எப்படி எதிர்க்கிறார் என்று பார்ப்போம்.

“மனித நடவடிக்கைகள் கண்காணிக்கப்படுகிது என்கிற கருத்தே அபத்தமானது.

முதலாவதாக நல்வினையும் தீ வினையும் உடலையும், உணர்வையும் கொண்ட உயிருருவுக்கே உரியன வெளியிலிருந்து ஒன்று எவ்வளவு அறிவார்ந்தது எனினும் மற்றதன் நல்லது கெட்டவைகளை அறிந்திட இயலாது. ஆகவே இம் மண்ணுக்கு அப்பாலுள்ள இறைவனால் மனிதராகவோ, அல்லது விலங்குகளாகவோ பிறப்பெடுக்கிற உயிருருக்களின் நல்வினைகளையும் தீவினைகளையும் அறிய முடியாது. அத்தகைய ஞானம் இல்லாதபோது ஆண்டவனால் அவற்றை செவ்வனே கண்காணிக்க இயலாது.

மேலும் தனியாரின் விதியைக் கண்காணிக்கும் அறிவு இறைவனிடம் சாத்தியமில்லை. நல்வினை, தீவினை கடவுளால் அறிந்திருக்க முடியாது. ஏனெனில் அவை புலனறிவுக்கு சிக்காதவை. மனக் கண் முன்னால் தென்படாதவை. இந்த மனம் என்பது அது அமைந்திருக்கும் மனம் சார்ந்தது.

இது கடவுள் நம்பிக்கையாளர்களான நியாய- வைசேசிக கொள்கைகளுக்கு எதிரானது.

நல்வினை, தீவினை என்பது, தனி மனிதனின் கோட்பாடு, அவனின் செயல்பாட்டுக்கு உகந்தது. அதற்குள் அடங்குவது. இதற்கு ஆண்டவனின் பங்கு, தலையீடு என்பது இல்லை என ஆணித்தரமாக மீமாம்சம் பேசுகிறது.

பொதுவாக ஆத்திகர்கள் குறிப்பாக, நியாயவைசேசிகர் இந்தப் பிரபஞ்சத்தை ஆண்டவன் படைத்தான் என்பதற்கு, எப்படிக் குயவன் மண்குடத்தைத் தயாரித்தானோ அதே போல் ஆண்டவனும் பிரபஞ்சத்தை உருவாக்குகிறான் என்பார்கள், இப்படித் தச்சருக்கும் ஒப்பிடுவார்கள்.

இதை மீமாம்சகர் - பிரபாகர் வசமாக மடக்குகிறார்.

குயவரோ, தச்சரோ ஒன்றை உருவாக்குவதற்கான உடம்பு, விருப்பம், முயற்சி ஆகிய அனைத்தும் கொண்டுள்ளனர். இதில் எதுவும் கடவுளிடம் இல்லை என்கிறார். பிரபாகர் சொல்லவது மாணவர்களான உங்களுக்குப் புரியும் என்று நினைக்கிறேன். செல்வா என்ன புரிந்து கொண்டார் எனச்சொல்லவும்.

செல்வா: கடவுள் நம்பிக்கையாளரின் கூற்றுப்படி கடவுள் உருவம் இல்லாதவர் - அதாவது அருவமானவர். அதாவது உடலற்ற தெய்வம், ஆன்மா எனச் சொல்லுகிறார்கள். அப்படியானால் உருவமில்லாத ஒன்றுக்கு முயற்சி, படைக்கும் விருப்பம், என்று எப்படி வரும்? உருவமே இல்லை என்ற போது எதுவுமே இல்லையென்பதுதானே அர்த்தம். இந்தக் கேள்விக்கு அவர்கள் என்ன பதில் சொல்ல முடியும்.

மாரி: இல்லை. கடவுளுக்கு உடல் உண்டு, உருவம் உண்டு என்று சொல்லுகிற ஆத்திகர்களும் உண்டு!

பே.அ: அப்படியானால் ஆண்டவனுக்கு உடம்பு உண்டு என்றால் அந்த உடம்பு அவருக்கு எங்கிருந்து வந்தது? எப்படி வந்தது?

இவ்வுலகைப் படைக்கவேண்டும் என்ற விருப்பம், முயற்சி எங்கிருந்து வந்தது, ஏன் அந்த ஆசை வந்தது என்பதற்கு அவர்கள் பதில் சொல்லியாக வேண்டுமு. அவை எவ்வாறு எங்கிருந்து தோன்றியது என்பதற்கும் பதில் சொல்லியாகவேண்டும்.

பாலா: குயவன் குடுவையை உருவாக்க அவனுக்கு களிமண், சக்கரம், தண்ணீர் தேவை, மேலும் அவனுக்கு, கை, கால்கள், மூளை - சிந்தனை தேவை. இவையெல்லாம் முன்கூட்டி இருந்தால்தான்” அவன் குடுவை உண்டாக்க முடியும்! அதே போல ஆண்டவன் இந்த உலகைப்படைக்க அவனுக்கு முன்கூட்டி உபபொருட்கள் தேவை. அவை எங்கிருந்து கிடைத்தது. அவற்றை யார் முன்கூட்டியே வசதியாய். தயாரித்து வைத்தது யார்? என்கிற கேள்விகளுக்கு ஆத்திர்கள் பதில்தர வேண்டும்.

இந்த உலகை, பிரபஞ்சத்தைப் படைத்தவன் ஆண்டவன் ஒருவனே; என்றால் மீமாம்சகர் குமரிலர் தொடுக்கும் கேள்வி. பிரபஞ்சமே இல்லாத நிலையில் அவன் எந்த நிலையில் இருந்திருக்க முடியும்? எங்கு தங்கி இருந்திருக்க முடியும்?

பாலா: ஒரு பொருள் இருக்கிறது என்றால் அது ஒரு இடத்தில் இருந்துதானே தீர வேண்டும். இல்லை என்றால் பிரச்சனையே இல்லை.

பே.அ: *அவர் அருவமானவர் என்கிறார்களே!*

மாரி: *அருவமானவர் என்றால் அவருக்கு ஆசை, விருப்பம் எப்படி இருக்க முடியும்? பிரபஞ்சத்தைப் படைக்க எப்படி விருப்பம் வந்திருக்க முடியும்? எப்படி கண்காணிக்க முடியும்? கண்காணிப்பாளர் என்றாலே விருப்பு வெறுப்பு வந்து விடுமல்லவா? அப்படியானால் சராசரி மனித இயல்புதானா ஆண்டவனின் இயல்பும்?*

பாலா: *அய்யா, ஒரு சிறிய கேள்வி. அநியாயம் நிறைந்த இந்த உலகை ஆண்டவன் ஏன் படைக்க வேண்டும்? உயிரினங்களுக்கு ஆயிரம் ஆயிரம் துன்பங்கள் நிறைந்தாக ஏன் ஆண்டவன் படைக்க வேண்டும்? படைத்தவரே கண்காணிக்க முடியாமல் தோற்றுப்போனாரா?*

பே.அ: *உங்கள் கேள்வி நல்ல கேள்வி! நாத்திகத்தனமான கேள்வி. நாம்தான் ஆத்திகருக்கு சொல்லுகிறோமே! படைத்தல், காத்தல் என்பதெல்லாம் ஒரு கற்பனைப் பொய்.*

உரிய பொருட்களும், கருவிகளும் இன்றி எதையும் எந்த ஒருவராலும் உண்டாக்க முடியாது.

எந்த ஒருபொருளும் உண்டாக இன்னொரு பொருளின் துணை தேவை.

பானை உருவாக களிமண் தேவை அதை உண்டாக்கக் குயவன் தேவை. மனித உடல்கள் போன்றவற்றிற்கு அவர்களின் பெற்றோர்கள் தேவை. ஒன்றோடு இன்னொன்று தேவை என்றால், அதுதான் தவிர்க்க முடியாத கட்டாயம் என்றால் ஆண்டவன் தோன்ற இன்னொன்று காரணமாக இருந்திருக்க வேண்டும்? அதுயார்? ஆத்திகர்களிடம் இதற்கு பதில் இல்லை. ஆனால் திறமையாக பதில் சொல்லுகிறார்கள்.

'சுயம்பு' என்கிறார்கள். ஆண்டவன் யார் துணையும் இன்றி யார் உதவியும் இன்றி சுயம்புவாக தோன்றியது என்கிறார்கள் (absolute) சுயேச்சையான சக்தி என்கிறார்கள்.

பாலா: *இந்தப் பிரபஞ்சமும், இயற்கையும் என்றும் உள்ளது, தொடர்ந்து இருப்பது. ஆதியும் அந்தமும் இல்லாதது என்கிறார்கள். அதுபோல் தெய்வமும் என்றும் இருப்பது; ஆதியும், அந்தமும் இல்லாதது என்கிறார்கள்.*

பொருள் முதல்வாதிகள், நாத்திகர்கள் எப்படி பிரபஞ்சத்தை, இயற்கையை நிர்ணயிக்கிறார்களோ, அதே போல், அவர்கள் தெய்வத்தை நிர்ணயிக்கிறார்கள்.

பே.அ: *ஆனால் இரண்டுக்கும் இடையில் பெரிய வேறுபாடு உண்டு.*

பிரபஞ்சம் இயங்குகிறது. சதா இயங்குகிறது, மாறுகிறது. இயற்கை, இயக்கஇயலுக்கு உட்பட்டது. மாறுதலைத் தவிர அதற்கு ஆதியும், அந்தமும் இல்லை என்பது உண்மைதான். அது என்றும் இருப்பதுதான்.

ஆனால் என்றும் இருப்பது, ஆதியும், அந்தமும் இல்லாதது என்கிற சுயம்பு - இறைவன் இயற்கையின் இயக்க இயலுக்கு உட்பட்டிருக்கவில்லை. இந்த விதிக்கு உட்படாத எதுவுமே பிரபஞ்சத்தில் இல்லை. ஆகவே இறைவன் இல்லை. இயற்கையின் இயக்க இயலுக்கு உட்பட்டிருப்பதால் அது ஒரு சடப்பொருளாக இருக்க வேண்டும். அல்லது உயிர்ப்பொருளாக இருக்கவேண்டும். சடப்பொருளாகவும் இல்லாது, உயர்ப்பொருளாகவும் இல்லாது பொருண்மையாகவும் இல்லாது பின் எதுவாகவும் இருக்க வாய்ப்பே இல்லை.

உயிரற்ற பொருள்களும், உயிருள்ள பொருட்களும் தோன்றுவதும், அழிவதும் சர்வ காலமும் நிகழ்ந்து கொண்டே இருக்கின்றன. இதற்கு உட்படாத, இந்த இலக்கணத்துக்கு ஒவ்வாத ஏதும் இல்லை. அப்படியானால் ஆண்டவன் நிலை என்ன? இதற்கு உட்படாமல் ஏதும் இருக்க முடியாது! இந்த விதிக்கு உட்படவில்லை என்றால் அப்படி ஏதும் இல்லை என்றாகிறது.

குமரிலரின் இன்னொரு விஷயத்தை - சுவாரசியமான தர்க்கத்தை கவனிப்போம்.

'ஒன்றை உருவாக்க உரிய பொருட்கள் சில தேவை. சான்றாக மட்குடுவை செய்யத் தேவைப்படும் களிமண் முதலான பொருட்கள் கிடைப்பதால் குயவரால் அதைச் செய்ய முடிகிறது. ஆயின் ஆத்திகக் கூற்றுப்படி உலகின் படைப்பாளியிடம் (அதாவது கடவுளிடம்) அத்தகைய பொருட்கள் ஏதுமில்லை. எனவே அவரால் ஏதும் படைக்க முடியாது. இதற்கு எதிராக ஆத்திகவாதம் வெளியிலிருந்து யாதொரு பொருள்களின் உதவியின்றியே சிலந்தியால் தனது வலையைப் பின்ன முடிவதுபோல் கடவுளும் தன்னிலிருந்தே, இந்தத் தரணியைத் தோற்றுவித்தார்' என்கிறது. சிலந்தியின் சான்றைத் தவறாகப் புரிந்து கொண்டு ஆத்திகர்கள் வாதிடுவதாகக் குமரிலர் கூறுகிறார்.

'உண்மையில் சிலந்தி இன்மையிலிருந்து யாதொன்றையும் உருவாக்கவில்லை. அது தன்னிலிருந்தே எதையும் உண்டாக்கவில்லை. வெளியிலிருக்கும் பொருளிலிருந்துதான் அது தன் வலையைப் பின்னுகிறது. சிலந்தி வலைக்கும் பொருண்மை

வடிவிலான அடிப்படை உண்டு. தான் பிடித்துத் தின்கிற பூச்சிகளின் உடல்களில் இருந்து வடியும் நீரை உமிழ்நீராய் மாற்றி அதைக்கொண்டுதான் வலையைப் பின்னுகிறது'- என்கிறார் குமரிலர்.

இவ்வுலகைப் படைப்பதற்கான கடவுளின் நோக்கம்தான் என்ன?

அதற்கு ஆத்திகர்கள் சொல்லும் பதில் உயிரினங்களின் மீதான பரிவுதான் இவ்வுலகை படைக்க இறைவனை தூண்டியது. என்கிறார்கள். இதற்குக் குமரிலர் தொடுக்கும் எதிர்வாதம் உலகின் தோற்றத்துக்கு முன்னர் உயிரினம் ஏது, இல்லாத உயிரினம் மீது ஆண்டவனுக்கு இரக்கம் ஏற்பட்ட வாய்ப்பேது? அப்படியே உயிரினங்கள் மீது இரக்கம் கொண்டு அவற்றை ஆண்டவன் படைத்தான் என்றால் அவை இன்பம் ததும்பும் ஒன்றாக மட்டுமே இருந்திருக்க வேண்டுமல்லவா?

இதற்கு ஆத்திகர் வைக்கும் எதிர்மறை பதில் : 'உலகப் படைப்புக்கு ஒரு சில கேடுகளும் அவசியம்'.

எல்லாம் வல்ல இறைவன் என்கிறபோது கேடுகளை ஏன் உருவாக்க வேண்டும். கேடுகள் தவிர்க்க முடியாது என்று சொல்லி விட்டால் இது இறைவனையும் கட்டுப்படுத்தாத சட்டமா? ஆம் என்றால் எல்லாம் வல்ல இறைவன் என்பது எங்ஙனம் பொருந்தும்? ஒரு முறை ஆண்டவன் படைத்துவிட்டால் பிறகு அதை அவனாலும் 'மாற்ற முடியாது' என்று சொல்லிவிட்டால் எல்லாம் வல்ல இறைவன் என்பதற்கு அர்த்தம் என்ன?

குறையுள்ள சமூகமாக, குற்றங்கள் உள்ள சமூகமாக அவலங்கள் நிறைந்த சமூகமாக ஆண்டவன் ஏன் இந்த உலகைப் படைத்தான். அதற்கான நோக்கம்தான் என்ன? நோக்கம் ஏதுமில்லை என்று கூறினால் ஆண்டவன் அறிவாற்றல் நிறைந்தவன் என்று எப்படி ஏற்க முடியும்?

பக்தர்கள், இதற்குத் திறமையாகச் சொல்லும் பதில் 'கடவுளின் திருவிளையாடல்' என்கிறார்கள். இதற்கு,

குமரிலர் தொடுக்கும் கேள்வி.

'அரசர் வேட்டைக்குப்போவது வெறும் பொழுது போக்குக்காகத்தான். குழந்தைகளும் அதே போல் மகிழ்ச்சியின் பொருட்டே விளையாட்டுகளில் ஆர்வம் காட்டுகின்றன. கடவுளின் படைப்புப் பணியும் அதே போன்று பொழுது போக்கவோ, அல்லது விளையாட்டுக்காக எனக்கருத வேண்டும்

என்றால், அதற்கு எந்தவித நோக்கமும் கற்பிக்கக் கூடாது என்றால், ஆத்திகர்கள் சொல்லுவது ஆண்டவனைப் பற்றிய வெறும் தம்பட்டமே.

ஆண்டவன் இந்த உலகை எந்த நோக்கமுமின்றி படைத்தான் என்றால், நோக்கமில்லாமல் எந்த மடையனும் படைக்க மாட்டான்; நோக்கத்தோடுதான் படைத்தான் என்றால் ஆண்டவன் குற்றம் குறை ஏதுமற்றவன் அறிவாற்றல் கொண்டவன் என்பதை ஏற்க இயலாது' (இந்திய நாத்திகம், பக்கம் 243, 245)

செல்வா: ஆத்திகர் சொல்லுவதுபோல் ஆண்டவன் இன்பத்தையும் துன்பத்தையும் வைத்தால்தானே வாழ்க்கையில் ஒரு உத்வேகம் இருக்கும். வெறும் இன்பமே என்றாலும், வெறும் துன்பமே என்றாலும் வாழ்க்கைக் கசந்துவிடுமல்லவா?

'உலக படைப்பில் ஒரு சில கேடுகளும் அவசியம்' என ஆத்திகர்கள் சொல்லுவதை குமரிலர் திருப்தி அற்ற பதில் என்று எப்படி சொல்ல முடியும்? வாழ்க்கையில் Thrilling வேண்டுமல்லவா?

பே.அ: கேடுகளையும் நல்லவைகளையும் நாம் வாழ்க்கையில் அனுபவிப்பது மீளுவது, அல்லது வீழ்வது என்கிற ஒரு முறையை நாம் அனுபவிப்பதால், முயற்சிப்பதால் நாமாக வகுத்துக்கொண்டமன இயல், கருத்து இயல் அவ்வளவே.

உதாரணமாக மனித குல வரலாற்றில் இன்பத்தையே, சௌகரியத்தையே, நன்மைகளையே அனுபவிக்கும் ஒரு System அமைந்து விட்டிருந்தால், மனித வாழ்க்கையில் துன்பம் என்பது பற்றிய சிந்தனையோ அதுபற்றிய மனவலியோ மனித குலத்துக்கு தெரிந்திருக்க வழியே இல்லை. அப்படி ஒரு கற்பனையே மனிதனுக்கு தோன்றியிருக்காது!

பாலா: அய்யா, இதை ஏதேனும் ஓர் உதாரணம் மேற்கோள் காட்டி விளக்குங்களேன்

பே.அ: மாணவர்களே, பாலா ஒரு மேற்கோள் கேட்கிறார். சொல்லித்தான் ஆக வேண்டும்.

ஒரு மனிதர் பிறந்ததிலிருந்தே இரண்டு கால்கள் இல்லாமல் வாழ்கிறார். கால்களுக்கு பதில் இரண்டு சிறிய குச்சிகள் போல் இரண்டு பக்கம் சதை தொங்குகிறது. அவருக்கு வயது இப்போது நாற்பது ஆகிறது. நாற்பது ஆண்டுகளாகக் கால்களே இல்லாமல்தான் வாழ்ந்திருக்கிறார். இன்னும் சில வருடம் வாழ்வார். அவரிடம் அய்யா இரண்டு கால்களும் இல்லாமல் வாழ்கிறீர்களே; உங்களுக்கு வாழ்க்கை சுமையாக இல்லையா;

நீங்கள் சோர்வடையவில்லையா என்று கேட்டால் அவர் சொல்லும் பதில்

'அய்யா நீங்கள் படித்தவர் போல் தெரிகிறது. நீங்களே இப்படிக் கேள்வி கேட்கலாமா? எனக்கு என்னகுறை? என்ன சுமை? எனக்கும் உங்களுக்கு உள்ளதுபோல் இரண்டு கால்கள் இருந்து அந்த சுகத்தை அனுபவித்த பின் இடையில் அந்தக் கால்களை இழந்து விட்டால் அப்போதுதான் எனக்கு அது சுமையாகத் தெரியும். பெரும் துயரமாக இருக்கும். ஆனால் எனக்குப் பிறவியிலேயே கால்கள் இல்லை. அந்த சுகம், சௌகரியம் என்னவென்றே தெரியாது. ஆகவே என் வாழ்க்கையைப் பொருத்தவரை இதைத்தான் சுகமாகக் கருதுகிறேன். இது எனக்கு இயற்கையான வாழ்க்கையாக இருக்கிறது. காலின் சுகம் என்னவென்றே எனக்கு தெரியாது. அது பற்றிய எந்த விதக் குறையும் தெரியாது. இந்த நிலையில் நான். நாற்பது ஆண்டுகளாக சுகமாகத்தான் இருக்கிறேன் என்று புன்னகையோடு பதில்சொன்னார்! நான் வெட்கித் தலை குனிந்தேன். அவர் சொன்ன அந்த சிந்தனை எனக்கு இல்லை. நாம் சிந்திப்பது போல் அவருக்கு அந்தச் சிந்தனையில்லை.'

(ஆசிரியரின் இந்த விளக்கம் மாணவர் முகத்தில் ஓர் ஆச்சரியத்தை பரவவிட்டது. ஓ, இப்படியும் புரிந்து கொள்ள வேண்டுமா? நாம் எல்லாவற்றையும் நம் நிலையிலிருந்துதானே பார்க்கிறோம் என்று மாணவர்கள் நினைத்தார்கள்.)

பே.அ: *மற்றொரு பிரச்சினையையும் நீங்கள் பார்க்க வேண்டும். ஏன் ஆத்திகர்கள் உலகப் படைப்புக்குக் கேடுகளும் அவசியம் என்கிறார்கள். இங்கே ஆண்டவனின் இருப்புக்கு ஆதாரம் தேடுகிறார்கள்.*

அதாவது இவருக்கு ஏன் கால்கள் இல்லாமல் கேடு வாய்த்தது. மற்ற ஒருவன் ஏன் கால்களை வைத்து ஓட்டப் பந்தயத்தில் வெற்றி பெறுகிறான். இரண்டுமே சென்ற பிறவியின் வினைப்பயன்கள்எனப் பழிபோட்டு விடுகிறார்கள். முற்பிறவி இப்பிறவி என விளக்கம் தருகிறார்கள். இதற்குள் சூழ்ச்சி இருக்கிறது. இந்தப் பிறவியின் நல்லது கெட்டது - யாவும் சென்ற பிறவியின் செயல்பாட்டைப் பொறுத்தது என்ற பொய்யான சிந்தனையை ஏற்றிவிடுகிறார்கள்.

ஆண்டவன் குறை, குற்றங்கள் ஏதுமற்றவன்; ஆண்டவன் முழுமையானவன் எனும் - கூற்றை ஆத்திகர்கள் கைவிட வேண்டும் என்கிறார் குமாரிலர்.

உலகப் படைப்பின் வழி நிறைவடையும் கடவுளின் நோக்கம்தான் என்ன? எந்த ஒரு நோக்கமும் இன்றி ஒரு அடிமடையன் கூட எதையும் செய்திடான். யாதொரு நோக்கமும் இல்லாமல்தான் இறைவன் அப்பணியை மேற்கொண்டான் எனில் அவனின் அறிவாற்றலால் சாதிக்கப்போகும் பயன்தான் என்ன? எனக் கேட்கிறார் குமாரிலர்.

மீமாம்சகர்கள் வேதமரபுகளையும் வேதக்கடவுள்களையும் விட்டு வைக்கவில்லை. பல்வேறுபட்ட தர்க்கரீதியிலான வாதங்களை வைத்து ஆத்திகர்களின் வாதங்களை நிறைய படிக்கிறார்கள். வேதங்களின் சடங்குகள் குறித்தும் வாதிடுகிறார்கள். மீமாம்சர்களின் வழித்தோன்றல்களில் ஒருவர் சபரர். வேதங்கள் பற்றி கீழ்க்கண்ட முடிவுக்கு வருகிறார்.

மறைபொருளை வெளிப்படுத்தும் நான்காம் வேற்றுமை உருபைப் பயன்படுத்தி தெய்வம் நேரடியாகக் குறிப்பிடப்படுகிறது எனும் எதிரியின் கூற்றுக்கு எதிராக சபரர்கீழ் கண்ட முறையில் வாதிடுகிறார்.

'இக்கூற்றுக்கு ஆதாரமாக, அதே வேதங்களில் சடங்கு குறித்து நிர்ணயிக்கப்பட்ட விளைவுடன் நேரடியாகத் தொடர்புப்படுத்தப்பட்டுள்ளமையைத் தெளிவாகக் காண முடியும். விளைவுகளைத் தீர்மானிப்பதில் சடங்குகளின் பங்கு பற்றி மட்டுமே வேதங்கள் பேசுகின்றன; கடவுளைப் பற்றி அன்று, இந்த விளைவுதான் மனிதனின் உண்மையான குறிக்கோள். அக்குறிக்கோளை எய்த மேற்கொள்ளப்படும் எந்த ஒரு முயற்சியும் மனிதனுடையதே தவிர தெய்வத்துடையது அல்ல. ஆகவே நாம் எந்த ஒரு செயலையும் கடவுளின் தூண்டுதலால் செய்வதில்லை. நான்காம் வேற்றுமை உருபுடன் தெய்வத்தின் பெயரைக் குறிப்பிடுவது நற்பயன் தரும் யாகத்தை இயற்ற தெய்வம் ஒரு கருவி எனும் கருத்துடன் எளிதாக உடன்படுகிறது - என்கிறார் சபரர்.'

மாரி: அய்யா இதை நாங்கள் மற்றவர்களிடம் புரியும்படி சொல்லவேண்டும். அப்படி எளிமையாக விளக்குங்களேன்.

பே.அ: வேதகால மனிதர்கள் தங்களின் சொந்த நலன்களை அடையவே யாகம் போன்றவற்றை ஆண்டவனின் பேரால், நடத்தினார்கள். யாகச் சடங்குகளில் தானியங்களை நெருப்பில் கொட்டுவது, போதை பானங்களை வைப்பது, தானும் குடிப்பது, மிருகங்களைப் பலியிடுவது தெய்வங்களை

மகிழ்விக்க, அல்ல. இன்னும் சொல்லப்போனால் தெய்வழிபாடு இரண்டாம் பட்சமே. யாகச் சடங்குகள்தான் முதல்பட்சம். அதன் மூலம் தங்களுக்குப் பலன் கிடைக்க வேண்டும் என்கிற தன் நோக்கம்தான் முக்கியம். தனது குறிக்கோள், தேவைகள் நிறைவேற வேண்டும் என்பதுதான். இந்த வேண்டுதல்களை தெய்வம் நிறைவேற்றும் என்பது வெறும் நம்பிக்கை.

சபரர் இப்படியும் சொல்லுகிறார்.

உண்பதற்கு உருவம் அவசியம். தெய்வத்துக்கு உருவம் இல்லை. அதனால் படையல் பொருட்களைத் தெய்வம் தின்ன முடியும் என்று எண்ணுவது வீண். அவ்வாறு அவை உண்ணுவது என்றால் படைக்கப்பட்ட உணவின் அளவு குறைய வேண்டுமல்லவா குறையவில்லையே. ஆண்டவன் உண்ணாமல் அதன் சாரத்தை மட்டும் உறிஞ்சிவிடுகிறார் என்பது மோசடி. எனவே தெய்வம் உண்பதில்லை. எல்லாம் மனிதனுக்கே லாபம். ஆகவே மனிதன் தன் வேண்டுதலை நிறைவேற்றிக்கொள்ள இது ஒரு உத்தி. வேண்டுதல்கள் அப்படியே நிறைவேறுகிறதா என்பது வேறு விஷயம்.

எனவே மாணவ நண்பர்களுக்கு இந்த விளக்கம் போதும் என நினைக்கிறேன்.

இறுதியாக தேவிபிரசாத் சட்டோபாத்யாயா சொல்லும் மீமாம்சகர்களின் நாத்திகவாதச் சுருக்கத்தை கவனத்தில் வைப்போம்.

'ஆகவே மீமாம்சப் பார்வையில் இறுதியாக நமக்கு வாய்ப்பது வேதக் கடவுள்களின் உயிராக அமைந்துள்ள இந்திரன், அக்னி, மித்திரன், வருணன் போன்றவை வெறும் ஓசைகளே! மந்திரங்களின் அங்கமாக ஓசைகள் இருப்பதால் ஓசைகள் முக்கியமானவை. அந்த ஓசைகளைத் தாண்டி கடவுளின் இருப்புக்கு உருப்படியான ஆதாரம் தேடுவது வீண்வேலை.' 'கடவுளர்' எனும் அர்த்தத்தில் கடவுளர் என்பது எதார்த்தமற்றது. அவர்களின் இருப்பு வெறும் வாய் வார்த்தையின் பாற்பட்டதே. மீமாம்ச தத்துவ ஞானிகளின் ஆத்திகத்துக்கு முந்திய வேத காலப் பார்வைக்கு ஆதரவான நிலைப்பாடு அவர்களை இறுதியாக இந்த இடத்தை நோக்கித்தான் தள்ளியிருக்கிறது.' (இந்திய நாத்தகிம் பக்கம் 254)

பாலா: அய்யா மீமாம்சத்தின் பிரதிநிதிகளில் சிலர் ஆரம்பத்தில் நாத்திகம் பேசினாலும் பின்னர் வேதமரபுகளைத் தழுவினர் என்ற குற்றச்சாட்டு உள்ளதே. ஏன் இப்படிப்பட்ட நழுவல்?

பே. அ:அதுவும் ஒரு வகையில் உண்மைதான். சிலருக்குக் காலப்போக்கில் அக்கொள்கை பிடிக்காமல் போயிருக்கலாம். சிலர் நிர்ப்பந்திக்கப்பட்டிருக்கலாம். சிலர் சொந்த லாபம் கருதியும் போயிருக்கலாம். ஆட்சி அதிகாரத்தின் மிரட்டல், வேத, மத - பிராமண மத சூழ்ச்சிக்கும் கூட சிலர் பலியாகியிருக்கலாம்.

அக்காலக்கட்ட சூழ்நிலையை நாம் புரிந்து கொள்ள சில சிரமம் இருக்கலாம். அடிமை சமுதாயத்தின் கடைசி கட்டத்திலும், நிலப்பிரபுவத்துவ ஆட்சியின் ஆரம்பக் கட்டத்திலும் அந்த சமூகத்தின் தொடர் கட்டத்திலும் கடவுள் மறுப்புத் தத்துவத்துக்கும், கடவுள் இருப்பு தத்துவத்துக்கும் இடையே கடுமையான மோதல், பழிவாங்குதல், கொல்லுதல் போன்றவைகளும் நடந்ததல்லவா? நாத்திக ஏடுகளெல்லாம் கொளுத்தப்பட்டன அல்லவா? அழிக்கப்பட்டன அல்லவா?

அக்காலம் என்ன? இக்காலத்திலும் அப்படி நடக்கின்றனவே அதைச் சொன்னால் மாணவ நண்பர்களுக்கு சற்று தெளிவுஏற்படும்.

செல்வா: அது என்னய்யா தற்கால உதாரணம்!

பே.அ: திராவிடர் கழகம் கடவுள் மறுப்பு அமைப்புதான். நாத்திக அமைப்புதான். பகுத்தறிவு அமைப்புதான். அண்ணா, நாவலர், கலைஞர், பேராசிரியர் போன்றோர் நாத்திகர்கள்தான் ஆனால் அவர்கள் பெரியார் தலைமையிலான திரவிடர் கழகத்தைவிட்டு பிரிந்து வந்தபோது, திராவிட முன்னேற்றக் கழகம் உருவாக்கியபோது, ஒரு கட்டத்தில் "ஒன்றே குலம், ஒருவனே தேவன்" என்று பிரகடனப்படுத்தினார்கள். இந்த மாற்றம் ஏன்?

மாரி: ஆட்சியைப் பிடிக்க, தேர்தலில் போட்டியிட அரசியல் முடிவு எடுத்ததால் இந்த கொள்கை மாற்றம் அவர்களுக்குத் தேவைப்பட்டது. வாக்களிக்கும் மக்களில் பெரும்பாலோர் மிகப்பெரும்பாலோர் ஆத்திகர்கள், கடவுள் நம்பிக்கை உள்ளவர்கள், அவர்களின் வாக்கைப்பெற வேண்டுமல்லவா? ஆகவே இந்தக்கொள்கை மாற்றம்.

பாலா: ஆனால் மனத்தளவில், நடைமுறையில் அவர்கள் நாத்திகர்களாக வாழ்ந்திருக்கிறார்களா?

பே.அ: ஆம், அதுவும் உண்மைதான். அதில் எந்த சந்தேகமும் வேண்டாம். ஆனால் அமைப்பின் கொள்கை ஒன்றே குலம், ஒருவனே தேவன் என்றனர் இது. வழுக்கல்தானே?

9
சாங்கிய தத்துவம்

(இந்திய தத்துவ வரலாற்றில் சாங்கியம் மிகப் பழமைக்கால நாத்திகவாதத்தை அடிப்படையாகக் கொண்டது. இதன் சித்தாந்தம் பெரும் செல்வாக்கோடு இருந்தது. அந்த அளவிற்கு அது எதிர்ப்பையும் சந்தித்தது. உண்மையிலேயே அதற்கு ஏற்பட்ட எதிர்ப்பு மிகக் கடுமையானது. இந்தத் தொன்மை தத்துவத்தின் மீதான தாக்குதலில் ஏற்பட்ட சேதாரம் அதிகமே. சேதமடைந்த பிறகு தப்பிப் பிழைத்த இதன் தத்துவம் மிக மிகச் சொற்பமே.

இந்தத் தொன்மை நாத்திகவாதமான சாங்கியத்தைப் பற்றியும் பேராசிரியர் அருணா தன்னுடைய மாணவர்களுக்கு விளக்கிச் சொல்லி விவாதம் நடத்துகிறார்.)

பே.அ: இந்திய மண்ணில் சாங்கிய நாத்திகவாதத்துக்கு ஏற்பட்ட தாக்குதல்கள் போல் இந்திய லோகாயத நாத்திக தத்துவத்துக்கும் தாக்குதல் ஏற்பட்டதுண்டு.

இப்போது கூட சாங்கியத் தத்துவத்தின் சாரத்தை முழுமையாக அறிந்திட வாய்ப்பில்லாமல், சிதைக்கப்பட்டு விட்டதால், அதுபற்றி ஓரளவேனும் அறிய அதைத் தாக்கி எழுந்த, எதிர்த்த சுவடுகளில் காணக்கிடைக்கின்ற தகவலை வைத்துதான் அறிந்து கொள்ள முடிகிறது.

'ஸ்வேதஸ்வரா' உபநிடதத்தை எழுதிய ஆசிரியர் சாங்கிய கோட்பாட்டை மறுக்க அதுபற்றிக் குறிப்பிடுகிறார்.

இயற்கை என்றும் உள்ளது. அது இயங்குவது. அது மாறும், மீண்டும் உருவாகும். இதன் வெளி சக்தி தூண்டுதலுக்கு பிரக்ருதி ஏதும் தேவை இல்லை. ஆகவே பிரக்ருதி இயல்பாக இயங்குவது. பொருட்கள் அணுக்களால் ஆனது, இயங்கிக்கொண்டே இருப்பது போன்ற கொள்கைகளை ஸ்வேதஸ்வரா உபநிடதத்தில் குறிப்பிட்டுவிட்டு அவையெல்லாம் பொய்யான வாதம்; உண்மைக்கு மாறானது என்று வழக்கப்படி மரண அடி அடிக்காமல் இவையெல்லாம் - அதாவது இயற்கை எல்லாம் இயங்கினாலும், மாறிக்கொண்டே இருந்தாலும், இவற்றை ஆளுபவன், மந்திர சக்தியால் உருவாக்கியவன் ஆண்டவன்.

அழிவற்றதும், நிலைபெற்றதும் எதுவோ அதுவே ஆண்டவன். அழிவது, ஆன்மா ஆகிய இரண்டையும் ஆள்வது ஆண்டவன் ஒருவனே. அவனையே நினைத்து, அவனுடன் கலந்து அவனின் எல்லையற்ற பரிமாணத்தை எப்போதும் அசைபோடுகிற ஒருவனால் இவ்வுலக மாயையிலிருந்து முற்றாக விடுபடமுடியும் - என்கிறார்.

கடவுளுடன் ஒன்றுவதன் மூலம் மட்டுமே இவ்வுலகம் பற்றிய மாயையிலிருந்து தப்பிக்க முடியும். பிரக்ருதி (இயற்கையின் இயல்புபற்றி) அல்லது பிரதானத்தின் காரணமாகவே அம்மாயையில் நாம் மாட்டிக் கொள்ளுகிறோம். ஆயினும் ஆண்டவனே அதன் காரணகர்த்தர். அவனின் விளையாட்டு லீலை.

'பிரக்ருதியே மாயை, அந்த மாயையை ஏற்படுத்துபவன் மகேஸ்வரனே. அவனின் இந்த மகிமை எங்கும் பரவி இருப்பவை. அவனின் அடக்கமான உயிர்களே எல்லாம் என்கிறார் (இந்திய நாத்திகம் பக்கம் 77)

மாணவ நண்பர்களே, இந்த விளக்கம் பற்றி என்ன நினைக்கிறீர்கள்.

பாலா: சாங்கிய கோட்பாடான இயற்கை என்றும் இருப்பது, நிலையானது, மாறிக்கொண்டே இருப்பது என்ற தத்துவத்துக்கு மூல முதல் காரணம் ஆண்டவனே, அவன் லீலைகளே. ஆகவே அவனை ஆராதிப்பதன் மூலம் பெரும் பேற்றை அடையலாம் என்று ஸ்வேதஸ்வரா உபநிடத ஆசிரியர் சாங்கியக் கோட்பாட்டுக் கெதிராக முயற்சிக்கிறார்.

பே.அ: ஆத்திகர்களிடம் இன்னொரு தன்மையும் உண்டு! எதிர் கருத்துக்காரர்களைப் புகழ்வது, போற்றுவது, அந்த எதிர்க்கொள்கைகளை மழுங்கடிக்க அவர்களைத் தங்களவர்களாகவே ஆக்கிக்கொள்வது. புத்தரை விஷ்ணுவின் அவதாரம் என்று சொன்னதுபோல. தந்திரங்கள் பல செய்வார்கள்.

சாங்கிய தத்துவ நிறுவனர் கபிலர் விஷயத்திலும் அப்படி நடந்தது உண்டு.

உபநிடதம் கபிலரின் தொன்மை குறித்தோ, அவரின் ஞானம் பற்றியோ எந்தவித கேள்வியும் சவாலும் எழுப்பவில்லை; சர்ச்சைக்கு உள்ளாக்கவில்லை.

கபிலரின் ஞானம் ஆண்டவனின் கொடையே. அவர் எத்தனை காலத்துக்கு முந்தியவர் என்றாலும் அவர் பிறப்பை

ஆண்டவன் அறிவான்.

ஆண்டவன் ஒவ்வொன்றையும், தனிப்பட்ட மூலத்தை மட்டுமின்றி அனைத்து வகைகளையும் அதுபோன்றே அத்தனை ஆதாரங்களையும் கட்டியாள்கிறது. அந்த ஒருவன்தான் - அந்த இறைவன்தான், என்று நாத்திகம். கபில முனிவரின் பிறப்பைக் கண்ணுற்றவனும், அவனே என்கிறது. கபிலரின் ஆதி மூலச் சடப்பொருள் கோட்பாடு மூவாயிரம் ஆண்டுகளுக்கு முன்னால் திடமாகச் சொல்லப்பட்டது ஒரு வியப்பே!

'சாங்கியத்தின்படி முதற்காரணி 'பிரக்ருதி' அல்லது ஆதி (சடப்) பொருள் - பருப்பொருளே. ஆகவே கடவுள், அல்லது ஈஸ்வரன்தான் முதற்காரணி என்பவர்களைப் பார்த்து சாங்கியர் கேட்பது:

கடவுள் நிர்குணமானவன் என்கிறீர்கள். நிர்குணமாகிய கடவுளிடமிருந்து குணநலன்களுடைய பொருட்கள் எவ்வாறு தோன்ற முடியும். வெள்ளை நூலிலிருந்து வெள்ளைத் துணியும், கருப்பு நூலிலிருந்து கருப்பு துணியும் தானே வரமுடியும்! அதே போன்று முக்குணங்கள் கொண்ட பிரக்ருதியிலிருந்து அதே குணங்களுடைய மூன்று உலகங்கள் தோன்றுகின்றன. கடவுள், குணங்கள் அற்றவர். ஆகவே அவரிடமிருந்து முக் குணங்களுடைய மூன்று உலகங்கள் தோன்றின என்பது முன்னுக்குப்பின் முரணானது.

சாங்கியப் பார்வையில் குணம் அல்லது பண்பு என்பது சடப்பொருளின் அங்கமாகும். முக்குணங்களால் ஆனது எனில், அவை நிச்சயம் பொருள் வடிவில் இருப்பது என்பது அர்த்தம்.

வேறு வார்த்தையில் சொல்வதென்றால் உலகம் பருப்பொருளால் ஆனது. ஆகவே பருப்பொருளாக இல்லாத கடவுள் அதன் மூலக் காரணியாக இருக்க முடியாது என்கிறது சாங்கியத் தத்துவம்.

ஆகவே ஆதி மூலப் பொருள் (முழு முதற் பொருளே) இவ்வுலகத் தோற்றத்தின் ஊற்றுக் கண்ணாக இருத்தல் வேண்டும் என்பது சாங்கியத்தின் பொருள் முதல்வாதத் தத்துவமாகும்.

மாரி : பொருள்களில் பருப்பொருள்தான் முதன்மையானது. கடவுள் முழுமுதல் அல்ல; கடவுளே இல்லை என்கிறீர்களே இதன்பொருள்?

பே.அ: ஆம், கபிலரின் கருத்துப்படி பருப்பொருள்தான் முதன்மையானது. அதற்கு உயரம், நீளம், அகலம் என முப்பரிமாணங்கள் உண்டு. இந்த மூன்று குணங்களோடு இயங்குவது பருப் பொருள்.

பொருள் ஒரு வெளியில் குறிப்பிட்ட காலத்தில் உள்ளது. இடம் அல்லது வெளி என்பது பொருளின் இருப்பைக் குறிப்பது. சடப்பொருள் என்றாலே வெளிதான்.

இந்தப்பொருட்கள் அணுக்களின் திரட்சியைக்கொண்டது. அணு இயங்கிக்கொண்டே இருக்கிறது. அதன் அர்த்தம் பொருள் இயங்கிக்கொண்டே இருக்கிறது.

ஆண்டவனை நிர்க்குணம் உள்ளவன் என்று கூறும்போது, அவன் எப்படி மூன்று குணங்களைக்கொண்ட, நான்காவதான இயக்கத்தைக் கொண்ட பொருளை உருவாக்க முடியும். சடப்பொருள் எந்தச் சக்தியாலும் உருவாக்கப்பட்டதல்ல. பருப்பொருள் என்றும் இருப்பது. அதற்கு ஆரம்பமும் இல்லை. முடிவும் இல்லை. சதா இயங்கிக்கொண்டும் மாறிக்கொண்டும் இருக்கிறது என்பதுதான் அதன்கொள்கை.

பாலா: பொருட்கள் ஒரு குறிப்பிட்ட காலத்தில் ஒரு குறிப்பிட்ட இடத்தில் அல்லது வெளியில் இருக்கிறது என்கிறீர்கள் பொருட்களே இல்லையென்றால்....

பே.அ: பொருட்களே இல்லையென்றால் இருப்பு-இடம், வெளி என்பது இல்லாமல் போகும், காலம் என்பதே கூட இல்லாமல் போகும். நாம் இது பற்றி முன்பே பேசியுள்ளோம்.

செல்வா: அய்யா நான் இங்கே இருக்கிறேன். நீங்கள் அங்கு அமர்ந்துள்ளீர்கள். நமக்கு இடையில் வெற்றிடம்தானே இருக்கிறது?

பே.அ: இது பற்றி நாம் முன்பே பேசியுள்ளோம். இருப்பினும் தொடர்பையும் இந்த வெற்றிடமே எப்படி உருவானது. நானும், நீயும் உள்ளதால் நமக்கு இடையில் இந்த இடைவெளி உண்டாயிற்று. நாம் இரண்டுபேரும் இல்லை என்றால் இடைவெளியே இல்லை. ஆனால் அந்த இடைவெளியிலும் காற்று, தூசு இருக்கின்றன. அது வெற்றிடம் இல்லை.

நீ நிற்கிறாய் என்றால் 5 அடி 4 அங்குலம் உயரத்தையும், ஒன்றரை அடி அகலத்தையும் முக்காலடி குறுக்கையும் அடைத்து அதற்குத் தகுந்த அளவில் இடத்தை, வெளியை உருவாக்கிவிட்டாய்.

கபிலரின் தத்துவம் அவ்வளவு நுணுக்கமாக காலம், இடம், அணுக்களின் இயக்கம் பொருள்கள் சாதா மாறுவது என்பவற்றை விளக்குகிறது பெரிய சாதனை.

சாங்கியத்தின் தர்க்க வாதம் பெருமைக்குரியதுதான். ஆகவேதான் இன்றைய ஆய்வாளர்கள்கூட தங்களின் கருத்தை பின் வருமாறு கூறுகிறார்கள்.

சாங்கியத்தின் தவிர்க்க முடியாத தத்துவங்களை, எதிர்ப்பாளர்கள் புராணங்களில் அவற்றை ஆத்திக சாயலாக மாற்ற முயற்சிகள் எடுக்கிறார்கள்.

உதாரணமாக 'கராப்' (carabe) எனும் ஆய்வாளர் தத்துவ சிந்தனையைத் தொடர்ந்து பேசுகிற மகாபாரதம் முதல் மனுவின் சட்ட நூல் ஈறாக உள்ள எந்த ஓர் இந்திய இலக்கியமும் - குறிப்பாக பழங்கதைகளும், வீரகாவியங்களும், புராணங்களும், சாங்கிய கோட்பாடுகளின் தாக்கத்தைப் பெருமளவில் கொண்டுள்ளவையே - என்கிறார்.

ஆனால் ஆதி சங்கரர், அத்வைதம் படைத்த காலத்தில் அவர் கபிலரை கசப்போடே கண்ணுற்றார். சாங்கியக் கண்ணோட்டம் வேதாந்த மற்றும் உபநிடத போதங்களுக்கு எதிரானது என்பதை நன்றாக அறிந்திருந்தார். எனவேதான் அவர் சாங்கியம் பற்றி சொல்லியபோது அது வேதங்களையும் மனுவின் வாசகங்களையும் மறுதலிக்கிறது என்று ஆணித்தரமாகப் பறைசாற்றினார். அதே சமயம் ஸ்மிருதிகள் கபிலரின் மீது அசைவற்ற மதிப்பு கொண்டவை என்பதையும், அவரின் போதனைகளைப் பெருமளவில் தாங்கியவை என்பதையும் சங்கரர் அறிந்தே இருந்தார். எனினும் அதை அவர் வேறு வகையில் சமாளிக்கிறார்! எப்படி கபிலர் எனும் பெயர் ஒரே நபரை மட்டும் குறிப்பதாகாது. ஆகவே இந்த ஸ்மிருதிகளில் வரும் கபிலர் சாங்கிய தத்துவத்தை வகுத்த கபிலராக இருக்கவேண்டும் என்று அவசியமில்லை - என்கிறார்.

அதே சமயம் கபிலரின் கருத்துக்கள் ஸ்மிருதிகளில் நிறைந்துள்ளன என்பதை அவரால் மறுக்க இயலாது. சாங்கியக் கொள்கைகளை - அதாவது குறிப்பாக வேதங்களையும் பிற விதிமுறைகளையும் பாதிக்காத அதன் அம்சங்களையும் மனுவைப்போன்ற மதிப்பு வாய்ந்த பழங்கால அறிஞர்கள் ஏற்றுக்கொண்டனர் என்பதை சங்கரர் வேண்டா வெறுப்புடன் ஒப்புக்கொள்கிறார். - என ஆய்வாளர்கள் குறிப்பிடுகிறார்கள். (Sankara on brahma sutra).

இங்கே ஒரு எச்சரிக்கையும் வைக்கப்படுகிறது. அது என்ன?

உபநிடதங்களின் அடிப்படைகளுக்கு எதிரான சாங்கியத்தின் தொன்மையான கொள்கைகளைத் தொடக்க வேதகாலத்துக்கு முந்திய, ஆரியம் சார்ந்த சிந்தனைத் தொகுப்பில் தேட வேண்டும் என்று அறிஞர்கள் சொல்கிறார்கள்.

பின்னாளில்தான் ஆத்திகம் அல்லது வேத மரபில் வந்த தத்துவம்தான் சாங்கியம் என செயற்கையாகக் கூறப்பட்டது என்பதும் ஒரு சதியே. கருத்துக்கள் குறிக்கப்பட்டன. அதற்கேற்றால்போல் கருத்துகள் ஒட்டப்பட்டன.

புலனறிவின் ஆதாரம் சடப்பொருளுடன் ஏற்படுகிற தொடர்பே என்பது இன்று விஞ்ஞானப் பூர்வமாக நிரூபிக்கப்பட்ட உண்மைதான். புலனறிவு தொடுவுணர்வின் விளைவே என்பதும் அதே போன்றுதான்.

ஆத்திகர்கள் - நியாய - வைசேடிகர்கள் இதற்கு என்ன பதில் தருகிறார்கள். இதை ஏற்றுக்கொள்கிறார்கள். ஆம்! இவை உண்மைதான். ஆனால் இவை மண்ணுலகு சம்பந்தமான தற்காலிக விஷயம். மனிதன் மாண்டுவிட்டால் அவனது புலனுணர்வு, அறிவுதிறன் அவனோடு மாண்டு போகிறது. ஆனால் அவன் இறந்தாலும் ஆன்மா இருக்கிறது, அது அழியாதது என்று வாதிடவும் செய்கிறார்கள். இது நிரூபிக்கப்படவில்லை.

சாங்கிய சூத்திரம் வினைப்பயன் பற்றியும் விவரிக்கிறது.

வினைப்பயன் என்பது அவ்வினையின் எதிர்விளைவே என்கிறது. இதன் பொருள் எந்த ஒரு செயலும் அதற்குரிய விளைவை உண்டாக்கியே தீரும். வினை இல்லாமல் விளைவு இல்லை. விளைவு என்றால் அதற்கு வினை இருந்துதான்தீரும். இதைப் பிரிக்க முடியாது. நல்வினையோ, தீவினையோ அதற்கேற்ற விளைவு உண்டு, இதற்கு இடையில் கடவுள் தேவைப்படவில்லை. காரணம் இல்லாமல் காரியம் இல்லை என்பதைப்போலத்தான் இதுவும்.

நீரில் விழுந்தால் அதன் விளைவு நீரில் மூழ்குவது, நெருப்பைத் தொட்டால் சுடுவது? ஓங்கி அடித்தால் வலிப்பது. இதற்கும் கடவுள் தலையீட்டுக்கும் சம்பந்தம் இல்லை.

பாலா: அய்யா தண்ணீரில் விழுந்தால் மனிதனால் மூழ்காமல் நீச்சல் அடிக்க முடியும். தீயைத் தொட்டாலும் சுடாமல் இருக்க உறை போட்டுக்கொள்ள முடியும்! ஓங்கி அடித்தாலும் வலிக்காமல் பாதுகாத்துக் கொள்ள முடியும்.

பே.அ: வேடிக்கையான எதிர்வாதம். நீந்துவது, மனிதனாக உருவாக்கிக் கொள்வது. அதுவும் ஒரு விளைவுதான். நீரில் விழுந்த வினையின் விளைவுதான் செயல், நீரின்மேல் மனிதன் நடக்கவும் செய்யலாம். இதுவும் விளைவுதான். மனிதன் தனக்கு ஏற்ற பாதுகாப்பை உருவாக்கிக் கொள்கிறான். இதுவும் மனிதனின் செயலுக்கு உட்பட்டதே. இங்கே பார்க்க வேண்டியது வினை, விளைவு -இரண்டும் பிரிக்க முடியாதது. இதற்கு ஆண்டவனின் தலையீடு தேவையில்லை என்பது.

படித்தால்தான் பரீட்சையில் தேற முடியும். படிக்காமலே ஆண்டவனை தரிசித்துவிட்டு பரீட்சை எழுதினால் வினைக்குத் தந்த விளைவுதான் ஏற்படும்.

அண்ட சராசரத்தை ஆளும் கடவுள்தான் நல்லவர்களுக்கு நல்லதையும், தீயோர்க்கு தீங்கையும் தருகிறார் என ஆத்திகர் சொல்லும் கூற்று ஆதாரம் அற்றது. விதிப்பயன், தலையெழுத்து என்பதும் அடிபட்டுப் போகிறது.

உலகைப் படைத்தவர் ஆண்டவர், அதனை வழி நடத்த நன்னெறிக் காவலராகக் கடவுள் தேவைப்படுகிறார் - என்கிறார்கள் ஆத்திகர்கள்.

இதை சாங்கியம் மறுக்கிறது. உலகைப் படைத்தவர் ஆண்டவன் - என்பது வெறும் கற்பனைக் கூற்று என்பதை பல ஆதாரங்களுடன் வாதத்தின் மூலம் சாங்கியம் நிரூபித்துவிட்டது போலவே உலகை நடத்த, பராமரிக்க நன்னெறிக் காவலர் - கடவுள் தேவைப்படுகிறார் என்பதையும் சாங்கியம் மறுக்கிறது.

நாட்டை ஆளும் மன்னர்களுக்கு விருப்பம், ஆசை, கோபம் தான் என்ற அகங்காரம் உள்ளதுபோல் உலகை ஆளும் கடவுளுக்கும் இதுபோன்ற குணம் இருக்குமல்லவா? மன்னனை எதிர்த்தால் படையைக்கொண்டு நசுக்குவான் அல்லவா? அரசாட்சியின் அடிப்படை நோக்கமே சுயநலமல்லவா? இப்படி இருக்கும்போது உலகைக் கண்காணிக்க, நெறிபடுத்த தேவைபடுகிறார் என்றால் சுயநலமற்ற, கோபமற்ற, தாக்குதல் தொடுக்காத, மொத்தத்தில் பற்றற்ற பரம்பொருளாய் இருந்து கொண்டு துன்பம் நிறைந்த, கொடுமைகள் நிறைந்த மோசடி நிறைந்த உலகை எப்படி ஆட்சி செய்ய முடியும்?"

ஏதேனும் ஒன்றன் மீதான பற்றுதான் ஒவ்வொரு செய்கைக்கும் ஆதாரம் என்கிற பொதுவிதி உண்டு. வேறு விதமாக சொல்ல வேண்டுமென்றால் அப்பற்றுதான் எந்த ஒரு செயலுக்கும் உந்து சக்தியாக இருக்க முடியும். ஆண்டவன் பற்றற்றவன் என்றால் பொது விதியை மீறி அவனால் எப்படி செயல்பட முடியும்?

அவன் எந்த செயலிலும் இறங்கவே முடியாது. என்று சாங்கியம் வாதிடுகிறது. அதேபோல் புலனுணர்வு பற்றி சாங்கியத் தத்துவம் கூறுவதைக் கேட்டோம். அதை அடுத்து உய்த்துணர்தல் பற்றியும் சாங்கியம் விவாதிக்கிறது.

உய்த்துணர்தல், உய்த்துறுதல் என்றால் என்ன?

ஒரு பொருளை அல்லது ஒரு அடையாளத்தை, சின்னத்தை (கண்ணில் படுகின்ற ஒன்றைப்) பகுத்தறிவது, அதன் பண்பை உய்த்துணர்தல் இயல்பை அறிவது.

கண்ணில் படுகின்ற ஒன்றுக்கும் அதன் இயல்புக்கும் இடையேயுள்ள எங்கும், எதற்கும் பொருத்தமான உறவு பற்றிய ஞானமே உய்த்தறிதல்

புகையைக் காண்கிறோம். அதைக் கண்டதும் நெருப்பை பற்றிய எண்ணம் எழுகிறது. காரணம் புகையையும் நெருப்பையும் ஒரு சேர கண்ட முன் அனுபவமே. அவசியம் எனவேதான் புலனறிவுக்கு அடுத்ததே உய்த்தறிதல் என்பது. தத்துவ ஞானத்தில் இதற்கு என்னதான் முக்கியம்? சாங்கிய தத்துவம் என்னதான் சொல்லகிறது

‘கடவுளை உய்த்தறிய முடியும் எனில் அதற்குப் பொருத்தமானதோர் அடையாளம் தேவை. அந்த அடையாளத்துக்கும், ஆண்டவனுக்கும் இடையேயுள்ள மாற்றப்பட முடியாத உறவு பற்றிய புலனறிவுதான் அந்த உய்த்தறிதலுக்குரிய முன் நிபந்தனையாகும். ஆயின் கண்ணில் படாதவர் கடவுள் என்பதால் மேற்சொன்ன உறவை அறியவோ, உணரவோ முடியாது. இந்நிலையில் அவரை எங்ஙனம் உய்த்தறிவது? ஆகவே கடவுளின் இருப்புக்கு, உய்த்தறிதல் வழி நிரூபணத்தைத் தேடுவது வீண்வேலையே- என்கிறது சாங்கியம்’

மாரி: அய்யா, கண்ணில் காண முடியவில்லை, தொட்டு உணர முடியவில்லை என்றால் அதை வைத்து ஆண்டவன் இல்லை என்ற முடிவுக்கு வர முடியுமா?

பே.அ: பார்க்க முடியாது, தொட முடியாது, சுவைக்க முடியாது, கேட்க முடியாது, நுகரவும் முடியாது என்றால் ஆண்டவன் எப்படி இருப்பார். அவருக்கு உருவமே இல்லை என்றால் எப்படி உய்த்துணர்வது? எங்கும் இருப்பார் எதிலும் இருப்பார், என்றும் இருப்பார் என்றால் எங்கேயாவது எப்போதாவது கிடைக்க வேண்டாமா? பார்த்தவரோ சொன்னதில்லை, சொன்னவரே பார்த்ததில்லை என்றால் என்ன பொருள்? அவர் இருப்பது உண்மை! நீ நம்பு என்றால் எதை வைத்து

நம்புவது? அப்படியானால் உய்த்துணரமுடியாது. 'நம்பிக்கை வை' என்றால் எப்படி நம்பிக்கை வைப்பது அப்படி இருப்பது போல் கருத்தியலை உருவாக்கிக்கொள்ள வேண்டுமா? அது வெறும் வறட்டு நம்பிக்கை ஆகாதா? கடவுள் உண்டு என்கிறவர்கள், எதையாவது ஆணித்தரமாகக் காட்ட இயலவில்லையே.

பாலா: கபிலர், பொருட்கள் அணுக்களால் ஆனவை, சதா இயங்கிக்கொண்டும், மாறிக்கொண்டும் இருக்கின்றன என்றார் . ஆனால் அணுக்களை அவரால் நிரூபிக்க முடியவில்லை. இப்போது விஞ்ஞானம் அவற்றை நிருபித்து விட்டது.

அதே போல் எதிர்காலத்தில் விஞ்ஞானம் இதை நிரூபிக்கலாம் அல்லவா? கடவுள் உண்டு என்பதை உறுதிபடுத்தலாம் அல்லவா?

பே.அ: சபாஷ், அப்படி விஞ்ஞானம் கடவுளை நிரூபித்து விட்டால் அதை ஏற்றுக்கொள்ள வேண்டியதுதான். மறுப்பேதுமில்லை. ஆனால் கபிலரும், கடவுள் இருப்பை மறுத்த மற்றவர்களும், அனுமானத்தின் அடிப்படையில், அனுபவத்தின் அடிப்படையில் விவாதித்தார்கள். அதற்கான ஆதாரங்களை அடுக்கினார்கள். ஆனால் கடவுள் நம்பிக்கையாளர்கள் அப்படி அனுமானத்தின் அடிப்படையில் கூட ஆதாரங்களை அடுக்கமுடியவில்லை. வெறும் கற்பனையில்தான் பேசினார்கள். இப்போது என்ன சொல்லுகிறார்கள்? நாம் காண்பது எல்லாம் மாயை. பிரம்மம், ஒன்றுதான் உண்மை. அது நிர்குணமானது என்கிறார்கள். மற்றைய கடவுளர் நம்பிக்கையாளர்கள் இந்த நிர்குண கடவுளை மறுக்கிறார்கள். கடவுள் சற்குணம் படைத்தவர் என்கிறார்கள். இந்த சற்குணம் படைத்த ஆண்டவன் என்பதையும் மறுக்கும் கடவுள் நம்பிக்கையாளர்களும் உண்டு. சைவம், வைணவம் என்றார்கள். சைவத்திலும் பிரிவுகள்; வைணவத்திலும் பிரிவுகள். இவ்வளவு சிக்கலிலும் இதுவரை அவர்கள் சொல்லும் ஆண்டவன் எழுந்தருளி தான் யார்பக்கம் என்று நிரூபிக்கவே இல்லை. மதப்போட்டியில், தத்துவப்போட்டியில் எவ்வளவோ கொலைகள், கொள்ளைகள் நடந்தேறிவிட்டன. இன்னமும் நடக்கின்றன. ஆனால் அவர்கள் இருப்பதாக சொல்லும் ஆண்டவன் இன்னமும் சமதானம் செய்ய வரவேயில்லை. இவர்களும் ஏன் வரவில்லை என்று கேட்கவில்லை. அப்படி வந்தவர்களில் சிலரும் தங்களை ஆண்டவனின் மகன் என்றும், இறைவனின் தூதுவன் என்றும் சொல்லிக்கொண்டார்களேதவிர அவர்களும் இறைவனை மனிதர்களுக்குக் காட்டவில்லை. ஆண்டவன் பெயரால்தான்

எல்லா மோதல்களும், பலாத்காரங்களும் நடந்தன; நடக்கின்றன. இவை அனைத்தும் இல்லாத ஒன்றின் மீது, கற்பனையா, ஒன்றின் மீது நடந்த போர்க்களங்களாகும்.

(ஆசிரியரும் மாணவர்களும் விவாதத்துக்குப்பின் ஏற்பட்ட விளக்கத்தின் பிரமிப்பால் சற்று காலம் கடந்தே கலைகிறார்கள்.)

10
நியாய வைசேசிக தத்துவம்

(பேராசியரும், மாணவர்களும், வழக்கப்படி 6 மணிக்கு கூடிவிட்டார்கள். பேராசிரியர் இன்று நியாய வைசேசிக தத்துவம் பற்றி விளக்க ஆரம்பித்தார்.)

பே.அ: நியாய வைசேசிக தத்துவம் கடவுள் இருப்புக் கொள்கையை வலியுறுத்துகிற தத்துவம்தான்.

ஆனால் ஆய்வாளர் தேவி பிரசாத் சட்டோபாத்யாயா நியாய- வைசேசிகத் தத்துவம் அதன் ஆதி வடிவத்தில் உணர்வு பூர்வமாகவே நாத்திகத்தின் பாற்பட்டது என அழுத்தமாகப் பேசுகிறார். ஒரு படி மேலே இன்னும் போய் அவர் விளக்குவது.

"நாத்திகர்கள், நியாய வைசேசிகத்தின் மூல கர்த்தாக்களின் நிலைப்பாட்டை மறுதலிக்க வேண்டிய அவசியமில்லை. காரணம் அவர்கள் நாத்திக கருத்துக்களைத்தான் பதிவு செய்துள்ளனர். ஆகவே இதுபற்றிய சர்ச்சையில் நாத்திகர்களின் அடுத்த கடமை என்ன?

பிற்கால நியாய வைசேசிகர்கள் கடவுள் உண்டு என நிரூபிக்க அவர்கள் வைத்தக் கூற்றுக்களை மறுப்பதே உத்தம கடன்.

மாரி: ஆரம்பகால நாத்திகக் கொள்கையை நிலை நாட்டிய நியாய வைசேசிகம் பிற்காலத்தில் ஏன் நழுவ விட்டது? அதற்கான காரணமாக ஆய்வாளர் தேவிபிரசாத் சட்டோபாத்யாயா என்ன சொல்லுகிறார்?

பே.அ.நியாய வைசேசிகர்கள் அணுவியல் கோட்பாட்டை ஆதரித்தார்கள். இது அறிவியல் சார்ந்த கருதுகோள். ஆனால் அந்தக் காலத்தின் கருதுகோள். அணுவியல் கொள்கையை ஏற்றுக்கொண்டாலும் அவை எப்படி இயங்குகின்றன. அணு சேர்க்கை எப்படி நடக்கிறது. நாம் இப்போது காணும் இவ்வுலகின் தோற்றத்துக்கு அடிப்படையானது அணுக்கள்தானே! இதை ஏற்கும் அவர்களால் முதல் இரண்டு அணுக்கள் எவ்வாறு ஒன்று சேர்ந்தன என்பதை அணுவியக் கருதுகோளால் ஐயம் தெளிய

விளக்க முடியவில்லை. ஆனால் இந்த அளவு முன்னேற்றமே நமக்கு வியப்பானதுதான்.

பாலா: அய்யா, இன்றைய விஞ்ஞான உலகில் அணுவின் கருதுகோள் பற்றி எங்களுக்கு நினைவுபடுத்துங்கள்.

பே.அ: நீங்கள் படித்ததுதான். உயர்நிலைப் பள்ளிகளிலேயே கூட ஓரளவு கற்பிக்கப்படுகிறது.

கட்டிடம் கட்ட செங்கற்கள் தேவைப்படுகின்றன. அதே போல் இந்தப் பிரபஞ்சத்தில் எல்லா ஜீவராசிகளும் செல் என்ற ஒரு சின்னஞ்சிறு அலகைக்கொண்டே உருவாகின்றன. கட்டமைக்கப்படுகின்றன.

செல்வா: மிகச் சிறிய சின்னஞ்சிறிய அலகுதான் அணு என்றால் அதன் அளவுதான் என்ன?

பே.அ: அளவு வியப்பானது, கற்பனை செய்யக்கூட கடினமானது. ஒரு ரோமத்தின் பருமன் நமக்குத் தெரியும். அந்தப் பருமனில் 16 லட்சத்தில் ஒரு பங்கு அளவிற்கு சிறியது என்றால் எப்படிக் கற்பனை செய்வது? மிகச் சிறிய துகள். இன்னும் தெளிவாகச் சொல்லுவதென்றால் ஒரு ஊசி முனையில் 1 கோடி அணுக்கள் இருக்கும்.

மாரி: செங்கற்களைக்கொண்டு நாம் சுவர் கட்டுகிறோம். அவ்வாறே அணுக்களைக்கொண்டு ஜடப்பொருள்கள் ஜீவப்பொருள்கள் என உருவாகின்றன. அப்படியென்றால் பொருட்கள் வெவ்வேறாக உள்ளனவே அது எப்படி? அதோ அது கல், இதோ இது மரம், இதோ இங்கே மண் - இப்படி வேறுபாடுகின்றனவே அது எப்படி?

பே.அ: ஒவ்வொரு பொருளின் அணுவும் அதற்கான தனித்தன்மை கொண்ட. அப்படி ஒரே தன்மை கொண்ட பல கோடி அணுக்கள் சேர்ந்து ஒரு பொருளை உண்டாக்குகின்றன. சாதாரணமாக அப்படி உருவாகும் ரசாயனப் பொருளை நாம் தனிமம் என்கிறோம். ஹைட்ரஜன், ஆக்சிஜன், இரும்பு, ஈயம், செம்பு, துத்தநாகம், யுரேனியம், போன்றவை தனிமங்கள். ஒவ்வொரு தனிமத்துக்கும் ஒரு அடிப்படை தன்மை கொண்ட அணுக்களே அதற்கான செங்கற்கள்.

இப்படி ஒன்றுக்கு மேற்பட்ட தனிமங்கள் சேரும்போது ஒரு புதிய கூட்டுப்பொருள் (compound) உருவாகிறது.

மாரி: இன்னும் விளக்கமாகச் சொல்லுங்கள்?

பே.ஆ: உதாரணமாக தண்ணீரை எடுத்துக்கொள்ளுவோம். இது ஒன்றுக்கு மேற்பட்ட தனிமத்தின் கூட்டால் உருவாகிறது. ஹைட்ரஜன் என்ற தனிமம், அதன் வகைப்பட்ட அணுக்கள்.

ஆக்சிஜன் என்ற தனிமத்தோடு (அதன் வகைப்பட்ட அணுக்கள்) சேருகிறபோது தண்ணீர் வருகிறது. இப்டித்தான் கூட்டுப்பொருள் உருவாகிறது.

நீரை உருவாக்கப்பயன்படும் ஹைட்ரஜன் ஆக்சிஜன் சேர்மானம், ஒன்றுக்கு ஒன்று சரி விகிதத்தில் இல்லாமல் சற்று வித்தியாசம் உள்ளதாயும், சிக்கல் நிறைந்ததாயும் உள்ளது.

பாலா: நீரின் சேர்மானம் அதாவது தனிமங்களின் சேர்மானத்தின் அளவு இருக்குமல்லவா? அவை எந்த அளவு உள்ளன?

பே.அ: அணு எடை வித்தியாசம் காரணமாய் இரண்டு ஹைட்ரஜன் அணுக்கள், ஒரே ஒரு ஆக்சிஜன் அணுவுடன் சேர்ந்து (H2°) நீர் உருவாகிறது.

ஒன்றுக்கு மேற்பட்ட தனிமங்கள் சேர்வதால் உருவாகும் இந்த சேர்மானத்தின் அடிப்படை அலகை நாம் நீரின் மூலக்கூறு என்கிறோம்.

பாலா: இரும்பு, ஈயம், இப்படிப்பட்ட தனிமங்களில் அணுக்களின் எடை ஒரே அளவு இருக்குமா, வித்தியாசமாக இருக்குமா?

பே.அ: ஒவ்வொரு தனிமங்களின் அணு எடையைப் பொறுத்தவரை அதிக வித்தியாசம் காணப்படும். ஆனால் பருமனைப் பொறுத்தவரை குறுக்களவில் அதிக வித்தியாசம் இருக்காது.

பாலா: உதாரணங்கள் காட்டுங்களேன்.

பே.அ: யுரேனியத்தின் எடை ஹைட்ரஜன் எடையை விட 200 மடங்கு அதிகம். ஆனால் குறுக்களவோ, ஹைட்ரஜன் எடையை விட யுரேனியம் 3 மடங்கு அதிகம்.

செல்வா: அய்யா இவ்வளவு சிறிய அளவு உள்ள அணு பெரிய அளவு சக்தி உள்ளது என்கிறீர்களே, இது ஆச்சரியமாக இல்லையா?

பே.அ: ஆம்! ஆச்சரியமானதுதான். கடுகு சிறுத்தாலும் காரம் போகாது என்கிறார்களே அதுபோல் மாணவத் தோழர்களே இந்த மாபெரும் பிரபஞ்சத்தில் மிக மிகச் சிறிய பொருள் அணு. ஆனால் அதன் சக்தி, மிகப்பெரிய அணுவின் பொதிந்துள்ள ஆற்றல் அளவிட முடியாததாகும். அந்த அளப்பரிய ஆற்றலை மனிதன் நல்லதற்கும் பயன்படுத்தலாம், கெட்டதற்கும் பயன்படுத்தலாம்.

மாரி: அணுவின் அமைப்பை, அதன் செயல்பாட்டை, சக்தியை விளக்குங்களேன்.

பே.அ: அணு மிக மிகச் சிறியது என்றாலும் அது மூன்று உட்பொருட்களைக்கொண்டது.

புரோட்டான், நியூட்ரான், எலக்ட்ரான் என்பவை அவை. இவற்றைத்தான் அணுவைக் கட்டமைக்கும் உட்பிரிவு - அணுத் துகள்கள். (sub atomic paticles) என்கிறோம்.

புரோட்டான், நியூட்ரான், எலக்ட்ரான் என்கிற இந்த மும்மூர்த்திகளின் துகள் கூட்டாக இணைந்து பின்னி, எலக்ட்ரானிலிருந்து தொலைவில் பிரிந்து அணுவின் உட்கரு என்ற பெயரில் (Nucleus) குடிகொண்டுள்ளது. தள்ளி உள்ள எலக்ட்ரான் என்ன செய்கிறது? எலக்ட்ரான் எனும் இந்த மின்னணு உட்கருவை சுற்றி வருகிறது. அசுர வேகத்தில், மின்னல் வேகத்தில் சுற்றி வருகிறது.

பாலா: எலக்ட்ரான் எவ்வளவு வேகத்தில் சுற்றி வருகிறது?

பே.அ: சொன்னால் வியப்பாக இருக்கும்.

ஒரு வினாடி எவ்வளவு நேரம்? உங்களுக்குத் தெரியும். கற்பனை செய்யுங்கள். அந்த விநாடி நேரத்தில் 10 லட்சத்தில் ஒரு பங்கு விநாடியில் சுற்றுகிறது. எலக்ட்ரானின் இந்த சுழற்சி வேகம்தான் அணுவுக்கு ஒரு முட்டை போன்ற வெளிப்புறத் தோற்றத்தைத் தருகிறது. ஒரு கவர்போல் முட்டை வெளிப்புற உருவத்தைத் தருகிறது. மின்விசிறி வேகமாக ஓடினால் இறக்கைகளின் இடைவெளி தெரியாமல் ஓடுவதுபோல.

ஒரு ஹைட்ரஜன் அணுவின் விட்டம் 6 கி.மீ. அகலம் என வைப்போம். அதன் மையத்தில் ஒரு டென்னிஸ் பந்து போல் அதன் உட்கரு இருக்கிறது. அதை எலக்ட்ரான் 3 கிலோ மீட்டர் தூரத்தில் இருந்து சுற்றுகிறது. அப்படிச் சுற்றுவதால் அணுவுக்கு ஒரு திடத் தோற்றம் தருகிறது. ஆனால் உட்கருவிற்கும், எலக்ட்ரானுக்கும் இடையில் வெற்றிடம். ஆனால் எலக்ட்ரான் சுற்றும் வேகம் ஒரு மாய சுவரை உருவாக்குகிறது - ஒரு பேன் சுற்றும்போது ஏற்படுவதுபோல. ஆனால் அந்த இடைவெளியில் நுழைய முடியாது.

சூரியனை மற்ற கோள்கள் சுற்றி வருவது இதற்கும் உதாரணம் சொல்லலாம். ஆனால் கோள்கள் ஒரு சீரான பாதையில் சுழல்கின்றன. ஆனால் எலக்ட்ரான் அப்படி சுற்றுவதில்லை. அதைக் கண்காணிப்பது அவ்வளவு சுலபமல்ல.

மேலும் அசைவின் உட்கரு (புரோட்டான்கள், நியூட்ரான்கள்) ஓர் இடத்தில் நிலை கொள்ளாமல் இடம் மாறி மாறி நகர்ந்து கொண்டே இருக்கும்.

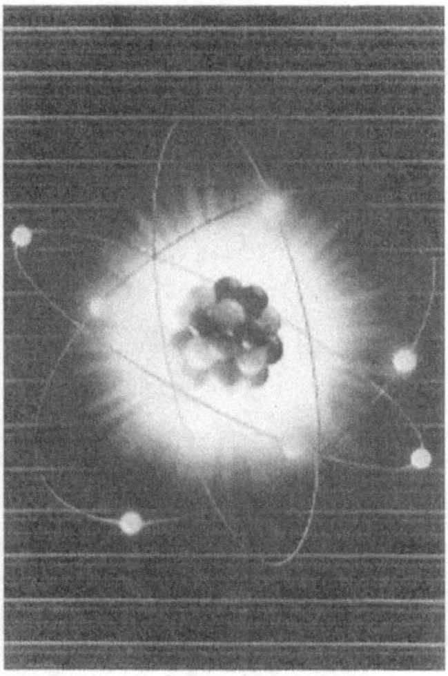

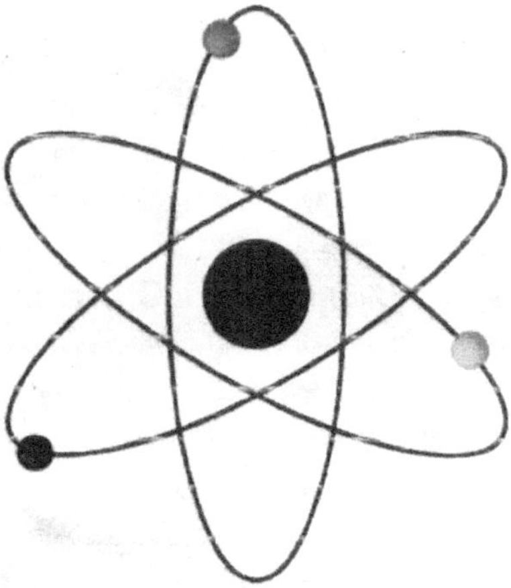

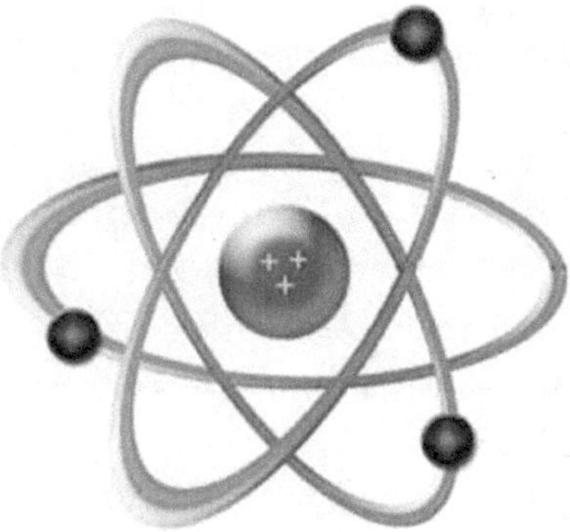

அணுவின் நிறை (Mass) என்று, அதன் உட்கருவை குறிப்பிடலாம். காரணம் எலக்ட்ரான்கள் வெகு இலகுவான எடை உடையவை.

ஒரு புரோட்டான் 1836 எலக்ட்ரான்களின் நிறை கொண்டது. ஒரு நியூட்ரான் 1839 எலக்ட்ரான்களின் நிறை கொண்டது. ஆக எலக்ட்ரான்களின் நிறை லேசானது.

மாணவ நண்பர்களே மேலும் இவற்றை நான் விளக்கலாமா, அல்லது இதோடு நிறுத்திக்கொண்டு நியாய வைசேசிக தத்துவத்துக்குப் போகலாமா?

(மாணவர்கள் மூவரும், மேலும் நியூட்ரான், புரோட்டான், எலக்ட்ரான் செயல்படுவது பற்றி விளக்கம் கேட்டார்கள் பேராசிரியர் தொடர்ந்தார்.)

பே.ஆ: ஒவ்வொரு புரோட்டானும் ஒரு யூனிட் நேர்மின் சக்தியைக் கொண்டிருக்கும்.

ஒவ்வொரு எலக்ட்ரான் ஒரு யூனிட் எதிர் மின் சக்தியைக் கொண்டிருக்கும்.

நியூட்ரான், மின்னோட்டம் எதுவுமே இல்லாத சமநிலையுடையவை.

ஒரு அணுவில் புரோட்டான்களின் எண்ணிக்கையும், எலக்ட்ரான்களின் எண்ணிக்கையும் பெரும்பாலும் சம அளவில் இருப்பதால் அணுக்களும் சமநிலை மின்னோட்டம் உள்ளவை எனலாம். (Elecrically Neutral)

ஒரு அணுவுடன் ஒப்பிடும்போது ஒரு புரோட்டானும் நியூட்ரானும், புரோட்டானும் நியூட்ரானும் கூட மேலும் மேலும் சின்னஞ்சிறிய குவார்டுகள் எனப்படும் நுண் துகள்களால் ஆனவை என்று கண்டுபிடிக்கப்பட்டது. ஆனால் எலக்ட்ரான் அப்படி அல்ல. இவை எந்த ஒரு துகள்களாலும் ஆனவை அல்ல. எலக்ட்ரானின் நிறை வெகு சொற்பமென்றாலும் எலக்ட்ரான் எதிர்மின் சக்தி கொண்டவை என்பதை கவனத்தில் கொள்ள வேண்டும். ஆகவேதான் அது உட்கருவால் ஈர்க்கப்படுகிறது. எதிர்மின்னோட்டம் கொண்ட எலக்ட்ரான்கள், உட்கருவிலிருந்து விலகிச்செல்லவே முயற்சிக்கின்றன.

முடிவில் அதனதன் ஈர்ப்பு சக்தியால் சூரியனைக் கோள்கள் சுற்றி வருவது போல் எல்லா எலக்ட்ரான்களும் உட்கருவை சுற்றி வலம் வருகின்றன.

இதில் அதிக எதிர்மின் சக்தி கொண்ட எலக்ட்ரான்கள் யுரேனஸ் கிரகத்தை போல வெகுதூரம் விலகியும் குறைந்த சக்தி கொண்ட எலக்ட்ரான்கள் உட்கருவின் அருகில் புதன் கிரகத்தைப்போல பல்வேறு அடுக்கு (Sheel)களில் சுற்றி வருகின்றன

அணு எந்த பாதிப்புக்கும் ஆளாகாமல் இருக்கும்போது (Inert stage) பெட்டி பாம்புபோல அடங்கிக் கிடக்கும் அல்லது பட்டாசைப்போல அடங்கிக் கிடக்கும் பட்டாசு வெடிப்பது போல் அணுக்களும் ஏதாவது ஒரு வகையில் பாதிக்கப்பட்டால் அதுவும் பாதிப்புக்கு உள்ளாகி வெடித்துப் பிளவுறும்.

இந்த அணுப்பிளவின்போது வெளிப்படும் அபரிமிதமான சக்தியைத்தான் அணு சக்தி என்கிறோம்.

பாலா: பட்டாசு திரி கண்ணுக்குத் தெரிகிறது. பற்ற வைக்கிறோம். ஆனால் கண்ணுக்குத் தெரியாத அணுக்களை

எப்படி பற்ற வைப்பது? கண்ணுக்குத்தெரியாத அணுவை எப்படி பிளப்பது!

பே.அ: இதில் மனித சாதனை மகத்தான வெற்றி பெற்று விட்டது. அணுவைப் பிளக்கும் சாதுரியத்தில் மனிதன் வெற்றி மிக அற்புதம்.

இந்த சாதனையில் வெற்றி அடைய 200 ஆண்டுகள் ஆயிற்று. இந்த சாதனையைச் செய்ய விஞ்ஞானிகள் தொடர்ந்து இரவு பகலாக உழைத்தார்கள். பல விஞ்ஞானிகள் தோற்றும் போனார்கள். பலர் சோதனைகளை நடத்தி வெற்றி கண்டார்கள். அது ஒரு நீண்ட வரலாறு. அதைச் சொல்ல இப்போது பொருந்தாது. சுருக்கமாக எப்படி அணுவை பிளக்க முடியும் என்பதைப் பார்ப்போம்.

அமெரிக்க விஞ்ஞானிகள் ஒட்டாவான், ப்ரிட்ஜ் ஸ்டாஸ்மேன் இருவரும் சேர்ந்து 1938- டிசம்பரில் அணு பிளவு சோதனையில் முதல் வெற்றியைக் கண்டார்கள்.

முதலில் ஒரு நியூட்ரான் அணுத்துகளை ரேடியோ ஆக்டிவ் யுரேனிய அணுக் கருவுடன் மோதச் செய்தார்கள். இதன் மூலம் அணுவைப் பிளக்க முடியும் எனக் கண்டார்கள். அபரிமிதமான ஆற்றல் வெளியாகும் என அறிந்தார்கள். 1942ல் அமெரிக்க விஞ்ஞானி எட்வர்ட் டெலஷா என்பவரும் இதில் வெற்றிகண்டார்.

1941 பிப்ரவரியில் அமெரிக்க வேதியியல் நிபுணர் சிபார்க், யுரேனியம் செறிவூட்டப்பட்ட அணுக்களைப்போலவே புளூடோனியமும் எளிதில் பிளவுறும் கதிர் வீச்சு தன்மையுடையது எனக் கண்டார். அணுகுண்டு பிறந்த வரலாறு இதுதான்.

இவ்வளவு பெரிய விஞ்ஞான வளர்ச்சி இல்லா காலத்தில் ஆயிரம் இரண்டாயிரம் ஆண்டுகளுக்கு முன்னாள் இந்தியாவின் நம் தத்துவஞானிகள் எல்லா பொருள்களும் அணுக்களால் கட்டப்பட்டவை என்றும் அவை சதா இயங்கிக்கொண்டிருக்கின்றது என்பதுஅனுமானத்தால், அனுபவத்தால் யூகித்து சொன்னதுதான்.

ஆரம்பத்தில் நாத்திகக் கருத்தோட்டமுள்ள நியாய வைசேசிகர்அணுக்களின் சேர்க்கைக்குக் காரணம் சொல்ல முடியாமல் எல்லாம் வல்ல அறிதிறன் மிகு காரணியை ஏற்க வேண்டிய கட்டாயத்துக்கு ஆளாகிறார்கள்.

ஆய்வாளர் தேவி பிரசாத் சட்டோபாத்யாயா சொல்லும் கருத்தைக் காண்போம்.

இந்தக் காரணி மனிதனுக்கு மேலானதாக இருக்க வேண்டும். ஏனெனில் அது உள்ளார்ந்த நிலையில் அங்கங்களையும் அணுக்களையும் முதன் முதலாக ஒன்று சேர்க்கும் அதிசயத்தை நிகழ்த்தவேண்டும். ஆதலால் நியாய வைசேசிகர் பின்வருமாறு வாதிட்டனர்.

முன்பே செய்யப்பட்ட இரண்டு ஓடுகளை இணைத்து, குயவர் மட்குடுவையைச் செய்வது போலக் கடவுளும் இரண்டு அணுக்களை முதலில் ஒன்று சேர்த்தார். இவ்வாறுதான் அணுவியல் தத்துவத்தில் கடவுள் அறிமுகமாகிறார். மரபுசார் இந்திய சொல்லியலில் உள்ளதுபோல் மாபெரும் பேரண்டக் குயவர் எனும் வடிவத்தில் இந்த அறிமுகம் நிகழ்கிறது என்கிறார். இப்படி நியாய வைசேசிகர் இறையியல் கோட்பாட்டுக் கொள்கைக்குத் தள்ளப்பட்டனர். இக்கடவுள் கோட்பாட்டுக்குள் நுழைந்த பிறகு தெய்வீகப் பண்புகள் அனைத்தையும் நுழைத்திட நியாய வைசேசிகர் முயன்றனர்.

'கடவுள் எல்லாம் வல்லவர் என்றாலும் அவர் ஏற்கெனவே உலகில் இருக்கிற எல்லாப் பொருட்களுடனும் இணைந்தே இயங்க வேண்டி இருக்கிறது. அவற்றின் உள்ளார்ந்த இயல்பை மாற்றும் ஆற்றல் அவருக்கு இல்லை. அணுக்களும், விசும்பும், வெற்று வெளியும் மேலும் மனிதனின் வினைப் பயன்கள் முற்றிலும் அவ்வினைகளாலேயே தீர்மானிக்கப்படுபவை. கடவுளின் ஒரே வேலை முதல் இரண்டு அணுக்களை ஆரம்பக் கட்டத்தில் ஒன்றுசேர்ப்பது மட்டுமே என்று சொன்ன வகையில் வைசேசிகத்தை நாத்திகச் சார்புடையது என்று சொல்லும் அளவிற்கு ஆய்வாளர் தேவி பிரசாத் சட்டோபாத்யாயா துணிகிறார். ஆனால் பிற்கால நியாய வைசேசிகர் தடம் புரண்டார்கள் என்று சொல்லுவதிலும் கவனத்தோடு பேசுகிறார்.

வரலாறுகளைப் படிக்கிறபோது ஆத்திகர்களிடம், கடவுள் நம்பிக்கையாளர்களிடம், கடவுள் மாட்டிக் கொண்டு மிகவும் கஷ்டப்படுகிறார். கடவுள் இருப்பதாகச்சொல்லி அதை நிரூபிக்க அவர்கள்படும்பாடு, அதனால் கடவுள்படும்பாடு சொல்லி மாளாது. இதிகாசங்களில், புராணங்களில் கட்டுக்கதைகள் திருவிளையாடல்கள், மாயா, அவதாரங்கள், அந்தரங்க செயல்பாடுகள், நியாயத்துக்கும், நீதிக்கும் ஒத்துவராத ஆபாசங்கள் - இவ்வளவும் அடுக்கப்பட்டுள்ளன.

நாத்திகர்களுக்கு அல்லது பொருள் முதல்வாதிகளுக்கு உண்மையான விவரங்களை விளக்குவதோடு முடிந்து விடுகிறது.

நியாய வைசேசிகம் என்கிறத் தத்துவ அமைப்பு ஆரம்பத்தில் நியாய- மற்றும் வேசேசிக அமைப்புகள் என இரண்டு அமைப்புகளாக இருந்து பின், இணைந்தன. இது பற்றி ஆய்வாளர் தேவி பிரசாத் சட்டோபாத்யாய கூறுவதைப் பார்ப்போம்.

''நியாய மற்றும் வைசேசிகத் தத்துவ அமைப்புகள் அவற்றின் தொடக்கக் காலத்தில் இருந்தே நெருக்கமான தொடர்புடையவை.

முதலில் நியாயமான தத்துவம், அனுபவப் பாங்கிலான தருக்க முறையின் மீது மிகுந்த அழுத்தம் கொடுத்தது எனில், வைசேசிகம் அதே போன்று அனுபவப் பாங்கிலான இயல் கடந்த மெய்ப்பொருள் வாதத்தின் மீது, குறிப்பாக அணுவியக் கருதுகோளின் மீது - அதிகம் சார்ந்து நின்றது. காலப்போக்கில் அவை இரண்டும் ஒன்றாக்கப்பட்டு நியாய வைசேசிகம் எனும் கூட்டுப்பெயரைத் தாங்கின.''

நியாயம் வைசேசிகம் எனும் சொற்களின் முக்கியத்துவம் குறித்து தெளிவாக அறிய முடியவில்லை. ஆய்வாளர்கள் கூற்றுப்படி சீன பவுத்தர்களின் ஆதி மரபுப்படி வைசேசிகம் மற்ற அமைப்புகளைவிட மேன்மையானதும் அவற்றினின்று தெளிவாக மாறுபட்டதும் ஆகும். ஆதலால் அது அவ்வாறு அழைக்கப்பட்டது என்கிறார்கள். இந்திய மரபு அதனை விசேஷ அதாவது சிறப்பு தன்மை கொண்ட - வைசேசிகர் தத்துவத்தின் ஒரு தனிப்பிரிவு எனக் கருதுகிறது - என்கிறார்கள். அப்படியானால் நியாய என்ற சொல்லுக்கு என்ன பொருள்.

'நியாய' என்பது மீமாம்சம் குறித்த பழைய சொற்களில் ஒன்று. ஆரம்பத்தில் அது ஒழுக்க விதி அல்லது 'முதுமை' எனும் பொருளில் பயன்படுத்தப்பட்டது என்பது ஆய்வாளர்கள் கூற்று. மேலும் குப்புசாமி சாஸ்திரி என்ற ஆய்வாளர் தரும் விளக்கம்.

அனுமானம் சார்ந்த செயல்முறை இந்தத் தத்துவத்தின் சிறப்பான அம்சம். நியாய எனில் வலுப்படுத்தும் சான்று எனப் பொருள். அந்தச் சான்று ஐந்து உறுப்புகளில் ஒன்று, முக்கியமான ஒன்று என இத்தத்துவம் கருதுகிறது என்கிறார்.

வாத்ஸ்யாயனர் கூட 'நியாய' என்பதை அனுமானம் எனவும், நியாய சாஸ்திரத்தை அனவிக்சிகி எனவும் பொருள் கொள்கிறார். அனவிக்சிகி என்பது தருக்கத்தைக் குறிக்கும் ஆதிகால இந்தியச் சொல்.

இவற்றின் மூல நூல்களை அதாவது நியாய- சூத்திரம் போதமர் (கவுதமர்) என்பவராலும், வேசேசி சூத்திரம் கணாதர் என்பவராலும் ஆக்கப்பட்டவை எனச் சொல்லப்படுகிறது.

நியாய சூத்திரம் ஆக்கப்பட்ட காலம் கூட கி.பி.200க்கும், கி.பி.400க்கும் இடைப்பட்ட காலம் எனப்படுகிறது. வைசேசிக - சூத்திரம் அதற்கு சற்று முந்திய காலமாக இருக்கலாம் எனக் கருதப்படுகிறது.

கவுதமர் இயற்கை கோட்பாட்டை வலியுறுத்தியவர். கடவுள் கோட்பாட்டைப் புறந்தள்ளியவர்.

இவ்வுலகு வெறும் சடப்பொருள் வடிவிலான காரணியிலிருந்தே தோன்றியது. இதன் பொருள் கடவுள் மனித செயல்பாடுகளில் பலன்களை விளைவிப்பவர் என்பதை மறுப்பதாகும்.

இவ்வுலகத் தோற்றம் தன்னுள் உறையும் விதிகளைத் தன்னியல்பாய்க் கொண்ட சடப்பொருள் வடிவிலான காரணியால் நிகழ்வது. இந்த உலகத்துக்கு அறிதிறன் மிகு காரணி கடவுள் அவசியமற்றது என்கிறார். அதற்கு ஓர் உதாரணம் காட்டுகிறார்.

நாம் பார்க்கிற 'முள்' - அதன் கூர்மை எப்படி வருகிறது? சடப்பொருள்கள் தன்னுள் உறையும் விதிகளின்படி தன் இயல்பால் இயங்குவதால் உருவாகிறது. இதற்கு இறைவன் தலையீடு எந்த வகையியலும் தேவைப்படவில்லை - இதுதான் கவுதமரின் இயற்கைக் கோட்பாடு.

கவுதமர் அறிவியல் கண்ணோட்டத்தை உணர்வுபூர்வமாக ஆதரித்த ஆரம்பகால இந்திய தத்துவ ஞானிகளில் ஒருவர். இயற்கைக் கோட்பாட்டை வலியுறுத்தியதுடன் கடவுள் கோட்பாட்டை புறந்தள்ளியவர்.

உயிரினங்களின் தோற்றம் பற்றிய கருவியல் Embryology) ஞானம்பற்றிகூட தத்துவஞானிகளிடையே விவாதம் நடந்துள்ளது.அதற்கும் கவுதமர் அறிவு பூர்வமாக விடை அளித்துள்ளார். அந்தக் காலத்தின் வளர்ச்சியை ஒட்டிய பதில்.

கருவின் வளர்ச்சிக்கு அணுக்கள் மட்டுமின்றி வேறுகாரணங்களும் தமது பங்கைச் செலுத்துகின்றன என வாதிட்டார். இதில் அடங்கியதுதான் அதிர்ஷ்டம் அல்லது புலப்படாதது என்பது.

கவுதமர் அதிர்ஷ்டம் அல்லது புலப்படாதது என்று கருத்து சொன்னது உண்மை. அதனால் கவுதமர் திறன்மிகு காரணியை ஏற்றுக்கொள்கிறார் என்று வாத்ஸாயனர் வெற்றி போதையில் கொக்கரிக்கிறார். 'அதிர்ஷ்டம்' என்பது வேறு, அறிதிறன் மிகு காரணி என்பது கோட்பாட்டளவில் வேறு. உலகின்

அறிதிறன் மிகு காரணி என்பது சாராம்சத்தில் உணர்வுள்ள ஒன்று என்று பொருள்.

பாலா: அய்யா, இதைப் புரியும்படி சொல்லுங்களேன்.

பே.அ: ஆத்திகர்கள் ஆண்டவனைப் பற்றி விளக்கும்போது உலகில் நடக்கும் எல்லாவற்றிற்கும் அவர்தான் காரணம், எல்லாவற்றையும் அறிந்த அவர் எல்லாவற்றின் செயல்பாடுகளுக்கும் காரணியாகுகிறார்.

நாத்திகரின் வாதம் உலகின் செயல்பாட்டுக்கு ஆண்டவன்தான் காரணமாகிறார் என்பது உண்மையல்ல, கடவுளே இல்லை என்கிறபோது அவர்தான் காரணம் என்பது எங்கே வருகிறது?

கருவுறுதலில், பலர் கருவுறலாம். ஒரு சிலர் கருவுறாமல் போகலாம். அதற்கு வாய்ப்பில்லாமல் போகலாம். வாய்ப்பில்லாமல் போகலாம் என்பதைத்தான் அதிர்ஷ்டம் இல்லாமல் போகலாம் என்பது. கருவுறாமல் போவதற்கு என்ன காரணம் என நம்மால் குறிப்பாக அறிய முடியவில்லை. புலப்படவில்லை என்பதுதான். இந்தக் கூற்றை ஆண்டவன் தலையிடாமல் போனதால்தான் அதிர்ஷ்டம் கிட்டவில்லை என்று முடிச்சுப் போடுவது எப்படி சரியாக இருக்க முடியும்?

ஆகவேதான் கவுதமர் விவாதத்தில் பின்வருமாறு சொல்லுகிறார்.

“கருவின் வளர்ச்சிக்கு அணுக்கள் மட்டுமின்றி வேறு காரணங்களும் தமது பங்கை செலுத்துகின்றன”.

வேறுகாரணங்கள் எவ்வளவோ அவ்வளவை இன்றைய விஞ் ஞானம் கண்டுபிடித்ததோடு மாற்றமும் கண்டுபிடித்துள்ளது; வெற்றியும் கண்டுள்ளது.

தர்க்க ரீதியாக அதிர்ஷ்டம் என்பது உள்ளார்ந்த நிலையிலேயே உணர்வற்றது.

இதனை சங்கரர் மரக்கட்டை அல்லது உலோகத் துண்டுடன் குறிப்பிடுகிறார். அதனை முற்றிலும் பொருள் வடிவிலான ஆற்றல் என நியாய வைசேசிகர் கருதினர் எப்படி?

காந்தத்தை நோக்கிய ஊசியின் அசைவும், தாவரங்களில் தண்ணீரின் மேல் நோக்கிய பயணமும் சாராம்சத்தில் சடப்பொருள் வடிவிலான ஆற்றலை கருவளர்ச்சியின் காரணி எனக் கவுதமர் கூறுவது இயற்கை கோட்பாட்டை ஒட்டியதே. இதைவிட அக்காலத்தில் எப்படி விளக்க முடியும்?

இந்த நூற்றாண்டில் கூட, இந்த விஞ்ஞான உலகத்தில் கூட அதிர்ஷ்டம் என்பது மனிதனுக்கு அப்பாற்பட்ட விஷயம் என்று கூறுவோர் உண்டு; நம்புகின்றவர்களும் உண்டு.

குறிபார்த்து சுடுகிறபோட்டியில் பத்துபேர் கலந்து கொண்டால் ஒருவரோ, இருவரோ சரியாகக் குறிபார்த்து சுட்டு வெற்றி பெற்றார்கள் என்று சொல்லலாம். இதனை அதிர்ஷ்டம் என்று கூட சொல்கிறார்கள். மற்ற எட்டு பேரை அதிர்ஷ்டம் இல்லாதவர்கள் என்றும் சொல்லலாம். ஆனால் குறிப்பான பதில் குறியின் மீது உணர்வை, பார்வையை, ஒருமுகப்படுத்துவதில், துப்பாக்கியை ஏந்துவதில் குறைபாடுகள் இருக்கலாம். இங்கே, அதிர்ஷ்டம், கடவுள், தலையீடு, அவர் உதவி எங்கே தேவைப்படுகிறது?

லாட்டரி சீட்டு, லட்சம் பேர் வாங்கினால் அந்த லட்சம் பேரில் ஒருவனுக்குத்தான் பணம் கிடைக்கிறது. நடுவர் எந்த சீட்டை எடுக்கிறாரோ அவனுக்கு லாட்டரி விழுகிறது அவ்வளவுதான். அந்த ஒருவனுக்குதான் அதிர்ஷ்டம் என்றால் அது ஆண்டவன் செயல்பாடு, தலையீடு என்றால் அவனின் பெயர் கொண்ட உருட்டி வைக்கப்பட்ட லாட்டரி சீட்டு தானாக எழுந்து நடுவர் கையில் சேர வேண்டும். நடுவர் எதையோ ஒரு சீட்டை எடுக்கிறார். அந்த ஒருவனுக்கு விழுகிறது. இரண்டு சீட்டை எடுத்தால் இரண்டு பேருக்கு வரும் அவ்வளவே.

செல்வா: வீதியில் போகும் ஒருவனுக்கு ஒரு பணப்பை கிடைக்கிறது. அது அதிர்ஷ்டம் தானே!

பே.அ: யாரோ ஒருவன் கைப்பையை தவறவிட்டதால்தான் இவனுக்கு கிடைத்தது. பை கிடைத்த நேரத்தில் நீ போனதால் உனக்குக் கிடைத்தது. அந்தப் பக்கம் போகாமல் உன் இடத்திலேயே இருந்திருந்தால் உனக்குக் கிடைத்திருக்காது; போன வேறொருவனுக்குக் கிடைத்திருக்கும். ஒருவன் பணத்தைத் தவறவிட்டவுடன் அந்தப் பை தானாக உன் இருப்பிடம் வந்து விழுந்ததா? இல்லை. ஒரு வேளை அவன் வீசி எறிந்திருந்தால் உன் பக்கம் வந்து விழுந்திருக்கலாம். இதில் அறிவுத்திறன்மிகு, ஆண்டவனின் தலையீடு எங்கே இருக்கிறது. எந்த ஒரு செயலுக்கும் காரண காரியம் இருக்கின்றன. இந்த இயற்கை விதியை யாரும் தடுக்க முடியாது.

மாரி: முள்ளின் கூர்மை பற்றியும், இறைவனின் தலையீடு தேவையில்லை என்றும் நியாய சூத்திரம், கவுதமர் சொன்னதை மேலும் தெளிவாகச் சொல்லவும்.

பே.அ: முள் கூர்மையாய் இருப்பதற்கு யாரும் தனியாக முயற்சி எடுத்து முள்ளை தேய்த்து கூர்மைப் படுத்தவில்லை. தண்ணீர், இயற்கையாகவே கீழ் நோக்கிதான் பாயும். ஆனால் தண்ணீர், பூமியில் உள்ள தண்ணீர் செடி, கொடிகளில் மேல் நோக்கி ஏறுகிறது. இதற்குக் கூட யாரும் பம்பு எடுத்து தண்ணீரைச்

செடியின் தண்டுக்குள் ஊற்ற முடியாது. இவையாவும் இயற்கையாக நடப்பவை.

அதாவது திறன்மிகு காரணி (கடவுள்) ஏதுமின்றி (அவர் செயல்பாடின்றி) வெறும் சடப்பொருள் வடிவிலான காரணியாலேயே, சடப்பொருளிலேயே அது முள்ளாக வரவேண்டியததற்கான காரணிகள் அடங்கியுள்ளதால் அதன் விளைவில் அது முள்ளாக வடிவம் ஆகியது என்பதுதான். இதற்கு திறன் மிகு காரணி ஏதும் (ஆண்டவன்) தேவையில்லை என்பதுதான்.சப்பாத்தியின் முள்ளைப் பிடுங்கினால் முள்ளின் அடிபாகத்தில் நீர் கசியும். வெப்பக்காலத்தில் அந்த நீரைப் பாதுகாக்கவே உதவுகிறது. அதை ஒட்டியே அதுவும் நீரை உறிஞ்சாது இருக்க முள்ளாய் வளர்கிறது. வெப்ப மண்டலத்தில் ஏற்பட்ட பரிணாம வளர்ச்சிக் கூறு இது.

செல்வா: அய்யா, கடவுள் ஆற்றலைத்தான் புராணங்கள் போற்றுகின்றன. வேதாந்திகளும் இதைத்தான் கற்பித்துள்ளனர். இயற்கை இயலைப் போற்றி, கடவுள் ஆற்றலை மறுத்த கவுதமர் மனித ஆற்றலை ஆதாரப்படுத்தித் தர்க்கம் செய்தாரா?

பே.அ: உண்மைதான். அந்தப் பாங்கிகளும் கவுதமரின் சாயல் என்ன என்று பார்க்க வேண்டும்.

வேதாந்தங்களில் மிக முக்கியமானவர்களில் இருவர் இராமானுஜரும், சங்கரரும் ஆவர்.

மனித செயல்பாடு தன்னளவிலேயே அதற்கான பலனை விளைவிக்க முடியாது. அத்தகைய பயன்களை உண்மையிலேயே விளைவிப்பவர் கடவுளே - என்று சாதிக்கின்றனர். கவுதமர் இதை வலிவாக மறுத்தார்.

மனிதச் செயல்பாடே அதன் பலனை விளைவிக்கிறது. இந்தக் கூற்று ஜைமினியின் கூற்றுக்கு ஒத்து வருகிறது. இந்தக் கண்ணோட்டம் கடவுள் அவசியமற்ற கருதுகோள் என்கிறது.

மனிதச் செயல்பாட்டின் பலன்கள் அச்செயல்பாட்டினாலேயே விளைவதால் கடவுளின் இருப்புக்கு நிரூபணம் இல்லை - என்பது கவுதமரின்அழுத்தமான வாதம்.

மனித செயல்பாடு இன்றேல் விளைவேதும் இராது- என்றும் சுட்டுகிறார்.

இவ்விஷயமெல்லாம் பேசிய நியாய- வைசேசிகம் பிற்காலத்தில் என்னவாயிற்று என்பது சோகம்தான். பிற்கால நியாய வைசேசிகர்கள் பரமாத்மா (பரம்பொருள்) என்பதை ஏற்றுக்

கொள்கின்றனர். கடவுளை ஒப்புக்கொண்டதன் காரணமாக அவரின் அருளைப்பெறவும், அதன் மூலம் வீடுப் பேற்றை (மோட்சம்) அடையவும் வாய்ப்பு உண்டு என்றனர்.

வேதங்கள், அனைத்தும் அறிந்த ஆண்டவனால் அருளப்பட்டவை என்றனர். ஆதி நியாய வைசேசிகர் தத்துவத்தின் மூல சூத்திரங்களுக்கு முரணான எதிரான கொள்கைகளையே ஆதரித்தனர்.

செல்வா: *அய்யா குழந்தை பிறப்பு - அதிர்ஷ்டம் அல்லது புலப்படாதது பற்றியும் கவுதமர் இயற்கை இயல் ரீதியாக பதில் அளித்துள்ளதை சொன்னீர்கள். ஆகஅவர் காலத்தில் அதற்குமேல் விளக்கம் தர இயலாது. எங்கள் ஊர் கும்பக்கோணத்தில் சேஷாசலம் என்கிற ஆச்சாரியார் கதா காலட்சேபம் செய்தபோது ஒன்றைக் குறிப்பிட்டார். பெற்றோர்கள் சில சடங்குகளைச் செய்தால் ஆண் குழந்தை பெற்றுக்கொள்ள முடியும் என்று வேதத்தில் சொல்லப்பட்டுள்ளதாக சொன்னார். வேதத்தில் அப்படி சொல்லப்பட்டுள்ளதா?*

பே.அ: *(சிரித்தவாறு)* அது என்ன ஆண்பிள்ளை பெறத்தான் வேதத்தில் சடங்குகள் சொல்லப்பட்டுள்ளதா? பெண் பிள்ளைப் பெறாமல் இருப்பதற்கு சடங்குகள் சொல்லப்படவில்லையா என்று கூட கேள்விகள் கேட்கலாம். உண்மை என்னவென்றால் ஆண் குழந்தை பெறத்தான் சடங்குகள் சொல்லப்பட்டுள்ளன. வேதத்தில் சொல்லப்பட்டப்படி சடங்குகள் கடைபிடிக்கப்பட்டும் ஆண்குழந்தை பிறக்கவில்லை என்றால் சடங்கில் ஏதோ குறை இருக்கிறது, ஆகவே ஆண்பிள்ளை பிறக்கவில்லை என்று பெற்றோர் மீதே பழிபோட்டுவிடும் ஏமாற்றும் இருந்தது.

இது சம்பந்தமாகக்கூட கவுதமர் பதில் கூறியுள்ளார்.

பொய்மை எனும் குறை அச்சடங்கில் இல்லை. அதன் நோக்கத்தை அடையாமல் போவதற்குக் காரணம் அதைச் சரியாகச் செய்யாததும், அதைச் செய்பவர்கள் மற்றும் அதற்குரிய வழிமுறைகள், கருவிகள் ஆகியவற்றில் உள்ள குறைபாடுகள்தான் - என்கிறார்.

கவுதமர் சடங்கோடு சேர்த்து அதற்கான வழிமுறைகள் கருவிகள் ஆகியவற்றில் உள்ள குறைபாடும் என்கிறார். அவர் சொல்லும் அந்தக் காலத்து வழி முறை, கருவிகள், மருந்துகள் என்னவோ? நாம் இப்போது எப்படி அறிவோம். சிலருக்கு ஆண் குழந்தை பிறந்திருக்கலாம். இது எல்லா வழி முறைகளும் கடைபிடித்ததால் என்று அந்தப் பெற்றோர்கள் நினைக்கலாம். ஒருவேளை எந்த சடங்கு வழிமுறைகளையும் கடைப்பிடிக்காமல்

இயற்கையான உறவின் மூலமே கூட பிறந்திருக்கலாம்.

மாரி: எங்கள் எதிர் வீட்டு ஆறுமுகச் செட்டியார் என்பவருக்கு ஆறு குழந்தைகள்! ஆறும் ஆண் குழந்தைகள். அவர் வேதம் சொன்ன சடங்குகளையா கடைப்பிடித்திருப்பார்?

பாலா: எங்கள் ஊர் ரயில்வே ஸ்டேஷன் மாஸ்டருக்கு ஐந்தும் பெண் குழந்தைகள். அதிலும் கொடுமை ஐந்தும் பேச்சுத் திறனற்றவை. அவர் என்ன வேதங்களைத் திட்டியவரா? அவருக்கு ஆண் குழந்தை இல்லை. இந்த தண்டனை ஏன்?

பே.அ: நம் சமூகத்தில் வேண்டி குழந்தை இல்லாதவர்கள் குழந்தை பிறக்க வேண்டுதல், விரதம் இருத்தல், கோயில் கோயிலாக யாத்திரை செய்தல் எனப் பல சடங்குகளையும் செய்யும் பழக்கம் உண்டு! ஆனால் இன்றைய விஞ்ஞான உலகம் பலதுறைகளில் சாதனை புரிந்தது போல குழந்தை பிறப்பதிலும் பல சாதனைகளைப் படைத்தவிட்டது.

பாலா: ஆயினும் கூட சிலர் குழந்தைப் பேறே இல்லாமல் இருக்கிறார்களே?

பே.அ: உண்மைதான்! ஆனால் அந்தக் குறிப்பிட்ட கணவன், மனைவிக்குக் குழந்தை பெற வாய்ப்பில்லாததற்கான காரணங்களை டாக்டர்கள் துல்லியமாகக் கண்டுபிடித்து சொல்லுகிறார்கள். அந்தக் காரணங்கள் சில நேரம் சரிசெய்ய முடியாத காரணங்களாகவும் இருக்கின்றன. அந்தக் குறைபாடுகளுக்குத் தீர்வாக பதிலாக வேறு வழிவகைகள் மேற்கொள்ளப்படுகின்றன.

பாலா: ஆண்டவனுக்கும், வீடுபேறுக்கும் முடிச்சுப்போட்டு தத்துவ விசாரணை நடத்துவது சரி. ஆனால், ஆண்டவனுக்கும், குழந்தைப் பேறுக்கும் ஏன் முடிச்சு போட்டு தத்துவ விவாதம் செய்தார்கள் எனப் புரியவில்லை?

பே.அ: எல்லாம் அவனே! அவனின்றி ஓர் அணுவும் அசையாது என்ற கோட்பாட்டை நிறுவவே இந்த சம்வாதம் நடத்தியிருக்கிறார்கள். இதற்கும் குழந்தை பிறப்புக்கும் சம்பந்தமில்லை என்பதை நாத்திகர்கள் அடித்துப் பேசியிருக்கிறார்கள்.

அதிலும் ஆண் குழந்தையைப் பெற மட்டும்தான் சடங்குகளை, ஆச்சாரங்களை வேதங்களில் புகுத்தியிருக்கிறார்கள்.

குழந்தைப்பேறு பற்றி இன்றைய விஞ்ஞானம் விரிவாக விளக்கி இருக்கிறது. ஆனால் பெண் குழந்தையைப் பெற்று விட்டால் பெற்ற பெண்ணைத் தூற்றுவது, பழிப்பது, என்பதோடு, சில இடங்களில் வேறு பெண்ணைத் திருமணம் செய்து கொள்கிற

முட்டாள்தனமும் நடைபெறுகின்றது. ஆண் குழந்தை பிறந்தாலும் பெண் குழந்தை பிறந்தாலும் அதற்கு ஆண்தான் பொறுப்பு என விஞ்ஞானம் நிரூபித்திருப்பதை அன்றைய தத்துவஞானிகளுக்குத் தெரியாமல் போயிற்று. இன்றைய காலக்கட்டத்திலும் அதை அறியாத பலர் உண்டு.

பெண் தன் கரு முட்டையிலிருந்து X எனும் உயிரணுக்களைத்தான் வழங்க முடியும். ஆண்தான் ஸ்பெர்மிலிருந்து X அல்லது Y உயிரணுவை வழங்க முடியும். பெண்ணின் Xம் ஆணின் Xம் சேருகிறபோது (XX) பெண் குழந்தை உருவாகிறது. அப்படியென்றால் பெண்ணின் X உயிர் அணுவும், ஆணின் y உயிரணுவும் சேருகிறபோது (XY) ஆண்குழந்தை உருவாகிறது. நிலைமை இதுதான். ஆண்குழந்தை பிறந்தாலும் பெண் குழந்தை பிறந்தாலும் ஆண்தான் அதற்குப் பொறுப்பு என்பதை அறியாத கணவன், மனைவியர் கோடிக்கணக்கில் உண்டு.

நேரம் இரவு பத்து மணி ஆகி விட்டது. கலைவோம். நாளை கூடுவோம். *(கலைந்து போகிறார்கள். ஒவ்வொருவரும் அன்று விவாதித்த விஷயங்களைச் சிந்தனையில் அசைப் போட்டுக்கொண்டே நடக்கிறார்கள்.)*

11
உலகாயதம்

(பேராசிரியர் அருணா, மாணவர்கள் பாலா, மாரி, செல்வா, மூவரும் குறித்த நேரமான 5 மணி அளவில் வந்து விட்டனர். இன்று உலகாயதம் - எனும் நாத்திகக் கொள்கை பற்றி பேராசிரியர் பேச ஆரம்பித்தார்.)

மாணவத் தோழர்களே, 'உலகாயதம்' எனும் நாத்திக தத்துவம் இந்திய நாட்டின் பழம் பெரும் தத்துவம். எல்லாவற்றுக்கும் முந்தியத் தத்துவம் என்று சொன்னாலும் மிகைஅல்ல. ஆனால் உலகாயதத்தின் மூல நூல்கள் கிடைக்கவில்லை. அவை அழிந்து விட்டன அல்லது அழிக்கப்பட்டு விட்டன எனலாம். ஆனால் அப்படி ஒரு மூல நூல் இருந்ததே இல்லை என்று சொல்கிற சில சிந்தனையாளர்களும் உண்டு.

ஆனால் வழக்கப்படி இந்தத் தத்துவத்தை மறுத்து எழுதிய எதிர்த்து வாதிட்ட நூல்களில் உலகாயதம் பற்றி தெரிந்து கொள்ள ஆதாரங்கள் இருக்கின்றன.

செல்வா: அப்படிப்பட்ட நூல்கள் எவை.

பே.அ: ஏன் பௌத்தர்களே, உலகாயதத்தை மறுத்துப் பேசிய தகவல்கள உண்டு. சங்கரரே கூட மறுத்து எழுதிய தகவல்கள் ஏராளம் உண்டு. உதாரணமாக தாஸ்குப்தா என்ற ஆய்வாளர் "திவ்யதனம்" எனும் ஒரு பௌத்த நூலில் உலகாயதம் பற்றி குறிப்பிட்டுள்ளதைச் சுட்டிக் காட்டுகிறார்.

உலகாயதம் என்பது ஒரு தனியான கல்வித்துறை. அதற்கு பாஷ்யமும், பிரவசனமும், (உரையும், விளக்கமும்) உண்டு என்றும் அவர் கூறுகிறார். அதுபோல 'கார்பே' என்ற ஆய்வாளரும் துச்சி என்ற ஆய்வாளரும் உலகாயதத் தத்துவம் இருந்தது என்றும் கூறுகிறார்கள்.

மாரி: உலகாயதம் புழங்கி இருந்த காலம் எதுவாக இருக்கலாம்.

பே.அ: அதன் காலம் கி.மு.150க்கு முன் இருக்கலாம் என சொல்லப்படுகிறது.

உலகாயதக் கொள்கைக்கு எதிராக எழுந்த மறுப்புகள் எதிர்ப்புகள் மிகக் கடுமையானவையாக இருந்துள்ளதை நோக்குகிறபோது இது திட்டமிட்டு அழிக்கப்பட்டது உண்மைதான். உலகாயதத்தைக் கேலி செய்து, மறுத்து எழுதப்பட்டவைகளிலிருந்துதான், அதன் சாரத்தை அறிய முடிகிறது.

பாலா: உலகாயதம் பற்றி துண்டு துண்டாக சேகரிக்கப்பட்ட தகவல்படி ஆய்வாளர்கள் உலகாயத தத்துவத்தின் சாரம் என்னவென்று சொல்லுகிறார்களா?

பே.அ: உலகாயதவாதிகள் புலன் உணர்வு ஒன்றைத்தான் எல்லாவற்றுக்கும் ஆதாரமாக ஏற்கிறார்கள். அறிவுதான் புலன் அறிவுதான் - அதற்கு அப்பால் சொல்லப்படும் கருத்துக்களை அவர்கள் ஏற்கவில்லை.

கடவுள் இல்லை, ஆன்மா இல்லை, மரணத்துக்குப்பின் வாழ்வு இல்லை என்பதோடு எல்லா வகையான மதஒழுக்க மதிப்புகளை உறுதியாக மறுத்தனர்.

உலகாயதம் பழைய கால பழக்க வழக்கங்களை, மந்திரம் சார்ந்த பழைய மதத்தை மறுத்தது. அதிகாரக் கொள்கையை மறுத்தது. தனிநபரின் ஆன்மீக விடுதலைகளைப் போற்றியது.

இதிகாச காலத்தில் இடம் பெற்ற அமைதியற்ற (கி.மு.600லிருந்து கி.பி.200 வரை) சூழ்நிலையின் பிரத்தியேகமான அறிவுவளர்ச்சி உலகாயதம் என டாக்டர் இராதாகிருஷ்ணன் சொல்லுகிறார். இத்தகைய சூழ்நிலைகளில் பல்வேறு வகையான விநோதமான ஆன்மீகக் கற்பனைகள் சாரமற்ற ஊகங்கள் ஆகியவை முன் வைக்கப்பட்டன. புலன் அறிவை மட்டும் வலியுறுத்தும் பொருள் முதல் வாதிகள், மிக ஆழமான உளவியல் போதனைகள், மிக உயர்ந்த அறிவியல் கருத்துக்களை நல்கிய பௌத்தர்கள் ஆகியோர் இருந்தனர் - என்கிறார் இராதாகிருஷ்ணன்.

உலகாயதவாதிகள் அனுமானத்தை மறுத்தனர் வேதங்களின் அதிகார தொனியை எதிர்த்தனர். ஆன்மாவின் இறவாத் தன்மை என்பதை அடியோடு புறந்தள்ளினர். இறவாத்தன்மையை எள்ளி நகையாடினர். இதற்கான அடிப்படையாகக் காட்டும் ஆண்டவனை மறுத்தனர்.

கண நேரத்திற்கான புலன் இன்பம் தவிர பிற எல்லாவகையான ஒழுக்க மதிப்புகளையும் மறுத்தனர்.

மிகப் பண்டைய காலத்தில் இப்படி ஒருவகையான துணிச்சலான கடவுள் மறுப்புக் கொள்கை ஏன் எழுந்தது?

இதைப்பற்றி ஆய்வு நடத்திய இன்றைய அறிஞர்கள் என்ன சொல்கிறார்கள்.

'அக்காலத்தில் பல்லாண்டுகாலமாக இருந்த நம்பிக்கைகள் தகரும்போது, சுதந்திரமான ஒரு சிந்தனைக்கு ஒரு வெறித்தனமான தேவை இருந்தது. இத் தேவையை உலகாயதம் நிறைவு செய்தது'

இப்படி மேலே சொன்ன அறிஞர்களில் சிலர் இந்தக் கொள்கையை மறுக்கவும் செய்தார்கள். அதே நேரத்தில் உலகாயதம் முழுவதுமே மிகையானது, வீணானது. இருப்பினும், அதற்கு ஒரு வரலாற்றுப் பங்கு உண்டு. மதம், மந்திரம் ஆகிய பழங்காலப் பழக்கங்கள் போன்றவற்றிலிருந்து நமது முன்னோர்கள் விடுபடுவதற்கும், சுதந்திரச் சிந்தனையின் ஆக்கப்பூர்வ முயற்சிக்கும் பயன்பட்டது. உலகாயதம் இந்த விருப்பத்துக்கு உதவி செய்தது. என்கிறார்கள். சொன்னவர்கள் கருத்து முதல்வாதிகள் என்பதில் ஐயம் இல்லை.

உலகாயதம் தழைத்த காலத்தில் அதன் வீச்சு வேத நம்பிக்கையாளர்களையும் விடவில்லை. பிராமணர்களில் சிலர் கூட லோகாயதக் கருத்துக்களை பின்பற்றியவர்கள் என்பதைக் காண முடிகிறது.

மூர் எனும் ஆய்வாளரின் கூற்றை கவனியுங்கள்.

"பிராமணியச் சிந்தனை முறை மிக உறுதியாக அமைக்கப்பட்ட பிறகும், அதன் விவரங்கள் மிக நுணுக்கமாக வரையறுக்கப்பட்ட பிறகும், ஊகச் சிந்தனைக்குத் தடை ஏதும் விதிக்கப்படவில்லை என்பது தெளிவு. இருப்பினும் பிராமணன் ஒருவன் தீர்மானிக்கப்பட்ட சடங்குகளைப் பின்பற்றி ஒழுகுபவனாகவும், விடாப்பிடியாக அவனுடைய சாதிச் சலுகைகளை மட்டும் அனுபவிப்பவனாகவும் இருப்பானேயானால் அவனுக்கு மன மகிழ்ச்சி தரும் எந்தத் தத்துவக் கருத்தையும் ஆதரித்துப் பேசலாம், பின்பற்றவும் செய்யலாம்"

இதற்குக் காரணம் வேத காலத்தில் சிந்தனைச் சுதந்திரம் இருந்ததாக சொல்லுகிறார்.

அக்காலத்தில் சிந்தனைச் சுதந்திரம் இருந்தது என்று ரிக் வேதத்தில் குறிப்பிடப்பட்டுள்ள நாத்திகர்கள் மத நம்பிக்கை இல்லாதவர்கள் ஆகியோரை சான்றாகக் கொண்ட மூர் இப்படி ஊகிக்கிறார். இத்தகைய சூழ்நிலை பல நூற்றாண்டுகளாக நீடித்தது என்கிறார் இதற்கு ஓர் உதாரணம் காட்டுகிறார்.

இராமாயணம் எழுந்தக் காலக்கட்டத்திலும் கூட ஒருவன் பிராமணனாக இருந்து கொண்டே உலகாயத கருத்துக்களை

பேச முடியும். இதற்கு ஆதாரம் பிராமண ஜபாலி, ராமனை மத விரோதச் சிந்தனைக்கு மாற்ற முயற்சி செய்தார் என்பது.

அது எப்படி? வேதகாலம், சிந்தனைச் சுதந்திரத்தை விட்டு வைக்கும்? கருத்து முதல்வாதம் கரைந்து போக விடும்? அந்த சுதந்திரத்துக்கு ஏற்பட்ட கதியையும் ஆசிரியர் விளக்குகிறார். மத விரோதிகள், உலகாயதவாதிகள், பௌத்தர்கள் கை ஓங்கியபோது அவர்களின் தாக்குதல்கள் அதிகமானபோது என்ன நடந்திருக்கும்? புனித நூல்களின் அதிகாரம் மறைமுகமாகவும் நேரடியாகவும் கைவிடப்பட்டபோது, அவைவெளிப்படையாக மறுக்கப்பட்டபோது, வேத மதக் கொள்கைகளைக் கொண்ட நிறுவனங்கள் கைவிடப்பட்டு தாக்கப்பட்டபோது, சநாதனவானின், பிராமண வைதீகம் விழித்துக்கொண்டது. சுதந்திர சிந்தனைக்கு முதல் கட்ட நடவடிக்கைகள் எடுக்கப்பட்டன. உலகாயதம் பெற்ற வலிமை எதிர் வினையை உருவாக்கி விட்டது. பண்டைய அதிகார மேலாண்மையை கெட்டிப்படுத்த காரணமாகி விட்டது.

செல்வா: இப்போது நம் காலத்தில் சிந்தனை உரிமை, பேச்சுரிமை, கருத்து சொல்லும் உரிமை, ஜனநாயக உரிமை, ஒடுக்கப்பட்ட மக்கள் உரிமைகோரும் எழுச்சி, சிறுபான்மையினர் சம அந்தஸ்து கேட்கும் உரிமை மெல்ல மெல்ல ஓங்கி வரும் நிலையில், இந்துத்துவா, தேசியவாதம் தாக்குதல் நடத்தி வருவது என் நினைவுக்கு வருகிறது? என் சிந்தனை - ஒப்புமை சரியானதுதானா?

பே.அ: மனித குல வரலாற்றில் முற்போக்கு சிந்தனைகள் வளருகிறபோது, பிற்போக்கு சிந்தனை, பழைமைவாதம் எதிர்க்கும் என்பது உண்மைதான்.

உலகாயதம் இந்தியாவில் உதித்த தத்துவம் அல்ல, அது அந்நிய நாட்டிலிருந்து வந்த கொள்கை என்று கூட கூறப்படுகிறது. உதாரணமாக குப்தா எனும் அறிஞர் உலகாயதம் அன்னிய நாட்டிலிருந்து இறக்குமதி செய்யப்பட்டது, சுமேரிய நாட்டிலிருந்து வந்தது என்கிறார். இந்தியாவில் இறக்கப்பட்ட இத்தத்துவம் சில மாறுதல்களோடு இங்கு அங்கீகரிக்கப்பட்டது என்கிற வாதம் வைக்கப்படுகிறது.

அதற்கு தாஸ்குப்தா சொல்லும் காரணம் என்ன?

சுமேரிய நாகரிகத்தில் இறந்தவர்களை அலங்கரித்தல், மரணத்திற்குப்பின் உடல் தொடர்ந்திருத்தல் என்ற நம்பிக்கை இருந்தது. இந்த நம்பிக்கை பெரிய மாறுதல்களுக்கு உட்பட்டு உயிரும், உடலும் ஒன்றாகி இருக்கிறது. உடலானது

மரணத்திற்குப்பின் எரிக்கப்படுகிறது. மரணத்துக்குப் பின் உயிர் இல்லை. ஆக மரணத்துக்குப்பின் மற்றொரு உலகம் இருக்க முடியாது - என உலகாயத கருத்து உருவானது. இந்த உலகாயத கருத்து மிகப் பழமையானது. ஆரியர்களுக்கு முற்பட்ட சுமேரிய பழங்குடி மக்களிடம் காணப்பட்டது.

தாஸ்குப்தா ஏன் இந்த முடிவுக்கு வருகிறார் உலகாயதக் கருத்து சுமேரிய நாகரிகத்தின் ஒரு பகுதி என சொல்கிறார் என்பதற்கு தேவிபிரசாத் சட்டோபாத்யாயா ஆதாரங்கள் தருகிறார்.

தாஸ்குப்தா சாந்தோக்ய உபநிடதத்தில் ஒரு குறிப்பு இருப்பதை அவர் கண்டுள்ளார். அதாவது உடலையும், உயிரையும் ஒன்றாக கருதும் கண்ணோட்டம் அசுரர்களுடையது என்று குறிப்பிடப்பட்டுள்ளது. மேலும் இந்த உபநிடதம் வேறு ஒரு குறிப்பையும் சொல்லியுள்ளது. இறந்தவர்களுடைய உடலுக்கு நல்ல ஆடை ஆபரணங்கள் உணவு ஆகியன அளித்தால் இறந்தவர்கள் இவற்றின் உதவியுடன் மறு உலகத்தை செல்வார்கள் என்ற நம்பிக்கையும் பதிவு செய்யப்பட்டுள்ளது. ஆகவேதான் குப்தா பண்டையகாலச் சுமேரியர்களையும், அசுசரர்களையும் ஒன்றாகவே கருதினார் - என தேவி பிரசாத் சட்டோபாத்யாயா குறிப்பிடுவதோடு, தாஸ்குப்தாவின் கருத்தோடு முரண்படுகிறார்.

மாரி: உலகாயத தத்துவம் உடலுக்கு அப்பாற்பட்டு உயிர்இருப்பதை மறுப்பதாகும். அப்படி இருக்கும்போது இறந்த உடலோடு ஆடை ஆபரணங்கள், உணவு ஆகியன அளித்தால் இறந்தவர் இவற்றின் உதவியாடு மறு உலகத்துக்கு செல்வார் என்பது எப்படி பொருத்தமாக இருக்க முடியும்?

பே.அ: ஆம் மாரி சொல்வது சரியானதே. ஆனால் தாஸ்குப்தா இந்தியாவில் உலகாயதம் இறக்குமதி செய்யப்பட்ட பின்னர், சிறு மாறுதல்கள் அடைந்து, இறந்தவர்களை எரிப்பது என்ற நடைமுறை வந்தது. மரணத்துக்குப்பின் வாழ்வு இல்லை என்பதை எரித்தல் நடைமுறை ஏற்றுக்கொள்கிறது எனகிறார்.

மத சிந்தனை என்பது சுமார் 50 ஆயிரம் ஆண்டுகளுக்கு முன்புதான் உருவாகியிருக்கவேண்டும் என்று ஆய்வாளர்கள் சொல்கிறார்கள்.

ஆனால் அதற்கு முன்னாலேயே இறந்த உடலுக்கருகே, ஆகார வகைகளையும், ஆயுதங்களையும் வைத்துப் புதைத்ததாக அகழ்வு ஆராய்ச்சிகள் சொல்லுகின்றன.

நியாண்டர்தால் மனிதன் என்று நீங்கள் கேள்விப்பட்டிருப்பீர்கள். இன்றைய நாகரீக மனிதனின் முன் கட்ட மனிதன்தான் நியாண்டர்தால் மனிதன்; அதாவது நமது ஆதிகால மனிதன் தன் சகா ஒருவன் இறந்துவிட்டால் அவனைப் புதைக்கிறபோது அவனுடைய உடலோடு உணவு, சக்கி முக்கிக் கல்லான ஆயுதங்களையும் வைத்துப் புதைத்ததாக ஆதாரம் கிடைத்துள்ளது. பாலஸ்தீனத்தின் வாடி-இல்- முகாரா எனும் இடத்தில் அத்தகைய கல்லறை கண்டுபிடிக்கப்பட்டுள்ளது.

அதே போல் நியாண்டர்தால் மனிதன் விட்டுச் சென்றுள்ள இன்னொரு சாட்சியம்.

மற்றொரு கல்லறையில் பிணங்களோடு ரத்தத்தின் உயிர்ச்சத்தைப் பிரதிநிதித்துவப்படுத்தும் சிவப்பு காவி மண்ணும் சேர்க்கப்பட்டிருப்பதை அடையாளம் காட்டுகிறது. இதன்பொருள் என்ன?

மரணத்துக்குப்பிறகும் வாழ்வு உண்டு என்பதை குறிக்கும் பழக்கம்தான் இது, சடங்குதான் இது.

ஆனால் பழங்காலத் தத்துவமான உலகாயதம் மரணத்துக்குப் பிறகு வாழ்வு இல்லை என்பதுதான். இன்னும் விசித்திரம் என்னவென்றால் பிராமணர்கள் கற்க வேண்டிய விஞ்ஞானங்களின் பட்டியலில் உலகாயதம் இடம் பெற்றிருந்ததை பௌத்த நூல்கள் கூறியிருப்பதாகவும் தகவல் உண்டு. 'வினய பிடகம்' என்ற புத்தமத நூலின்படி புத்தர் தடுக்காமல் இருந்திருந்தால் புத்தமத பிட்சுக்கள் உலகாயதத்தைக் கற்றிருக்கலாம் என்றும் கூறப்பட்டுள்ளதை அறிய முடிகிறது.

உலகாயதவாதிகள் உடலின் மீது கவனம் செலுத்துகிறார்கள், இந்த யாக்கை கவனமாகப் பரிபாலிக்கப்படவேண்டும் என்றார்கள். உடல் இல்லாமல் உயிர் இல்லை. ஆகவே உடலைப் பேணுவதின் மூலம்தான் உயிரையும் காக்க முடியும் என்றார்கள். விரதம் கிடப்பது, உடலை வருத்திக் கொள்வது என்பதை உலகாயதம் எதிர்த்தது. இவர்கள் தேகத்தை நம்புவதால் இவர்களுக்கு சகாஜியா என்ற மற்றொரு பெயரும் உண்டு. சன்னியாசம் கொள்ளுவது இவர்களுக்கு உடன்பாடல்ல.

உலகாயதத்தில் ஆன்மா அல்லது மனம் என்பது உடலைத்தான் குறிக்கிறது. இதைத்தான் அவர்கள் தேகவாதம் என்றார்கள். அடுத்து அவர்களின் முக்கிய கொள்கை தாந்திரீகம்.

உலகாயதம் பெயருக்கு ஏற்ற வகையில் வெகுஜனங்களின் உலக நோக்கினை வெளிப்படுத்தியது. புலன் இன்பம்

பற்றி வலியுறுத்தப்பட்டது. ஆனால் இவற்றை ஆய்ந்த சில அறிவியலாளர்கள் இக்கொள்கை பற்றி கொச்சையாக விமர்சனம் செய்தார்கள்.

உதாரணமாக டி.ஆர்.சாஸ்திரியின் கூற்றை கவனியுங்கள்,. "உலகாயதம் என்பது இன்பம் பற்றிய கொள்கை. இதன் தாக்கம் காரணமாக கோவில், அரசவை, கவிதை, கலை ஆகிய எல்லாவற்றிலும் புலன் இன்பம் மேலோங்கியது. காமச் சுவை நாடு முழுவதிலும் பரவியிருந்தது. பிராமணனும், சண்டாளனும், அரசனும் பிச்சைக்காரனும் ஒரே வகையான ஆர்வத்துடன் மதனோத்துவத்தில் கலந்து கொண்டார்கள். இதில் மதன் அல்லது காமன் வழிபாடு செய்யப்பட்டான்".

இப்படி விளக்கம் அளித்து உலகாயதக் கொள்கை என்பது ஒரு தரிசனமே இல்லை என்று கூட விமர்ச்சிக்கப்படுகிறது. அதன் மீது வீசப்படும் புழுதியைப் பாருங்கள்.

இதிலிருந்தும், வேறுபல இலக்கியங்களிலிருந்தும் நமக்குத் தெரிவது உலகாயதம் என்பது ஒரு தந்திரமான விவாதம். வெட்டிப் பேச்சு, வாயாடித்தனம், போலித்தனமான கூற்று. இதனை பௌத்தர்கள் அல்லாதவர்கள் பின்பற்றினர். இது அறிவுப்பாதையிலிருந்து நம்மைத் திசை திருப்பியதோடு மட்டுமல்லாமல், சொர்க்கத்திற்குரிய பாதையிலிருந்தும், பந்தங்களிலிருந்து விடுபடுவதிலிருந்தும், நம்மை திசை திருப்பியது. சாமானிய மக்கள் இத்தகைய உரையாடலையே விரும்பினர். இதனைப் பற்றிய ஒரு முறையான விஞ்ஞான (சாஸ்திரம் அல்லது சத்தா) இருந்தது. இதனை பௌத்தர்கள் வெறுத்தனர். விதண்டா வாதம் என்று இதனை அழைத்தனர்.

மேலும் லோகாயதவாதிகளை வாமசாரக்கொள்கை, தாந்திரீகச் சடங்கு உடையவர்கள்என்றும் குற்றம் சாட்டுகிறார்கள்.

தாந்திரீகம் என்பது ஆண் பெண் உறவைக் குறிப்பது, அதனை மையமாகக்கொண்ட சடங்கை குறிப்பது.

வாமா என்பது பெண்ணைக் குறிக்கும், காமத்தையும் குறிக்கும். இந்த விஷயத்தில் லோகாயவாதிகள் கட்டுப்பாடு அற்றவர்கள் என்று கொச்சைப்படுத்துவார்கள்.

இக்கால ஒழுங்கு விதிப்படி அவைகளைப் பார்க்க கூடாது.

தாந்திரீகம் இந்திய கலாச்சார வளர்ச்சியின் பல காரணிகளில் மிக வலிமை வாய்ந்து விளங்குபவை. தாந்திரீகத்தில் உள்ள வாமசாரத்தில் நமது முன்னோர்கள் அதிக அக்கறை காட்டினர். அதனால் இதனைக் கேவலமான பிறழ்ந்த

நடவடிக்கையாகப் பார்க்கக்கூடாது. இந்தியாவில் உள்ள பழங்கால கோயில்களில் இதனைக் காண முடியும். ஆனால் இக்காலத்தில் வளர்ந்துள்ள அறிவு, ஒழுக்க விதிகளின்படி பார்த்தால் அவை அருவெறுப்பாகத் தோன்றலாம்.

இந்தியக் கலாச்சாரத்தின் மற்றொரு முக்கியமான போக்கு வேத கலாச்சாரத்திலும் இத்தகைய நம்பிக்கைகள், சடங்குகள் உண்மையில் மிக அதிகமாகவே உள்ளன. ஆனால் ஆரியர்கள் இத்தகைய நம்பிக்கை உள்ளவர்கள் என்பது மூடி மறைக்கப்படுகின்றன.

கடவுள் மறுப்பாளர்களைச் சாட இதையும் ஒரு ஆயுதமாகப் பயன்படுத்துகிறார்கள். லோகாயவாதிகள் வேளாண்மையின் முக்கியத்தை பற்றியும் பேசுகிறார்கள். தாந்திரீகத்தின் வாமாசாரம், விவசாயக் குடியினரின் நம்பிக்கையின் ஒரு பகுதியாக லோகாயதவாதிகள் பார்த்தார்கள்.

வேத இலக்கியங்களில் காணப்படுவது போல் ஆண்- பெண் சேர்க்கை பற்றிய சடங்கின் முக்கியத்துவம், ஆடு மாடு மேய்க்கும் தந்தை வழி உரிமை முறை என்பது சமூகக் கருத்துக்களின் ஒரு பகுதியாக வேதபாரம்பரியம் விளங்கியது. இதற்கு மாறாக விவசாயம் சார்ந்த தாய்வழி உரிமை முறை சமூகக் கருத்துக்களின் ஒரு பகுதியாக உலகாயத பாரம்பரியம் விளங்கியது. எனவே உலகாயதம் பற்றிய பிரச்சினையை இந்தியாவில் இருந்த தாய்வழி உரிமையோடு இணைத்துப் பார்க்கவேண்டும்.

விவசாயத்தில் பெண்கள்தான் நிலத்தில் இறங்கி சடங்குகளின் அடிப்படையான, விதைகளை விதைப்பார்கள். வீசுவார்கள், பெண்தான் கருவுறுகிறாள். நிலம் என்ற பெண்தான் கருவுற்று விளைச்சலை உருவாக்குகிறாள். விவசாயத்தைக் கண்டு பிடித்ததே பெண்கள்தான்.

உலகாயதர்கள் தாந்திரீகத்தின் முக்கிய அம்சமாக இனப்பெருக்கத்தை வலியுறுத்தினர். இனப்பெருக்கத்தில் ஆண், பெண் சேர்க்கை அடிப்படையாக இருந்ததால் அதைப் போற்றினர்.

பாலுறவு உணர்ச்சிகள் தாந்திரீக கொள்கையில் ஆதிக்கமாக இருப்பதாக இன்றைய காலக்கட்டத்திலிருந்து பார்க்கிறார்கள்.

இந்தத் தாந்திரீக அணுகுமுறை வேத நூல்களிலும் காணப்படுவதற்கு என்ன பதில் சொல்வார்கள். உலகாயதத்தில் அதற்கென்று ஒரு குறிக்கோள் இருந்தது.

தாந்திரீகத்தில் பின்னாட்களில்தான் மறுபிறவி, மறு உலக சிந்தனை, ஆன்மீக வாதம் ஆகியவை திணிக்கப்பட்டன.

மாரி: உலகாயதம் என்றால் அதன் உட்பொருள் என்ன?

பே.அ: உலகாயதம் என்றால் உலக தத்துவம் என்று பொருள்; மக்களின் தத்துவம் என்று பொருள்.

உலகாயதம் விவசாயத் தொழிலோடு சம்பந்தப்பட்டது. விவசாயத் தொழிலுக்கு பெண்ணின் முயற்சிதான் முதலானது என்பதோடு உலகாயதம் பெண்ணை முதன்மையாகக் கருதுகிறது, போற்றுகிறது.

வேத இலக்கியங்களில் பெண்களை அடக்கி ஆண் ஆதிக்கத்தன்மை இருப்பது யாவரும் அறிந்ததே. வேத நூலான பிரகதாரண்ய உபநிடதம் ஆண் பெண் உறவுகளில் ஆண் ஆதிக்கத்தைத்தான் வலியுறுத்துகிறது.

உலகாயதம், தாந்திரீகக் கொள்கையை பொருள் முதல்வாதக் கண்ணோட்டத்தில் பார்த்தால், வேத நூல்களில் பிராமணர் முதல் உபநிடதங்கள் வரை ஆண்- பெண் சேர்க்கையை தெய்வீகமானது என்று வர்ணிக்கிறது. உபநிடத ஆசிரியர்கள் இதை தெய்வஞானம் என்றே வர்ணிக்கிறார்கள்.

உடலையும் ஆத்மாவையும் ஒன்றாகக் காணும் உலகாயதர்களை அசுரர்கள் என்று அழைத்ததை நாம் அறிவோம்.

'கல்லாதவர்', புத்தியில்லாதவர் தான் புத்தியும், உடலும் ஒன்றோடு ஒன்று இணைந்தவை. உடல் இல்லாமல் ஆத்மா, இல்லை- என்று சொல்லுவார்கள் - என சங்கரரும், தான் படைத்த பிரம்ம சூத்திர உரையில் குறிப்பிட்டுள்ளார்.

எதிர்க்கொள்கை உடையவர்களின் நூல்களிலிருந்துதான் உலகாயதக் கொள்கைகளைப் புரிந்து கொள்ள முடிகிறது என்பதற்கு ஓர் உதாரணம் விஷ்ணுபுராணத்தில் காணப்படுகிறது.

அசுரர்கள், தைத்திரியர்கள் (இரண்டுபேருமே உலோகயதர்களைக் குறிப்பிடுவதே) வேதங்கள் கூறும் தரிசனங்களை மறுத்தார்கள், வேதங்களை சாடினார்கள். கடவுளை நம்ப மறுத்தார்கள், பிராமணர்களைக் கைவிட்டனர், பலியிடுவதைக் கைவிட்டனர். வேதங்கள், விவாதங்களை ஏற்காத தன்மை கொண்டது, யாகங்களில் விலங்குகளைப் பலியிடுவது உங்கள் மதத்தை நீங்களே பழிப்பதாகும். நெருப்பில் நெய்யை ஊற்றி வேள்வி நடத்துவது, வருங்காலத்தில் பலன்களை அளிக்கும் என்பது குழந்தைத்தனமானது. பலி கொடுக்கப்பட்ட பிறகு விலங்கு, சுவர்க்கத்துக்குச் செல்லும் என்றால் ஏன் ஒருவன் தன் தந்தையையே பலிக்கொடுக்கக்கூடாது. ஒருவன் உண்டால் மற்றொருவனுக்குப் பசி அடங்கும் என்றால் வெளி நாடுகளுக்குப்

பயணம் செய்பவர்கள் ஏன் உடன் உணவை எடுத்துச் செல்ல வேண்டும், சிரார்த்தம் கொடுத்தாலே போதும். அசரீரி வாக்குகள் வானத்திலிருந்து விழுந்து விடுவதில்லை

புத்தியுள்ள நீங்களும் எங்களைப் போன்றே அறிவை அடிப்படையாகக் கொண்டுள்ள கூற்றுகளையே ஏற்றுக் கொள்கிறீர்கள். இவ்வாறு பல்வேறு முறைகளைக் கையாண்டு ஒப்புக்கொள்வதுபோல ஒப்புக்கொண்டு எதிர் தரப்பினர் விவாதத்தில் மயக்கினர். நாம் எல்லோரும் அறிவை அடிப்படையாகக் கொண்டுதான் செயல்படுகிறோம் என்றனர். ஆனால் தைத்தியர்கள், உலகாயதர்கள் வேதங்களை உறுதியாக மறுத்தனர். ஆகவே தைத்தியர்கள், உலகாயதர்கள் தவறான வழியில் செல்லுவதாகச் சொல்லி தேவர்கள் போர்தொடுத்தார்கள். அசுரர்கள் மீது தாக்குதல் தொடுத்தனர். அசுரர்களைக் கண்டித்தனர். இப்படிப் பல தொன்மைக் கதைகள் உண்டு.

செல்வா: புத்த மதம், ஜைன மதம் தமிழகத்தில் தழைத்ததும், அது அழிக்கப்பட்டதும் நாம் அறிவோம். அதேபோல் உலகாயதத்தின் செல்வாக்கு தமிழகத்தில் பரவிய வரலாறு உண்டா?

பே.அ: வரலாற்றைப் பதிவு செய்கிற பழக்கம் தமிழகத்தில் பண்டைய காலத்தில் எங்கே இருந்தது? எல்லாம் கவிதைகளில், பாடல்களில், பழைய காப்பியங்களின் மூலம்தான் அறிய முடியும்.

உதாரணமாக புறநானூற்றில் முருஞ்சிநாதர், முடி நாகனார், சேரமான் பெருஞ்சோற்று உதியஞ் சேரலாதனைப் புகழ்ந்து பாடிய போது அவர் சொல்லுவது -

மண்திணிந்த நிலமும்

நிலன் ஏந்திய விசும்பும்

விசும்பு தை வரு வளியும்

வளித் தலை இய தீயும்

தீ முராணிய நீரும் என்றாங்கு-

ஐந்து பூதங்களை வர்ணித்து இவற்றை சேர மன்னனுக்கு புகழாரமாக சூட்டுகிறார்.

இந்த ஐந்து பூதங்களை - இயற்கையை- ஏற்பதுதான் உலகாயதத்தின் கொள்கை. அவை ஒன்று சேர்ந்து பண்பு மாற்றம் அடையும் என்று உறுதி செய்வதுதான் உலகாயத தத்துவத்தின் சுபாவ வாதம் என்பது.

தமிழனின் இனக்குழு வாழ்வில் இயற்கையுடனான ஒருமை உணர்வை இந்த சுபாவவாதம் ஏற்படுத்தி இருந்தது.

இந்தப் பஞ்ச பூதங்களின் கலவைதான் உலகம், மனிதன். அவனின் மனமும் கூட. அதாவது அவனின் ஞானம், அறிவு என்பதும் கூட இந்த இயற்கையின சுபாவாதத்தை - பண்மை மன்னனுக்குப் புலவர் சூட்டுகிறார்.

உலகாயதம், குடும்ப வாழ்வை இல்லற வாழ்வை போதிக்கிறது. மனைவி மக்களோடு சுதந்திரமாக வாழ போதிக்கிறது.

பழங்காலத்துப் புலவர் பிசிராந்தையார் இந்த உலகாயதக் கொள்கையை ஒட்டி தன் விளக்கம் தருகிறார்.

யாண்டுபல வாக நரையில ஆகுதல்
யாங்குஆ கியர் என வினவுதி ராயின்
மாண்டஎன் மனைவியோடு மக்களும் நிரம்பினர்
யான்கண் டனையரென் இளையரும், வேந்தனும்
அல்லவை செய்யான் காக்கும் அதன்தலை
ஆன்றுஅவிந்து அடங்கிய கொள்கைச்
சான்றோர் பலர்யான் வாழும் ஊரே-

என்கிறார்.

'வயது முதிர்ந்தும் ஏன் எனக்குத் தலை நரைக்கவில்லை என்று கேட்டால் பெருந்தகை என் மனைவி அறிவால் நிரம்பிய மக்கள், என் மனம் அறிந்து உதவும் பணியாள், முறைதவறாது ஆளும்மன்னன், நீதி நெறியோடு வாழும் சான்றோர் இப்படிப்பட்ட சூழலில் வாழும் போது, நரையின்றி நெடிது வாழ முடியும் என்பதே இதன்பொருள்'

இந்தக் கொள்கை உலகாயதத்தாரின் கொள்கை. பிசிராந்தையார் தன் இன்பவாழ்வுக்கு இதற்கு மேலாக ஆண்டவன் அருள் உண்டு என எங்கும் கூறக் காணோம்.

உலகாயதர் கொள்கை இந்த யாக்கை, உடம்பு மெய்யானது. உடலைப் பேண வேண்டும். அதன் வழி அறிவைப் பேணவேண்டும். உடலைக் காப்பாற்றினால்தான் நிம்மதியாக வாழ முடியும் என்பது கொள்கை, நோயற்ற வாழ்வே குறைவற்ற செல்வம் என்பது எவ்வளவு உண்மையான கருத்து.

உடம்பு அழியக் கூடியது. அநித்தியமானது. ஆன்மாதான் அழியாதது என்றும் இருப்பது, ஆகவே அழியக் கூடிய இந்த உடம்பு அவ்வளவு முக்கியமில்லை. உடம்பு பொய்யானது மாயையானது என்ற வேத தத்துவத்தை மறுத்துதான் உலகாயதம் உடம்பைப் போற்றியது.

தமிழகத்தில் இந்த உலகயாத தத்துவம் உடல் நலன் பற்றிய இந்தக் கருத்து பாராட்டப்பட்டது. இது பற்றி திருமூலர் கருத்து மிக்க வலிவானது.

உடம்பினை முன்னம் இழுக்கென்று இருந்தேன்
உடம்பினுக்குள்ளே உருப்பொருள் கண்டேன்
உடம்புக்குள் உத்தமன் கோயில் கொண்டான் என்று
உடம்பினை யானிருந்து ஓம்புகின்றேனே
உடம்பார் அழியின் உயிரார் அழிவர்
திடம்பட மெய்ஞ்ஞானம் சேரவும் மாட்டார்
உடம்பை வளர்க்கும் உபாயம் அறிந்தேன்
உடம்பை வளர்த்தேன், உயிர் வளர்த்தேனே" என்கிறார்.

உயிர் தனியாக இல்லை, ஆன்மா அழியாததுஅல்ல, இறந்தால் அதோடு உயிரும்போம். மனமும், அறிவும்போம். ஆகவே உடம்பைப் பேணுவதின் மூலம் அறிவையும் பேணுவோம். உடலுக்கும் உயிருக்கும், உடலுக்கும் அறிவுக்கும் பிரிக்க முடியாத உறவு உண்டு.

பூதப்பொருட்களின் சேர்க்கையால்தான் உயிர், உணர்வு, அறிவு தோன்றுகின்றன. பூதப்பொருள் வேறு, அறிவு, உயிர், வேறு என்னும் கொள்கையை உலகாயதர் ஏற்கவே இல்லை. தமிழகத்தில் இது பற்றிய விவாதம் நடந்துள்ளது.

உதாரணமாக கி.பி.ஆறாம் நூற்றாண்டு வாக்கில் எழுந்த நீலகேசி கூறும் கருத்து.

உடலில் உள்ள ஆன்மா வேறு, தனியானது, ஆன்மாதான் மனிதனுக்கு உணர்வை, சுவையை உண்டாக்குகிறது என உலகாயதர்களிடம் எதிர் வாதம் செய்துள்ளார். ஆனால் உலகயாதர்கள் ஐந்து பூதங்கள் சேர்வதால்தான் அறிவு, இன்பம் ஆகியன தோன்றுகின்றன என வாதிட்டனர். உடலில் ஆன்மா தனியாக இருந்து உணர்வுகளை உண்டாக்குகிறது என்ற நீலகேசியின் கருத்தை மறுத்துள்ளனர்.

நேரில் காணாத ஒன்றை, அறிவுபூர்வமாக புரிந்து கொள்ளாத ஒன்றை வெறும் அனுமானத்தால் சொல்லும் ஒன்றை உலகாயதர்கள் ஏற்கவில்லை. இது பற்றியும் தமிழகத்தில் விவாதம் நடந்துள்ளது.

மணிமேகலை காப்பியத்தில் 'நம்முடைய தாய், தந்தையர் என்பதை அனுமானத்தில்தானே அறிய முடியும்' என்று வாதிட்டுள்ளார். இது ஒரு வலுவில்லா வாதம். தாய் தந்தையரே

சாட்சிகள். அவர்கள் நேராகக் கண்டவர்கள். அவர்கள் சொல்லுவதைக் கேட்பது அனுமானத்தால் அறிவது என்பது எப்படிப் பொருந்தும்? யார், ஒருவர் கண்டாரோ, அதை நாம் நம்புவதில் தவறில்லை, தாய் தந்தையார் என்பதை விஞ்ஞானம் இன்று கண்டுபிடித்து சொல்கிறது. விஞ்ஞானிகள் நிரூபிப்பதை நம்மால் மறுக்க முடியுமா? மணிமேகலை காப்பியம் அப்படி எளிமையான முறையில் ஒரு வாதத்தை வைத்துள்ளது. பிற்காலத்தில் வாழ்ந்த வேதாந்த தேசிகர் நேரில் கண்ட ஒரு பொருளைக் கொண்டு இன்னொரு பொருளைச் சாதிப்பது ஆகிய செயல் சார்ந்த அனுமானங்களை உலகாயதம் கொண்டிருந்ததாகத் தனது தேசிக பிரந்தத்தில் சான்று தருகிறார். மணிமேகலை வாதத்தில் பூதவாதி, கடவுள் மறுப்பாளர்களையும், உலகாயதர்களையும் மறுத்துப்பேசினர்.

பூதவாதிகள் சொன்ன கருத்து:

உணர்வுடைய பூதங்களின் சேர்க்கையால் உயிர்ப்பொருளும், உணர்வற்ற பூதங்களின் சேர்க்கையால் உணர்வற்ற பொருள்களும் தோன்றும் என வாதிட்டனர்.

ஆனால் உலகாயதர்கள் வாதம் - உணர்வற்ற பூதங்களின் கூட்டத்தால் உயிர் பொருட்கள் தோன்றும் என வாதிட்டனர். உலகாயதர்கள் சொன்ன கூற்றைத்தான் இன்றைய விஞ்ஞானமும் சரி என நிரூபித்துள்ளது.

வறுமையில் வாழ்பவனுக்கு உதவுவது அவனைப் பேணுவது. அவ்வளவே, அதற்கு அப்பால் பாவம் நீங்கி புண்ணியம் தேடுவது அல்ல.

தமிழர் பண்பாட்டில் ஈதல் என்பதுதான் வழக்காறு. தருமம் என்பது, புண்ணியம் தேட வழங்கும் எதிர்பார்ப்பு. இது பிராமணிய கலாசாரம். எந்த பலனையும் எதிர்பாராது கொடுப்பது, ஈகை. இதுதான் உலகாயதர் கொள்கை. இது பற்றிய வற்புறுத்தல் தமிழ் இலக்கியத்தில் விரவி கிடக்கின்றன.

ஒருவர் செயலில் புண்ணியம், பாவம் என்ற பொருள் இல்லை பிறவி தொடர்பும் இல்லை. சொர்க்கம், நரகம் என்பது ஏதும் இல்லை.

சுதந்திரத் தன்மை என்பது - உலகாயதம் சொல்லுகிற சுதந்திரம் என்பது - கடவுளுக்கு அடிமையாக, இருப்பதோ, எந்த சமய நெறிக்கும் உட்படுவதோ அல்ல. வார்தாமாலை எனும் நூல் இதை வலியுறுத்துகிறது. இது ஒரு வைணவ நூல். அந்தி காலம் தொட்டே இப்படி வாழ்வதாக வார்தாமாலை குறிப்பிடுகிறது. ஆனால் இவை

உலகாயதத்தின் கொள்கையான தேகாத்மவாதம் என்பதை ஏற்க மறுத்தது. தேகாத்மவாதம் இசை முதலான விஷயங்களில் இனிமை, சுதந்திரத்தன்மை ஆகியவற்றை வாழ்வியல் நிலையில் போற்றியது. இதையும் வார்தாமாலையில் காணலாம். ஆனாலும் அவை மதம் சார்ந்துதான் நின்றன.

இயற்கை உலகின் மூலாதாரங்களும், மனித உடலின் மூலதாரங்களும் ஒன்று என்றே கருதப்பட்டது. காற்று, நீர், தீ, மண் ஆகிய அடிப்படை பூதங்களினால் உலகும் உடலும் உண்டாகியிருப்பதாக உலகெங்கும் கருதப்பட்டது. தமிழ் மக்களும் அப்படித்தான் கருதினர். ஆனால் மாங்குடி மருதனார் எழுதிய மதுரைக்காஞ்சியில் இந்த அடிப்படை பூதங்களை ஏற்றுக் கொள்ளுகிற அதே நேரத்தில் இவை சிவனால் உருவாக்கப்பட்டது என்கிறார். இவை கடவுளால் இயற்றப்படவோ படைக்கப்படவோ இல்லையென்பதை அவரின் மதக்கொள்கை மறுக்கிறது. உலகப் பொருள்களின் அடிப்படைப் பொருள்களான காற்று, நீர், தீ, மண் என்றும் இருப்பன. அவை ஒன்று சேர்ந்து பண்பு மாற்றம் அடையும் என்பது சுபாவவாதமாகும்.

வினைப்பயன் என்பது நமக்கு அப்பால் உள்ள சக்தியால் நடப்பது என்பதைக் கூட உலகாயதம் உறுதியாக மறுக்கிறது. இதற்கும்தமிழர் வாழ்வு உறுதி செய்கிறது.

பிசிராந்தையர் போன்றோர் உலகாயத கொள்கைக்கு உறவுக்காரர்களாகவே இருந்திருக்கிறார்கள். 'இவர்கள் மனித அறிவை போற்றியவர்கள், காட்சித் தெளிவை ஐயம் இல்லாத நிலையை நெஞ்சத் துணிவை முடிவினைப் போற்றியவர்கள்' அவைகளை உணர்ந்த புலனறிவு ஆகியன இல்லாமல் தெளிவும், முடிவும் அறிவும் சாத்தியமில்லை, நேரடி காட்சியே அறிவின் மூல நிலையாக மதிக்கப்பட்டது. காதால் கேட்பதை மட்டும் தெளிந்த அறிவாகவும், உண்மையாகவும் எடுத்துக் கொள்ளும் போக்கை, ஐயப்படும் கேட்கப்படும் அறிவாளாளர் கோந்பெருஞ் சோழனோடு கூட்டாக இருந்தது மட்டுமல்ல, அவனோடு வடக்கும் இருந்தனர்.

கோப்பெருஞ் சோழனை பாராட்டும் கவிதை:

'கேட்டல் மாத்திரை அல்லது யாவதும்
காண்ட இல்லாத யாண்டு பல கழிய
வழுவினது பழகிய கிழமையோ ஆகினும்
அரிதே தோன்றல், அதற்பட ஒழுகவென்று
ஐயம் கொள்ளன்மின். ஆரறிவாளர்
இதழ்விலன், இனியன் யந்த நண்பினை

புகழ்பெற்ற உருவம் பொய்வேண்டலனே;
தன் பெயர் கிளக்கும் காலை, என் பெயர்
பேதைச் சோழன் என்றும் சிறப்பு
காதற்கிழமையும் உடையன், அதன் தலை
இன்னதோர் காலை நில்லன்
இன்னே வருகுவன்; ஒழிக்க அவற்கிடமே

இப்படித்தான் பண்டை காலத்தில் தமிழகத்தில் உலகாயதம் நிலவியதை அறியமுடிகிறது.

'வேதாந்த தேசிகர் என்பவர் உலகாயதர்கள் அனுமானத்தை ஏற்றிருந்ததாகச் சொன்னார். இன்னொருவர் கண்டு உரைப்பதை ஏற்பது என்பது, உணவு உண்டால் பசி தீரும் என எண்ணி உண்டு பசி தீர்வது. நேரில் கண்ட ஒரு பொருளைக்கொண்டு இன்னொரு பொருளைச் சாதிப்பது ஆகிய செயல் சார்ந்த அனுமானங்களை உலகாயதம் கொண்டிருந்ததாகத் தமது தேசிக பிரபந்தத்தில் சான்று கூறுகிறார் என்றாலும், உலகாயதம் அதை ஏற்கவில்லை. யார் ஒருவரும் நேரில் காணாத ஒன்றை அனுமானத்தால் நினைத்துக்கொண்டு உண்மை என்று கூறுவதை உலகாயதர்கள் எதிர்த்தனர்.

தமிழக தத்துவச் சிந்தனை மரபுகள்- என்ற நூலில் டாக்டர் கி.முப்பால்மணி தரும் தகவல்.

பதின்மூன்றாம் நூற்றாண்டில் வாழ்ந்த சைவ சான்றோரான அருள்நந்தி சிவாச்சாரியார் தமது சிவஞான சித்தியார் நூலில் உலகாயத நெறியினர் பிருகஸ்பதி அருளிய நூலின் வழி நின்று தமது கொள்கைகளை உரைத்ததாக எழுதினார். பதினான்காம் நூற்றாண்டில் வாழ்ந்த வேதாந்த அறிஞரான மாதவாச்சாரியரும் தமது சர்வதர்சன சங்கிரகம் என்ற நூலில் இப்படி எழுதினார். மணவாள நாதமுனி முதல் மாமுனிகள் முடிய அனைத்து வைணவ ஆச்சாரியர் நூல்களிலும், பிரபந்த பேருரைகளிலும் தேகாத்ம வாதம் என உலகாயதத்தைச் சுட்டிப்பேசினர். பதினாறாம் நூற்றாண்டில் தத்துவராயர் பெருந்திரட்டு என்ற நூலிலும், பதினெட்டாம் நூற்றாண்டில் வாழ்ந்த சிவஞான முனிவர் தமது மாபாடியத் துள்ளும் உலகாயதத்தை விளக்கினர் (தத்துவராயர் சைவ வழி நின்று பரமாத்து வித வேதாந்தம் கண்டனர். சிவஞான முனிவர் சைவ வழி நின்று சித்தாந்தம் உரைத்தவர் இந்தச் சான்றோர்கள் தமது நூல்களில் உலகாயதம் தன்னுள் கொண்டிருந்த வாழ்வியல் ஒழுக்கவியல் அறிவியல்முறையில் தத்துவவியல் விவரங்களை ஒன்றுபடவே உரைத்தனர் - என்ற நீண்ட விவரம் தருகிறார்.

மேலும் அதில் கண்டுள்ள பல்வேறு விவாதங்களை விலாவாரியாகத் தருகிறார். அவைகளை நாம் கண்ணுறுவது அவசியம்.

தமிழக சான்றோர்கள் தங்களின் நூல்களில் உலகாயதம் சொன்ன ஒழுக்கவியல், அறவியல், தத்துவவியல் எங்ஙனம் வியாக்கியானம் செய்துள்ளனர் என்பதையும் முனைவர் கி.முப்பால்மணி தொகுத்துக் கூறியிருப்பதும் கவனிக்கப்பட வேண்டியதே.

1. நாட்டில் அரசின் ஆணைவழி நடந்து பொருள், தானம், செல்வம் ஈட்டி, இன்பமாக வாழவேண்டும். உழவு, பசுக்காவல், வாணிபம், செங்கோல், அரசு நிர்வாகம் ஆகிய வழிகளில் வாழ்க்கை நடத்த வேண்டும். இந்த வாழ்க்கை குறித்து தத்துவராயர் காட்டுவது குறிப்பிடத்தக்கது. உயிர்க்கொலையால் உணவு உண்டு குழுவாய் திரண்டு வாழ்பவர், வேட்டையால் உயிர்களையும், மீன்களையும் பிடித்து கூட்டமாக வாழ்பவர் ஆகியோரைவிட நீர்ப்பாசனம் உள்ள நாட்டில் நாற்குலமாய், சாதியாய் வாழ்பவர் அருமை உடையவர் என்பது அவர் காட்டும் காட்சி. உணவு சேகரிக்கும் வாழ்வை விட நிலவுடமை வாழ்வு மேலானது. இனக்குழு வாழ்வைவிட நாற்குல, சாதி வாழ்வு வளர்ச்சியானது என்பது அவர் மதிப்பீடு.

ஆனால் உலகாயதம் பசுக்காவல், உழவு, வாணிபம், அரசு நிர்வாகம் ஆகியவற்றில் உட்பொதிந்து நிற்கிறது. இப்போது இனக்குழு பழமையிலிருந்து நீங்கி உள்ளது. அதே பொழுதில் சமயப் புரோகிதத்தை அனுசரிக்காமல் நிலவுகிறது. இதெல்லாம் இரும்பு முதலான உலோகத் தொழில் பொன் அணிகலத் தொழில், வான்வெளிக் கிரகங்களைக் கொண்டு, நாள், நேரம் கூறும் பஞ்சாங்கம் ஆகியன உழவு, வாணிகம், அரச வாழ்வுக்கு உட்பட்டவை. இரும்பு, பொன், வானவெளிக் கிரகங்கள் நான்கு பூதங்களால் ஆனவை. மனித செயல் சிந்தனையை அளாவி நிற்பன. இவை இரண்டிலும் உலகாயதத்தின் வேர்கள் உள்ளன.

பாலா: அய்யா, உணவு சேகரிக்கும் வாழ்வை விட, நிலவுடமை வாழ்வு மேலானது, இனக்குழு வாழ்வை விட நாற்குல ஜாதி வாழ்வு வளர்ச்சியானது என்கிற தத்துவராயரின் மதிப்பீட்டை எப்படி ஏற்க முடியும்?

பே.அ: நாம் இன்று வாழ்வு நடத்தும் சமூகக் கட்டமைப்பிலிருந்து அன்றையைக் காலத்தைப் பார்க்கிறோம். அந்தக் காலக் கட்டம் ஒரு பின்தங்கிய சமூக வாழ்வு முறையிலிருந்து, அதாவது

வேட்டையாடுவது, உணவு சேகரிப்பது என்ற சமூகம் உடைந்து ஒரு நிலவுடமை சமூகம் ஓங்கிய கட்டம் என்பது வளர்ச்சியான கட்டம்தான். அந்தக் காலத்தில் நாற்குலம், சாதி வாழ்வு என்பவை நிலவுடமை சமுதாயம் தழைத்து நிற்க அவர்களுக்கு உதவி புரிந்துள்ளன. இதன் மூலம்சுரண்டல் என்பது அதிகம் இருக்கும் என்பது உண்மையே. இது நீடிக்க - நிலவுடமை சமுதாயம் நீடிக்க நாற்குலம், சாதிப் பிரிவு அதற்குத் தேவைப்பட்டது. ஆதிப் பொதுவுடமை சமுதாயம் மறைய ஒரு அடிமை சமுதாயம் உருவாக வேண்டியிருந்தது. அடிமை சமுதாயக் கட்டுக்கோப்பில் ஆதிப் பொதுவுடமை சமுதாயம் நீடிக்க முடியாது. அடிமை சமுதாயம் பெரும் வளர்ச்சியை சாம்ராஜ்யங்களை உருவாக்கியது. ஆனாலும் கொடுமைகளும், அப்பட்டமான சுரண்டலும் கூடவே நீடிக்கச் செய்தன. கூடவே எதிர்ப்புகளும் நிலவின.

அடுத்து தமிழ்ச் சான்றோர்கள் உலகாயதக் கொள்கையை எப்படி புரிந்து மேலும் வியாக்கியானம் செய்தார்கள் என்று பார்ப்போம்.

2. மங்கைப் பருவத்து மகளிரை மணந்து வாழவேண்டும். ஆண் பெண் குடும்ப வாழ்வுதான் இது. இதில் காதல், காமம், நேசம், இன்பம் உண்டு. பிள்ளைபெறும் சந்ததித் தொடர்ச்சியும் உண்டு.

உலகாயதர்கள் என்பவர்கள்அராஜவாதிகள், ஒழுக்கம் கெட்டவர்கள், ஆண் பெண் உறவின் கட்டுப்பாடு இல்லாதவர்கள் என்றெல்லாம் வேதவான்கள் எழுதி வைத்தவையெல்லாம் பொய்யானவை.

குடும்ப வாழ்வை, காதல் வாழ்வை, இனவிருத்தி வாழ்வைத்தான் உலகாயதம் போற்றியது.

3. 'நூல்களால், கருவிகளால், நோயால், வறுமையால், பகைவரால் வரும் இன்பம் துன்பம் வாழ்வில் உண்டு'
4. கோவில் கட்டுவது, குளம், கிணறு, நீர்ப் பந்தல் ஏற்படுத்துவது, சத்திரம் சாவடி நடத்துவது, ஊர்விட்டு ஊர் போகும் பயணிகளுக்கு மடம் கட்டுவது போன்றவை மக்களுக்கும் பயணிகளுக்கும் பயன்படும். மற்றபடி இதில் புண்ணியம் என்ற ஒன்றில்லை. இதனால் செய்யும் பாவம் கழியும் என்பதில்லை.
5. பொன்தானம், நிலதானம், விருந்து தருதல் ஆகியவை வறுமை கொண்டவர்களைப் பேணுவதற்காக பாவம் நீங்கி புண்ணியம் சேர அல்ல.

இங்கேதான் தமிழர்களின் பண்பாடான பாவம் நீங்க, புண்ணியம் தேட ஈதல் இல்லை. ஈதல் ஒட்டுமொத்த சமூகக் கடமையாக இருந்தது. தருமம் என்கிற ஆரியக் கலாசாரம்தான் பாவ, புண்ணியம் பார்த்து செய்வது.

6. இப்படியான வாழ்வில் ஆன்றோர் வழி நடத்த நன்மை, தீமை கண்டு, இன்பம், துன்பம் நுகர்ந்து வாழ்வது ஒழுக்கமாகும். மற்றபடி பல மகளிர் உறவை, பொய், களவு, கொலை, சூது ஆகியவற்றை உலகாயதர்கள் அனுசரித்து நடப்பதாக எதிர்ப்பாளர்களான சமயத் துறவிகள்தான் வீண்பழி சுமத்தினார்கள்.

7. உண்மையான அறிவைப் பெறுவதற்கு உலகாயதம் நேரடியாக சம்பந்தப்பட்ட பொருளை செயலை கண்ணால் காண்பதைமட்டும் ஏற்றுக்கொண்டது. பொருள்களின் காட்சியால் வாயில் காட்சி, ஐயக் காட்சி, திரிவுக்காட்சி, விகற்பக் காட்சி, அந்வயக காட்சி, வெதிரோக்க காட்சி ஆகியன தோன்றும்.. மற்றபடி இவை அறிவு தோற்றத்தின் வரிசை முறை அல்ல. இனங்களின் மூலம் பெயர், சாதி, குணம் அறிவது அறிவாகும். புகையை மட்டும் கண்டு தீயை அறிவது அந்வயக் காட்சி ஆகும். வாசனையைக் கொண்டு பூவை அறிவது அறிவாகும். நீர் நிலையை மட்டும் கண்டு தீயை இல்லை என அறிவது வெதிரோகக் காட்சி ஆகும். இந்த வழிபட்ட அறிவை உலகாயதம் அங்கீகரிக்கிறது.

8. உலகாயதம் நான்கு பூதங்களால் உடல், பொறி, பலன்கள், உயிர் தோன்றியதாக உரைத்தது. ஆன்மா என்று ஒன்று உள்ளிருந்து புலன், பொறிகள் வழியாக வெளியே உள்ள உலகியற் பொருள்களை அறிகிறது என்பதை ஏற்கவில்லை. பூதப்பொருள்கள் பொறி. பலன் வழியாக உணர்வில் புலப்படுகின்றன என்ற முறையை ஏற்கிறது. புறத்திலிருந்து தொடங்கி உணர்வுக்குச் சென்று மீண்டும் புறத்தில் முடிப்பதான ஒரு முறையை ஏற்கிறது.

சில பொருள்கள் சேர்ந்து முற்றிலும் புதிய குணமுள்ள பொருளைத் தருகின்றன. வீரியமுள்ள மது, விஷம், ரசாயனம், சூரணப்பொருள்கள் இவ்வாறு உண்டாக்கப்படுகின்றன. மண்ணிலிருந்து பல மட்குட வகைகள் செய்யப்படுகின்றன. அனைத்தும் மனித காரியங்கள் பலவற்றிலிருந்து ஒன்றும், ஒன்றிலிருந்து பலவும் என்ற முறையியலை உலகாயதம் அனுசரித்தது.

9. உலகு, பொருள்கள், ஆகியன மண், நீர், காற்று, தீ ஆகியவற்றால் ஆகியுள்ளன. மனிதனால் செய்யப்படும் மண் பாண்டங்கள், உலோகக் கருவிகள், உணவுப்பொருள்கள், மருந்துகள், மது வகைகள் ஆகியவையும் அப்படியே. பொருள்கள் என்ற முறையில் அனைத்தும் ஒரே மாதிரியான அடிப்படை பொருள்களால் ஆனவை. உடலில் உள்ள உயிர், உணர்வு, அறிவு ஆகியன பொருளின் பண்புகளே இவை உடலை விட்டு தனியாக வேறு ஒன்றாக இல்லை. உடம்பும் உணர்வும், பிரிக்க முடியாதவை என்பது தேகாமவாதம்.

வாழ்வில் செய்யப்படும் கர்ம வினை, செயல் அனைத்தும் செயல்படுவதோடு சேர்வது; ஆனால் கர்மம் மட்டும் தனியாக இருந்து அவருடைய ஆன்மாவிற்கு, அடுத்த பிறவிக்கு ஏதும் ஆவதில்லை.

ஒருவர் செயலில் புண்ணியம், பாவம் என்ற அர்த்தம் அல்லது உட்பொருள் இல்லை. பிறவி தொடர்ச்சியும் இல்லை. சொர்க்கம் நரகம் என்பதும் இல்லை என்றுதான் உலகாயதம் கூறுகிறது.

10) ஒருவருக்கு வரும் இன்பம், துன்பம் இயல்பானவை. அவர் செய்த புண்ணிய, பாவங்களால் வருவன அல்ல. அவருடைய செயலால் வருவன. தெய்வீக சக்திகள் இதை ஏற்படுத்தித் தருவதும் இல்லை. பிரபஞ்சம், உலகியல் மற்றும் வாழ்க்கைப் பொருள்களின் இருப்பிற்கு - மாற்றத்துக்கு சுபாவம் இயல்பு மற்றும் இயற்கைத்தன்மை என்பதும் விளக்கம் தந்துள்ளது. இது சுபாவ வாதம் எனப்பட்டது.

இது கௌடபாதருடைய அஜாதவாதம், சங்கருடைய அத்தியாசவாதம், அருள் நந்திசிவாச்சாரியாருடைய விருத்தி வாதம் ஆகியவற்றுக்கு எதிரானது. அதே சமயம் இவர்கள் அனைவருக்கும் முன் நெடுங்காலமாகவே உலகாயதத்தால் அவை கைக் கொள்ளப்பட்டிருந்தன.

மாணவத் தோழர்களே, உலகாயதம் கிறிஸ்துவப் பிறப்புக்கு இரு நூறு ஆண்டுகளுக்கு முன்பே உருவாகி விட்டத் தத்துவம். இந்த தத்துவத்துக்கு கடுமையான எதிர்ப்பும், தாக்குதல்களும் இருந்தன. அந்தத் தத்துவம் அழிக்கப்பட்டு விட்டன. ஆனால் அதன் எதிரிகள் சொன்ன வாத மறுப்புக் கருத்துக்களிலிருந்தே அறிஞர்கள் உலகாயதத் தத்துவத்தைத் தேடித் தேடி சேர்த்தார்கள்.

இரண்டாயிரத்து முன்னூறு ஆண்டுகளுக்குப்பிறகும் அந்தத் தத்துவங்கள் விஞ்ஞானத்தால் சரியானவை என நிரூபிக்கப்பட்டுள்ளன.

(நேரம் கடந்து விட்டது. மணி இரவு 11.00 ஆகிவிட்டது. எதிர்காலத்தில் காலத்தை நீட்டாமல் இருப்பதில் கவனம் செலுத்துவோம் என்று பேராசிரியர் அருணா கூற மாணவர்கள் கலைந்தார்கள்.)

12

இடமும், காலமும், தூரமும்

(மாணவர்கள் பாலா, மாரி, செல்வா மூவரும் காலத்தே ஐந்து மணிக்கு வந்து விட்டனர். ஆசிரியர் அருணா முப்பது நிமிடம் காலம் தாழ்ந்து வந்தார். பேராசிரியராக இருந்தாலும் காலதாமதமாக வந்ததால் மாணவ நண்பர்களிடம் மன்னிப்புக் கோரினார். பின் பேசத் துவங்கினார் பேசுவதற்கு முன்னால் பெருமூச்சு எய்தினார்.)

மாணவ நண்பர்களே இந்தியாவின் தத்துவஞான வரலாறு மலைப்பானதுதான் - நீண்ட நெடிய வரலாறுதான்.

இந்திய மூதாதையர்கள் - தத்துவ ஞானிகள் பொருள் முதல்வாதத்தை அக்கால சூழலுக்கு ஏற்ற வகையில், ஆழமாக சிந்தித்தே கருத்துக்களைச் சொன்னார்கள். நமக்கு வியப்பாகத்தான் இருக்கிறது. ஆனால் துயரமும் தொக்கி நிற்கிறது. அன்றைய முற்போக்குத் தத்துவ ஞானம் தாக்கு பிடிக்க முடியாது போயிற்று. தத்துவஞானிகள் பலவித கொடுமைகளுக்கு ஆளானார்கள். தத்துவங்கள் சிதைக்கப்பட்டன. அழிக்கப்பட்டன.

வேத தத்துவங்கள்தான், பிராமண தத்துவங்கள்தான் எந்தச் சூழ்நிலையிலும் பல்வேறு தளங்களில் சூழ்ச்சிகள், அடக்கு முறைகள் மூலம் தங்களைப் பாதுகாத்துக்கொண்டன. சில கட்டங்களில் ஆட்சியாளர்களாக இருந்தார்கள் அல்லது ஆட்சியாளர்களின் ஆதரவோடு பொருள் முதல்வாத தத்துவஞானிகளைப் பழிவாங்கினார்கள்.

வேதகாலம், இதிகாச காலம், அர்த்த சாஸ்திர காலம், சங்ககாலம், களப்பிரர்காலம், புராண காலம், தர்ம சாஸ்திரங்கள் காலம், குப்தர் காலம், மௌரியர்கள் காலம், சோழர்கள் காலம், பிராமண மன்னர்கள் காலம், சுல்தான்கள் காலம், முகலாயர்கள் காலம், ஆங்கிலேயர்கள் காலம் - இப்படிக் காலந்தோறும் பிராமணியம் தன்னைத் தகவமைத்துக் கொண்டது. மக்களைப் பிரிக்க வருணாசிரமம், விக்கிரக வழிபாடு, யாக முறை, சாஸ்திர சம்பிரதாயங்கள், புராணங்கள், கட்டுக்கதைகள், ஜோதிடம்,

மூட நம்பிக்கைகள், பக்திப் பாடல்கள் - எனப் பல முயற்சிகள் நடத்தி தன்னைத் தகவமைத்துக்கொண்டது. சில முக்கியஸ்தர்களை ஆகாத எதிரிகளைக் கொல்லவும் செய்தது. மன்னர்களை ஏவிவிட்டு அணி அணியாகக் கொல்லப்பட்டார்கள்.

இதிலே விசித்திரம் என்ன வென்றால் நாம் சுதந்திரம் பெற்ற பிறகு கூட, பிராமணியம் தன்னைப் பாதுகாத்துக் கொள்ளவே செய்கிறது.

பெண்ணுரிமை பேசினாலும், சாதி ஒழிப்பு பேசினாலும், தண்டனையை நிந்தித்தாலும், இட ஒதுக்கீடு எனக் குரல் கொடுத்தாலும், மத நல்லிணக்கம் என்றாலும், மத சார்பறற கொள்கையென்றாலும் இஸ்லாமியர் பாதுகாப்பு என்றாலும் கிருஸ்துவர்களுக்கு உதவி என்றாலும், அனைவருக்கும், கல்வி, அனைவருக்கும் வேலை என்றாலும் இந்தக் கோரிக்கைகளுக்கு அடி மேல் அடி விழுந்து கொண்டுதான் இருக்கிறது. ஆங்காங்கே சில வளர்ச்சி, நகர்ச்சி என்றாலும், வேறு வேறு வகையில் அதற்கு முட்டுக் கட்டைகள் போடப்படுகின்றன. பண்பாட்டின் மீது பலத்த அடி விழுகிறது.

ஆபத்தான வகுப்பு வாதம், மோசடியான தேசியவாதம், பேசுகிறது. இதற்கு ஆதரவாகப் பெரும் பெரும் கோடீஸ்வரர்களை, தொழில் அதிபர்களை, வர்த்தக முதலாளிகளைக் கூட்டு சேர்த்துக் கொள்கிறது.

இப்போது இந்திய சமூகம் மூச்சு திணறுகிறது.

பாலா: அய்யா நம் மக்கள் ஏன் ஒன்றாக நின்று இந்தப் பிராமணிய கலாச்சாரத்தை, அதிகார ஆதிக்கத்தை எதிர்க்கவில்லை.

பே.அ: ஏற்கெனவே ஆண்டாண்டுகளாக விதைக்கப்பட்டு விட்ட சாதிப் பாகுபாடு, மதப்பிடிப்பு, மூடப்பழக்க வழக்கங்கள் பிற்போக்குத்தனமான கலாசாரங்கள் இவைகளிலிருந்து மக்கள், முழுமையாக விடுபடவில்லை. மத ஆளுமை மனிதனை மயக்கத்தில் வைத்துள்ளது.

மாரி: தீண்டாமை ஒழிய வேண்டும், ஏன் சாதியே ஒழிய வேண்டும் என்று நாம் என்னதான் குரல் கொடுத்தாலும், அரசியலில் மதம் தலையிடக்கூடாது என்றாலும் இப்போது சாதி ரீதியாகவே அரசியல் கட்சிகள் உருவாகிவிட்டன.

பே.அ: எல்லாவற்றிற்கும் காரணமே ஆட்சியாளர்கள்தான். நாடு சுதந்திரம் பெற்றவுடனேயே, எல்லோருக்கும் கல்வி எல்லோருக்கும், வேலை, பெண்களுக்கு எல்லா வகையிலும் சம அந்தஸ்து, அதிகாரத்தில் சமபங்கு ஆகியவைகளைக்கொள்கைகளாக

வகுத்திருந்தால் அதற்குரிய பொருளாதார திட்டத்தை வகுத்திருந்தால், அரசு விஷயத்தில் மதம் தலையிடாது, மத விஷயத்தில் அரசு தலையிடாது, நிலச் சுவான்தார் முறை ஒழிக்கப்பட்டு உழுபவனுக்கு நிலம் சொந்தம் என்ற நிலைமை உருவாக்கப்பட்டிருந்தால், சமூக சீர்திருத்த பணிகளை அரசே நேரடியாக தலையிட்டு உறுதியாக அமல்படுத்தியிருந்தால், இந்திய நாடு இன்று மூச்சுத் திணற வேண்டிய நிலை வந்திருக்காது.

பாலா: சுதந்திரப் போராட்ட காலத்தில் இப்படியெல்லாம் முற்போக்கு முழக்கங்களை எழுப்பியவர்கள்தானே ஆட்சிக்கு வந்தார்கள்! ஏன் அதிகாரத்துக்கு வந்த பிறகு அவற்றை முதன்மைக் கடமையாக அதே வேகத்தில் நிறைவேற்றவில்லை?

பே.அ: (அமைதியாக சிரிக்கிறார் பிறகு பேச்சை துவங்கினார்)

ஆட்சி அதிகாரத்துக்கு வந்தவர்கள் ஏழைகளின் உழைப்பாளிகளின் பிரதிநிதிகள் அல்ல! செல்வந்தர்களின், நிலச்சுவான்தாரர்களின், சனாதன தர்மத்தின் பிரதிநிதிகள் ஆட்சி பீடம் ஏறினார்கள். இந்த உண்மையை நீங்கள் எந்த வரலாற்றுப் பாடத் திட்டத்திலும் காண முடியாது. சுதந்திரத்திற்குப் போராடிய காங்கிரஸ் ஆட்சி பீடம் ஏறியது என்றுதான் நீங்கள் படிக்க முடியும்.

செல்வா: அப்படியானால் காங்கிரஸ்..?

பே.அ: சுதந்திர போராட்டத்திற்கு காங்கிரஸ்தான் தலைமை தாங்கியது. அது ஆலை அதிபர்களின்,தொழிற்சாலை பெருமுதலாளிகளின், நிலப்பிரபுக்களின் பிரதிநிதிகள் கட்சியாக இருந்தது. அந்தக் கட்சியில் சனாதனிகளும் பலம் பெற்றிருந்தார்கள்.

அரசியல் சட்டத்தை உருவாக்குகிறபோது டாக்டர் அம்பேத்கர் பட்ட தொல்லைகள் நாம் அறிந்ததே. மனிதர் வெறுத்துப் போனார். அந்த வேதனையால் பின்பு ஒருமுறை அரசியல் சட்டத்தையே கொளுத்த வேண்டும் என்று கொதித்து சொன்னார்.

ஆனால் பெரியார் இதைச் செய்து முடித்தார்.அவர் பாணியில் அரசியல் சட்டம் பற்றி சொன்னது.

அது ஒரு நவீன மனுதர்மச் சட்டம் - என ஓயாது முழங்கினார். எனவே அரசியல் சட்டத்தை கொளுத்துங்கள் என்று தங்கள் சகாக்களுக்கு கட்டளை இட்டார். 1957ல் 10

ஆயிரம் பேர் கலந்து கொண்டு கொளுத்தினார்கள். 300பேர் சிறையிலடைக்கப்பட்டார்கள். மூவாயிரம் பேரும் 3 மாதம் முதல் 3 ஆண்டுவரை சிறையில் கிடந்தார்கள். அதில் 2 பேர் சிறையில் மாண்டார்கள். 16 பேர் சிறை தந்த நோயால் வெளியில் மாண்டார்கள்.

முதல் கோணல் முற்றும் கோணல் என்பது போல் ஆட்சி பீடம் ஏறிய காங்கிரஸ் மத்தியில் 30 ஆண்டுகளுக்கு மேல் தொடர்ந்து ஆட்சியில் நீடித்தாலும் மக்களின் அடிப்படை பிரச்சினைகளில் தீவிர நடவடிக்கை எடுக்காத காரணத்தால் இன்று இந்தியாவின் நிலை மிக மிக சங்கடத்தையும், கவலையையும், உருவாக்கி இருக்கிறது. வகுப்புவாதக் கட்சியான பா.ஜ.கவும், அதன் வழிகாட்டியான ஆர்.எஸ்.எஸ்ஸும் கூட ஆட்சி அதிகாரத்தை பிடிக்க வழி வகுத்துவிட்டது. சரி இதை இதோடு நிறுத்திக்கொண்டு நாம் தத்துவ விசாரணையில் பொருள்முதல்வாதத்தை ஒட்டிய பிற முக்கிய பிரச்சினைகள் பற்றி பேசுவோம்.

பே.அ: மாணவத் தோழர்களே, நாம் முன்பு பேசியபோது ஒரு கட்டத்தில் இடமும், காலமும் பற்றி கபிலரின் கொள்கைகளைச் சொன்னேன். ஆனாலும் அது பற்றி மேலும் விளக்கமாகத் தெரிந்து கொள்ள வேண்டும். பொருள் முதல்வாத கொள்கையை இடம், காலம் மேலும் விளக்கும்.

இடமும், காலமும்

பாலா: இடம் என்பது என்ன? இன்னும் துல்லியமாகக் கேட்க வேண்டுமானால் விசும்பு (space) என்றால் என்ன?

அவ்வாறே காலம் என்றால் என்ன? அதை எப்படிப் புரிந்து கொள்ளுவது? இதற்குப் பலரும் பலவிதமாக பதில் அளித்திருக்கிறார்களே.

பே.அ: மக்கள் அன்றாடம் இயற்கையின் பலனை அனுபவித்துக் கொண்டும் உபயோகித்துக்கொண்டும் இருக்கிறார்கள். ஆனால் அவைகளைப் பற்றி புரிந்து கொள்ளாமலேயே, தெரிந்து கொள்ளாமலேயேதான் பயன்படுத்துகிறார்கள்; அனுபவிக்கிறார்கள்.

உதாரணமாகக் காசு எங்கே விழுந்தது என்று கேட்டால் ஒரு சிறுவன் என்ன பதில் சொல்லுவான்? அதோ, அந்த நாற்காலியின் அருகில் விழுந்து விட்டது - என்பான். இதைச் சிறுவன் மிகச் சர்வ சாதாரணமாக சொல்லுகிறான். ஆனால் அதன் ஆழத்தை அவன் புரிந்து கொள்ளவில்லை. ஓர் இடத்தைக் குறிக்க வேண்டும்

என்றால் அவன் ஏதோ ஒரு பொருளைக் குறிப்பிட்டுதான் அந்தக் குறிப்பிட்ட இடத்தைச் சொல்ல முடியும். அப்படி எந்தப்பொருளுடனும் குறிப்பிட்டுச் சொல்லாமல் ஓர் இடத்தைக் குறிப்பிட முடியாது என்று அவனுக்கு எங்கே புரியப் போகிறது? வளர்ந்த முதியவர்களுக்குக் கூட இந்த இரகசியத்தைப் புரிந்து கொள்ள வழியில்லை.

அதோ, அந்தப் புளியமரம் எங்கே இருக்கிறது? அது இரண்டு பனைமரங்களுக்கு இடையில் இருக்கிறது - என்று மற்றப் பொருளோடு ஒப்பிட்டுத்தான் புளிய மரம் உள்ள இடத்தைச் சொல்ல முடியும். அல்லது அந்தப் புளிய மரம் நான் நிற்கும் இடத்திலிருந்து பத்தடி தூரத்தில் இருக்கிறது என்று குறிப்பிட்டு அந்தப் புளிய மரம் நிற்கும் இடத்தைச் சொல்ல வேண்டும் இதன் அர்த்தம் என்ன?

இடம் என்பது பொருள் இருத்தலின் ஓர் அடையாளம். இன்னொரு வகையில் சொல்ல வேண்டும் என்றால் இடத்தைத் தவிர, பொருள் வேறு எந்த வகையிலும் இருக்க முடியாது என்பதுதான்.

பரிமாண அளவே இடமாகிறது

ஓர் அழகான நீல நிறமுள்ள கார், வெளிநாட்டுக் கார், எங்கள் வீட்டுக்கு எதிரே, வலது புறம் சாலை ஓரம் நின்று கொண்டிருக்கிறது. அந்தக் கார் நீளமாக அகலமாக உயரமாக கம்பீரமாக நிற்கிறது. அந்தக் கார் உள்ள அளவில் அதாவது உயரம், அகலம், நீளம் எனும் பரிணாம அளவில் ஒரு குறிப்பிட்ட இடத்தை அடைத்துக்கொண்டிருக்கிறது. அந்தக் கார் அந்த இடத்தைவிட்டு நகர்ந்துவிட்டால் அந்தக் கார் அடைத்துக்கொண்டிருந்த அந்தக் காரின் பரிமாண அளவிலான இடம் இப்போது இல்லை. வேறுவகையில் அந்தக் கார் இருந்த இடத்தை எப்படி குறிப்பிட்டுச் சொல்வது? மாடி வீட்டுக்கு எதிரில், அல்லது அருகில் அல்லது அந்த வீட்டின் வலது புறத்தில் இடதுபுறத்தில் விளக்குக் கம்பத்தின் கீழே - இப்படி மற்ற ஏதோ ஒரு பொருளோடு ஒப்பிட்டுத்தான், சார்ந்துதான் பார்க்கின்ற இடத்தைக் குறிப்பிட முடியும். இருப்பினும் கார் நின்ற, அதை அடைத்துக்கொண்டிருந்த பரிமாண அளவு இப்போது இல்லை. அதாவது நீளம், அகலம், உயரம் எனும் முப்பரிமாணம் இடத்தின் முக்கிய அம்சமாகும். கார் நகர்ந்து விட்ட பிறகு அங்கு இடம் என்று குறிக்க ஏதும் இல்லை. இது காருக்கு மட்டுமல்ல, எல்லாப் பொருள்களுக்கும் பொருந்தும்.

செல்வா: மேலே குறிப்பிட்ட இடம் பற்றிய, விசும்பு பற்றிய எளிய விளக்கங்கள் தத்துவஞான மொழியில் எப்படி பேசப்படுகின்றது என்று சொல்லுங்களேன்.

ஒவ்வொரு பௌதீகப் பொருளும் வடிவமும் முப்பரிமாணங்களும் கொண்டு குறிப்பிட்ட இடத்தை அடைத்துக்கொண்டு, மற்ற பொருள்களிலிருந்து ஒரு குறிப்பிட்ட தூரத்திலும், குறிப்பிட்ட கோணத்திலும் இருக்கிறது. பௌதீகப் பொருள்களுக்கு இடையிலான இந்த உறவுகளை இடஞ்சார்ந்த வடிவங்களும் உறவுகளும் விசும்பு (space) என்று அழைக்கப்படுகிறது.

மாரி: இடமென்கிறபோது, 'இடம்' 'வலம்' என்று கூட கூறுகிறோம். இதன் பொருள் என்ன?

இடமா? வலமா?

பே.அ : ஐயா ஒரு புகார் கொடுக்க வேண்டும். இந்த ஊர் காவல் நிலையம் எங்கே இருக்கிறது? என்று கேட்டால் என்ன பதில் சொல்லுவோம்?

பேருந்து நிலையத்திலிருந்து மார்க்கெட் நோக்கிச் சென்றால் காவல் நிலையம் வலது புறத்தில் இருக்கிறது என்று சொல்கிறபோது அதன் பொருள் என்னவாகிறது? காவல்நிலையம் தெருவின் வலது புறத்தில் அல்லது இடது புறத்தில் இருக்கிறது என்று பொருள் சார்ந்துள்ள திசையையும் குறிப்பிட்டுத்தான் சொல்ல வேண்டும். இங்கே வலது இடது என்று சொல்லும்போது நாம் இன்னொரு பொருளையும் கவனிக்க வேண்டும்.

உதாரணமாக மக்கள் ரயில்வே நிலையத்துக்குப் போக சாரி சாரியாக வேகமாக நடந்து செல்கிறார்கள். அப்படி போகிற மக்கள் சாலையின் இடது பக்கமாகப் போய்க் கொண்டிருக்கிறார்கள் என்று நாம் சொல்லுகிறோம். காரணம் அவர்கள் நடந்து செல்வது சார்பான திசை நோக்கி என்று நமக்கு தெரிகிறது. இடது புறம் செல்லவும் என்ற பலகையும் குறிப்போடு காட்சியளிக்கிறது.

எனவே வலது, இடது என்கிற கருத்துக்கள், இவற்றுக்குச் சார்பான திசைகளைக் குறிப்பிடும்போது, பொருளுடையதாகவே உள்ளது. ஆகவே இடது, வலது என்பதுகூட சார்புடையதுதான். வலது புறம் பூராவும் வழியில் பொருள்கள் கொட்டியுள்ள கட்டிடங்கள் தென்படுகின்றன அதே போல் இடது புறம் பூராவும் வேறு வகையான கட்டிடங்கள், தள்ளுவண்டிகள் கிடக்கின்றன. நாமும் நம்முடைய உடலில் உள்ள கைகளை இது இடது கை, இது வலது கை எனக் கருத்துக்கொண்டுள்ளோம்.

இப்பொருள்களை சார்ந்துதான் இடது வலது என்ற திசை உருவாகிறது.

மாரி: இடத்துக்கும் இரவு பகலுக்கும் சம்பந்தமுண்டா? விளக்குங்களேன்.

பே.அ. இந்தக் கேள்வி விஷயம் தெரிந்தவர்களுக்கு அற்பத்தனமாகக் இருக்கலாம். ஆனால் எப்படி பதில் சொல்லுவது? இரவு பகல் மாறி மாறி வரும் என்பது உண்மைதான். ஆனால் ஒரே இடத்தில் உலகத்தில் உள்ள அனைவருக்கும் ஒரே சமயத்தில் இரவோ, அல்லது பகலோ இருக்க முடியாதல்லவா? இந்தியாவில் இரவு என்றால் நியூயார்க்கில் பகலாக இருக்கும். கியூபாவில் இரவு என்றால் தென் ஆப்பிரிக்காவில் விடியற் காலையாக இருக்கும். எந்த இடம் என்று குறிப்பிடாதவரை இரவா, பகலா எனக் குறிப்பிடுவது கடினம். பூமி தன்னைத்தானே சுற்றிக்கொண்டு சூரியனையும் சுற்றிவருவதால் இரவுபகல் உண்டாகிறது என்று சொன்னாலும், இரவும், பகலும் பூமியின் இடத்தைச் சார்ந்துதான் உள்ளது என்பது இமாலய உண்மை. எனவே இரவும், பகலும் கூட சார்பு நிலைதான்.

பாலா: மேல், கீழ் என்பதற்கும் இடத்திற்கும் ஏதேனும் சம்பந்தம் உண்டா?

பே. அ.: புத்தகம் எங்கே இருக்கிறது? மேஜையின் மேல் இருக்கிறது அல்லது மேஜைக்குக் கீழே இருக்கிறது என்று சொல்லுவோம். அப்படியானால் மேல், கீழ் என்கிற இடம் பற்றிய இந்தப் பதிவும் சார்பு நிலையில் உள்ளதுதான். இது ஒரு புறமிருக்க, வெளி உலகில், பூமியின் மேல் பரப்பில் செங்குத்து திசை என்பதற்கு நாம் என்ன பதில் கூற முடியும்? செங்குத்து திசை என்பது பூமியின் பரப்பில் எல்லா இடங்களிலும் ஒரே மாதிரியாக இருந்ததாகக் கருதப்பட்டது. இதன் அடிப்படையில் அப்போது 'கீழ்' 'மேல்' என்பவை சார்பில்லாதவை என்ற கருத்தே இருந்து வந்தது.

ஆனால் பூமி உருண்டை என்பது ஐயம் திரிபுற நிரூபிக்கப்பட்ட பிறகு செங்குத்து திசை என்கிற கருத்தே உடைந்து போயிற்று ஏன்?

பூமி உருண்டையாய் இருப்பதால் செங்குத்துக் கோட்டின் திசையானது புவிப் பரப்பில் அந்தக் கோடு செல்லும் புள்ளியின் இருப்பிடத்தை பொறுத்தே இருக்கிறது. இந்தப் பரந்த பூமியில் வெவ்வேறு இடங்களில் செங்குத்து திசை வெவ்வேறாய் உள்ளது. புவிப்பரப்பில் குறிப்பிட்டு எந்த இடம், எந்தப் புள்ளி என்று குறிப்பிட்டாலொழிய 'மேல்' 'கீழ்' என்பதற்கு அர்த்தமில்லை.

பிரபஞ்சத்தில் தனியொரு செங்குத்து திசை என்பதாய் ஏதுமில்லை. பூமி உருண்டை என்கிறபோது, 'செங்குத்து திசை' மேல், கீழ் என்பது சார்புடையதுதான்.

கடலில் தொலை தூரத்தில் வருகிற கப்பலின் கொடி மர நுனி மட்டும் தெரிகிறது. அதுவும் தொலைநோக்குக் கருவி மூலம் பார்க்கிறபோதுதான் தெரிகிறது. மெல்ல மெல்ல அந்தக் கப்பல் ஒரு சரிவிலிருந்து சாய்விலிருந்து மேடு நோக்கி வருவது போல் தெரிகிறது. சரி, கப்பலை அங்கேயே நிறுத்துவோம். இங்கிருந்து விமானத்தில் பறந்து சென்று கப்பலருகே சென்றால் கப்பல் அப்படி ஒன்றும் சாய்வாக இல்லை. மேடு நோக்கி ஏறுவது போல் தெரியவில்லை. சாதாரணமாகக் கப்பல் கடலில் சமநிலையில் நகருவது போலத்தான் தெரிகிறது. ஆனால் ஏன் மிகத் தொலைவிலிருந்து பார்க்கிறபோது கப்பல், சாய்விலிருந்து மேடு நோக்கி ஏறுவது போல் தெரிகிறது. பூமியின் உருண்டை வடிவம்தான் இதற்குக் காரணம் என்பது சொல்லித் தெரியவேண்டியதில்லை.

இதே போலத்தான் இந்தியாவில் உள்ள மக்கள் சாய்ந்து நடக்கிறார்கள். ஆஸ்திரேலியாவில் உள்ள மக்கள் நிமிர்ந்து நடக்கிறார்கள், தென் ஆப்பிரிக்க மக்கள் முன்குனிந்து நடப்பதாக கற்பனை செய்ய முடியுமா? எண்ணத்தில் அப்படி கற்பனை வரலாம். ஆனால் உண்மை என்ன? அந்தந்த நாட்டில் மக்கள் நம்மைபோல் நிமிர்ந்து நடக்கிறார்கள்.

பூமி கோள வடிவில் உள்ளதால் இப்படிக் கற்பனை உருவாவது இயல்பே? கடலில் கப்பலே சாய்ந்தது மேலேறி வருவதாகத் தெரிகிறது. ஆனால் இந்தப் பரந்து விரிந்த பூமியில் ஆங்காங்கு கூடும் மனிதர்களும், மலையும், காடும் மற்றவையும் ஒரு துளிக்குச் சமம். இந்த பூமியில் போதிய அளவிற்கு மிகத் தொலைவில் விலகி உள்ள இரு இடங்களை ஒப்பிட்டுப் பார்க்கிறபோதுதான் செங்குத்து திசைகளின் சார்பியல் மெய்ப்பொருளை நாம் உணர முடிகிறது.

அருகருகே உள்ள இரண்டு உயரமான கட்டிடங்களைப் பார்க்கிறபோதுதான் அந்தச் செங்குத்தான கட்டிடங்கள் மிகப்பெரும் அளவிற்கு இணைகோடுகளாய் நிற்பதைக் காணமுடிகிறது. இங்கு செங்குத் திசையை சார்பிலான தனி முதலாய்க் கருத இடமிருக்கிறது. ஆனால் பூமியின் மிகப்பெரும் பரப்புடன் உள்ள இடங்களை ஒப்பிடுகிறபோதுதான் செங்குத்துத் திசையின் சார்பியல் தத்துவம் மெய்ப்பிக்கப்படுகிறது.

செல்வா: கோணப் பரிமாணமுத்துக்கும், இடத்துக்கும் உள்ள சம்பந்தம் என்ன?

பே.அ.: நாம் பார்க்கும் கோணத்திலிருந்தும், இடமாறுதல்கள் நம் கண்களுக்குக் காட்சி அளிக்கின்றன. உதாரணமாக பனைமரத் தோப்பில் நாம் நுழைகிறோம். ஒவ்வொரு ம்ரமும் பத்து பத்து அடி தூரத்தில் உள்ளன. இப்படி ஒவ்வொரு வரிசையிலும் பத்து மரங்கள் வீதம் பத்து வரிசைகளில் நிற்கின்றன. இந்த மரங்கள் நிற்கும் வரிசையை நேருக்கு நேர் நின்று பார்க்கிறபோது வரிசையாக ஒழுங்காக காட்சியளிக்கின்றன. இந்த ஒழுங்கு வரிசையை ஒரு ஐம்பதடி விலகி நின்று பக்கவாட்டிலிருந்து பார்க்கிறபோது மரங்கள் ஒன்றோடு ஒன்று நெருங்கி நிற்பதுபோல், ஒட்டி நிற்பதுபோல் காட்சி அளிக்கின்றன. இந்தக் கோணத்தில் நின்று காமிராவில் படம் எடுத்துப் பார்த்தால் மரங்கள் நெருங்கி ஒட்டி இருப்பதாகத்தான் காட்சியளிக்கிறது. நாம் எந்தக் கோணத்திலிருந்து பார்க்கிறோமோ அதற்கு ஏற்றாற்போல் காட்சியளிக்கின்றன. மரங்கள் பத்தடிக்கு ஒன்றாக ஒழுங்காக நின்றாலும் நாம் நிற்கும் கோணத்திலிருந்து பீரங்கியால் தாக்கினால் நெருங்கி நின்ற மரங்கள் விழுவதுபோலத்தான் பல மரங்கள் விழுகின்றன. பத்தடி வீதம் ஒழுங்காக நின்ற மரங்கள் ஒரே பீரங்கி தாக்குதலினால் எல்லா மரங்களும் ஒன்று சேர்ந்தாற்போல் விழுகின்றனவே எப்படி? என்று கேட்டதில் பொருள் இல்லை. நோக்கு நிலைமை மாறுகிறபோது கோணப்

பரிமாணங்களும் மாறுகின்றன. காட்சிப்பொருட்களின் (பனைமரங்கள்) இந்தக் கோண பரிமாணங்கள் தெளிவாகவே சார்பு நிலையைக் குறிக்கின்றன.

மாரி : வேகத்தை ஒட்டிதானே தூரம் சுருங்குகிறது?

பே.அ.: ஆம், சென்னையிலிருந்து திண்டிவனத்துக்கு மாட்டு வண்டியில் செல்ல ஒரு முழு நாள் ஆகிறது. சைக்களில் சென்றால் 10 மணி நேரம் ஆகிறது. பஸ்ஸில் சென்றால் 3 மணி நேரம் ஆகிறது. விமானத்தில் சென்றால் விமானம் கிளம்பவும், இறங்கவும்தான் நேரம் என்று சொல்லலாமே தவிர பயண நேரம் அற்பமானது.

தூரம் என்பது வேகத்துக்குத் தகுந்தாற்போல் சுருங்குகிறது. விமானத்தில் செல்பவனுக்கு திண்டிவனம் மிகச் சொற்பமான தூரம். ஆனால் மாட்டு வண்டியில் செல்பவனுக்கு மலைப்பான தூரம். ஒரு முனையிலிருந்து, இன்னொரு முனைக்கு சம்பந்தப் படுத்துகிற போதுதான் தூரம் உருவாகிறது என்ற சார்பு நிலைக் கொள்கை இங்கே உதயமாவது மட்டுமல்ல, அந்தத் தூரமும் வேகத்தை ஒட்டி சுருங்கவோ, விரிவடையவோ செய்கிற சார்பு நிலையை சார்ந்துள்ளது என்பதும் புலனாகிறது.

பாலா: விசும்பில் ஒரே இடம் என்று சொல்லுவது குழப்பமாக உள்ளது, விளக்கவும்?

பே.அ.: தமிழ்நாடு எக்ஸ்பிரஸில் டெல்லி பயணம் செய்கிற ஒருவர் எஸ் 6-ம் எண்ணுள்ள பெட்டியில் 17ம் எண்ணுள்ள இருக்கையில் அமர்ந்து ஒரு கடிதம் எழுதி ரயில் பெட்டியில் உள்ள தபால் பெட்டியில் போட்டு விட்டார். சில விஷயங்களைக் கடிதத்தில் மறந்து விட்டதால், அடுத்த நாள் காலை அதே 17ம் எண்ணுள்ள இருக்கையில் அமர்ந்துதான் இரண்டாவது கடிதத்தையும் எழுதுகிறார். தபாலில் சேர்க்கிறார். அவரைப் பொறுத்த மட்டில் ஒரே இருக்கையில் இருந்துதான் இரண்டு கடிதங்கள் எழுதுகிறார். இரண்டு நிகழ்ச்சிகளும் ஒரே இடத்தில்தான் நடந்தன. ஆனால் அவரது வீட்டில் உள்ளவர்கள் மகன் இரண்டு இடங்களிலிருந்து கடிதங்கள் எழுதியதாகப் பார்க்கிறார்கள். ஒன்று சென்ட்ல் ரயில் நிலையத்திலிருந்தும், மற்றொன்று விஜயவாடாவிலிருந்தும் எழுதப்பட்டதாகத் தபால் முத்திரைகள் விழுந்துள்ளன. மகன் ஒரே இடத்திலிருந்து எழுதினேன் என்று சொன்னாலும் பெற்றோர் நீ இரண்டு இடங்களிலிருந்து எழுதினாய் என்பார்கள். இதில் யார் சொல்லுவது உண்மை? இரண்டு பேர் விவாதத்தையும்

தள்ளிவிட்டு விசும்பில் ஒரே இடம் என்பது சார்பானது என பதில் சொல்லி அவர்களைச் சமாதானப் படுத்த வேண்டும்.

சென்ட்ரல் என்று குறிப்பிடும்போது அது அங்கு ஒரு இடம். சென்ட்ரல் சேர்ந்த சுற்றுப்புற சூழ்நிலை - சார் நிலையால் ஓர் இடம், அதே போல் விஜயவாடா சார்ந்த புறசூழ்ந்த நிலை இடங்கள் ஆனால் சென்ட்ரல் சார்புள்ள சூழ்நிலை இல்லையேயொழிய விஜயவாடா சார்புற இடம் என்றால் எந்த இடத்தை யாரால் குறிக்க முடியும். எந்த ஒரு இடம் என்று குறிப்பிட்டு சொல்ல முடியும். எதையுமே சாராது உள்ள இடம் என்று எதைக்காட்டுவது! இதோ இதுதான் அந்த இடம் என்று சொல்லி விரலை நீட்டினால் நீட்டிய விரலைச் சார்ந்த இடமாகத்தான் இருக்கும். விரலை மடக்கிக்கொண்டால் எங்கே இடம்? எங்கே விசும்பு?

ஆகவே விசும்பு (space) இட நிலை (Position) சார்புடைய கருத்துதான். விசும்பில் ஒரு பொருளில் இடநிலை என்பது மற்ற பொருள்களைச் சார்ந்த அதன் இட நிலையையே குறிக்கிறோம். ஒருபொருள் எங்கே இருக்கிறது என்றால், மற்ற பொருள் உள்ள இடத்தையும் குறிப்பிட்டுதான் பொருள் உள்ள இடத்தைக் குறிக்க முடியும்.

விசும்பில் ஒரு பொருள் இயங்கும் போது, நகரும்போது நாம் எந்த இடத்திலிருந்து பார்க்கிறோமோ அதற்கு ஏற்றாற்போல் இயக்கம் வேறுபாடாய் தோன்றும். உதாரணமாக ஒரு கல்லை விமானத்தலிருந்து கீழே போடுகிறபோது அது விமானத்திலிருந்து நேராக அதாவது நேர் கோட்டில் விழுவதாகத் தெரியும். பூமியிலிருந்து பார்க்கிறபோது வளைவாக, அதாவது வளைவுக்கோட்டில் விழுவதாகத் தெரியும். ஒரு பொருளின் இயக்கத்தை வெவ்வேறு இடங்களிலிருந்து, புள்ளிகளிலிருந்து பார்க்கிறபோது இயக்கம் வெவ்வேறாய் இருக்கும். இப்படியெல்லாம் இடம், விசும்பு பற்றி விஞ் ஞானக் கண்டுபிடிப்புகள் பல புதிய உண்மைகளை - சார்பு நிலை தத்துவங்களை. நமக்கு வழங்கியுள்ளன விசும்பு முழு முதன்மையானது, எதோடும் சம்பந்தமில்லாதது, சார்பு நிலை இல்லாதது என்று சொல்லப்பட்டு வந்த தத்துவம் அடிபட்டு போகிறது.

இடம், என்பது பருப்பொருள் பண்டங்களிலிருந்து தனித்து நிற்கிறது. இடம் என்பது மாபெரும் பெட்டியாக அல்லது சுவர்களும், தளங்களும், கூரையும் அற்ற ஒரு பிரமாண்டமான அறையாகக் கருதப்பட்டது. நம்மைச் சுற்றியுள்ள இந்த உலகம்

இந்தப் பெட்டிக்குள் - அறைக்குள் - அடங்கி இருக்கிறது என்று வாதிடுபவர்களும் உண்டு. எனவே இடம் முழுமுதன்மையானது. அது பொருளிலிருந்து தனித்து இருப்பது என்று வாதிட்டார்கள். நியூட்டன்- பெரும் விஞ்ஞானியேகூட இந்த முடிவில் இருந்தார். மாபெரும் விஞ்ஞானி ஐன்ஸ்டின்தான் இடம் பற்றிய பிரச்னையில் சார்பு நிலைக் கோட்பாட்டைக் கொண்டு வந்து நிறுத்தி அதனை விளக்குகிறார். இடம் பொருளுடன் இணைந்துள்ளது. பொருளின் பண்புகளைச் சார்ந்துள்ளது என அவர் சாதித்தார்.

இடம் சார்புடையது என்றால் அது புறவயமாக வெளியில் இல்லை என்று குறுக்கு விவாதம் வைத்த விஞ்ஞானிகளும் உண்டு. அப்படியானால் அவர்கள் என்ன சொல்லுகிறார்கள். இடம் என்பது தன்வய இனத்தைச் சார்ந்தது என்கிறார்கள். இந்தக் கூற்றை, மேலே இடத்தைப் பற்றி, அதன் சார்பு நிலைபற்றி சொன்ன பல்வேறு உதாரணங்கள் முறியடித்து விடுகின்றன.

மாரி: உலகம், இடத்தில் எங்கும் வியாபித்திருக்கிறது என்று சொல்லலாமா?

பே.அ.: இடம் வரம்பற்றது. உலகம் எல்லா திசைகளிலும் வியாபித்து இருக்கிறது. இது எப்போது தோன்றியது? காலத்தைக் கொண்டு அதன் தோற்றத்தைச் சொல்ல முடியுமா? காலத்துக்குள் அடங்குமா? அடங்காது. இந்த உலகத்துக்கு, பிரபஞ்சத்துக்கு முடிவு உண்டா? இது முடிவற்றது, எல்லையற்றது!

ஆனால் மதவாதிகள் என்ன சொல்லுகிறார்கள். ஒரு நாளைக்கு இந்த உலகத்துக்கு முடிவு ஏற்பட்டு விடும். பிரபஞ்சமே மறைந்து போகும். மறுபடியும் இது ஆண்டவனால் புதுப்பிக்கப்படும் என்று பொய் சொல்லுகிறார்கள். எங்கேயோ புயல் அடித்தால், எங்கேயோ வெள்ளம் பெருகெடுத்தால், எங்கோ பூகம்பம் ஏற்பட்டால் சில இடங்களில் அழிவு உண்டு. கடல் கொந்தளிப்பில் சில இடங்கள் மூழ்கிவிடும். ஆனால் இந்த உலகத்துக்கு அப்படி ஒரு ஒட்டு மொத்த அழிவு உண்டா? இந்தப் பிரபஞ்சத்துக்கு அனைத்தையும் உள்ளடக்கிய ஓர் அழிவு உண்டா?

பெரிய தொலை நோக்கிகள் கொண்டு பார்த்தாலும் ஆராய்ந்தாலும் பிரபஞ்சத்தின் முடிவு எல்லை தெரியவில்லை. நாம் இரவில் தலை தூக்கி மேலே நோக்கினால் நம் பார்வைக்கு எட்டியவை பிரபஞ்சத்தில் ஒரு துளிதான். இந்த அண்டத்தில் 15 ஆயிரம் கோடி நட்சத்திரங்கள் இருக்கின்றனவாம். இப்படி பல

லட்சக்கணக்கான அண்டங்கள் பிரபஞ்சத்தில் பரவிக்கிடக்கின்றன. இதில் நாம் வாழும் பூமி சிறு தூசியாகும்.

பிரபஞ்சம் எல்லையற்றது, முடிவற்றது என்று சொன்னால் மதவாதிகள் மற்றொரு வாதத்தை வைக்கிறார்கள். சூரியன், ஹைட்ரஜன் உட்கருவிலிருந்து இணைப்பின் மூலம் தோன்றுகிறது. அவ்வாறே மற்ற நட்சத்திரங்களுக்கும் இது பொருந்தும். இயற்கையில் உள்ள ஹைட்ரஜனின் அளவிற்கு ஒரு வரம்பு இருக்குமல்லவா? அந்த அணு எரிபொருள் தீர்ந்துவிட்டால் நட்சத்திரங்கள் அணைந்து விடுமல்லவா? அதன் பின் இந்தப் பிரபஞ்சம் இல்லாமல் போய்விடுமல்லவா என்றும் கேள்விகள் தொடுக்கப்படுகின்றன.

செல்வா: ஆமாம் அய்யா, எரிபொருள் தீர்ந்து போனால் என்ன ஆகும்?

பே.அ: விஞ்ஞானம் இந்தக் கேள்விக்கு ஏற்றதோர் பதில் அளித்துள்ளது. ஹைட்ரஜன் எரிக்கப்படும் அதே நேரத்தில் அதைத் தோற்றுவிக்க - புதுப்பிக்க - ஒரு கிரியை நடைபெற்றுக்கொண்டே இருக்கிறது.

மாரி: பிரபஞ்சத்துக்கு எல்லையே இல்லையா?

பே.அ: நான் எல்லை உண்டு என்று எப்படி ஏற்க முடியும், அப்படி என்றால் இன்னொரு கேள்வி எழுகிறது? அப்படியானால் பிரபஞ்சத்துக்கு அப்பால் என்ன இருக்கிறது? அங்கு ஆண்டவர்கள் ஆட்சி நடத்துகிறார்களா? தேவதைகளும் ரிஷிகளும் உலாவிக்கொண்டிருக்கிறார்களா? மறு பிரபஞ்சம் என்ற ஒன்று அங்கு இருக்கிறதா?

செயற்கைக்கோள் மூலம் அண்டவெளியில் சுற்றி வந்த விஞ்ஞானிகள் இதுநாள்வரை எந்த மோகினிகளையும் தேவதைகளையும் சந்திக்கவில்லை; காணவில்லை.

செல்வா: செவ்வாய் போன்ற கோள்களில் நீர் இருப்பது போல் தெரிகிறது. அப்படியானால் உயிர் இருக்கவும் யூகிக்க முடிகிறது என்கிறார்களே?

பே.அ: அப்படி ஆய்வுகளின்படி முடிவுக்கு வருகிறார்கள். இன்னும் அவை ஆய்வில் இருக்கின்றன. அதன்படி பார்த்தாலும் கூட அவையும் இந்த பிரபஞ்சத்தில் அடங்கித்தான் உள்ளன. இந்தப் பிரபஞ்சத்துக்கு அப்பால் வேறொரு பிரபஞ்சம் இருக்க முடியுமா என்பது கேள்வி? பிரபஞ்சத்துக்கு எல்லையே இல்லை என்றபோது வேறொரு பிரபஞ்சத்தக்கு எங்கே கேள்வி எழுகிறது?

பருப்பொருள் உலகம் தவிர வேறு வகையான பருப்பொருள் அடங்கிய உலகம் இல்லை.

மாரி: அய்யா நீங்கள் சொல்லுவதுபோல் விண்ணில் தேவதைகளோ, தேவன் மார்களோ இல்லாமல் போகலாம். இந்த அண்ட சராசரத்தில் வெற்றிடம் என்று இருக்க முடியாதா? என்று கேட்கலாம் அல்லவா?. அதாவது ஒரு சூனிய பிரதேசம் சூன்ய இருக்க முடியாதா?

பே.அ: அப்படி ஒரு வெற்றிடம், சூனிய பிரதேசம் பொருள் இல்லா இடம், வெற்றிடம் இருக்கும் என்றுதான் கருதினார்கள். ஆனால் விஞ்ஞான உலகம் அதையும் இப்போது மறுக்கிறது. கிரகங்களுக்கு இடையில் நட்சத்திரங்களுக்கு இடையில் தூசியும், வாயுக்களும் சிதைந்து கொண்டிருக்கும் வால் நட்சத்திரங்களும், விண் வீழ் கற்களும், நுண் துகள்களும் நிறைந்துள்ளன. பொருள்களாகக் கருதப்படும் ஒளிக்கதிர்களும், அவ்வழியே செல்லுகின்றன என்று விஞ்ஞானிகள் கூறுகிறார்கள்.

செல்வா: அப்படியானால் வெற்றிடம் என்று ஒன்று இருக்கவே முடியாதா?

பே.அ: முடியாது! பருப்பொருள் இல்லா உலகம் இல்லை. ஒரு கண்ணாடிக் குழாயில் உள்ள ஈரத்தை, தூசியை, வாயுவை முழுமையாக வெளியேற்றிவிட்டு அதை வெற்றிடமாக ஆக்க முடியாது. அப்போதும் அந்தக் குழாயில் தனிப்பட்ட அணுக்களும், எலக்ட்ரான்களும் மற்ற துகள்களும் இருக்கவே செய்யும்.

பாலா: அப்படியா? நிரூபிக்கப்பட்ட உண்மையா?

பே.அ: ஆம், நிரூபிக்கப்பட்ட உண்மை! விஞ்ஞானிகளின் கருத்து இதுதான்.

மாணவ, நண்பர்களே, இதில் ஓர் ஆழமான தத்துவ விசாரம் அடங்கியுள்ளது.

ஆம் அழுத்தமாகச் சொல்லலாம் உறுதியாகச் சொல்லலாம்.

முழு முதன்மையான இடம் என்ற ஒன்று இல்லை அது சார்பு நிலையில் உள்ளது; புறவயமாக இருக்கிறது. பொருள் இல்லா இடமில்லை; பொருள் இருக்கிறது என்றால் அது இடத்தில் இருக்கிறது. அது ஒரு இடத்தில்தான் உள்ளது என்ற முடிவுக்கு வரலாம்! வரவேண்டும்.

செல்வா: இடம் பற்றி விளக்கம் போதும், காலம் பற்றி விளக்கவும்

பே.அ.: *காலம் என்பது என்ன?*

மக்கள் சாதாரணமாகக் காலத்தைப் பற்றி அதன் முக்கியத்துவத்தைப் பற்றி பல உண்மைகள் சொல்லியுள்ளனர்.

'காலத்தே பயிர் செய்' என்கிறார்கள். காலத்தைக் கணக்கில் எடுக்காமல் போனால் மனிதன் பெரிய நஷ்டத்தை ஏற்க வேண்டும் என்பது இதன் பொருள்?

உதவி செய்தால் மட்டும் போதாது, காலத்தே செய்ய வேண்டும் என்று சொல்லப்படுகிறது. அப்படிப்பட்ட உதவி ஞாலத்தைவிட பெரியது என்றும் சொல்லப்படுகிறது. திருவள்ளுவர் கூட 'காலம் அறிதல்' 'இடன் அறிதல்' என தனி அதிகாரம் படைத்துள்ளார்.

அந்த இரண்டு அதிகாரங்களும் காலத்தின் முக்கியம் பற்றியும், இடத்தின் இன்றியமையாமை பற்றியும் பல கோணங்களில் விளக்கியுள்ளன.

'ஞாலம் கருதினும் கை கூடும் காலம்

கருதி இடத்தாற் செயின்'

"ஒரு செயலை முடிப்பதற்குக் காலத்தை அறிந்து, இடத்தோடு பொருந்துமாறு செய்தால் உலகமே வேண்டும் என்று கருதினாலும் கை கூடும்" - என்கிறார். வள்ளுவரும் விஞ்ஞானியோ? அன்றைய தமிழர்கள் எவ்வளவு நுணுக்கமாக ஆய்வு நடத்தியுள்ளனர்!

இன்றைய விஞ்ஞான உலகில் காலத்துக்கும் இடத்துக்கும் உள்ள உறவு, தொடர்பு, அவைகளின் முக்கியத்துவத்தைப் பற்றி நாம் துல்லியமாக அறிய முடிகிறது என்றாலும் பண்டைய காலத்திலும் நம்மின் தத்துவஞானிகள் பொருள் முதல்வாத ஞானிகள் காலத்தின் இடத்தின் முக்கியம் பற்றி பலவாதங்கள், தர்க்கங்கள் வைத்துப் பேசியுள்ளனர். வள்ளுவர்கூட சமண மத சார்பாளர் என்று சொல்லப்படுவதால் 'காலம்அறிதல்' 'இடம் அறிதல்' என்ற அதிகாரங்களை அடுத்தடுத்து கூறியுள்ளார்.

ஒன்றே செய்ய வேண்டும். இன்றே செய்ய வேண்டும், நன்றே செய்ய வேண்டும் என்று காலத்தின் முக்கியத்துவத்தை ஆன்றோர்கள் மக்களுக்கு சுட்டிக்காட்டியிருக்கிறார்கள். காலம் ஓடிக்கொண்டே இருக்கிறது. காலத்தை வீணாக்காதே! காலத்தை வீணாக்கிவிட்டால் மீண்டும் அதை மீட்க முடியாது, போன காலம் போனதுதான். அது பணமல்ல, இழந்தாலும் மீண்டும் மீட்பதற்கு.

'Time is precious'

மனித 'வாழ்வின் காலம்' பற்றி சொல்கிறபோது கூட வள்ளுவர் சொல்லும் கருத்து, காலம் பற்றியதுதான்.

நாள் என ஒன்றுபோல் காட்டி உயிர் ஈரும்

வாளது உணர்வார்ப் பெறின் - என்கிறார்.

வள்ளுவரின் கூற்றுப்படியே நாள் என்பது காலத்தின் கூறு போலத் தோன்றுவது, அவ்வளவுதான். ஆகவேதான் நாள் எனும் அருவப்பொருளை வாள் எனும் உருவப்பொருளோடு ஒப்பிடுகிறார். வாள் மரத்தை அறுப்பதுபோல் நாள் என்பது மனிதனின் வாழ்நாளை, உயிரை அறுத்தெடுக்கிறது என்கிறார். அதாவது காலம் கடந்து கொண்டிருக்கிறது. அதை ஒட்டி மனிதனின் வாழ்வும் கழிந்து கொண்டிருக்கிறது. மீண்டும் திரும்பி வராது என்பதுதான் இதன் பொருள். இதை உணர்ந்த மனிதன் சாதனை படைக்க வேண்டும் என்பது கூடுதல் பொருள்.

பாலா: காலமும், இடமும், உயிரினமும் எப்படி சம்பந்தப்பட்டுள்ளது விளக்கவும்

பே.அ.: நாம் இயற்கையைப் பற்றிய விஞ்ஞான அறிவைப்பெறுகிறோம். அது மனித வாழ்வில் நமக்கு நம்பகமாகப் பயன்படுகிறது. இந்த அறிவை ஆய்வு நடத்தித்தான் பெறுகிறோம். ஆனால் இந்த ஆய்வை எங்கு நடத்துகிறோம். இந்தக் கேள்விக்கு சரியாக பதில் சொல்ல வேண்டுமானால் காலத்திலும் விசும்பிலும் மட்டுமே நடைபெறும் நிகழ்ச்சிமாற்றங்களைப் பற்றிய ஆய்வுகளிலிருந்துதான் இயற்கையைப் பற்றிய விஞ் ஞான அறிவைப் பெறுகிறோம்.

இதோ, இந்த பூமியை எடுத்துக்கொள்ளுங்கள். அதன் வரலாறு என்ன? அதன் கால அளவு என்ன? எவ்வாறு கொதி நிலையில் இருந்தது. எவ்வாறு பூமியில் உயிர் வாழ்வதற்கு ஏற்ற தட்பவெப்ப நிலை உருவாகியது? இப்போது பூமியின் மீது ஏற்பட்டு வரும் மாற்றங்கள் என்ன? பூமியின் அடித்தள அடுக்குகள் எப்படி உள்ளன? பூமியின் வயிற்றில் என்ன வியப்புகள் அடங்கியுள்ளன? பூமியின் மீதுள்ள கண்டங்களின் இட அமைப்பு மாறுபாடுகள், வித்தியாசங்கள் என்ன? புவிக்கும், மற்ற கோள்களுக்கும் இடைவெளியில் உள்ள தூரங்கள் தொடர்புகள் என்ன? வித்தியாசங்கள் என்ன? இப்படியெல்லாம் புவியமைப்புப் பற்றி விஞ்ஞானிகள் ஆய்வுகள் நடத்துகிறார்கள் என்றால் இதில் கால அளவையும் விசும்பையும் பற்றி தகவல்களை கணக்கில் எடுத்துக் கொள்ளாவிட்டால், புவியமைப்பு இயல் பற்றிய தெரிந்து கொள்ள வேறு என்ன இருக்க முடியும்?

விசும்பு, காலம் பற்றிய கருத்துக்கள் இன்றி இயற்கை விஞ்ஞானம் இருக்க முடியாது. உயிரினங்களும் மனித இனமும் சேர்ந்து இயற்கையின் காலஞ்சார்ந்த, இடஞ்சார்ந்த உறவுகளுடன் ஒத்துப்போகவில்லை என்றால், இடத்துக்கும், காலத்துக்கும் ஏற்றாற்போல் அமைத்துக்கொள்ள வில்லை என்றால் உயிரினங்கள் ஏது? மனித குலம் ஏது? அப்படி இடத்தையும், காலத்தையும் ஒட்டி தகவமைத்துக்கொள்ளாத பல கோடி உயிரினங்கள் அழிந்தொழிந்தன என்றுதானே விஞ் ஞானம் செப்புகிறது. ஆய்வுகளும் நிரூபிக்கின்றன.

உதாரணமாக அதோ, ஆகாயத்தில் பறந்து செல்லுகிற பருந்து, தரையில் சிறுவன் கையில்இருக்கும் திண்பண்டத்தைப் பார்க்கும் கூர்மையான பார்வையை அது வளர்த்துக் கொண்டதால்தானே நொடி வேகத்தில் கீழே பாய்ந்து அதைப் பறித்துக்கொண்டு, அதே விசும்பில் பறந்து போய்விடுகிறது. இந்தத் திறமையை உருவாக்கிக்கொண்டதால்தானே அது பருந்தாய் இருக்க முடிகிறது. மணிக்கு 86 கிலோ மீட்டர் வேகத்தில் பறக்க முடிகிறது.

மனிதனுக்குப் பருந்துபோல் தொலை தூரத்தில் உள்ளப் பொருட்களை வெறுங் கண்ணால் பார்க்க முடியாது என்பது உண்மைதான். அவனால் தானாகப் பறக்க முடியாது என்பதும் உண்மைதான். ஆனால் அவன் உருவாக்கிய உபகரணங்களாலும், தொலைநோக்குக் கண்ணாடி கருவிகளாலும் பல லட்சம் மைல்களுக்கு அப்பால் உள்ள பொருட்களை ஆகாயத்தில் அவனால் பார்க்க முடிகிறது. விண்கலம் மூலம் மணிக்கு பல ஆயிரக் கணக்கான கிலோ மீட்டர் வேகத்தில் அவனால் பறக்க முடிகிறது. இப்படி அவன் தன்னைத்தானே தயார் செய்து கொள்கிற காரணத்தால்தான், தனக்குத் தேவையானவற்றைத் தானே உற்பத்தி செய்து கொள்வதால்தான் அவன் மனிதனாக வாழ முடிகிறது. இதைச் செய்யும் போது காலத்தையும், விசும்பையும் பற்றி அறியமுடிகிறது. கலை வளர்ச்சியில், தனது வளர்ச்சியில், சமூக வளர்ச்சியில் காலமும், இடமும் அவனுக்குப் பெரும் பங்கு ஆற்றியுள்ளன. ஆற்றி வருகின்றன. அவைகளையெல்லாம் கணக்கிலெடுத்துக்கொண்டுதான் அவன் தன்னை தகவமைத்துக்கொண்டு முன்னேறுகிறான். மேலே குறிப்பிட்டுள்ள வள்ளுவரின் கூற்றும் சரியானதே. மனிதனது புலனுணர்வுகள் சுற்றுச்சூழல் பற்றிய புறநிலை நோக்கில் சரியான ஒரு கருத்துப் படிமத்தை அவனுக்குக் கொடுக்க வில்லை என்றால், சுற்றுச்சூழலுக்கு ஏற்ப அவன் தன்னை உயிரியல் பூர்வமாக

என்றுமே தகவமைத்துக் கொண்டிருக்க முடியாது" என்று மேதை லெனின் சரியாகவே சொன்னார்.

மாரி: காலமும் சார்புடையது: என்று சொல்லுகிறேன், சரிதானா?

பே.அ.: சரியே இடம் பற்றி, விசும்பு பற்றி சொல்லுகிறபோது 'மாறாத ஒரே இடம்' என்ற தொடருக்கு எப்படி அர்த்தமில்லையோ அதே போல் மாறாத காலம், மாறாத ஒரே நேரம் என்பதும் அர்த்தமற்றது..

இரண்டு பொருள்களுக்கு இடையில் எப்படி தூரம், இடம் உருவாகுமோ, அதேபோல் இரண்டு நிகழ்வுகளுக்கு இடையிலும் காலம் என்பது சார்ந்து நிற்கும். கருதுபொருள் - அருவப்பொருள் ஆகும். காலமும் சார்புடையது எனக் கண்டவர் ஆல்பர்ட் ஐன்ஸ்டின்.

இயற்கை விஞ்ஞானத்தை உருமாறச் செய்த மாமனிதருள் ஒருவர் ஐன்ஸ்டின் என மேதை லெனின் இப்படிக் குறிப்பிட்டது மிகப்பொருத்தமானதே.

காலத்தைப் பற்றி இயக்க இயல் பொருள் முதல்வாதம் எப்படி பார்க்கிறது.

ஒன்றன்பின் ஒன்றாகவோ, அல்லது ஒரே நேரத்திலோ பொருள் வகைப் புலப்பாடுகள், நிகழ்ச்சிகள் நடைபெறுகின்றன. ஒவ்வொரு புலப்பாடும், நிகழ்ச்சியும் ஒரு குறிப்பிட்ட நேரத்திற்கு நீடிக்கிறது. ஒரே ஒரு பரிமாணமும், ஒரே ஒரு திசையும் கடந்த காலத்திலிருந்து, எதிர்காலத்துக்கு உள்ள புலப்பாடுகளில் மாறுகின்றன. நிகழ்ச்சிப்போக்கின் தவிர்க்க முடியாத தன்மையாகிய பொருள் வகைப் புலப்பாடுகள் மாறி மாறி செல்வதற்கான உறவுகள் அனைத்தையும் காலம் சார்ந்த உறவுகள் என்றோ, காலத்தில் ஏற்படும் உறவுகள் என்றோ சொல்லலாம்.

மாரி: குழப்பமாக இருக்கிறது, சுற்றி சுற்றி ஒரே பொருளைக் குறிப்பிடுவதுபோல தோன்றுகிறது. ஏதேனும் உதாரணங்கள் கொடுத்து விளக்குங்களேன்.

பே.அ: கரிய மேகங்கள் வானத்தில் திரண்டு வருகின்றன. அதை அடுத்து சிறிது நேரத்தில் மழை பொழிகிறது. இதற்கிடையில் மின்னி பளிச்சிடுகின்றது. அதற்கு முன் இடியோசை கேட்கிறது.

கரிய மேகங்கள் திரண்டு வருவதும் ஒரு காலத்தில் நடைபெறும் நிகழ்ச்சிதான். அதை அடுத்து மழை பெய்வதும் ஒரு காலத்தில் நடைபெறுகிற நிழ்ச்சிதான். அதை அடுத்து

மின்னலும், அதை அடுத்து இடியோசையும் நிகழ்வதும் ஒரு காலத்தில் நடைபெறுகின்ற நிகழ்ச்சிகள்தான்.

மேகம் திரளுவது என்பது ஒரு நேரத்தில் நடந்துதானே தீருகிறது. அதே போல மழை பொழிகிறது என்றால் அதற்கும் ஒரு காலம் தேவைப்படுகிறது. அதையடுத்து மின்னலும் இடியோசையும் நிகழ்வது ஒரு காலத்தில் நடைபெறுகின்ற நிகழ்ச்சிகள்தான்.

மேகம் திருளுவது என்பது ஒரு நேரத்தில் நடந்துதானே தீர வேண்டும், அதே போல மழை பொழிகிறது என்றால் ஒரு குறிப்பிட்ட நேரத்தில் நடந்துதானே தீருகிறது. மேலும் மழை, மின்னல், இடி- இப்படி அடுத்தடுத்து நிகழ்ச்சிகள் நடந்து கொண்டும், அல்லது ஒரே நேரத்தில் நடந்து கொண்டும்தானே இருக்கிறது. இவை அனைத்தும் காலம் எனும் கோட்பாட்டுக்கு உடன்பட்டுதானே நடைபெற வேண்டும்?

இப்போது மழை பொழியும் நேரம் என்கிறோம், மின்னல் மின்னுகிற நேரம் என்கிறோம்.

ஆனால் மழை பொழியாத நேரத்தில் மின்னல் மின்னாத நேரத்தில் அப்படி ஒரு நேரம் இல்லையே என்று கேட்கலாம். ஆகவேதான் காலம் என்பதும் இடம் போலவே சார்பு நிலை கோட்பாட்டுக்கு உட்பட்டது என்கிறோம். ஆகவேதான் காலம் மழை, மின்னல் மேகம் என்பவற்றின் நிகழ்வுகளோடு சார்ந்து நிற்கிறது.

அப்படியானால் மழை பொழியும் நேரத்தில் மழை பொழிகிற நேரம் என்று நாம் எடுத்துக்கொள்வதால்தானே அது ஒரு காலத்தில் நிகழ்கிறது என்கிறோம். கருதுகிறோம். அப்படியானல் காலம் என்பது மனதில் உள்ளதுதானே? மழை புறத்தில் நிகழ்வதாக வைத்துக்கொள்ளலாம். காலம் என்பது அதை ஒட்டி மனதில் உருவாவதுதானே; நாம் அப்படி நினைத்துக் கொள்வது சரிதானே எனக் கேட்கலாம். அதற்கு பதில் அப்படி நினைத்துக் கொள்வது சரியல்ல எனபதுதான்.

நீங்கள் பார்க்காத இடத்தில் மழை பொழிகிறது. அங்கே இந்த நிகழ்ச்சி நடந்து கொண்டிருக்கிறது என்றால் அது உங்கள் மனதில் தோன்ற வழியில்லை. ஆனாலும் அந்த நிகழ்ச்சி நடந்து கொண்டுதான் இருக்கிறது. ஒரு காலத்தில் நடந்து கொண்டிருக்கிறது. 'மழை' இல்லையென்றால் வெயில் அடித்துக் கொண்டிருக்கிறது. வெயில் இல்லை என்றால் பக்ெ காட்டிக்கொண்டிருக்கிறது,பனிகொட்டவில்லைஎன்றால் காற்று அடித்துக்கொண்டிருக்கிறது. இப்படி ஏதோ ஒரு நிகழ்ச்சி

காலத்தில் நடந்து கொண்டுதான் இருக்கும். இதை எப்படி மறுக்க முடியும்? ஆகவே காலமும், இடம்போல் புறவயமாக இருக்கிறது என்றுபொருள்.

காலமும், இடமும், பொருள் சார்ந்ததுதானா?

பே.அ. பருப்பொருளைப்போலவே, இடமும் காலமும் கூட மனிதனின் உணர்வுக்கு அப்பால் மனதுக்கு அப்பால் எல்லாப்பொருள் வகைப் புலப்பாடுகளும், நிகழ்ச்சிகளும் இருக்கின்றன. நடைபெறுகின்றன. என்பதில் பொருள் முதல்வாதத்தத்துவம், உறுதியாக இருக்கிறது.

காலம் மற்றும் விசம்பின் தன்மைகள் பருப்பொருள் இயக்கத்திலிருந்து சுதந்திரமானவை என்ற ஒரு கருத்து சிலகாலம் வரை இருந்தது. ஆனால் காலமும், விசும்பும் சுதந்திரமாக இல்லை. பருப்பொருள் இயக்கங்களைச் சார்ந்துதான் உள்ளது என்கிற உண்மை இப்போது நிரூபிக்கப்பட்டுவிட்டது. இது சார்பியல் கோட்பாட்டுக்கு உட்பட்டது.

ஆல்பர்ட் ஐன்ஸ்டினிடம் அவரது சார்பியல் தத்துவம் பற்றி கேட்டபோது அவர் சொன்ன பதில் இதுதான்:

'உலகத்தில் உள்ள எல்லா பொருட்களும் மறைந்து விட்டாலும் விசும்பும் காலமும் நீடித்து இருக்கும் என்று நினைக்கும் வழக்கம் இருந்தது. ஆனால் சார்பியல் தத்துவத்தின்படி எல்லாப் பொருள்களும் மறைந்து போனால் விசும்பும், காலமும் கூட மறைந்து போகும்'.

இவரின் இந்தக் கோட்பாடு நியூட்டனின் கூற்றையும் பின்னுக்குத் தள்ளிவிட்டது.

நியூட்டன் இடத்தைப் பற்றி சொன்னது போலவே காலம் பற்றியும் சொன்னார். முழுமுதற்காலம் ஒன்று இருக்கிறது என்றும், இது பருப்பொருட்களிலிருந்து தனியாக நிலவுகிறது என்றும், இது பௌதீக நிகழ்ச்சிப் போக்குகளாலோ, சம்பவங்களாலோ மாற்றக் கூடாது என்றும் கருத்து கொண்டிருந்தார். இவரின் கருத்து சார்பியல் தத்துவத்தின் முன்னால் நிற்க முடியவில்லை.

எல்லா மாற்றங்களும் காலத்தில் நடைபெறுகின்றன.

இந்த உலகில், பிரபஞ்சத்தில் என்ன நிகழ்ச்சிகள் நடந்தாலும் என்ன மாற்றங்கள் நடந்தாலும் காலத்தில் நடைபெறுகிறது என்பதை யாரால் மறுக்க முடியும்?

விதை செடியாகி, செடி மரமாகி, மரத்தில் பூக்கள் பூத்து, பூக்கள் காய்களாகி நமக்கு கனிகளைத் தருகின்றனவே இந்த மாற்றங்கள் ஒவ்வொன்றும் காலத்தில் நடந்து கொண்டுதானே இருக்கின்றன.

இந்த நிகழ்ச்சிகள், மாற்றங்கள் காலத்தில் மட்டுமா நடக்கின்றன. ஒரு குறிப்பிட்ட வரிசையில் அல்லவா நடைபெறுகினன்றன. மனித வாழ்விலும் சரி, இயற்கை நிகழ்ச்சிகளிலும் சரி, கடந்த காலம், நிகழ் காலம், எதிர்காலம் என்றல்லாம் காலங்களுக்கு உட்பட்டு அந்த மாற்றங்கள் நிகழ்ச்சிகள் நடைபெறுகின்றன. கால வரிசையைப் பின்நோக்கித் தள்ள முடியுமா? இந்த நிழ்ச்சிகள், மாற்றங்கள் ஒன்றன் பின் ஒன்றாக காலத்தில் நடைபெறுவது மட்டுமல்ல, அனைத்து நிகழ்ச்சிகளுக்கும், மாற்றங்களுக்கும் கால அளவும் உண்டு. இவை பற்றி நாம் சிந்தனை செய்கிறபோது நமக்குத் தோன்றுவது என்ன? இயங்கிக்கொண்டிருக்கும் எந்தப் பொருளும் ஏற்கனவே குறிப்பிட்டதுபோல் இடத்தில் மட்டுமல்ல, காலத்திலும் இயங்கிக்கொண்டிருக்கிறது என்ற முடிவுக்கு வர வேண்டும் என்பது தானே! லெனின் இது பற்றி குறிப்பிடும்போது மிக நறுக்குத் தெரித்தாற்போல் சுருக்கமாக விஷயத்தை விளக்கிவிட்டார்.

“இயக்கத்தில் இருக்கும் பொருள்களைத் தவிர உலகில் வேறு எதுவும் இல்லை. இயக்கத்தில் உள்ள பொருள்கள் இடத்திலும், காலத்திலுமின்றி வேறு எந்த வகையிலும் இருக்க முடியாது”.

செல்வா: இடமும், காலமும் ஒரே பண்புடையனவா?

பே.அ.: காலத்திலும், இடத்திலுமாக வேறு வகை நிகழ்வுகள் நிறைவேற வழியில்லை என்றால் இடமும், காலமும் ஒரே பண்புடையவைதானா என்ற ஐயம் வருவது இயற்கையே. ஒரே பண்புடையவை அல்ல என்றுதான் குறிப்பிட வேண்டும்.

இடம் என்பது ஒரு பொருள் இருக்கும் இடத்தைக் காட்டுகிறது. நாம் ஏற்கெனவே குறிப்பிட்டதுபோல் அதன் பரிமாணத்தை அதாவது நீளம், அகலம், உயரம் இந்தப் முப்பரிமாணத்தை இடம் உட்கொண்டிருக்கிறது. இப்படி முப்பரிமாணம் உடையதாய் இருத்தல் இடத்தின் முக்கியமான பண்பாகும். ஆனால் காலத்தின் பண்பு வேறு காலத்தில் நிகழும் மாறுதல்கள் ஒரே திசையில் செல்லுகிறது. அதாவது பின் நோக்கிச் செல்ல முடியாது. கடந்த காலத்திலிருந்து நிகழ்காலத்துக்கும், நிகழ்காலத்திலிருந்து எதிர்காலத்திற்கும் செல்லும் பண்புடையதாகும்.

அதோ ஒரு முதியவர், தொண்ணூறு வயதைத் தாண்டியவர். தசையெல்லாம் சுருங்கி படுகிழமாகிக் காட்சியளிக்கிறார். அவர் முகத்தில் தசைச் சுருக்கத்தின் வடுக்கள் சற்று அதிகமாகவே உள்ளன. இது எதைக் காட்டுகிறது? கால ஓட்டத்தின் அடையாள வடிவங்கள்தான் அவரின் தோற்றம். அவர்

விரும்பினாலும் வாலிபனாக முடியாது, காலச்சக்கரத்தைப் பின்னோக்கி திரும்ப தள்ள முடியாதே!

திரும்பப் பெற முடியாத மிக முக்கியமான பண்பே காலத்தின் அம்சம்.

செல்வா: காலத்தையும், இடத்தையும் பிரிக்க முடியாதா?

அப்படியானால் காலமும் இடமும் பண்பில் வேறுபடுகின்றன என்றால் இவற்றை நாம் ஏன் இணைத்துப் பார்க்கிறோம். இவற்றைப் பிரிக்க முடியாதா?

பே.அ. நிச்சயமாகப் பிரிக்க முடியாது - பிரித்துப் பார்க்கமுடியாது. மாறாக இணைத்துத்தான் பார்க்க வேண்டும். ஏன் இந்த நிலை? காரணம் ஒரு பொருள் காலத்தில் இருந்துதான் தீர வேண்டும். அதே போல் அது ஒரு இடத்திலும் இருந்துதான் ஆக வேண்டும். ஒரு பொருள் வெளியில், ஒரு இடத்தில் இருக்கிறது என்றால் அது ஒரு குறிப்பிட்ட காலத்தில்தான் அந்த இடத்தை அடைத்துக் கொண்டிருக்க வேண்டும்.

இன்னும் இதை எளிமையாகப் புரிந்து கொள்ள வேண்டுமென்றால் இதை இப்படியும் விளக்கலாம்.

மீனம்பாக்கம் விமான நிலையத்தில் டெல்லிக்குச் செல்லும் விமானம் 6.40 மணிக்குக் கிளம்பிய பிறகு காலை 9.30 மணிக்கு டெல்லி விமான நிலையத்தை அடைகிறது. ஒரு பொருள் ஒரு குறிப்பிட்ட இடத்தில் ஒரு குறிப்பிட்ட நேரத்தில் இருந்துதான் தீர வேண்டும். பொருளிலிருந்து காலத்தையோ, இடத்தையோ பிரிக்க முடியாது.

மேலே குறிப்பிட்ட உதாரணத்திலிருந்து நாம் என்ன முடிவுக்கு வர வேண்டும்?

காலம் இல்லாத இடமில்லை; இடமில்லாது காலமில்லை. அவ்வாறே பொருள் இடத்திலும், காலத்திலும் இருப்பதால் அவை ஒன்றிலிருந்து ஒன்று மட்டுமின்றி பொருளிலிருந்தும் பிரிக்க முடியாது என்ற முடிவுக்குத்தான் வரவேண்டும்.

நாம் இந்த அற்புதங்களை அன்றாட வாழ்க்கையில் சந்திக்கிறோம். ஆனால் அவற்றை தெளிவுபடுத்திப் பார்ப்பதில்லை,.

சில வகையினர் இருக்கிறார்கள். அவர்கள் தெளிவுப்படுத்திப் பார்த்தாலும், திரித்துக் கூறும் போக்கினர் அவர்கள் தத்துவஞானப் போரில் இத்தகையோரை நாம் காண முடிகிறது.

'இடமும், காலமும் புறவயத் தன்மை கொண்டதல்ல. மக்களாக தங்கள் அனுபவத்தின் மூலம் பெறுவதுதான்'- என்று சிலர் வாதிக்கிறார்கள்.

மேலும் சிலர், "இவை அனுபவத்தினால் பெறப்படுவதில்லை: ஏற்கெனவே இவை மனதில் உள்ளன. அவைதான் இடங்களாக' காலமாகப் பொருளாக பிரதிபலிக்கின்றன' என்கிறார்கள்.

இந்த இரண்டு கூற்றுகளும் எற்புடையது அல்ல. பொருள் போலவே இடமும், காலமும் புறவயமானதுதான். சார்பு நிலைத் தத்துவம் இடமும், காலமும் ஒன்றோடொன்று இணைந்து உள்ளன என்பதோடு, அவை பொருளின் பண்புகளையும் சார்ந்துள்ளன என்பது அசைக்க முடியாத ஆதாரங்கள் மூலம் நிரூபிக்கப்பட்டுவிட்டன.

நாம் ஏற்கெனவே குறிப்பிட்டது போல் முழு முதன்மையான ஒரே காலம் ஒரே இடம் என்பதில்லை என்பதை நாம் எப்படிப் புரிந்து கொண்டிருக்கிறோம்.

ஏற்கெனவே நம் வேகத்திற்கும் தூரத்திற்கும் உள்ள சார்பு நிலை பற்றி விளக்கி இருக்கிறோம். வேகம் அதிகரிக்க அதிகரிக்க தூரம் குறுகுகிறது என்று பார்த்தோம்.

ரயிலில் வேகமாக போகிறவருக்கு பிளாட்பாரத்தின் நீளம் குறுகி இருப்பதையும், பிளாட்பாரத்தில் நடப்பவருக்கு ரயிலின் நீளம் நீண்டு இருப்பதற்கான ஆதாரங்களையும் நடைமுறையில் பார்த்தோம். மாட்டு வண்டியில் திண்டிவனம் செல்லுகிறவருக்கும் ரயிலில் திண்டிவனம் செல்லுகிறவருக்கும் அந்த வேகத்திற்கு ஏற்றாற்போல் தூரம் குறுகுவதும், நேரம் குறுகுவதும் பார்த்தோம். வேகம் அதிகமாக அதிகமாக போய்ச் சேரும் இடத்தின் காலமும் சுருங்கி விடுகிறது.

பாலா: வேகம் காலத்தை பாதிக்கிறது என்பதை மேற்கோள் மூலம் விளக்கவும்

பே.அ.: விண்மீன்கள் மிகத் தொலைவில் உள்ளன என்பதை நாம் அறிவோம். அப்படிப்பட்ட பல விண்மீன்களிலிருந்து ஒளி பூமியை அடைய 40 அண்டுகாலம் ஆகும் என்கிறார்கள். மலைப்பாக இருக்கிறது. ஒரு வினாடிக்கு 3,000,00 கிலோ மீட்டர் வேகத்தில் பாயும் ஒளி பூமியை அடைய 40 ஆண்டுகள் என்றால் அப்படிப்பட்ட விண்மீன்கள் எவ்வளவு தொலைவில் இருக்கும் என்று எண்ணிப்பார்க்கவே முடியவில்லை.

ஒரு ராக்கெட் விண்மீனை நோக்கி ஒளி வேகத்தில் (விநாடிக்கு 300000 கிலோ மீட்டர் வேகம்) போவதாகக் கற்பனை செய்வோம். 40 ஆண்டுகள் ஆகும். ஒரு விண்மீனை அடைய ஒளியின் வேகத்தை விட அதி வேகம் பாயும்வேறு எந்தப் பொருளும் இல்லை. ஆனால் 40 ஆண்டைவிட குறைவான நேரத்தில் நாம்

போய் சேர முடியும். காரணம் வேகத்தின் இயக்கத்தின்போது காலம் சுருங்குவதை நாம் கணக்கில் கொள்ள வேண்டும்.

உதாரணமாக ஒரு வினாடிக்கு 2,40,000 கிலோ மீட்டர் வேகத்தில் செல்லும் ராக்கெட்டில் விண்மீண் நோக்கி செல்லுகிறோம் என வைத்துக் கொள்ளுவோம். பூமியில் உள்ளளர்களுக்கு நாம் 300000 X 40/240000=50.

50 ஆண்டுகளில் நாம் விண்மீனை அடைவோம் என்று சொல்வார்கள். அப்படி நினைத்துக் கொள்வார்கள். ஆனால் ராக்கெட்டில் போகும் நமக்கு பயண நேரம் 40 சதவீதத்திலிருந்து 6 சதவீதமாகக் குறைந்து விடும். ஆகவே நம் 50 ஆண்டுகளில் அல்ல 6/10X15= 30 ஆண்டுகளில் விண் மீனுக்கு சென்றடைவோம்.

பூமியிலும் மிக விரைவாக செல்லும் ஒரு ராக்கெட்டிலும் காலம் ஒரே மாதிரியாக கழியும் என நினைப்பது சகஜமே. ஆனால் இது உண்மையல்ல. ராக்கெட்டில் ஏறக்குறைய ஒளியின் வேகத்துக்கு சமமாக சென்று கொண்டிருந்தால் அதில் பூமியைக்காட்டிலும் மெதுவாகவே காலம் கழியும். அப்படி ராக்கெட்டில் ஒளி வேகத்தில் 3 ஆண்டுகாலம் பயணம் செய்து விட்டு நாம் பூமிக்குத் திரும்பி வருகிறபோது பூமியில் 360 ஆண்டுகள் கழிந்துவிட்டிருக்கும். பூமியில் மூதாதையர்கள் எல்லாம் மாண்டு போயிருப்பார்கள்.

இதைக் கற்பனை செய்வது கஷ்டம்தான். ஆனால் இதுதான் உண்மை. விஞ்ஞானிகள் கணக்குப் போட்டல்லவா இதை துல்லியமாகச் சொல்கிறார்கள்.

ஒளி ஆண்டு வேறு, நாம் பூமியில் கழிக்கும் மணி ஆண்டு வேறு. பூமிக்கும், ராக்கெட்டுக்கும் தனித்தனிநேரம் இருக்கிறது

என்பது இதன் பொருள். சூரியன் உதித்து, மீண்டும் மறைந்து, மீண்டும் உதயமாகும் 24 மணி நேரத்தை ஒரு நாள் என்கிறோம். ஆனால் ஒளி வினாடியில் 300000 கி.மீட்டர் வேகத்தில் பாய்கிறது என்றால் அதன் காலம், நேரம் நம்முடைய ஒரு நாள் என்பதைவிட மிக மிக சொற்பமான நேரமாகும்.

ராக்கெட்டின் வேகம் ஒளியின் வேகத்தை நெருங்கும்படி இந்தப் பயண நேரத்தைக் குறைத்துக் கொள்ளலாம். பயண வேகம் போதிய அளவு அதிகமாக இருக்குமாயின் தத்துவார்த்தத்தில் நாம் ஒரு நிமிடத்துக்கும் குறைவான நேரத்தில் விண்மீனுக்குச் சென்று திரும்பிவிடலாம். ஆனால் அதற்குள் பூமியில் எப்படியும் 80 ஆண்டுகள் கழிந்திருக்கும். இது ஒரு கணித முடிவு. ஒளி வேகத்தைவிட அதிகமாக செல்ல முடியுமானால் சென்று திரும்பலாம். ஆனால் கணக்குப்படி அதற்குள் 80 ஆண்டுகள் முடிந்து விட்டிருக்கும். பூமியில் நமக்குள்ள நேரம் அப்படி.

மீண்டும் இங்கே வலியுறுத்துவது என்னவென்றால் இயக்கத்தின் கதியைச் சந்தித்துதான் காலம் இருக்கிறது. ஒரு பொருளின் அசையும்வேகம் அதிகமாக அதிகமாக அதிக காலம் கழிவது மேலும் மேலும் மெதுவாகும்.

விஞ்ஞானிகள் இப்படியெல்லாம் காலத்துக்கும் வேகத்துக்கும் உள்ள சார்பு நிலையை துல்லியமான கணக்கீடுகள் செய்து விளக்குகிறார்கள். இந்த விஞ்ஞான உலகில் புதிய புதிய அதிசயங்களை முன் வைக்கிறார்கள்.

புறப்படும் இடமும், சேரும் இடமும் காலை 6 மணியே உலகின் ஒரு இடத்திலிருந்து மறு இடத்திற்கு சுமார் 6000 கிலோ மீட்டர் தூரம் உள்ள மற்றொரு இடத்திற்குப் போக வேண்டுமென்றால் அதே தேதியில் அதே நேரத்தில் சென்றடைய

முடியும். புரியாத புதிராக இருக்கிறதா? இதற்கும் வேகத்தின் தூரம்தான் துணை செய்கிறது.

நாம் சென்னையிலிருந்து விமானத்தில் 6ம் தேதி காலை 6 மணிக்கு புறப்படுகிறோம். நாம் போய் சேரவேண்டிய இடத்திற்கும் நாம் புறப்படும் இடத்திற்கும் 6 மணி நேரம் வித்தியாசம் இருப்பதாக வைத்துக் கொள்வோம். அதாவது இப்போது நாம்சேர வேண்டிய இடத்தில் 5ம் தேதி இரவு 12 மணி! தூரமோ 6000 கி.மீட்டர்.

நாம் செல்லும் விமானம் 1 மணிக்கு 1,000 கிலோ மீட்டர் வேகத்தில் பறந்தால் நாம் போய் சேரும் இடத்தில் அதே 6ம் தேதி விடியற்காலையில் 6 மணிக்குப் போய் சேருவோம். சென்னையில் கிளம்பியதும், 6ம் தேதி காலை 6 மணி சென்றடைந்த இடத்தின் நேரமும் 6ம் தேதி காலை 6 மணி. வேகம் காலத்தோடு விளையாடுகிறது. ஆனால் சேர்ந்த இடத்தில் 6ம் தேதி காலை என்று இருக்கும். ஆனால் புறப்பட்ட இடத்தில் 6ம் தேதி 12 மணியாக இருக்கும் என்பதும் உண்மைதான். வேகம் பல அதிசயங்களை உருவாக்குகிறது.

செல்வா: என்றும் பகலாய் இருக்கும் என்கிறார்களே, விளக்கவும்

பே.அ.: வடதுருவ மண்டலத்தில் அட்சரேகையில் சூரியனின் வேகத்தை மிஞ்ச வேண்டுமென்றால் (அதாவது பூமியின் வேகத்தை மிஞ்ச வேண்டுமானால்) பெருமளவு நாம் மெல்லவே போகலாம்.

77வது அட்சரேகையில் (நோவாயா ஸெம்பியா என்னும் தீவு இருக்கும் அட்சரேகையில், மணிக்கு கிட்டத்தட்ட 450 கி.மீட்டர் வேகத்துடன் பறக்கும் விமானம் பூமியின் சுழற்சியின் போது (பூமி தன்னைத்தானே சுற்றிக் கொள்ளும்போது, பூமியின் மீதுள்ள குறிப்பிட்ட ஒரு புள்ளி குறிப்பிட்ட நேரத்தில் எவ்வளவு தொலைவு நகருமோ, அதே தொலைவை அதே நேரத்தில் கடக்கும். அத்தகைய விமானம் ஒன்றில் நாம் பிரயாணம் செய்தால் சூரியன் வானத்தில் அசையாது நிற்பதைப் பார்க்கலாம். நம் விமானம் மட்டும் சரியான திசையில் போய்க் கொண்டிருந்தால் சூரியன் மறையவே மறையாது! என்றும் பகல்தான். இரவையே பார்க்க முடியாது. இரவும் பகலும் மாறிமாறி வரும் இப்பூவுலகில் இப்படி வேகமும், இடமும் சேர்ந்து ஒரு புதிய ஆதிக்கத்தை தருகிறது.

மாரி: கண்மூடி திறக்கும் நேரம் நீண்ட நேரம் என்கிறார்களே, விளக்கவும்

பே.அ. வேகத்தின் முக்கியத்துவம் இன்றைய சகாப்தத்தில் மிக அவசியமாகிவிட்டது.

'கண்மூடி திறப்பதற்குள், இது எப்படியோ நடந்து விட்டது' என்கிறோம். அது, கண்மூடிதிறக்கும் நேரம் இன்றைய விஞ்ஞான யுகத்தில் நீண்ட நேரமாகி விட்டது'

வினாடியில் அல்ல, வினாடியின் ஆயிரத்தில் ஒரு பங்கு நேரத்தில் எத்தனையோ சம்பவங்கள் நடந்து விடுகின்றன. வினாடியில் ஆயிரத்தில் ஒரு பங்கு நேரத்தில் ஒலி 33 செ. மீட்டர் தொலைவு, சென்று விடுகிறது. சூரியனைச் சுற்றி இயங்கும் பூமி தனது சுழற்பாதையில் 30 மீட்டர் போய் விடுகிறது. ஒளியோ பெருந்தொலைவாகிய 300 கி. மீட்டர் தொலைவு தாண்டி விடுகிறது. பூச்சிகளைப் பொறுத்தவரையில் ஒரு வினாடியில் ஆயிரத்தில் ஒரு பங்கு என்பது பெரிய நேரமாகும். ஒரு விநாடி நேரத்தில் கொசு தனது சிறகுகளை 500 முதல் 600 தடவை அடித்து கொள்கிறது. எனவே அது வினாடியில் ஆயிரத்தில் ஒரு பகுதி நேரத்தில் தனது சிறகுகளை உயர்த்த அல்லது இறக்க முடியும்.

இந்தச் சூழலில் கண்இமைப்பது என்பது நிண்ட நேரமே.

ஒரு முழு 'கண்ணிமைப்பொழுது' என்பது வினாடியில் ஐந்தில் இரண்டு பங்கு நேர அளவு கொண்டது. அதாவது வினாடியில் ஆயிரத்தில் ஒரு பங்கு அலகுகளில் 400 கொண்டதாகும். இச் செயலை மூன்று நிலைகளாகப் பிரிக்கிறார்கள்.

1) கண்ணிமை கீழ்ப்புறம் செல்லுதல் - இதற்கு வினாடியில் ஆயிரத்தில் 75-90 பங்கு ஆகும்.
2) மூடிய கண்ணிமையை அசையாதிருத்தல். இது வினாடியில் ஆயிரத்தில் 130-170 பங்கு.
3) கண்ணிமை மேற்புறம் எழுப்புதல். இதற்கு ஆகும் நேரம் வினாடியில் ஆயிரத்தில் 170 பங்கு.

'ஆகவே இந்தக் கண்ணிமைப்பொழுது' என்பது மிகுதியான ஒரு காலப் பகுதியாகும்

இன்றைய அறிவியல் உலகம் குறைந்தபட்ச அளவை எப்படி கணக்கிடுகிறது என்பது நம்மை அதிசயிக்க வைக்கிறது.

இந்த நூற்றாண்டின் தொடக்கத்தில் ஒரு வினாடியில் 10,ஆயிரத்தில் ஒரு பங்கை கணக்கிடுவதில் தேறினார்கள்.

இன்றோ இயற்பியலாளர் 10,ஆயிரம் கோடியில் ஒரு பகுதியை அளக்க முற்பட்டு விட்டார்கள். அதாவது 3000 ஆண்டுகளைவிட

ஒரு வினாடி எவ்வளவு சிறிதோ ஒரு வினாடியைவிட அதே அளவில் சிறியதான நேர அளவையும் அளந்து விடுகிறார்கள்.

இது என்ன வேகத்தின் காலமா, காலத்தின் வேகமா எனக் கேட்கத் தோன்றுகிறது. இடத்தின் எல்லை, காலத்தின் முடிவு எங்கே?

மனிதன் எவ்வளவு வேகத்தில் பறந்தாலும், விசும்பின் எல்லையை, இந்தப் பிரபஞ்சத்தின் எல்லையை ஒரு குறிப்பிட்ட காலத்தில் சென்றடைய முடியுமா? இந்தக் கேள்வியே ஆபத்தானது!

இடம், உலகம், விசும்பு, பிரபஞ்சம் என்று எப்படி சொன்னாலும் அவை வரம்பற்றவை, எல்லையில்லாதவை.

காலம் என்பதற்கும் ஆரம்பம் உண்டா? முடிவு உண்டா? ஆரம்பமும் இல்லை, முடிவும் இல்லை, வரம்பற்றது, இதை எப்படிப் புரிந்து கொள்ளுவது?

ஒரு சிறிய உதாரணம் பார்ப்போம். பிரபஞ்சத்தின் தூரங்களை எப்படிக் கணக்கிடுகிறார்கள். 'ஒளி ஆண்டுகள்' என கணக்கு வைத்து விவரங்களைக் கணக்கெடுக்கிறார்கள். கிலோ மீட்டர் எனும் அலகு தூரத்தை வைத்து பிரபஞ்சத்தை அளக்க ஒத்து வராது.

ஒரு வினாடிக்கு, 3,00,000 கிலோ மீட்டர் வேகம் போகும் ஒளிக்கதிர் ஓராண்டு செல்லும் தூரமே ஒரு ஒளி ஆண்டாகும். நமக்கு பல கோடி ஒளி ஆண்டுகளுக்கு அப்பால் உள்ள நட்சத்திரங்களை சென்றடைய முடியுமா? ஒரு ராக்கெட் வினாடிக்கு 50,ஆயிரம் கிலோ மீட்டர் வேகத்தில் சென்றாலும் அத்தகைய ஒரு நட்சத்திரத்தை சென்றடைய பல கோடி ஆண்டாகும்.

ஆகவே விஞ்ஞானம் கீழ்க் கண்ட உண்மையைத் தருகிறது.

1) இடமும், பிரபஞ்சமும், வரம்பற்றது. அவ்வாறே காலமும் வரம்பற்றது. காலத்தில் இடத்தில் இயங்கும் பருப்பொருள்களின் இயக்கமும் வரம்பற்றது. இவையனைத்தும் புறவயமானது, சுதந்திரமானது. காலமும், விசும்பும் ஒன்றிலிருந்து ஒன்று பிரிக்க முடியாதவை. அதேபோல் அவை பருப்பொருள்களிலிருந்தும் பிரிக்க முடியாதவை, அவை எல்லையற்றவை. சார்பியல் தத்துவம் இந்த உண்மைகளை மேலும் உறுதியாக நிரூபித்துவிட்டது.

எங்கே? எப்பொழுது? இந்த இரண்டு கேள்விகளுக்குள் அடங்கி இருப்பதுதான் நிகழ்ச்சிகளின் இடமும், காலமும் பற்றிய தத்துவம்.

(மாணவர்களே காலம் இடம் பற்றி நிறையவே பேசிவிட்டேன். நேரமும் ஆகிவிட்டது. நாளையும் வழக்கப்படி கூடுவோம். நாளை 'உண்மையைப் பற்றிய பொருள் முதல்வாதப் பார்வை' குறித்துப் பேசுவோம்.)

13

உண்மையைப் பற்றிய பொருள் முதல்வாதப் பார்வை

பே.அ: மாணவத் தோழர்களே! மனிதன் உண்மையைத் தேடி ஓடுகிறான்.

உண்மை என்பது என்ன? வாழ்க்கையில் உண்மையைப் பற்றி சிந்திக்காதார் யார்? பேசாதார் யார்? பெற்றோர்கள் கூட தங்களின் குழந்தையிடம் உண்மையையே பேசுமாறு பழக்குகிறார்கள்.

ஆசிரியர் கூட மாணவர்களிடம் உண்மையைப் பேசுங்கள். பொய் பேசாதீர்கள் - என்கிறார்.

நீதிமன்றத்தில் கூட சாட்சியம் அளிப்பதற்கு முன்னால் சாட்சி சொல்பவர் தான் சொல்லுவது அத்தனையும் உண்மை உண்மையைத் தவிர வேறில்லை என்கிறார்.

மனிதர்கள் இளமையிலிருந்தே உண்மையைப் பேச வேண்டும். உண்மையாக வாழ வேண்டும் என போதிக்கப்படுகிறார்கள்.

விஞ்ஞானிகள் கூட தங்களின் ஆய்வுக் கூடத்தில் உண்மையை அறியத்தான் ஆய்வு நடத்துகிறார்கள். காலமெல்லாம் தனி வாழ்க்கையை அதில் கழிக்கிறார்கள்.

தத்துவஞானிகள்கூட உண்மைகளைக் கண்டறியத்தான் ஓயாது முயற்சிக்கிறார்கள்; விவாதிக்கிறார்கள்.

சுருக்கமாகச் சொல்லப்போனால் மனிதன் தன் ஆரம்பக் காலக் கட்டத்திலிருந்து உண்மைகளைத் தேடிக்கொண்டே இருக்கிறான்; உண்மைகளைக் கண்டறியவும் செய்கிறான். அவைகளை தன் வாழ்க்கையின் முன்னேற்றத்திற்காகப் பயன்படுத்துகிறான். ஆனால் அவன் இன்னமும் திருப்தி அடையவில்லை. மேலும் மேலும் உண்மையைக் கண்டறிய ஓடிக்கொண்டே இருக்கிறான். இந்த ஓட்டம் ஓயப்போவதில்லை.

மனிதன் எதன்மூலம் உண்மையை அறிகிறான்?

ஓர் உண்மையை மனிதன் தெரிந்து கொள்கிறான் என்றால் அதைப் பற்றிய ஞானத்தை அவன் பெறுகிறான் என்று அர்த்தம்.

உண்மையைப் பற்றிய உண்மைகளை அறிகிறான் என்று பொருள். எதன்மூலம் மனிதன் உண்மையைப் பற்றிய அறிவை பெறுகிறான்?

விஞ்ஞானக் கூடத்தில் ஒரு விஞ்ஞானி ஓயாத ஆய்வின் மூலம், உண்மையான அறிவைப் பெறுகிறார். மக்களும் நீண்ட காலமாக, தலைமுறை தலைமுறையாக தொடரும் வாழ்க்கை அனுபவத்தின்மூலம் அறிவைப் பயன்படுத்தி உண்மையை அறிகிறார்கள். உண்மையைக் கற்கிறார்கள்.

செல்வா: உண்மை, பொய் இவ்வளவு தானே, இதற்கும் இவ்வளவு விளக்கமா?

பே.அ.: பொருள் முதல் வாதத்தில் யதார்த்தத்துடன் உடன்பாடுள்ள அனைத்தும் உண்மைதான். வாழ்வில் எது இருக்கிறதோ அதோடு ஒத்துப்போகிற அனைத்தும் உண்மைதான். இன்னும் தெளிவாகச் சொல்லப்போனால் இயற்கையோடு ஒத்துப்போகிற அனைத்தும் உண்மைதான்.

யதார்த்தத்தில் இல்லாத ஒன்றை, இயற்கையில் இல்லாத ஒன்றை, நிகழாத, நடக்காத ஒன்றைச் சொன்னால் அது உண்மைக்கு மாறானது, என்கிறோம். பொய் எனகிறோம். உதாரணமாக தண்ணீரைப் பற்றி சிந்திப்போம். அது ஆக்சிஜன், ஹைட்ரஜன் என்ற வாயுக்கள் 2:1 என்ற விகிதத்தில் கூடுகிறபோது தண்ணீராகிறது. இது இயற்கையோடு உகந்த உண்மை. அதே தண்ணீர் வட்டமான பாத்திரத்தில் இருக்கிறபோது அதன் வடிவம் வட்டமாகியது. உருளையான குவளையில் இருக்கிறபோது குவளை வடிவம் பெறுகிறது. அவ்வாறே அது சிவப்பு டம்ளரில் இருக்கிறபோது சிவப்பு நிறம் போல் தெரிகிறது. இதுவும் தண்ணீருக்குள்ள குணம்தான். அதே தண்ணீர் மேல்படியிலிருந்து, கீழ் நோக்கித்தான் போகும் என்பதும் இயற்கையோடு இயைந்த உண்மை. தண்ணீர் மேடு நோக்கிப் போகும் என்பதுதான் பொய்! அதற்கு உந்து சக்தி தேவை.

அதே தண்ணீர் 100 சென்டிகிரேடு கொதி நிலையில் ஆவியாக மாறும் என்பதும் உண்மை. அதே தண்ணீர் 3 சென்டி கிரேடுக்கு குறைவான வெப்பத்தில் பனிக்கட்டியாக உறைந்து விடும் என்பதும் உண்மை.

இவை அனைத்தும் யதார்த்தத்தில் உள்ள உண்மை. இயற்கையோடு ஒத்த உண்மைகளைப் புரிந்து கொண்டு அவற்றை மனிதன் தனக்குச் சாதகமாகப் பயன்படுத்திக் கொள்கிறான்.

மனிதன் பெறும் இந்த அறிவார்ந்த உண்மை என்பது பொருள் முதல்வாதக்கோட்பாட்டுக்கு ஒத்து வரும். ஆம்

தத்துவார்த்தத் துறையில் இது ஒரு பொருள் முதல்வாதக் கோட்பாட்டுக்குள் அடங்கும்.

மாரி: கருத்து முதல்வாதிகள் சொல்லுவது யாதார்த்தத்தோடு ஒட்டி வருவதில்லை ஏன்?

பே.அ.: எதார்த்தத்துடன்உடன்பாடுள்ள,இயற்கையோடு உடன்பாடுள்ள அனைத்தும் உண்மை என்று சொல்லுகிறபோது, நாம் இதைத் தத்துவார்த்த வரையறைகளில் பொருள் முதல்வாதக் கோட்பாட்டுக்குள் அடங்கும் என்று கூறுகிறோம். ஆனால் இதைக் கருத்து முதல்வாதிகள் ஏற்பதில்லை.

அவர்கள் என்ன கருதுகிறார்களோ அந்தச் சிந்தனையை யதார்த்தத்தோடு ஒப்பிட்டுப்பார்ப்பதில்லை. மாறாக யதார்த்தத்தை தங்களின் கோட்பாட்டுக்குள் கொண்டு வர முயற்சிக்கிறார்கள்.

தங்களின் கொள்கைகளை அந்த உண்மைகளோடு பிணைத்துக் கொள்கிறார்கள்.

அவர்கள் எதை உண்மை என்கிறார்கள்? கடவுள்தான் முழு முதல் உண்மை என்கிறார்கள். அது உண்மையானால் விஞ் ஞானத்தால் அறிய முடியுமா? என்று கேட்டால் கடவுள் விஞ் ஞானத்துக்கு எட்டாதவர் என்கிறார்கள். அவர்கள் சொல்லும் வாதம்தான் என்ன?

நாம் ஒன்றைத் தெரிந்து கொள்ள வேண்டும் என்றால் அதைப் பற்றி அறிய முனைகிறோம். அப்படி அறிதல் என்னும் செயலின் மூலம், தெரிந்து கொள்ள முடியாத உண்மையை, மனிதனால் அறிந்து கொள்ள முடியாத உண்மையை நம்பிக்கை மூலம்தான் அறிந்து கொள்ள முடியும் என்று கருத்து முதல்வாதிகள் வாதம் வைக்கிறார்கள்.

மனிதனுக்கு நம்பிக்கை தேவைதான். அந்த நம்பிக்கையின் மீது செயல்படும் போது, ஆய்வுகள் நடத்தும்போது, ஆக்கப்பூர்வமாக மாற்ற முயலும்போது அந்த உண்மை தெரிய வேண்டுமல்லவா? அப்படித் தெரிந்து கொள்ள முடியாத, யதார்த்தத்துடன் உடன்பட முடியாத, இயற்கையோடு ஒத்துப்போக முடியாத எதுவோ அதுவே கடவுள்; அதுவே நாங்கள் கூறும் உண்மை என்கிறார்கள் கருத்து முதல்வாதிகள்.இப்படிக் கருத்து முதல்வாதிகள், மத போதர்கள் கூறும் கருத்துக்கள், அவர்கள் இந்த உலகைப் பற்றி, பிரபஞ்சம் பற்றி, இயற்கையைப் பற்றி சொல்லும் கருத்துக்கள் உண்மைக்குப் புறம்பானவை என்பதை விஞ்ஞானம் ஆணித்தரமாக நிரூபித்துள்ளது.

பாலா: ஆண்டவனை அறிந்து கொள்ள கருத்து முதல்வாதிகள் சொல்லும் உண்மை என்ன?

பே.அ.: அவர்கள் சொல்லும் உண்மை - அந்த முழு முதல் உண்மையை அதாவது ஆண்டவன் மேலே இருப்பான், கீழே இருப்பான், பக்க வாட்டில் இருப்பான் முன்னால் இருப்பான் பின்னால் இருப்பான், எங்கும் இருப்பான், எதிலும் இருப்பான், என்கிறார்கள். எங்கும் நிறைந்திருக்கும் அந்த உண்மையைப் பார்க்க முடியுமா? அறியமுடியுமா?

அறிவுபூர்வமாக அறிய முடியாது என்பதுதான் உண்மை. நம்பிக்கை வைத்துதான் அறிய முடியும் என்றால் அங்கு அறிவு தேவைப்படவில்லை. நம்பிக்கை வைத்திருப்பவர்களாவது அறிந்தார்களா? பார்த்தார்களா? என்றால் இல்லை என்றுதான் பதில் வரும்.

அந்த உண்மையைக் கண்ணால் காண முடியாது, நுகர்வால் அறிய முடியாது, நாவால் சுவைக்க முடியாது, ஸ்பரிசத்தால் உணர முடியாது. ஆனால் கடவுள் உண்டு என்பது உண்மை என்கிறார்கள்.

அறிவுக்கும், அறிதலுக்கும் எட்டாதது. அப்பாற்பட்டது என்றால் அதை எப்படி உண்மை என்பது? உண்மை எனும் இலக்கணத்துக்கு, வரையறைக்கு உட்படவில்லை!

கருத்து முதல்வாதிகளின் பதில்: ஆம்! அதுதான் அதிசயம். அது ஒரு பரம்பொருள், கேவலம், அது விஞ்ஞானத்துக்குள் அடங்காது, எந்த இயற்கை விதிக்கும் உட்படாது. பிரபஞ் சத்துக்குள்ளும் அடங்காது. இவற்றுக்கெல்லாம் அப்பாற்பட்ட ஒன்றுதான், நம்பிக்கைதான், அதை அறிய ஒரே வழி என்கிறார்கள். பல்லாயிரம் ஆண்டுகளாக இதையே சொல்லி வருகிறார்கள்.

உன்னால் ஒன்றும் ஆகப்போவதில்ல, அவன் மீது ஓயாது நம்பிக்கை வை. இதுதான் முழு முதல் உண்மையை உணரும் ஒரே வழி, உண்மையைத் தேடும் வழி - என்கிறார்கள்.

பொருள் முதல்வாதிகள் என்ன சொல்லுகிறார்கள்?

கருத்து முதல்வாதிகள் அவர்களுக்கே உரித்தான முறையில் திறமையாக வாதிடுவதுபோல், பொருள்முதல்வாதிகளும் மறுப்புக்கு மிகத் திறமையாக பதில் சொல்லுகிறார்கள்.

உண்மையை இந்தப் புற உலகில்தான் தேட முடியும். காண முடியும். இந்தப் புற உலகுக்கு அப்பால் - இந்தப் பிரபஞ்சத்துக்கு அப்பால் உண்மையைக் கண்டுபிடிப்பது என்ற பேச்சே இல்லை. காரணம் புற உலகில் பிரபஞ்சத்தில் எல்லாம் அடங்கி விடுகிறது - என்கிறார்கள்.

உதாரணமாக பொருள் முதல்வாதியான ஃபாயர்பாக் என்ன சொல்கிறார்."

உண்மையை எதார்த்தத்திலிருந்தும் எதார்த்தத்தை உண்மையிலிருந்தும் பிரிக்கமுடியாது.

உண்மையை எதார்த்தத்திலிருந்துதான் பெற முடியும் என்கிறபோது உண்மை புறவயத் தன்மை கொண்டது என்றாகிறது. அது மனிதனை சார்ந்து இல்லை. அவனது உணர்வுகளுக்கு அது உட்பட்டு இல்லை என்றுதான் நாம் அர்த்தம் கொள்ள வேண்டும்.

உண்மை புறவயமானது என்றாலும் அது அவனைச் சார்ந்து இல்லை என்றாலும், அவனுடைய அறிவு எதார்த்தத்துடன் தொடர்பு கொள்ள முடியும். அப்படித்தொடர்பு கொள்ளும்போது அவன் உண்மையை அறிய முடியும்.

மாரி: அய்யா தங்கள் பேச்சு உணர்ச்சிகரமாக இருப்பதாலும், அதை ஒட்டி அவை நீண்டு போவதாலும் இடையில் விளக்கம் கேட்க முடியவில்லை. இருப்பினும் மனிதனின் அறிவு எதார்த்ததுடன் தொடர்பு கொள்ள முடிகிறது என்றாலும் அவற்றை உதாரணங்கள் மூலம் சொன்னால் விளங்கிக்கொள்ள முடியும்.

பே.அ: தங்கள் தலையீடு வரவேற்கத்தக்கது. மேற்கோள்காட்டி விளக்குகிறேன்.

வானத்து நட்சத்திரங்கள் பூக்கள் போல மிகச் சிறியதாகத் தெரிகின்றன. கண்சிமிட்டுகின்றன. ஆனால் மனிதன் தன் அறிவைப் பயன்படுத்தி அறிகின்றபோதுதான், ஒவ்வொரு கட்டத்திலும் சூரியனை விடப் பல மடங்கு பெரிதாக அவை உள்ளன. கொழுந்து விட்டு எரிந்து கொண்டிருக்கின்றன. அவை ராட்சச சூரியன்கள் என்றும் சொல்லலாம். இந்த உண்மை மனிதனின் மனதுக்கு வெளியே உள்ளது. புறவயமாக உள்ளது. அவன் தனக்குள்ள சாதனங்களைப் பயன்படுத்தி, ஆய்வின் மூலம் அறிவின் மூலம் அந்த உண்மையைத் தெரிந்து கொள்கிறான். இது பற்றி லெனின் சொல்லுகிறபோது,

'எந்த மனித எண்ணங்களின் உள்ளடக்கம், பொருளையோ, ஒரு மனிதனையோ, மனிதகுலம் அனைத்தையுமே சார்ந்ததில்லையோ அது புறவயமான உண்மை' என்கிறார்.

பாலா: உண்மை புறவயமாக இருப்பதால் அதுவும் இயற்கைதான் என யூகிக்கலாம் அல்லவா?

பே.அ: அப்படி சிலர் நினைக்க முடியும். ஆனால் அது உண்மையல்ல, அது தவறான கருத்தாகும்.

காரணம், இருக்கும் ஒன்று உண்மையாகவோ, அல்லது உண்மையாக இல்லாமல் கூட இருக்கலாம். அது வெறுமனே இருக்கிறது. அவ்வளவுதான். எது இருக்கிறதோ அதைப் பற்றிய மக்களின் அறிவு, ஞானம், தெளிவு, கருத்து, உண்மையாகவோ, பொய்யாகவோ இருக்க முடியுமே தவிர, எதார்த்தமே பொய்யானது அல்ல.

பாலா: இதையும் உதாரணம் மூலம் விளக்குங்களேன்.

பே.அ: நீண்ட தார்ச்சாலை கடுமையான கோடை வெயிலில் காரில் ஒருவர் வேகமாகப் பயணம் செய்கிறார். அவருக்கு முன்னால் தார் ரோடில் அலை அலையாய் தண்ணீர் பெருக்கெடுத்து வருவதாகத் தெரிகிறது. கார் போய்க்கொணடே இருக்கிறது. காணும் அந்தத் தண்ணீர் அதற்கு ஏற்றாற்போல் தள்ளிக்கொண்டே போகிறது. கார் தண்ணீரில் மூழ்கவில்லை. இது ஏன்? காணும் அந்த நீர், நீரல்ல, கானல் நீர் என்று புரிகிறது ஆக ஒன்று இருக்கிறது. அது தண்ணீர்போல காட்சி அளிக்கிறது. ஆனால் உண்மையில் அது கானல் நீர்! அனுபவத்தின் மூலம், ஆய்வின் மூலம் அதைத் தெரிந்து கொள்ளுகிறோம். அது கானல் நீர் என்ற உண்மையை அறிவு தெளிவுபடுத்துகிறது.

உண்மை மனிதனைச் சார்ந்ததா?

இங்கே ஒரு கேள்வி எழலாம். மனிதனின் அறிவுதான் உண்மையாகவோ பொய்யாகவோ இருக்கும் என்றால் அந்த உண்மை என்பது மனிதனைச் சார்ந்துதானே இருக்கிறது என்று கேட்கலாம். இல்லை. இல்லவே இல்லை. மனிதன்தான் அது உண்மையா, இல்லையா எனத் தெரிந்து கொள்ள முயற்சிக்கிறான். ஆகவே அதன் உள்ளடக்கம் அவனைச் சார்ந்தது அல்ல, மனிதனுக்கு வெளியே உலகத்திலிருந்து பெறப்படுவதுதான் உண்மை.

ஆகவே, மனிதன் புற உலகத்திலிருந்து பெறப்படுகிற உண்மையை உறுதி செய்வது அவனுடைய சொந்த விருப்பமோ, ஆசையோ அல்ல. மாறாக அவனுடைய அறிவு புறவய எதார்த்தத்துடன் கொண்டுள்ள உடன்பாடே உண்மையை உறுதி செய்கிறது. **ஆகவே தன் மாமேதை லெனின் 'உண்மை என்பது மனிதனைச் சார்ந்தது அல்ல'-என்றார்.** உண்மை சுதந்திரமாக வெளியே இருக்கிறது. அது மனிதனுடைய எதேச்சையான நடவடிக்கையைச் சார்ந்தது அல்ல. புற - உலகில் எது உள்ளதோ, அதன்படி அதைப் பிரதிபலிக்கிறான். அதன் பொருள் அதைக் குருட்டுத்தனமாய் பிரதிபலிக்கவில்லை.

ஆய்வின் அடிப்படையில், அனுபவத்தின் அடிப்படையில், உள்ளதைத் தெரிந்து, உண்மையைப் பிரதிபலிக்கிறான்.

செல்வா: அய்யா, இதை உதாரணம் மூலம் விளக்குங்களேன்.

பே.அ: திடீரென மின்னல் பளிச்சிடுகிறது. அப்போது வேகமாக ஓடும் ரயில் சக்கரத்தின் மீது அந்த மின்னல் ஒளி பளிச்சிடுவதை மனிதன் பார்க்கிறான். என்ன ஆச்சரியம், ஓடும் ரயிலின் சக்கரம் மின்னலால் பளிச்சிடுகின்றபோது ஓடாமல் நிற்பதுபோல் ஒரு கணம் தெரிகிறது. இது ஏன்? அந்த ஒரு கணம் சக்கரம் ஓடவில்லை என்ற முடிவுக்கு வர முடியுமா? ரயிலும் ஓடிக்கொண்டுதான் இருக்கிறது. சக்கரமும் ஓடிக்கொண்டுதான் இருக்கிறது. அதுதான் உண்மை. ஆனால் ஏன் அந்தச் சக்கரம் ஒரு கணம் மின்னலின் வெளிச்சம் விழுந்தவுடன் நிற்பதுபோல் தெரிகிறது.

இதற்குக் காரணம் மின்னல் பளிச்சிடும் நேரம், மிகக் குறுகியதும், புறக்கணித்துவிடக் கூடியதுமாகும். மின்னல் கணப்பொழுதில் நிகழ்வது. எனவே, நேரத்தைக் கணக்கிடுவதற்கான நமது வழக்கமான முறைகள் இதற்குப் பயன்படாது. ஒரு மின்னலின் ஒளி வினாடியில் ஆயிரத்தில் ஒரு சிறுபங்குவரை நீடிப்பதாக விஞ் ஞானிகள் கண்டுள்ளனர். இவ்வளவு குறுகிய நேரத்தில் எதுவுமே கவனத்தைத் தக்க வைத்துக் கொள்ளுமளவிற்கு நகர்வதில்லை. ஆகவே வினாடியில் ஆயிரத்தில் ஒரு சில பங்குகளுக்கும் குறைவான நேரத்தில் நிகழ்வதை நாம் பார்க்கிறோம். இந்த இடை நேரத்தில் ஒரு வண்டியின் சக்கரம் மில்லி மீட்டரில் ஒரு சிறு அளவிற்கே நகர்கிறது. இதை நம் கண் கண்டுகொள்ளவே முடியாது. மேலும் விழித்திரையின் மீது விழும் பிம்பம் (ஓடாமல் தோன்றும் சக்கரம்) மின்னலைவிட அதிக நேரம் நீடித்திருப்பதால் இந்தத் தோற்றம் இன்னும் வலுப்பெறுகிறது.

இங்கே மனிதன் கண்மூடித்தனமாக சக்கரம் ஒரு கணம் நிச்சயமாக ஓடவில்லை என்ற முடிவுக்கு வந்துவிட முடியாது. அவன் எதைப் பார்த்தானோ அதை அப்படியே பிரதிபலிக்க முடியாது. அது தவறாக முடிந்து விடும். ஆகவே புற உலகில் உள்ளதை ஆய்வின் மூலம் பிரதிபலிக்கிறான். இப்படி ஒவ்வொன்றிலும், உண்மையைப் பிரதிபலிப்பதால்தான், மனித வாழ்வு வெற்றி அடைகிறது. பலன் அளிக்கிறது. அன்றாட வாழ்விலும், நடைமுறை செயல்களிலும் எதார்த்தத்துக்கு உடன்பாடாக உள்ள முடிவுகளின் அடிப்படையில் அவன் செயல்பட வேண்டிய கட்டாயத்துக்கு ஆளாகிறான். பொருள்முதல்வாதிகள் இப்படித்தான் உண்மையைப் பிரதிபலிக்கிறார்கள்.

மாரி: உண்மைக்கு உரைகல் எது? விளக்க சொல்லவும்

பே.அ. நாம் சொல்லும் ஒரு கருத்து பயன் உள்ளதாக இருந்தால், அந்தக் கருத்தே மற்றவர்களுக்கும் சாதகமாக இருந்தால், அதை உண்மை என்று கூறிவிட முடியுமா?

உதாரணமாக ஒரு மனிதன் இவ்வுலகில் எவ்வளவு துன்பப்பட்டாலும் சகித்துக்கொள்ள வேண்டும், இப்பிறவியில் அவன்துன்பம் மறு பிறவியில் அவனுக்குப் பயனைக்கொடுக்கும், அவன் ஆண்டவன் மீது பாரத்தைப் போட்டுவிட்டு பணியாற்றுவதே சாலச் சிறந்தது என்றால் அதை மற்றவர்களும் நம்புகிறார்கள் என்று வைத்துக்கொள்வோம்.

இந்தக் கருத்து மக்களை ஏமாற்ற, சுரண்ட பயனளிக்கிறது. ஆகவே சுரண்டல் கும்பலுக்கு பலன் கொடுக்கிற காரணத்தாலேயே அது உண்மையாகி விடுமா?

கணிதம் இயற்பியல் ஆகியவற்றின் வரையறைகள் நமது நோக்கங்களைப் பூர்த்தி செய்கின்றன. அதே போல் நாம் சொல்லும் தத்துவம் நம் நோக்கங்களைப் பூர்த்தி செய்கிறது. எனவே அதுவும் உண்மைதானே என்று வேறு வகையிலும் கேட்கலாம்.

கணிதமும், இயற்பியலும் நிச்சயமாகப் பயன்அளிக்கின்றன. அதனாலேயே அவை உண்மையாகி விடாது. மாறாக அவை மெய்யான உலகை மெய்யானபடி பிரதிபலிக்கின்றன. அதே போல் நாம் சொல்லும் தத்துவம், நமக்கும் நம் கூட்டத்திற்கும் பயன் அளிக்கலாம். ஆனால் அது மெய்யான உலகை மெய்யானபடி பிரதிபலிக்கவில்லை. ஆகவே நாம் சொல்லும் தத்துவம் எண்வயமானதே, தன்வயமானதே.

மற்றொரு வகையிலும் வாதம் வைக்கலாம். பெரும்பாலான மக்கள் ஏற்றுக்கொள்ளக்கூடியதுதானே உண்மையாக இருக்க முடியும் என்று கூட கேள்வி தொடுக்கலாம். பலரும் ஏற்பதனாலேயே அது உண்மையாகி விடாது. பலரும் கூட தவறு செய்யலாம். ஒரு சிலர் சொல்லுகிற தவறை பலர் சேர்ந்து சொல்லுகிறார்கள். அவ்வளவுதான். அனைவரும் அங்கீகாரம் கொடுத்துவிட்டதாலேயே அந்த அங்கீகாரம்உண்மையின் உரைகல்லாக ஆகிவிட முடியாது.

மாரி: சமூக நடைமுறையே உண்மையின் உரைகல் என்று சொல்லலாமா?

பே.அ. ஆம் சொல்லலாம். மேல் உலகம், கீழ் உலகம், நரகம், சொர்க்கம் என்பதையெல்லாம் பெரும்பாலான மக்கள்

நம்புகிறார்கள், ஏற்கிறார்கள், அங்கீரிக்கிறார்கள். ஆகவே அவை உண்மையாகி விடுமா? இதில் துளிகூட உண்மை இல்லை.

சுரண்டும் வர்க்கத்துக்கும் ஆளும் வர்க்கத்துக்கும் அதற்குத் துணைபோகும் மதக் கோட்பாடுகளுக்கும் இவை உண்மையாக இருக்கலாம். உண்மை என்று ஏமாற்றப்படலாம். ஆனால் பொருள் முதல் வாதிகளுக்கு இதில் துளி கூட உண்மை இல்லை. இது ஒரு ஏமாற்று வேலையே என்கிறார்கள். ஆகவே உண்மை என்பது வர்க்க சார்புடையதுதானா? ஆம் என்றுதான் பதில் சொல்லவேண்டும்.

சுரண்டும் கூட்டத்துக்கு உண்மை என்பது சுரண்டப்படும் கூட்டத்துக்கு பொய்ஆகிவிடும் என்ற கூற்று உண்மையானதே.

அப்படியானால் உண்மை என்பதை எதன் மீது சோதித்துப் பார்ப்பது? உரைத்துப் பார்ப்பது, அசல் உண்மை? எது என்று அறிவது? யாருடைய சொந்த விருப்பத்துக்கும் ஆட்படாமல் தனித்து நிற்கும், புறவயமான தன்மைக்கொண்ட உண்மையை அறிவது எப்படி?

சமூக நடைமுறைதான் இந்த உரைகல்

நமக்கு ஒன்று தோன்றலாம். நாம் ஒன்றைப் புரிந்து கொண்டிருக்கலாம். ஆனால் சரியானதுதானா? உண்மையானதுதானா? என்பதை அறிய நடைமுறைதான் நமக்கு உதவி செய்யும். நடைமுறையின் மூலம் சோதித்துப் பார்ப்பதே ஒன்றை உண்மையா அல்லது பொய்மையா என்பதைப் புரிய வைக்க முடியும், நிரூபிக்க முடியும்.

மார்க்சும் இதைத்தானே வலியுறுத்துகிறார்.

'மனிதன் நடைமுறையில்தான் உண்மையின் சக்தியையும் யதார்த்தத்தின் தன்மையையும் நிரூபிக்க முடியும்' - என்றார்.

நடைமுறையில் சோதிப்பது

சாதாரணமாக மக்கள் பேசுகிறபோது காதால் கேட்பதும் பொய், கண்ணால் பார்ப்பதும் பொய், தீர விசாரிப்பதே மெய் என்று சொல்லுவார்கள். மக்கள் இதை சர்வசாதாரணமாக பேசுவார்கள். ஆனால் இந்த வாசகம் தத்துவ விசாரத்தில் மிக ஆழமானது. தீர விசாரிப்பது என்பது தீர ஆராய்வது என்றுபொருள்; நடைமுறையில் சோதித்துப் பார்ப்பது என்று பொருள்.

உதாரணமாக நீரில் உள்ள பொருள் தனது உண்மையான இடத்திற்கு மேலே இருப்பதாகத் தெரிகிறது. குளத்தில், அல்லது ஆற்றில் அதன் அடி மட்டம் சற்று உயர்ந்துள்ளது.

சோதித்தால்தான் அதன் ஆழம் தெரியும். குளத்தின் அடிமட்டம் நமக்குத் தோன்றுவதுபோல் அருகே இல்லை. 'ஆழம் தெரியாமல் காலை விடாதே' - என்று சரியாகத்தான் சொல்லுகிறார்கள். 'ஆழத்தை நடைமுறையில் சோதித்துப்பார், காலை விடு, அல்லது கோலைவிடு, ஆழத்தைப் புரிந்து கொள்' இந்த நடைமுறை சோதனைதான் உண்மையை விளக்கும் வழிகாட்டி; ஆசான்.

ஏன் குளத்தின் அடி மட்டம் அருகே இருப்பதாகத் தோன்றுகிறது? ஒளி விலகல் காரணமாகவே. இதில் உள்ள எந்தப்பொருளும் தன் உண்மையான இடத்திற்கு மேலே இருப்பதாகத் தெரிகிறது.

செல்வா: இந்த ஒளி விலகலை மேலும் சற்று விளக்குங்களேன்.

பே.அ: ஒரு கண்ணாடி குவளையில் முக்கால்அளவு நீர் இருக்கிறது. அந்தக் குவளையில் உள்ள நீரில் ஒரு நீண்ட கரண்டி இருக்கிறது. இப்போது அந்தக் குவளையில் உள்ள கரண்டி நேராகத் தோன்றாமல் சற்று வளைந்திருப்பதுபோல் தோன்றுகிறது. உண்மையில் கரண்டி வளைந்துள்ளதா? இல்லை. ஒளி விலகல் விதிதான் கண்ணாடி குவளையில் உள்ள கரண்டியின் பிம்பத்தைத் திரித்துக்காட்டுகிறது.

அதாவது நீரில் இருந்து, ஒளிக்கதிர்கள் வெளியே காற்றுக்குச் செல்லும்போது அவை திசைத்திரும்பி செல்வதால், கரண்டி வளைந்துள்ளதுபோல் இடமாறித் தோன்றுகிறது.

இந்த உண்மையை நாம் எப்படித் தெரிந்து கொள்கிறோம். நடைமுறை பரிசோதனை மூலம்தான், ஆய்வின் மூலம்தான் தெரிந்து கொள்ள முடியும்.

மாரி: எப்படிப்பட்ட ஆய்வுமுறையின் மூலம் தெரிந்து கொள்வது? உதாரணங்களுடன் விளக்குங்கள்.

பே.அ: உலகத்தில் ஒரு கோடியிலிருந்து இன்னொரு கோடிக்கு ஒரு குறிப்பிட்ட இடத்தில், ஒரு குறிப்பிட்ட நேரத்தில் விமானம் மூலம் செல்ல முடியும் எனக் கணக்குப்போட்டு அதே இடத்திற்கு அதே நேரத்தில் செல்ல முடிகிறதல்லவா?

ஓர் ஏவுகணையை இந்த இடத்தில் இந்த நேரத்தில் ஏவி தாக்க வேண்டுமென்றால் சரியாகத் தாக்க முடிகிறதல்லவா? பல நூறு கிலோ மீட்டர் பல ஆயிரம் கிலோ மீட்டர் தூரம் இருந்தாலும் இது சாத்தியமாகத்தானே இருக்கிறது. ஆய்வுக் கூடத்தில்தானே இந்த முடிவு - கணிப்பு முதலில் எடுக்கப்படுகிறது. பிறகு இந்த

முடிவு நடைமுறையாகிறது. அது துல்லியமான விளைவுகளைக் கொடுத்தால் முடிவு உண்மை என்று நிரூபிக்கப்படுகிறது. நடைமுறை உண்மையை உறுதி செய்கிறது.

ஆக நடைமுறையே எல்லா உண்மைகளுக்கும் உரை கல்லாகும். நாம் நினைக்கும் எல்லாம் நடைமுறைக்கு உகந்ததாக வர முடியாது. நாம் என்ன விரும்புகிறோமோ, கற்பனை செய்கிறோமோ, அவையெல்லாம் நடைமுறைக்கு ஒத்துவராது. நாம் நினைப்பதும், விரும்புவதும், சரியானதுதானா என்றால் அது நடைமுறையில் உறுதி செய்யப்பட வேண்டும். இதன் பொருள் நடைமுறைக்குக் கொண்டுவரக் கூடியதே, யதார்த்தத்திற்கு உகந்ததே உண்மையாக இருக்க முடியும்.

செல்வா: உண்மையும் புறவயமானதா?

பே.அ.: நம் விருப்பமெல்லாம் நம் கற்பனை எல்லாம் உண்மையாகி விட முடியாது என்றால், நடைமுறையில் கொண்டுவரக் கூடியதே, உண்மை என்றால், உண்மை புறவயமானது என்பதாகும். அனுபவத்திலும் நடைமுறையிலும் நன்கு சோதிக்கப்பட்டதும், சுற்றுப்புற பருப்பொருள் எதார்த்தத்தை சரியானபடி பிரதிபலிக்கக்கூடியதுமான மனித அறிவே புறவய உண்மை என்பது. இதை மேலும் எப்படி தெளிவான முறையில் புரிந்த கொள்வது என்று பார்ப்போம்.

தண்ணீர் கொதிநிலையில் நீராவியாக மாறுவதை நாம் பார்த்திருக்கோம். இதன் பொருள் என்ன? நம் கண்ணால் பார்க்கும் நீராவி, நம் மூளையில் பிரதிபலிக்கிறது. இது முதல்கட்டம் பொருளின் பிரதிபலிப்பே மனித சிந்தனை என்ற தத்துவத்தின்படி நாம் பார்க்கிறோம், நீராவி நம் சிந்தனையில் பிரதிபலிக்கிறது. இது உண்மை. இதைப் புலன் அறிவு என்று சொல்லுகிறோம். கண்ணில்பட்டது நீராவியாக சிந்தனையில்படுகிறது.

இதற்கு அடுத்த கட்டம் என்ன? ஏன் தண்ணீர் கொதிக்கிறது? ஒரு கட்டத்தில் அது ஏன் ஆவியாகிப் போகிறது? சூடு எத்தனை டிகிரி ஏற்றபோது தண்ணீர் நீராவியாக மாறுகிறது? இப்படி பல கேள்விகளுக்கு மனிதன் பதில் கண்டாக வேண்டும்.

தண்ணீர் சூடாகும்போது, அதன் மூலக்கூறுகளின் இயக்க கதியின் வேகம் அதிகரிக்கிறது. அப்போது மூலக் கூறுகளுக்கிடையே ஈர்ப்பு சக்தி பலவீனமடைகிறது. கொதி நிலையில் மூலக் கூறுகளை இணைத்து வைத்துக்கொள்ள முடியாத அளவிற்கு இந்தச் சக்தி பலவீனமடைகிறது. அப்போது தண்ணீர் கொதிக்கிறது. இரண்டு

எதிர்நிலையான போக்குகளுக்கு இடையே ஈர்ப்புபோராட்டத்தின் விளைவாக இவை அனைத்தும் நிகழ்கின்றன. மூலக் கூறுகளுக்கு இடையே உள்ஈர்ப்புசக்தி ஒருபுறம், மூலக்கூறுகளை ஒன்றிலிருந்து ஒன்றை விலக்கும் எதிர்ப்பு சக்தி மற்றொரு புறம். இவற்றுக்கிடையே உள்ளமுரண்பாடு முடியும் வரையில் இந்தப் போராட்டம் தொடர்ந்து நடைபெறுகிறது. ஒரு பாய்ச்சல் எதிர் நிலைகளின் ஐக்கியத்துக்கு முற்றுப்புள்ளி வைக்கிறது. ஒரு புதிய முரண்பாடு, ஒரு புதிய பண்பு நிலையாக தண்ணீர் நீராவியாக மாறுகிறது.

இப்படி மனிதன் ஆய்வின் மூலம் பரிசோதனையின் மூலம், நடைமுறையின் மூலம் ஏன் தண்ணீர் நீராவியாக மாறுகிறது என்கிற உண்மையைத் தெரிந்து கொள்ளுகிறான். இவையெல்லாம் ஏற்கெனவே உள்ள வெளி உலக புறவய உண்மை. இவற்றை மனிதன் சரியானபடி தெரிந்து கொள்கிறபோது அவன் அறிவு துல்லியமாகிறது. அவன் பருப்பொருள் எதார்த்தத்தை சரியான பிரதிபலிக்கிறான். இது மனிதன் தெரிந்து கொள்கிற இரண்டாவது கட்ட உண்மையாகும்.

இந்த இரண்டாவது கட்டத்தில் தண்ணீரின் ஒட்டுமொத்த உண்மையையும் அதன் உள் உறவுகளைப் புரிந்து கொள்கிறான். புறவய உண்மையைப் பிரதிபலிக்கிறான். கண்ணில்படும் நீராவி அதாவது புலன் அறிவிலிருந்து (முதல்கட்டம்) நீரைப்பற்றிய ஒட்டுமொத்த கருத்தை உருவாக்கிக்கொள்ளும். இரண்டாவது கட்டம் என்பது தண்ணீரைப்பற்றி அறியும்உண்மை;அது அளவில் மட்டுமல்ல தன்மையிலும் வேறுபட்டது. இது பகுத்தறிவு என்பதாகும். லெனின் இதை மிகத் தெளிவாகவே சொன்னார்:

செல்வா: நடைமுறைக்கு ஏன் இவ்வளவு முக்கியத்துவம் கொடுக்க வேண்டும்?

பே.அ.:'மனித மூளையில் இயற்கை பிரதிபலிக்கிறது. இந்தப் பிரதிபலிப்பின் சரியான தன்மையைச் சோதித்தும், அவற்றை நடைமுறையிலும் தொழில்நுட்ப முறையிலும் பிரயோகிப்பதன் மூலமும் மனிதன் புறவய உண்மையை அடைகிறான்'.

நடைமுறைக்கு ஏன் இவ்வளவு முக்கியம்

பொருள்முதல்வாதிகள் நடைமுறைக்கு ஏன் இவ்வளவு முக்கியத்துவம் கொடுக்கிறார்கள்? காரணம் இதுதான்! மனித வாழ்விலும் மிக உறுதுணையாக இருக்கிறது. உற்பத்தியில் ஈடுபடுகிறபோதும், விஞ்ஞான களத்தில் இறங்குகிறபோதும், அரசியல் நடவடிக்கையில் செயல்படுகிறபோதும் மனிதனுக்கு

அவற்றைப் பற்றி, சரியான மதிப்பீடு செய்ய அவற்றின் நடைமுறை என்னும் உரைகல்லே வழிகாட்டியாக இருக்கிறது.

இதை மறுத்து செயல்பட்டால் அதாவது எதார்த்த உண்மைகளுடன் ஒத்துப்போகமறுத்தால் நாம் வாழ்க்கையில் தோல்வியைத்தான் சந்திப்போம்.

உற்பத்தியில் ஈடுபடும் மனிதன் இயற்கையைத் தனக்கு சாதகமாக மாற்ற முயலுகிறான். இந்த நடவடிக்கைகளின் மொத்த விளைவே நடைமுறை. முழுவரலாற்று அனுபவமும். தொழில் வளர்ச்சியின் முழு வரலாற்று, அனுபவமும், அவன் நடைமுறையில் இருந்து கற்ற உண்மைகளையே பிரதிபலிக்கிறான்.

பாலா: அய்யா, இவை சமூக மாற்றத்திற்குப் பயன்படுமா? இந்த முரண்பாடான சமூகத்தை சரி செய்ய இந்த நடைமுறை அனுபவம் செயல்படுமா?

பே.அ: மாணவத் தோழர்களே! சமூக மாற்றத்தை உருவாக்க நடைபெறும் சமூக, அரசியல் நடவடிக்கைகளின் மொத்த விளைவே நடைமுறை. இவ்வளவையும் நாம் ஏன் விவாதிக்கிறோம். அத்தனையும் சமூக மாற்றத்துக்கு இவற்றை எப்படி பயன்படுத்துவது என்பதற்காகத்தான்!

சமூகப் புரட்சியின் அனுபவம் வர்க்கப்போராட்டத்தின் அனுபவம், சோஷலிச சமூகத்தைக் கட்டும் பணிகளின் அனுபவம் என எதுவானாலும் மனிதன் நடைமுறையில் கற்ற உண்மைகளைத்தான் பிரதிபலிக்கிறான்.

வேறு வார்த்தையில் சொல்லப்போனால் மனிதன் பருப்பொருள் எதார்த்தத்தை தனக்குச் சாதகமாக மாற்றும் குறிக்கோளுடன் ஈடுபடும் செயலே நடைமுறை என்பது.

உண்மைகளை முழுமையாக அறிய முடியுமா?

செல்வா: நடைமுறை மூலமாக உண்மைகளை கற்க முடியும் என்கிறபோது, முழுமையாகவும், நிபந்தனையற்றும் உடனடியாகவும் நாம் உண்மையை அறிய முடியுமா?

பே.அ: மனிதனின் வாழ்நாள் மிகக் குறுகியது. எத்தனையோ, ரகசியங்கள் விஞ்ஞானங்கள் மூலம் கண்டுபிடிக்கப்பட்டுள்ளன. ஆயினும் இன்னமும் பலப்பல பிரச்சினைகளை கண்டுபிடிக்க வேண்டியுள்ளது. ஒரு விஞ்ஞான உண்மையே முழுமையாக ஒரே நேரத்தில் கண்டுபிடிப்பது அவ்வளவு எளிதல்ல. படிப்படியாகத்தான் கண்டபிடிக்க இயலும். தெரிந்து கொள்ளுதல் அறிந்து கொள்ளுதல் என்னும் செயல்பாட்டுக்கு எல்லை இல்லை.

விஞ்ஞானம் முழுமையும் கூட அதைப்பூர்த்தி செய்ய முடியாது

பாலா: உண்மை சார்பு நிலை உடையதா?

பே.ரா: உதாரணமாக வானவியலை மட்டும் முழுமையாக தெரிந்து கொள்ள வேண்டும் என்றால் எத்தனை ஆண்டுகள் தேவைப்படும்? எத்தனை தலைமுறைகள் தேவைப்படும்? அப்போதும் வானவியலை தெரிந்து கொள்ளும், முழுமையில் வெற்றி அடைய இயலுமா என்றால் நிச்சயமாக முடியாது.

சக்தி வாய்ந்த தொலை நோக்கிகளைக் கொண்டு வானத்தைப் பார்க்கிறபோது ஒளி வெள்ளம், பால்வெளிபோல் பளிச்சென்று காட்சியளிக்கிறதாம். அந்த ஒரு பால்வெளியில் பத்தாயிரம் கோடி நட்சத்திரங்கள் பளிச்சிடுகிறதாம். அப்படி பத்தாயிரம் கோடி பால்வெளிகள் உள்ளனவாம். அந்தப் பத்தாயிரம் கோடி பால்வெளிகளில் பல பத்தாயிரம் கோடி நட்சத்திரங்கள் மின்னுகின்றனவாம். இவைகளையெல்லாம் மனிதன் முழுமையாக ஒரு சேர அறிவது எப்போது? மலைப்பாக உள்ளது. அறிதல் என்பது ஒரு தொடர்கதைதான்.

உலகத்தைப் பற்றி மனித சிந்தனை என்பது நம்மோடு முடிவதா? நமக்கு முன்னால் வாழ்ந்த பலகோடி மக்களின் சிந்தனையின் தொடர்ச்சிதானே இவை. இப்போதும் மக்களின் சிந்தனை நம்மோடு இருக்கும் கோடானுகோடி மக்களின் சிந்தனைதானே! இது நமக்குப்பின்னால் வரப்போகும் மக்களின் தொடர் நடவடிக்கையாகத்தானே தொடரும். இப்படி, மனித சிந்தனை பல கோடி மக்களைத் தொடர்ந்து வளர்த்தாலும் இயற்கையை ஒரேயடியாக அறிய முடியாதல்லவா?

அதிகபட்சம் என்ன நடக்கிறது? இன்றைய சமூகத்தின் முன்னால் உள்ள வாய்ப்புகளை வழிமுறைகளைப் பயன்படுத்தி, அவற்றைத் துணையாக வைத்துக்கொண்டு இயற்கையைப் பற்றி மேலும் சிந்திக்கிறான், அறிகிறான். அதாவது அன்றாட விஞ்ஞான வளர்ச்சி, தொழில்நுட்ப வளர்ச்சி, சமூக வளர்ச்சி, இவற்றின் வரம்புக்குள் நின்று கொண்டுதான் ஒவ்வொரு தனி மனிதனும் சிந்திக்க முடிகிறது. அப்படித்தான் சிந்திக்கவும் முடியும்.

ஸ்டெதாஸ்கோப் (துடிப்பறி கருவி) இல்லாத காலம் ஒன்று இருந்தல்லவா? தெர்மா மீட்டர் கூட இல்லாத காலம் ஒன்று இருந்ததல்லவா? அப்போது அவர்களின் ஞானம், அறிவு அந்த எல்லைக்கு உட்பட்டுத்தானே இருந்திருக்க முடியும்?

ஆனால் இன்று நாம் கம்யூட்டர் காலத்தில் வாழ்ந்து கொண்டிருக்கிறோம். செயற்கைகோள்கள் மூலம் விண்வெளியில்

பயணித்துக்கொண்டிருக்கிறோம். நிலவில் பாதம் பதித்து விட்டோம். மனிதனின் அறிவு, மகத்தான அளவில் வளர்ந்து விட்டது. ஆனாலும் இது முடிந்துவிட்ட அறிவல்ல. இன்னும் இது தலைமுறை தலைமுறையாக வளர வேண்டிய அறிவு, நடக்க வேண்டிய அறிவு, தொடர்ந்து நடக்க வேண்டிய நடைமுறை அனுபவம்.

செல்வா: மனித அளவுக்கு எல்லை உண்டா?

பே.அ. மனிதனின் அறிவு இனியும் வளர்ச்சியடைய வேண்டிய அறிவு. மனித அறிவு இறுதியான முடிவுக்கு வந்துவிட்டது என்று யாராவது வாதாடினால், அவர் அறிவிலி என்று அர்த்தம்.

மனிதன் அறிந்த உண்மை என்பது சார்பு நிலை உடையதே இதைத்தான் லெனின் மிக எளிமையாகப் பின் வருமாறு விளக்குகிறார்.

'ஒவ்வொரு விஞ்ஞான உண்மையும், சார்பும் வரம்பும், உடையதே. அது வளர வளர அதற்கு ஏற்றாற்போல் குறுகவோ, விரிவடையவோ செய்கிறது.

வரலாற்று வரம்பு:

சமூகம் எவ்வளவு வளர்ந்துள்ளதோ, அந்த அளவுக்குத்தான் மனித அறிவும் வளரமுடியும். முந்தைய சமூகத்தில் வளர்ந்துள்ள அறிவு அதையடுத்து இன்றைய சமூக சூழலில் வளரும் அறிவு - இந்த எல்லைகளுக்கு உட்பட்டுதான் உண்மைகளை அறிய முடியும். ஆகவே ஒவ்வொரு உண்மையும், வரலாற்று வரம்புக்குள் நிற்கிறது. ஒவ்வொரு தத்துவமும் வரலாற்று வரம்பை மீறிப் போக முடியாது.

கார்ல் மார்க்ஸ் விஞ்ஞான சோஷலிசத்துக்கு வழி வகுத்தார் என்பது கூட எதைப்பொறுத்தது? அவரே அவர் பிறந்த காலத்திற்கு முன்னால் அதாவது ஒரு நூறு ஆண்டுகளுக்கு முன்னால் பிறந்திருந்தால் விஞ்ஞான சோஷலிசத்துக்கு வழிகாட்டியிருக்க முடியாது. அதற்கான வரலாற்று சூழ்நிலை அப்போது இருந்திருக்க வழியே இல்லை.

மார்க்ஸ் வாழ்ந்த காலத்திற்கு முன்னால் பல அறிஞர்கள் சோஷலிச கருத்தை விளக்கி இருந்தார்கள். ஆனால் அவை வெறும் விருப்பத்தின் அடிப்படையில் உருவாக்கப்பட்ட கற்பனையான வழிகாட்டுதலாக இருந்தது. அவைகளையெல்லாம் ஆய்ந்து பார்த்தபோதுதான் கார்ல் மார்க்சுக்கு விஞ்ஞான சோஷலிசத்தை உருவாக்க வாய்ப்பு ஏற்பட்டது.

ஆகவே ஒவ்வொரு வரலாற்றுக் காலக் கட்டத்திலும், மக்கள் அறிவு என்பது சார்பு அறிவே. அவன் அறிவதும் சார்பு நிலை உண்மையையே.

சார்புநிலை உண்மை என்பது சரியான எதார்த்தத்துக்கு ஒத்து வருவது; ஆனால் முழுமையடையாதது. விஞ்ஞானம் வளர்கிறபோது; நடைமுறை வளர்கிறபோது அது மேலும் வளர்கிறது. துல்லியமாகிறது. இப்படிப்பட்ட கூற்றுதான் சார்புநிலை எனப்படுவது.

மாரி: இப்படிக் கூறும்போது, முழு முதன்மையான உண்மை என்று ஒன்று இல்லையா? இறுதியான உண்மை என்ற ஒன்று இல்லையா? பூரணமான உண்மை என்று எதையும் சொல்ல முடியாதா?

சார்பு நிலை உண்மைகள்!

பே.அ: சிலர் இந்தக் கேள்விகளுக்கு பதில் சொல்கிறபோது முழு முதன்மையான உண்மை என்பது ஒன்றும் கிடையாது. சார்புநிலை உண்மைதான் உண்டு. எல்லாம் மாறிக்கொண்டிருக்கும்போது அந்த உண்மையும் மாறக்கூடியதாகத்தான் இருக்க முடியும் என்கிறார்கள். இவர்கள் கூற்றுப்படி எல்லா உண்மைகளும் சார்புநிலை உண்மைகள்தான். இவர்களை நாம் சார்புநிலைவாதிகள் என்று சொல்லுவதைத் தவிர வேறு வழியில்லை.

மற்றொரு வகையினரும் இருக்கிறார்கள். அவர்கள் சொல்வது என்ன? ஒரு காலத்தில் உண்மை என்று இருந்தது மற்றொரு காலத்தில் காலம் கடந்தவையாக, மாறிவிடுவதோ, மேலும் ஆய்வு செய்து துல்லியமாக ஆக்கப்படவேண்டியதோ, ‘உண்மை’ ஆகாது. உண்மை என்றால் அது காலம் கடந்தவையாக இருக்க முடியாது. அது நிரந்தரமானதாகத்தான் இருக்க முடியும். அதுவே பூரமணமானது, இறுதியானது, என்றும் மாறாதது என வாதிடுகிறார்கள். இவர்களை வறட்டு சித்தாந்தவாதிகள் என்று சொல்வதைத் தவிர வேறு வழியில்லை. இவர்கள் முழுமுதல் உண்மை என்பதை ‘நிரந்தர உண்மை’ என்ற அர்த்தத்தில் குறைத்துவிடுகிறார்கள்.

இரண்டும் இரண்டும் நான்கு என்பதும், சந்திரன், பூமியைவிட சிறியது என்பதும், சென்னை நகரம் தமிழ்நாட்டில்தான் இருக்கிறது என்பதும், நிரந்தரமான, உறுதியான முழுமுதல் உண்மை தானே?.

அப்படிப்பட்ட உண்மைகள் இருக்கும்போது இதை வறட்டு தத்துவம் என்று சொல்வதில் என்ன பொருள் இருக்க முடியும் என்று கூட மாணவத் தோழர்களாகிய நீங்கள் கேட்கலாம்

ஆமாம், அப்படிப்பட்ட உண்மைகள் இருக்கத்தான் செய்கின்றன. கணிதத்தில், வான்வெளியில் அப்படிப்பட்ட உண்மைகளைக் காணலாம். நான்கும் நான்கும் எட்டுதான். இது நிரந்தர உண்மைதான். எனினும் விஞ்ஞானத்தில் எல்லா வரையறைகளும் நிரந்தரமானவை அல்ல.

வேதியியலில், இயற்பியலில், வானவியலில் பல அனுமானங்கள் விஞ்ஞான வளர்ச்சியின் விளைவால் மாற்றிக் கொள்ளப்பட்டன, மறுக்கப்பட்டன.

ஆகவே இதுபோன்ற, நிரந்தர உண்மைகள் என்று சொல்லும்போது அவை அற்பமானவை. உண்மைகளை கண்டுபிடிக்கும் நடைமுறை செயல்பாடுகளில் இதுபோன்ற உண்மைகளுக்காக நாம் மண்டையை உடைத்துக்கொள்ள வேண்டிய அவசியமில்லை.

காந்தி அக்டோபர் 2 ஆம் தேதி பிறந்தார் என்பது நிரந்தர உண்மைதான். சமூக, அறிவியல் துறையில் இப்படிப்பட்ட நிரந்தர உண்மைகள் பெரிய பங்காற்றுவதில்லை. நமக்கு வேண்டியது எல்லாம் புதுப்புது உண்மைகளே. இவை தொடர்ந்து நடக்கின்றன. வளர்கின்றன.

இவைகளையெல்லாம் எண்ணிப் பார்க்கும் போது மனிதன் இறுதியான அறிவை, முடிவான அறிவை, முதன்மையான உண்மையை, அந்த எல்லையை பிடித்துவிடுவானா? அது முடியாது.

இயற்கை முடிவற்றது, அது வளர்ந்து கொண்டே இருப்பது. மனித அறிவும் இதை ஒட்டி வளர்ந்து கொண்டே இருக்கும். ஆகவே முடிவான முழுமையான உண்மையை அடைந்துவிட முடியும் என்று நினைப்பது மிக மிகத் தவறானது.

முழுமுதல் உண்மை என்பது என்ன?

பாலா:அய்யா, முழுமுதல் உண்மை என்பதே கிடையாதா? முழுமுதல் உண்மை என்கிறீர்களே, அதன் உள்ளடக்கம்தான் என்ன என்று கேட்டால் நாங்கள் எப்படி பதில் சொல்வது?

பே.அ:எல்லாம் நிரந்தரமானது, மாற்றம் ஏதும் இல்லாதது அப்படியே இருப்பது என்று நினைக்கும் கொள்கை உடையவர்கள்தான், "மாறாநிலைவாதம்" (மெட்டாபிசிக்ஸ்) பேசுவோர்தான் அறிவுக்கு எல்லை விதிக்கிறார்கள். "முழுமுதல்

உண்மை" என்பார்கள். முடிந்து போன உண்மை என்பார்கள். இந்த அர்த்தத்தில் பொருள் முதல்வாதிகள், இயங்கியல் பொருள்முதல்வாதிகள் அப்படியில்லை அதாவது முரண்தர்க்க பொருள் முதல்வாதிகள் ஏற்பதில்லை.

ஆனால் முரண்தர்க்க பொருள் முதல்வாதிகள் "முழுமுதல் உண்மை" என்பதை வேறு அர்த்தத்தில் ஏற்கிறார்கள்.

உதாரணமாக "பொருள்கள் அணுக்களால் ஆனது, "உயிரற்ற பொருள்களிலிருந்து உயிர் தோன்றியது'' ''சிந்தனையின் உறுப்பு மூளை" என்பதெல்லாம் முழுமுதல் உண்மைதான். ஆனால் இங்கு பிரச்சினை என்னவென்றால், இவை "நிரந்தர உண்மைகள்'' என்ற அர்த்தத்தில் எடுத்துக்கொள்ளக் கூடாது. இனி இவற்றை மேலும் மேலும் துல்லியமாக ஆக்க வேண்டியதில்லை. குறுக்கவோ, கூட்டவோ அவசியம் இல்லை என்று சொல்லுவதைத்தான் ஏற்கமுடியாது. எதிர்க்காலத்தில் இவை மேலும் துல்லியமாக்கப் படலாம், மேலும் பலப்படுத்தப்படலாம்.

மாரி: அய்யா மேலும் புரியம்படி சொல்லுங்கள், உதாரணங்களுடன் சொல்லுங்கள்.

பே.அ:இது பற்றி புரிந்துகொள்ள ஒரு நல்ல மேற்கோள் காட்டுவோம்.

பொருட்கள் அணுக்களால் ஆனது என்பதை நாம் அறிவோம். அந்த அணுக்களைப் பிரிக்க முடியாது என்ற கருத்து நீண்ட காலமாக இருந்து வந்தது. விஞ்ஞானமும் அதை ஏற்றுக் கொண்டது. ஆனால் இப்போதைய நிலை என்ன?

பொருட்கள் 'அணுக்களால்' ஆனது என்பதோடு அவைகளைப் பிளக்க முடியும் என்ற கண்டுபிடிப்பு, நடைமுறையில் செய்து காட்டப்பட்டுவிட்டது. ஆகவே பொருட்கள் அணுக்களால் ஆனவை என்பதும், ஆனால் பிரிக்க முடியாதவை என்பதும் அறுதியிட்ட கருத்து சார்புநிலை உண்மையாகத்தான் இருந்தது. அதே நேரத்தில் முழுமுதல் உண்மையும் இதில் அடங்கி இருந்தது.

அணுவைப் பற்றிய விஞ்ஞானம் மேலும் வளர்ந்ததில் அசைவில் நேர்மின்னேற்றம் உடைய நியூட்ரான், எதிர் மின்னேற்றத்தை உடைய எலக்ட்ரான் உள்ளன என்பதும் பெரும் சக்தி நியூட்ரானில் அடங்கியுள்ளது என்பதும் தெரிய வந்துள்ளது.

அணு பற்றிய மேலும், மேலும் விவரங்கள் கண்டுபிடிக்கப்பட்டுள்ளன. தனிமங்களில் அடங்கியுள்ள

அணுக்கள், அவைகளின் எண்ணிக்கை, எடை முதலியவை கூட இப்போது கண்டுபிடிக்கப்பட்டுள்ளது. உதாரணமாக அலுமினியம் எனும் தனிமத்தில் உள்ள அணுவின் எடை 26.98 எனக் கணக்கிடப்பட்டுள்ளது. இப்படி வகை வகையான 96 தனிமங்கள் இதுவரை கண்டுபிடிக்கப்பட்டுள்ளன. அவைகளில் உள்ள அணுக்களின் எண்ணிக்கை, எடை முதலியன கூட கண்டுபிடிக்கப் பட்டுள்ளன. அணுபற்றி இவ்வளவு கண்டுபிடிக்கப்பட்டாலும், இத்துறையில் விஞ்ஞானம் எல்லா சாத்தியக் கூறுகளையும், கண்டுபிடித்து விட்டது என்று கூறமுடியாது. அணுபற்றி மேலும் மேலும் ஆராயப்படும்; அணு விஞ்ஞானம் மேலும் மேலும் வளர்ச்சி அடையும்.

அணுவில் புரோட்டான், எலக்ட்ரான், நியூட்ரான் இவைகளின் செயல்பாடுகள் பற்றி அறிந்த அறிஞர்கள், இப்போது நுட்பமாக ஆய்ந்து குவார்டுகளால் அமைந்த ஹேட்ரான்கள், லெப்டான்கள் என்றும் வகுத்தார்கள். அணுவில் அடங்கியுள்ள இது கூடுதல் விவரம் இன்னும் புதியன கண்டுபிடிக்கப்படலாம்.

எனவே உண்மை என்பது, மனித அறிவு என்பது சார்புநில உடையது, ஒவ்வொரு சார்புநிலை உண்மையும், முழு முதல் உண்மையின் பாகமாக உள்ளது என்ற முடிவுக்கு வரவேண்டும்.

சார்புநிலை உண்மைகளால் ஆனதே, முழுமுதல் உண்மை என்பது எல்லையைக் கண்டுவிட்ட உண்மை, இறுதிப்படுத்தப்பட்ட உண்மை என்று எதுவும் கிடையாது. எல்லா விஞ்ஞானமும் சார்புநிலை உடையது. ஆனால் முழுமுதல் உண்மையைக் கண்டறிய அது ஒரு பாகமாக பயன்படுகிறது.

இதுதான் உண்மையைப் பற்றிய இயக்க இயல் பொருள் முதல்வாதத்தின் முடிவாகும். விஞ்ஞான வளர்ச்சியில் எல்லைகள் உண்டு என இயக்க இயல் பொருள்முதல்வாதம் ஏற்கவில்லை. ஆனால் நடைமுறையில் உண்மையை அறியும்போது தவறுகள் வரலாம், விஞ்ஞானக் கூடத்திலும் இப்படிப்பட்ட தவறுகள் வரலாம். சமூகப் புரட்சியிலும் இப்படிப்பட்ட தவறுகள் வரலாம்.

பாலா:அப்படியானால் மார்க்சிய தத்துவம் ஒரு முழுமுதல் உண்மையை அறிந்த தத்துவம் என சொல்ல முடியாதா?

பே.அ:மார்க்சிய தத்துவம் கூட முழுமுதற் உண்மையை, உண்மையின் முழு அறிவைத் தந்துவிட்டதாகச் சொல்ல முடியாது. செயல்பாட்டின் மூலம் உண்மையை அறியும்

வாய்ப்பை மார்க்சியம் மேலும் மேலும் திறந்துவிடுகிறது என்பதை உறுதியோடு சொல்லலாம்.

உண்மை ஸ்தூலமானதே:

ஸ்தூலமான சூழ்நிலையை அறிந்து, அதிலிருந்து ஸ்தூலமான உண்மையை பெறமுயலவேண்டும். இதில் தவறுகள் நடைபெறலாம். ஆனால் அவைகளை சுயவிமர்சனமாக அணுகுவதும், திருத்திக் கொள்வதும்தான் உண்மையைக் கண்டறிய ஒரே வழி.

"உண்மையை முழுமைப்படுத்தல்" என்பது தொடர்ந்து நடைபெற்றுவரும் செயல் என்பதை நாம் கவனத்தில் வைத்தால் தவறுகளைக் களையலாம்.

"ஸ்தூலமான நிலைமையின் ஸ்தூலமான பகுத்தாய்வே" மார்க்சியத்தின் சாராம்சம் என்று லெனின் சொன்னதும் இந்த அடிப்படையில்தான்.

ஒரு குறிப்பிட்ட சூழ்நிலையில் வளர்ச்சிப் போக்கினை, காலத்தினை கணக்கில் எடுத்துக்கொண்டு அதற்கேற்ற செயல்பாட்டினை அமல்படுத்தும்போது கிடைக்கிற உண்மை ஸ்தூலமானதாக இருக்கமுடியும். புதிய சூழ்நிலைகள் உருவாகிற போது அதற்கேற்ற வகையில் பரிசீலனையில் ஈடுபடாமல், பழைய முடிவுகளை, பழைய அணுமுறைகளை செயல்படுத்துகிறபோது உண்மையைக் கண்டறிய வாய்ப்பில்லை. நடைமுறைக்கு ஒத்துவராத முடிவுகளே கிடைக்கும்.

செல்வா:அய்யா ஒரு புரட்சிகர கட்சி, ஒரு இடதுசாரி கட்சி உதாரணமாக இந்திய கம்யூனிஸ்ட் கட்சி (மார்க்சிஸ்ட்) தன் கட்சித் திட்டம் ஒன்றை அதாவது போர் தந்திரத்தை (Strategy) தொலை நோக்கு உத்தியை) 1964ஆம் ஆண்டு தயாரித்து உள்ளது. மீண்டும் அது தற்காலப் (up-date) படுத்தப்பட்டுள்ளது.

அந்தக் கட்சித்திட்டம் (Strategy) அந்த லட்சியம் அடையும் வரை அது நிரந்தரமானது, அதுவரை அது ஒரே மாதிரியானது என்று சொல்லுவது சரியானதுதானே?

பே.அ: அதுவும்கூட நிரந்தரமானதா எக்காலத்துக்கும் ஒரே மாதிரியானதா என்று எப்படி சொல்ல முடியும்! காலச்சூழல் மாறுகிறபோது அதற்கேற்றார் போல் மாறாமல் போனால் அது வறட்டுத் தத்துவமாகிவிடும். இது நடைமுறையில் உண்மையை கண்டுபிடிக்க உதவாது.

பாலா:ஸ்தூலமான சூழ்நிலையில் அதற்கேற்ற நடைமுறையை அமல்படுத்துகிறபோது பலன் கிடைத்தால், வெற்றி கிட்டினால், அதுதான் சரியானது என்றும் உண்மையான நடவடிக்கை

என்றும் நிரூபிக்கப்படுகிறது. ரஷ்யா, சீனா, கியூபா, வியட்நாம் இவை இதைத்தான் சுட்டுகின்றன.

பே.அ:மாணவத் தோழர் பாலா சொன்னது சரியே.

(1) அரசியலில், சமூகப் பிரச்சனையில், பொருளாதாரத்தில், உற்பத்தியில் அங்கெல்லாம் எதார்த்தம் கணக்கிலெடுக்கப்பட்டு அமலாக்கப்பட்டது.

(2) ஸ்தூலமான வரலாறு சரியாக பகுத்தாய்வு செய்யப்பட்டது.

(3) ஆக்கப்பூர்வமான அணுமுறை கையாளப்பட்டது.

(4) வெற்றி கைகூடியது

புறத்தோற்றம் சாராம்சம்

பே.அ:மாணவத் தோழர்களே நாம் இன்று புறத்தோற்றம் பற்றியும், புறத்தே தோன்றுவதற்கும் உள்ளே பொதிந்து கிடப்பதற்கும், உள்அம்சங்கள் பற்றியும் சிந்திக்க வேண்டும் இவையும் பொருள்முதல்வாதத்தின் அடிப்படை அம்சங்களாகும்.

மனிதன் இந்த உலகில் உதித்து, வாழ்ந்து, மறையும் வரை எத்தனையோ பொருட்களை, நிகழ்வுகளைக் காண்கின்றான். இவையெல்லாம் கண்ணுக்குத் தெரிந்த புற அம்சம் கொண்டவை. இவற்றைக் கண்களால் பார்க்க முடியும். உறுப்புகளால் உணரமுடியும். அதாவது புறத்தே, உள்ளவற்றை அவற்றுக்கு இடையே உள்ள தொடர்புகளைக் காண்கிறான்.

சுருக்கமாகச் சொல்லப் போனால் “இது தோற்ற உலகு” “காட்சி உலகு” என்றும் கூறலாம். அவை நமக்கு முன்னால் நேருக்கு நேர் தோன்றுபவை.

நாம் பார்க்கும் பொருளிலோ, நமக்கு முன்னால் நேருக்கு நேர் தோற்றமளிக்கும் காட்சிகளுக்கு அப்பால் மறைந்துள்ள அம்சமும் உண்டு, மறைக்கப்பட்டுள்ள அம்சமும் உண்டு. அவற்றை ஆய்வின் மூலமும், நடைமுறையின் மூலமும்தான் அறிந்துகொள்ள இயலும். பரிசீலனை மூலம் அறியும் இதுத்தான் ‘அக அம்சம்’ அல்லது “உள் அம்சம்” என்று சொல்லப்படுகிறது.

மிகச் சாதாரணமாக மக்கள் பேசுவதுண்டு. “அகத்தின் அழகு முகத்தில் தெரியும்” என்று. அதாவது நம் உள்ளத்திலே உள்ளதை முகம் காட்டிவிடும் என்பார்கள்.

மனிதன் துயர் கொண்டிருந்தாலோ, மகிழ்வு கொண்டிருந்தாலோ அவை அவன் முகத்தில் பிரதிபலிக்கும். எனவேதான் ஆங்கிலத்தில் “Face is the index of the mind” என்று சொல்வார்கள்.

'உள்ளத்திலே ஒளியுண்டாயின் வாக்கினிலே ஒளி உண்டாகும்' என்று பாரதி சொல்வதும் இதற்குப் பொருந்தும்.

பாலா: நீங்கள் சொல்லும் இந்த விவரத்தை விளக்கத்தை, தத்துவார்த்த ரீதியில் எப்படி விளக்குவது?

பே.அ: நம்மைச் சுற்றி எவ்வளவோ நிகழ்ச்சிகள் காணக்கிடைக்கின்றன. இவற்றை நம் பார்வைக்குத் தெரிந்த அளவோடு புரிந்து கொண்டு ஒரு முடிவுக்கு வர இயலுமா?

"மின்னுவதெல்லாம் பொன்னல்ல" என்பதிலும் தத்துவ விசாரணை அடங்கியுள்ளது. உரசிப் பார்த்து, அதற்கென்றுள்ள ரசாயன கலவையில் இட்டுப் பார்த்து பொன்தான் என அறிகிறார்கள்.

அதேபோலத்தான் நம்மைச் சுற்றி நடக்கிற நிகழ்ச்சிகளை, அது தனிப்பட்ட நிகழ்ச்சிகளானாலும் அந்த நிகழ்ச்சிகளின் இன்றியமையாத, நிரந்தர விதிகளையும், அவற்றின் காரண காரியங்களையும், அவற்றின் உள் தொடர்புகளையும், அதாவது அகத் தொடர்புகளையும் அறிவதே நமது பிரதான கடமையாகும்.

சமூகம் வளர்கிறது, மாறுகிறது; ஆனால் இந்த விதிகளை நம்மால் நேராகப் பார்க்க முடியாது. இயற்கையில் எத்தனையோ நிகழ்வுகள் நடைபெறுகின்றன. அவற்றைக் காணுகின்ற நாம், அப்படியே நம்பி விட முடியுமா?

வானவில் கண்ணுக்குத் தெரிகிறது. ஏழு வண்ணங்களில் இவ்வளவு அழகாக யாராவது வானவில்லைத் தீட்டுகிறார்களா? அந்த அற்புத காட்சி எப்படி உருவாகிறது. ஏழு வண்ணங்களும் நம் கண்ணுக்குத் தெரிகின்றனவா? இவற்றை எல்லாம் ஆய்வுகள் நடத்தித்தான் மனிதன் புரிந்துகொள்ள முடியும். இதற்கான காரண, காரியங்களை, விதிகளை நேரடியாகப் பார்க்க இயலாது. அவை தோற்றத்துடன் வெளிப்படுவதில்லை. ஆகவே விதிகளை, காரண, காரியங்களை ஆய்வு நடத்தித்தான் அறிந்துகொள்ள இயலும்.

வேறு வார்த்தையில் சொல்லப் போனால் பல்வேறுபட்ட நிகழ்ச்சிகளையும் ஒரே தன்மையில் முழுமையாக எது இணைக்கிறதோ எது அதனுடைய அடிப்படையான, பிரதான பொருளாக இருக்கிறதோ அதை ஆழ்ந்து ஊடுருவிச் சென்று காண வேண்டும்.

மாரி: ஒரு உதாரணம் கொடுத்து விளக்கவும்.

பே.அ.: ஒரு சிறு உதாரணத்தைப் பார்ப்போம். நாம் ஏற்கெனவே பேசிய உதாரணம்தான். இங்கும் அது பொருத்தமாக இருப்பதால் அதை சொல்ல வேண்டியுள்ளது.

ஒரு வெள்ளைக் காகிதத்தை பந்துபோல் ஆக்கி, பூரணமாக காற்று வெளியேற்றப்பட்ட கண்ணாடி குழாயில் வைத்து, கண்ணாடி குழாயின் இருவாய் புறங்களையும் சீல் வைத்து மூடிவிடவேண்டும். கண்ணாடிக் குழாய்க்குள் ஈரமோ, தூசியோ கூட இல்லை. அந்தக் கண்ணாடிக் குழாயில் உஷ்ணமோ, வெளிச்சமோ படாமல் ஒரு இரும்பு அலமாரியில் வைத்து விடுகிறோம். ஒரு பதினைந்து ஆண்டுகள் கழித்த அந்தக் கண்ணாடிக் குழாயில் வைத்த காகிதப் பந்தை எடுத்தால் அதன் வெள்ளை நிறம் மாறியிருக்கும், காகிதம் பழுப்பு நிறமாக மாறி இருக்கும். காகிதம் கூட மக்கிப் போய் இருக்கும். சற்று வேகமாகப் பிரித்தாலே கிழிகிறது. இது எப்படி ஏற்பட்டது?

அந்தக் காகிதத்தின் மீது வெப்பம் படவில்லை, ஈரம் படவில்லை. வெளிச்சம் படவில்லை, தூசி படவில்லை. ஆனாலும் காகிதம் மக்கி விட்டது. ஏன் இப்படி மாறியது? ஆண்டுகள் பலவானால் ஒரு பொருள் அப்படித்தான் ஆகும் என்று சொல்லிவிடலாம். ஆனால் அதுதான் அடிப்படை காரணமா? எல்லா பொருட்களும் அணுக்களால் ஆனவை அல்லவா? அந்த அணுக்களில் உள்ள எலக்ட்ரான்கள் மணிக்கு கோடிக்கணக்கான மீட்டர் வேகத்தில் புரோட்டானும், நியூட்ரானும் எதிர் சக்தி கொண்ட அணு உட்கருவை சுற்றிக் கொண்டே இருக்கிறது. இந்த இயக்கத்தினால்தான் காகிதம் நிறம் மாறிவிட்டது, மங்கி விட்டது. காகித பந்துக்கு மட்டுமா இது பொருந்தும்? இந்த உலகில் உள்ள எவ்வளவு சிறிய பொருளானாலும் அது அணுவால் ஆனது, ஆகவே அது சதா இயங்கிக் கொண்டே இருக்கிறது.

இந்தப் பிரபஞ்சத்தில் உள்ள நட்சத்திரங்கள், கிரகங்கள், நாம் வாழும் இந்த பூமி, இந்த பூமியில் உள்ள அனைத்தும் அணுக்களால் ஆனவை. அசையாமல் இருக்கும் மலை, அசைந்தாடும் நீர் அலை, சுவையான பழம், வகை வகையான மலர்கள் அனைத்தும் இப்படித்தான் கண்ணுக்குப் புலனாகும், காட்சிக்கு அப்பால் கண்ணுக்குப் புலனாக அணுக்களாலும் இயங்கிக் கொண்டே இருக்கின்றன என்பதைப் புரிந்துகொள்ள வேண்டும். அதாவது பலதரப்பட்ட நிகழ்வுகளையும், ஒரே தனி முழுமையானதாக எது இணைக்கிறதோ எது அடிப்படையான பிரதான விஷயமாக இருக்கிறதோ அதை ஆழ்ந்து ஊடுருவிக் காணவேண்டும்.

இங்கு அடிப்படையான பிரதான விஷயமாக இருப்பது அணு என்று பார்த்தோம். அது இயங்கிக் கொண்டே இருக்கிறது என்கிற அதன் தொடர்பை, அதன் சாராம்சத்தைப் பார்த்தோம்.

தத்துவமேதை மார்க்சின் இனிய நண்பர் எங்கல்ஸ் இது பற்றி மேற்கோள் காட்டி விளக்குகிறார்.

“இவ்வுலகில் நாம் எத்தனையோ ஜீவராசிகளைப் பார்க்கிறோம். ஓரணு உயிர்களிலிருந்து பல்வகை அணுக்களைக் கொண்ட மாடு, ஆடு, மனிதன் வரைப் பார்க்கின்றோம். இவை யாவும் பற்பல உயிர்ப் பொருட்களின் கூட்டம். ஒவ்வொன்றும் மற்றவற்றிலிருந்து மாறுபட்டது. ஆனால் அவை அனைத்தையும் ஒரே முழுமையாகப் பிணைக்கும் ஒரு பொது அடிப்படை உண்டு. அதுதான் புரோட்டான். புரோட்டான்தான் பொருள்களின் பல்வகை மாறுபட்ட உருவங்களாக உள்ளன என்று அறியப்படுவதின் மூலம்தான்” சாரத்தைத் தெரிந்து கொள்ள முடியும் என்றார்.

இன்றைய விஞ்ஞான வளர்ச்சியில் அதன் உள்அம்சத்தை, அதன் தன்மையையும், சாரத்தையும் நாம் எப்படி பார்க்கிறோம். இதனை மேலும் விளக்கமாகப் புரிந்து கொள்ளுவோம்.

பாயும் புலியைப் பார்க்கிறோம், தாவும் குரங்கைப் பார்க்கிறோம். அந்தக் குரங்கின் மீது சிறுவன் கல்லை எறிவதையும் பார்க்கிறோம். ஆனால் அந்தக் கல் பழத்தின் மீது பட்டு, பழம் கீழே விழுவதையும் பார்க்கிறோம். எல்லாம் நம் கண்களுக்குப்படும் காட்சிகள்; நிகழ்ச்சிகள்.

பாயும் புலி, தாவும் குரங்கு, வீசப்படும் கல், விழும் பழம் ஆக உயிருள்ள, உயிரற்ற அனைத்தும் எலக்ட்ரான்களும், புரோட்டான்களும், நியூட்ரான்களும் கொண்ட அணுக்களால் ஆனதுதான் என்கிற சாராம்சத்தைப் பார்க்கிறோம்.

செல்வா: அய்யா எல்லாம் சரி. ஒன்று ஏன் புலியாகத் தோன்ற வேண்டும். இன்னொன்று ஏன் குரங்காகத் தோன்ற வேண்டும்? இப்படி எத்தனை வகை ஜீவராசிகள்! எத்தனை வகை உயிரற்ற பொருள் வகைகள் எப்படி? எதனால் இப்படிப்பட்ட மாற்றங்கள், உருவங்கள்?

பே.அ: அணுக்கள் ஒரு தனித்தன்மையில் (எண்ணிக்கையில்) கூடி சேர்ந்து கல்லாகக் காட்சியளிக்கிறது. அவை முற்றிலும் வேறு தன்மையில் கூடி சேர்ந்து (எண்ணிக்கையில்) புலியாகக் காட்சியளிக்கிறது. குரங்கும் அவ்வாறே வேறு விதத்தில் உருவாகிறது.

அணுக்களுக்கு இடையே உள்ள பந்தம்தான். எண்ணிக்கையின் கூட்டுதான் கல்லை கல்லாக்குகிறது. புலியை புலியாக்குகிறது, கனியை கனியாக்குகிறது. வெவ்வேறு தனிமங்களின் அணுக்களான வெவ்வேறு எண்ணிக்கையில் சேருவதுதான் பல பொருட்களாக பல உருவங்களாக காட்சியளிக்கின்றன.

ஒவ்வொரு அணுக்களினுடைய விதவிதமான உறவே பொருட்களின் வேற்றுமைக்குக் காரணமாகும் என்கிற சாராம்சத்தைப் புரிந்துகொள்ள வேண்டும்.

மேலே சொன்ன விளக்கம் பலருக்குப் புதிராக இருக்கும். சிலருக்குப் புரிவதும் சிரமமாக இருக்கும். உயிருள்ள ஜீவன்களும், உயிரற்ற பொருட்களும் வெவ்வேறு வடிவில், உருவில், தன்மையில் வேறுபட்டிருப்பதற்குக் காரணம், அணுக்களுக்கு இடையே உள்ள இணக்கங்களும், பிணக்குகளும்தான் காரணம். அணுக்கள் ஒரு தனித்தன்மையில் கூடி சேருவதுதான் காரணம் என்பதைப் புரிந்துகொள்ள வேண்டும்.

மாரி : அய்யா இதை மேலும் புரியும்படி, அன்றாட வாழ்க்கையோடு ஒட்டிய வகையில் சொல்ல முடியாதா?

பே.அ:சொல்ல முடியும். இதோ ஓர் எளிய உதாரணம்.

மொழி எப்படி உருவாகிறது? இதற்கு எப்படி விளக்கம் தருவது? எழுத்துக்களும், எழுத்துக்களைச் சேர்ந்த வார்த்தைகளும் சேர்ந்துதான் மொழி உருவாகிறது.

நான் அவனைப் பார்த்தேன், இந்த வார்த்தைக்கு ஓர் அர்த்தம். அவன் என்னைப் பார்த்தான். இதற்கு வேறு ஓர் அர்த்தம். அவனும், நானும் சேர்ந்து சசியைப் பார்த்தோம். இதற்கு மற்றொரு அர்த்தம்.

வார்த்தைகளை மாற்றி மாற்றி எழுதுகிறபோது வேறு வேறான பொருள்கள் உருவாகின்றன. இப்படித்தான் பிரபஞ் சத்தில் உள்ள அனைத்து சடப் பொருள்களும், தனிமங்களுடன் அணுக்கள் வேறுபட்ட விதத்தில் சேர்ந்து வெவ்வேறு பொருட்கள் உருவாகின்றன.

தோற்றங்கள் பலவகை. ஆனால் அவற்றுக்குப் பின்னால் அதன் சாரம், அதாவது அவற்றின் அகத் தொடர்பு, அவற்றின் அடிப்படை, அவற்றின் வளர்ச்சி விதிகள் உள்ளன.

இது பற்றி லெனின் கூறுவதாவது:

“நியதியும், சாரமும்” ஒரே வகையைச் சேர்ந்த (ஒரே இனத்தைச் சேர்ந்த) கோட்பாடுகளே; அல்லது நிகழ்வுகள், உலகு ஆகியவை குறித்த மனித அறிவின் செறிவை வெளிப்படுத்தும் ஒரே

படித்தானவையே". இதன் பொருள் நம் முன்னால் நடக்கும் நிகழ்ச்சிகள் எந்த விதிகளின் அடிப்படையில் நடைபெறுகின்றன. அவற்றின் உள் வடிவம், அடிப்படை, சாரம் என்ன என்பதை அறிவதும், அவற்றுக்கு இடையே உள்ள உறவுகள் பற்றி புரிவதும் ஆகும் அதாவது இயற்கை நிகழ்ச்சிகள், உலக இயக்கங்கள் பற்றி மனிதன் தெளிவு பெறுவதுதான் அகத் தொடர்பை அறிவது என்பதாகும்.

நாம் காணும் வெளி உலகத்தின், புறவய உலகத்தின் உள்தொடர்புகளை, அகத் தொடர்புகளை சாராம்சம் விளக்குகிறது என்பதுதான் இதன் பொருள்.

நாகப்பாம்பு படம் எடுத்து ஆடுகிறபோது அழகாகத்தான் இருக்கிறது. அது தரையில் வளைந்து வளைந்து ஓடுகிறபோது கூட பார்ப்பதற்கு அழகாகத்தான் உள்ளது. அதற்கு நல்ல பாம்பு என்று பெயர் வைத்துள்ளார்கள். ஆனால் அது மனிதனைக் கொல்லும் விஷத்தையும் தன்னிடம் வைத்துள்ளது. அது ஒரு விஷஜந்துதான். அதற்கான அடிப்படை என்ன? விரோதிகளிடமிருந்து தன்னைப் பாதுகாத்துக் கொள்ள பரிணாம வளர்ச்சியின் வெளிப்பாடுதான் அது.

வைரம், பட்டை தீட்டிய வைரம் மின்னுகிறது. ஒளிபட்டு அவை உமிழும் பல வண்ணங்கள் கண்ணைப் பறிக்கின்றன. இது வெளிப் பார்வைக்குப்படும் காட்சி. அதே வைரத்தை துகள்கள் ஆக்கி விழுங்கினால் மனிதன் மாண்டு போகிறான். வண்ணங்களை உமிழும் வைரத்துக்கு, ஆளைக் கொல்லும் பண்பும் உண்டு. கண்ணாடி துகள்களுக்குள்ள பொதுவான சாராம்சம் ஒளி மின்னும் வைரத்துக்கும் உண்டு.

எனவேதான் எந்த ஒரு விஷயத்தையும் மேலோட்டமாகப் பார்க்காது, மிக ஆழமாக ஊடுருவிச் செல்ல வேண்டும்" என்பது.

அதாவது ஒரு குறிப்பிட்ட வகையைச் சேர்ந்த நிகழ்வுகள் அனைத்துக்கும் உள்ள மிக முக்கியமான பண்புகளுக்குள் ஊடுருவிப் பார்த்தல் அவற்றின் வளர்ச்சி விதிகளை ஊடுருவி அறிதல் என்பதுதான் இதன் பொருள்.

அப்படி ஊடுருவிப் பார்க்கின்றபோது நமக்குத் தெரிவதென்ன?

நாம் காணும் எந்த நிகழ்ச்சியும், பொருளும், அவசியம். ஒரு சாராம்சத்தைக் கொண்டிருக்கும். அந்த சாராம்சத்தின் வெளிப்பாடே புறத்தோற்றம்.

செல்வா: *சமூக வளர்ச்சிக்கு எது காரணம்?*

பே.அ.: *சமூகம் வளர்கிறது; மாறுகிறது. சமூகம் வளர்வதற்கான அடிப்படைக் காரணம் என்ன? இதன் சாரத்தை இதவரை யாராலும் சொல்ல முடியவில்லை. அச்சாரத்தைச் சொன்னவர்கள் எல்லாம் தவறாகத்தான் கணித்தார்கள். மாமேதை கார்ல் மார்க்ஸ்தான் அதன் அடிப்படை காரணத்தைக் கண்டறிந்தார்.*

தனி மனிதர்கள்தான் சகல வளர்ச்சிக்கும் காரணமா? மாவீரர்கள், மகா அறிவுஜீவிகள்தான் காரணமா? தனி மனிதர்களின் வல்லமைக்கு ஒரு பங்கு உண்டு. ஆனால் அவர்களின் பங்கே முழுமையானது அல்ல! சமூக விதியை எந்தத் தனிமனிதனும் மாற்ற முடியாது.

சமூக வளர்ச்சிக்குப் பூகோள அமைப்பு, தட்பவெப்பநிலை காரணமாக இருக்க முடியுமா? அதுவும் ஓரளவு பங்காற்ற முடியும். ஆனால் அதுவும் முழுமையல்ல.

சமூக வளர்ச்சிக்கு ஆண்டவனின் அருள் உண்டா? பெரும்பாலான மக்கள் அப்படித்தான் எண்ணியுள்ளனர். அதுவும் தவறு. புறக்கணிக்க வேண்டியது.

அப்படியானால் சமூக வளர்ச்சிக்கு எதுதான் காரணம்?

நாகரீகமில்லாத புராதன சமூக வாழ்விலிருந்து, மனிதன் இன்றைய நிலைக்கு வந்துள்ளானே அதற்கு அடிப்படைக் காரணம் என்ன?

மனிதன் இயற்கை மீது செல்வாக்கு செலுத்தி, அதை உழைப்பின் மூலம் அதனை மனிதன் தனக்குச் சாதகம் ஆக்கிக் கொண்டான்.

வேறு வகையில் சொல்லப் போனால் மனிதன் உழைப்பின் மூலம் பொருளை உற்பத்தி செய்வதால்தான், பொருட் செல்வத்தை மேலும் மேலும் உருவாக்குவதால்தான் சமூகம் வளர்ந்து கொண்டிருக்கிறது. இன்றைய முதலாளித்தவ சமூகமானாலும், சோஷலிச சமுதாயமானாலும் சரி, நிலப் பிரபுத்துவ சமுதாயம் நிலவியபோதும் சரி, அடிமை சமுதாயம் இயங்கியபோதும் சரி, மனிதன் ஓயாது பொருட் செல்வ உற்பத்தியில் ஈடுபட்டுக் கொண்டிருந்ததால்தான் மனித சமூகம் வளர முடிந்தது.

அன்றைய கற்கருவி, அம்பு, வில், கோடாரி முதல் இன்றைய கப்பல், செயற்கோள் வரை அனைத்தும் பொருட்செல்வத்தை உற்பத்தியின் பாற் படும். பொருட்செல்வ உற்பத்திதான், எந்த மனித சமுதாயத்திற்கு, அது ஆதிகால சமுதாயமாக இருந்தாலும்,

அடிமை சமுதாயமாக இருந்தாலும் அடி ஆதாரம். சமூக வளர்ச்சியின் உட்கரு, சாரம்.

லெனின் இது பற்றி அழகுபட வர்ணிக்கிறார்; ரத்தின சுருக்கமாகச் சொல்கிறார்

''சாராம்சம் தோன்றுகிறது தோற்றம் சாரமுடையது'' என்ன?

"சாராம்ச, புறத்தோற்ற இணைப்பைப் பிரிக்க முடியாது. சாராம்சம் தனியாக, புறத்தோற்றம் தனியாக நிற்க முடியாது" ஒரே உண்மையின் மாறுபட்ட அம்சங்களைப் பிரதிபலிப்பதே சாராம்சமும், புறந்தோற்றமும் ஆகும்.

சமுதாயம் இருப்பதும் உண்மை, பொருட்செல்வம் உற்பத்தி மூலம் சமூகம் வளர்வதும் உண்மை. முதல் உண்மை சமுதாயம் புறவயமானது. இரண்டாவது உண்மையும் மெய்யானது, அது சாராம்சமானது.

இரண்டும் ஒன்றை ஒன்று பிரிந்து நிற்க முடியாது.

இங்கே ஒரு கேள்வி எழுகிறது. புறத்தோற்றம் எல்லாவற்றிலும் முழுமையான சாராம்சம் அடங்கி இருக்க முடியுமா? முழுமையான சாராம்சம் அடங்கி இருக்கவில்லை என்றாலும் அதன் அறிகுறிகள் ஓரளவாவது தோன்றவே செய்யும்!

செல்வா: அய்யா குழப்பமாக இருக்கிறது. புரியும்படி சொல்லுங்கள். உதாரணங்களுடன் சொல்லுங்கள்.

பே.அ.: உங்கள் கேள்வி சரியானது! புரியும்படி உதாரணங்களுடன் விளக்குகிறேன்.

ஒருவர் மிக மகிழ்ச்சியாக இருப்பதுபோல் நடிக்கலாம். எப்படி இருந்தாலும் அவர் பேச்சில், முக சாயலில், சிரிப்பில், பாவனையில் அவர் உள்ளத்தில் ஏதோ கவலை இருக்கிறது என்பதை அறிய முடியும்!

சீனா ஒரு சோஷலிச சமுதாயத்தைக் கட்டுகிற நாடுதான். இதில் யாருக்கும் ஐயம் இல்லை. ஆனால் ஒரு சோஷலிச நாட்டில் இருக்கவேண்டிய அத்தனை சாராம்சத்தையும் அந்த சமூகம் கொண்டிருக்க முடியுமா என்று கேள்வி கேட்டால் பதில் "ஆம்" என்று சொல்ல முடியாது.

சீனாவில், சோஷலிசத்தைக் கட்டிக் கொண்டிருக்கிற நாட்டில் எல்லோருக்கும் வேலை கிடைத்து விட்டதா, என்றால் ஆம் என்று சொல்லிவிட முடியாது. ஆனால் பெரும்பாலோருக்கு வேலை உத்திரவாதம் கிடைத்து விட்டது. அதேசமயம் கிடைக்காத சிலருக்கு வாழ்க்கை நடத்த உத்திரவாதம் உண்டு! சோஷலிச

சாராம்சம் முழுமையாக நெருங்கவில்லை; ஆனால் அதற்கான அறிகுறிகள் தெரிகின்றன என்று கூறலாம்.

எல்லோருக்கும் மூணு வேளை உணவு உத்திரவாதம் உண்டா? பெரும்பாலோருக்கு உண்டு! ஆனால் யாரும் பட்டினியால் சாக வாய்ப்பில்லை. சோஷலிச சமூகத்தில் எல்லோருக்கும் வேலை என்ற சாராம்சம் நெருங்குகிறது; ஆனால் முழுமை அடைந்துவிட்டது என்று சொல்ல இயலாது.

கொலை, கொள்ளை, கிரிமினல் குற்றங்கள் முழுமையாகத் துடைக்கப்பட்டு விட்டதா என்றால், அங்கொன்றும், இங்கொன்றுமாக குற்ற நிகழ்வுகள் உண்டு என்றே சொல்லலாம்.

இங்கு நாம் என்ன பார்க்க வேண்டும்? ஒரு முதலாளித்துவ நாட்டில் நடைபெறுகிற கொடுமைகள் இங்கு இல்லை. ஆனால் ஒரு சோஷலிச சமுதாயத்திற்கு உரிய சாராம்சம் முழுமை பெறவில்லை.

மாரி :அய்யா ஒரு கம்யூனிஸ்ட் கட்சியில் கட்டுபாடு மிக அதிகம் என்கிறார்கள். அந்தக் கட்டுப்பாடு அந்த சாராம்சம் அந்தக் கட்சியில் உண்டா?

பே.அ.: கம்யூனிஸ்ட் கட்சி என்ற புறத்தோற்றத்தில் அதன் சாராம்சமான கட்டுப்பாடு என்பது பெரும்பாலும் உண்டு! எங்கோ ஒரு சிலர் மிகக் குறைவான இலக்கில் கட்டுப்பாட்டை மீறலாம். அதற்கான எதிர் நடவடிக்கையும் அங்கு உண்டு. ஆனால் கட்டுப்பாடு என்ற சாராம்சம் முழுமையாக உண்டு என்றாலும் சில விதிவிலக்குகள் உண்டு என்றும் சேர்த்துச் சொல்ல வேண்டும்.

“புறத்தோற்றத்துக்கும், சாராம்சத்திற்கும் இவ்வளவு நெருக்கம் இருக்கிறபோது அவை நேரடியாக இணைந்து விடுகிறதா? ஒன்றிவிடுகிறதா?” என்று கேட்டால் இல்லை என்றுதான் சொல்லவேண்டும்.

இவற்றைக் கண்டறிய இவற்றுக்கு இடையே உள்ள தொடர்புகளைப் புரிந்துகொள்ள மனிதன் எவ்வளவோ ஆய்வு நடத்த வேண்டியுள்ளது. விஞ்ஞான ஆராய்ச்சி தேவைப்படுகிறது.

இதைப் பற்றி கார்ல்மார்க்ஸ், “பொருள்களின் புறத்தோற்றமும், சாராம்சமும் நேரடியாக ஒத்திசைந்து விட்டால் விஞ்ஞானம் எல்லாமே தேவை இல்லாமல் போய்விடும்” என்கிறார். இது ஆழமான, அர்த்தமுள்ள வாசகம்.

பாலா: முதலாளித்துவம் தன் புரட்சிகர கோஷத்தை ஏன் இழந்தது?

பே.அ.: ஒரு நிகழ்வின், பொருளின் சாராம்சத்தைக் கண்டுபிடிக்க விஞ்ஞான உலகம் நீண்ட காலம்கூட செலவிட வேண்டியுள்ளது. விஞ்ஞானத்தின் பல துறைகள் இதில் கவனம் செலுத்த வேண்டியுள்ளது. பலரின் உழைப்பு தேவைப்படுகிறது. ஏனென்றால் நாம் காணும் புற நிகழ்ச்சிகளுக்கும், நம் கண் முன்னால் தோன்றும் காட்சிகளுக்கும், அதன் சாராம்சத்துக்கும் இடையில் எந்த சம்பந்தமும் இல்லாதது போல் தோன்றும்; தவறுகள் கூட தோன்றும்.

உதாரணமாக முதலாளித்துவம் தோன்றிய காலத்தில் அது மிகப் புரட்சிகரமான முழக்கங்களை வைத்தது. இது உண்மையும் கூட. அதனால் அதன் சாராம்சத்தைப் புரிந்துகொள்ள முடியவில்லை. சகோதரத்துவம், சமத்துவம், மனித நேயம் என்றெல்லாம் பேசியது. நிலப்பிரபுத்துவ கொடுமையில் சிக்கித் தவித்த மக்களுக்கு முதலாளித்துவ புரட்சிகர முழக்கங்கள் மிகுந்த நம்பிக்கையைக் கொடுத்தன. முதலாளித்துவம் நடத்திய புரட்சியில் மக்கள் அணி, அணியாகத் திரண்டார்கள். ரத்தப் புரட்சி நடந்தது. நிலப்பிரபுக்களின், மன்னர்களின் தலைகள் நடுவீதியில் பந்தாடப்பட்டன. நிலப்பிரபுத்துவத்தில் சிக்கித் தவித்த மக்களின் அடிமை விலங்குகள் உடைந்தது போல் தோன்றியது.

ஆனால் அந்த மக்கள் இன்னொரு வகையான அடிமைத்தனத்துக்கு ஆளாக்கப்பட்டார்கள். முதலாளி வர்க்கம் ஆட்சி அதிகாரத்தைப் பிடித்துவிட்ட பிறகு, அந்த மக்கள் கடுமையான சுரண்டலுக்கு ஆளானார்கள்.

முதலாளி வர்க்கம் தன் புரட்சிகர முழக்கங்களைக் கைகழுவிவிட்டது. நவீன முறையில் சுரண்டலுக்கு வழிவகுத்தது.

முதலாளி வர்க்கத்தின் சாராம்சத்தை அதாவது அதன் சுரண்டலை முதலிலேயே மக்களால் புரிந்துகொள்ள முடியவில்லை. இதைப் புரிந்து கொள்ளவும் கடுமையான விஞ்ஞான ஆய்வு தேவைப்பட்டது.

மற்றொரு உதாரணத்தைக் கூட பார்க்கலாம்.

பூமி அசையாமல் இருப்பதுபோல் நமக்குத் தோன்றுகிறது. சூரியன்தான் பூமியைச் சுற்றுவதுபோல தெரிகிறது. சூரியன்தானே காலையில் உதிப்பதாகவும், மாலையில் மறைவதாகவும் தெரிகிறது. இந்த எண்ணம் மக்கள் மத்தியில் நீண்ட காலம் நீடித்திருந்தது.

கோபர்நிகஸ், கலீலியோ இந்த இரண்டு விஞ்ஞானிகள் இந்தக் கூற்றை மறுத்தனர். உண்மையை வெளியே கொண்டு வந்தனர். பூமிதான் சூரியனைச் சுற்றி வருகிறது என்று நிரூபித்தனர்.

பூமியை சூரியன் சுற்றுவதுபோல் நமக்குத் தோன்றினாலும் இந்தத் தோற்றம் சாராம்சத்துக்கு முரண்பட்டது என வானிலை அறிஞர் கோபர்நிகஸ் சொன்னார்.

புறத்தோற்றம், சாராம்சம் எனும் இவ்வளவு சிக்கலான விஷயத்தை பிற்போக்குக் கும்பல் எப்படி பாவிக்கிறது.

"இந்த உலகமே மாயம்! வாழ்வே மாயம், நீயும் மாயம், நானும் மாயம்" என்கிறது. நாம் காணுவதெல்லாம் பொய் என்கிறது. இது பற்றியெல்லாம் தெரிந்துகொள்ள முயற்சி செய்யாதே. பரமனை அடைய தியானம் செய். அதுபோதும். அதுதான் மனிதனுக்கு வேண்டிய உண்மை அறிவு. ஆண்டவனை அறிவதன் மூலம்தான் மனிதன் வளர முடியும் என்கிறது.

இந்தக் கூற்றை முழுதும் முறியடிக்க வேண்டும். இப்படி சொல்லுவது போதனையின் புறத்தோற்றத்தை மட்டும் நாம் நம்பிவிட முடியாது. ஊடுருவிச் சென்று சாரத்தைப் புரிந்துகொள்ள வேண்டும்.

"எப்பொருள் யார்யார்வாய் கேட்பினும் அப்பொருள்

மெய்ப்பொருள் காண்பது அறிவு"

எனும் வள்ளுவரின் வாசகம் இதைத்தான் சொல்கிறது. மேலெழுந்த வாரியாகப் பார்த்துக் கேட்டு ஒரு முடிவுக்கு வந்துவிட முடியாது. அதன் உட்பொருளை அகத்தன்மையை, சாரத்தைப் புரிந்துகொள்ள வேண்டும்.

மார்க்சியத்தைப் பொருத்த வரை தோற்றத்துக்கும், சாரத்துக்கும் இடையில் உள்ள இணக்கத்தை, தொடர்பை ஆய்வுசெய்து தீர்வு காண்கிறது. அரசியல், பொருளாதாரம், இயற்கை இவையனைத்திலும் இந்தத் தத்தவ இயலை பொறுத்துப் பார்க்கிறது.

இப்படிப் பார்க்கின்ற வல்லமை மார்க்சியத்துக்கு இருக்கின்ற காரணத்தால், மார்க்சிஸ்டுகள் யதார்த்த வாதிகளாக செயல்பட முடிகிறது.

14
உள் அடக்கமும் உருவமும்

(பேராசிரியர் அருணா உள் அடக்கமும், உருவமும் என்ற பொருள் பற்றி விளக்கத்தைக்கூற சற்று தாமதித்தார். காரணம் மூன்று மாணவர்களில் பாலா, செல்வா ஏற்கெனவே வந்து விட்டார்கள். மாரி இன்னமும் வரவில்லை. அவர் வராமல் பேச்சைத் துவக்க தயங்கினார். ஒரு பத்து நிமிடம் காத்திருக்கவும் மாணவர்களிடம் கேட்டுக் கொண்டார். பேராசிரியர் சொல்லி முடிப்பதற்குள் மாரி வந்து சேர்ந்துவிட்டார். வழியில் போக்குவரத்து நெரிசல், இதற்கிடையே வழியில் இரு கார்கள் மோதல், காலம் தாழ்ந்து வருவதற்குக் காரணங்களாகிவிட்டன என விளக்கம் தந்ததோடு, காலம் தாழ்த்தி வந்தமைக்கு மன்னிப்பும் கேட்டுக் கொண்டார் மாரி.)

பே.அ.: மாணவத் தோழர்களே, இன்று நான் உருவமும், உள்ளடக்கமும் என்ற பொருள் பற்றி விளக்க இருக்கிறேன். அது என்ன உருவம் அது என்ன உள்ளடக்கம் அதில் விவாதிக்க அவ்வளவு விஷயங்கள் உண்டா? என்றுகூட நீங்கள் நினைக்கலாம். அதுவும் பொருள்முதல்வாதத்தின் முக்கிய அம்சமாகும்.

உருவம் என்றால் என்ன? உள்ளடக்கம் என்றால் என்ன? இக்கேள்விகளுக்கு மக்கள் சாதாரணமாக எப்படி பதில் தருவார்கள்?

“இதோ ஒரு பெட்டி உள்ளது. அந்தப் பெட்டிக்குள் துணிகள் வைக்கப்பட்டுள்ளன. பெட்டி எனும் உருவத்திற்குள் துணிகள் என்கிற பொருள் உள்ளடங்கி உள்ளன என்று சொல்வார்கள். ஆனால் தத்துவத் துறையில் நாம் இதன் பொருளை இப்படிப் புரிந்துகொள்ளக் கூடாது.

உள்ளடக்கம் உருவத்தோடு இணைந்தது. அதோடு எதிர்மறையாக முரண்பட்டு இயங்குவது.

உலகில் எந்தப் பொருளானாலும், எந்த நிகழ்வானாலும், உள்ளடக்கமும், உருவமும் பிரிக்க முடியாத அம்சங்களாகும். இவ்வுலகில் உருவமோ, உள்ளடக்கமோ இல்லாத எதுவும் இல்லை.

உதாரணமாக எந்த ஒரு சிறு உயிரினத்தையும் எடுத்துக் கொள்ளுங்கள். அது உயிரணுக்களால், தனித்தனி உறுப்புகளால் பகுதிகளால் உள்ளடங்கியுள்ளன. அவை வளர்கின்றன. மாற்றங்கள் அடைகின்றன. இப்படிப்பட்ட உள்ளடங்கிய கூறுகள், மற்றும் அதன் நிகழ்வுகள் உருவத்தைக் கொண்டுதான் இயங்குகின்றன. வளர்கின்றன, மாறுகின்றன.

எலும்பும், தசையும், நரம்பு மண்டலங்களும், குருதியும் இப்படி பல்வேறு உள்ளடக்கங்களின் இணைப்புதான், உயிர் அணுக்களின் சேர்க்கையில் ஒரு குறிப்பிட்ட உயிரினத்தின், குறிப்பிட்ட வடிவத்தை, உருவத்தைத் தருகின்றன. யானையாகவும் பூனையாகவும் காட்சியளிக்கின்றன.

எனவே குறிப்பிட்ட உயிரினத்தின் உள்ளடக்கத்தை குறிப்பிட்ட வடிவத்திலிருந்து பிரித்துவிட முடியாது. பூனைக்கென்று தனி உள்ளடக்கம், யானைக்கென்று தனி உள்ளடக்கம், மனிதனுக்கென்று தனி உள்ளடக்கம், இதற்கேற்றவாறு தனித்தனி உருவங்கள்.

இதுபற்றி எங்கல்ஸ் கூறுவதை கவனிக்க வேண்டும்.

“உருவமும், உள்ளடக்கமும் முழு ஒற்றுமையானவை. பிரிக்கப்பட முடியாதவை என்பதற்கு உயிருள்ள மொத்த இயற்கையும் நிரந்தரமான சான்றாகும்”

மலர் எனும் உருவத்திலிருந்து அதன் உள் அடக்கமான மென்மை, மணம், நிறம் எப்படி பிரித்துவிட முடியும்? இந்த உள்ளடக்கத்தை, இந்தப் பண்பை அது இழந்துவிட்டால் எப்படி அது மலர் எனும் உருவத்தைப் பெற முடியும். எப்படி உள்ளடக்கத்தை பிரிக்க முடியும்?

ஆகவே இதை நாம் இப்படியும் வரையறுக்கலாம்.

ஒவ்வொரு பொருளுக்கும் நிகழ்வுக்கும் அதற்குரிய குறிப்பிட்ட பண்பிலான அம்சங்கள், அல்லது அவசியமான பண்புகள் உண்டு. அவற்றின் மொத்தமே கொடுக்கப்பட்ட பொருளின் உள்ளடக்கம் என்பது.

மாரி : இதை சமூக அமைப்புக்கும் பொருத்த முடியுமா?

பே.அ.:சரியான கேள்வி! இதை சமூக அமைப்புக்கும் பொருத்தத்தான் இவ்வளவையும் இதுவரை சொல்லி வந்தேன்.

சமூக அமைப்புக்கும் இது பொருந்தும்.

இன்று முதலாளித்துவ சமூக அமைப்பின் வடிவத்தின் உள்ளடக்கம் என்ன?

சுரண்டல், நெருக்கடி, பொருளாதார ஏற்றத்தாழ்வான வாழ்க்கை, வேலையில்லா கொடுமை, விலைவாசி உயர்வு இவற்றை எதிர்த்து மக்கள் போராடிக் கொண்டிருப்பது. இவைதான் முதலாளித்துவ சமூக அமைப்பின் உள்ளடக்கம். இப்படிப்பட்ட உள்ளடக்கத்திலிருந்து முதலாளித்துவத்தைப் பிரித்தெடுக்க முடியுமா? இப்படிப்பட்ட உள்ளடக்கத்திலிருந்து பிரிந்து முதலாளித்துவ சமூக வடிவம் எப்படி இருக்க முடியும்?

சோஷலிச சமுதாயத்தின் உள்ளடக்கம் எதுவாக இருக்க முடியும்? உற்பத்தி பெரும்பாலும் சமூக உடைமையாக ஆக்கப்பட்டிருக்க வேண்டும். மனிதனுக்கு அடிப்படை தேவையான உணவு, உடை, உறைவிடம் உத்திரவாதப்பட்டிருக்க வேண்டும். உற்பத்தி சக்திகளுக்கும், உற்பத்தி உறவு முறைக்கும் இடையில் இணைப்பு இருக்க வேண்டும். அதாவது உற்பத்தி சக்திகளின் வளர்ச்சிக்கு ஏற்றவாறு உற்பத்தி உறவுமுறை ஒத்துவர வேண்டும். ஏற்றதாக அமைப்பு இருக்கவேண்டும். சக்திக்கேற்ற உழைப்பு, உழைப்புக்கேற்ற ஊதியம் என்பது அதன் தாரக மந்திரமாக இருக்கவேண்டும். சோஷலிச சமுதாயத்தின் உள்ளடக்கம் இப்படித்தான் இருக்கமுடியும். இந்த உள்வடிவத்தில் கோளாறு என்றால், அது சோஷலிச சமூக வடிவத்தை இழந்துவிடும், சிதறிவிடும்.

கலை, இலக்கியத்திலும் கூட உருவமும், உள்ளடக்கமும் பெரும் பங்காற்றுகின்றன.

ஒரு நாவலில், நாடகத்தில், சமூக உறவுகளின் சாரத்தை வெளியிடும் கருத்துக்களே அதன் உள்ளடக்கமாக இருக்க முடியும். ஒரு பேச்சாளர் எந்தப் பொருளைப் பற்றி பேசினாலும் அவர் சொல்லும் கருத்தே அவரின் பேச்சைக் கேட்கும் நபரை பாதிக்கும். அப்படி பாதிப்பை உருவாக்கும் கருத்துக்களே அவர் பேச்சின் உள்ளடக்கம் ஆகும்.

அப்படிப் பேசுகிறபோது உள்ளடக்கம் மட்டும் வலுவானதாக, ஆக்கபூர்வமாக இருந்தால் மட்டும் போதாது. சொல்லுகிற பாணி, வடிவம், உருவம் அழகாக இருக்க வேண்டும். கவர்ச்சியாக இருக்கவேண்டும். வார்த்தைகள் பொருத்தமாக இருக்க வேண்டும். அப்படி இல்லையென்றால், அதாவது உருவம் அழகாக இல்லையென்றால், கருத்து எவ்வளவு ஆழமாக இருந்தாலும் அது எடுபடாது. எவ்வளவு விவரங்களைக் கொடுத்தாலும், புள்ளி விவரங்களை அள்ளி வீசினாலும், மொழி, பேச்சு சுவையின்றி இருந்தால் அதற்குள்ள நஷ்டத்தை உள்ளடக்கம்

அனுபவித்துதான் தீரவேண்டும். ஆகவே உருவமும் ஒரு செயலூக்கப் பங்கு வகிக்கிறது.

இலக்கியத்தில் உருவமும், உள்ளடக்கமும் எவ்வளவு மெருகு ஊட்டினால் அவை சுவையாக இருக்கும் என்று பார்ப்போம்.

செல்வா: இலக்கியத்தில் உருவகம் பற்றி ஓர் உதாரணம் தாருங்களேன்

பே.அ.: கம்பராமாயணத்தில் ராவணன், சீதையை கடத்திச் சென்று அசோகவனத்தில் சிறைப்படுத்தி வைத்துள்ளான். சீதையின் துயர் நிலையை விவரிக்க வேண்டும். அவள் படும் துன்பத்தின் ஆழத்தைப் புரிய வைக்க வேண்டும். கம்பன் இந்த உள் அடக்கத்தை எவ்வளவு அழகான மொழியில் வடிக்கிறார் என்பதைக் கேளுங்கள்.

"விழுதல், விம்முதல், மெய்யுற
வெதும்புதல் வெருவுதல்
எழுதல், ஏங்குதல், இரங்குதல், இராமனை எண்ணி
தொழுதல், சோருதல், துளங்குதல் துயர்
உழந்து உயிர்த்தல்
அழுதல் அன்றி மற்று அயல் ஒன்றும்
செய்குவது அறியாள்

இப்படி கம்பன் சீதை படும் துயரத்தை நமக்கு வார்த்தை அழகால் படம்பிடித்துக் காட்டுகிறார்.

"கீழே விழுகிறாள், விழுந்தபின் எழுகிறாள், வாய்விட்டு விம்முகிறாள். துன்பமுற்று பெருமூச்சு விடுகிறாள், கண்ணீர் சொரிகிறாள். வெப்பமடைகிறாள், இராமன் உள்ள திசை நோக்கி வணங்குகிறாள் இவற்றைத் தவிர வேறு ஏதும் செய்வதறியாது கிடக்கிறாள்.

எனவே நாம் உருவத்தையும் புறக்கணித்துவிட முடியாது. உருவம் உள்ளடக்கத்தை சார்ந்திருக்கிறது என்பதால் அது உள்ளடக்கத்தை பாதிக்கவே செய்யும்.

மாமேதை கார்ல் மார்க்ஸ் விஞ்ஞான பூர்வமான கம்யூனிச தத்துவத்தை பற்றி ஏராளமாக எழுதிய போது அவர் அந்தக் கருத்துக்களை சுவைபட இலக்கிய மொழியில் எழுதி இருப்பதைக் காணலாம்.

ஒரு சில உதாரணங்களைப் பார்ப்போம். மதத்தைப் பற்றி மார்க்ஸ் சொல்லுகிறபோது அந்த ஆழமான கருத்தை (உள்ளடக்கத்தை) கவிதை வார்த்தைகளால் (உருவத்தால்) வர்ணிக்கிறார்.

“மதம் துன்பப்படுகிறவர்களுக்கு பெருமூச்சாகும், இதயமற்ற உலகின் இதயமாகும். உயிரில்லா பௌதீக சூழ்நிலையின் உயிராகும். அது மக்களின் அபின்”

அவர் மதத்தை வக்கிர எண்ணத்தோடு கணிக்கவில்லை. சமூகத்தின் கொடுமையால் சுரண்டலால் துயர்பட்டுக் கொண்டிருக்கும் மக்களுக்கு எவ்வளவு ஆறுதலாக இருக்கிறது, வலியை மறக்க மயக்க மருந்தாக இருக்கிறது, வஞ்சிக்கப்பட்ட மக்களுக்கு அது எவ்வளவு வாஞ்சையாக இருக்கிறது.”

அவரின் கருத்து, எவ்வளவு ஆழமான கருத்து! கடவுள் நம்பிக்கை அற்றவரின் மதம் பற்றிய பொறுப்பான மதிப்பீடு. அவர் மதத்தை ஏற்கவில்லை. ஆனால் அந்த மதம் மனிதனை எவ்வளவு மயக்கி வைத்து பொய்யானவற்றை நம்ப வைக்கிறது என்பதுதான்.

கார்ல் மார்க்ஸ் படைப்புகளில் மிக உயர்ந்த படைப்பு (Magnum opus) அவர் எழுதிய மூலதனம் எனும் நூல் என்பதை நாம் அறிவோம்.

அந்நூலில் முதலாளித்துவ சமுதாய அமைப்பின் சுரண்டலை மூலதனம் உருவாகும் ரகசியத்தை மிக விரிவாக எழுதுகிறார். அந்தக் கடினமான விஷயத்தை இலக்கியச் சுவையோடு எழுதுகிறார். தன் தாய்மொழியான ஜெர்மனி மொழியில் எழுதியது அவருக்கு ஒரு தனி இன்பம்.

ஆரம்பத்திலேயே அவர் எப்படி துவங்குகிறார் என்று பார்ப்போம்.

அனைத்துமே வெளிப்படையாக அனைவரது முன்னிலையிலும் நடந்து வரும் இந்த இரைச்சல் மிகுந்த துறையிலிருந்து சிறிது ஓய்வு எடுத்துக் கொண்டு மறைந்திருக்கும் உற்பத்தியின் மூல இடத்திற்குச் செல்லுவோம். அதன் முகப்பிலேயே நுழைவதற்கு அனுமதி இல்லை என்ற அறிவிப்புப் பலகை நம்மை முறைத்துப் பார்க்கிறது. இருப்பினும் உள்ளே செல்லுவோம்.

இங்கு மூலதனம் எப்படி உற்பத்தியாகிறது என்பதைப் பார்ப்பதோடு, மூலதனம் எப்படி உற்பத்தி செய்யப்படுகிறது என்பதையும் பார்க்கலாம். இறுதியில் லாப வேட்டையின் இரகசியத்தை நாம் வெளிக்கொண்டு வருவோம்” என எடுப்பாக ஆரம்பிக்கிறார்.

மார்க்ஸ் தன் அனைத்துப் படைப்புகளிலும் உள்ளடக்கத்தைப் பற்றியும், உருவத்தைப் பற்றியும் எவ்வளவு கவனம் செலுத்தியுள்ளார் என்பதை பார்க்க முடியும். குறிப்பாக அவரும், எங்கல்சும்

சேர்ந்து எழுதிய சிறிய புத்தகம் "கம்யூனிஸ்ட் அறிக்கை" கருத்தோவியமும், சொல்லோவியமும் குழைத்து உருவாக்கப்பட்ட அடையாளம். உருவகத்துக்கும் உள்ளடக்கத்துக்கும் இந்த நூல் ஒரு மேற்கோள்.

இதிலிருந்து நாம் என்ன புரிந்து கொள்கிறோம்?

உருவம் உள்ளடக்கத்திற்கு ஒத்திருக்க வேண்டும். அப்படி இருந்தால் அது வளர்ச்சியில் பயன்படுகிறது. உருவம் உள்ளடக்கத்துக்கு ஒத்துவரவில்லை என்றால் அது வளர்ச்சியை பாதிக்கிறது. மனிதன் தன் செயல்பாடுகளில், சமூகப் பிரச்சனைகளில் மட்டுமல்ல, அரசியல் பிரச்சனைகளில் கூட, தனி மனித வாழ்க்கைக்கும் கூட உருவத்தின் செயலாக்கத் தன்மையை கணக்கில் எடுத்துக்கொள்ள வேண்டும். வெறும் உள்ளக்கடக்கம் மட்டும் போதுமானது என்பது வறட்டுத்தனமான வாதமாகும். அப்படி வாதிடுவோர் தனிமைப்பட்டு போவார்கள்.

உருவம் என்பது அக உருவம், புற உருவம் என்பதையும் நாம் அறிவோம்.

உதாரணமாக ஒரு புத்தகத்தின் அளவை அதிகப்படுத்தலாம், குறைக்கலாம். பைண்டிங் முறையில் கூட மாற்றம் இருக்கலாம். அந்தப் புத்தகத்தை இரண்டு பாகங்களாகக் கூட வெளியிடலாம். இப்படி புற உருவத்தை மாற்றினாலும் கூட அந்தப் புத்தகத்தின் உள்ளடக்கத்தின் கருத்து அதனால் எந்த வகையிலும் மாறுவதில்லை. பாதிப்புக்கு உள்ளாவதில்லை. இதைத்தான் புற உருவம் என்கிறோம். ஆனால் அக உருவம் என்பது அப்படி அல்ல. ஒரு வீடு கட்டுகிறபோது அந்த வீடு எப்படிப்பட்ட செங்கற்களால் கட்டப்பட்டுள்ளது, எப்படிப்பட்ட சிமெண்ட் பயன்படுத்தப்பட்டது. அடித்தளம் எவ்வளவு பலமாக உருவாக்கப்பட்டுள்ளது, எந்த மாடலில் கட்டப்பட்டுள்ளது என்கிற அக உருவத்தை ஒட்டித்தான். அந்த வீட்டின் உறுதியை உள்ளடக்கத்தை தீர்மானிக்க முடியும். உள்ளடக்கத்தின் அக ஒழுங்கே. அக அமைப்பே அதன் உருவமாகும். இந்த அக அமைப்பு அக உருவம் உள்ளடக்கத்தை பாதிக்க செய்யும்.

உருவத்துக்கும், உள்ளடக்கத்துக்கும் முரண்பாடுகள் உண்டா?

முரண்பாடு உண்டு என்பதுதான் வலுவான வாதம்.

இயக்கியல் பொருள் முதல்வாதத்தைப் புரிந்தவர்கள் இதை சுலபமாகப் புரிந்துகொள்ள முடியும்!

அனைத்தும் மாறிக் கொண்டிருக்கின்றன என்பதை யாரும் மறுக்க இயலாது. எனவே உள்ளடக்கம் எப்போதும் நிரந்தரமாக

ஒரே நிலையில் இருப்பதில்லை. உள்ளடக்கமும் வளர்கிறது. உருவமும் வளர்கிறது. ஆனால் உருவம் உள்ளடக்கத்தைப் போல் வேகமாக வளர்வதில்லை. அது உள்ளடக்கத்தின் பின்னே தங்குகிறது. உருவமும், உள்ளடக்கமும் எதிர்நிலையானது. இவற்றுக்கிடையே முரண்பாடு வளர்ச்சி அடையுமானால் அதற்கு தீர்வு காணப்பட வேண்டும்.

பாலா: புரியவில்லை, புரியும்படி விளக்குங்கள்.

பே.அ.: உதாரணத்தோடு விளக்குகிறேன். நாம் எழுதும் இன்றைய 'மை' பேனா பறவைகளின் இறக்கையை பேனாவாகப் பயன்படுத்தியதைத் தொடர்ந்து வந்ததுதான் என்றாலும், இயற்கை எழுதுகோலாகப் பயன்பட்டு வந்த நிலை மாற வேண்டிய கட்டாயம் ஏற்பட்டது.

மக்கள் தொடர்ந்து பயணம் செய்கிறார்கள். பயணம் செய்கிறபோதும், புது இடங்களில் தங்குகிறபோதும் கூட எழுதுகிறார்கள். அங்கெல்லாம் இறகு பேனா, 'மை' உள்ள பாட்டில் எங்கு போவது. பழைய பறவை இறகு எழுத முடியாத கட்டாயம் ஏற்படுகிறது. அப்போது இறகு உருவத்தைப் பின்பற்றி, இன்னும் நேர்த்தியான முறையில் உருவாக்கி 'மை' ஊற்றி பயன்படுத்தினார்கள். பேனா வந்தது. அதன் உருவத்தில் மாற்றம் ஏற்பட்டு விட்டது.

செயற்கை முறை "பைபர்" (fibre) கண்டுபிடிக்கப்பட்டப் பிறகு, "மை" கண்டுபிடிக்கப்பட்ட பிறகு, இவற்றை உருவாக்க இயந்திரங்கள் கருவிகள் வந்துவிட்ட பிறகு, இதற்குப் பழைய உருவம் தடையாக இருக்கும்போது, உருவம் மாற வேண்டிய நிலை வந்துவிட்டது. இன்னமும் உள்ளடக்கத்தின் வேகமான வளர்ச்சி 'மை' பேனாவும் பின்னுக்குத் தள்ளப்பட்டு இப்போது புதிய வடிவம் கொண்ட "பால் பாயிண்ட்" பேனா வந்துவிட்டது. உள்ளேயுள்ள மையும் பழைய மையை விட அதன் குணத்தால், பயன்பாட்டால் முன்னேற்றம் கண்டுவிட்டது.

மற்றொரு உதாரணம் பார்ப்போம்! இப்போதுள்ள மிகவும் வேகமாக பறக்கக் கூடிய ராக்கெட்டுக்கு முன் பழைய காலத்து விமானங்களின் தொடர்ச்சி வேகமான வளர்ச்சி என்றாலும் உள்ளடக்கமான புதிய உலோகங்கள், வேகமாக இயங்கக் கூடிய இயந்திரங்கள் நூதன எரி சக்திகள் இவையெல்லாம் வந்துவிட்ட பிறகு இந்த வேகமான உள்ளடக்கத்தின் விளைவாக ஓடும் வளர்ச்சி இவையாவும் பழைய விமானத்தின் உருவம், உள்ளடக்க வேகம், யாவும் இப்போது நினைத்துக்கூட பார்க்க முடியாத, வேகத்துக்கு ஏற்ற முறையில் ராக்கெட்டுகளின் உருவம், விமானங்களாய் உருவம் மாறிவிட்டன.

பழைய உருவம்! உள்ளடக்கமான வேகம் மறுக்கப்பட்டு புதிய உருவம், புதிய வேக உள்ளடக்கம் என முன்னேற்றம் கண்டுவிட்டோம்.

உருவத்துக்கும், உள்ளடக்கத்துக்கும் உள்ள இந்த மறுப்பு எதிர்ப்பு உடனே ஒரேயடியாக தோன்றுவதில்லை. மெல்ல மெல்லத்தான் தோன்றுகிறது. படிப்படியான வளர்ச்சி, உள்ளடக்கத்தின் ஒரு குறிப்பிட்ட வளர்ச்சி உருவத்தை மாற்றுகிறது.

ஆகவே உருவம் நாள்தோறும் மாறுவதில்லை. பழைய உருவம் குறிப்பிட்ட காலம் வரை நீடிக்கிறது. மெல்ல மெல்ல வளர்ந்து மாறி வரும் உள்ளடக்கம் ஒரு கட்டத்தில் உருவத்துக்கு முரணாக வளர்ந்து விடுகிறபோது உள்ளடக்கத்துக்கும், உருவத்துக்கும் மோதல் உருவாகி உருவம் மாறி விடுகிறது.

மனிதனுக்கு வயது வளர வளர அவனது உள்ளடக்கத்தில் (சக்தியில் மாற்றங்கள் ஏற்பட்டு அவனது உருவத்தில் (முதுமை) மாற்றம் ஏற்படுகிறது; உடம்பு தளர்ந்து விடுகிறது.

முட்டைக்குள் கரு (உள்ளடக்கம்) மேலும் மேலும் வளர்ந்து குஞ்சாக பரிமாணம் அடைகிறபோது, முட்டை ஓட்டை உடைத்துக்கொண்டு அது வெளிவந்து விடுகிறது. அதுவரை முட்டையாக இருந்த உருவம் உடைந்து துகள்களாக, துண்டுகளாக உருவத்தால் மாற்றம் ஏற்பட்டு விட்டது.

சமூக அமைப்பிலும் இப்படிப்பட்ட நிகழ்ச்சிகள்தான் நடந்து வருகின்றன.

தோழர் லெனின் சொன்னது:

“உருவத்துடன், உள்ளடக்கம் ஒரு போராட்டத்தை நடத்துகிறது. உருவம் தூக்கி எறியப்பட்டு, உள்ளடக்கம் மாற்றம் அடைவதிலேயே அது முடிகிறது”

முதலாளித்துவ சமுதாயத்தில் சமூக வளர்ச்சியில் ஏற்படும் உருவ உள்ளடக்க முரண்பாடுகள் தொழிலாளி வர்க்கம் நடத்தும் புரட்சியினால் தீர்த்து வைக்கப்படுகிறது.

பாலா: அய்யா அப்படியானால் சோஷலிச அமைப்பில் உருவத்துக்கும், உள்ளடக்கத்துக்கும் முரண்பாடுகள் எழ வாய்ப்பில்லையா?

பே.அ.: சோஷலிச சமுதாயத்திலும் அந்த முரண்பாடு வளர வாய்ப்புகள் உண்டு! ஆனால் மோதல் அற்ற முரண்பாடாக வரும்.

சோஷலிச அமைப்பிலும் பழமை அடைந்து வரும் உருவங்கள் படிப்படியாக மாற்றியமைக்கப்பட வேண்டும். ஆட்சியில் உள்ள கம்யூனிஸ்ட் கட்சி மிகவும் விழிப்பாக இருந்து அதற்கான முயற்சிகளை எடுக்க வேண்டும். இதில் கவனமில்லாமல் போனால் சோஷலிச அமைப்புக்கும் பின்னடைவு ஏற்பட்டு விடும்.

பழையன கழிதலும், புதியன புகுதலும் உலக இயல்பு என்பதை பழம்பெரும் இலக்கியமான தொல்காப்பியத்திலும் காண முடியும்.

வாழ்க்கையில், சமூகத்தில், காலாவதியானவற்றை, பழமையாகிவிட்ட படிவங்களை விடாப்பிடியாய் பற்றிக் கொண்டிருக்க முடியாது. புதிய வடிவங்களை, உருவங்களை ஏற்றுக் கொண்டு முன்னேற வேண்டும். பயன்பட முடியாத பழமையிலிருந்து விடுவித்துக் கொள்ள வேண்டும்.

15

தற்செயல் நிகழ்ச்சி, அவசிய நிகழ்ச்சி ஒரு பொருள்முதல்வாத தத்துவப் பார்வை

(பேராசிரியர் அருணாவும் பாலா, மாரி, செல்வா மூன்று மாணவர்களும் மாலை 5 மணிக்கே பூங்காவில் கூடிவிட்டார்கள்.)

(பேராசிரியர் தற்செயல் நிகழ்ச்சி, அவசிய நிகழ்ச்சி ஒரு பொருள்முதல்வாத தத்துவப் பார்வை என்ற பொருள் பற்றி விளக்க ஆரம்பித்தார்.)

(துவங்குவதற்கு முன்னால் தன் கையிலிருந்த ஒரு சிறிய பிரசுரத்தைப் பிரித்து பார்த்து அதில் உள்ள விஷயத்தை சொல்ல ஆரம்பித்தார்.)

("நான் 'தற்செயல் நிகழ்ச்சி' 'அவசிய நிகழ்ச்சி' என்ற பொருள் பற்றி ஒரு சில கட்டுரை எழுதியிருந்தேன். அந்தக் கட்டுரை எழுதி 22 ஆண்டுகள் ஆகிவிட்டன. இருப்பினும் அதில் எழுதிய கருத்துக்கள் இப்போதும், எப்போதும் பொருந்தும். ஆகவே அந்தக் கட்டுரையில் உள்ள விவரங்களையே உங்களுக்கு சொல்கிறேன்" என்றார்.)

ரே.அ.: நடந்த ஒரு பெரிய ரயில் விபத்து பற்றியது.

20.8.95 அன்று காலை 2.45 மணிக்கு ஆக்ரா அருகே ஃபெரோசாபாதில் ஒரு பெரிய கோரமான ரயில் விபத்து நடந்துவிட்டது.

"காலிந்த்" என்ற பெயர் கொண்ட எக்ஸ்பிரஸ் ரயிலும் (உ.பி.மாநிலம்) ஒரிசா மாநிலம் பூரியிலிருந்து புறப்பட்ட புருஷோத்தம் எக்ஸ்பிரஸ் ரயிலும் எதிர்பாராத விதமாக மோதி அந்த விபத்தில் பலர் மாண்டு போனார்கள். எத்தனை பேர் மாண்டு போனார்கள் என்ற விவாதம் நாடாளுமன்றத்தில் நடந்த போது சுமார் 1500 பேர் மாண்டு போனார்கள் என எதிர்க்கட்சியினர் சொல்ல அமைச்சர் அதை மறுத்து 260 பேர்தான் மாண்டு போனார்கள் என வாதிட்டார். அப்போது

அமைச்சர் ஒரு தத்துவத்தை உதிர்த்தார். "நடந்தது விபத்துதான், விபத்தை விபத்தாகத்தான் எடுத்துக் கொள்ள வேண்டும்" என்றார்.

இந்த தற்செயல் நிகழ்ச்சி, எதிர்ப்பாராத நிகழ்ச்சி, இந்த விபத்து எப்படி நடந்தது?

20.8.95 காலை 2.45 மணிக்கு ஃபெரோசாபாதில் இந்த விபத்து நடந்துவிட்டது. இதுவரை இந்தியாவில் வேறு எங்கும் இப்படிப்பட்ட ஒரு ரயில் விபத்து நடக்கவில்லை என்று அப்போது பேசப்பட்டது. இப்படி ஒரு பெரிய ரயில் விபத்து நடக்க வேண்டும் என்று முன்கூட்டியே நிச்சியிக்கப்பட்டதா?

ஆனால் அப்படிதான் நடந்து விட்டது. நாம் என்ன செய்ய இயலும்? எந்தக் காலத்தில் எது நடக்க வேண்டுமோ அது விதிப்படி நடந்துவிடுகிறது. இதை யாராலும் தடுத்து நிறுத்த முடியாது என்றுதான் பலரும் மந்திரி சொன்னது போல் மடத்தனமாக சொன்னார்கள்.

விதியால் ஏற்பட்டதா?

சாதாரணமாக மக்கள் எருமை மாட்டின் மீதுதான் எமன் சவாரி செய்து வருவான் என்பார்கள். ஆனால் இந்த முறை எமன் ஃபெரோபாசத்துக்கு பசுமீது சவாரி செய்து வந்து காலிந்த் எக்ஸ்பிரஸ் ரயில் முன்னால் அந்தப் பசுவை மாட்ட வைத்து, அதன் உடல் ரயில் என்ஜின் அடியில் பிரேக் கட்டையில் சிக்க, அதனால் ரயில் மேலும் நகர முடியாமல் நிற்க, நிற்கும் இந்த இரயிலுக்கு பின்னால் வேகமாக வந்த புருஷோத்தம் எக்ஸ்பிரஸ், தனக்கு முன்னால் நின்றுக் கொண்டிருந்த 'காலிந்த்' எக்ஸ்பிரஸ் மீது மோத இது ஒரு பெரிய விபத்தாக நடந்துவிட்டது. இவையெல்லாம் மனிதனின் திறமைக்கு அப்பாற்பட்ட நிகழ்ச்சிகளாகும். "விதி வலிது" என்று கூறி சமாதானம் அடைவோர் ஏராளம்.

"ஊழிற் பெருவலி யாவுள மற்றொன்று

சூழினும் தான்முந் துறும்" என்று சொல்லி முடிப்பார்கள்.

"ஊழைவிட (விதியைவிட) மிக்க வலிவுள்ளது வேறு எதுவாக இருக்க முடியும்? ஊழை வெல்ல முயற்சி எடுத்தாலும், மீண்டும் அதுதான் முன்வந்து நிற்கும்" என்று இக்குறளுக்கு விளக்கமும் தருவார்கள்.

"முயற்சி திருவினையாக்கும்"

"ஆக்கம் அதர்வினாய்ச் செல்லும் அசைவிலா

ஊக்கம் உடையா னுழை” என்பதற்கு என்ன பொருள் என்று பார்க்க வேண்டாமா?

சோர்வு இல்லாத, ஊக்கம் உடையவனிடத்தில் ஆக்கமானது தானே அவன் உள்ள இடத்துக்கு வழி கேட்டுக்கொண்டு போய்ச் சேரும்” என அதே வள்ளுவர்தானே மிகத் தெளிவாகச் சொல்லியுள்ளார்.

விபத்தை தடுக்க முடியாதா?

மனிதன் எதிர்பாரா நேரத்தில் இதுபோன்ற விபத்துக்கள் நடந்துவிடுகிறது என்றால், மனிதன் முன்கூட்டியே எச்சரிக்கையாய் இருந்தால், இது போன்ற விபத்தைத் தவிர்த்திருக்கலாம் அல்லவா? இறுதிக் கேள்வி ஏதோ முரட்டுக் கேள்விபோல் தோன்றலாம்.

உதாரணமாக ஃபெரோசாபாத் ரயில் விபத்தையே எடுத்துக் கொள்ளலாம்.

“காலிந்த்” எக்ஸ்பிரஸ் பசு மீது மோதி, இன்ஜின் அடியில் பிரேக் கட்டையில் அது சிக்கிக் கொண்டதால் ரயில் நின்றுவிட்டது. உடனே “காலிந்த்” எக்ஸ்பிரஸ் ட்ரைவரும், “கார்டும்” என்ன செய்திருக்க வேண்டும். ரயில் நின்றவுடன் இந்த இரண்டு பேரும் ஒரு அரை கிலோமீட்டர் சென்று சிறிய (Mild) வெடிமருந்து சாதனங்களை ரயில் தண்டவாளத்தில் வைத்திருந்தால், வருகிற ரயில் அதன்மீது எறுகிறபோது வெடி சப்தத்தை உருவாக்கி இருக்கும். வருகிற இரயில் ட்ரைவரும் எச்சரிக்கையாகி இரயிலை நிறுத்தி இருப்பார். மேற்கொண்டு மோத வாய்ப்பு இருந்திருக்காது. இந்த வழக்கம் ஏற்கெனவே ரயில்வே துறையில் இருந்த வழக்கம். இந்த வழக்கத்தை ரயில்வே நிர்வாகம் நிறத்திவிட்டதா? ஏன் இதை அமல்படுத்தவில்லை. அப்பாவி மக்கள் ஏன் ஆயிரக்கணக்கில் சாக வேண்டும்? அதுமட்டுமல்ல, ரயில் நிர்வாகம் ஒரு ரயிலுக்கும், இன்னொரு ரயிலுக்கும் இடையில் தொடர்புகொள்ள உயர்ந்தபட்ச தொழில் நுணுக்க ஆப்டிகல் பைபர் கேபிள் ஏன் பொறுத்தக் கூடாது. அதிக செலவாகும் என்பதற்காக இதை அமல்படுத்தாமல் விட்டுவிட்டால் அதற்கு மக்கள் பலியாக வேண்டுமா? என்று விஷயம் தெரிந்த மக்கள் கேட்கிறார்கள். இந்தக் கேள்விகளின் பொருள் என்ன? மனிதன் எவ்வளவுக்கு எவ்வளவு எச்சரிக்கையாக முன் ஏற்பாட்டோடு இருக்கின்றானோ அவ்வளவுக்கு அவ்வளவு விபத்துக்களை தவிர்க்கலாம் என்பதுதானே!

மாரி: தற்செயல் நிகழ்ச்சி முன்கூட்டியே நிர்ணயிக்கப்படுகிறதா?

பே.அ.: தற்செயல் நிகழ்ச்சி முன்கூட்டி, யாராலோ, ஏதோ ஒரு சக்தியினாலோ, எங்கிருந்தோ ஒரு சக்தியால் நிச்சயிக்கப்படுவதில்லை. இங்கேதான், நம்மைச் சுற்றிதான், இந்தப் புற உலகில்தான், அந்தச் தற்செயல் நிகழ்ச்சிகளுக்கான காரணங்கள் இருக்கின்றன. அப்படிப்பட்ட காரணங்கள் என்ன என்று அறியத்தானே விசாரணை கமிஷன் வைக்கிறார்கள்.

"சிக்னல் வேலை செய்யவில்லை, அல்லது "பிஷ்ப்ளேட்" கழற்றப்பட்டு நாச வேலை நடந்துள்ளது அல்லது ட்ரைவர் குடிபோதையில் இருந்திருக்கிறார் "பாயின்ட்ஸ் மேன்" தவறு செய்துவிட்டார் இப்படி ஏதாவது ஒரு காரணத்தை ஆய்ந்து கமிஷன் சொல்கிறது. அந்தக் காரணம் இங்கே நம்மைச் சுற்றி புறத்தே இருந்துதானே ஆகவேண்டும். இந்த ஒவ்வொரு காரணத்துக்கும் முன்கூட்டி எச்சரிக்கையாக மனிதன் இருந்தால் இந்தத் தற்செயல் நிகழ்ச்சிகளைக் குறைக்கலாம், தடுக்கலாம் அல்லவா?

எந்தக் கமிஷனாவது "இந்த விபத்து தற்செயல் நிகழ்ச்சி; இப்படி நடக்க வேண்டும் என்று முன்கூட்டியே நிச்சயிக்கப்பட்டதால் மனிதர்கள் ஏதும் செய்வதற்கில்லை" என்று எழுதியுள்ளதா?

தற்செயல் நிகழ்ச்சி என்றால் என்ன?

தற்செயல் நிகழ்ச்சிகளுக்கும் உரிய காரணங்கள் இருக்கின்றன. காரணம் இல்லாமல் எந்த நிகழ்ச்சியும் நடக்க இயலாது. அதற்கானக் காரணங்கள் புறநிலையில்தான் உள்ளன. தற்செயலுக்கான காரணங்கள் கண்டுபிடிக்கக் கூடியதே. புறநிலையில் இவை உள்ளன என்பதை மறுப்பவர்கள்தான் விதி மீது பழி போட்டு தப்பிப்பார்கள்.

தற்செயல் நிகழ்ச்சிகள் பெரும்பாலும் இரண்டு, மூன்று இன்றியமையாத, தவிர்க்க முடியாத தொடர்புகள் சந்திக்கும் இடத்தில் நடந்தேறிவிடுகின்றன.

பாலா:அய்யா உதாரணங்களுடன் விளக்கினால் புரிந்துகொள்ள ஏதுவாக இருக்கும்.

பே.அ.:மீனவர்கள் மீன்பிடிக்க படகில் கடலில் பயணிக்கிறார்கள். அவர்கள் வாழ்க்கையை ஓட்ட மீன் அவர்களுக்கு கட்டாயம் கிடைக்க வேண்டும். இது தவிர்க்க முடியாத தேவை. ஆனால் திடீர் என புயல் தாக்கி படகை வீழ்த்திவிட்டது. மீனவர்களால் பிழைக்க முடியவில்லை. மாண்டு போனார்கள். இதன் உட்பொருள் என்ன? அந்த மீனவர்களைப் பொறுத்தமட்டில் புயல் ஒரு தற்செயல் நிகழ்ச்சி. ஆனால் அவர்கள் மீன்பிடிக்க

வேண்டியது தவிர்க்க முடியாத நிகழ்ச்சி. இதற்கு முன் எத்தனை தடவை கடலில் மீன் பிடித்துள்ளார்கள். ஆனால் இப்போது அவர்கள் வாழ்க்கையில் புயல் ஒரு தற்செயல் நிகழ்ச்சி. ஆனால் புயலை பொறுத்தமட்டில் அது ஒரு இன்றியமையாத நிகழ்ச்சி. புயல் ஒரு குறிப்பிட்ட பருவநிலை விதிகளின்படி உருவாகிறது. ஆனவே மீனவர்களின் வாழ்வு முறை, புயலின் தோற்றம் என்ற இரண்டு இன்றியமையாத நிகழ்ச்சிகள் சந்தித்த நிலையில் அந்த தற்செயல் நிகழ்ச்சி நடந்துவிட்டது. அதாவது புயல் மீனவர்கள் பயணத்தில் தற்செயல் நிகழ்ச்சி. அதேபோல் புயலின் பாதையில் மீனவர்கள் சிக்கியதும் தற்செயல் நிகழ்ச்சி.

இதிலிருந்து நமக்கு என்ன தோன்றுகிறது? தற்செயல் நிகழ்ச்சி என்பது புறவயமானது. அந்த நிகழ்வு சாத்தியமானது. ஆனால் இன்றியமையாதது அல்ல; கட்டாயமானது அல்ல, அது நடைபெறலாம், நடைபெறாமலும் போகலாம். இந்த விபத்தை மனித சக்தியால் தவிர்த்து இருக்கலாம். வானிலை ஆய்வில் புயலின் அறிகுறியை முன்கூட்டியே அறிந்துகொள்ள முடிகிறது. இது செயல்பட்டிருந்தால் மீனவர்கள் கடல் பயணத்தை தவிர்த்து இருக்கலாம். பலியாகும் விதியிலிருந்து மீண்டு இருக்கலாம். பலி எனும் விதிக்கானக் காரணம் எங்கோ, இந்த இயற்கைக்கு அப்பால் இருந்து செயல்படுவதல்ல.

செல்வா: தற்செயல் நிகழ்ச்சியை மனிதத்திறமை வெல்லவே முடியாதா?

பே.அ.: பிரச்சனை என்னவென்றால் தற்செயல் நிகழ்ச்சிகளின் காரண காரியங்களை அறிகிறபோது, அவற்றை முன் எச்சரிக்கை மூலம் குறைத்துக் கொள்ளலாம். அதே நேரத்தில் தற்செயல் நிகழ்ச்சிகளை சகட்டுமேனிக்குப் புறக்கணித்து விடவும் முடியாது. ஒரு பக்கத்தில் பாதகமான விளைவுகளை முன்கூட்டியே அறிய வேண்டும். அதில் சிக்காமல் தப்பிக்க வேண்டும். முடிந்தால் தடுக்க வேண்டும். கட்டுப்படுத்த வேண்டும். விஞ்ஞானம் வளர்ச்சி அடைந்துவிட்ட இக்கால கட்டத்தில் கடலில் புயல் மையம் உருவாவதை முன்கூட்டியே அறிந்துகொள்ள வாய்ப்புண்டு. கடலில் மீன்பிடிக்கச் செல்லாமல் விபத்திலிருந்து தப்பித்துக் கொள்ளலாம்.

பூமி அதிர்ச்சி, பூகம்பம் ஏற்பட்டுவிட்டால் பெரிய சேதம் ஏற்பட்டுவிடுகின்றன. உயிர்ப் பலி ஏராளம். பொருள் நாசம் ஏராளம். இவற்றைத் தடுத்து நிறுத்த மனிதன் இன்னமும் வெற்றியடையவில்லை. ஆனால் ஏற்படக் கூடிய பூமி அதிர்ச்சியை முன்கூட்டியே அறிந்துகொள்ள முடியும். எச்சரிக்கையாக

உயிர்ப் பலியைத் தடுக்க முடியும்; குறைக்க முடியும். தற்செயல் நிகழ்ச்சிகளில் இதுபோன்ற சிலவற்றில் ஓரளவுக்காவது வெற்றி காணமுடியும்.

மழை பொழிவதை யார் தடுக்க முடியும்? ஆனால் ஒரு குறிப்பிட்ட இடத்தில், உதாரணமாக ஒரு சர்வதேச விளையாட்டு நடக்கிற இடத்தில் மழையால் அந்த நிகழ்ச்சி கெட்டுப் போகாமல் இருக்க அந்த இடத்தில் மட்டும் மழை பொழிவதைத் தடுக்க முடியும். மனித சக்தியால் அந்தக் குறிப்பிட்ட இடத்திலிருந்து மேகங்களை விரட்டி அடிக்க முடியும். அவ்வாறே குறிப்பிட்ட இடத்தில் மழை பொழியவும் செய்ய முடியும். பருவ நிலை இல்லாக் காலத்திலும் மழை பொழிய வைக்க முடியும். ஆனால் ஒரு குறிப்பிட்ட இடத்தில் குறிப்பிட்ட அளவுதான் முடியும். ஆனால் மனிதன் இதன்மீது முழுமையாக வெற்றியடைய முடியவில்லை.

மாரி: தற்செயல் நிகழ்ச்சிகள் அவசிய நிகழ்ச்சிகளாக மாறலாம் அல்லவா?

பே.அ.: எல்லா தற்செயல் நிகழ்ச்சிகளையும் புறக்கணிக்க முடியுமா என்பதுதான் கேள்வி. தற்செயல் நிகழச்சிகளை ஆய்ந்து ஆக்கபூர்வமான பணிகளுக்கும் பயன்படுத்த முடியும்.

உதாரணமாக "எக்ஸ்ரே" மனித வாழ்வில் மருத்துவத் துறையில் அவசியமான ஒன்றாக மாறிவிட்டது. ஆனால் அது ஒரு தற்செயல் நிகழ்ச்சியால் கண்டுபிடிக்கப்பட்ட உண்மை.

ஒரு விஞ்ஞானி பெக்வோரெல் என்பவர் ரேடியத்தை ஒரு சிறு குழலில் போட்டு தனது சட்டைப் பையில் வைத்திருந்தார்.

சட்டைப் பையில் இருந்த ரேடியத்தால் குழல் வடிவில் அவர் தோல் சிவந்திருந்தது. இதனுடைய பொருள் என்ன? ரேடியத்திலிருந்து உருவாகும் கதிர்கள் மனித உடலில் ஏற்படுத்திய பாதிப்பை கண்டறிய முடிந்தது. மனித சதையை அது ஊடுருவ முடியும் என்று தெரிய வந்தது. ரேடிய கதிர்வீச்சு கொண்டு எவ்வளவு பயன் பெறமுடியும், அதனால் எவ்வளவு ஆபத்து வர முடியும் என்றும் ஆய்வு நடத்த முடிந்தது. இந்த தற்செயல் நிகழ்ச்சி ஏற்படாமல் போயிருந்தால் “எக்ஸ்ரே” மருத்தவத் துறையில் பயன்படுத்த இயலாமல் போயிருக்கும். ரேடிய கதிர் வீச்சால் சில நோய்களைக் குணப்படுத்த வாய்ப்பில்லாமல் போயிருக்கும். இந்த தற்செயல் நிகழ்ச்சியே அவசிய நிகழ்ச்சியாக மாறிவிட்டது.

தற்செயல் நிகழ்ச்சியே அவசிய நிகழ்ச்சியாக மாறுவதற்கு மேலும் சில உதாரணங்களைப் பார்க்கலாம்.

இப்போதெல்லாம் கண் அறுவை சிகிச்சை செய்து பார்வை வர கண்ணுக்குள்ளேயே “பார்வை லென்ஸ்” வைத்து விடுகிறார்கள். முன்பெல்லாம் காண்டாக்ட்லென்ஸ் கண்மீது பொருத்துவார்கள். இரவில் தூங்குவதற்கு முன்னால் அதை வெளியே எடுத்துவிட்டு, பிறகு காலையில் கண்ணில் வைத்துக் கொள்ளுவார்கள். ஆனால் இப்போது அப்படி செய்ய வேண்டிய அவசியமில்லை. கண்ணுக்குள்ளேயே பார்வை லென்ஸ் வைத்துவிடுகிறார்கள். இந்த அன்னியப் பொருளை எப்படி கண் ஏற்றுக் கொள்ளுகிறது? உடம்பில் எங்காவது ஒரு சிறு முள் அல்லது கண்ணாடி தூள் தங்கி விட்டால் அந்த அன்னியப் பொருளை உடல் ஏற்றுக் கொள்ளுவது இல்லை. எரிச்சல், வீக்கம், சீழ் இவை உருவாகிவிடும். ஆனால் ஒரு பார்வை லென்சை கண்ணுக்குள் வைக்கிற போது அந்த அன்னியப் பொருளை கண் எப்படி ஏற்றுக் கொள்கிறது.

இதுவும் ஒரு தற்செயலாகக் கண்டுபிடிக்கப்பட்ட அதிசயமே?

ஒரு விமான ஓட்டியை வைத்தியப் பரிசோதனை செய்தபோது அவர் கண்ணுக்குள் ஒரு சிறு கண்ணாடி பைபர் துகள் இருந்தது தெரிய வந்தது. ஆனால் அது அவர் கண்ணை உறுத்தவில்லை. டாக்டர்களுக்கு ஆச்சரியமாக இருந்தது. விமான ஓட்டியை திரும்பத் திரும்ப கேட்டார்கள். எப்படி அந்த “பைபர்” கண்ணுக்குள் பதிந்துள்ளது? விமான ஓட்டி யோசித்தார். இரண்டாண்டுகளுக்கு முன்னால் விமானம் ஓட்டிக் கொண்டிருந்தபோது, ஒரு பெரிய பருந்து விமானத்தின் முன்பாகக் கண்ணாடி பைபர் மீது மோதி அது உடைந்து அந்தத் துகள்கள், விமான ஓட்டியின் மீது சிதறி

விழுந்தன. அந்தத் துகள்களில் ஒன்று ஒரு வேளை கண்ணுக்குள் பாய்ந்திருக்கலாம் என்றார். அந்தத் துகளை சோதித்ததில் அது விமான கண்ணாடி பைபர் துகள் எனக் கண்டுபிடிக்கப்பட்டது. அந்தக் குறிப்பிட்ட "பைபர்" கண்ணை உறுத்தவில்லை என்று அறியப்பட்டது. அந்த வகையான பைபரை ஏன் பார்வை தெரிய கண்ணுக்குள் வைக்கக்கூடாது என கேள்வி எழுந்தது. இந்தத் தற்செயல் நிகழ்ச்சியே இப்போது கண்பார்வை அறுவை சிகிச்சையில் நிரந்தர செயலாக மாறிவிட்டது.

மாரி: எல்லாவற்றிக்கும் காரணங்கள் இருந்துதான் ஆக வேண்டுமா?

பே.அ.: நல்ல கேள்வி:

இதனால் சிலர் என்ன விதமாக சிந்திக்கிறார்கள், எனப் பார்க்க வேண்டும். உலகில் நடப்பதெல்லாம் தற்செயல் நிகழ்ச்சியால்தான் அவைகளின் விளைவுகள்தான் அனைத்தும் என்கிறார்கள். வாழ்க்கையே தற்செயல் நிகழ்ச்சிதான் என்கிறார்கள்.

மனிதன் பிறக்கிறான். பிறந்தவன் ஒரு நாள் நிச்சயம் சாகிறான். மனிதனின் இறப்பு அவசியமானது. ஆனால் எப்போது இறப்பு வரும்? இது அவன் அதிர்ஷ்ட விதியைப் பொறுத்தது. ஆறிலும் சாவு, நூறிலும் சாவு என்று வேதாந்தம் பேசுகிறார்கள். மனிதன் எப்போது சாகிறான் என்று சொல்ல முடியாது. ஆகவே மனித வாழ்வே அநித்தியமானது, தற்செயலானது என்கிறார்கள். மனிதன் பிறந்துவிட்ட பிறகு அவனுக்கு இறப்பு என்பது நிச்சயம், அவசியம். இறப்பும் காரண காரியங்களின் அடிப்படையில்தான் நடக்கின்றன என்பதை மறந்துவிடுகிறார்கள். மனித ஆயுட்காலம் சராசரி 40 சதவீதம் என்று இருந்தது போய் 60, 70 சதவீதம் என உயர்ந்து விட்டதையும் மறந்து விடுகிறார்கள். இப்படிப் பட்டவர்கள் ஓர் ஆபத்தான முடிவுக்கு வந்துவிடுகிறார்கள்.

இந்த உலகில் நடக்கிற எல்லாமே ஏறுமாறாக நடக்கிற, எதிர்பாராமல் நடக்கிற தற்செயலின் விளைவுதான் என்று வாதிடுகிறார்கள். இப்படி வாதிடுகிறவர்கள், ஓர் உண்மையைப் பார்க்க மறந்து விடுகிறார்கள். எந்த ஒரு நிகழ்ச்சி ஏற்பட்டாலும் அதற்குக் காரண காரியங்கள் உண்டு என்பதைப் பார்க்க மறுக்கிறார்கள். தற்செயல் நிகழ்ச்சிகளை இன்னும் ஆழமாக ஆராய்ந்தால் அதற்கானக் காரணங்கள் நம்மைச் சுற்றி புற வயமாகத்தான் இருக்கின்றன; அவைகூட ஒரு குறிப்பிட்ட விதியின் மீதுதான் ஒழுங்காக செயல்படுகின்றன என்பதை அறிய முடியும்.

பாலா: புள்ளி விவரமும் ஒழுங்குமுறையை போதிக்கும் விஞ் ஞானமா?

பே.அ.: ஆம்,

உதாரணமாக மக்கள் தொகையில் ஆண் பெண் எண்ணிக்கை இயற்கையாக ஏறத்தாழ சமநிலையில்தான் இருக்கிறது; பொதுவாக ஒரு சதவீதம் இரண்டு சதவீதம் ஏற்றத்தாழ்வாக இருக்கும். இது இயற்கை! மனிதன் தலையீடு இல்லாதவரை.

இந்தியா பூராவும், உலகம் பூராவும் கணக்கெடுக்கும்போது, ஆண் பெண் எண்ணிக்கையில் பெரிய வித்தியாசம் இல்லை. ஏறக்குறைய சம அளவில்தான் உள்ளனர். ஒரு சதமோ, அல்லது இரண்டு, மூன்று சதமோ வித்தியாசம் இருக்கும். ஆண், பெண் பிறப்பில் எப்படி இந்த ஒழுங்குமுறை நடைபெறுகிறது? ஆண் குழந்தையா? பெண் குழந்தையா? மனிதனின் விருப்பப்படி நடப்பதல்ல. இயற்கை இந்த ஒழுங்கான விதிமுறையை கவனமாகவே நிறைவேற்றி வருகிறது. சிக்கலான இன்னொரு தற்செயல் நிகழ்ச்சியின் ஒழுங்கு முறையை பார்ப்போம்.

ஒரு நாணயத்தை எடுத்து “பூவா, “தலையா” என்று சுண்டினால் அந்த நாணயம் தரையில் விழுந்த பிறகுதான் தெரியும் தலையா, பூவா என்று. மனிதனால் முன்கூட்டியே உறுதியாக சொல்ல முடியாது. ஒரு மனிதன் இரண்டு, மூன்று முறை நாணயம் தரையில் விழுவதற்கு முன் சொல்லி, அது சரியாக இருந்தால் அது “ஃப்ளுக்” தானே தவிர எந்த ஆதாரத்தின் அடிப்படையிலும் அல்ல.

ஒரு நாணயம் தரையில் பூவாகவோ, தலையாகவோ வீழ்ந்தால் அதில் கூட ஒவ்வொரு முறையும் நாணயம் சுற்றுகிற எண்ணிக்கை, வேகம், தரையின் தூரம் இவற்றைப் பொறுத்துத்தான் இருக்க முடியும். நம்மால் அந்த சுற்றின் வேகத்தை எண்ண இயலாது. ஆனால் இந்தக் குறிப்பிட்ட தற்செயல் நிகழ்ச்சியும் ஒரு குறிப்பிட்ட ஒழுங்கு முறை விதிப்படிதான் நடக்கிறது என விஞ்ஞானிகள் ஆய்வு நடத்தி சொல்கிறார்கள்.

அதிகமான எண்ணிக்கையில் அதாவது ஒரு லட்சம், இரண்டு லட்சம் என்று நாணயத்தை சுண்டிப்பார்த்தால் பூவா, தலையா எது அதிகம் என எண்ணிப் பார்க்கிறபோது பூவும், தலையும் சம அளவில் தான் கீழே விழுகிறது எனக் கண்டுபிடித்துள்ளனர்.

அதிக எண்ணிக்கையில் கணக்கிடுறபோது புள்ளி விவர இயல்புபடி ஓர் ஒழுங்குமுறை விதிப்படிதான் இந்தத் தற்செயல் நிகழ்ச்சியும் நடைபெறுகிறது என்று அறிய முடிகிறது.

இன்றைய கம்யூட்டர் யுகத்தில் இதைக் கணக்கிட்டுப் பார்ப்பது சிரமமல்ல.

ஆனால் ஏற்கெனவே குறிப்பட்டது போல் ஒரு தற்செயல் நிகழ்ச்சி நடைபெறலாம், நடைபெறாமலும் போகலாம். அப்படி நடந்தால் சில நிகழ்ச்சிகள் நமக்குப் பயன்படலாம், சில பயன்படாமல் போகலாம். சில நிகழ்ச்சிகள் தொல்லையாக மாறலாம், சில பயனுள்ளவையாக மாறலாம். ஆனால் அவை யாவும் காரண காரியங்களோடுதான் நடக்கின்றன. ஒழுங்குமுறை விதிகளின்படி இயற்கைக்கு உட்பட்டுதான் நடைபெறுகின்றன.

செல்வா: அவசிய நிகழ்ச்சிகள் தெளிவாக விளக்க வேண்டுகிறேன்?

பே.அ.: அவசிய நிகழ்ச்சி என்பது ஏதோ நடக்கிற ஒன்று அல்ல; அது நிச்சயமாக நடந்துதான் ஆக வேண்டும். முழுமையாக நடந்துதான் ஆகவேண்டும். உலக நிகழ்வுகளில் ஆழ்ந்து பொதிந்துள்ள காரணங்களினாலும், தொடர்புகளினாலும் நிகழ்வது. நிகழ்ச்சிகளின் முந்தைய வளர்ச்சி, பரஸ்பர பாதிப்பு இவை அனைத்தினாலும், தோற்றுவிக்கப்படுவது. அவசிய நிகழ்ச்சிகள், இன்றியமையாத நிகழ்ச்சிகள் என்பவை இயற்கையின், சமூகத்தின் வளர்முக விதி (law) முறைகளுக்கு உட்பட்டது.

அவசிய நிகழ்ச்சியில், இன்றியமையாத நிகழ்ச்சிகள் என்று இப்படியெல்லாம் வியாக்கியானம் செய்கிறபோது வாழ்க்கை அம்சத்தை ஒட்டி அவைகளை எப்படி புரிந்து கொள்ளுவது?

சூரியன் ஒளியையும், சூட்டையும் கக்கிக் கொண்டிருக்கிறான். சூரியனும் ஒரு விண்மீன்தான். பிரதானமாக ஹைட்ரஜன் வாயுவால் ஆனதுதான். ஆகவேதான் அது அனல் பிழம்பாய் கணன்றெரிந்து கொண்டிருக்கிறது.

இதன் வெப்பநிலை மிக மிகக் கடுமையானது. சூரியனின் தன்மை இவ்வளவு பயங்கரமாக இருந்தாலும் அது இந்த பூவுலகிற்கு மிக அவசியமான நிகழ்ச்சிகளை உருவாக்கிக் கொண்டிருக்கிறது. இதை யாராலும் தவிர்க்க இயலாது. சூரியன் அப்படி கொதித்துக் கொண்டிருப்பதுதான் மனித வாழ்க்கைக்கு அத்தியவாசியத் தேவையாக இருக்கிறது. சில இப்படித்தான் இருந்தாக வேண்டும்.

அதேபோல் இரவு பகல் வந்து கொண்டிருக்கிறது. இந்த நிகழ்ச்சி ஓயாமல் நடந்து கொண்டிருக்கிறது. இதை மனிதனால் தடுக்க இயலாது, அதோடு இது அவசியமான நிகழ்ச்சியாகும்.

இரவே இல்லாமல் பகல் நீடிக்கிறது, அல்லது பகலே இல்லாமல் இரவு நீடிக்கிறது என்று கற்பனை செய்து பார்க்க முடியுமா? அப்படி அவை தொடர்ந்து நீடித்தால் இந்தப் பூவுலகின் இயற்கையின் வளர்ச்சி ஏது? வாழ்க்கையின் பரிணாமம் ஏது?

பூமி தனது அச்சில் தன்னைத் தானே சுற்றிக் கொள்வதால்தான் இரவு பகல் மாறி மாறி வருவதை நாம் காண முடிகிறது. பூமியால் சுற்றாமல் இருக்க முடியாது. அதற்கான காரணங்கள் அதற்குள்ளாகவே உள்ளதால் அது சுற்றித்தான் ஆகவேண்டும்.

அவ்வாறே பூமி சூரியனையும் சுற்றி வருகிறது. அப்படி பூமி சூரியனை சுற்றி வராமல் போனால் என்ன ஆகும்? பருவ கால மாற்றங்கள் என்பதற்கே வழி இல்லாமல் போய்விடும். பருவ கால மாற்றங்கள் இல்லாமல் போனால் என்ன ஆகும்? இயற்கை வளம், உயிரினம் வளர, வாழ, வழி ஏது? ஆக பூமி சூரியனை சுற்றி வருவதும் அத்தியாவசியமான, தவிர்க்க இயலா நிகழ்ச்சியாகும்.

சூரியன் பூமியை ஈர்க்கிறது, பூமி சூரியனை ஈர்க்கிறது. இப்படி ஒன்றை ஒன்று ஈர்க்கிற காரணத்தால் அவை தள்ளி உள்ளன. சற்று கற்பனை செய்வோம். பூமி ஈர்ப்பு விசையை இழந்துவிட்டால் அது ஓடி சூரியனிடம் ஒட்டிக் கொள்ளும். கொதிநிலையில் உள்ள சூரியனிடம் ஒட்டிக் கொண்டால் பூமி இப்பூவுலகம் எங்கே? இவையெல்லாம் முறையே ஆழ்ந்து உள்பொதிந்துள்ள காரணங்களினாலும் தொடர்புகளினாலும் நடைபெறுகின்ற அவசியம், தவிர்க்க இயலா நிகழ்ச்சிகளாகும்.

ஆகவே பூமி தன்னைத் தானே சுற்றி இரவு பகலை உருவாக்குவதோடு, சூரியனையும் சுற்றி வந்து பருவகால மாற்றங்களுக்குக் காரணமாக இருக்கிறது.

செல்வா: அவசிய நிகழ்ச்சி சமுதாயத்துக்கும் பொருந்துமா? விளக்கவும்.

பே.அ.: இப்படிப்பட்ட தவிர்க்க இயலாத இன்றியமையாத நிகழ்ச்சிகள் இயற்கைக்கு மட்டும் அல்ல, சமுதாயத்துக்கும் பொருந்தும்.

முதலாளித்துவ சமுதாயத்திலிருந்து சோஷலிச சமுதாயத்துக்கு மாறுவதும் அவசியமான தவிர்க்க இயலாத நிகழ்ச்சியாகும்.

சமுதாய மாற்றம் என்பது ஒன்றிலிருந்து, மற்றொன்று பிறப்பது. முதலாளித்துவ சமுதாயத்துக்குள்ளேயே, அந்த சமுதாயம் வீழ்ச்சிக்கான வித்து இருக்கிறது. அதன் காரணமாய் அது உள்ளுக்குள்ளேயே மெல்ல மெல்ல அழுகிக் கொண்டிருக்கிறது.

அது விழும், அதன் வீழ்ச்சியால் புதியதொரு சமுதாயம் எழும். இந்த எதிர்கால ரகசியம் கடந்த கால அனுபவங்களிலிருந்து, நிகழ்கால யதார்த்தங்களிலிருந்து அறியப் பெறுவது.”

முதலாளித்துவ சமுதாயத்துக்குள்ளேயே புதிய சமுதாயம் உருவாவதற்கான விதிமுறைகள் உள்ளார்ந்து வளர்கின்றன. ஆனால் மனிதனின் தலையீடு தேவை. மனிதன் இதில் தலையிட்டு உறுதிப்படுத்த வேண்டும்; அது முக்கியம்.

இயற்கையிலும் சமூக அமைப்பிலும் உள்ளது போலவே, நிகழ்வது போலவே, உயிரினங்களிலும், தாவர இனங்களிலும் இப்படிப்பட்ட அவசிய நிகழ்ச்சிகள் நடைபெற்றுக் கொண்டுதான் இருக்கின்றன.

உயிரினங்களில் மனிதனை எடுத்துக் கொள்ளுவோம்.

மனிதனின் இறப்பு என்றாவது ஒரு நாள் நிச்சயம் தானே. இது அவசியமான, தவிர்க்க இயலா நிகழ்ச்சிதானே. அதேபோல மனிதன் குழந்தை பருவத்தைக் கடந்து, இளைஞனாக, பின் நடுத்தர வயதினனாக, முதியவனாக வளர்ந்தாக வேண்டும். யாராவது ஒருவன் இளைஞனாகவே இருக்க வேண்டும் என்று விரும்பினால் அது நடைபெற இயலாது. உடற்கூறு இதை அனுமதிக்காது. உடலுக்குள் நடைபெறும் இந்த உள்ளார்ந்த ஒழுங்கு விதிமுறை மனிதனுக்கு மட்டுமல்ல; அனைத்து உயிரினங்களுக்கும் பொருந்தும்.

பாலா: அவசிய நிகழ்ச்சி தாவர இனத்துக்கும் பொருந்துமா? விளக்கவும்

பே. அ: தாவர இனங்களும் அவசிய விதிகளுக்கு உட்பட்டுதான் இயங்குகின்றன. மாங்கொட்டையை விதைத்து விட்டு பனை மரத்தை எதிர்ப்பார்க்க முடியாது; தென்னை விதையை நட்டுவிட்டு புளியமரத்தை எதிர்ப்பார்க்க இயலாது. அந்தந்த விதைக்குள் அடங்கிய தாவர வளர்ச்சி விதிக்கு உட்பட்டுதான் இவை நடைபெறுகின்றன. இன்று நாம் பார்க்கும் அனைத்து தாவர இனங்களும், பரிணாம வளர்ச்சி எனும் அவசிய பொதுவிதிக்கு உட்பட்டுதான் வந்திருக்கின்றன. ஒரு காலத்தில் இன்று நாம் பார்க்கும். செடி, கொடி, மரம் என்ற உருவில் இருந்ததில்லை. அவை ஆரம்ப கட்டத்தில் நீரில் மிதந்து வரும் தாவரமாகத்தான் இருந்தது என்கிறார்கள். உதாரணமாக “பாசி” வடிவில்தான் தாவரங்கள் தலையெடுக்க ஆரம்பித்தன. ஒரே இடத்திலிருந்து, தன்னை வளர்த்துக் கொள்ளும் பரிமாண வளர்ச்சி உருவான பிறகுதான், அதாவது பூமியிலிருந்து சத்தை உறிஞ்சும் வேர்கள் உருவான பிறகுதான், காற்றிலிருந்து

கரிமிலவாயுவை கிரகித்துக் கொள்ளும் திறமை உருவான பிறகுதான் மரம் ஒரே இடத்தில் குத்திட்டு நிற்கும் நிலையை எய்தியது. பல ஆண்டுகளாகத் தங்களை தகவமைத்துக்கொண்டு, இன்றைய பரிணாம வளர்ச்சியின் ஒரு கட்டத்தைப் பெற்றுள்ள மரம், செடி, கொடிகளும் குறிப்பிட்ட வாழ்நாட்களுக்குப் பிறகு போகின்றன. "ஓக்" என்ற ஒரு வகை மரம் ஆயிரம் ஆண்டுகள் வரை உயிர் வாழுமாம். ஆயிரம் ஆண்டுகள் ஆனாலும் அதன் பிறகு தவிர்க்க வியலாத அவசிய விதிக்கு அது ஆட்பட்டுதான் ஆகவேண்டும்; வீழ அல்லது பட்டுப் போக வேண்டும்.

இந்தப் பிரபஞ்சத்தில் உள்ள அனைத்தும் இயங்கிக் கொண்டுதானே இருக்கின்றன. இந்த இயக்கம் எனும் அவசிய நிகழ்ச்சி, இன்றியமையாத நிகழ்ச்சி, ஒழுங்கு விதிகளுக்கு உட்பட்டு தானே நடைபெறுகின்றன. இந்த விதிக்கு உட்படாது எது தப்பிக்க முடியும்?

மாரி: அவசிய நிகழ்ச்சி ஜடப்பொருளுக்கும் பொருந்துமா? என விளக்கவும்?

பே.அ.: ஜடப் பொருள்களும் இந்த விதிக்கு உட்பட்டுதானே ஆகவேண்டும். அணுக்களின் அடுக்குகளான, ஜடப்பொருள், பருப்பொருள் இயங்கிக் கொண்டு இருக்கிற வரை எந்த ஜடப்பொருளுக்கும் விதிவிலக்கு இல்லை.

அவசிய நிகழ்ச்சிகள் பற்றி தத்துவார்த்த துறை கூறுவதென்ன?

"இதைத்தான் தத்துவார்த்தத் துறையில் புறநிலையான உலகியல் நிகழ்வுகளின், வளர்ச்சியின் தவிர்க்க முடியாத சக்தி என்ற முறையில் அவசியம் என்பது, இன்றியமையாமை என்பது ஆதிக்கம் செலுத்துகிறது. அந்த நிகழ்வுகளின் தன்மையிலிருந்தே அது உண்டாகிறது. அவற்றின் முந்தைய வளர்ச்சி, பரஸ்பர பாதிப்பு ஆகிய அனைத்திலும் தோற்றுவிக்கப் படுகிறது. அவசியம் என்பது, இன்றியமையாமை என்பது இயற்கையிலும் சமூகத்திலும் அவற்றின் வளர்ச்சியின் விதிமுறைகளுக்கு உட்பட்ட தன்மையை வெளியிடுகிறது" என்கிறார்கள்.

பாலா: அய்யா இதை மேலும் எளிமைப்படுத்தி விளக்கினால் நல்லது.

பே.அ.: உலகம் புறநிலையானது.

இந்தப் புற உலகில் நிகழ்ச்சிகள் நடைபெற்றுக் கொண்டிருக்கின்றன. இந்த நிகழ்ச்சிகள் வளர்முகமாக இருக்கின்றன.

இந்த வளர்முக நிகழ்ச்சிகளுக்கும் இவற்றோடு சம்பந்தப்பட்ட ஏற்கெனவே வளர்ந்துள்ள நிகழ்ச்சிகள் கூடுதல் பரஸ்பர உதவிகள் செய்கின்றன.

இப்படிப்பட்ட வளர்முக நிகழ்ச்சிகளும் இயற்கை விதிகளுக்கு உட்பட்டு, சமூக விதிகளுக்கு உட்பட்டு நடைபெறுகின்றன.

உள்ளார்ந்த விதிகளுக்கு தவிர்க்க முடியாத விதிகளுக்கு உட்பட்டு நிகழ்வதால் இவை அத்தியவாசியமான இன்றியமையாத நிகழ்ச்சிகளாக மாறுகின்றன.

மாரி: தற்செயல் நிகழ்ச்சிகள் அவசிய நிகழ்ச்சிக்கும் பொதுவான தன்மை உண்டா?

பே.அ.: தற்செயல் நிகழ்ச்சிகள், அவசிய நிகழ்ச்சிகள் பற்றி இவ்வளவு விரிவாகப் பார்க்கும் போது, தற்செயல் நிகழ்ச்சிகளுக்கும் அவசிய நிகழ்ச்சிகளுக்கும் இடையில் ஏதேனும் உறவு உண்டா? தனித்தனியானதா? சம்பந்தம் ஏதும் இல்லாததா? இதுபற்றி பேசுவதும் பயனுள்ளதாக இருக்கும்.

இவற்றுக்கு இடையே உள்ள பொதுவான தன்மைகள் என்ன?

எல்லாம் கண்டிப்பாக நடந்துதான் தீரவேண்டுமா? அவசியமான நிகழ்ச்சியாகத்தான் இருக்க வேண்டுமா? இன்று ஒரு நிகழ்ச்சி நடக்காமல் இருக்கலாம். ஆனால் அதே நிகழ்ச்சி நாளை நடக்கலாம். எதுவும் நடக்கலாம். ஆச்சரியமான நிகழ்ச்சிகள், நம்ப முடியாத நிகழ்ச்சிகள் கூட நடக்கலாம். எந்த வகையான நிகழ்ச்சிகள் நடப்பதற்கும் சாத்தியப்பாடு உண்டு. இப்படிப்பட்ட நிகழ்ச்சிகளுக்கு அவசியம் என்கிற முகாந்தரம் தேவையில்லை. ஒரு குறிப்பிட்ட விதிகளுக்கு, நியதிகளுக்கு உட்பட்டுதான் நிகழ்ச்சிகள் நடைபெற வேண்டிய அவசியமும் இல்லை. எல்லாமே தற்செயலாக நடைப்பவைதான் என்று வாதிடுகிற தத்தவஞானிகளும் உண்டு. இவர்களை நியதி மறுப்புவாதிகள் என்று அழைக்கலாம்.

அப்படியானால் மனிதர்களில் ஒரு பிரிவினர் பிரம்மனின் நெற்றியில் இருந்து பிறந்தவர்கள் என்றும் மற்ற ஒரு பிரிவினர் தோளிலிருந்து பிறந்தவர்கள் என்றும், மேலும் ஒரு பிரிவினர் தொடையிலிருந்து பிறந்தவர்கள் என்றும், நான்காவது பிரிவினர் பிரம்மனின் பாதத்திலிருந்து பிறந்தவர்கள் என்றும் சொல்லும் சாத்தியப்பாடுகள் கூட நடக்க வழியுண்டா என்று கேட்டால் நடந்ததால்தானே இது சொல்லப்படுகிறது என்று கூசாமல் சொல்லுகின்றவர்கள் உண்டு.

சரி, இரவு பகல் என்று மாறி மாறி வராமல் இரவே முழுவதும் நீடிக்க வழி உண்டா என்றால் அதற்கும் வழியுண்டு; அதற்கு

மேலே இரவுக்கும் பகலுக்கும் இடையிலும் ஒரு புதிய காலச் சூழ்நிலை கூட உருவாக வழி உண்டு என்கிறார்கள்.

மாரி: ஆண்டவன் கொடுக்கும் வரம் நிலையான நிகழ்ச்சி என்கிறார்களே?

பே.அ.: அவர்கள் ஏன், எல்லாவற்றுக்கும், எல்லா சாத்தியப்பாட்டுக்கும் உட்பட்டதுதான் இந்த உலகம், பிரபஞ்சம் என்கிறார்கள். ஆண்டவனைப் பொருத்தமட்டில் அவசியமானது என்று ஒன்றில்லை என்கிறார்கள். அவரால் எல்லாம் முடியும், எதுவும் முடியும் என்கிறார்கள். எந்த விதிமுறையும் அவருக்குத் தேவை இல்லை என்கிறார்கள். ஆனால் அந்த வாதத்தைக் கடைசி வரையிலும் அவர்களால் தூக்கிப் பிடிக்க முடியவில்லை. காரணம் மனிதன் சாகாமலேயே உயிர் வாழ முடியுமா என்று கேட்டால், இந்த அவசிய நிகழ்ச்சி அவனுக்கு ஏற்படாமல் இருக்குமா என்று கேட்டால் மார்க்கண்டேயனைக் கண்டதில்லையா என்று கேட்கிறார்கள். அவன் என்றும் 16 வயது உடையவனாகவே வாழ்ந்ததாகக் கேள்விப்படவில்லையா? என்கிறார்கள். அந்தப் பதினாறு வயது சிறுவன் என்றும் சிரஞ்சீவி என்றால் அவன் இப்போது எங்கே என்று கேட்டால் என்ன பதில் வரும்? அவனுக்கு இந்தப் பூவுலகின் மீது விரக்தி ஏற்பட்டு முக்தி பெற்று மேலுலகம் சென்று விட்டான் என்பார்கள். அதன் பொருள் என்ன? ஆண்டவனால் வரம் பெற்று என்றும் சிரஞ் சீவி என்று வாழ்ந்தாலும் அவனும் கடைசியில் மாண்டுதான் போனான் என்று எடுத்துக் கொள்ளலாம் அல்லவா? அவர்கள் இதற்கு முக்தி என்று பெயர் வைக்கலாம். இறப்புக்கு எவனும் தப்பிக்க முடியாது என்று சொன்னால் அதுவும் ஆண்டவன் தந்த வரம்தான் என்பார்கள்.

ஈஸ்வரன் ஒரு முறை வரம் கொடுத்து விட்டால் அதையே கூட அவனால் திரும்பப் பெற முடியாது, மாற்ற முடியாது என்று பக்குவமாக பதில் தருகிறார்கள். அதுதான் அத்தியாவசிய, தவிர்க்க முடியாத விதியாகி விடுகிறது என்கிறார்கள். அந்த விதிப்படிதான் நடந்து தீரும், அவசியமாக நடந்துதான் தீரும் என்கிறார்கள். இங்கேதான் இவர்கள் நியதி மறுப்புவாதிகளாக மாட்டிக் கொள்ளுகிறார்கள்.

அப்படியானால் அவசியமான, அத்தியாவசியமான, இன்றியமையாத நிகழ்ச்சிகள் இருக்கத்தான் செய்கின்றன என்பதை சுற்றி வளைத்து ஏற்கிறார்கள். சிவபுராணமும் பிரபஞ்ச இயக்கத்தை மறுக்க முடியவில்லை; மாற்ற முடியவில்லை.

“இரண்டையும், இரண்டையும் கூட்டினால் ஆறாகுமா?” ஆகாது. நான்குதான்.

முக்கோணத்தில் மூன்று கோணங்களும் சேர்ந்து இரண்டு செங்கோணங்களுக்குச் சமம் என்ற உண்மையை மாற்ற முடியுமா? முடியாது.

“சில விஷயங்களில் ஆண்டவன் தான் உருவாக்கியதை தன்னால் மாற்ற முடியாது” என்று கூறி தப்பிக்கிறார்கள். ஆண்டவனின் பிரதிநிதிகள் தான் இப்படியில்லை.

நியதி மறுப்பு வாதிகளும், எல்லாம் தற்செயல் நிகழ்ச்சிகள்தான், இதற்கு மாறாக அவசிய நிகழ்ச்சிகள் என்கிற விதிக்கு உட்பட்ட சம்பவங்கள் ஏதும் இல்லை என உறுதியாக சொல்ல முடியாமல் நழுவி விடுகிறார்கள்.

வடதுருவம், தென்துருவம் மாறவழியுண்டா?

இந்தப் பிரபஞ்சத்தில் உள்ள எல்லா பொருட்களும் அணுக்களால் உருவாக்கப்பட்டுள்ளன என்பதை நீக்கிவிட்டு அணுக்கள் அற்ற ஒன்றினால் இந்தப் பிரபஞ்சத்தில் உள்ள பொருட்களை ஆண்டவனால் உருவாக்க முடியுமா? முடியாது.

“ஆண்டவன் கொடுத்த வாக்கை அவனால் திரும்பப் பெற முடியாது” என்கிறார்கள். “இன்றியமையாதது” என்பதை மறைமுகமாக ஏற்றுக் கொண்டு, அதுதிரும்பிப் பெற முடியாத கட்டளை என்று சொல்லி ஒரு இருபது மதிப்பெண் வாங்க முயற்சிக்கிறார்கள்.

அப்படியே ஆண்டவன் என்று ஒருவன் இருந்தால் அவனும் அணுக்களால் கட்டப்பட்டவனாகத்தான் இருப்பானே தவிர வேறு வழியில்லை.

ஆகவே எல்லாம் தற்செயல் நிகழ்ச்சிதான். எதுவும் நடக்க வாய்ப்பு உண்டு என்று கூப்பாடு போடும் நியதி மறுப்புவாதிகளை மறுப்போம்.

பாலா: நியதி மறுப்புவாதிகள் பற்றி சொன்னீர், இதில் வேறு பிரிவினரும் உண்டா?

பே.அ.: அடுத்து மற்றொரு பிரிவினரும் உண்டு.

யாந்திரிக நியதிவாதிகள்.

எல்லாம் விதிப்படிதான் நடக்கின்றன. நடக்க வேண்டியவை யெல்லாம் நடந்துதான் தீரும். ஏனென்றால் அவை அனைத்தும் முன்கூட்டியே நிர்ணயிக்கப்பட்டு விடுகின்றன. எனவே தற்செயல் மூலம் ஏதும் நடப்பதில்லை என்று முரட்டுத்தனமாக வாதிடுகின்ற தத்துவஞானிகளும் உண்டு. இவர்கள் நிகழ்வுகளை வெறும் யாந்திரிகமாகப் பார்க்கிறார்கள். இவர்களை யாந்திரிக நியதி

வாதிகள் என்று குறிப்பிடலாம். இவர்களை நம்புகிற அப்பாவிகளும் நிரம்பவே உண்டு.

நாம் இங்கே என்ன முடிவுக்கு வர வேண்டும்? யாந்திரிக நியதிவாதிகள் சொல்வது,"ஒவ்வொரு சம்பவமும் மாற்ற முடியாத வகையில் நிர்ணயிக்கப்பட்டு விட்டது. இப்படிப்பட்ட நிகழ்ச்சிகள் தவிர்க்கப்பட முடியாதது. இவைகளை ஏற்றுக் கொள்ளத்தான் வேண்டும் என்ற முடிவுக்கு வரவேண்டி இருக்கும்.

இதை ஏற்பதில் இயற்கையான நிகழ்வுகளில் மனிதனின் தலையீடு இல்லாமல் மனிதன் வெறும் பார்வையாளனாக மாறிவிடுவான்.

மாரி: யாந்திரிக நியதிவாதிகள் அடுத்து மேலும் வேறுபிரிவினர் உண்டா?

பே.அ.: விதிவாதிகள் என்போரும் உண்டு.

நியதி மறுப்பு வாதத்தையும், யாந்திரிக நியதி வாதத்தையும் ஏற்றுக் கொள்ளாமல் நடுநிலை வகிக்கும் தத்துவஞானிகளும் உண்டு!

இவர்களை விதிவாதிகள் என்று கூறலாம். இவர்கள் சொல்லும் வாதத்தைப் பார்ப்போம். "நிகழ்ச்சிகள் அவசியமானதாகவும் இருக்கலாம், அல்லது தற்செயலாகவும் இருக்கலாம். சாதாரண நிகழ்ச்சிகள், அற்பமான நிகழ்ச்சிகள், தற்செயல் நிகழ்ச்சிகள், அவசியமான நிகழ்ச்சிகள் என்று சொல்லலாம் என்கிறார்கள். இவர்கள் சொல்லுவதிலிருந்து நாம் என்ன முடிவுக்கு வரமுடியும்!

தற்செயல் நிகழ்ச்சிகள் அவசியத்திலிருந்து எழவில்லை. ஆகவே அவை எந்த விதிக்கும் உட்பட்டதல்ல. அப்படியானால் இவை வெறும் அற்புதங்கள்! புதுமைகள்!!

ஒருவன் சாக வேண்டும் என்று நினைத்தாலும் அவனுக்கு சாவு வராது. விதி வந்தால்தால் சாவான். எந்த நேரத்தில் அவன் சாகவேண்டும் என்று முன்கூட்டி விதி எழுதப்பட்டுள்ளதோ அந்த விதிப்படிதான் எல்லாம் நிறைவேறும் என்கிறார்கள்.

உதாரணமாக ஒருவனுக்கு வாழ்க்கையில் விரக்தி ஏற்பட்டு தற்கொலை செய்துகொள்ள தூக்குப் போட்டு கொண்டு சாக முடிவு எடுத்து விட்டான். ஆனால் அவனுக்குத் திடீரென ஒரு சந்தேகம் ஏற்பட்டு விட்டது. தூக்கில் தொங்கும் போது கயிறு அறுந்து விட்டால் என்ன செய்வது? சாக முடியாமல் போகுமே என்ற எண்ணம் வந்துவிட்டது. உடனே இப்படி ஏற்படக் கூடிய தற்செயல் நிகழ்ச்சியைத் தடுக்க ஊர் எல்லையில் ஆழமாக

உள்ள குளத்தின் கரையில் உள்ள புளிய மரத்தில் தூக்கில் தொங்க முடிவு எடுத்துவிட்டான். திடீரென கயிறு அறுந்து விட்டாலும் ஆழமான குளத்தில் வீழ்ந்து மூழ்கி மரணம் அடைய முடியும் என்ற முடிவுக்கு வந்தான். கயிறோடு குளக்கரைக்கு வந்துவிட்டான். மரக்கிளையில் கயிறும் கட்டிவிட்டான். ஆனால் மீண்டும் அவனுக்கு ஒரு சந்தேகம் வந்துவிட்டது. தனக்கு நீந்தத் தெரியும். ஆகவே கயிறு அறுந்து தண்ணீரில் விழுந்தாலும் மூச்சுத் திணறி சாக முடியாது, நீந்தத்தான் மனம் தூண்டும். நீந்திக் கரை வந்துவிட்டால் என்ன செய்வது!' ஆகவே மீண்டும் வீட்டுக்குச் சென்று விஷப் பொருளை எடுத்துக்கொண்டு குளக்கரை வந்து சேர்ந்தான். உடனே விஷத்தை விழுங்கினான், ஒரு நொடியில் கழுத்தில் கயிறை மாட்டிக் கொண்டு தொங்கிவிட்டான். ஆனால் என்ன ஆச்சரியம்! கயிறு அறுந்து அவன் குளத்தில் விழுந்துவிட்டான். கரையோரம் இருந்த கல்லின் மீது மோதி காலில் வலி ஏற்பட்டு அய்யோ என வாய்விட்டுக் கத்திவிட்டான். இந்த நேரத்தில் வாயில் நுழைந்த நீரையும் குடித்துவிட்டான். குளத்து நீர் மிக அழுக்காக துர்நாற்றமாக இருந்ததால் உடனே வாந்தி எடுத்துவிட்டான். வாந்தி எடுத்ததால் வயிற்றில் இருந்த விஷமும் வெளியே வந்துவிட்டது.

விஷத்தாலும் சாக முடியவில்லை, கயிற்றாலும் சாக முடியவில்லை, மூச்சுத்திணறி சாகவும் முடியவில்லை. இவன் நீந்தத் தெரிந்த மனிதன் அல்லவா? திணற முடியாமல் அவனையும் மறந்து நீச்சல் அடித்து கரை ஏறிவிட்டான். தான் ஏதோ ஏமாந்துவிட்டதாக, தன் முயற்சி தோற்றுவிட்டதாக, விரக்தியோடு வீடு திரும்பினான். அவன் சாக நினைத்தாலும் அவன் சாக முடியவில்லை. எல்லா சம்பவமும் எங்கே நடக்க வேண்டும்? எப்படி நடக்க வேண்டும்? எப்போது நடக்க வேண்டும்? என முன்கூட்டியே நிர்ணயிக்கப்பட்டு விட்டன. எனவே எதுவும் விதிப்படிதான் நடக்கும் "விதி வலியது" என்கிறார்கள்.

மேலே விவரிக்கப்பட்ட நிகழ்ச்சி விதி வலிது என நிரூபிக்கவே, நிச்சயப் படுத்தவே இட்டுக்கட்டப்பட்ட கதையாக இருக்கலாம். தற்செயல் மூலம் ஏதும் நடப்பதில்லை. அனைத்தும் முன்கூட்டியே நிர்ணயிக்கப்பட்டு விடுகின்றன என்பதைச் சாதிக்க ஏற்படுத்தப்பட்ட கதை இது. அப்படியே அது நடந்திருந்தால் அபூர்வத்திலும் அபூர்வம். தற்கொலைக்கு முயற்சித்தவன் பல தவறுகளை செய்திருக்கிறான். அந்தத் தவறுகள்தான் அவனைக் காப்பாற்றிவிட்டது. அவன் பலமான கயிறை எடுத்துச் சென்றிருக்க வேண்டும். அவனுக்கு நீச்சல் தெரிந்திருந்த காரணத்தால் பலமான

கல்லை முன்கூட்டியே காலில் கட்டிக் கொண்டு குளத்தில் குதித்து இருக்கவேண்டும். அப்படி செய்திருந்தால் அவன் விஷம் கூட கொண்டு சென்றிருக்க வேண்டிய அவசியம் இல்லை. மரத்தில் தொங்க வேண்டிய அவசியமும் இல்லை. ஆகவே அவன் சாகாமல் போனதற்கான காரணங்கள் புறத்திலேயே அவனைச் சுற்றியே இருந்திருக்கின்றன. அவனை இயக்க எங்கோ ஒரு சக்தி முன்கூட்டியே எழுதி வைக்கவில்லை. யாந்திரிக நியதி வாதத்தை தவிர்க்க முடியாத வகையில் தொடர்வதே விதிவாதம்.

“அவசியமான சம்பவங்கள் என்பது மாற்ற முடியாத வகையில் முன்கூட்டியே உறுதி செய்யப்பட்டு விட்டன. ஆகவே நாம் செய்ய என்ன இருக்கிறது? விதி வலியது” இது விதிவாதிகள் கூற்று.

இப்படிப்பட்ட விதிவாதப் போக்கு யாந்திரிக நியதிவாதம், நியதி மறுப்பு வாதம் என்கிற இரண்டு விதமான தவறுகளையும் இணைக்கிறது. அதோடு சில சம்பவங்கள், அற்புதங்கள் எனும் வகைப்படும், மற்ற சம்பவங்கள் மாற்ற முடியாத சம்பவங்கள் எனும் வகைப்படும் என்று புரிந்து கொள்ளும் அபாயம் உண்டு.

பொருள் முதல்வாதிகள் எல்லா சம்பவங்களுக்கும் அடிப்படை தற்செயல் நிகழ்ச்சியே காரணம் என்ற கருத்தோடு ஒத்துபோக மாட்டார்கள்.

எல்லா சம்பவங்களுமே தவிர்க்க முடியாததாய் நடைபெறுகிறது என்ற கருத்தோடும் ஒத்துப்போகமாட்டார்கள்.

செல்வா: பொருள் முதல்வாதிகளின் நிலைப்பாடுதான் என்ன?

பே.அ.: அவசிய நிகழ்ச்சிகளுக்கும், தற்செயல் நிகழ்ச்சிகளுக்கும் பல பொதுமைகள் இருக்கின்றன. அவை ஒன்றுடன் ஒன்று நெருங்கிய இணைப்பைக் கொண்டிருக்கின்றன. ஒன்றிலிருந்து மற்றொன்றை பிரிப்பது சாத்தியமானது. சில குறிப்பிட்ட நிகழ்ச்சிகளில் ஒன்று மற்றொன்றாக மாறவும் கூடும். உண்மையில் சொல்லப் போனால் தற்செயல் நிகழ்ச்சிகளும், அவசிய நிகழ்ச்சிகளும் எதிர்நிலைகளின் ஓர் ஒற்றுமையாகும்.

மாரி: தற்செயல் நிகழ்ச்சி அவசிய நிகழ்ச்சி பரஸ்பர சார்புடையதா? அப்படியானால் உதாரணங்களுடன் விளக்கினால் நல்லது.

பே.அ.: பல்வேறு உதாரணங்களைப் பார்க்கலாம். ஒரே மாமரத்தின் இரண்டு கொட்டைகளை (விதைகளை) நடுகிறோம். ஒரேவிதமான பராமரிப்புக்காக, உரமிடுவதிலிருந்து, நீர் விடுவதிலிருந்து ஒரே விதமான ஏற்பாடுகள்தான். இரண்டு விதைகளும் செடியாகி, மரமாகி இப்போது காய்கள் கொடுக்கும் நிலைக்கு வந்துவிட்டன. விதைகள் நட்ட பிறகு செடியாகி,

மரமாகி காய்கள் உருவாகி பலன் கொடுப்பது என்பது மரங்களை பொருத்த மட்டிலும் அவசியமானது. (இடையில் விதைக்கு கேடோ, செடிக்கு தொல்லையோ, மரத்துக்கு அழிக்கும் பூச்சியோ குறுக்கிடாத பட்சத்தில்). ஆனால் இரண்டு மரங்களிலும் கிளைகள், இலைகள், காய்கள் எண்ணிக்கையில் வித்தியாசப்படலாம். இவை தற்செயலான நிகழ்ச்சிகள். ஒரே மரத்தின் இரண்டு விதைகள்தான். ஒரே பராமரிப்பு தான். இரண்டும் பொதுவான மாமரங்கள் என்ற அவசியத்தைப் பெற்றுவிட்டன. ஆனால் கிளைகளில், இலைகளில், காய்களில், வித்தியாசம். எண்ணிக்கையிலும் வித்தியாசம் என்றால் இவைகள் தற்செயல் நிகழ்ச்சிகள்தான். அதற்கும் காரணங்கள் இருக்கவே செய்யும். இதிலிருந்து புரிவதென்ன? அவசிய நிகழ்ச்சியிலேயே தற்செயல் நிகழ்ச்சிகளும் பின்னப்பட்டுள்ளன; இணைப்பு கொண்டுள்ளன.

கணபதிக்கு இரண்டு பேரும் பிள்ளைகள்தான். அண்ணன், தம்பிகள்தான். ஆனால் அண்ணன் தம்பியை விட உயரம் குறைவு; நிறத்தில் தம்பியைவிட அண்ணன் சிகப்பு. குணத்தில் தம்பி அவசரக்காரன்; அண்ணன் பொறுமைசாலி. ஒரே நிறம், ஒரே உயரம், ஒரே எடை, ஒரே குணம் நிச்சயமாக இல்லை. ஆனால் இந்த வித்தியாசங்களுக்கும் காரணங்கள் இருக்கவே செய்யும்! தாயும், தந்தையும் தன் இரண்டு பிள்ளைகளும் இப்படி வித்தியாசங்களோடு பிறக்கவேண்டும் என்று திட்டமிடவில்லை.

ஏற்கெனவே குறிப்பிட்டது போல மனித வாழ்வு, சமூகம் இரண்டும் அவசியமான நிகழ்வுகள். மனிதன் பிறந்த பிறகு வாழ்வது மிக அவசியம். அவ்வாறே வீழ்வதும் நிச்சயம். ஆனால் எப்போது வீழ்வான் என்பது தற்செயலானது; ஆனால் நிச்சயமானது. மனிதன் பிறந்து விட்டால் இறப்பது தவிர்க்க இயலாதது. ஆனால் எப்போது? ஆறு வயதிலா? நாற்பது வயதிலா? அறுபது வயதிலா? நூறு வயதிலா? யாரால் முன்கூட்டி தீர்மானிக்க முடியும்? அது எப்போது வேண்டுமனாலும் நடக்கலாம், தற்செயலானது. இங்கே பிறப்பதும், இறப்பதும் அவசிய நிகழ்ச்சியும், தற்செயல் நிகழ்ச்சியும் பரஸ்பர உறவு கொள்கின்றன. இறப்பு எனும் தற்செயல் நிகழ்ச்சியே கூட இறந்த பிறகு நிச்சயமாகிவிட்டது, நியாயமானதாகிவிட்டது. அவசிய நிகழ்ச்சியாகிவிட்டது.

பூமி, செவ்வாய், புதன் எனப் பல கோள்கள் சுற்றிக் கொண்டே இருக்கின்றன. பல கோடிக்கணக்கான ஆண்டுகளாக சுற்றிக் கொண்டே இருக்கின்றன. திரும்பத் திரும்ப இந்த நிகழ்ச்சி நடந்து கொண்டே இருக்கிறது. இது அவசியமான

நிகழ்ச்சி, உள்ளார்ந்த விதிகளுக்கு உட்பட்டு நடக்கிற நிகழ்ச்சி. இப்படிப்பட்ட அவசிய நிகழ்ச்சிகளில், அத்தியாவசிய நிகழ்ச்சிகளில் தற்காலிக நிகழ்ச்சிகளுக்கும் இடமுண்டு, பரஸ்பர தொடர்பும் உண்டு! எப்படி?

இன்றைய நவீன விஞ்ஞானம் மிக செம்மையான சக்தி வாய்ந்த கருவிகளைக் கண்டுபிடித்து விட்டது. அவற்றைக் கொண்டு பூமியின் ஒவ்வொரு சுழற்சியையும் ஆய்வுகள் நடத்திப் பார்க்கும் போது, பூமியின் ஒவ்வொரு சுழற்சியும், முந்தைய சுழற்சியிலிருந்து வேறுபட்டுள்ளது என்றும், பூமி சூரியனை சுற்றி வருவதும் ஒரே மாதிரியானது அல்ல என்றும் கண்டுபிடித்துள்ளனர். திரும்பத் திரும்ப அச்சில் ஒரே மாதிரியாக சுழல்கிற பூமியிலும் முக்கிய சுழற்சியிலிருந்து மாற்றங்கள் தெரிகிற தற்செயல் நிகழ்ச்சிகள் நடைபெறுவதைக் காணமுடிகிறது.

சூரியனை ஓயாது ஆய்வு செய்கிற விஞ்ஞானிகள் எப்போதும் கொதிநிலையில் உள்ள சூரியன் அந்த நிலையிலும் பல அதிசயங்களை அவ்வப்போது நடத்திக் கொண்டு இருக்கின்றன என்பதை கண்டு பூரிப்பு அடைகிறார்கள். அங்கேயும் தற்செயல் நிகழ்ச்சிகள் நடந்து கொண்டுதான் இருக்கின்றன.

அவசியமான நிகழ்ச்சிகளில் தற்செயல் நிகழ்ச்சியின் உருவாக்கத்தைக் காணுவது போலவே தற்செயல் நிகழ்ச்சிகளிலும் அவசிய நிகழ்ச்சிகளைக் காணமுடிகிறது.

நாம் ஏற்கெனவே குறிப்பிட்ட ரேடியம் கதிர்வீச்சின் சக்தியை தற்செயலாகக் கண்டு இப்போது அது நிரந்தரமான, அவசியமான உபயோகத்துக்கு வந்துவிட்டதுபோல், விமானியின் கண்ணில் இருந்த கண்ணாடி பைபர், இப்போது நிரந்தர, அவசிய உபயோகத்துக்கு வந்துவிட்டது போல் சமூக அமைப்பிலும் இந்த மாற்றங்களைக் காணமுடியும்.

பாலா: அப்படியானால் சமூகத்திலும் இந்த மாற்றங்களுக்கான உதாரணம் தாருங்கள்?

பே.அ.: அடிமைச் சமுதாயம் அன்றைய நிலையில், ஒரு காலகட்டம் வரை அவசிய நிகழ்ச்சியாக இருந்தது. ஆனால் அந்த சமூக உள்ளார்ந்த விதிகளின் விளைவால் அது மாற்றப்பட்டபோது அந்த சமூகம் தற்காலிகமானது என்பதை அதற்குப் பின் உருவான நிலப்பிரபுத்துவ சமூகம் நிரூபித்துவிட்டது. அந்த நிலப்பிரபுத்துவ சமூகம் கூட ஒரு காலகட்டம் வரை அவசியமான, தவிர்க்க இயலாத சமூகமாக இருந்தது. ஆனால் அதுவும் ஒரு காலகட்டத்தில் தானும் தற்காலிக சமூகம்தான்

என்று நிரூபித்து மறைந்துவிட்டது. அதற்குப்பின் உருவான முதலாளித்துவ சமுதாயம் அத்தியாவசியமான சமூக வளர்ச்சியின் அமைப்பாக இயங்குகிறது. ஆனால் இதுவும் ஒரு காலகட்டத்தில் தற்காலிகமானது என்று நிரூபிக்கப்படும்.

இதைக் கருத்தில் கொண்டுதான் ஏங்கல்ஸ் "தற்செயல் என்பது இடையுறவின் ஒரு முனை மட்டுமே. அதன் மறுமுனை அவசியமானதாக இன்றியமையாததாக இருக்கிறது" என்று சொன்னார் போலும்.

இப்போது நாம் வாழ்ந்து கொண்டிருக்கிற இந்த முதலாளித்துவ சமுதாயத்தை எடுத்துக் கொள்வோம். இந்த சமுதாயம் பல துறைகளில் வளர்ந்து கொண்டுதான் இருக்கிறதா? இந்த வளர்ச்சி எப்படி சாத்தியம் ஆகிறது?

"இந்த நாட்டில் வெவ்வேறு முயற்சிகள், குறிக்கோள்கள் கொண்ட மனிதர்கள் மேற்கொள்ளும் செயல்களின், முயற்சிகளின் ஒட்டுமொத்தமே சமூக வளர்ச்சி எனப்படுகிறது. இந்த எல்லா முயற்சிகளும், செயல்களும் ஒன்றுடன் ஒன்று பின்னிப் பிணைகின்றன, மோதிக் கொள்ளுகின்றன. அவை முடிவில் கண்டிப்பான இன்றியமையாத் தன்மை கொண்ட வளர்ச்சி திசைக்கு இட்டுச் செல்கின்றன.

ஆகவே பொருள்முதல்வாதிகளைப் பொறுத்தமட்டில் தற்செயல் நிகழ்ச்சியும் அவசிய நிகழ்ச்சியும் சார்புடையதே, பரஸ்பர தொடர்புடையதே. இது பிரபஞ்சத்துக்கும் சம்பந்தப்பட்டது. அதேபோல் சமூக, அரசியல், பொருளாதாரம் அனைத்து அம்சங்களுக்கும் சம்பந்தமுடையது.

16

காரணம், காரியம் (விளைவு) ஒரு பொருள்முதல்வாதப் பார்வை

(பே.அ: மாணவர் தோழர்களே, நண்பர் ஒருவர் என்னைப் பார்க்க வந்தார். என்ன விஷயம் என்று கேட்டபோது "ஒன்றுமில்லை, சும்மாதான் வந்தேன்" என்றார். பிறகுதான் பேச்சுக்கு இடையில், அவருக்குக் கொஞ்சம் பணம் தேவைப்படுகிறது. அதற்காகத் தான் வந்தார் என்று அறிய முடிந்தது. ஆக அவர் வந்தது, ஒன்றுமே இல்லாததற்கு அல்ல காரணத்தோடுதான் வந்தார்! என்று சொல்லி மேலும் விளக்கலானார்.)

பே. அ.: *மாவீரன் அலெக்சாந்தர் ஏன் இந்தியாமீது படை எடுத்தான். அதற்கான காரணம் என்ன? நாடு பிடிக்க வேண்டும், தன் வீரத்தை உலகுக்குக் காட்ட வேண்டும் என்றே வரலாற்று ஆசிரியர்கள் எழுதி இருக்கிறார்கள். அவர்கள் எழுதியிருப்பது ஒரு காரணம் என்றாலும் அதற்கு அப்பால் ஓர் முக்கியக் காரணம் உண்டு.*

அவன் நாட்டில் அன்று நிலவிய அடிமை சமுதாய அமைப்பில், அடிமைகள் தங்களுக்கு ஏற்பட்ட கொடுமைகளை எதிர்த்துப் போராடியபோது, அரசு லட்சக்கணக்கான அடிமைகளைக் கொன்று குவித்தது. மேலும் அன்றைய, சமுதாயம் நகர வேண்டுமானால் அந்த நாட்டுக்கு அடிமைகள் தேவைப்பட்டார்கள். அலெக்சாண்டர் ஆங்காங்கே வெற்றி கொண்ட நாடுகளிலிருந்து, தோற்றவர்களைக் கைது செய்து தன் நாட்டுக்கு அவர்களை அடிமைகளாக அனுப்பி வைத்தான். இப்படி அவன் 6000 பேரை இந்தியாவிலிருந்தும் அனுப்பி வைத்தான். குலைந்து விடும் அடிமை சமுதாயத்தைக் கட்டிக் காக்க அவன் இந்தியா வரை வந்து படையெடுக்க வேண்டியக் காரணம் இருந்தது. இதுதான் அடிப்படைக் காரணமாக இருந்தது. இதன் விளைவு 6000 அடிமைகள் கிடைத்தார்கள்.

செல்வா: *பெரிய நிகழ்வோ, காரணமின்றி காரியமில்லை என்றால் விளக்கமாகச் சொல்லவும்?*

பே. அ. எதற்கும் காரணம்தான் அடிப்படை.

அடிப்படைக் காரணமில்லாமல் மனிதர்களின் நடவடிக்கைகள் மட்டுமல்ல, எந்த விளைவுகளுமே நடைபெற முடியாது. மிக மிகச் சிறிய விஷயம் முதற்கொண்டு, மிகப் பெரிய விஷயம் வரை காரணத்தோடுதான் நடைபெறுகின்றன. இதை யாராலும் மறுக்க முடியாது. இயற்கை நிகழ்வுகள் அனைத்துக்கும் இது பொருந்தும்.

பாலைவனத்தில் செடிகள்

உதாரணமாக வறட்சிப் பிரதேசங்களில், குறிப்பாக பாலைவனங்களில் உள்ள செடிகளின் இலைகள் ஏன் குறைவாக இருக்கின்றன. அப்படிக் குறைவாக இருக்கின்ற இலைகளும் ஏன் சிறியவையாக இருக்கின்றன. தண்ணீர் கிடைக்காத ஊரில், பாலைவனத்தில் இவை தண்ணீரை வீணாக்க விரும்பவில்லை. பெரிய இலைகள் இருந்தால் நீராவிப் போக்கின்போது நிறைய தண்ணீர் செலவழிக்க வேண்டியது இருக்கும். ஆகவேதான் இலைகள் குறைவாகவும் சிறிய அளவிலும் இருக்கின்றன.

இதை மேலும் புரிந்துகொள்ள சப்பாத்தி கள்ளிகளை கவனிப்போம். பாலைவனங்களில் இவை அதிகம் என நாம் அறிவோம். மழை பொழிகின்ற நேரத்தில் நிறைய தண்ணீரை உறிஞ்சி வைத்துக் கொண்டு அதை வெப்ப காலத்தில் சிக்கனமாய் பயன்படுத்திக் கொள்ளுகின்றன. எப்படி? சப்பாத்திக் கள்ளிகளில் இலை என்பது அதன் முட்கள்தான். ஏன் அவை முள்ளாக இருக்கின்றன. அவை முள்ளாக இருப்பதினால்தான் சூரியனுக்கு எதிர்ப்படும் வெளிப்பரப்பு மிகக் குறைவாக இருக்க முடியும். அதனால் நீராவிப் போக்கு மிகக் குறைவாக செலவாகும். முட்களை அகற்றினால் சப்பாத்திக்கள்ளி தண்ணீர்க் குடுவை போன்றிருக்கும்.

அவற்றின் இலைகள் மிகச் சுருங்கி முள்ளாக இருக்கின்ற காரணம் நீர் விரையமாகும் காரியத்தை விளைவைக் குறைக்கிறது. தண்ணீர் முட்களுக்கு அடிபாகத்தில் பத்திரமாக பாதுகாக்கப்படுகிறது. சப்பாத்திக் கள்ளி அந்தத் தண்ணீரை மிக மிகச் சிக்கனமாகப் பயன்படுத்திக் கொள்கிறது. ஒரு காரணம் ஒரு காரியத்தை விளைவிக்கிறது. இப்படி தாவரங்களில் ஏராளமான உதாரணங்களைத் தரமுடியும்.

உயிரினங்கள் காட்டும் வினோதம்

தாவரங்களில் மட்டுமல்ல; உயிரினங்களின் வாழ்விலும் காரண காரியங்களை ஒட்டிதான் நிகழ்ச்சிகள் நடைபெறுகின்றன. ஒரு விந்தையான, வேடிக்கையான நிகழ்ச்சிகளைப் பார்ப்போம்.

“முதலைக் கண்ணீர் விடுகிறது” என்கிறோமே, இது என்ன விஷயம். உண்மையிலேயே கண்ணீர் விடுகிறதா? மனிதர்களில் வேஷதாரிகளை “முதலைக் கண்ணீர் வடிக்கிறார்கள்” என்போம். அப்படியானால் முதலையும் கண்ணீர் விடுவதும் வேஷம்தானா? பாவம் மனிதனை விழுங்கி விட்டோமே என்று பரிதாபப்பட்டு கண்ணீர் விடுவது போல் நடிக்கிறதா?

முதலைக் கண்ணீர் விடுவதுபோல் காட்சி அளித்தாலும் அதற்குக் காரணங்கள் உண்டு. முதலைக்கு உப்பு சுரப்பியின் வெளிநாளம் கண்களின் ஓரத்தில் அமைந்துள்ளது. இந்தக் காரணத்தால் தான் திரவம் கண் வழியாக வெளியேற்றப்படுகிறது. இதனால்தான் அது கண்ணீர் விடுவதுபோன்று தெரிகிறது. முதலை தான் உட்கொள்ளும் இரையிலும், நீரிலும் உள்ள தேவைக்கு அதிகமான உப்புக்களை வெளியேற்றத்தான் அதன் கண்ணீர் சிந்துகிறது என்ற விளைவைப் புரிந்துகொள்ள முடிகிறது.

முதலையின் மூக்கும், கண்களும் கூட மற்ற விலங்குகளுக்குப் போல் அல்லாமல், ஏன் தலையிலிருந்து மேல் எழும்பி நிற்கின்றன. முதலை நீரில் இருக்கும்போது அது சுவாசிப்பதற்கு வசதியாகவே மூக்கும், கண்களும் தலையிலிருந்து மேல் எழும்புகின்றன. மூக்கும், கண்களும் தலையிலிருந்து மேலெழுந்து இருப்பது இதனால்தான். அது நீரில் இருக்கும்போது சுவாசிப்பது என்கிற காரியத்தை சுலபமாக ஆற்ற முடிகிறது.

தாவரங்களும், உயிரினங்களும் தாங்கள் வாழும் சூழ்நிலைக்கு ஏற்றாற்போல் தங்களைத் தகவமைத்துக் கொள்ளுவதால்தான் இந்த மாற்றங்களைப் பார்க்க முடிகிறது என்று வாதிட்டாலும் அந்த தகவமைப்புதான் காரணங்களாக ஆகின்றன என்பதையும் நாம் சேர்த்துப் பார்க்க வேண்டும்.

மாரி: பௌதீக, ரசாயன துறைகளிலும் காரண காரியங்கள் செயல்படுவதை விளக்கவும்

பே.அ.: தாவரம் மற்றும் உயிரினங்களில்தான் காரண, காரியங்கள் அடிப்படையில் இயக்கங்கள் நடைபெறுகின்றன என்று கூறி எல்லை வகுத்துவிட முடியாது. பௌதீக, ராசாயனத் துறைகளுக்கும் இது பொருந்தும்.

பூமிக்கு புவிஈர்ப்பு உண்டு என்று நாம் அறிவோம். ஆனால் புகை ஏன் பூமிக்கு மேலே செல்லுகிறது? பூமியின் ஈர்ப்பு விசையால் ஏன் அது கீழே இறங்கவில்லை. இலேசான காகிதத்தை மேல் நோக்கி வீசினாலும் அது சற்று நேரத்தில்

கீழ் நோக்கி இறங்கி விடுகிறது. ஆனால் புகையோ, நீராவியோ கீழே இறங்குவதில்லை. காரணம் என்ன? காரணம் இருக்கத்தான் வேண்டும். இன்னும் தெளிவாகச் சொல்லப் போனால் புவி ஈர்ப்பு விசையால்தான் புகை மேலே செல்கிறது. அதிசயமாக இருக்கிறதல்லவா? எப்படி?

காற்றின் அடர்த்தியை விட புகையின் அடர்த்தி குறைவு. அதனால் புகையை விட காற்றின் மீது புவி ஈர்ப்பு விசை அதிகமாக இருக்கிறது. இதனால் காற்று கீழிறங்கி, அதோடு மிதந்த புகை மேலே போய்விடுகிறது.

காரணம் "காற்றைவிட புகையின் அடர்த்தி குறைவு. விளைவு காற்று கீழ் இறங்கி, புகை மேல் செல்லுகிறது மற்றுமோர் காரணத்தைப் பார்ப்போம்.

கடும்பாறை தீப்பிடித்து எரிவதில்லை. ஆனால் நிலக்கரி எரிகிறது. அது எரிய வேண்டுமானால் சற்று நேரம் சூடேறி பிறகு எரிகிறது. ஆனால் காகிதம் உடனே எரிகிறது. இது ஏன்? சில பொருள்கள் எரிவதில்லை. சில பொருள்கள் நிதானமாக எரிகின்றன. சில பொருள்கள் உடனே தீ பிடித்துக் கொள்கிறது. இது ஏன்?

காரணம் இருந்துதான் தீரவேண்டும். ஒரு பொருளின் உள்ளிருக்கும் "ஃபுளோசிஸ்டான்" எனும் எரிப்பாற்றல் உள்ள விசேஷ வஸ்துதான் அப்பொருள் எரிவதற்குக் காரணமாக இருக்கிறது. எவ்வளவுக் கெவ்வளவு அதிகமாக ஃபுளோசிஸ்டான் ஒரு பொருளில் இருக்கிறதோ அவ்வளவுக்கு அவ்வளவு எளிதாக அப்பொருள் எரிகிறது. தீப்பிடித்துக் கொள்கிறது. ஃபுளோசிஸ்டான் இல்லை என்றால் அப்பொருள் எரியவே எரியாது. இங்கே தீ காரணமாக இருக்க முடியாது. ஃபுளோசிஸ்டான்தான் காரணம், தீ என்பது விளைவு.

இயற்கை ஏற்கனவே முழுமையாக உருவாக்கப்பட்டது அல்ல

இப்படி எத்திசை நோக்கினும் இந்த உலகத்தில் அத்தனையும் காரண, காரிய அடிப்படையில்தான் இயங்கிக் கொண்டிருக்கின்றன. இந்த முடிவுக்கு நாம் ஏன் வருகிறோம்?

இந்த உலகம் என்பது ஏற்கெனவே முழுமை செய்யப்பட்ட பொருள்களின் சேர்க்கை அல்ல. அதாவது சூரியன், சந்திரன், பூமி, எனவும், மலை, கடல், காடு எனவும், மக்கள், மாக்கள் எனவும் இப்படி ஏற்கனவே முழுமை செய்யப்பட்ட தனித்தனியாகத் தயாரிக்கப்பட்ட பொருட்களின் சேர்க்கை அல்ல. மாறாக உறவுகள்,

தொடர்புகள், நிகழ்ச்சிப் போக்குகள், மாற்றங்கள், இயக்கங்கள், மோதல்கள் ஆகியவற்றின் கூட்டு மொத்தமே இந்த உலகு. பிரபஞ்சம் இவற்றுக்கெல்லாம் ஒன்றுக்கு ஒன்று தொடர்புடைய காரணமும் விளைவும் அடிப்படையாக அமைந்துள்ளன என்பதை அறுதியிட்டு அறிவுலகம் பறைசாற்றுகிறது.

மனித சமூகமும், காரண காரியமும்

காரணகாரியங்கள் இயற்கைக்குப் பொருந்துவது போலவே, மனித சமூகத்துக்கும் பொருந்தும். தனிமனிதர் வாழ்க்கையில் மட்டுமல்ல, சமூக வாழ்க்கையிலும் காரண காரியம் அடிப்படையாக இருக்கிறது.

பழைய சமுதாயம் அழிக்கப்பட்டு புதிய சமுதாயம் உருவாவதற்கு அடிப்படையான காரணம் என்ன? இந்த சமூகப் புரட்சிக்கு எது தூண்டுகோலாக இருக்கிறது?

ஒரு நாட்டில் குறிப்பிட்ட உற்பத்தி முறையின் உற்பத்தி சக்திகளுக்கும், உற்பத்தி உறவுகளுக்கும் இடையில் ஏற்படுகின்ற முரண்பாடே காரணமாக இருக்கின்றன. இந்தக் காரணம் சமூக மாற்றம் என்கிற விளைவை உருவாக்குகிறது.

பாலா: ஐயா, உற்பத்தி சக்தி, உற்பத்தி உறவு இடையில் முரண்பாடு என்கிறீர்கள். இதுபற்றி விளக்கவும்.

பே.அ.: பொருள் உற்பத்தி இல்லாமல் மனித சமூகம் வாழவே முடியாது. இந்தப் பொருள் உற்பத்தியில் பயன்படுகிற பொருட்கள், கருவி, மனித உழைப்பு இந்த மூன்றும் இணைந்ததுதான் உற்பத்தி சக்தி என்பது. உற்பத்தி உறவு என்பது இவ்வாறு பொருள் உற்பத்தி செய்யப்படுகிறபோது மக்களிடையே உறவு உருவாகிறது. இதனை உற்பத்தி உறவு என்கிறோம்.

உற்பத்தியில் ஈடுபடுகிறபோது உருவாகும் உறவு உற்பத்தியான பொருள் பரிவர்த்தனையின்போது உருவாகும் உறவு இந்த இரண்டும் கலந்ததுதான் உற்பத்தி உறவு என்பது.

மாரி:அய்யா, மேலும் எளிமையாக விளக்கவும்.

பே.அ.:இப்போது நம் நாட்டில் முதலாளித்துவ உற்பத்தி முறைதான் நிலவுகிறது.

உதாரணமாக ஒரு கார் உற்பத்திச் சாலையில் தொழிலாளர்கள் ஒன்றுகூடி கார் உற்பத்தி பணியில் ஈடுபடுகிறார்கள். தங்கள் சக்தியை உற்பத்தியில் ஈடுபடுத்துகிறார்கள். இயந்திரங்களையும் இயக்குகிறார்கள். அவைகளின் மனித உழைப்போடு, இயந்திர செயல்பாடும் சேர்ந்து உற்பத்தி சக்தி என்கிறோம்.

தொழிலாளர்கள் கூட்டாக சேர்ந்து உற்பத்தி செய்தாலும் கார் உற்பத்தியானதும் அந்தக் கார் முதலாளிக்கு சொந்தமாகி விடுகிறது. என்ன காரணம்? உற்பத்தி உறவில் இயந்திரங்கள், தொழிற்சாலைகள் தனிமனிதனுக்குச் சொந்தம். ஆகவே உற்பத்தியான காரும் அவனுக்குச் சொந்தம். அது தொழிலாளர்களுக்கு சொந்தமல்ல. அவர்கள் கூட்டாக ஒரு சமூகமாக உழைப்பு சக்தியைச் செலுத்தினாலும் அவர்களுக்கு அது சொந்தமாகாது. முதலாளி எனும் தனிமனிதனுக்குச் சொந்தம். உற்பத்தி உறவில் இது ஒரு முரண்பாடு. காரணம் தனி மனித சொத்தாக தொழிற்சாலையும், இயந்திரங்களும் இருப்பதால் உற்பத்தியாகும் 'காரும்' அவனுக்கு சொந்தம். உற்பத்தி உறவில் முரண்பாடு உள்ளது. தொழிலாளர்கள் அந்தக் காரின் மீது எந்த உறவையும் கொண்டாட முடியாது. முரண்பாடு இங்குதான் கிளம்புகிறது. ஆனால் முதலாளித்துவ சமுதாயத்தில், அரசியலில் அது சட்டபூர்வமானது.

செல்வா:முரண்பாடு தீர என்னதான் வழி. உற்பத்தி உறவில் என்ன மாற்றம் வேண்டும்.

பே.அ.:உற்பத்திப் பொருளும், இயந்திரங்களும், தொழிற்சாலைகளும் தனிமனிதனுக்கு சொந்தம் என்று இல்லாமல், சமூகத்துக்குத்தான் சொந்தம் என்று மாறினால், சமூகமாக, கூட்டாக உற்பத்தியில், உழைப்பில் ஈடுபட்ட தொழிலாளிக்கு உற்பத்தியான கார் சொந்தமாக இருக்கும், அதாவது சமூகத்துக்கு சொந்தமாக இருக்கும். இங்கு உற்பத்தி உறவில் முரண்பாடு இருக்காது. முதலாளித்துவ முறையில் இந்த உற்பத்தி உறவில் முரண்பாடு நீடிப்பதால் இந்த உற்பத்தி உறவில் மாற்றம் தேவை. அதாவது சோஷியலிச உற்பத்தி உறவில் முரண்பாடுதீர வழியுண்டு.

இதை மேலும் தத்துவ ரீதியில் விளக்குவோம். முதலாளித்துவ சமூக அமைப்பில் உற்பத்தி சக்திகளுக்கு ஏற்ற வகையில், உகந்த வகையில் உறவு முறை வளராத போது, முரண்படுகிறபோது, உற்பத்தி சக்தியின் ஒரு அங்கமான தொழிலாளி வர்க்கம் கிளர்ந்தெழுந்து புரட்சியின் மூலம் முதலாளித்துவம் எனும் பழைய சமூகத்தைத் துடைத்து எறிந்து, ஒரு புதிய சமூக அமைப்பை அதாவது உற்பத்தி சக்தியின் வளர்ச்சிக்கு உகந்தவாறு நிலவக்கூடிய உற்பத்தி உறவு முறையை, சோஷலிச சமூகத்தை உருவாக்கிக் கொள்ளுகிறது என்பதை நம் வாழ்நாளில் பார்த்துள்ளோம். நமக்கு முன்னாலும் இப்படி சமூக மாற்றங்கள் உருவானதை அறிந்துள்ளோம்.

ஆக உலகத்தில் காரணமில்லாத சம்பவங்கள் கிடையாது. எல்லா சம்பவங்களும் திட்டவட்டமான காரணங்களின் விளைவுகளே. விஞ்ஞானம் இந்தக் காரண காரிய தொடர்பை விளக்கமாக நிரூபித்துள்ளது. "காரணம் இன்றி காரியம் இல்ல. காரியமில்லாத காரணம் இல்ல" என்று மக்கள் சர்வ சாதாரணமாக சொல்லும் வார்த்தையில் ஒரு பெரிய விஞ்ஞான உண்மை அடங்கி உள்ளது.

காரணம் என்றால் என்ன?

மேலே நாம் விவரித்த விஷயங்களிலிருந்து நாம் அறிவது என்ன? எந்த ஒரு நிகழ்வும் தானாகவே ஒரு காரணமுமின்றி தோன்றுவதில்லை. ஒரு நிகழ்வு நடைபெறுகிறது, என்றால் அதற்கு முன்னால் அது சம்பந்தமான ஒரு குறிப்பிட்ட முன் வளர்ச்சியின் காரணமாகத்தான் அந்த நிகழ்வு நடைபெற முடியும். அல்லது மற்ற நிகழ்வுகளின் காரணங்களால் அது நடைபெற வேண்டும்.

ஐயா, இதற்கும் சில உதாரணங்கள் மூலம் விளக்கினால் நல்லது.

பே.அ.: ஆஸ்திரேலியா நாடு ஒரு சோதனையைச் சந்தித்தது! கடுமையான சோதனை. அந்த நாட்டின் விவசாயத்தையே

முயல்கள் படையெடுத்து அழித்தன. அந்த முயல்களின் படையை வெல்ல அந்த நாடு பல நூறு மில்லியன் டாலர்களை செலவு செய்தது. அவை மேற்கு பகுதியில் பரவுவதைத் தடுக்க நாட்டையே இரண்டாகப் பிரித்து, இரண்டாயிரம் கிலோ மீட்டர் நீளத்துக்கு வேலி போட்டார்கள். அப்போதும் அவர்களால் முயல்களை அழிக்க முடியவில்லை. முயல்களின் பெருக்கம் மிக வேகமானது அந்த இரண்டே ஆண்டுகளில் ஒரு கோடி முயல் பல கோடி இன வளர்ச்சியை பெருக்க முடியும். அப்படி அவை வளர்ந்தன. 5 முயல்கள் ஒரு ஆடு தின்னும் அளவு தீனி தின்னுமானால் 1950ல் மட்டும் அவை நாலு மில்லியன் ஆடுகளுக்குப் போதுமான உணவை உண்டுவிட்டன. முயல்களோடு அந்த நாடு நூறு ஆண்டுகள் போராட வேண்டியிருந்தது. இந்த நிலை ஆஸ்திரேலிய நாட்டுக்கு ஏன் ஏற்பட்டது. அதற்கான முன் காரணம் என்ன?

ஆஸ்திரேலிய நாட்டில் 1859ஆம் ஆண்டு குடியேறிய வெள்ளையர்கள் கப்பலில் 24 காட்டுமுயல்களைக் கொண்டு சென்றார்கள். இது முதல் காரணம். இரண்டாவது காரணம் முயல்களுக்கு இயற்கை எதிரிகளான மாமிசப் பட்சிணிகள் அக்காடுகளில் இல்லாதது. ஆகவே அவை மிக அபரிதமான இன விருத்தியைத் தங்கு தடையில்லாமல் நடத்தின. சில ஆண்டுகளுக்குள் கோடிக்கணக்கான முயல்கள் உருவாகி விட்டன. பல கோடி முயல்கள் மண் அரிப்பையும், புல்லின் முழுமையான அழிவையும் தோற்றுவித்தன. அவை மனித உழைப்பையும், மூல வளங்களையும் மிகவும் விரையமாக்கி விட்டன.

கடைசியாக ஆஸ்திரேலிய அரசு “மிக்ஸோமாடோசிஸ்” எனும் கொடிய தொற்று நோயை முயல்கள் மத்தியல் பரப்பிய காரணத்தால் 90 சதவீதம் முயல்கள் அழிந்தன. இவ்வளவு நிகழ்ச்சிகளுக்கும், விளைவுகளுக்கும் முன் காரணம் என்ன? குடியேறிய வெள்ளையர்கள் முதன்முதலாக ஆஸ்திரேலிய கண்டத்துக்கு 24 முயல்களைக் கொண்டு போனதுதான். இரண்டாவது காரணம் இயற்கையாகவே முயல்களைக் கொன்று தின்னும் மாமிச பட்சிணிகள் அங்கு இல்லாதது. இந்தக் குறிப்பிட்ட நிகழ்வுகளின், காரணமாகத்தான் இப்படிப்பட்ட பயங்கர விளைவுகள் அங்கு உருவாகிவிட்டன.

பாலா:அய்யா விளைவுகளுக்கு, நிகழ்வுகளுக்குப் பிற காரணங்களும் அடிப்படையாக அமைந்துவிடுகின்றன என்பதற்கு விளக்கங்கள் தேவை. எப்படிப் புரிந்துகொள்வது?

பே.அ.:“உதாரணத்தோடு ஒரு விளக்கம் தருகிறேன்.”

“நடு இரவில் நிம்மதியாக உறங்கிக் கொண்டிருந்த ஒரு வீட்டில் வெள்ளம் புகுந்த காரணத்தால் ஒரு குழந்தை உட்பட ஆறுபேர் மாண்டுபோனார்கள். மழை அதிகமாக பெய்து, வெள்ளம் பெருக்கெடுத்தக் காரணத்தாலோ, அதனால் அந்த ஊரே மூழ்கிய காரணத்தாலோ ஆறுபேர் கொண்ட அந்தக் குடும்பம் இறந்து போகவில்லை. அதற்கு வேறு ஒரு காரணமும் உண்டு. வெள்ளம் பெருகி அந்தப் பெரிய ஏரியின் மேற்குப் பக்கக் கரை உடைந்து விட்டால், கரைக்கு அருகே உள்ள நகரமே நாசமாகி விடும் என்ற காரணத்தால் குறைந்த வெளி பக்கமாக, அதாவது கிழக்கு பக்கமாக வெடி வைத்து கரையை உடைத்தக் காரணத்தால் வயலில் வீடு கட்டியிருந்த ஒரு குடும்பம் பலியாகிவிட்டது. அந்தக் குடும்பம் இந்த இழப்பைத் தானாக வருவித்துக் கொண்டதா? அதற்கு அவர்கள் பொறுப்பா? இருக்கலாம், ஆனாலும் எதற்காகாவோ ஏரிக்கரையை உடைத்த காரணத்தால், இந்தக் குடும்பம் அழியும் விளைவை உண்டாக்கி விட்டது. அந்தக் குடும்பத்துக்கு சம்பந்தமில்லா பிற காரணம் இந்த நிகழ்ச்சியை விளைவித்து விட்டது. ஏதுமற்றதிலிருந்து எதுவும் தோன்ற முடியாது. எந்த ஒரு நிகழ்ச்சிக்கும் அது தோன்றுவதற்குக் காரணமாக உள்ள, மூலம் ஒன்று இருக்கவேண்டும். இதுதான் காரணம் என்று அழைக்கப்படுகிறது.

காரணம் என்பது ஒரு நிகழ்வை உண்டாக்கக் காரணமாய் இருக்கும்; அல்லது அந்த நிகழ்வு உண்டாகத் தூண்டுகோலாய் இருக்கும்.

அப்படி அந்தக் காரணத்தின் செயலால் தோன்றுவதைத்தான் விளைவு அல்லது காரியம் என்று சொல்லுகிறோம்.

எனவே காரணம் என்பது ஒரு நிகழ்வு, காரியம் என்ற மற்றொரு நிகழ்வைக் கட்டாயமாக உருவாக்குகிறது. நிகழ்வுகளுக்கு இடையே உள்ள இந்தத் தொடர்பே, பிரதிபலிப்பே காரண, காரியம் என்ற தத்துவார்த்த இனங்களாகும். இந்தத் தொடர்பு “காரணத் தொடர்பு” என்று அழைக்கப்படுகிறது.

காரணவாதத்தின் முக்கிய அம்சங்கள் என்ன?

நாம் பாலை காய்ச்சுகிறபோது அது பொங்குகிறது. ஏன்?

பால் நீரைப்போல் அல்லாது அது கொலாய்டு திரவமாக இருக்கிறது. அதில் புரதம், கொழுப்புப் பொருள்கள், சர்க்கரைப் பொருள்கள் மற்றும் அனங்கக அயனிகள் உள்ளன. பாலைச் சூடேற்றும் போது, பாலில் உள்ள நீர் கொதிநிலை அடைந்து ஆவியாக வெளியேறும். ஆனால் அதே சமயம் பாலில் உள்ள புரதம் மற்றும் கொழுப்புப் பொருள்கள் பாலிலிருந்து பிரிந்து

லேசாகி பாலின் மேல்புறத்தில் ஏடு போல் படியும். பால் மேலும் கொதிக்கிறபோது பாலில் உள்ள நீர் ஆவியாகி மேலே கிளம்பும். ஆனால் பால் மேல் படிந்துள்ள ஏடு நீராவியை மேலே வெளியில் போக விடாது தடுக்கும். இதனால் நீராவி விரிவடைந்து மேலே எழும்பும். இதைத்தான் நாம் பால் பொங்கியது என்கிறோம். பொங்கும் பால் மீது உடனே நீர் தெளித்தால் ஏடுகளில் ஓட்டைகள் உருவாகி ஆவி வெளியே போக ஏதுவாகும். அப்போது பால் பொங்குவது அடங்கிவிடும்.

இவை நாம் காரணமாகப் பார்க்கின்ற, செயல்படுத்துகிற நிகழ்ச்சிகள்தான்.

உருவாக்கப்பட்டுள்ள சூட்டுக்கும், பால் பொங்குவதற்கும் தொடர்பு இருக்கிறது. சூடேறவில்லை என்றால் பாலில் உள்ள நீர் ஆவியாகாது. நீர் ஆவியாக மாறவில்லை என்றால், மேலே எழும்பாது. அது மேலே எழும்பவில்லை என்றால் பால் ஏடு அதைத் தடுக்க வழியில்லை. பால் கொதிக்க வழியில்லை. ஆகவே

ஏறும் சூட்டிற்கும், கொதிக்கும் பாலுக்கும் உள்ள சம்பந்தத்தை, தொடர்பைத்தான் காரணத் தொடர்பு என்கிறோம். இந்தத் தொடர்பு நமக்கு அப்பாற்பட்டு சுயேச்சையாக இயற்கையில் இருக்கிறது. இந்தக் காரணத் தொடர்பும் பொருளிலிருந்துதான் தோன்றுகின்றன. எனவே காரணத் தொடர்பின் மிக முக்கியமான விஷயம், அம்சம் அது புறநிலத் தன்மையுடையது.

செல்வா: அய்யா காரணமாவது, காரியமாவாது இதெல்லாம் வெறும் வார்த்தைகள்; ஒரு மண்ணும் இல்லை. எல்லாம் விதி வசத்தால், நடைபெறுகின்றவை என வாதிடுகிறார்களே, அவர்களுக்கு நாம் சொல்லும் பதில் என்ன?

பே.அ.:ஆம். காரண காரிய தொடர்பினை மறுப்பவர்களும் உண்டு. ஏன் மறுக்கிறார்கள்? அவர்கள் மறுப்பதற்கும் ஒரு காரணம் உண்டு. ஆம், காரணம் உண்டு!

எல்லாம் காரண, காரியத்தோடு தொடர்பு கொண்டுதான் நடைபெறுகின்றன என்றால் இங்கு இறைவனுக்கு இடமில்லாமல் போகிறதல்லவா? மூடப்பழக்க வழக்கங்களை காரண, காரிய தொடர்பு முறியடிக்கிறது. எனவேதான் மதவாதிகளுக்கும், கருத்துமுதல்வாதிகளும் காரண, காரிய தொடர்பு வாதத்தை மறுக்கிறார்கள்.

ஒரு நிகழ்வு, காலத்தால் மற்றொரு நிகழ்வுக்கு முன்னால் நடந்தால், அது பின்னால் ஏற்பட்ட நிகழ்வுக்கு முன்னால் நடந்த நிகழ்ச்சி காரணமாக இருந்தது என்று கண்மூடித்தனமாக முடிச்சுப் போடக்கூடாது. ஆனால் பெரும்பாலும் மக்கள் இந்தத் தவறை செய்கிறார்கள்.

மாரி:அய்யா, இது புரியவில்லை. சற்று உதாரணம் கொடுத்து விளக்குங்களேன்.

பே.அ.:உதாரணமாக ஒருவர் அலுவலகம் நோக்கி வேகமாக செல்கிறார். அவர் சாலையில் உள்ள வாழைப்பழத் தோலின் மீது கவனிக்காமல் காலை வைத்து விடுகிறார். அதன் காரணத்தால் கீழே விழும் விளைவைச் சந்திக்கிறார். ஆனால் அவருக்கு என்னவிதமான கோபம் வருகிறது.

தான் வீட்டிலிருந்து கிளம்பிய போது ஒரு தயிர் விற்கும் பெண் அபசகுனமாக எதிரே வந்து விட்டாள். அதன் காரணமாகத்தான் இப்படிப்பட்ட சங்கடம் ஏற்பட்டு விட்டது என்று தயிர் கூடைக்காரியின் மீது கோபம் வருகிறது. அவள் அப்படி முன்னால் வராமல் போயிருந்தால் இப்படி நடைபெற்றிருக்காது என பலமாக நம்புகிறார். இது எப்படி பொருந்தும்? தயிர் விற்கும்

பெண்ணுக்கும், இவர் கீழே விழுந்ததற்கும் என்ன தொடர்பு இருக்க முடியும்?

பின்னால் நடந்த ஒரு நிகழ்ச்சிக்கு முன்னால் நடந்த நிகழ்ச்சியை எப்படி தொடர்பு கொள்ள முடியும்?

நிகழ்வுகளின் தோற்ற காரணங்களை விடுத்து, உண்மையான காரணங்களை மனிதன் புரிந்துகொள்ள வேண்டும். அப்போதுதான் அவன் பயத்தை ஒழிக்க முடியும். மூடப்பழக்கத்தை விரட்ட முடியும்.

ஆப்பிரிக்காவில் வாழ்ந்த மக்கள் வானத்தில் திடீரென பழத்தோட்டங்களைக் கண்டதாகச் சொன்னார்கள். சில சமயங்களில் வானத்தில் கப்பல் சென்றதையும் கண்டார்களாம். இதற்கான காரணங்களை அந்த மக்கள் அறியாதவரை, அவை ஏதோ வானத்து சொர்க்கலோகக் காட்சிகளாக நினைத்துக் கொண்டார்கள். ஆனால் உண்மையான காரணங்கள் என்ன?

வெப்பப் பகுதிகளில், அமைதியான கால நிலையில் வாயுமண்டலத்தின் அடர்த்தி அதிகரிக்கிறது. ஒரு பெரும் ராட்சத கண்ணாடி போல் தோன்றுகிறது. இந்தக் கண்ணாடியில் அந்தந்த இடத்திற்குத் தகுந்தாற்போல், நிலத்திலோ, கடலிலோ உள்ள பொருட்கள் தோட்டம், கப்பல் போன்ற பிரதிபலிக்கின்றன. ஆகவே அந்த ஆப்பிரிக்க மக்கள் கண்டது பூமியில் உள்ளவற்றைதான் பிரதிபலிப்பாகக் கண்டார்கள். காரணங்களைக் கண்ட பிறகு மூட நம்பிக்கை புறமுதுகிடுகிறது.

இதனால்தான் பிற்போக்குக் கும்பல் காரண காரிய தொடர்பு வாதத்தை அடியோடு வெறுக்கிறது.

காரண, காரிய தொடர்புவாதம் சர்வ வியாபகமானது.

பொருளாயத உலகு புறவயமாக உள்ள இந்த உலகு பருப்பொருள் அடிப்படையாகக் கொண்ட இந்த உலகு காரண, காரிய தொடர்பு விதிகளுக்கு உட்பட்டுதான் இயங்குகிறது. உலகின் சர்வ வியாபக விதி என்பதே காரண, காரிய தொடர்பு விதிதான். இந்த விதிக்கு உட்படாத நிகழ்வே இல்லை. ஏற்கெனவே குறிப்பிட்டது போல் தாவரங்கள், உயிரினங்கள், பௌதீக, ரசாயன நிகழ்வுகள், மனித சட்டம் அனைத்தும் காரண, காரிய தொடர்பு விதிகளுக்கு உட்பட்டுதான் இயங்குகின்றன. இந்த விஷயத்தில் விதிவிலக்கு என்பதே இல்லை.

"நெருப்பின்றி புகையாது" என்று சர்வ சாதாரணமாகப் பேசப்படுகிற வார்த்தையின் ஆழமான அர்த்தம் காரணகாரிய

தொடர்பு விதி சர்வ வியாபகத் தன்மை கொண்டது என்பதுதான்.

வாழ்க்கையில் நாம் எப்போதும் நிகழ்ச்சியின் காரணங்களைத் தேடுகிறோம். தேடுகிறபோது சரியான காரணங்களைக் கண்டுபிடிக்க வழி ஏற்படுகிறது. சரியான காரணங்களைக் கண்டுபிடிக்கிற போது, அது மனிதனுக்கு செயலூக்கத்தை உருவாக்குகிறது.

ஆகவே ஒரு காரணம் என்பது செயலூக்கத் தன்மையுடையது என்றும் பார்க்க வேண்டும். அப்படியானால் காரியம் என்பதை செயலூக்க மற்றது எனப் பொருள் கொள்ளக் கூடாது. வளர்ச்சியில் காரியத்தின் பங்கு ஏதும் இல்லை என நினைக்கவும் கூடாது!

மாரி: காரியமே காரணமாவதும் உண்டு காரணமே காரியமாவதும் உண்டு என்பதற்கும் உதாரணங்கள் மூலம் விளக்கவும்.

பே.அ.: நீர்மின் நிலையத்தில் மின்சக்தி உற்பத்தி செய்யப்படுகிறது. எப்படி? நீரோட்டத்தின்இயக்கமே இதற்குக் காரணம் என்பதை நாம் அறிவோம். அதுபோலவே இயந்திரக் கருவி விடப்படும் போது அதன் யாந்திரிக இயக்கத்துக்கு மின்சக்தியே காரணமாக இருக்கிறது.

முதலில் கூறப்பட்டத்தில் யாந்திரக இயக்கத்தின் (நீரோட்டத்தினால்) விளைவு மின்சக்தி! இரண்டாவதில் இப்படி உருவாகும் மின்சக்தியே இயந்திரம் இயங்குவதற்கு, யாந்திரீக இயக்கத்துக்கும் காரணமாக இருக்கிறது.

ஒரு இடத்தில் காரணமாக இருப்பது மற்றொரு இடத்தில் காரியமாகவும், அதே காரியம் பிறிதொரு இடத்தில் காரணமாகவும் மாறுகிறது. வேறு ஒரு வகையில் இதைப் பார்க்கலாம்.

ஒரே பொருள், அல்லது ஒரே விளைவு ஒரே சமயத்தில் காரணமாகவும், காரியமாகவும் கூட இருக்க முடியும்.

உதாரணமாக ஒரு டீசல் ரயில் இன்ஜினில் இயங்குகின்ற யாந்திரிக இயக்கத்துக்கு (இன்ஜின் நகருவதற்கு) காரணம் வெப்பமாகும். அதே நேரத்தில் இந்த என்ஜின் பகுதிகளின் யாந்திரிக இயக்கம் அவற்றின் உராய்வு இப்பகுதிகள் சூடேறுவதற்குக் காரணமாக உள்ளது. இந்தப் பகுதிகள் சூட்டினால் எரிந்து போகாமல் இருக்க அவற்றை குளிர வைக்கிற சாதனமும் தேவைப்படுகிறது. வேறு வார்த்தையில் சொன்னால் ஒரே சமயத்தில் யாந்திரிக இயக்கத்துக்குக் காரணமாகவும், அவ்வியக்கத்தின் விளைவாகவும் வெப்பம் செயல்படுகிறது. இதன்

பொருள் என்ன? தத்துவார்த்தத் துறையில் இதற்குக் கீழ்க்கண்ட வகையில் விளக்கம் அளிக்கப்படுகிறது.

'ஒவ்வொரு நிகழ்ச்சிப் போக்கும் வேறொரு நிகழ்ச்சிப் போக்கின் மீது செயற்படுகிறபோது, இரண்டாம் நிகழ்ச்சிப்போக்கு தனது பங்கிற்கு முதல் நிகழ்ச்சிப் போக்கின் மீது செயல்படுகிறது. இதன் பொருள் இயற்கையிலும், சமுதாயத்திலும் இருக்கின்ற எல்லா தொடர்புகளும் பரஸ்பர கிரியை ஆகும். எதிர்நிலைகள் (காரணமும், விளைவும்) அதே பொருளில் அல்லது நிகழ்ச்சிப் போக்கில் அடங்கி இருக்கின்றன என்பதாகும்."

ஒரே நேரத்தில் காரணமாக இருப்பது காரியமாக மாறுகிறது. காரியமாக இருப்பது காரணமாகவும் மாறுகிறது.

எங்கோ பிறந்த 'ஏ' என்கிற ஆண் 'பி' என்கிற பெண்ணைத் திருமணம் செய்து கொண்டு இருவரும் தம்பதிகளாகிறார்கள். தம்பதிகள் என்கிற காரணம் 'சி' என்கிற நிகழ்வை குழந்தையைப் பெற்றெடுக்கிறார்கள். இந்த 'சி' என்கிற விளைவு, காரியம் குழந்தை.

வளர்நிலையில் 'சி' என்கிற பாலினம் 'டி' என்கிற பாலினத்தை மணந்து இருவரும் 'க' எனும் விளைவை, நிகழ்வை குழந்தையைப் பெற்றெடுக்கும் காரணமாக ஆகிவிடுகிறார்கள்.

இப்போது இன்னொரு கேள்வியும் இயற்கையாகத் தோன்றலாம்?

ஒரே காரணம் பல கிரியைகளை, விளைவுகளை உண்டாக்கவும் வழி உண்டா எனக் கேட்கலாம். இயற்கையில் அப்படியும் நிகழ்வுகள் உண்டு என்று சொல்ல முடியும். உதாரணமாக சூரியனின் சூடு துணியை உலர்த்துகிறது. அதே சூடு மெழுகுவர்த்தியை உருக்கிவிடும் வேறு விளைவை உருவாக்கிறது. அதே சூடு செடியின் மீது விழுகிறபோது சில முக்கியமான உயிர்க்கிரியைகள் நடைபெற உதவுகின்றன. ஆகவே பிற பொருள்களுக்கும், நிகழ்வுகளுக்கும் ஏற்பத்தான் ஒரு காரணம் ஒரு குறிப்பிட்ட காரியத்தை ஏற்படுத்துகிறது.

உலகில் முக்கியமான காரணங்கள்

முக்கியமற்ற காரணங்கள் என்று உள்ளனவா?

இந்தக் கேள்வியை நாம் எழுப்ப வேண்டும்? இந்த உலகில் எத்தனையோ நிகழ்வுகள் நடைபெறுகின்றன. அவை அனைத்தும் காரண காரியத் தொடர்பு கொண்டவைதான். ஆனால் அவை எல்லாவற்றையும் ஒரே அளவு கோலாய் கருதமுடியாது. அவற்றில் முக்கியமான காரணங்களைத்தான் பார்க்க வேண்டும்.

பாலா: இதுபற்றி மேலும் விளக்கினால் நல்லது. உதாரணங்கள் தந்தால் நல்லது.

பே.அ.: உதாரணமாக 1905ஆம் ஆண்டில் நடந்த முதல் ரஷ்ய புரட்சி தோல்வி அடைந்தது. இதுபற்றி மாமேதை லெனின் “மாஸ்கோ எழுச்சியின் படிப்பினைகள்” என்ற கட்டுரையில் புரட்சியின் தோல்விக்கான காரணங்களை ஆய்வு செய்தார். முக்கியமான காரணங்களை ஆய்வு செய்ததால்தான் அடுத்து 1917ஆம் ஆண்டு அக்டோபர் புரட்சியில் தவறான காரணங்களைக் களைந்து வெற்றி வாகை சூட முடிந்தது.

மாரி:வேண்டப்படாத காரணங்கள் என்ன! தெரிந்து கொள்ள ஆவல்.

பே.அ.: 1905ஆம் ஆண்டு டிசம்பரில் நடந்த ஆயுத எழுச்சியில், ரஷ்ய மக்கள் அவர்களைச் சுரண்டும் எதிரி வர்க்கத்துக்கு எதிராக, ஒரு வெகுஜன ஆயுதப் போராட்டம் நடத்த இயலாதவர்களாக இருந்தனர். கட்சிக்குள் மென்ஷெவிக்குகளின் சந்தர்ப்பவாதம், நம்பிக்கை துரோகம், தாராளவாதம், புரட்சியைக் கைவிட்ட துரோகமும் காரணங்களாக இருந்தன. ஆனால் புரட்சி நடந்த காலத்தில் மேற்கொண்ட தந்திரங்களை மக்கள் புரிந்துகொள்ளும் நிலையில் எச்சரிக்கையாக இல்லை. இப்படிப் பல காரணங்களைச் சொல்லி, படிப்பினையாக புரட்சி வெற்றி அடைய முக்கியமான காரணங்களை லெனின் முன் வைத்தார்.

புரட்சியின் வெற்றி தோல்வி இரண்டுமே மக்களுக்குப் மிகப்பெரிய வரலாற்றுபூர்வமான படிப்பினைகளைக் கற்பித்துள்ளன.

புரட்சி வெற்றி அடைய முதலாவதாக வெகுஜனப் புரட்சிகர போராட்டமாக இருக்கவேண்டும். இரண்டாவதாக ஜார் ஆட்சியை பலவீனப்படுத்துவதாகவோ, கட்டுப்படுத்துவதாகவோ இருக்கக் கூடாது. அதை அழிக்க வேண்டியதாக இருக்கவேண்டும். மூன்றாவதாக மிக முக்கியமான படிப்பினை ரஷ்ய மக்களில் பல்வேறு வர்க்கங்கள் புரட்சியில் அந்தந்த வர்க்கங்களின் உண்மையான அபிலாஷைகளை எப்படி வெளிப்படுத்தும் என்பதை கட்சி கண்ணுற வேண்டும் என்பதையும் வலியுறுத்தினார்.

சரியான காரணங்களைக் கண்டுணர்ந்ததால், செயல்பட்டதால் இரண்டாவது புரட்சி வெற்றி நிலையை உருவாக்கியது.

இந்தியாவில் சுதந்திரம் பெற்று 70 ஆண்டுகள் ஆகியும் சாதாரண மக்களின் எதிர்ப்பார்ப்புகள் ஏன் ஈடேறவில்லை? அதற்கு அடிப்படையான காரணங்கள் என்ன? இந்தியாவில் பல அரசியல் கட்சிகளும் சமூக விஞ்ஞானிகளும் இன்னமும் சரியான

காரணத்தைக் கூறமுடியவில்லை. வெவ்வேறு காரணங்களைக்கூறி அதற்குப் பரிகாரங்கள் என ஒத்துவராத காரணங்களைக் கூறி வருகிறார்கள். ஆகவேதான் சாதாரண மக்களின் எதிர்ப்பார்ப்புகள் நிறைவேறாமல் சுமைகள் மேலும் மேலும் அதிகமாகி வருகின்றன.

செல்வா:அப்படியானால் சாதாரண ஏழை எளிய மக்களின் எதிர்ப்பார்ப்புகள் ஈடேற முடியாமைக்கு என்ன காரணம்? நீங்கள் சொல்லுங்களேன்!

பே.அ.:எளிய மொழியில் சொல்ல வேண்டுமானால் ஏழை எளிய மக்களுக்கு, உழைப்பாளி மக்களுக்கு எதிரான வர்க்கம் ஆட்சியில் உள்ளது.

பாலா:அப்படி எதிரான வர்க்கம் என்பது எது?

பே.அ.:ஆலை அதிபர்களுக்கு, தொழில் ஏகபோகங்களுக்கு, நில உடமையாளர்களுக்கு ஆதரவாக இருக்கிற, அவர்களின் நலனைக் காக்கிற வர்க்க ஆட்சி நடைபெறுகிறது.

மாரி:தொழில் ஏகபோகங்களுக்கு, ஏகபோக நில உடமையாளர்களுக்கு ஆதரவாக, அவர்கள் நலன் காக்கிற வர்க்கம்தான் ஆட்சியில் இருக்கிறது என்றால் எந்த வர்க்கம் அது?

பே.அ.:மத்தியில் பெருமுதலாளித்துவ, நில பிரபுத்துவ வர்க்கங்களின் ஆட்சி அதிகாரத்தில் உள்ளது.

செல்வா:மத்தியில் காங்கிரஸ்தானே அதிக ஆண்டுகள் ஆட்சியில் இருந்தது. இப்போது பா.ஜ.க. ஆட்சியில் இருக்கிறது.

பே.அ.:இந்த இரண்டு கட்சிகளுமே ஏகபோக முதலாளிகளை ஆதரிக்கிற பெருநில உடமையாளர்களை ஆதரிக்கிற கட்சிகள்தான். பா.ஜ.க. கூடுதலாக இந்துத்துவா கொள்கையை உடன் வைத்துக்கொண்டு ஆளுகிறது.

இந்த முதலாளித்துவக் கட்சிகள் ஆட்சி அதிகாரத்திலிருந்து இறக்கப்படுவதோடு, ஒழிக்கப்படவும் வேண்டும்.

பாலா:அப்படியானால் மாற்று என்ன?

பே.அ.:இதற்கு நேர் எதிரான தொழிலாளி வர்க்கத் தலைமையில், தொழிலாளி, விவசாய வர்க்க ஆட்சி; மக்கள் ஜனநாயக ஆட்சி அதிகாரத்துக்கு வருவதன் மூலம்தான் ஒரு சோஷலிச சமுதாயத்தைக் கட்டுவதன் மூலம்தான் ஏழை, எளிய, உழைப்பாளி மக்களின் வாழ்வில் சுபிட்சம் வளரமுடியும். நாம் வேறு பிரச்சனைக்குப் போய் விட்டோம். நாம் காரண காரியங்களுக்கு வருவோம்.

மாரி:வர்க்க ஆட்சி பற்றி பேசியதும் காரண காரியம் பற்றியதுதானே?

பே.அ.:ஆமாம்; காரண காரியத்தைப் பற்றி பேசுவோம்.

ஒரு தொழிற்சாலையில் குறிப்பிட்ட அளவில் உற்பத்தி இல்லை என்றால் அதற்கு முக்கியக் காரணங்கள் என்ன என்று பார்க்க வேண்டுமல்லவா?

நிர்வாகக் கோளாறு, தொழில் ஒழுங்கீனம், காலாவதியாகி விட்ட தொழில் நுணுக்கம் இப்படி ஏதேனும் ஒரு முக்கியமான காரணத்தினால்தான் உற்பத்தி குறைந்திருக்க வேண்டும்.

அப்படி முக்கியமான காரணங்களைக் கண்டுபிடிப்பதின் மூலம்தான், நாம் எதிர்ப்பார்க்கும் நிச்சயமான விளைவுகளை அடைய முடியும். எல்லா துறைக்கும் இது பொருந்தும்.

“நோய்நாடி நோய்முதல்நாடி அது தணிக்கும்
வாய்நாடி வாய்ப்பச் செயல்”

எனும் குறள் காரணத்தின் அவசியத்தை மிக அழகாக, ஆழமாக சொல்கிறது.

சமுதாய நோய் தீர்க்கவும் இந்த அணுகுமுறை பொருந்தும்.

காரண காரியத்தின் தொடர்பு கிரியை

முக்கியமான காரணங்களைப் பார்க்க வேண்டும் என்று சொல்லுகிற போது, வலியுறுத்துகிறபோது, மற்றவைகளைப் புறக்கணிக்க வேண்டும் எனக் கொள்ளக்கூடாது.

காரணம் காரியத்தை விளைவிப்பதால் அவற்றினிடையே தொடர்பு இருக்கத்தான் செய்யும். ஆனால் சிலர் காரியத்தை உருவாக்குவதை மட்டும் பார்க்கிறார்கள். ஆனால் காரியம், விளைவு, காரணத்தின் மீது செல்வாக்கு செலுத்துவதைப் பார்க்க மறுக்கிறார்கள். காரணத்தை, காரியத்திலிருந்து வேறுபடுத்திப் பார்ப்பது சரியல்ல.

இப்படிப்பட்ட இயக்க மறுப்புவாதி பற்றி எங்கல்ஸ் சொல்லுகிறபோது “இவர்கள் ஓரிடத்தில் காரணத்தையும், மற்றொரு இடத்தில் காரியத்தையும் காண்கிறார்கள். அதாவது அவற்றிடையே உள்ள பரஸ்பர இணைப்பிற்கு, அவற்றின் முரண் தர்க்க ஐக்கியத்துக்கு அப்பாற்பட்டு அவற்றைக் காண்கிறார்கள்” என்றார்.

இயக்க மறுப்புவாதிகள் பார்க்கும் பார்வை சரியில்லை. காரண, காரியத்துக்கு இடையே இணக்கமான, பரஸ்பர கிரியை உள்ளது. இதை ஓர் உதாரணத்தின் மூலம் பார்ப்போம்.

“முட்டைதான் கோழிக்குஞ்சை உருவாக்கக் காரணமாக இருக்கிறது. கோழிதான் முட்டையிட காரணமாக இருக்கிறது.

“நீர்தான் பனிகட்டியாக மாறுகிறது; பனிக்கட்டிதான் நீராக மாறுகிறது.”

பொருளாகிய உடல்தான் அந்த உயிர்ப்பொருள்தான் தன்னறிவைத் தோற்றுவிக்கிறது. தன்னறிவு உயிர்ப்பொருளின் மீது தாக்கத்தை உண்டாக்குகிறது. நம்மையறியாது நெருப்பின்மீது கால் வைத்துவிட்டால் உடனே காலை பதற்றத்தோடு எடுத்துக்கொள்ள உணர்வுக்கு மூளை உடன் தகவல் தருகிறது. ஆகவே காரண, காரியத்தின் பரஸ்பர சார்புநிலைதான், ஒன்றன் மீது மற்றொன்று வகிக்கும் செல்வாக்கில்தான் பரஸ்பரக் கிரியை அடங்கி உள்ளது.

இங்கே ஒரு கேள்வி எழலாம். “மேலே சொன்ன கூற்றுப்படி பார்த்தால் காரணமும், காரியமும் சம அளவில் ஒன்றன் மீது ஒன்று செல்வாக்கு செலுத்துகிறதா?” எனக் கேட்க வழி உண்டு.

இல்லை என்றுதான் பதில் சொல்ல வேண்டும்.

“காரணம்தான் பிரதான பங்கு வகிக்கிறது. அதுதான் காரண, காரிய தொடர்பை தீர்மானிக்கிறது. முட்டையானாலும், கோழியானாலும் இதில் உயிர் செல்தான் முக்கியப் பங்கு வகிக்கிறது.

நீர் ஆனாலும், பனிக்கட்டியானாலும் நீர்தான் இங்கு முக்கியப் பங்கு வகிக்கிறது.

உயிர்ப்பொருள், தன்னுணர்வு என்றாலும் இங்கு உயிர்ப் பொருள்தான் முக்கிய பங்கு வகிக்கிறது.

ஆக காரணம்தான் முக்கிய பங்கு வகிக்கிறது. காரியம் இரண்டாம் பட்சமானதுதான். அதனால் காரியத்துக்கு பங்கு இல்லை என்று எண்ணிவிட முடியாது. அதுவும் முக்கியப் பங்கை அதன் அளவில் செலுத்துகிறது.

எனவே காரியத்தையோ, காரணத்தையோ தனித்துக் காணக்கூடாது. உருவான, அல்லது உருவாக்கப்பட்ட நிகழ்ச்சியோடு அதற்கு உரிய தொடர்பையும் சேர்த்தே பார்க்கவேண்டும்.

இதுகாறும் மேலே சொன்ன கூற்றுக்கு எங்கல்ஸ் சொல்லும் கருத்தைக் காண்போம்.

“உலகில் சர்வ வியாபகப் பரஸ்பரக் கிரியை உள்ளது. தொடர்ந்து காரியமும், காரணமும் இடம் மாறிக்கொள்ளும்

உண்மையில் அது அடங்கி உள்ளது. இங்கு இப்போது காரணமாகத் தோன்றுவது பின்னர் வேறிடத்தில் காரியமாகவும், விளைவாகவும், அதேபோன்று மாறியும் தோன்றுகிறது." என்றார்.

காரண காரிய தொடர்புவாதமும் குறிக்கோள் தன்மையும்

இந்த உலகு மிக அதிசயமானது. அதே நேரத்தில் ஒழுங்காக செயல்படுவது. எந்த ஒரு உயிரினமும், தாவரமும் தங்களைத் தகவமைத்துக்கொண்டு வாழ்கின்றன. ஒரு குறிக்கோளுடன் வாழ்கின்றன. அதற்கான காரணங்களும் உண்டு.

செல்வா: உயிரினமும், தாவரமும் குறித்தோளுடன் வாழ்கிறது என்பதை உதாரணங்கள் மூலம் விளக்கவும்?

பே.அ.: உதாரணமாக காடு என்பது இயற்கையான படைப்புதான். இது இருப்பதற்கான குறிக்கோள் என்ன?

தண்ணீரையும், வாயுமண்டலத்தையும் தூய்மைப் படுத்துவதற்கும், நிலத்திற்குப் புத்துயிர் அளிப்பதற்கும் முதன்மையான சாதனம் காடல்லவா? உயிர் வாழும் மரம் வியத்தகு பண்புகளைக் கொண்டுள்ளது. ஒரு ஹெக்டர் பரப்புள்ள பிர்ச் காடு ஒரு நாளைக்கு 47,000 லிட்டர் நீராவியை வெளியிடுகின்றதாம். இது நீரை தூய்மைப்படுத்தும் நிகழ்ச்சி. காற்றுக்கு ஈரப்பசை, எதிர்கால மழை இவ்வளவும் இதில் அடங்கியுள்ளது. இந்த அளவிற்கு ஈரப்பசையை வெளியிட வேண்டுமானால் அதை நீண்ட காலம் தக்க வைத்துக்கொள்ளும் திறன் காட்டுக்கு உண்டு. காடு உண்மையிலேயே தனிச் சிறப்பு வாய்ந்த நீர்த் தேக்கம். மரங்களின், வேர்களின் மேல் வாழும் சாதாரண மாஸ் தாவரத்தின் ஒரு கிலோ கிராம் மழைக்குப் பின்பு 4 லிட்டர் தண்ணீரை எடுத்துக் கொண்டு தேவைப்படும் போது அதை இலைகளின் மூலம் காற்று மண்டலத்துக்கு அனுப்புகிறது.

காடுகள் இல்லையென்றால் தண்ணீர் உடனடியாக நீரோடைகளிலும், ஆறுகளிலும் பாய்ந்து வெள்ளத்தை உண்டாக்குகிறது. காடுகள் இல்லையென்றால் இந்த நீரின் விரைவான ஓட்டம் மண்ணை அரித்துச் சென்று, இலை மக்கை ஆறுகளில் அடித்துக்கொண்டு போய் ஆற்றுப் படுகைகளை மேடாக்குகிறது.

வெப்ப மண்டல மழை நீரை உறிஞ்சும் ஒரே கடற்பஞ்சு, ஈரப்பசையைக் கொடுத்து, அதன் மூலம் தட்ப வெப்ப நிலையையும், ஈர்ப்பதான சுழற்சியையும், பிரமாண்டமான உலகத்தில் உள்ள

அனைத்து உயிரினங்களின் வாழ்வையும் ஒழுங்குபடுத்தும் ஒரே நீராவி உற்பத்தி இயந்திரம் காடுதானே.

இப்படிப்பட்ட உயர்ந்த குறிக்கோளுடன் காடுகள் செயல்பட்டு வருகின்றன. பல்வேறு காரியங்களுக்கு காடுகள் குறிக்கோளுடைய காரணங்களாக உள்ளன.

காடுகள் இருக்கட்டும். பூங்காவிற்கு வருவோம். அங்கு மலர்கள் விடியற்காலையில் மலர்ந்து விடுகின்றன. சூரியன் இன்னும் சற்று நேரத்தில் வந்து விடுவான் என்று தெரிந்து மலர்கின்றன! ஏன் மலர்கின்றன? இதன் குறிக்கோள் என்ன? தேனிக்கள், பூச்சிகள் பகல் பொழுதில் தேனையும், மகரந்தத்தையும் சேகரிக்க வேண்டுமல்லவா? அதற்காகப் பகலில் மலர்கின்றன. மாலையில் குவிந்துவிடுகின்றன. இவற்றை இருட்டிலே வைத்தாலும் காலையில் மலர்ந்து, மாலையில் குவிந்து விடுகின்றன. தேனீக்களுக்காக தன் இலட்சிய கடமைகளை எவ்வளவு நேர்த்தியாக நிறைவேற்றுகின்றன. இருட்டில் வைக்கப்பட்டாலும் இவை எப்படி சூரியன் மறைவதையும், உதயமாவதையும் அறிந்துள்ளன?

பாலா: இந்த குறிக்கோள் தன்மையில் மிருகங்களுக்கு எந்த பாத்திரமும் இல்லையா?

பே.அ.: இப்போது விலங்குகளின் குறிக்கோள் தன்மையைப் பார்ப்போம். உதாரணமாக ஒட்டகம் பாலைவனத்தில் மனிதனுக்கு மிகவும் பயன்படுகிறது. பாலைவனத்தில் பசும்புல் ஏது? குடிக்க நீர்தான் ஏது? ஆகவே, மனிதனுக்கு உழைக்கவே ஒட்டகம் பாலைவனத்தில் பல நாட்கள் பட்டினி கிடந்து பணி ஆற்றுகிறது. அது பட்டினியால் களைத்து விடுவதில்லை. காரணம் அது தண்ணீரையும், உணவையும் கொழுப்புசத்தாக மாற்றி தன் முதுகில் உள்ள திமிலில் சேகரித்து வைத்துக் கொண்டு, தேவைப்படுகிறபோது உபயோகித்துக் கொள்கிறது.

பாலைவன சூழ்நிலைக்கு ஏற்ப தன்னை தக அமைத்துக் கொள்ளுகின்றன. மனிதனுக்கு உழைக்கும் தன் குறிக்கோள் தன்மையை நிறைவேற்றுகிறது. அதுமட்டுமா? ஒட்டகம் நிற்கின்றபோது, சூரியனை நோக்கி ஏன் தலை நிமிர்ந்து நிற்கிறது. இதற்கும் காரணம் உண்டு.

அப்படி நின்றால்தான் ஒட்டகத்தின் மேற்பரப்பு குறைந்த அளவு சூரிய வெப்பத்தைச் சந்திக்க முடியும்.

பாலைவனத்தில் ஹோலி எனும் செடியின் இலைகள் காரணத்தோடுதான் வேருக்கு 7 டிகிரி கோணத்தில்

இருப்பதால்தான் சூரிய கதிர்கள் இலையோரத்தில் வருகிறது. அதுபோல் ஒட்டகமும் தன்னை தக அமைத்துக் கொண்டு வாழ்கிறது.

காடு, பாலைவனம் மட்டுமல்ல; கடற்கரைக்கு வந்தாலும் அங்கும் சிறிய, சிறிய ஜீவராசிகள் கூட குறிக்கோள் தன்மையுடன்தான் வாழ்கின்றன.

உதாரணமாக கடற்கரையோரத்தில், கூழாங்கற்களுக்கு இடையில் சிறிய சிறிய பூச்சிகள் உல்லாசமாக உலவிக் கொண்டிருக்கின்றன. திடீரென்று அவை நீரிலிருந்து வெகுதூரம் சென்றுவிடுகின்றன. ஏன்? என்ன காரணம்?

கரையோரம் வரும் மீன்கள்கூட திடீரென கரையோரத்தை விட்டு விலகி நீரின் உள்ளே சென்று விடுகின்றன. ஏன்? என்ன காரணம்?

அவை ஏதோ தற்செயலாக நடப்பதல்ல! சிறிது நேரத்தில் புயல் வரும் என்று தெரிந்துதான் அவை இந்தத் திடீர் நடவடிக்கையில் இறங்குகின்றன. கடற்கரையிலிருந்து தொலைதூரத்தில் புயல் உருவானால் அந்த ஒலி அலைகள் கரையை வந்தடைகின்றன. இது மனிதச் செவிக்கு எட்ட முடியாத நிலையில் இருக்கலாம். ஆனால் கடல்வாழ் உயிரினங்களுக்கு கேட்க முடிகிறது. முன்னெச்சரிக்கையாக பாதுகாப்பை தேடிக்கொள்கின்றன. வாழ்வின் சூழ்நிலையை ஒட்டி வாழும் முறையை அதற்கு இசைவாக ஆக்கிக் கொள்கின்றன. மாற்றிக் கொள்ளுகின்றன. இதில் ஏதும் அற்புதம் இல்லை. அந்த உயிரினங்களின் செய்கை இயற்கைக் காரணங்களை அடிப்படையாகக் கொண்ட மெய்யான நிகழ்ச்சிகள். ஆண்டவன் அருளால் நடக்கும் அற்புதங்கள் அல்ல; உயிரினங்கள் இயற்கையை ஒட்டி தங்களைத் தகவமைத்துக் கொள்ளும் குறிக்கோள் தன்மைக்கு அடையாளங்கள்.

விண்ணில் பறக்கும் பறவைகளைப் பாருங்கள். அவை எப்படி பறக்கின்றன. அதற்கான காரணங்கள் என்ன?

பறவைகள் பெரும்பாலும் காற்று வெளியிலேயே காலத்தைக் கழிக்கின்றன. அதற்கேற்றாற் போல் அவை உடல்வாகினை வைத்துக் கொள்கின்றன. எடையைக் குறைந்தபட்ச அளவிலேயே வைத்துள்ளன. குளிரிலிருந்து தப்ப இறகுகளை அடர்த்தியாக வைத்துக் கொள்கின்றன. பறக்க இறக்கைகளும் கொண்டுள்ளன. பறவைகளின் முழு அமைப்பும் அவை பறப்பதை எளிதாக்கும் வகையிலேயே உள்ளன.

சில பறவைகள் தங்களின் இறகுகளைத் தண்ணீரில் நனைத்து, பின் தன் கூடுகளுக்குச் சென்று குஞ்சுகளுக்கு நீர் அருந்த தன் ஈரமான இறகுகளை உறிஞ்சச் செய்கின்றன.

இதைப் பற்றி டார்வின் சொல்லுகிறபோது "இந்த குறிக்கோட் தன்மை இயற்கையான வழியிலேயே பெறப்படுகின்றன" என்கிறார்.

ஆம், அங்கக உலகின் குறிக்கோள் தன்மையும், இணக்க இசைவும் பல்லாண்டுகளாக பரிணாமப் போக்கில், இயற்கை விதிகள், இயற்கைக் காரணங்கள் ஆகியவற்றின் அடிப்படையில் வளர்ச்சி அடைந்தவைதான்.

செல்வா: உலகில், இயற்கையில் எங்கும் நிறைந்த இந்த ஒழுங்குமுறைக்கு, குறிக்கோள் தன்மைக்கு மதகுருமார்கள், கருத்துமுதல்வாதிகள் என்ன விளக்கம் தருகிறார்கள்.

பே.அ.: மலர்களோ, பூச்சிகளோ, பறவைகளோ, விலங்குகளோ, எதற்காகத் தோன்றினவோ அதற்காக இருக்கின்றன. அவை இருப்பதற்கு என்ன அவசியமோ, நோக்கமோ, அதனால்தான் இந்த ஒழுங்குறையும், குறிக்கோள்தன்மையும் நிலவுகின்றன என்று உறுதியாகச் சொல்கிறார்கள்.

இப்படிப் பேசும் கருத்துக்கு தத்துவ உலகில் நோக்கவியல் (டெலியோலாஜிக்கல்) என்று சொல்லப்படுகிறது.

இந்த நோக்க இயல் கருத்தை எங்கல்ஸ் மிக விளக்கமாகக் கிண்டல் செய்கிறார். இயற்கையைப் பற்றிய நோக்க இயல் கருத்துப்படி எலிகளைத் தின்பதற்காகவே பூனைகள் படைக்கப்பட்டன. பூனைகளால் தின்னப்படுவதற்காகவே எலிகள் படைக்கப்பட்டன. இந்த உலகம் முழுவதுமே அந்தப் "படைப்பாளியின்" அறிவாற்றலை நிரூபிப்பதற்காகத்தான் படைக்கப்பட்டது" என்கிறார்கள்.

மேலே கிண்டல் செய்த வகையில்தான் மத நம்பிக்கை கொண்டோர், ஆண்டவன் மீது நம்பிக்கை கொண்டோர் இந்த உலகம் அறிவார்ந்த முறையில் செயல்படுவதன் காரணமே உலகைப் படைத்த அந்த அறிவாற்றல் சக்தியே" என ஓங்காரமாகச் சொல்கிறார்கள். இதை இயக்கவியல் பொருள்முதல்வாதிகள் கடுமையாக மறுக்கிறார்கள்.

இயக்க இயல் பொருள் முதல்வாதிகளின் மாற்றுக் கருத்து என்ன?

ஒரு நிகழ்வு எதற்காக ஏற்பட்டது என அறிந்துகொள்ள வெறும் சிந்தனையை அசைபோட்டால் அறிந்துகொள்ள முடியாது. ஒரு நிகழ்ச்சி ஏன் நடந்தது என்பதை அறிய அது ஏன் ஏற்பட்டது என்பதற்கான காரணங்களைப் புரிந்துகொள்ள

வேண்டும். அதை எது தோற்றுவித்தது? அது எதனோடு இணைந்துள்ளது? என்பதை அறியவேண்டும்.

ஏன், என்ன காரணங்களால் இவ்வுலகில் இத்தகைய அற்புதமான குறிக்கோளுடைமை நிலவுகின்றன என்ற கேள்வியைத் தொகுப்பதின் மூலமே இவ்வுலகில் நடைபெறும் நிகழ்வுகளின் தன்மைகளைப் புரிந்துகொள்ள முடியும்.

இதுதான் உலக நிகழ்வுகளைப் பற்றிய காரண காரியங்களைப் புரிந்துகொள்ள மனிதனுக்கு உதவ முடியும்.

இந்த இயற்கை நிகழ்வுகள் பரஸ்பர புறவயக் காரணங்களால் நடைபெறுகின்றனவே தவிர இதில் எந்தவித தெய்வீகத் தன்மையும் இல்லை.

காரணம் இல்லாமல் ஏதும் நிகழ்வதில்லை. ஏதுமற்றதிலிருந்து ஏதும் நிகழ்வதில்லை. ஏதுமற்றதாக எதுவும் முடிவதில்லை. காரண காரியமின்றி எதுவும் அசைவதில்லை.

17

ஒருமை பொதுமை இயக்க இயல் பொருள்முதல்வாதியின் பார்வை

(இன்று பேராசிரியர் அருணா பூங்காவிற்கு முன்னதாகவே வந்துவிட்டார். மாணவர்கள் பாலா, மாரி, செல்வா மூன்றுபேரும் நேரத்தே வந்தார்கள். பேராசிரியர் முன்கூட்டியே வந்துவிட்டது அவர்களுக்கு ஆச்சரியத்தையும், சங்கடத்தையும் கொடுத்துவிட்டது. பேராசிரியர் காத்துக் கொண்டிருக்கிறாரே என்ற சங்கடம்தான். ஆனால் நிலைமையை அறிந்த பேராசிரியர் தன் வேலை கல்லூரியில் சீக்கிரமாக முடிந்துவிட்டதால், குறித்த நேரத்துக்கு முன்கூட்டியே வந்துவிட்டேன், 'கவலையற்க' என்றார்.)

பே.ஆ.: இன்று நான் சொல்லப் போகிற பொருள் கருத்து "ஒருமை பொதுமை" பற்றியது. இதன் மீது இயக்கவியல் பொருள் முதல்வாதிகளின் பார்வை என்ன என்பதுதான்.

இயற்கையின் சித்திர வேலை

நம்மைச் சுற்றியுள்ள பொருட்களை, காட்சிகளைக் காண்கிறபோது, ரசிக்கிறபோது, அனுபவிக்கிறபோது பெரும் வியப்பு மேலிடுகிறது.

ஆல்பர்ட் ஐன்ஸ்டினிடம் கடவுளைப் பற்றி கேட்டபோது அவர் கூறிய பதில்,

"இயற்கையில் மலிந்து கிடக்கும் அற்புதங்களை, இரகசியங்களைக் கண்டு, எண்ணி மகிழ்ச்சி அடைகிறேன்" என்பதுதான்.

உண்மையும் இதுவே இயற்கை எவ்வளவு அருமையான சித்திர வேலைகளைத் தீட்டித் தருகிறது என்று எண்ணிப் பார்க்கவேண்டும்.

உலகில் எத்தனைக் கோடிமக்கள் வாழ்கிறார்கள்! அவர்கள் எல்லாம் மனிதர்கள் என்ற பொதுவான அம்சத்தில் மனிதர்கள்தான். ஒரு தலை, இரண்டு கண்கள், காதுகள், கைகள், கால்கள் என்று பொதுவான அம்சங்களுடன் மனிதர்கள் என்ற அடையாளத்தை அடைந்திருக்கிறார்கள்.

ஆனால் அந்தப் பொதுவான அம்சங்களைக் கொண்ட மனிதனிடத்தில் எத்தனை எத்தனை தனித்தன்மை கொண்ட வித்தியாசங்கள், தனித்தன்மைகள்!!

நிறத்தில், விரல்களில், கால்களில், கண்களில், மூக்கு அமைப்பில், குரலில் வெவ்வேறு தனித்தன்மையைக் கொண்ட அமைப்புகளாக, அடையாளங்களாக உள்ளன. 700 கோடி மக்களென்றால் 700 கோடி வித்தியாசங்களும் உண்டு; தனித்தன்மைகளும் உண்டு. எல்லாம் ஒரே அச்சாக அமைந்து விட்டால் எப்படி அடையாளங்கள் காண்பது? ஒரே குழப்பம், கலவரம் ஆகிவிடும். இயற்கை எவ்வளவு அக்கறையோடு, கவனமாக, பொதுவாக அமைத்தாலும் வித்தியாசங்களையும் வரைந்திருக்கிறது.

பாலா: *அதேபோல தாவரங்களிலும் தனித்தன்மை பொதுத் தன்மை உண்டல்லவா, விளக்கவும்?*

பே.அ.: *அதேபோல் தாவரங்களிலும் இதே பொதுத் தன்மை என்றாலும் தனித்தனி சிறப்பு வேறுபாடுகளையும் வைத்துள்ளது.*

புளிய மரம், ஆலமரம், அரச மரம் என்கிறோம். மரம் என்கிற பொதுவான தன்மை அவற்றில் பொதிந்து கிடப்பதால் மரம் என்கிறோம். ஆனால் ஏன் அரச மரம், புளிய மரம், ஆலமரம் என்கிறோம். தனித்தனி பேர் கொண்ட மரங்களுக்கு இடையில் தனித்தன்மை இருப்பதால்தான் தனித் தனி பெயரிட்டு அழைக்கிறோம். இன்னும் நுணுக்கமாகப் பார்த்தால் ஆலமரம் என்கிற, புளிய மரம் என்கிற தனித்தனி மரங்களும் ஏராளமான தனித் தன்மைகளைக் கொண்டிருக்கின்றன. உயரத்தில், அகலத்தில், கிளைகள் எண்ணிக்கையில், இலைகள் வடிவத்தில், எண்ணிக்கையில் வித்தியாசங்கள் உண்டு. இல்லையென்றால் வேறுபடுத்திப் பார்ப்பதற்கே வித்தியாசம் கிடைக்காமல் திணற வேண்டி இருக்கும்.

உயிரணுவின் தனித் தன்மைகள்

மனிதர்களும், மரங்களும் பார்வையில் தெரியக் கூடியன. தனித்தன்மைகளும், பொதுத் தன்மைகளும் சுலபமாகக் கண்களுக்குப் படுகின்றன. ஆனால் கண்ணுக்குத் தெரியாத ஓரணு உயிர் ஜீவிகளுக்கும் தனித்தன்மைகள் இருக்க முடியுமா? ஓரணு உயிர் என்பது பொதுவான அம்சம். மைக்ராஸ்கோப் போன்ற கருவிகளை வைத்துப் பார்த்தால்தான் கண்களுக்குத் தெரியும். அவைகளுக்குள்ளும் எத்தனை விதமான தனித்தன்மைகள் இருக்கின்றன.

சாதாரண அமீபா எனும் ஓர் உயிரணு நிறமற்ற பாகு உருண்டை போல இருக்கும். அதன் வடிவம் மாறிக் கொண்டே இருக்கும். (அமீபா என்ற கிரேக்க சொல்லுக்கு மாறிக்கொண்டே இருப்பது என்கிற பொருள் உண்டு) எல்லா ஓரணு உயிர்களைப் போலவே அமீபாவின் உடல் புரோடோபிளாசம் (உயிர்ப்பொருள்) எனும் பொதுவான ஆல்பிமின் கூழால் ஆனது. ஆமீபா இரண்டாக பிளவுறுவதன் காரணமாக இனப்பெருக்கம் செய்கிறது. இரண்டு நான்காக நான்கு எட்டாக இப்படி இனப்பெருக்கம் ஆவதும் பொதுவான அம்சம்.

அதே நேரத்தில் யூக்லினா எனும் ஓர் உயிரணுவுக்கு திசுக்களால் ஆன உறுதியான உறை உண்டு. இது யூக்ளினாவுக்கு உள்ள தனித்தன்மை. அமீபா எனும் ஓர் உயிரணுவிலிருந்து இது தனித்தன்மை பெற்றிருக்கிறது.

இதைப்போலவே பாரமீசியம் எனும் ஓர் உயிரணு உண்டு. இது ஒரு மிதி அடி போல் உருவில் இருக்கும்.

இப்படிப் பலப்பல வகையான ஓர் உயிணுக்கள் பொதுத்தன்மை பெற்றும், தனித்தன்மை பெற்றும் விளங்குகின்றன. ஓர் உயிரணுவால் ஆன இந்தப் பொதுவான சிறப்புத் தன்மை கொண்டவைகளை ஓரணுவுயிர்கள் தொகுதி என ஒரே குழுவாக சேர்க்கப்படுகிறது.

இன்றைய ஓரணு உயிர்களின் மடிந்து போன மூதாதைகள் சுமார் நூற்றைம்பது கோடி ஆண்டுகளுக்கு முன் நில உலகில் தோன்றின என்று விஞ்ஞானிகள் கூறுகிறார்கள். ஒற்றை உயிரணு பிராணிகளாக ஏறத்தாழப் பதினாயிரம் இனங்கள் உண்டாயின என்கிறார்கள் விஞ்ஞானிகள். இவற்றுக்குள் எத்தனை, எத்தனை பொது அம்சங்கள், எத்தனை எத்தனை தனி அம்சங்கள்! கண்ணுக்குத் தெரியாத உருவத்தைப் பெருக்கிக் காட்டும் மைக்ரோஸ்கோப்பின் மூலம் பார்க்கும் ஓர் உயிரணுக்கள் மட்டும் இத்தனை வித்தியாமான தனி அம்சங்களைக் கொண்டுள்ளன. அவற்றின் பொதுவான அம்சங்களும் உண்டு.

ஏறத்தாழ பதினைந்து லட்சம் இனங்களைக் கொண்டுள்ள விலங்குகளிலும் இப்படி எத்தனையோ பொதுவான, ஒருமையான தனித்தனியான அம்சங்களும் உண்டு.

தனித்தன்மையில் பொது அம்சங்கள்

தாவரம், விலங்குகள், மனிதர்கள் என எந்தப் பிரிவை எடுத்துக் கொண்டாலும் பொதுவான அம்சங்களில் ஒருமையான தனித்தன்மை கொண்ட அம்சங்களும், தனித்தன்மைகளில் பொது

அம்சங்கள் கொண்ட வகையில் பொருள் முதல்வாத இயக்கஇயல் ஆட்சி செய்கிறது. அது மட்டுமல்ல, உயிரற்ற ரசாயன, பௌதீக இயலிலும் தனித்தன்மைகள், பொதுத் தன்மைகள் உண்டு.

உதாரணமாக பேருந்து நிலையத்தில் எத்தனையோ பேருந்துகள் நிற்கின்றன. வெவ்வேறு நிறங்கள், வெவ்வேறு நிறுவனம் தயாரித்த மாடல்கள், அமைப்பிலும் சற்று வித்தியாசமான தோற்றங்கள் இப்படி பேருந்து நிலையத்தில் நிற்கின்றன. இவை அத்தனையும் பேருந்து என்ற பொதுத் தன்மை பெற்றுள்ளன. இந்தப் பொதுத் தன்மையிலும், தனியான ஒருமைகள் உண்டு. பேருந்தில் பொருத்தப்பட்ட கண்ணாடிகள், டயர், எஞ்சின், கட்டப்பட்ட தகடுகள் இப்படி தனித்தனி பொருள்களை இணைக்கிற போதுதான் அது பேருந்தாக உருவாகிறது. மீண்டும் இவை தனித்தனியாகப் பிரிக்கப்பட்டால் பேருந்து என்கிற உருவம் இல்லாமல் போகிறது.

பிரிக்கப்பட்ட தனித்தனி பொருட்களையும் எடுத்துக் கொள்ளுவோம். உதாரணமாகக் கண்ணாடிகளை எடுத்துக் கொள்வோம். கண்ணாடிகள் என்று பார்க்கிறபோது கண்ணாடிக்குள் பொதுத்தன்மை அடங்கி உள்ளது. ஆனால் அதே கண்ணாடி உருவாக அதனுள் தனித்தனி பொருள்கள் பயன்படுத்தப்பட்டுள்ளன. தனித்தனி பொருட்கள் சேர்ந்த பிறகுதான் கண்ணாடி எனும் பொதுத் தன்மை பெறுகிறது. இந்தக் கண்ணாடியை மேற்படி பேருந்தில் பொருத்துகிறபோது, தனித்தன்மை ஒருமை இனமாக மாறுகிறது. இப்படித்தான் டயர், இப்படித்தான் என்ஜின். இப்படித்தான் பல பொருட்கள் உருவாகின்றன. இதிலிருந்து நாம் என்ன முடிவுக்கு வருகிறோம்?

தனித்தன்மைகள் உள்ள பொருளில் பொதுத்தன்மைகளும், பொதுத் தன்மைகள் உள்ள பொருளில் தனித்தன்மைகளும் அடங்கி உள்ளன.

தனியானதும், பொதுவானதும் பரஸ்பர தொடர்பு கொண்டிருகின்றன என்பதிலிருந்து பொருள்முதல்வாத இயக்கஇயல் தொடங்கியது.

லெனின் இது பற்றி சொல்கிறபோது, "தனியானது பொதுவானதற்கு இட்டுச் செல்லும் தொடர்பில் அன்றி வேறுவிதமாக நிலவுவதில்லை. பொதுவானது தனியானதில், தனியானதன் மூலம் மட்டுமே நிலவுகிறது. எந்தத் தனியானதும் (ஒரு அல்லது மறு வகையில்) பொதுவானதாகும், எந்தப்

பொதுவானதும் தனியானதாகும். பகுதி, அம்சம், சாராம்சம் ஆகும். எந்தப் பொதுவானதும் எல்லாத் தனி பொருட்களையும் கிட்டத்தட்ட மட்டுமே கொண்டிருக்கிறது. எந்தத் தனியானதும் பொதுவானதில் அரைகுறையாகத்தான் சேர்கிறது" என்கிறார்.

மாரி: அய்யா, இதுபற்றி மேலும் விளக்கம் தேவை. உதாரணங்களோடு விளக்கினால் நல்லது.

பொதுத் தன்மை சர்வ வியாபகம்

பே.அ: இதை மேலும் எளிமையாகப் புரிந்துகொள்வது எப்படி?

"அதோ, அந்த மனிதன்" என்கிறோம். இது எதைக் குறிக்கிறது? ஒரு குறிப்பிட்ட மனிதனை, ஒரு தனி மனிதனைக் குறிக்கிறது. ஆனால் "மனிதன்" என்றால் பொதுப்படையாக மனிதனைக் குறிக்கிறது.

"அதோ, அந்த ஆலமரம்" ஒரு குறிப்பிட்ட தனி மரத்தைக் குறிக்கிறது. ஆனால் "மரம்" என்றால் பொதுவான முழுமையான இனத்தைக் குறிக்கிறது.

ஆக "ஒருமை", தனித்தன்மை என்பது அதாவது அந்த ஆலமரம் என்பது இந்தப் பொருளால் ஆன உலகில் உள்ள ஒரு பொருளையோ, நிகழ்வையோ காட்டுகிறது. பொதுமை என்பது பொதுவாக "மரம்" என்பது பல பொருள்கள், அல்லது நிகழ்வுகளின் ஒரு தொடர்புள்ள கூட்டம்.

இங்கே பொதுமையும் பலவகைப்படும். "ஓர் ஆலமரம் என்று சொன்னால் அது மரம் மட்டுமல்ல, அது ஒரு தாவரம்! வெள்ளைப் பசு என்று சொன்னால் அது பசு மட்டுமல்ல, விலங்கு. நாம் குறிப்பிட்டு சொல்கிற ஓர் ஆல மரம், மற்ற ஆல மரங்களுடன் ஒத்திருக்கும் பொதுவானத் தன்மையை அது கொண்டிருப்பதால் ஆலமரம் எனும் பொதுவான இனத்துடன் இணைகிறது. இப்படிபட்ட பொதுமையின் சிறு கூற்றையே "குறிப்பிட்டவை" என்று சொல்லுகிறோம். பொதுவாக எல்லா ஆலமரங்களும் மரம் எனும் இனத்துடன் சேரும். அவை கொண்டிருக்கும் பொதுத்தன்மையை 'சர்வ வியாபகம்' என்கிறோம். இது விலங்குக்கும் பொருந்தும். வெள்ளை பசு எனும் ஒருவகை பசு இனத்தை மட்டும் சார்ந்து இல்லை. விலங்கு எனும் சர்வ வியாபகமான தன்மையையும் கொண்டுள்ளது.

ஆக்சிஜன் என்பது குறிப்பிட்ட வாயு என்பதை நாம் அறிவோம். அது ஒரு ஒருமை. ஆனால் அதே நேரத்தில் ரசாயன மூலகம் சர்வ வியாபகமானது என்பதையும் நாம் அறிவோம்.

எனவே மேலே விவரிக்கப்பட்டதிலிருந்து கீழ்கண்ட இணைப்பை நாம் நிறுவுகிறோம். பொருளில் ''ஒருமை'' "குறிப்பிட்டவை" சர்வ "வியாபகமானவை" என்று இயங்குகின்றன என்பதை நாம் அறிய முடிகிறது.

இந்த "ஒருமை" "பொதுமை" அதற்குள்ள ஒரு பரஸ்பர தொடர்பை, ஒருமைக்கும் பொதுமைக்கும் இடையேயுள்ள இணைப்பு பிரச்சனையை முரண்தக்க பொருள் முதல்வாதம் கொள்கையின் மூலம்தான் காண இயலும்.

பாலா: நடைமுறை பிரச்சனைகளில் ஒருமை, பொதுமையின் பங்கு என்ன மேற்கோள் காட்டி விளக்கவும்

பே.அ.: நடைமுறை பிரச்சனைகளுக்கு தீர்வு காணவும், ஒருமை, பொதுமை என்பது பெரிய பங்கு வகிக்கிறது. விஞ்ஞான விதிகளை செயலாக்கும் விஷயத்தில் இது பெரும் பங்காற்றுகிறது. சமூகப் பிரச்சனைகளிலும் இதன் பங்கை யாரும் தள்ளிவிட முடியாது.

உதாரணமாக மனிதன் சிந்திப்பது பொதுவானது. எல்லா மனிதனும் சிந்திக்கத்தான் செய்கிறான். ஒரு மனிதன் ஒரு குறிப்பிட்ட பிரச்சனைபற்றி எப்படி சிந்திக்கிறான் என்பதில்தான் தனித்தன்மை பெறுகிறான்.

எம்.ஏ. படித்த பட்டதாரியை ''ஏன் உனக்கு வேலை கிடைக்கவில்லை" என்று கேட்டால் "தனக்கு நேரம் சரியில்லை, என்கிறான். நட்சத்திரம் இடம்பெயர்ந்தால் வேலை கிடைக்கும்" என்கிறான்.

இவனின் இந்த பதிலை வைத்து அவைகளை கலைக்க, நீக்க முன்முயற்சி எடுக்க முடியுமா? பிரச்சனை தீருமா? அவைதான் உண்மையான காரணங்களா? நிச்சயமாக இல்லை. அப்படியானால் வேலை கிடைக்காமல் இருப்பதற்கு அடிப்படைக் காரணம் என்ன என்கிற தனித் தன்மைகளைக் கணக்கில் எடுத்துக் கொண்டால்தானே காரணங்களையும் சரியாகப் புரிந்துகொண்டு செயல்பட முடியும்.

சிந்திப்பது என்பது மனிதனுக்குப் பொதுவான விஷயம் என்றாலும் அந்தந்த சமூக அமைப்பின் சாராம்சத்தைப் புரிந்து கொண்டால்தானே சரியான முடிவுக்கு வரமுடியும்.

முதலாளித்துவ அமைப்பின் குறிக்கோள்

லாபமே குறிக்கோளாகக் கொண்ட ஒரு முதலாளித்துவ அமைப்பில் "வேலை இல்லா நிலைமை" என்பது தவிர்க்கப்பட முடியாத விதி. முதலாளித்துவ அமைப்பு முற்றாக முறியடிக்கப்பட்டால்தான் இதற்கும் தீர்வு காண முடியும் என்ற

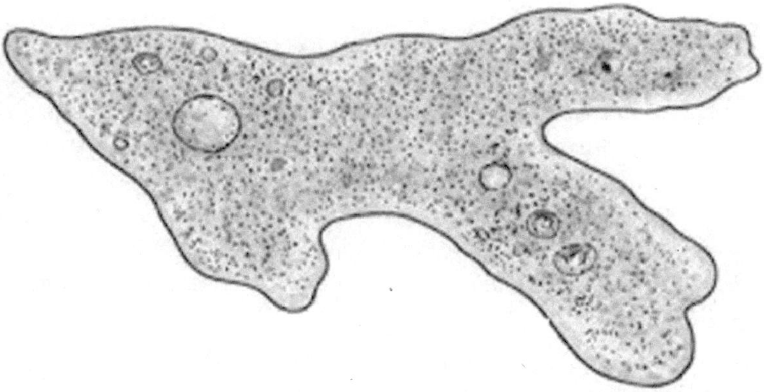

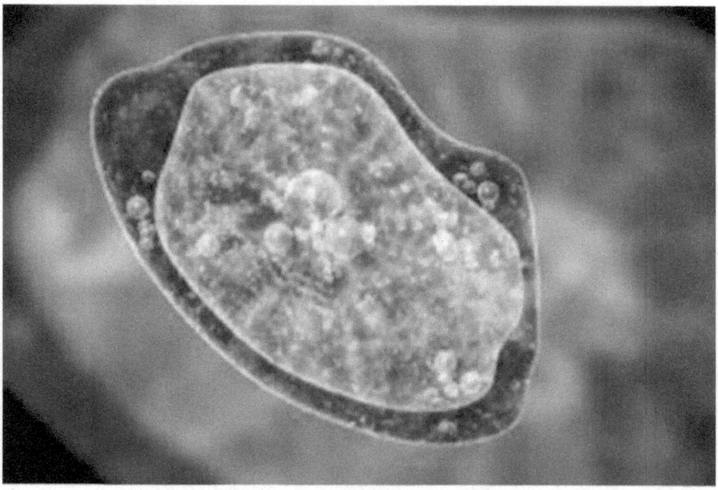

தனித் தன்மையை புரிந்து கொண்டால்தானே விளைவுகளையும் சரியானதாக மாற்ற முடியும்!

மலர்கள் என்றால் எத்தனையோ மலர்கள் உண்டு. மலர் என்பது பொதுவானது. ரோஜா, மல்லி, முல்லை எனப் பல வடிவங்களைக் கொண்ட, மணம் கொண்ட மலர்கள் உண்டு. இவற்றின் தனித் தன்மைகளைப் புரிந்துகொண்டால்தான் அதற்கேற்ற வாசனை திரவியங்களை உருவாக்க முடியும். மலர் என்றால் எல்லாம் ஒன்றுதான் என்று கூறி, அதனுடைய தனித் தன்மைகளை கணக்கில் எடுக்காமல் செயல்பட்டால் விரும்பும் வாசனை திரவம் வராது. மாறாக முயற்சி எல்லாம் வீணாகப் போய்விடும்.

ஏன், ஒரு சமூகப் புரட்சியில்கூட அந்தந்த சமூக அமைப்புகளின் தனித் தன்மைகளை கணக்கில் எடுக்காமல் புரட்சி வெற்றியடைய முடியாது. வர்க்கப் போராட்டம்தான் வரலாறு. சுரண்டும் வர்க்கத்தை, சுரண்டப்படும் வர்க்கம் தூக்கி எறிவதுதான் புரட்சி என்பது பொதுக் கருத்து பொது விதி! இந்தப் பொது விதியை அமல்படுத்த வேண்டுமானால் அந்தந்த நாட்டின் தனித்தன்மைகளை கணக்கில் எடுத்துக் கொள்ளாமல் புரட்சியை நடத்த இயலாது. அப்படி நடத்தினால் அது தோல்வியில்தான் முடியும்.

சமுதாயத்தில் எந்த வர்க்கம் அதிகாரத்தில் இருக்கிறது. அந்த வர்க்கத்திடமிருந்து அதிகாரத்தைக் கைப்பற்ற எந்த வர்க்கம் புரட்சிக்குத் தலைமை தாங்க வேண்டும், எந்த வர்க்கம் துணை நிற்கவேண்டும், சமுதாய வளர்ச்சிக்கு ஏற்ப புரட்சியின் கடமை என்ன? என்பது போன்ற தனித்தன்மைகளையெல்லாம் கணக்கில் எடுத்துக்கொண்டு ஒருங்கிணைக்கின்ற போதுதான் வர்க்கப் போராட்டம் வர்க்கப்புரட்சி என்கிற பொதுவான விதி நிறைவேற முடியும். புரட்சி நடந்த நாடுகளிலும் இப்படியெல்லாம் தனித் தன்மைகளைக் கணக்கில் கொண்டுதான் புரட்சியில் வெற்றி பெற்றார்கள்.

மாரி: புரட்சி நடந்த நாடுகளில் எப்படி தனித்தன்மைகளை, பொதுத் தன்மைகளை நடைமுறைப்படுத்தினார்கள்.

பே.அ.: உதாரணமாக ரஷ்யாவில் புரட்சியின் முதல் கட்டம் ஜார் ஆட்சியை வீழ்த்துவது, மத்தியகால சமுதாய மிச்ச சொச்சங்களை ஒழிப்பது.

இதற்கு என்னென்ன தனித்தன்மைகளை தோழர் லெனின் வகுத்தார்?

எதேச்சாதிகாரத்தை அதன் எதிர்ப்பை நசுக்குவது எப்படி? பலாத்காரத்தைக் கொண்டு நசுக்குவது. இந்த நெருக்கடியான கட்டத்தில் இன்னொரு முக்கிய பணி என்ன? ஊசலாட்டத்தில், தயக்கத்தில் சிக்கியுள்ள பூர்ஷ்வா வர்க்கம் செயலில் இறங்காமல் தடுப்பது. விவசாய வர்க்கத்துடன் கூட்டு வைப்பது. தொழிலாளி வர்க்கம் இந்தப் புரட்சியை இறுதி வரை நடத்துவது. இப்படிப்பட்ட தனித்தன்மையை ஒன்றிணைத்து நடத்திய ஜனநாயகப் புரட்சிதான் வெற்றி கண்டது. இதுவும் ஒரு குறிப்பிட்ட காலக் கட்டத்தில் முடிந்துவிட்டது. 1917 ஆம் ஆண்டு பிப்ரவரி மாதம் நடைபெற்று முடிந்துவிட்டது.

பிறகு புதிய சூழ்நிலை வந்தபோது அதற்கேற்ப தனித்தன்மைகளை லெனின் கணக்கில் எடுத்துக் கொண்டார்.

புரட்சியின் இரண்டாவது கட்டம்

இப்போது எதிரியாக உருவாகியுள்ள ஏகாதிபத்தியத்தை சமாளிக்க ஏகாதிபத்திய யுத்தத்திலிருந்து வெறியேறுவது. இதை நிறைவேற்ற என்ன செய்ய வேண்டும்? கூடிய மட்டிலும் சமாதானம் கோருவது.

இப்போது பூர்ஷ்வா வர்க்கத்தின் எதிர்ப்பை பலாத்காரத்தைக் கொண்டு வீழ்த்துவது. இந்தக் கடமையை நிறைவேற்றுகிறபோது, இந்த விஷயத்தில் ஊசலாடுகிற, உறுதியில்லாமல் இருக்கும் விவசாயிகளைக் குட்டி பூர்ஷ்வாக்களை செயலிழக்கச் செய்வது. அந்த நேரத்தில் அரைகுறை பாட்டாளி வர்க்கமான மக்கள் பகுதிகளை தன்னுடன் சேர்த்துக் கொள்வது. இதன் மூலம் தொழிலாளி வர்க்கம் சோஷலிச புரட்சியை நடத்தி முடிப்பது.

இந்த இரண்டாவது கட்ட புரட்சியை 1917 மார்ச்சு முதல் அக்டோபர் வரை நடத்தி தோழர் லெனின் வெற்றி கண்டார்.

மீண்டும் மூன்றாம் கட்ட புரட்சி நடந்தது.

அக்டோபர் புரட்சியைத் தொடர்ந்து தொழிலாளி வர்க்க சர்வாதிகாரத்தின் கீழ் ஏழை விவசாயிகளுக்கும், நடுத்தர விவசாயிகளுக்கும் உறுதியான உடன்பாடு உருவாக்கிக் கொண்டு, அதனை ஆதாரமாக வைத்து சோஷலிசத்தைக் கட்டுவதை நோக்கி புரட்சி முன்னேறியது.

லெனின் இப்படித்தான் அன்று ரஷ்யாவில் நிலவிய தனித்தனியான விசேஷ நிலைமைகளைக் கணக்கில் கொண்டு அவற்றை ஒருங்கிணைத்து பொது விதியான வர்க்கப் புரட்சியை வெற்றிகரமாக செய்து முடித்தார்.

இங்கே ஒரு கேள்வி எழலாம். அப்படியானால் ஒவ்வொரு நாட்டிலும் அந்நாட்டிற்கேற்ப தனித்தனி தன்மைகளை கணக்கில் எடுத்துக் கொண்டுதான் பொது விதியான வர்க்க புரட்சியை நடத்த இயலுமா என்று கேட்டால் "ஆம்" என்று அழுத்தம், திருத்தமாக பதில் சொல்ல வேண்டும்.

"ஒருமை" 'குறிப்பிட்டவை', "சர்வ வியாபகமானவை" என்னும் இனத்தை இயக்க, இயல் பொருள் முதல்வாதத்தின் அடிப்படை அம்சமாகப் பார்க்காமல் எதிலும் வெற்றி காணமுடியாது.

செல்வா: *சீனப் புரட்சியும் அப்படித்தான் நடந்ததா?*

பே.அ.: *ரஷ்ய புரட்சியிலிருந்து மாறுபட்டது.*

சீனப் புரட்சியின் முதல் கட்டம்

சீனாவை ஆக்கிரமிக்க முயன்ற ஜப்பான் ஏகாதிபத்தியத்தை எதிர்த்துப் போராடுவது சீனாவின் அன்றைய முக்கிய கடமையாக சீன கம்யூனிஸ்ட் கட்சி கருதியது. அங்குள்ள தனித்தன்மை அதுவாக இருந்தது. இதற்கு என்ன செய்ய வேண்டும்? ஏகாதிபத்தியத்தை எதிர்க்கும் அனைத்து பகுதிமக்களையும் இணைந்து ஐக்கிய முன்னணியைக் கட்டுவது. அப்படிப் பார்க்காமல், உள்நாட்டு வர்க்க எதிரிகளை அதாவது தரகு முதலாளிகளையும், நிலப்பிரப்புத்துவ ஆதிக்க வர்க்கத்தையும் வீழ்த்துவதுதான் முதல் கடமை, முதல் கட்ட புரட்சி என சீனக் கம்யூனிஸ்ட் கட்சி முடிவு எடுத்திருந்தால் விளைவுகள் தவறாகப் போயிருக்கும். வர்க்கப் புரட்சி என்னும் பொது விதியை வைத்து கண்ணை மூடிக்கொண்டு அங்கு மாவோ போர் தொடுக்கவில்லை.

ஜப்பான் ஏகாதிபத்தியத்தை மற்றவர்களோடு சேர்ந்து முறியடித்து விட்டுதான் இரண்டாவது புரட்சிக் கட்டத்துக்குச் சென்றார். அந்த இரண்டாவது கட்டத்துக்கான தனித்தன்மைகளைக் கணக்கில் எடுத்துக் கொண்டார்.

தொழிலாளி வர்க்கம், விவசாயிகள், நடுத்தர வர்க்கம், பெரும் தரகு முதலாளிகள் அல்லாத முதலாளி வர்க்கம் இவர்களுடன் கூட்டு சேர்ந்து ஆட்சி அதிகாரத்தில் இருந்த எதிரி வர்க்கங்களான தரகு முதலாளிகளை, நிலப்பிரபு வர்க்கத்தை எதிர்த்து வர்க்கப் போராட்டத்தை சீன கம்யூனிஸ்ட் கட்சி நடத்தியது. இதைப்புதிய ஜனநாயகப் புரட்சி அல்ல மக்கள் ஜனநாயகப் புரட்சி என சீனக் கம்யூனிஸ்ட் கட்சி வரையறுத்தது.

தரகு முதலாளிகளும், நிலப்பிரபுத்துவ வர்க்கமும் ஆட்சி அதிகாரத்திலிருந்து தூக்கி எறியப்பட்ட பிறகு, மக்கள் ஜனநாயக ஆட்சி அதிகாரம் அமைக்கப்பட்டு, தொழிற்சாலைகளையும், விவசாயத்தையும் சோஷியலிச முறையில் உருவாக்க மூன்றாவது கட்ட புரட்சி நடைபெற்றது. அங்கு நிலவிய தனித்தனியான அம்சங்களைக் கணக்கில் கொண்டு அவற்றை இணைத்து வர்க்கப் புரட்சி எனும் பொது விதி வெற்றிகரமாக நிறைவேற்றப்பட்டது.

மாரி: கியூபாவில் வர்க்கம் புரட்சி எனும் பொது விதி எப்படி இணைக்கப்பட்டது?

பே.அ.: கியூபாவில் நடந்த புரட்சி எனும் பொதுவிதியும் இப்படிப்பட்ட தனித்தன்மைகளைக் கணக்கில் கொண்டு அந்தத் தனித் தன்மைகள் இணைக்கப்பட்டுதான் புரட்சி

நடத்தப்பட்டது. அப்போது அங்கு நிலவிய தனித்தன்மைகள் முற்றிலும் வேறானவை.

"பட்டிஸ்டா" எனும் ராணுவ அரசை எதிர்த்து நடந்த கொரில்லா போராட்டம்.

இந்தப் போராட்டம் நடந்தபோது மக்கள் மத்தியில் எதிர்கால திட்டம் சோஷலிசம்தான் என வெளிப்படையாக, பிரகடனம் செய்யப்படவே இல்லை. மாவீரன் பிடல் கேஸ்ட்ரோ தன்னை ஒரு கம்யூனிஸ்ட் என்று வெளிப்படையாக சொல்லவே இல்லை.

அப்படி சொல்வது அங்கு அவசியமில்லாமல் இருந்தது. ஏன்? வெகு அருகே அமெரிக்க ஏகாதிபத்தியம் உள்ளது. கம்யூனிசத்தைப் பற்றியும், சோஷலிசத்தைப் பற்றியும் மிகப் பயங்கரமான விஷமப் பிரச்சாரம் செய்து மக்களிடம் அந்தப் பகுதி பூராவும் பரப்பப்பட்டிருந்தது. கியூபாவிலும் இப்படிப்பட்ட பிரசாரம் பலமாக தூவப்பட்டிருந்தது. உழைப்பாளி மக்களிடமும் கூட கம்யூனிசம் என்றாலே ஒரு கிலி இருந்த நேரம். சோஷலிசம் என்று வாய் திறந்தாலே ஆளும் வர்க்கம் மக்களைத் தன் பக்கம் சேர்த்துக் கொண்டு புரட்சி இயக்கத்தைத் தனிமைப்படுத்தும் நிலை பூமியாக கியூபா இருந்தது. அதோடு அன்று அனைத்து உழைப்பாளி மக்ளும் ராணுவ சர்வாதிகார அரசின் காலடியில் சிக்கி மூச்சி திணறிக்கொண்டிருந்த காலகட்டம். எனவே அங்கிருந்த தனித்தன்மை ராணுவ சர்வாதிகார ஆட்சியை விரட்டுவது உடனடியாகக் கடமையாக இருந்தது. அதன் மீதுதான் முழு கவனம் செலுத்தப்பட்டது. போராட்டம், வெற்றி அடைந்தது. ஆட்சி அதிகாரம் கைக்கு வந்த பிறகுதான் அரசின் எதிர்க்கால லட்சியம் சோஷலிச சமுதாயத்தைக் கட்டுவது எனப் பிரகடனம் செய்யப்பட்டது.

சில வரலாற்று ஆசிரியர்கள் இந்தப் புரட்சியை ஒரு விதி விலக்கு என்பார்கள். அந்த மண்ணுக்கு அது போன்ற யுத்த தந்திரம்தான், தனித்தன்மைதான் சரியானதாக இருந்தது. அதுதான். உண்மையானது என்று நிருபித்துவிட்டது.

செல்வா: இந்தியாவில் நடந்த சுதந்திரப் போராட்டத்தையும் புரட்சி என்று சொல்லலாமா?

பே.அ.: இந்தியாவில் பிரிட்டிஷ் ஏகாதிபத்தியத்தை ஆட்சியில் இருந்து விரட்டிய அன்று நடந்த மாபெரும் சுதந்திரப் போராட்டத்தை புரட்சி என்று சொல்லலாம். ஆனால் இந்திய முதலாளி வர்க்கம்தான் தலைமை தாங்கியது. பிரிட்டிஷ் ஏகாதிபத்தியம் இந்திய ஆட்சி பீடத்திலிருந்து விரட்டியடிக்கப்பட வேண்டிய கட்டாயம் இருந்ததால்தான் அதனால் பாதிக்கப்பட்ட

அனைத்து வர்க்கங்களும் அனைத்து மக்கள் பகுதிகளும் அணி திரண்டன. பிரிட்டிஷ் ஏகாதிபத்தியம் விரட்டி அடிக்கப்பட்ட பிறகு இரண்டாவது கட்ட புரட்சியான விவசாய புரட்சியை, மக்கள் ஜனநாயகப் புரட்சியை இந்திய முதலாளி வர்க்கம் நடத்தவில்லை; புரட்சி பூர்த்தி செய்யப்படவில்லை. ஆகவே அந்த இரண்டாவது கட்ட புரட்சியை நடத்துவது இந்தியத் தொழிலாளி வர்க்கத்தின் கடமையாக இருக்கிறது.

இரண்டாவது கட்ட புரட்சியான விவசாயப் புரட்சியை, மக்கள் ஜனநாயகப் புரட்சியை, இந்திய முதலாளி வர்க்கம் நடத்தவில்லை. இதற்கு முன்னாள் ஆட்சியில் இருந்த பிரிட்டிஷ் ஏகாதிபத்தியமும் இந்தியாவின் நிலப்பிரபுத்துவ அமைப்பை ஒழிக்கவில்லை. இது இந்திய மண்ணில் நிலவும் தனித் தன்மை. இந்தத் தனித்தன்மையை கணக்கில் கொண்டுதான் விவசாயப் புரட்சியை மக்கள் ஜனநாயகப் புரட்சிய நடத்த வேண்டும் என்ற கொள்கையை அடிப்படையாகக் கொண்டுள்ளது. இந்த மக்கள் ஜனநாயகப் புரட்சி நடத்தி வெற்றி கண்ட பிறகுதான், சோஷலிசத்தைக் கட்டுவது என இறுதி லட்சியமாகக் கொண்டுள்ளது.

தொழிலாளி வர்க்கத்தின் உணர்வு மட்டத்தை, அது ஸ்தாபன ரீதியாக திரண்டுள்ள ஸ்தாபன பலத்தை, மற்ற நேச சக்திகளுக்கும் அதற்கும் உள்ள உறவை, சம்பந்தப்பட்ட நாட்டில் உள்ள பொருளாதார நிலமைகளை, தேசிய, சர்வதேசிய மட்டத்தில் நிலவும் வர்க்க சக்திகளின் பலாபலத்தை தனித்தனியாகக் கணக்கில் எடுத்துக் கொண்டுதான், அவைகளை இணைத்துதான் பொது விதியான வர்க்கப் புரட்சியை நடத்த இயலும்.

ஆகவே "ஒருமை, பொதுமை" எனும் கோட்பாடு எவ்வளவு முக்கியம் வகிக்கிறது என்று பார்க்க வேண்டும்.

தனிமையானது, அல்லது ஒருமையானது, பொதுமையானது. இவைகளின் பரஸ்பர தொடர்பைப் பற்றி இயக்க இயல் பொருள் முதல்வாத ரீதியில் புரிந்துகொள்ளுவது எதார்த்தத்தை சரியாகப் புரிந்துகொள்ள உதவுகிறது என்பதை நாம் உணர வேண்டும். அப்படி பரஸ்பர தொடர்பைப் பார்க்காமல் போனால் என்ன ஆகும்?

இரண்டுவிதமான தவறுகள் ஏற்பட்டுவிடும்.

இயற்கை நிகழ்வுகளில், சமூக இயக்கங்களில் பொதுமையைப் பற்றியே திரும்பத் திரும்ப பேசுவதும், சிறப்பு அம்சங்களை பார்க்காமல் போவதும் மனிதனை தனிமைப்படுத்தி விடும். மக்கள் தொடர்பை அறுத்துவிடும்.

கருவில் கூட குழந்தை வளர்கிற போது மெல்ல மெல்ல தனித்தனி பிரிவும் உருவாகி ஒரு கட்டத்தில்தான் குழந்தை எனும் முழு உரு பரிணமிக்கிறது.

பொதுவாக பொது விதி என்பது, அல்லது வர்க்கப் புரட்சி என்பது கூட தனித்தனி அம்சங்கள் உருவாகித்தான் அதன் இணைப்பாக வர்க்கப் புரட்சி எனும் பொதுவானதை அடைய முடியும். இதைக் கணக்கில் கொள்ளாமல், ரஷ்ய மாடல் புரட்சிதான் நேரடியான வர்க்க மோதல்தான் இந்தியாவுக்குப் பொருந்தும். இந்தியாவின் விசேஷ தன்மைகளை, தனித்தன்மைகளைக் கணக்கில் எடுத்துக் கொள்வது கால விரயம் எனக் கூப்பாடுபோட்டால், அந்த வேகத்தில், செயலில் ஈடுபட்டால் தனிமைப்பட வேண்டியதை, தோல்வி அடைய வேண்டியதைத் தழுவ வேண்டிய நிலை ஏற்படும்.

மக்கள் ஆதரவும், வெகுஜன புரட்சியும்

தனிமைகளின் கூட்டுதான் பொதுமை என்ற காரணத்தினாலேயே தனிமைக்கு, ஒருமைக்கு முக்கியத்துவம் கொடுத்து, பொதுவான நிகழ்ச்சியைக் கணக்கில் எடுக்காமல் போனால் முயற்சி அரை வேக்காடாகப் போகும், பாதி கிணறு தாண்டியதாக மாறும்.

ஆளும் வர்க்கத்தின் கொடுமைகள் அதிகமாக இருக்கின்றன; வறுமை மக்களைப் பிடுங்கி தின்கிறது. வறுமையின் நிறம் சிகப்பு. எனவே இந்த ஒரு சிறப்பு தன்மையே போதும். மக்கள் திரட்சி தேவையில்லை, வெகுஜனப் புரட்சி தேவையில்லை. இவைகளுக்கெல்லாம் காத்துக் கிடக்க நேரமில்லை. எனவே இந்தத் தனித்துவமான சூழ்நிலையே போதும் என்று கூறி, தனித்தனி தன்மைகளை ஒருங்கிணைக்காமல் போனால் நிலைமை அதிதீவிரத்தில் இறக்கிவிடும். மக்கள் மத்தியிலிருந்து தனிமைபட்டுவது மட்டுமல்ல, ஆளும் வர்க்கம் இந்த எழுச்சியை வெகு விரைவில் அழித்தொழிக்க ஏதுவாகும்.

ஆகவே, ஒருமை, பொதுமை இவைகளுக்குள்ள பரஸ்பர தொடர்பை பார்க்க வேண்டியது சமூகத்துக்கும், இயற்கைக்கும், அறிவியலுக்கும் என அனைத்துக்கும் பொருந்தும்.

18
சாத்தியப்பாடு மெய் நடப்பு
(Possibility - Actuality)

(ஆசிரியர் அருணா வழக்கப்படி தன் மாணவத் தோழர்களுக்கு இயக்க இயல்பொருள்முதல் வாதத்தின் ஒரு பகுதியான உழைப்பைப் பற்றி விரிவுரையாற்ற வந்திருந்தார். ஆனால் மாணவர்களில் ஒருவரான மாரி வேறொரு கோரிக்கையை வைத்தார்.)

(மாரி: அய்யா ஆதிகாலத்திலிருந்து மதம் மக்களை மயக்க, ஈர்க்க ஒரு தந்திரம் வகுத்தது. கடவுளின் தூதர்கள் சில பல அற்புதங்களைச் செய்து காட்டி அவை ஆண்டவனின் அருளால் செய்து காட்டுகிற அற்புதங்கள், ஆச்சரியங்கள் என்று மக்களை வியப்பில் வீழ்த்தினர். இவையெல்லாம் விஞ்ஞானத்துக்கு அப்பாற்பட்டது. அது பற்றி கூறுங்களேன் என்று கேட்டுக் கொண்டார்.)

(பேராசிரியர் அவரின் கோரிக்கையை ஏற்றுக் கொண்டு மாணவ நண்பர் கேட்பதும் "சாத்தியப்பாடு மெய் நடப்பு" என்ற பொருளில் வரும் இயக்க இயல் பொருள்முதல்வாதத்தின் ஒரு வகையே. ஆகவே அது பற்றியே பேசுவோம் என்று துவக்கினார்.)

பே.அ.: தமிழ்ச் செய்தி பத்திரிகை ஒன்றில் ஒரு தகவல் தரப்பட்டிருந்தது. அதாவது ஒரு கிறித்துவ போதகர் பிரார்த்தனை செய்து பார்வையற்ற சிறுவன் ஒருவனுக்கு பார்வையை வரவழைத்து சாதனை புரிந்துவிட்டார். அந்தச் சிறுவனின் படமும், அவனது தாயின் படமும் பத்திரிகையில் வெளியிடப்பட்டிருந்தது. தாய் முகமலர்ச்சியோடு பேட்டி அளித்துள்ளார். "போதகர் தன் மகனுக்காக ஆண்டவரிடம் பார்வை வர ஜெபித்தார். அவரின் ஜெபம் கைகூடியது; என் மகனுக்குப் பார்வை கிட்டிவிட்டது. கர்த்தரின் அருளால் இந்தப் பலன் பெற்றோம்" என்று உறுதி செய்து பேசினாள். போதகரின் படம் வெளியிடப்பட்டிருந்தது.

விஞ்ஞான சாதனையில் வளரும் அஞ்ஞானம்

செல்வா: விஞ்ஞான சாதனையால் உருவான காகிதம், அச்சு இயந்திரம், மின்சாரம், கேமிரா இவை அனைத்தையும் அஞ் ஞானத்தை வளர்க்க, மூடநம்பிக்கைக்கு உரமூட்ட மிகத் திறமையாகப் பயன்படுத்திக் கொள்கிறார்களே, அவர்கள் திறமையைப் பாராட்டத்தான் வேண்டும்.

பே.அ.: உண்மைதான், நம்மைவிட அவர்கள் இதில் மிஞ்சுகிறார். அதோடு ஜெபம் செய்து நடக்க முடியாதவனை நடக்க வைக்கிறார்கள். பேச முடியாதவனை பேச வைக்கிறார்கள். பார்வை இழந்தவனை பார்க்க வைக்கிறார்கள் என்று கூறி இதற்கான ஏராளமான விளம்பரங்கள் செய்கிறார்கள். கிருத்துவ போதகர்கள் மட்டுமல்ல; எல்லா மத போதகர்களும் இந்த அற்புதங்களைக் கூற அஞ்சுவதே இல்லை.

சில ஆண்டுகளுக்கு முன்னால், சென்னை நுங்கம்பாக்கத்தில் ஒரு இந்து சாமியாருக்கு சொந்தமான மாளிகையில் தங்கி அவ்வப்போது பக்த கோடிகளுக்குக் காட்சி அளிப்பார்; ஆசி கூறுவார், அருளும் தருவார். அந்தப் பக்த கோடிகளில் கல்லூரி ஆசிரியர்களும் உண்டு, நீதிபதிகளும் உண்டு. தலைசிறந்த டாக்டர்களும் உண்டு. ஆம், அந்தப் படித்த மேதைகளும் அந்தச் சாமியாரின் பக்தர்கள்.

ஒரு நாள் பக்தர்கள் எண்ணிக்கை அதிகமாக இருந்ததால் நெருக்கடியில் ஒருவர் மயக்கம் போட்டு விழுந்து விட்டார். உடனே அவரை சாமியாரின் முன்னால் கொண்டு வந்து கிடத்தினார்கள். அங்கே கூட்டத்தில் பக்த கோடிகளில் ஒருவராக இருந்த ஒரு புகழ்பெற்ற டாக்டர், சென்னையில் பணியாற்றும் ஆர்த்தோ ஸ்பெஷலிஸ்ட் உடனே சென்று மயங்கி விழுந்த மனிதரின் நாடியைப் பிடித்துப் பார்த்தார். அவர் அதிர்ச்சியோடு ‘O, my god, He is dead” என்றார். வந்த பக்தர்கள் கூட்டம் பரிதாபத்தோடு அந்தப் பிணத்தைப் பார்த்துக் கொண்டிருந்தது. ஆனால் சாமியார் மட்டும் பதைக்கவில்லை. ஒரு புன்முறுவலோடு டாக்டரைத் தள்ளிப் போகும்படி கை ஜாடை காட்டினார். பிறகு சாமியாரே எழுந்து வந்து ஏதோ முணுமுணுத்தவாறு அந்தப் பிணத்தின் முகத்தில் திருநீறு வீசினார். மறுபடியும் சாமியார் தன் இடம் சென்று மேடையில் அமர்ந்து விட்டு, ஒரு பெரு மூச்சு விட்டு விட்டு, வாய் மலர்ந்தார்.

“யாரும் கவலைப்பட வேண்டாம். இறந்தவர் இன்னும் ஒரு சில வினாடிகளில் உயிர் பிழைப்பார்” என்றார்.

பக்தர்கள் அனைவரும் மிக ஆச்சரியத்தோடு அந்தப் பிணத்தைப் பார்த்துக் கொண்டிருந்தார்கள். என்ன வியப்பு! ஐந்து நொடிகளில் அவர் கண்விழித்தார், எழுந்து அமர்ந்தார். Resurrection, Resuscitation.

பக்தர்கள் அனைவரும் மிக ஆச்சரியத்தோடு சாமியாரை வணங்கி, வாழ்த்திட பக்தர்களின் கோஷம் விண்ணைப் பிளந்தது.

இந்த நிகழ்ச்சியை என்னவென்று சொல்லுவது. சதி என்பதா? அல்லது "செட்டப்" என்று சொல்லுவதா?

இதற்கெல்லாம் சாத்தியப்பாடு உண்டா? ஜெபத்தால் நடக்க முடியுமா? பேச முடியுமா? திருநீரால் செத்தவன் பிழைக்க முடியுமா? அடுத்த ஓரிரு ஆண்டுகளில் அந்த சாமியாரே மாண்டு போனார். அவரால் நடைமுறையில் நூறு ஆண்டுகள்கூட வாழமுடியவில்லை. மக்களின் அறியாமையை சதிகாரர்கள் சுரண்டுகிறார்கள். மெத்தப் படித்த மேதாவிகளும் பலியாகிறார்கள். படித்தவர்களாக இருந்தாலும் "எல்லாம் அவனருளால் நடப்பது" என்கிற நம்பிக்கை குழந்தைப் பருவத்திலிருந்து ஊட்டப்பட்டதல்லவா. நம்புவதே நல்ல குணம் என்று குழந்தைகளுக்குக் கற்று தருவது எந்த மதத்தில் இல்லை?

அப்படிப்பட்ட ஜீவன்கள்தானே படித்த மேதாவிகளும். இந்த விஷயத்தில் சராசரி மனிதனுக்கும், அறிவி ஜீவிக்கும் இடையில் வித்தியாசம் இல்லை. இப்படிப்பட்ட நம்பிக்கை ஒருவித மனக் கோளாறு என்று கூட சொல்லலாம்.

எம்.பிர்சிக் என்பவர் ஒரு நூல் எழுதியுள்ளார். நூலின் தலைப்பு வேடிக்கையாக இருக்கும்.

“ஜென் மற்றும் மோட்டார் சைக்கிளைப் பராமரிக்கும் கலை (Zen and the Art of Motorcycle maintenance) என்பதாகும். அந்த நூலில் அவர் எழுதியிருப்பது.

“ஒரு நபருக்கு மூட நம்பிக்கை இருந்தால் அது மன பேதலிப்பு. பல மக்களுக்குப் மூட நம்பிக்கை இருந்தால் அது மதம்” என்றார்.

“நீர் மேல் நடக்கலாம், நெருப்பின் மீது ஓடலாம், புலி வாயை அடைக்கலாம்” என்பதெல்லாம் பல நூறு அண்டுகளுக்கு முன்னாலேயே நடைமுறைப்படுத்தப்பட்ட விஷயம். இந்த நூற்றாண்டிலும் நடைமுறைப்படுத்தப்படுகிறது. அவை அத்தனையும் இயற்கை விதியோடு இயைந்த, புற சூழ்நிலைகளோடு பொருந்திய, உண்மையான நிகழ்வுகள்.

வயிற்றிலிருந்து லிங்கத்தைக் கொண்டு வருவது, வெறுங்கையிலிருந்து திருநீர் வரவழைப்பது என்பதெல்லாம் மந்திரமல்ல. தந்திரமேயல்லாது மாயாஜாலங்கள்கூட தந்திரம் தான் மந்திரமல்ல. இவையாவும் ஏற்கனவே உள்ள, அம்சங்களிலிருந்து மனிதனின் அறிவால் காட்டும் தந்திரங்கள். ஆனால் எந்தத் தொடர்பும் இல்லாமல், ஆதாரம் இல்லாமல் வெறும் பிரார்த்தனையால் கண்பார்வை பெறுவதும், பேசமுடியாதவர்கள் பேசுவதும், திருநீரால் உயிர் பெறுவதும் மோசடியாகும். இதற்கு சாத்தியப்பாடே இல்ல!

சாத்தியப்பாடு என்றால் என்ன? சாதாரண மக்கள் இதை எப்படிப் புரிந்துகொள்ளுகிறார்கள்.

நாம் ஒன்றை செய்து முடிக்க வேண்டும் என்று எண்ணுகிறோம். அப்படி அது செய்து முடிக்கக் கூடியதாக இருந்தால், நடக்கக் கூடியதாக இருந்து விட்டால் அதை சாத்தியப்பாடு உள்ள விஷயம் என்கிறோம்.

மாணவன் ஒருவன் முதல் தகுதி பெற்று தேர்வில் வெற்றியடைய வேண்டும் என்று விரும்புகிறான். விரும்பினால் மட்டும் போதுமா? ஆர்வத்தோடு, அக்கறையோடு படிக்கிறான். அவன் உழைப்பு வீணாக வில்லை. முதல் தகுதி பெற்று தேறுகிறான். இது

அவனுக்கு சாத்தியப்பாடாகி விட்டது. சாதாரண வாழ்க்கையில் இதை எப்படிப் புரிந்து கொண்டாலும், தத்துவார்த்த துறையில் இதை எப்படி விளக்க வேண்டும் என்று பார்ப்போம்.

சாத்தியப்பாடு என்பது சாதிக்கக் கூடியதுதான். ஆனால் இன்னமும் சாதிக்கப்படாதது, அதாவது நடைமுறையில் இதுவரை வராதது, ஆனால் நடைமுறையில் வருவதற்கு எல்லா வாய்ப்புகளும் உண்டு. உண்மையில் மெய்யாகவே நிறைவேறக் கூடியது என்று அர்த்தம்.

பாலா: குழப்பமாக இருக்கிறது. விளக்கமாகச் சொல்லுங்கள்?

பே.அ.: இதை சில உதாரணங்கள் மூலம் புரிந்து கொள்ளுவோம்.

மனிதன் ஆதிகாலத்தில் கற்களைத்தான் ஆயுதங்களாக பயன்படுத்தினான். அது அன்றையக் காலகட்டத்தில் மிகப் பெரிய சாதனைதான். ஏனென்றால் மனிதன் கற்களை ஆயுதங்களாகப் பயன்படுத்திய காலகட்டத்தில் உலக நிலைமை என்னவாக இருந்தது? அப்போது இந்த பூமியில் பல உயிரினங்கள், விலங்குகள் தோன்றி நிலைத்து உயிர்வாழத் தொடங்கி 200 கோடி ஆண்டுகள் ஆகிவிட்டன என்கிறார்கள் விஞ்ஞானிகள். 200 கோடி ஆண்டுகள் ஆனாலும் எந்த விலங்குகளுக்கும் கல்லை ஆயுதமாகப் பயன்படுத்திக் கொள்ளத் தெரியவில்லை. மனிதன்தான் கல்லை ஆயுதமாகப் பயன்படுத்தினான். அவனுக்குத்தான் அந்த சிந்தனை உருவாயிற்று. அதற்கான சாத்தியப்பாடுகள் என்ன?

மனிதன் பரிணாம வளர்ச்சியில் இரண்டு கால்களைப் பயன்படுத்தி நிமிர்ந்து நடக்கவும், மற்ற இரண்டு கைகளை ஓயாது பயன்படுத்தவும் அதாவது பிடிக்க, தூக்க, அடிக்க, வீச, எடுக்க இப்படிப் பயன்படுத்த ஆரம்பித்த போதுதான் அவனுக்குக் கல்லையும் தீட்டி ஆயுதமாகப் பயன்படுத்தும் சாத்தியப்பாடு உருவாயிற்று. அது தொடர்ந்து நடைமுறைக்கும் வந்துவிட்டது. இன்று மனிதன் சுத்தியல், அரிவாள், ஸ்பேனர், ஸ்குரூட்ரைவர் போன்றவற்றைப் பயன்படுத்துவது ஆச்சரியமல்ல.

மற்ற எந்த உயிரினத்துக்கும் இல்லாத ஒரு பெருமை மனிதன் பேசுவது. இந்த மெய் நடப்பிற்கு அடித்தளம் அமைத்தது எது?

மனிதன் சமூகமாகக் கூடி உழைக்க ஆரம்பித்தபோது, உபகரணங்களைப் பயன்படுத்தியபோது அவனது அனுபவமும், கைத்திறனும், மூளையும் வளர்ந்தது. இந்தக் கூட்டு உழைப்பும், அனுபவமும், கைத்திறன் வளர்ச்சியும், மூளைவளர்ச்சியும், பேச்சை

உருவாக்கும் சாத்தியப்பாட்டை உருவாக்கியது. அதன் வழி மொழி மெய் நடப்பாக மாறிவிட்டது.

இன்று மனிதன் கண்டம் விட்டு கண்டம் பாயும் ஏவுகணைகளை வீசலாம். அந்தந்த ஏவுகணைகளை ஆகாயத்திலேயே தாக்கி அழிக்கும் எதிர் ஏவுகணையையும் உருவாக்கி அற்புத சாதனைகளைப் படைக்கிறான்.

பழைய காலத்தில் கண்டுபிடித்த சிறந்த ஆயுதங்களான அம்பும், வில்லும் உலகத்தில் மிகத் தொன்மையான காலத்தில் கண்டுபிடிக்கப்பட்ட விசை இயந்திரம் என்று அறிஞர்கள் பாராட்டுகிறார்கள். இன்றைய பிரமாண்டமான விசை இயந்திரங்கள் மெய்யான நடைமுறைக்கு வந்துவிட்டது என்றால், அன்றைய அம்பும், வில்லும்தான் அப்போதைய காலக்கட்டத்துக்கு விசை இயந்திரமான சாத்தியப்பாட்டை உருவாக்கின.

இன்று வேதியியல் மிக வளர்ச்சி அடைந்துள்ளது. அன்று மனிதன் நெருப்பை உண்டாக்கக் கற்றுக் கொண்டான். இது அவன் வாழ்க்கையில் பெரும் மாற்றத்தை உண்டாக்கி விட்டது. இன்று ஒரு சிறு தீப்பெட்டியில் நெருப்பை அடக்கி வைத்துள்ளோம். நினைத்த நேரத்தில் நெருப்பை உண்டாக்க முடியும். ஆனால் அன்று இது அவ்வளவு லேசான விஷயமல்ல. இரண்டு கற்களை உராய்வது, உராய்ந்து உருவாகும் நெருப்புப் பொறிகளை, உலர்ந்த தழைகள் மீது பட வைத்து, நெருப்பை உண்டாக்குவது, அணையாமல் இருக்க அதைத் தொடர்ந்து அவன் காக்க வேண்டும். இது ஒரு புறமிருக்க நெருப்பைக் கொண்டு, பொருட்களில் ஏற்படும் மாற்றங்களை மனிதன் கவனிக்க ஆரம்பித்தான். வேதியியல் ஆரம்பம், அதாவது இரசாயன இயலின் ஆரம்பம் இதிலிருந்துதான் தோன்றுகிறது. ஆதிகால மனிதனுடைய சமையல் அறையிலிருந்துதான் வேதியியல் தோன்றியது என அறிஞர்கள் கூறுவார்கள். இன்று மெய்சிலிர்க்கும் இரசாயன வளர்ச்சிக்கு ஆரம்ப சாத்தியப்பாடு நெருப்புதான் என்று சொல்வதில் தவறில்லை.

இன்று மனிதன் செயற்கை கோள் மூலம் வானவியல் ஆராய்ச்சியில் மூழ்கி இருக்கிறான். மனிதன் ராக்கெட் மூலம் சந்திரனில் இறங்கி சாதனைப் படைத்துவிட்டான். விண்வெளியில் மிதக்கிறான். அதை நேரடியாக தொலைக்காட்சியில் காணமுடிகிறது. ஒரு காலத்தில் பறக்கும் பறவையைப் பார்த்துதான் இப்படிப் பறக்க முடியுமா என ஏங்கிய மனிதன், இன்று எங்கோ உயர்ந்து விட்டான்.

மனிதனின் சாதனையைப் பாருங்கள். இந்த பூமி தன்னைத் தானே ஒரு முறை சுற்றி வருவதற்குள்ளாக இரண்டு முறை அதை சுற்றி வந்துவிடுகிறான். அதைவிட அதிகமாகவும் விரைகிறான். இந்த உண்மையை நடைமுறையாக்கி விட்டான். இதற்கு எது சாத்தியப்பாடாக அமைந்தது?

விஞ்ஞானிகள் ராக்கெட்டின் தத்துவத்தைக் கண்டுபிடித்த பிறகு ஜெட் முறையில் இயங்கும் என்ஜின்கள் கண்டுபிடிக்கப்பட்டன. இதனால் சந்திரனுக்குச் செல்லும் வாய்ப்புகள் உருவாயின, அதாவது சாத்தியப்பாடுகள் உருவாயின. ராக்கெட் சந்திரனில் இறங்கிய பிறகு அது மெய் நடப்பாக மாறிவிட்டது.

பாலா: சாத்தியப்பாடு என்றால் என்ன? மெய் நடப்பு என்றால் என்ன என்று தத்துவார்த்த ரீதியில் விளக்குங்கள்?

பே.அ.: சாத்தியப்பாடு என்பது இதுவரை நடைமுறையில் அமலாகாதது. இதுவரை சாத்தியப்படாதது. ஆனால் நடைமுறைக்கு வாய்ப்பு உள்ளது.

மெய் நடப்பு என்பது ஏற்கெனவே நடைமுறைக்கு வந்துவிட்டது என்பதுதான். இன்று உண்மையில் இருப்பது' இயங்குவது, கை கூடியுள்ளது. நடைமுறையில் வந்துவிட்ட இது ஏற்கனவே உள்ள புறவிதிகளின் அடிப்படையில், இயற்கையின் அடிப்படையில் சாதிக்கப்பட்டுள்ளது என்பதுதான்.

ராக்கெட் இன்று நடைமுறைக்கு வந்துவிட்டது. செயற்கைக்கோள் இன்று செயல்பட்டுக் கொண்டிருக்கிறது. ஏவுகணைகள் இன்று கண்டம் விட்டுக் கண்டம் பாய்கின்றன. இவையெல்லாம் மெய் நடப்பாக ஆகிவிட்டன. ஏற்கனவே புறநிலை விதிகளின்படி, இயற்கையின் உள் அடங்கியுள்ள அடிப்படைகளின்படி, அன்று நிலவும் வாய்ப்புகளின்படி நடைமுறைக்கு வந்துவிட்டன. மனித வரலாற்றில் இப்படி நடைமுறைக்கு வந்துவிட்ட நடப்புகள் ஏராளம், ஏராளம். சாதனைகள் பலப்பல.

ஆனாலும் இன்னமும் சிலர் ஆண்டவனின் பிரதிநிதிகள், வைதீக பிரமுகர்கள், அருள்வாக்கு சொல்வோர் என்றெல்லாம் சொல்லும் வாதங்கள் வேடிக்கையாக உள்ளன.

சாத்தியப்பாடு என்று ஒன்றும் இல்லை; ஒன்றுக்கொன்று தொடர்பு இல்லை. இதுவரை ஏதும் நடக்கவில்லை என்றால், அதற்கான சூழ்நிலை ஏதும் இல்லை என்று அர்த்தம் அல்ல. அதற்கான சூழ்நிலை ஏதும் அவசியம் என்பதில்லை. திடீரென தோன்றலாம்! அதற்கான முகாந்திரம்

ஏதும் இருக்க வேண்டிய அவசியமில்லை. எல்லாம் வல்ல இறைவனுக்கு முகாந்திரம் ஏதும் தேவையில்லை. அடிப்படையோ, சாத்தியப்பாடான சூழ்நிலையோ தேவையில்லை என்று அடாவடித்தனம் செய்கிறார்கள்.

அப்படியே ஏதும் நடந்தாலும் அதற்கு அவன்தான் அடிப்படை! அதற்கு அப்பால் ஏதுமில்லை என்கிறார்கள்.

இன்னும் சில தத்துவஞானிகள் வேறுவிதமாக திரிக்கிறார்கள்.

"இப்போது ஒரு நிகழ்ச்சி நடக்கிறது என்றால், அது தோன்றுவதற்கான சூழ்நிலைகள் அப்போதுதான் தோன்றுகின்றன. அதற்கு முன்பு சாத்தியப்பாடு முக்கிய பாத்திரம் வகிக்கவில்லை" என்கிறார்கள்.

அதாவது முன்கூட்டியே நிபந்தனைகள், அடிப்படைகள், ஆதாரங்கள், சூழ்நிலைகள், சாத்தியப்பாடுகள் பக்குவப்பட்டு இருக்க வேண்டிய அவசியமில்லை என்கிறார்கள். இப்படி விவாதிக்கிறவர்கள் யார்?

இவர்கள் இயற்கை விதிகளை, மனிதனுடைய உணர்வுகளுக்கு அப்பால் உள்ள புறநிலைகளை, புறவயமான தன்மைகளையே மறுக்கிறவர்கள்.

இன்னும் சிலர் வேறுவிதமான விநோதக் கருத்துக்களை வைக்கிறார்கள்.

சாத்தியப்பாடும், மெய்நடப்பும் சரி சமமானதே! ஆகவே முடியாதது என்பது ஏதுமில்லை. நடக்காதது என்பது ஏதுமில்லை. எந்த அதிசயமும் நடக்கலாம்.

நிரந்தரமாக உலகை இருளால் சூழ வைக்க முடியும், பாலைவனம் முழுவதையும் பசுஞ்சோலையாக்க முடியும், கடலை முழுமையாக வற்றவைக்க முடியும், அனல்கக்கும் கதிரவனை வானம் பொழியும் புதுமைப் புவியாக மாற்ற முடியும், இறைவன் மிகப் பெரியவன். அவனைப் பொறுத்தமட்டில் சாத்தியப்பாடும், மெய் நடப்பும் சமமானதே. இன்னும் சொல்லப் போனால் மனிதன் கூட அருள்வாக்குப் பெற்று செயல்படும் ஞானியாக மாறி சாத்தியக் கூற்றினை, மெய் நடப்பை ஒரு சேர உருவாக்கி அதிசயம் படைக்கும் மகானாகலாம்.

பைபிளில் மோசஸ் கடல் முன்னால் நின்று கடலையே இரண்டாகப் பிரித்துக் காட்டவில்லையா?

அனுமன் சஞ்சீவி மலையைத் தூக்கி பறக்கவில்லையா? சாத்தியப்பாடும், மெய் நடப்பும் சரிசமமாக இருப்பதால்தான்,

எதுவும் சாத்தியமாக இருப்பதால்தான் இப்படி நடக்க வாய்ப்புகள் உண்டு என்று அடித்துப் பேசுகிறார்கள்.

ஆக மேலே குறிப்பிட்ட இரு பிரிவினரும் அதாவது "சாத்தியப்பாடு என்பது ஒன்றும் இல்லை" என்பாரும், "எல்லாமே சாத்தியமானது தான்" என்பாரும் யதார்த்தவாதிகள் அல்லர்!

மாரி: அய்யா நீண்ட விளக்கம் தந்துள்ளீர் புரிகிறது. நாங்கள் மற்றவர்களுக்கு விளக்கும் வகையில் எப்படி சுருக்கமாகச் சொல்ல முடியும்?

பே.அ.: இயக்கஇயல் பொருள்முதல்வாதத்தைப் பொறுத்தமட்டில் சாத்தியப்பாடும், மெய் நடப்பும் எதிர்நிலையானவை. ஆனால் அவை ஒன்றைஒன்று சார்ந்துள்ளன. சாத்தியப்பாடு முழுமையடைகிறபோது, அதன் விளைவாக மெய்யான நடப்புகள் நடைபெறுகின்றன.

பாலா: மற்றவர்கள் ஏன் இந்த விஷயத்தில் தவறு செய்கிறார்கள்? அதற்கான காரணங்கள் என்ன?

பே.அ.: வாழ்க்கையில் எவ்வளவோ நிகழ்வுகள் நடைபெறுகின்றன. இந்த நிகழ்வுகள் எப்படி நடைபெறுகின்றன என்பதை ஆராய்கிறபோது முற்றிலும் வேறுபட்ட ஒரு வழியில் சாத்தியப்பாடு, மெய் நடப்பு என்ற கேள்விகளுக்கு விளக்கம தரும் முறையில்தான் தவறுகள் அடங்கியுள்ளன. மேற்குறிப்பிட்ட இரு பிரிவினரும் அப்படித் தவறு செய்கிறவர்கள்தான். விளக்கம் தரும் முறையில்தான் தவறு செய்கிறார்கள்.

செல்வா: அய்யா அவர்கள் தவறு செய்யவில்லை. அவர்கள் ஏற்றுக் கொண்ட தத்துவம், அவர்களின் அடிப்படை கொள்கையிலிருந்து பேசுகிறார்கள். அவர்களைப் பொறுத்தமட்டில் அது சரியானது என்கிறார்கள்.

பே.அ.: அது சரி! ஆனால் அவர்களின் தத்துவம் இயக்கஇயல் பொருள்முதல்வாதத்துக்கு எதிராக இருப்பதால் தவறாக பேசுகிறார்கள், விளக்கம் அளிக்கிறார்கள். அவை யதார்த்தத்துக்கு எதிராக உள்ளவை இன்னும் நான் விரிவாகப் போகிறேன்.

ஒரு மனிதன் விரும்பும் அத்தனையையும் அவனால் சாதித்துவிட முடியுமா? மனித குலமே அப்படி சாதித்து முழுமையடைந்து விட முடியுமா? இந்தக் கேள்விக்கு என்ன பதில் தரப் போகிறோம். முடியும் என்று சொல்லுவோமா? முடியாது என்று சொல்லுவோமா? மனித குலத்தின் சாதனை இதுவரை மகத்தானதுதான். முடியும் முடியாது என்று சொல்லும் இரண்டு பதில்களுமே தவறுதான். முடியும், முடியாது என்பது மனிதனுடைய விருப்பத்தைப் பொறுத்தது அல்ல. அவனுடைய

சொந்த விருப்பங்களினால் நிர்ணயிக்கப்படுபவை அல்ல. இயற்கை விதிகளாலும், வாழ்க்கையில் நிலவும் விதிகளாலும், காரணங்களாலும், நிலைகளாலுமே நிர்ணயிக்கப்படுகின்றன.

ஒரு சிறு உதாரணத்தைப் பார்ப்போம்.

"இந்தியாவில் ஏராளமான பள்ளிக்கூடங்கள் திறக்கப்படுகின்றன. கல்லூரிகளும் இயங்குகின்றன. படிக்க விரும்புகின்றவர்கள் யார் வேண்டுமானாலும் படிக்கலாம். எல்லோருக்கும் சம வாய்ப்பு உண்டு" இப்படி நிறையவே பேசுகிறார்கள். ஆனால் இது உண்மைதானா? இன்னமும் 30 சதம் படிக்காதவர்கள் இருக்கிறார்கள். சமூகத்தில் ஏற்றத் தாழ்வு உள்ளதால் பணம் செலவு செய்கிறவர்கள் படிக்க முடியும், இல்லாதவர்கள் மிகவும் சிரமப்பட வேண்டும். பள்ளியில் சேர்த்துவிட்ட பிறகு, செலவை ஈடுகட்ட முடியாமல் விடுபடுதலும் உண்டு! இந்த நிலையை இன்றைய முதலாளித்துவ சமுதாயத்தால் எப்படி மாற்ற முடியும்? எல்லோருக்கும் கல்வி எப்படி சாத்தியப்பாடு ஆகும்?

எனவே முதலாளித்துவ சமுதாயத்தில் உள்ளவன், இல்லாதவன், பணக்காரன், ஏழை, முதலாளி, தொழிலாளி, நிலச்சுவான்தார், விவசாயத் தொழிலாளி எனப் பாகுபாடுகள் நிறைந்த சூழலில் எல்லோருக்கும் கல்வி என்பது வெறும் கோஷமாகத்தான் இருக்கமுடியும். பாகுபாடான பள்ளத்தை நிரப்ப முடியாது.

மந்திரவாதிகள் சில அற்புதங்களைச் செய்து காட்டுகிறார்கள். ஒரு பெண்ணை படுக்க வைத்து வாளால் வெட்டுகிறான். நம் கண் முன்னால்தான் நடக்கிறது. ஆனால் அந்தப் பெண் வெட்டபட்ட பிறகு அவள் உயிரோடு எழுகிறாள். தலை தொப்பியை எடுக்கிற காட்டி தொப்பியில் ஏதும் இல்லை என்றும் காட்டி, பின்பு தொப்பியை தலையில் அணிந்து மீண்டும், தொப்பியை எடுக்கிறபோது தொப்பிக்குள் இருந்து ஒரு புறா பறக்கிறது. இந்த அற்புதங்கள் எல்லாம் தந்திரங்களே தவிர வேறு ஒன்றும் இல்லை. இவைகளை இயற்கை விதிகளுக்கு உட்பட்ட சாத்தியபாடான விஷயம் என்று சொல்ல முடியுமா? மந்திரத்தால் மாஞ்செடியை வரவழைப்பது இயற்கை விதிகளுக்கு முரண்பாடான நிகழ்ச்சி, முடியாது. இதிலிருந்து நாம் என்ன முடிவுக்கு வருகிறோம்.

இயற்கையானாலும், சமூகமானாலும் அவற்றின் விதிகளுக்கு புறம்பாக இந்த வையகத்தில் எந்த நிகழ்வும் தோன்றுவதில்லை. தோன்றவும் முடியாது. மந்திரவாதியோ, சாமியார்களோ அற்புதங்கள் என்று காட்டுவதை நம்புவது பேதமை. ஜோதிடர்கள் சொல்லுவது ஜோடனை.

"சமூக, இயற்கை விதிகளுக்கு ஒவ்வ இருப்பவை மட்டுமே சாத்தியப்பாடுகள் ஆகும். மெய் நடப்பும், சமூக, இயற்கை விதிகளும் இயைந்தவையே. இந்த இரண்டும், சாத்தியப்பாடும், மெய்நடப்பும் புறவயமானவையே. அதாவது மனிதனின் உணர்விலிருந்து முற்றும் தனித்து விலகி நிற்கும் பொருள்கள். நிகழ்வுகளின் தன்மைகளை பிரதிபலிப்பவையே அவை.

மேலே கூறிய கருத்துகளைச் சொல்லும்போது சில கேள்விகள் எழலாம்.

செல்வா: ஆமாம், ஐயா, எனக்கும் அப்படிப்பட்ட கேள்வி எழுகிறது.

மேலே சொல்லப்பட்ட வரையறை எந்தக் காலத்துக்கும் உகந்ததல்லவா? அதாவது காற்றின் மூலம் ஒலியை அனுப்ப முடியும் என்பது ஆயிரம் ஆண்டுகளுக்கு முன்னாலும் பொருந்தும் அல்லவா? அப்படியானால் ஆயிரம் ஆண்டுகளுக்கு முன்னால் இந்த சாத்தியப்பாடு இருந்தும் அப்போது ஏன் தொலைபேசி கண்டுப்பிடிக்கப்படவில்லை.

பே.அ.: ஆயிரம் ஆண்டுகளுக்கு முன்னால் போக வேண்டாம். இரு நூறு ஆண்டுகளுக்கு முன்னால் போவோம்.

அமெரிக்காவில் கறுப்பு இனமக்களை அடிமைப்படுத்தி வைத்திருந்த கொடுமைகளை எதிர்த்துப் போராடிய சரித்திரப் புகழ் பெற்ற ஜனாதிபதி ஆப்ரகாம் லிங்கன், வெள்ளை இன வெறியன் ஒருவனால் சுட்டுக் கொல்லப்பட்ட செய்தி உலகம் பூராவும் எட்ட அநேக நாள் ஆயிற்றாம். முதன்முதலில் அவரது மரணச் செய்தியை இங்கிலாந்துக்குப் புறாவின் மூலம்தான் அனுப்பினார்களாம். ஆனால் உலகின் நிலை இன்று அப்படியா?

மனிதனின் குரலைக் கம்பிகள் மூலம் வெகுதொலைவு அனுப்ப முடியும் என்று நிரூபித்துக் காட்டியபோது அதை நம்பவே மக்கள் மறுத்தனர். இன்றைய உலக நிலை என்ன? ஏழாயிரம் மைல்களுக்கு அப்பால் நடக்கும் கிரிக்கெட் விளையாட்டை தமிழ்நாட்டில் 'அஞ்சூர்' எனும் சிறிய கிராமத்தில் அமர்ந்து கொண்டு பார்க்க முடிகிறது. விளையாட்டை மட்டுமா? பார்க்கிற மக்கள் உற்சாகத்தால் கூச்சலிடுவதும் அல்லவா கேட்கிறது. நம் எதிரே நடப்பதுபோல் அல்லவா காட்சியளிக்கிறது. ஆயிரம் மைலுக்கு அப்பால் உள்ள ஒருவரிடம் அடுத்த நிமிடம் செல்போனில் பேச முடிகிறதே, உருவத்தைப் பார்த்துக் கொண்டே நேரில் பேசுவதுபோல் பேச முடிகிறதே.

இந்த வாய்ப்பை, வசதியை ஒரு நூறு ஆண்டுகளுக்கு முன்னால் வாழ்ந்த நம் முன்னோர்கள் அனுபவிக்க முடியவில்லை. அந்த முன்னோர்களுக்கு இரு நூறு ஆண்டுகளுக்கு முன்னால் வாழ்ந்த மக்களால் தொலைபேசியைக் கூட அனுபவிக்க முடியவில்லை. இதேபோல் நமக்கு ஒரு ஐம்பது ஆண்டுகளுக்குப் பின்னால் வாழப் போகிற மக்கள் அனுபவிக்கிற புதிய வாய்ப்புகளை நாம் இப்போது அனுபவிக்க இயலாத நிலை கண்டு நம் சந்ததியினர் நம்மீது பரிதாபப்படுவார்கள். அவர்கள் என்னென்ன புதுமைகளை அனுபவிக்க இருக்கிறார்கள் என்பதை நம்மால் இப்போது சொல்ல இயலாது. விஞ்ஞானம் அவ்வளவு வேகமாக வளர்ந்து கொண்டிருக்கிறது.

இந்த வாய்ப்புகள் ஒரு ஐநூறு ஆண்டுகளுக்கு முன்னால் ஏன் சாத்தியம் இல்லை. அன்றும் விண்வெளி இருந்தது, காற்றலை இருந்தது. இயற்கை விதி அப்படியே இருந்தது. ஏன் இன்றுள்ள நடைமுறை வாய்ப்புகள் அன்று நடைமுறைக்கு வர முடியவில்லை. இதற்கு எப்படி பதில் கூறுவது?

"ஒரு சமயம் கைகூடா சாத்தியப்பாடு மற்றொரு சமயம் கைகூடும் சாத்தியப்பாடாக மாறுகிறது."

அன்றும் தொலைக்காட்சி பற்றிப் "பேக்ஸ்" பற்றி, சேடலைட் (செயற்கை கோள்) விவரத்தில் இருக்க முடியும். கற்பனை செய்திருக்க முடியும். ஆனால் ஸ்தூலமான சாத்தியப்பாடுகள் இல்லாதபோது அதை நடைமுறை படுத்தியிருக்க முடியாது. அது மெய்நடப்பாக வந்திருக்க முடியாது.

இரண்டாயிரம் ஆண்டுகளுக்கு முன்னால் பொருட்கள் அணுவினால் ஆனது என்று யூகமாகச் சொன்னார்கள். அதை நடைமுறையில் காட்ட இயலவில்லை. அணுவைப் பயன்படுத்த முடியவில்லை. அணுவை பிளக்கவும் முடியவில்லை. காரணம் அதற்கேற்ற ஸ்தூலமான சூழ்நிலைகள் உருவாகவில்லை. மின்சாரக் கண்டுபிடிப்பு, ஒலி அலைகளை மின் அலைகளாக மாற்றும் திறமை, மின் அலைகளை காற்றலைகள் மூலம் அனுப்பும் திறமை இப்படிப்பட்ட சூழ்நிலைகள், சாத்தியக் கூறுகள் உருவாகாதபோது, தொலைபேசிக்கும், பேச்சுக்கும், தொலைக்காட்சிகளுக்கும் அன்று சாத்தியப்பாடுகள் இல்லை.

ஆகவே சாத்தியப்பாடுகளில் இருவகை உண்டு. ஒன்று விதிமுறை சாத்தியப்பாடு, மற்றொன்று மெய்யான சாத்தியப்பாடு.

விதிமுறை சாத்தியப்பாடு என்றால் என்ன?

ஒரு காரியத்தை சாதிப்பதற்கு அத்தியாவசியமான, ஸ்தூலமான சூழ்நிலைகளுடன் சற்றும் தொடர்பற்ற சாத்தியப்பாட்டினையே விதிமுறை சாத்தியப்பாடு என்கிறோம்.

அணுசக்தி இருக்கலாம், நிலக்கரி இருக்கலாம், அருவி இருக்கலாம். ஆனால் இவைகள் மூலம் மின்சார உற்பத்தி இவற்றின் ஸ்தூலமான சூழ்நிலை இல்லாத போது, இப்படிப்பட்ட சாத்தியப்பாடுகள் இருந்தபோது, இவை மெய்நடப்பாக செயலுக்கு வராத பட்சத்தில் வரமுடியாத பட்சத்தில் இவற்றை வெறும் விதிமுறை சாத்தியப்பாடு என்கிறோம்.

பாலா: இதை மேலும் புரியும்படி உதாரணத்தோடு விளக்குங்கள்

பே.அ.: இன்று விண்ணில் ராக்கெட் பறக்கிறது. சந்திரனில் இறங்குகிறது. இங்கிருந்து ஏவப்படும் செயற்கைக்கோள் பல ஆயிரம் கிலோ மீட்டர்களுக்கு அப்பால் இருந்துகொண்டு அங்குள்ள நிலைகளை படம் எடுத்து பூமிக்கு அனுப்புகிறது. ஆயிரம் ஆண்டுகளுக்கு முன்னால் இப்படிப்பட்ட விண்வெளி பயணத்துக்கு ஸ்தூலமான சூழ்நிலைகள் இல்லை. ஆயிரம் ஆண்டுகளுக்கு முன்னால் மக்கள் விண்வெளிப் பயணத்தைப் பற்றி சொல்லியிருந்தால் இதை நம்பியே இருக்க மாட்டார்கள். ஆனால் அன்றும் இயற்கை விதிகளின் அடிப்படையில் விண்வெளியில் பயணம் சாத்தியமானதுதான். ஆனால் நடைமுறையுடன், மெய்நடப்புடன் அதற்கு எவ்வித தொடர்பும் இல்லை. நடைமுறையில் அதை அடைவதற்கான எந்தச் சூழ்நிலையும் அன்று இல்லாததால் அந்த சாத்தியப்பாட்டினை அடைவதற்கான எண்ணமே இருந்திருக்க முடியாது. ஆகவேதான் அப்படிப்பட்ட ஒரு காரியத்தை அடைவதற்கு இன்றியமையாத ஸ்தூலமான சூழ்நிலைகளுடன் சற்றும் தொடர்பற்ற சாத்தியப்பாட்டினையே விதிமுறை சாத்தியப்பாடு" என்கிறோம்.

ஆனால் இன்றைய நிலை என்ன? விண்வெளிப் பயணம் மிகச் சர்வசாதாரணமாகிவிட்டது. அதற்கு ஸ்தூலமான சூழ்நிலைகள் உருவாகி விட்டன. ராக்கெட் பயண தொழில்நுட்பம் மிக வளர்ந்துவிட்டது. பலம் வாய்ந்த உலோகங்களால் ராக்கெட் கருவிகள் உருவாக்கப்படுகின்றன. இது சம்பந்தமாக விண்வெளி விஞ்ஞானிகள் கடுமையான பயிற்சி பெற்று திறன் படைத்தவர்களாக உள்ளனர்.

"இது இப்படிப்பட்ட ஸ்தூலமான சூழ்நிலைகளுடன் பிரிக்க இயலாதவாறு தொடர்புள்ள சாத்தியப்பாட்டினைத்தான் மெய்யான சாத்தியப்பாடு"என்கிறோம். இது தான் நமக்கு உதவ முடியும். நடைமுறை செயல்களில் வழிகாட்ட முடியும்.

ஸ்தூலமான சூழ்நிலைகளுடன் தொடர்பற்ற சாத்தியப்பாடுகள் கூட அதாவது விதிமுறை சாத்தியப்பாடுகள் கூட மெய்யான சாத்தியப்பாடுகளைச் சாதிக்க உதவுகிறது. அவை பயனுள்ள சாத்தியப்பாடுகளாகின்றன. உதாரணமாக எச்.ஜி. வெல்ஸ் போன்ற விஞ்ஞானிகள் எத்தனையோ விஞ்ஞான கற்பனைகளை உருவாக்கினார்கள். அந்தக் கற்பனைகள். நடைமுறை விஞ் ஞானத்துக்கு உதவியுள்ளன. சரி, இவ்வளவு விரிவாக சாத்தியப்பாடுகள், மெய் நடப்புகள் பற்றி பார்த்தோம் அல்லவா?

செல்வா: அதேபோல மனித நாகரீகம் வளர சாத்தியப்பாடுகள், மெய் நடப்புகள் எவ்வளவு உதவி செய்தன என்பதையும் விளக்கினால் நல்லது.

பே.அ.: தொலைபேசி, செல்போன், மோட்டார் வாகனங்கள், வானொலி, தொலைக்காட்சி, திரைப்படம், செய்தி தொடர்புக்குப் பயன்படும் செயற்கைக்கோள், எக்ஸ்ரே, எலக்ட்ரானிக்ஸ், ராக்கெட், விமானம், ஏவுகணைகள், மாக்ஸ் பிளாங்கினுடைய "குவாண்டம்" சித்தாந்தம், ஐன்ஸ்டினுடைய சார்புநிலை தத்துவம், உயிர்களுடைய ஜீன் சித்தாந்தம், விவசாயத் துறை, தொழில்துறை, மருத்துவம் இவைகளில் ஏற்பட்ட மாற்றங்கள், மனிதன் சந்திரனில் இறங்கியது, விண்வெளிப் பயணம் இவைகளுக்கெல்லாம் சாத்தியப்பாடு, மெய்நடப்பு என்பவை எவ்வளவு தூரம் மனிதனுக்கு உதவின என்று பார்ப்பதோடு மட்டும் இது முடிந்து விடவில்லை.

சமூக வளர்ச்சியில், சமூக மாற்றத்தில் சாத்தியப்பாடுகள், மெய்நடப்புகள் என்ன பங்கு ஆற்றியுள்ளன என்பதையும் பார்க்க வேண்டும்.

நாம் ஏற்கெனவே குறிப்பிட்டது போல் தகுந்த சூழ்நிலைகள் பக்குவம் அடைகின்றபோதுதான் ஒரு குறிப்பிட்ட சாத்தியப்பாடு உருவாகிறது என்பதையும் பார்த்தோம்.

மாரி: சாத்தியப்பாடு மெய் நடப்பாக தானாக ஆகிவிடுமா?

பே.அ.: தானாக மாறாது! சமூக வாழ்வில் இதற்கு மனிதனின் தலையீடு தேவை. மனிதனின் மக்களுடைய இடைவிடாத உழைப்புதான் சாத்தியப்பாட்டினை மெய்நடப்பாக மாற்ற முடியும். இயக்கஇயல் பொருள்முதல்வாதிகளுக்கு இதில் முழுமையான நம்பிக்கை உண்டு.

சமூக வளர்ச்சியில் சாத்தியப்பாடு கை கூடி வர, அதாவது மெய்நடப்பாக மாற அடிப்படையான தேவைகள் என்ன?

முதல் தேவை புறவய சூழ்நிலைகள் இரண்டாவது தேவை புறவய சூழ்நிலைகளை நமக்குச் சாதகமாக மாற்றும் மக்களின் நடவடிக்கைகள்.

தவிர்க்க முடியாத, தீர்மானமான, அவசியமான சூழ்நிலைகள் நடவடிக்கைகளுக்கு உரிய வகையில் பக்குவப்பட்டு இருக்கும் போது சாத்தியப்பாட்டினை மெய்நடப்பாக மாற்ற எல்லா முயற்சிகளும் மேற்கொள்ளப்பட வேண்டும்.

இது சம்பந்தமாக ஒரு விளக்கம் பெற அக்டோபர் புரட்சியும், அது பற்றி லெனின் மேற்கொண்ட துரித நடவடிக்கை பற்றியும் கவனம் கொள்ள வேண்டும். புரட்சிக்கான சாத்தியப்பாடுகள் மிகச் சரியாகப் பக்குவம் அடைந்திருந்த போது அவர் மிகத் தெளிவாகச் சொன்னார்.

“இனி ஒரு நிமிடம் கூட காத்திருக்க கூடாது. வேகமாகவும் தீர்மானமாகவும் செயல்படுவது மிக அவசியம். ஏனென்றால் தாமதம் மரண ஆபத்தை உருவாக்கிவிடும்” என்றார்.

புரட்சியின் மூலம் அதிகாரத்தைக் கைப்பற்ற புறச்சூழ்நிலை பக்குவமாக இருக்கிறது. இதில் வெற்றியடைய வேண்டுமென்றால் தொழிலாளி வர்க்கத்துக்கு உள்ள திறமை, போராடும் தொழிலாளர்களின், மக்களின் தயாரிப்புகள், ஸ்தாபன அமைப்பு, அதன் பலம் இவற்றைப் பொறுத்துதான் வெற்றி துல்லியமானதாக சாதிக்கப்படும். இவற்றைதான் “தன்வயநிலை” என்று சொல்கிறோம். புறவயச் சூழ்நிலையும் மேற்குறிப்பிட்ட தன்வய நிலைகளும் சரியாக இருந்த காரணத்தால்தான் லெனின் ஒரு நிமிடம் கூட தாமதிக்கக் கூடாது என்றார். சாத்தியப்பாடுகள் மெய்நடப்பாக ஆகவேண்டிய சூழ்நிலைகள் இருக்கிறபோது ஒரு நிமிடத்தை வீண் செய்தாலும் அது தற்கொலைக்கு சமமாகும்.

வரலாற்றில் புறச் சூழ்நிலைகளை சரியாக கவனிக்காமல் அதாவது சாத்தியப்பாடுகள் உண்டா என கவனிக்காமல், தன்வய நிலைகளை உருவாக்கும் மக்கள் சக்தியின் தயார் நிலைமை, ஸ்தாபன பலம் இவைகளைக் கவனிக்காமல் பல புரட்சிகள் தோல்வி அடைந்துள்ளன.

“பாரீஸ் கம்யூன்” எனப்படும் பாரீஸ் தொழிலாளர்கள் நடத்திய புரட்சியும், அவர்கள் அமைத்த அரசும் சொற்ப நாட்களே நீடிக்க முடிந்தது. பிறகு அது தோல்வி அடைந்தது. இந்தப் புரட்சி அனுபவம் மேலே குறிப்பிட்ட தவறுகளைத்தான் நமக்குச் சுட்டிக் காட்டுகிறது.

நாம் தீட்டுகிற திட்டங்கள் வெற்றியடைய வாய்ப்புகள் சாதகமாக மாற புற சூழ்நிலைகள் மட்டும் இருந்தால் போதாது. தன வய சூழ்நிலையும் முழுமைப் பெற்று இருக்க வேண்டும் என்பதுதான் பாரீஸ் கம்யூன் காட்டும் படிப்பினை. தன்வய சூழ்நிலை எதிரி வர்க்கத்தின் ஆயுத பலத்தை, அதனிடமிருந்த ராணுவ பலத்தை முற்றாக அழித்து ஒழிப்பதில். எழுந்து நிற்க முடியாமல் ஒடுக்குவதில் காலம் தாழ்த்தி விட்டது.

பாலா: பஞ்சம், பட்டினி, கொடுமை நிரம்பவே இருந்தால் புரட்சி எனும் மெய்நடப்பு நிறைவேறிடுமா?

பே.அ.: நாட்டில் பஞ்சம் மிகக் கொடுமையாக இருக்கலாம். பட்டினிச் சாவுகள் ஏராளம் இருக்கலாம். அல்லது கொடுங்கோன்மை ஆட்சி மக்களை சீராக்கலாம், மனித சித்திரவதைகள் அன்றாட நிகழ்ச்சிகளாக இருக்கலாம். இவைதான் புரட்சிக்கான புறச் சூழல்கள். இவை மட்டும் இருந்தால் புரட்சி தானாக வெடிக்காது. வறுமையின் நிறம் சிகப்பாகி விடாது.

இவைகளை எதிர்த்துப் போராடுகிற, இந்த சமூகத்தை மாற்றக் கூடிய சமுதாயப் புரட்சியை நடத்தக் கூடிய அகச்சூழ்நிலை, அதாவது மக்களின் அகநிலை, மனநிலை உறுதிப்பாடு தேவை. வழி நடத்தும் புரட்சிகர ஸ்தாபனமும் பலம் பெற்றிருக்க வேண்டும். இதைத்தான் இந்த அக நிலை பக்குவத்தைத்தான் தன்வயநிலை என்கிறோம். இந்தத் தன்வய நிலைதான் சாத்தியப்பாட்டினை புறச் சூழ்நிலைகளை மெய்நடப்பாக மாற்றும். இதன் பொருள் புரட்சி வெற்றியடையும்.

ஆக ஒரு சமுதாயப் புரட்சிக்கும் புறச்சூழ்நிலைகளான சாத்தியப்பாடுகள் பக்குவமடைய வேண்டும் தன்வய நிலைகளும் பக்குவமடைய வேண்டும். அதை ஒட்டித்தான் மெய்நடப்பும் வெற்றியடைய முடியும்.

அகவே சமூக வாழ்க்கையில் சாத்தியப்பாடுகள், மெய்நடப்புகள் என்பது தவிர்க்க முடியாத தத்துவார்த்த அணுகுமுறை.

19
இயக்க இயல் கதியில் மனித உழைப்பு

(பேராசிரியர் அருணா தான் இன்று நடத்த இருக்கும் உரையின் சாராம்சம் பற்றி மாணவர்களிடம் சொல்லத் துவங்கினார்.

மனிதன் எப்படி சமூகமாக வாழத் தேறினான்? பேசும் பேற்றை எப்படிப் பெற்றான்? அவனுடைய விரல்கள் எப்படி நுணுக்கமாக மாறின? அந்த விரல்களைக் கொண்டு அரிசியில் மனித முகத்தை நுட்பமான கருவிகள் கொண்டு எப்படி உருவாக்கினான் மற்றொரு பக்கம் 170 அடுக்கு மாளிகையும் கட்டி விடுகிறான். இதற்கெல்லாம் அடிப்படைக் காரணம் என்ன? என்று சொல்லி விளக்கத் தொடங்கினார்.)

பே.அ.: *மனித உழைப்பு பற்றியும், அதைக் கொண்டு அவன் சாதித்த சாதனைகள் பற்றியும் பல அறிஞர்கள் ஆய்வுகள் நடத்தி அந்த அற்புதங்களை நம் முன்னால் படைத்துள்ளனர்.*

ஆனால் மார்க்சும் ஏங்கல்சும் மனித உழைப்பை இயக்கஇயல் ரீதியில் எப்படி விளக்கினார்கள் அது மற்ற அறிஞர்களிடமிருந்து எப்படி வித்தியாசப்பட்டிருந்தது என்பதை நோக்குவதே இன்றைய பேச்சின் சாராம்.

அன்பான மாணவத் தோழர்களே, இன்றுவரை, இனி எதிர்க்காலத்திலும் கூட எத்தனை ஆண்டுகள் ஆனாலும் மனித உழைப்புக்கு ஈடுகொடுக்க எந்த சக்தியாலும் இயலாது.

கரத்தாலான உழைப்பானாலும், கருத்தாலான உழைப்பானாலும் மனித உழைப்புக்கு ஈடு மனித உழைப்புதான்.

சகாரா பாலைவனத்தை பசுஞ்சோலையாக மாற்றுவதனாலும், ஒளி வேகத்தைவிட வேகமாகப் பாயும் ஏவுகணைகளை இனி உருவாக்குவதானாலும் அடிப்படை மனித உழைப்பாகத்தான் இருக்க முடியும்.

செல்வா: *மனிதனின் உழைப்பு மனிதனின் பண்பு என்பது பற்றி விளக்கவும்.*

பே..ரா.: மனித உழைப்பினால் உருவாக்கப்படும் விளைவுகள் மகோன்னதமாக இருக்கலாம். மலைப்பைத் தரும் மயிர்க் கூச்செரியும் பிரம்மாண்டங்களாக இருக்கலாம். இவை அனைத்தும் சராசரி ஐந்தரை அடி உயரமுள்ள நாற்பத்தைந்து கிராம் எடையுள்ள மனித மூளையின் ஆதிக்கத்துக்கு உட்பட்ட அற்புதங்களே.

மனித குலத்தின் இந்த வியத்தகு உழைப்பு பற்றி பல அறிஞர்கள் பல காலம் ஆய்வு நடத்தி சில பல உண்மைகளை வெளியிட்டிருந்தாலும், மார்க்சிய ஆசான்கள் கார்ல் மார்க்சும், ஏங்கல்சும் ஆய்வு நடத்தி வெளியிட்ட ஆக்கபூர்வமான ஆதாரங்களுக்குப் பின்னால்தான் மற்றவர்களின் ஆதாரங்கள் நிற்கின்றன.

உதாரணமாக ஒரு "சரக்கு" மற்றொரு சரக்குக்கு ஈடாக மாற்றப்படுகிறது பரிவர்த்தனை செய்யப்படுகிறது என்றால் அந்த சரக்குக்கு மாற்று மதிப்பு, பரிவர்த்தனை மதிப்பு எங்கிருந்து வருகிறது என்ற கேள்விக்கு கார்ல் மார்க்சுக்கு முன்பாக வாழ்ந்த ஆடம்ஸ்மித்தும், ரிகார்டோவும் உழைப்பே பரிவர்த்தனை மதிப்புக்கு தோற்றுவாய் என்றனர். இந்த உழைப்பு மதிப்புக் கொள்கை (Labour Theory of Value) மார்க்சுக்கும் உடன்பாடே. ஆனால் மார்க்ஸ் அதற்கு அப்பாலும் அடி எடுத்துப் போனார்.

இந்தக் கொள்கையின் அடிப்படையில் மார்க்ஸ் முதலாளிகளுக்கு மூலதனம் எப்படி உருவாகிறது என்கிற ரகசியத்தை எந்தப் பொருளாதார நிபுணர்களும் இதுவரை கண்டுபிடிக்க முடியாத அந்த ரகசியத்தை அதாவது உபரி உழைப்பு பற்றியும், இதன் மூலம் மூலதனம் பெருகும் முதலாளித்துவ சுரண்டல் பற்றியும் விளக்கினார்.

அரசியல் பொருளாதாரத்தில் உழைப்பின் பங்கு, அதன் முக்கியத்துவம் பற்றி மட்டும் ஒளிவிளக்கு காட்டுவதோடு நின்று விடாமல், உழைப்பு மனிதனுக்கே, மனித சமூகத்துக்கே எவ்வளவு தூரம் ஆதார சுருதியாக, அடிப்படை அம்சமாக இருந்தது என்பதையும் விளக்குகிறார். இது விஷயத்தில் ஏங்கல்ஸ் சற்று கூடுதலாகவே விளக்கங்களை அள்ளித் தந்துள்ளார்.

மார்க்ஸ் "மூலதனம்" நூலில் உழைப்பு பற்றி சொல்லும்போது ஆணி அறைந்தாற்போல் உறுதியான வார்த்தைகளை அடுக்குகிறார்.

உழைப்பு என்பது மானிட வாழ்வுக்கு இயற்கை விதித்த நிரந்தர விதி - நிபந்தனை - மானிட சமுதாய வாழ்வின் எல்லா காலக் கட்டங்களுக்கும் இது பொதுவானது" - என்கிறார்.

அதே மூலதனம் "நூலில்" உழைப்பு பற்றி இன்னும் உறுதியாகக் கூறி அதன் முக்கியத்துவத்தை நம் மனதில் பதிய வைக்கிறார்.

"உழைப்பு என்பது இயற்கையை மட்டும் மாற்றவில்லை. உழைப்பு மனிதனையே மாற்றியமைக்கும் நிகழ்ச்சிப் போக்காகும்" என்றும் சொல்லுகிறார்.

உழைப்பு மனித குலத்தின் அவசிய பூர்வமான நடவடிக்கை. இந்த உழைப்புதான். மனித சமூகத்திற்குத் தேவையான பொருட்செல்வத்தை உற்பத்தி செய்கிறது. இந்த உழைப்பின் மூலம்தான் மனிதன் இயற்கையின் மீது ஆதிக்கம் செலுத்துகிறான். இயற்கையை தனக்குச் சாதகமாக ஆக்கிக் கொள்கிறான்; மாற்றிக் கொள்கிறான்.

"உழைப்பு மனிதனுக்கே சம்பந்தப்பட்ட விஷயம். நிலையான இயற்கை விதி. மனித வாழ்க்கைக்கு முன் நிபந்தனை யானது."

ஏங்கல்ஸ் Labour Created man himself (உழைப்பு மனிதனையே படைத்து விட்டது என்கிறார்).

இந்த ஒரு சிறிய வரியில் 10 லட்சம் ஆண்டுகளின் மனித வரலாறே அடங்கிவிட்டது என்று சொல்வது மிகையல்ல. ஆம், ஒரு குறிப்பிட்ட வகை குரங்கிலிருந்து மனிதனாக பரிணாமமானதும் "கருவி செய்யும் பிராணி" ஆனதும், இன்று கணினி செய்யும் மனிதனாக மாறியதும் எங்கல்சின் அந்த ஒரு சிறு வரியில் அடங்கிவிடுகிறது. "விலங்கு மனிதன் என்ற நிலையிலிருந்து இன்று முழு மனிதனாக மாறியதன் வரலாற்றில் உழைப்புக்கு உள்ள பெரும்பங்கு அளவிடற்கரியது.

தன் உழைப்பின் வெற்றிக்காக மனிதன் விலங்குகளைப் பயன்படுத்துகிறான், மின் விசையை, நீராவி சக்தியை, இரசாயன விசைகளை, நீர்ஓட்டத்தை, காற்றை, சூரிய வெப்பத்தை இப்படி இயற்கையின் பல்வேறு சக்திகளைப் பயன்படுத்திக் கொள்ளுகிறான். ஆனால் விலங்குகளால் இப்படி செயல்பட முடியாது. ஆகவேதான் அவை இன்னமும் விலங்குகளாகவே இருக்கின்றன.

பாலா: *பரிணாம வளர்ச்சியில் மனிதனுடைய மூளைதான் மிகப் பெரிய வளர்ச்சியைக் கண்டுள்ளது. அதற்கு ஈடாக வேறு எந்தப் பரிணாம வளர்ச்சியையும் ஒப்பிட இயலாது என்று சொல்லலாமா?*

பே.அ.: ஆம், நூற்றுக்கு நூறு உண்மை.

உழைப்பு, மனிதனுக்கு மனிதனுக்கு மட்டுமே உரித்தான பண்பாகும்.

இரண்டு அடிப்படை இயல்புகளைக் கொண்டதுதான் மனித உழைப்பு.

ஒன்று முன்கூட்டியே வகுத்துக் கொள்ளப்பட்ட ஒரு நோக்கத்தை நிறைவேற்றிக் கொள்ளும் இலக்கைக் குறிக்கோளாகக் கொண்ட செயல்பாடு. இதற்கு ஒரு சிறு மேற்கோள் காட்டலாம்.

அமரும் நாற்காலி செய்த மனிதன், ஒரு சாய்வு நாற்காலி வேண்டுமானால், இதற்கான பணியை முன்கூட்டி வகுத்து தன் இலக்கான சாய்வு நாற்காலியை தன் செயல்பாட்டின் மூலம் (உழைப்பின் மூலம்) நிறைவேற்றிக் கொள்கிறான். இது ஒரு மனிதப் பண்பு; மனிதனுக்கே உரிய பண்பு. மிருகத்துக்கு இந்தப் பண்பு அன்னியமானது.

மனித உழைப்பின் இரண்டாவது அடிப்படை இயல்பானது. உழைப்புக் கருவிகளை (Instruments of labour) உற்பத்தியுடன் தவிர்க்க இயலாதவாறு இணைத்ததாகும்.

இயற்கையைத் தனக்கு சாதகமாக்கிக் கொள்ள மனிதன் தன் இயற்கைக் கருவியான கையுடன், செயற்கைக் கருவிகளைப் பயன்படுத்தியது. அது ஆரம்பகால கல்லால் ஆன கருவியாக இருந்தாலும் சரி, இப்போது பயன்படுத்தும் கணினியாக இருந்தாலும் சரி. இது மனித உழைப்பின் இரண்டாவது அடிப்படை இயல்பாகும்.

இந்தக் குறிப்பிட்ட மனித இயல்பு மிருகத்தால் கிஞ்சிற்றும் செய்ய முடியாத ஒன்று! ஆனால் மிருகத்திலிருந்து உருவான மனிதனால்தான் இதை செய்ய முடியும்.

மார்க்சிய ஆசான் மனித உழைப்பின் இந்த வளர்ச்சியை இயக்க இயல் பொருள் முதல்வாத ரீதியில்தான் தன் படைப்புகளில் அற்புதமாக விளக்கியுள்ளார்.

கருவிகளின் உதவியுடனான உழைப்புதான் குரங்கின் செயல்நலம் இல்லாத உள்ளங்கைகளை அற்புதமான திறமைகளுடைய மனிதக் கரங்களாக மாற்றியது. உழைப்பின் கருவியாகவும், விளைபொருளாகவும் உள்ள மனிதக் கரங்கள்தான் ராபேலின் ஓவியங்களையும், தோர்வால்ட்செனின் சிற்பங்களையும், பகனீயின் சங்கீதத்தையும் செட்பிடு வித்தையின் வளைவுபோல் முன்கொண்டு வந்து நிறுத்தத்தக்க மகோன்னதச் தேர்ச்சியைப் பெற்றிருந்தன"

என்று எங்கல்ஸ் மனிதக் கரங்களின் பரிணாம வளர்ச்சியின் உயர்ச்சியை கவித்துவமாக வர்ணிக்கிறார்.

தமிழில் கூட "கை" என்ற சொல்லுக்கு "உதவி" என்ற பொருள் உண்டு. "கையறுநிலை" என்றாலே "உதவியற்ற நிலை" என்று பொருள். "கை கொடுங்கள்" என்றால் "உதவி செய்யுங்கள்" என்று பொருள்.

"கை" மனித வாழ்க்கைக்கு, மனித வளர்ச்சிக்குப் பெரும் உதவி செய்த காரணத்தால்தான் அதற்கு "கை" என்று பெயர் வைத்தார்கள் போலும். ஆகவே "கை" என்பது ஓர் உழைப்புக் கருவி என்பது மிகப் பொருத்தமானது.

கையின் சாதனை பற்றி பேசிய எங்கல்ஸ் ஒரு கட்டத்தில் மனிதனின் கண்களைப் பற்றி பேசினார். அவற்றைப் பறவைகளின் கண்களோடு ஒப்பிட்டுப் பார்க்கிறார்.

உழைப்புக்கும் கண்களுக்கும் என்ன சம்பந்தம்? கண்களுக்கும் கைக்கும் என்ன சம்பந்தம்? என்ன உறவு? எங்கல்சின் விளக்கத்தைப் பார்ப்போம்.

"பரிணாம வளர்ச்சிப் போக்கில் பார்வை உணர்வுக்கும்", கை கால்களால் தொடும் உணர்வுக்கும் இடையிலான இயக்கஇயல் ரீதியான பரஸ்பர செயலாக்கம் கைகளின் வளர்ச்சிக்கு மட்டுமின்றி பார்வை வளர்ச்சிக்கும் உதவியது" என்கிறார்.

ஆகவேதான் மிகக்கூரிய பார்வை சக்தியுடைய பறவையின் பார்வையோடு, மனிதனின் பார்வையைத் ஒத்திட்டு மனிதனின் பார்வையை சிறப்பிக்கிறார். அவரின் மொழியிலேயே அதையும் பார்ப்போம்.

"மனிதனுடைய பார்வையிட பருந்தின் கண்கள் தொலைத் தூரத்தைக் கூட பார்க்கின்றன. ஆனால் பருந்தின் கண்களை விட மனிதனின் கண்கள் பொருட்களில் மிக அதிகமானவற்றை உய்த்துணர்கிறது" என்றார்.

"கை" உலகத்துக்கும் "பார்வை" உலகத்துக்கும் இடையிலான இணைப்பு பரிணாம வளர்ச்சியின் விளைவேயாகும்.

எனவேதான் சோவியத் யூனியனின் மருத்துவபாட நூல்" கண்கள் முன்னுக்குத் தள்ளப்பட்ட மூளையின் பகுதியாகும்" என்று குறிப்பிட்டுள்ளதாம்.

மூளையின் பரிணாம வளர்ச்சியில் கைகளின் பங்கு என்னவாக இருக்கும்? அவ்வாறே கைகளின் பரிணாம வளர்ச்சியில் மூளையின் பங்கு என்னவாக இருக்கும்? என்பதற்கும் நாம் விடை காண வேண்டும்.

கைகளின் வேலைகள் வளர்ச்சி அடைய உடலின் உள்ளேயே மூளைதான் உந்து சக்தியாக இருந்திருக்கிறது. மனித மூளைதான் பரிணாம வளர்ச்சி நோக்கில் இயல் வளர்ச்சி மிக்க சீரிசைவான உறுப்பாகும்.

“கைகள் பொருட்களைத் தொடுகின்றபோது, தொடு உணர்ச்சி உருவாகிறது. பொருட்களை உணரும் பழக்கமும் உருவாகிறது. பொருட்களை தூக்குகிற இடம், மாற்றி வைக்கிற, அல்லது ஒன்றன் மீது ஒன்றை அடுக்குகிற பழக்கங்கள் வளர்ச்சியடைகின்றன. நீண்ட பரிணாம வளர்ச்சிப் போக்கில் இந்த அம்சங்களும், வலது மற்றும் இடது கரங்களுக்கு இடையிலான ஒத்திசைவும், இயக்க அமைப்பிற்கும், நிறைவேற்றும் அமைப்பிற்கும் இடையிலான ஒத்திசைவும் மற்றும் சில காரணிகளும் மத்திய நரம்பு மண்டலத்தில் (மூளையில்) ஏதோ ஒரு வகையில் “பதிந்துள்ளன”. இவை மூளையின் மேற்கொண்ட வளர்ச்சிக்கு உதவின.”

சாதாரணமாக சொல்ல வேண்டுமானால் ஆதிகாலத்தில் நம் மூதாதையர்கள் முதற்கொண்டு, இயற்கையில் பிரவகிக்கும் பொருட்களை முறையாகத் தொட்டுப் பழகி இவற்றைப் பயன்படுத்த ஆரம்பித்துள்ளனர். மூளையின் வளர்ச்சிக்குத் தீர்மானகரமான உந்து சக்தியை அளித்தது.

உழைப்புக் கருவிகளை உற்பத்தி செய்வதில் அதன் சம்பந்தப்பட்ட நடவடிக்கைகள் விரிந்து பரந்து வளர்ந்தாலும், இந்த நடவடிக்கைகளில் சமூகத்தன்மை அதிகரித்தாலும் மூளைக்கும் புதிய பணிகள், பன்முகப் பணிகள் ஏற்பட்டு மூளையில் புதிய கட்டமைப்புகள் உருவாயின. இது விஞ் ஞானத்தின் கண்டுபிடிப்பு.

“கைகளைப் போன்றே மூளையும் ஜோடி உறுப்பு” என்பதை நாம் அறிவோம்.

“மேலே குறிப்பிட்ட “சமூகத் தன்மை அதிகரித்தாலும், மூளைக்குப் புதிய பணிகள், பன்முகப் பணிகள் ஏற்பட்டு மூளையில் புதிய கட்டமைப்புகள் உருவாயின” என்று சொல்லப்பட்டாலும்,” சமூகத்தன்மை அதிகரிப்பு என்ன என்பது பற்றியும், உழைப்புக்கும், சமூகத் தன்மைக்கும் என்ன தொடர்பு என்பது பற்றியும் பார்க்க வேண்டும்.

மனிதன் கூடிவாழ, சமூகமாக வாழ, உழைப்பு தன் பங்கை பெரிதும் ஆற்றியது என்பதை யாரும் மறுக்க இயலாது.

ஏற்கனவே ஆதிமனிதன் மிருகங்களைப் போல மந்தையாகத்தான் வாழ்ந்து கொண்டிருந்தான். மிருகங்களின் தாக்குதல்களிலிருந்து

காப்பாற்றிக் கொள்ள, இயற்கையின் சீற்றங்களிலிருந்து தப்பித்துக் கொள்ள அச்சத்தால், அவன் மந்தையாகவே வாழ வேண்டிய நிர்ப்பந்தத்துக்கு ஆளானான்.

அதோடு செயற்கைக் கருவிகளைத் தயாரிக்க, மிருகங்களை வேட்டையாட, நெருப்பு உண்டாக்க இதுபோன்ற உழைப்பின் ஆரம்பக் கட்டத்திலேயே கூட்டு நடவடிக்கை, கூட்டாக வாழ்தல் அவசியமானது. கூட்டுறவு இன்றி உழைப்பு சாத்தியமில்லை என்ற கட்டாயம் மனிதனுக்கு இருந்தது.

இயற்கையின் பால் ஆதிக்கம் செலுத்த வேண்டும், இயற்கையைத் தனக்கு சாதகமாக மாற்ற வேண்டும் என்பது மனித உழைப்பு கூட்டாக இல்லாமல் சமூக அம்சமாக இல்லாமல் நிறைவேற்ற முடியாததாக இருந்தது.

மனிதனாக மாறுவதற்கும், மனிதனாக இருப்பதற்கும் அவனிடம் செயற்கை கருவிகள் இருந்தால் மட்டும் போதாது. அவனுக்கு மற்ற மனிதர்கள் தேவை. மற்ற மனிதர்களுக்கு இவனும் தேவை. இவைதான் உழைப்பிற்கான அவசியமான முன்தேவை.

மாரி: மனிதனுக்கு கை, மூளை, கருவிகள் மட்டும் மனிதன் முன்னேற்ற போதுமானதா?

பே.அ.: இதுபற்றி எங்கல்ஸ் சொன்னது:

"மிருக நிலையிலிருந்து வெளிப்பட்டு பரிணாம வளர்ச்சி அடைவதற்கு இயற்கை கண்ட அதியுன்னதமான முன்னேற்றத்தைச் சாதிப்பதற்கு கூடுதலாக இன்னோர் அம்சமும் தேவைப்பட்டது. அதாவது தனி மனிதனின் போதாக் குறையான தற்காப்புத் திறனுக்குப் பதிலான மனித கூட்டத்தின் ஒன்றுபட்ட பலமும், கூட்டு முயற்சியும் அமைய வேண்டி இருந்தது" என்றார்.

இதுபற்றி அவர் மேலும் சொல்லும்போது

"என் கருத்துப்படி மனிதன் குரங்கிலிருந்து தோன்றி வளர்ந்ததில் சமுதாய உள்ளுணர்வு மிக முக்கிய உந்து சக்திகளில் ஒன்றாக இருந்தது" என்றார்.

ஆகவே உழைப்பு மனிதனை அமைப்பாக வாழ அடிகோலியது என்பதை எங்கல்ஸ் மிகத் தெளிவாக ஆய்வுகள் நடத்தி நிரூபிக்கிறார்.

மனித குல வரலாற்றில் உழைப்பின் பங்கு இதோடு மட்டும் நின்று விடவில்லை. மனிதனுக்குப் பேச்சுத்திறமை உருவானதற்கும் உழைப்பு தன் பங்கை மிகக் கச்சிதமாக செய்து முடித்திருக்கிறது. மனிதனுக்குக் கிடைத்த இந்தப் பெரும் பலன் மிருகங்களுக்குக் கிடைக்கவில்லை.

ஒரு பெண்குதிரை ஆண்குதிரையைக் காணும் போது உற்சாக மேலீட்டால் கனைக்கலாம். அல்லது அது ஒருவனால் பலவந்தமாக

அடக்கப் படுகின்றபோது அலறி அலறி கனைக்கலாம். அதன் குரல் அதோடு முடிகிறது. மற்ற மிருகங்களும் இப்படியே. பறவைகள் கூட கீச்சிடலாம். மெல்லிய நீண்ட ஒலி எழுப்பலாம். கிளி கூட சொல்லிக் கொடுக்கும் சில வார்த்தைகளை தெளிவில்லாது ஒலிக்கலாம்! ஆனால் மனிதன் பெற்ற அந்தப் பேச்சுப் பெருமைக்கு சமமாக எதையும் ஒப்பிட முடியாது.

ஏன் மிருகத்தாலோ, பறவையாலோ, இதைச் சாதிக்க முடியவில்லை. மிருகங்களோ, பறவைகளோ கூட்டாக, சமூகமாக உழைக்கவில்லை. பரஸ்பர செயலாக்கத்தில், நடவடிக்கைகளில் இறங்கவில்லை.

உழைப்பில் ஈடுபட்ட, உற்பத்தியில் ஈடுபட்ட மனிதன்தான் உழைப்பு நேரத்தில் மற்றவர்களோடு கருத்தைப் பரிமாறிக்கொள்ள வேண்டிய அவசியம் ஏற்பட்டது. உற்பத்திப் பணிகள் இணைப்போடு சீராக அவை நடப்பதற்கு முன்கூட்டியே திட்டமிட்ட, பணிகள் ஒழுங்கு ரீதியாக நடைபெற, மனிதனுக்கு செயற்கை மூலம் தெரிவிப்பது மட்டும் போதவில்லை. ஒலிகள் மூலமும், ஒலிகளை ஏற்றத் தாழ்வோடு ஒலிப்பதின் மூலமும், கருத்துப் பரிமாற்றம் தேவைப்பட்டது. இதுவே காலப்போக்கில் பேச்சாக மாறியது.

இதையே எங்கல்ஸ் மொழியில் கூறவேண்டுமென்றால்,

“உருவாகிக் கொண்டிருந்த மனிதர்கள் பரஸ்பரம் சொல்லிக் கொள்ள தமக்கு ஏதோ ஒன்று உள்ளது எனும் நிலைமையை எய்தினர். தேவை என்பது ஓர் உறுப்பைப் படைத்தது. மனிதக் குரங்கின் வளர்ச்சியுறாத குரல்வளை மெதுவாக ஆனால் நிச்சயமாக சுர பேதத்தின் மூலம் இன்னும் கூடுதலான வளர்ச்சி பெற்ற சுர பேதத்தை உற்பத்தி செய்ய மாற்றியமைக்கப்பட்டது. வாயின் உறுப்புகள் படிப்படியாக ஒரு தீர்க்கமான ஒலிக்குப் பின் மற்றொன்றாக உச்சரிக்கக் கற்றுக் கொண்டான்.”

மொழி என்பது உழைப்பு மற்றும் சமூக நடவடிக்கையின் கருவி.

“பேச்சு மட்டும் மனிதனுக்கே உரித்தான பண்பாக தனித்து இயங்கவில்லை. பேச்சோடு பிறந்த சிந்தனையும் திட்டவட்டமான அம்சங்களைப் பிரதிபலித்தது” என்பதும் உண்மையே.

குழந்தையின் சிந்தனை பேச்சோடு சேர்ந்துதான் வளர்கிறது என்பது நாம் கண்ட அனுபவமாகும்.

‘அம்மா’ என்று சொல்லியும், ‘அப்பா’ என்று அறிமுகப்படுத்தி சொல்ல வைத்தும், பந்து, பொம்மை என்று காட்டி சொல்ல வைத்தும் இப்படி பேச்சோடு, பார்வையோடு, தொடு

உணர்வோடு, குழந்தையின் அறிவும் சிந்தனையும் மெல்ல மெல்ல வளர்வதைக் காண்கிறோம்.

சிந்தனை வளர்ச்சி மட்டுமல்ல, மூளையின் அளவும் இப்படித்தான் வளர்ச்சி அடைகிறது.

"கருப்பையில் வளரும்போது மனித மூளை தன் எதிர்கால அளவில் 25 சதவீதம் மட்டுமே வளர்கிறது" என விஞ்ஞானம் சொல்கிறது. பிறந்து வெளி உலகிற்கு வந்த பிறகுதான் சிந்தனை வளர்ச்சி, மூளை அளவின் வளர்ச்சி உருவாகிறது.

இப்படி மனித உழைப்பின் பங்கு பற்றி அதன் சாதனைகள் பற்றி மார்க்சிய ஆசான்கள் ஏராளமான விவரங்களை ஆதாரங்களோடு எடுத்து வைத்தார்கள்.

மனிதன் முயற்சியினால் இடையறா உழைப்பினால் நிமிர்ந்து நடக்கும் மாற்றம், உழைப்பில் விரல்கள் ஓயாது பயன்படுத்தப்பட்டதால் அவை பெற்ற அனுகூலமான வடிவ வளர்ச்சி மனித குல வளர்ச்சிக்கு அடிகோலியது. பேச்சு உருவானது. பார்வை பக்குவம் அடைந்தது. தொடு உணர்ச்சி வளர்ந்தது. மூளை பதப்பட்டது, சிந்தனை சுரந்தது இப்படி ஏராளமான விளைவுகளின் பயனால் மனிதன் மிருகங்களிலிருந்து எவ்வளவோ தூரம் விலகிச் சென்று விட்டான்.

பாலா: டார்வின் கண்டுபிடிப்பான பரிணாம வளர்ச்சி மனித குலவரலாற்றில் மகத்தான சாதனை அல்லவா?

பே.அ.: குரங்கிலிருந்து மனிதன் உருவான உண்மையை, அந்தப் பரிணாம வளர்ச்சியை டார்வின் கண்டறிந்தது ஆத்தீக உலகத்துக்கு ஒரு பெரிய இடியாக வீழ்ந்தது. நாத்திக உலகத்துக்கு ஒரு நம்பிக்கை ஆயுதமாகக் கிடைத்தது.

டார்வினின் இந்தக் கண்டுபிடிப்பை மார்க்சும், எங்கல்சும் ஆதரித்ததோடு மனிதனின் பரிணாம வளர்ச்சியை அந்த இரு ஆசான்களும் இயக்கஇயல் பொருள்முதல்வாத அடிப்படையில் ஆய்வு செய்தார்கள்.

உழைப்புதான் நடைமுறையின் அடிப்படையாகும். இது சமூக உயிரினம் என்ற வகையில் மனிதனைத் தோற்றுவித்தது மட்டுமின்றி இடையறாது தொடர்ந்து சிருஷ்டித்தும் வருகிறது என்று ஆணித் தரமாக மெய்ப்பித்தார்கள்.

இந்த ஆக்கபூர்வமான கருத்துக்கள்:

"மனிதன் உருவானதில் ஆண்டவனுக்கு எந்தவித பங்கும் இல்லை; பாத்தியதையும் இல்லை." என்று முற்போக்கு உலகம்

பூரிப்போடு தன்னம்பிக்கையோடு வாதிட அடித்தளம் அமைத்துக் கொடுத்துவிட்டது.

"அவனின்றி ஓர் அணுவும் அசையாது; ஆடுவதும் அவனாலே, ஆட்டுவிப்பதும் அவனே" என்று பேசும் உலகம் மனிதனையும், அவனின் மகத்தான சாதனைகளையும் அண்ணாந்து பார்க்க வேண்டிய நிலை ஏற்பட்டு விட்டது.

அந்த மனிதன் இன்று "குளோனிங்" முறையில் உயிரையே உருவாக்கி விடுகிறான். உடலிலிருந்து செல்லையெடுத்து மறு உயிரினித்தை அச்சு வார்ப்புபோல உயிர்ப்பித்து விடுகிறான். இயற்கையான இனப்பெருக்கம் கண்ட மனிதன் இனி தொழிற்சாலைகளில் பொருட்களை உருவாக்குவதுபோல உயிரினங்களையும் உருவாக்கி விடுவான் போலும். இன்னும் ஒருபடி மனிதன் மேலே போய்விட்டான் உடலிலிருந்து உயிர்ச் செல்லை எடுத்து பிறிதொரு உயிரினம் உருவாக்குவதைத் தாண்டி, உயிர்ச்செல்லை தனியாக செயற்கையின் மூலம் உருவாக்கிடவும் வெற்றி கண்டுவிட்டான்.

இனி அவன் நான்தான் கடவுள் என்று சொல்லிவிடுவானோ என்ற ஐயம் எழுகிறது. இதுநாள் வரை சொல்லி வந்த உயிரை உருவாக்குவதில் ஆண்டவனின் பங்கு அந்தோ உயிரில்லாமல் போய்விட்டது.

மரபணுக்களின் மாயாஜால மரபுகளில் மனிதன் நுழைந்து விட்டான். இனி பல சாதனைகளை அடுத்தடுத்து படைத்துவிடுவான்.

இதில் மனித உழைப்பு முயற்சி ஆக்கபூர்வமான முறையில் நடந்தேற வேண்டும்.

20
சுதந்திரமும் சமூகமும்

*(பேராசிரியர் **அருணா,** வழக்கப்படி மூன்று மாணவர்களும் பூங்காவில் நேரத்தோடு கூடிவிட்டார்கள். பேராசிரியர் தான் இதுவரை மாணவர்களோடு உரையாற்றியதில் முடிவுக் கட்டம் வந்துவிட்டதாக எண்ணினார். ஆகவே கடைசியாக ஒரு சமுதாயத்தில் தனிமனித சுதந்திரமும், ஒட்டுமொத்த சமூகத்துக்கான சுதந்திரமும் முழுமையானதாக இயங்க முடியுமா என்ற கேள்வி எழுப்பி, சுதந்திரமும், சமூகமும் என்ற தலைப்பிட்டு பேசத் துவங்கினார்.)*

பே.அ.: மாணவத் தோழர்களே, இன்று நான் சுதந்திரம் என்றால் என்ன? அது எப்படிப்பட்ட சமூகத்தில் முழுமையாக செயல்படும் என்பது பற்றி விளக்குகிறேன்.

துக்ளக் பத்திரிக்கையின் ஆசிரியராக இருந்த சோ ராமசாமி இயற்கை எய்தி விட்டார். அவர் அடிக்கடி கம்யூனிச கொள்கையை எதிர்த்து கருத்துக்கள் தெரிவிப்பார். அதற்கு அவர் சொல்லும் காரணம். அங்கு சுதந்திரம் இல்லை என்பதுதான் என்பார்.

நண்பர் “சோ” மட்டுமல்ல; இவரைப் போல பலர், குறிப்பாக முதலாளித்துவ நாடுகளில், ஏகாதிபத்திய பிரதிநிதிகள் கம்யூனிசம் பற்றி இப்படித்தான் புழுதி வாரி தூற்றுவார்கள். இது பல ஆண்டுகளாக சுமத்தப்பட்டு வரும் பழி. இதற்குப் பல முறை, பலரால், பல வடிவங்களில் பதில் சொல்லப்பட்டு வந்துள்ளன. இருப்பினும் புரிந்தும், புரியாததுபோல திரும்பத்திரும்ப இதையே சொல்லி வருகிறார்கள். நண்பர் சோவும் இந்த வகையைச் சேர்ந்தவராகத்தான் இருந்தார். இருப்பினும் சுதந்திரம் என்பது எப்படி இருக்க வேண்டும், அது எப்படி பராமரிக்கப்பட வேண்டும், எப்படிப்பட்ட சமூகத்தில் மக்கள் சுதந்திரக் காற்றை சுவாசிக்க முடியும் என்று பேசலாம்.

சுதந்திரம் ஒரு விரிவான பொருள் கொண்டது

சுதந்திரம் என்றால் என்ன? இதற்குப் பலர் பலவிதமான விளக்ககங்களை தருகிறார்கள், வியாக்கியானம் செய்கிறார்கள். அவரவர் உருவாக்கிக் கொண்டுள்ள கொள்கையின் அடிப்படையில்

தாங்கள் வாழும் நிலையிலிருந்து அர்த்தம் கூறுகிறார்கள்.

ஆம், சுதந்திரம் என்பது ஒரு விரிவான பொருள் கொண்டதுதான். வல்லரசு நாடுகளின் ஆதிக்கப் பிடியிலிருந்து வளரும் நாடுகளுக்கு சுதந்திரம், அடிமைப்பட்டுக் கிடக்கும் ஓர் அடிமை சங்கிலியை அறுத்தெறிந்து அடைய வேண்டிய சுதந்திரம். ஒடுக்கப்பட்டுக் கிடக்கும் ஒரு சமூகத்தை விடுவிக்க சுதந்திரம், கொடுங்கோல் ஆட்சியிலிருந்து மீள குறிப்பிட்ட அந்த நாட்டு மக்களுக்குச் சுதந்திரம், தீண்டாமைக் கொடுமையிலிருந்து தாழ்த்தப்பட்ட மக்களுக்குச் சுதந்திரம், ஆண் ஆதிக்கத்திலிருந்து பெண்களுக்குச் சுதந்திரம். மாமியார் தொல்லைகளிலிருந்து மருமகளுக்குச் சுதந்திரம், பெற்றோர் பிடியிலிருந்து பிள்ளைகளுக்குச் சுதந்திரம் எனப் பல வகையான சுதந்திரங்கள் பற்றிப் பொதுவாகப் பேசப்படுகிறது.

இந்த வகையான சுதந்திரங்கள் அனைத்தும் ஒரு மரத்தின் பல்வேறு கிளைகள்! அப்படியானால் அந்த மரம் என்பது எதைக் குறிக்கிறது?

பாலா: வர்க்க வேறுபாடுகள் சமூகத்தில் எப்படி எல்லோருக்குமான சமத்துவம் கிடைக்கும்?

வர்க்கப் பாகுபாடுகள் உள்ள ஒரு நாட்டில், வர்க்கப் பேதமுள்ள இந்த உலகில் அதாவது ஆதிக்க வர்க்கம் ஆதிக்க வர்க்கத்துக்கு ஆட்படும் வர்க்கம், ஆண்டான் அடிமை, உள்ளவன் இல்லாதவன், சுரண்டுபவன் சுரண்டப்படுபவன் என்று உள்ள நாட்டில் உலகில் சமூகத்தில் அந்தந்த நிலைமைக்கு ஏற்றாற் போல சுதந்திரம் பற்றி பேசப்படுகிறது விளக்கம் தரப்படுகிறது. இதில் தனிநபர் சுதந்திரமும் அடங்கும், ஒட்டுமொத்த மக்களின் சுதந்திரமும் அடங்கும், ஒடுக்கப்பட்ட ஒரு பிரிவு மக்களின் சுதந்திரமும் அடங்கும். நாட்டின் சுதந்திரமும் அடங்கும்.

செல்வா: உணவு, உணவுகூட இல்லாத சுதந்திரம் என்ன சுதந்திரம்?

பே.அ. உண்மைதான், இதோ அமெரிக்காவில் இருபத்தைந்து சதவித மக்கள் பட்டினியாலும், தங்க வீடு இன்றியும் வாடுவதாக ஒரு தனி அமைப்பு அந்த நாட்டு தொலைக்காட்சியில் செய்தியாகச் சொல்கிறது. ஒரு குபேரபுரி என்று சொல்லும் நாட்டில் இப்படியும் ஒரு துயரம் என்றால் என்ன சுதந்திரம் அது. பட்டினி இருக்க சுதந்திரம் உண்டு, பட்டினி தாள முடியாமல் தற்கொலை செய்து கொள்ள சுதந்திரம் இல்லை.

பட்டினி கிடக்க, பாதையோரத்தில் வாழ, உரிமை உண்டு; அவன் தவறு செய்யாது சகித்துக் கொண்டு வாழ்ந்தால் அவன் ஆன்மாவுக்கு நிச்சயம் சுதந்திரம் உண்டு எனச் சொல்லும் ஜீவன்களும் உண்டு.

குறைந்தபட்சம் ஒரு மனிதனுக்கு உண்ண உணவும், உடுத்த உடையும், தங்க இடமும் கூட கொடுக்க முடியாத ஒரு நாட்டில் அவன் சுதந்திரமாக வாழ்கிறான் என்பது மோசடியல்லவா? அப்படிப் பட்டவர்கள் ஆன்ம சுதந்திரம் பெறுவது நிச்சயம் என்பது அயோக்கியத்தனம் அல்லவா?

மாரி: சுதந்திர இந்தியாவிலும் கூட என்ன வாழ்கிறது?

பே.அ.: இந்தியாகூட அடிமைப்பட்டுக் கிடந்த நாடுதான். 1947ல் ஆங்கிலேயன் வெளியேறி 70 ஆண்டுகள் முடிந்து விட்டன. ஆனால் இந்தியா சுதந்திரம் பெற்றபோது பாகிஸ்தான் மதத்தின் அடிப்படையிலும் இந்தியா மதச் சார்பற்ற தன்மையோடும் அல்லவா பிரிந்தது. இந்து, முஸ்லீம் தீவிர ஜாதகக் குழுக்களுக்கு இடையே நடந்த கலவரத்தில் 10 லட்சம் மக்கள் மாண்டு

போனார்கள், பதினைந்து மில்லியன் (ஒரு மில்லியன் 10 லட்சம்) மக்கள் வீட்டை இழந்து இடம்பெயர்ந்தார்கள்; யாரைக் கொல்லுவது எனும் பொழுது மத அடையாளம் தவிர வேறு எதுவும் தென்படவில்லை என்றல்லவா சொல்லப்பட்டது.

அண்மையில் கூட பாபர் மசூதி இடிக்கப்பட்டு நடந்த மதக் கலவரத்தில் நடந்த படுகொலைகளைக் கண்ட புகழ் பெற்ற இந்திய நாவலாசிரியர் சல்மான் ருஷ்டி "இந்தியக் குருதியில் எப்போதும் போல் மதம் நஞ்சாக இருக்கிறது" என்ற தலைப்பில் கட்டுரை ஒன்று எழுதினார்.

அந்தக் கட்டுரையின் முடிவில் அவர் சொல்வது:

"இவற்றில் எதை நாம் மதிப்பது, மதத்தின் பேரால் உலகம் முழுவதும் ஏறத்தாழ ஒவ்வொரு நாளும் நடைபெறும் குற்றங்களில் எவற்றை மதிக்க இயலும்? மிக நல்ல முறையில் உயிரை வாங்கும் வகையில் மதம் அடையாளங்களை நிறுவுகிறது. அந்த அடையாளங்களுக்காகப் பிறரைக் கொல்ல நாமும் தயாராக இருக்கிறோமே. கொல்லுவதை அடிக்கடி செய்தபிறகு, அதைப் பற்றிய உணர்வு நம்மிடம் மரத்துவிடுகிறது. மீண்டும் கொலை செய்வது எளிதாகி விடுகிறது. ஆகையால் இந்தியாவில் பிரச்சனைகள் உலகப் பிரச்சனைகளா ஆகின்றன. இந்தியாவில், நிகழ்பவை கடவுளின் பெயரால் நிகழ்வதாகும். பிரச்சனையின் பெயர் கடவுள்" என்று நொந்து எழுதியுள்ளார். பேச்சு, தத்துவ விசாரணையில் மாறி விட்டது.

சுதந்திரம் பெற்று 70 வது ஆண்டைக் கடந்த பின்னும் இந்தியாவில் 35 சதவீதம் பேர் வறுமை கோட்டிற்குக் கீழ் வாழ்ந்து கொண்டிருக்கிறார்கள். அவர்கள் சுதந்திரமாக வாழ்ந்துக் கொண்டிருக்கிறார்கள் என்று சொன்னால் நமக்கு வெட்கமில்லை என்று பொருள்.

ஐக்கிய நாடுகளின் தகவல் மைய இயக்குனர் ஃபியோடர் ஸ்டார் செவிர் டெல்லியில் ஒரு கருத்தை சொன்னார்.

சமூகக் கொடுமையிலிருந்து விடுதலை என்பது வாக்களிக்கும் உரிமை ஆகியவை மட்டும் மனிதனுக்கு முழு அந்தஸ்தை தந்துவிடாது. பசியிலிருந்து முழுமையான விடுதலை பெறுவதுதான் உண்மையான மனித உரிமையாக இருக்க முடியும்" என்று சொன்னது என் மனதில் பதிந்து விட்டது. இந்தக் கருத்து அவர் இருபது ஆண்டுகளுக்கு முன்னால் சொன்னது. அவர் சொன்ன கருத்து தினமணியில் 18.10.96 அன்று "பசியிலிருந்து விடுதலை அளிப்பதே மனித உரிமை" என்ற தலைப்பில் அந்தச் செய்தியை வெளியிட்டிருந்தது.

பாலா: அது எப்படி உங்களுக்கு தேதியோடு ஞாபகமிருக்கிறது.

பே.அ.:சில நிகழ்வுகள் அப்படி ஞாபகம் இருப்பதுண்டு. அது நம்முடைய அக்கறை பற்றிய செய்தியாக இருக்கும்போது ஞாபகத்தில் படிந்து விடும். மேலும் இந்தச் செய்தியை பற்றி சக ஆசிரியர்களோடு அன்று உணவு நேரத்தில் விவாதித்தோம். சாப்பிட்டுக் கொண்டே விவாதித்தோம். அதுவும் ஞாபகமிருக்கிறது.

மேலும் ஃபியோடர் ஸ்டார் சொன்னது

''மனித உரிமை, வறுமை ஒழிப்பு, ஆகிய இரண்டும் வெவ்வேறானவை அல்ல. உண்ண உணவு, உடுக்க உடை, இருக்க இடம்; கல்வி, வேலை வாய்ப்பு ஆகியவற்றின் மூலம்தான் மனித உரிமைகளை சாத்தியமாக்க முடியும்" என்றார்.

இதனை கருத்துக்கள் யார் சொன்னார் என்பதல்ல; என்ன சொன்னார் என்பதுதான் தேவையானது. அவர் சொன்ன கருத்து சரியானது.

"எப்பொருள் யார் யார் வாய் கேட்பினும்

அப்பொருள் மெய்ப்பொருள் காண்பதறிவு"

எந்த சமூகத்தில் ஆன்ம சுதந்திரத்துக்கும், சம உரிமையோடு வாழும் சுதந்திரத்துக்கும் சாத்தியம் உண்டு? சமத்துவ சமுதாயத்தில்தான் அது சாத்தியப்பாடு.

உற்பத்தி சாதனங்கள் தனியாருக்கு சொந்தம் என்பது மாறி, அதன் விளைவால் மனிதனை மனிதன் சுரண்டும் நிலைமாறி உருவாகும் சோஷலிச சமூக அமைப்பில்தான் உண்மையான அரசியல் உரிமை, இனம், தேசிய பாகுபாடற்ற தன்மை, வர்ண வித்தியாசம் பார்க்காத போக்கு, ஆடவர், பெண்டிர் ஈடுபடுகிற தொழிலில் பாகுபாடற்ற தன்மை நிலவ முடியும்.

இப்படிப்பட்ட சமூகத்தில் உற்பத்தி ஆற்றல் மேலும் மேலும் பெருகும். அதற்கு ஏற்றாற் போல் சுதந்திரமும், ஜனநாயகமும், மேலும் மேலும் விரிவடையும். இந்தச் சூழலில்தான் மனிதனின் மனம் உண்மையான சுதந்திரக் காற்றை சுவாசிக்கும்.

தேர்தலில் எல்லோருக்கும் வாக்களிக்கும் உரிமை உண்டு. டாடாவுக்கும், பிர்லாவுக்கும், கந்தனுக்கும், முனியனுக்கும் எல்லோருக்கும் வாக்களிக்கும் உரிமை உண்டு. எவ்வளவு பெரிய மனிதராக இருந்தாலும் ஒருவருக்கு ஒரு ஓட்டுதானே அளிக்க முடியும். அப்படிப்பட்ட சமத்துவத்தை உருவாக்கிய நாட்டில் இதைவிட வேறு என்ன சுதந்திரம் இருக்க முடியும் என்று

சாதனை பேசி நம்மை திணறடிப் போரும் உண்டு. ஏகடியம் பேசுவோரும் உண்டு.

பணமே சகலவல்லமை பெற்ற ஒரு நாட்டில் தேர்தலும் விலை பேசப்படுகிறது. பணத்திற்காக மனிதன் எதையும் செய்யத் துணிகிறான். இரக்கம் இறந்துவிடுகிறது, மனிதன் மனிதனை நம்ப அஞ்சுகிறான்.

செல்வா: ஒவ்வொரு தனி மனிதனுக்கும், சுதந்திரம் என்பதுதான் முழு சுதந்திரம் என்று சொல்லலாமா?

பே.அ.: ஒரு சமுதாயத்தில் ஒவ்வொரு மனிதனுக்கும் முழு சுதந்திரத்துக்கு உத்திரவாதப் படுத்தாமல் சம்பந்தப்பட்ட அந்த நாடு சுதந்திரம் பற்றி பேசுவது போலித்தனமானது. ஒவ்வொரு மனிதனுக்கும் முழு சுதந்திரமா? அது ஆபத்தானது அல்லவா எனக் கேட்கிறவர்களும் உண்டு.

அதில் எந்த ஆபத்தும் இல்லை. ஒவ்வொரு மனிதனுக்கும் சுதந்திரம் என்பது அந்த உரிமையை அவன் தவறாகப் பயன்படுத்தக் கூடாது. அவன் சமுதாயத்துக்கு எந்தத் தொல்லையும் கொடுக்கக் கூடாது. அவனால் எந்த ஒரு தனி மனிதனோ, சமூகமோ பாதிக்கப்படக் கூடாது. அப்படிப்பட்ட தனிமனித சுதந்திரம் வழங்கப்பட வேண்டும்; உறுதி செய்யப்பட வேண்டும். சுதந்திரத்துக்கும் ஓர் எல்லை உண்டு. எல்லையற்ற சுதந்திரம் என்பது தனி மனிதனையும் வீழ்த்தி விடும். சமூகங்களையும் பாழ்படுத்தி விடும்.

ஒவ்வொரு தனிமனிதனுக்கும் உள்ள திறமைகளைப் பயன்படுத்த அவனுக்கு வாய்ப்பு அளிக்கப்பட வேண்டும். கல்வியில், வேலையில், தொழில் நுட்பத்துறையில் அவன் விரும்புகிற எந்தத் துறையிலும் தங்கு தடையற்ற வகையில் முன்னேற அரசு அவனுக்கு வாய்ப்பு வழங்க வேண்டும்.

ஒரு மனிதன் இந்த பூமியில் பிறந்து விட்டால், அவன் வாழ்வதற்கான உத்திரவாதம் நிச்சயப்படுத்தப்பட வேண்டும். பொழுது விடிந்தால் நாளைக்கு நம் நிலை என்ன என்று பொழுதைப் பற்றி கவலையில்லாத சூழலை உண்டாக்க வேண்டும். இப்படிப்பட்ட வாய்ப்புகளை அவன் பெறவும், தன்னை வளர்த்துக் கொள்ளவும், அதே நேரத்தில் சமூகத்துக்கு உழைக்கவும்தான் தனிமனித சுதந்திரம் உண்டே தவிர, தன்னைக் கெடுத்துக் கொள்ளவோ, சமூகத்தைக் கெடுக்கவோ அவனுக்கு சுதந்திரம் இல்லை. இதுதான் உண்மையான சுதந்திரம். இப்படிப்பட்ட சுதந்திரம் ஒரு சோஷலிச சமுதாயத்தில்தான்

உறுதி செய்யப்படுமே தவிர ஒரு முதலாளித்துவ சமுதாயத்தில் இதற்கு வழியில்லை.

பாலா: அப்படியானால் சுதந்திரத்துக்கும் வரம்பு தேவையா ஐயா?

பே.அ. ஆம், ஒரு முதலாளித்துவ சமுதாயத்தில் ஒருவன் எப்படி வேண்டுமானாலும் வாழலாம் என்பதைத்தான் உண்மையான சுதந்திரம் என்று கூப்பாடு போட்டுச் சொல்லுகிறார்கள்.

நடுவீதியில் நின்று துப்பாக்கியால் சுடலாம்; பகற் கொள்ளை அடிக்கலாம். பத்துபேர் சேர்ந்து ஒரு பெண்ணை பாலியல் பலாத்காரம் செய்யலாம், குடித்துவிட்டு ஆடலாம், கள்ள வியாபாரம் செய்யலாம், போதை மருந்து கடத்தலாம், பொய் கணக்கு எழுதலாம், ஏமாற்றலாம், வஞ்சிக்கலாம், பத்தாயிரம் பேர் பணியாற்றும் ஒரு தொழிற்சாலையை முதலாளி திடீரென மூடி அத்தனை பேர்களையும் பட்டினிப் போடலாம், கூலி குறைவாகக் கொடுக்கலாம், கொடுக்காமலேயே ஏமாற்றலாம். போலீசை ஏவலாம். இப்படி எத்தனையோ செயல்பாடுகளுக்கு சுதந்திரம் வேண்டும் என்கின்றனர். சட்டப்படி அனைத்தும் குற்றம்தான். சட்டம் ஒரு பக்கம் இருக்கும், இந்தக் குற்றங்களும் சட்டத்தை மீறி நடக்கும். சட்டம் பெரும்பாலும் எளியவர்கள் மீதே பாயும். குற்றம் செய்கிறவர்களுக்கு சக்தி இருந்தால் சட்டம் சக்தியற்று போகும்.

சட்டங்களும் இருக்கும், குற்றங்களும் நடக்கும், சட்டங்களும் பாயும், சில நேரங்களில் தண்டணையும் கிட்டும். ஆனாலும் மீண்டும் சட்டங்கள் மீறப்படும், குற்றங்கள் செய்யப்படும். இது ஒரு விஷச்சக்கரம் (Vicious circle).

மாரி: பலவான் ஜெயவான் என்பது உண்மையாக யல்லவா இருக்கிறது?

பே.அ. தவறு செய்கிறவர்களுக்கு சாதகமாகவும் சமூகத்தில் சூழ்நிலைகள் இருக்க வேண்டும். சட்டம் விழிப்புடன் இருந்தால் அதனால் முடிந்தால் அது வேலை செய்யட்டும். அந்த சட்டத்தை முறித்துப்போட, மடக்கிப் போட எங்களுக்கும் சுதந்திரம் இருக்க வேண்டும். அந்தச் சட்டம் செயல்படாமல் நிறுத்தவும் நாங்கள் எங்கள் திறமைகளைப் பயன்படுத்தவும் சுதந்திரம் வேண்டும் என்கிறார்கள். பலவான்தான் ஜெயவானாக இருக்க வேண்டும் என்கிறார்கள்.

இதனால் ஒரு குடும்பமோ, சமூகமோ கூட எவ்வளவு கெட்டுப் போனாலும் சரி எனக்கு சுதந்திரம் தேவை. சட்டம் பாயாமல்

இருக்கவும் நான் செயல்பட எனக்கு வாய்ப்பு வழங்கப்பட வேண்டும். இப்படிப்பட்ட பொய்யான சுதந்திரம், போலியான சுதந்திரம், சட்டத்தையே செயல்பட ஒட்டாமல் முடக்கிப் போடும் சுதந்திரம் சோஷலிச சமுதாயத்தில் இருக்க முடியாது. அதற்கு இடமில்லை. இதனால்தான் சோஷலிச சமுதாயத்தில் சுதந்திரமே இல்லை என்று கூப்பாடு போடுகிறார்கள்.

சோஷலிச சமுதாயத்தில் எவனும் உழைக்காமல் இருக்க முடியாது. ஊர்சுற்ற முடியாது. உழைக்காதவனுக்கு உணவு இல்லை. சோம்பித் திரிகிறவனுக்கு சோறில்லை.

சோஷலிச சமுதாயத்தில் ஒரு மனிதன் பொறுப்பற்று இருக்க முடியாது, அதற்கு அவனுக்கு சுதந்திரமில்லை. சமுதாயத்தைப் பொறுப்பற்ற முறையில் கையாள முடியாது. அதற்கு அவனுக்கு அங்கு சுதந்திரமில்லை. தன் சுயநலத்துக்கு அவன் சமுதாயத்தைப் பகடைக் காயாக மாற்ற முடியாது. தன் நலன் சமுதாய நலனுடன் சம்பந்தப்பட்டது என்று அவன் நினைக்க வேண்டும்.

இதைத்தான் "சுதந்திரம் இன்மை", என்றும்; "அடிமைத்தனம்" என்றும் சோஷலிச கருத்துக்கு எதிரானவர்கள் மூர்க்கத்தனமாகப் பிரச்சாரம் செய்கிறார்கள்.

மாரி: சோஷலிசம் கசக்குமாம் என்று தொடர்ந்து பிரச்சாரம் செய்யப்படுகிறது

பே.அ.: ஆபாசக் களஞ்சியங்களை அச்சிட்டுத் தள்ளுவது, வக்கிரமான காட்சிகளை வண்ணத்திரையில் காட்டுவது, மோசடி செய்வதற்கான மூலாதாரங்களை உருவாக்கித் தருவது, இந்தப் பரந்துபட்ட சமூக சூழ்நிலையில் திறமையுள்ளவன் பிழைத்துக் கொள்ளுவது, இந்தப் போட்டியில் ஏமாந்தவன் தலைவிதி மீது பழிபோட்டு விட்டு கசப்பை விழுங்குவது இதைத் தான் பூத்துக் குலுங்கும் சமூகம் என்கிறார்கள். சோஷலிசம் அப்படி இல்லையாம். ஆகவே அது கசக்குமாம். சோஷலிசம் மனித நேயத்தின் ஊற்றுக் கண், கசக்கும் சரக்கல்லவா.

சோஷலிசம், கம்யூனிசம் என்பது மனிதகுலம் செழிக்கவும், தனி நபர் வாழவும், வளரவுமான ஒப்பற்ற ஊற்றுக்கண். அதற்கான புறசூழ்நிலைகளை சோஷலிச சமூகம் உருவாக்கிவிடுகிறது. மணம் வீசும் மனிதாபிமானத்தின் மறுபெயர்தான் கம்யூனிசம் என்பது.

இங்கு கிராமத்தின் குடியானவன் இருதய அறுவை செய்து மீண்டும் வாழ குறைந்தது 5 லட்சம் ரூபாய் அழவேண்டும். ஆனால் இந்த வைத்தியம் ஒரு சோஷலிச நாட்டில் அவனுக்கு இலவசம். தேர்ந்த, உயர்ந்த பட்ச சிகிச்சை என்பது ஜனாதிபதிக்கும்;

ஒன்றுதான், விவசாயிக்கும் ஒன்றுதான். தனியார் மருத்துவமனை என்பதே மருந்துக்கூட இல்லை என்கிற சமுதாய அமைப்பு அது. அனைவருக்கும் கல்வி, அனைவருக்கும் வேலை என்பது உத்திரவாதம் செய்யப்பட்ட சமூகம் அது. இவையெல்லாம் சந்தைப் பொருளாதாரம் ஆக்கப்படாத சமூகம் அது. பெண் விடுதலை,சிறுபான்மை சமூகத்துக்கு ஓரவஞ்சனை இல்லாமை என்பதெல்லாம் இயல்பானதாக ஆகிவிட்ட ஏற்றமிகு சமுதாயம். அப்படிப்பட்ட புறசூழ்நிலையில்தான் மனிதன் உண்மையான சுதந்திரக் காற்றை சுவாசிக்கிறான் சுவாசிக்க முடியும்.

எந்த ஒரு சமூகத்திலும், புற சூழ்நிலைகள் எவ்வகையில் உருவாக்கப் பட்டுள்ளதோ அதை ஒட்டித்தான் அந்தச் சமூகமும், தனி மனிதனும் இயங்க முடியும்.

சாக்கடையில் துர்நாற்றம்தான் இருக்கும், சந்தன மணம் வீச முடியாது.

காலரா பரவுவதற்கான சூழ்நிலையும் உண்டு. காலராவால் பாதிக்கப்படுகிற மக்களும் உண்டு. அவர்களுக்கு சிகிச்சை அளித்தால் சிலர் பிழைப்பதும் உண்டு, சிலர் சாவதும் உண்டு. இங்கேதான் ஒரு பிரச்சனை கிளம்புகிறது.

காலரா உருவாகும் சூழ்நிலை ஏன் இருக்க வேண்டும்? அதனால் ஏன் மனிதன் பாதிக்க வேண்டும்? பிறகு ஏன் வைத்தியம் செய்யவேண்டும்? சிலர் ஏன் உயிர் பிழைக்க வேண்டும்? சிலர் ஏன் சாக வேண்டும்?

காலரா உருவாவதற்கான அடிப்படை காரணத்தை, ஊற்றுக் கண்ணையே அடைத்து விட்டால், அழித்து விட்டால், மனிதன் பாதிக்க வேண்டிய அவசியமில்லை. பிறகு அவனுக்கு சிகிச்சை செய்ய வேண்டிய அவசியமில்லை.

முதலாளித்துவ சமுதாயத்தில் சீர்கேடுகளுக்கான காரணங்களை, அந்த ஊற்றுக் கண்களை அரசு அடைப்பதில்லை. சகலவிதமான சீர்கேடுகள் உருவாவதற்கான சூழ்நிலையையும் நீடிக்க வைப்பார்கள். விதியின் மீது சுமையை ஏற்றி விட்டு தப்பித்து விடுவார்கள்.

பாலா: புறச்சூழலே மனிதனை உருவாக்குகிறது என்பதை விளக்கினால் நல்லது

பே.அ.: எல்லா நிகழ்வுகளுக்கும், செயல்பாடுகளுக்கும் உருவாக்கப்படும் புற சூழ்நிலைகளே முக்கியக் காரணமாக இருப்பதால் சோஷலிச அமைப்பில் ஒவ்வொரு தனிமனிதனுக்கும்

தன்னை வளர்த்துக் கொள்வதற்கான சூழ்நிலைமைகளையும் அதே நேரத்தில் அவன் சமுதாயத்துக்கு ஊறு விளைவிக்க முடியாத சூழ்நிலைகளையும் உருவாக்குகிறது. தான் சுதந்திரமாக வளர வாய்ப்பு இருப்பதால், அது சமுதாய வளர்ச்சியோடு பின்னப்பட்டிருப்பதால் அவன் சமுதாயத்துக்கு தீங்கு செய்ய வேண்டிய அவசியம் இல்லாமல் போகிறது. மாறாக சமுதாய வளர்ச்சிக்கு உணர்வுபூர்வமாக ஈடுபடுத்திக் கொள்ள முடிகிறது.

ஒரு சிறு உதாரணத்தைப் பார்ப்போம். ஒரு மனிதன், உழைக்கும் மனிதன், திடீரென இறந்து விட்டால், சமுதாயத்தில் அவன் குடும்பத்துக்கு உரிய பாதுகாப்பு உண்டு. அவன் மனைவி பிழைக்க வழி உண்டு, பிள்ளைகள் படிக்க தங்கு தடையற்ற வாய்ப்புகள் உண்டு. படிப்புக்குப் பின் வேலைக்கான உத்திரவாதம் உண்டு என்கிற சூழ்நிலை இருந்தால், வாழ்கின்ற காலத்தில் அந்த மனிதன் ஏன் முறைகேடாக நடந்து கொள்ளப் போகிறான். சமுதாயத்துக்கு ஏன் ஊறு செய்யப் போகிறான். மாறாக அந்த சமுதாயத்தை நேசிக்கச் செய்வான். மனித நேயத்தைக் காப்பாற்றுவான். தொழிற்சாலைகள், ஊற்பத்தி நிலையங்கள், தாதுப் பொருள் சுரங்கங்கள் இப்படி உற்பத்தி சாதனங்கள் பொது உடைமையாய் இல்லாது தனியார் உடைமையாய் தனியார் லாபத்துக்காப் பயன்படும் பெரிய தொழில்களாக இருந்தால் வளர்ச்சி பெற்ற உலகில் உழைப்பாளி மக்களுக்கு உண்மையான சுதந்திரம் இருக்க முடியாது.

மாரி: பொய் சொல்லாதே, திருடாதே- இவையெல்லாம் வெறும் போதனை அல்லவா?

பே.அ.: வெறும் போதனைகள் கறிசமைக்க உதவாது

இப்படிப்பட்ட புறசூழநிலைமைகள் இல்லாமல் மனிதனிடத்தில் வெறும் போதனைகள் செய்வது நம்மையே நாம் ஏமாற்றிக் கொள்வதாகும்.

பொய் சொல்லாதே, திருடாதே, வஞ்சனை செய்யாதே, கொள்ளை, கொலையில் ஈடுபடாதே, அனைவரையும் நேசி என்று சொல்லுவதெல்லாம் வெறும் போதனையே தவிர நடைமுறைக்கு ஒத்து வருவதில்லை.

"நீ செய்யும் பாவங்களையெல்லாம் ஆண்டவன் பார்த்துக் கொண்டிருக்கிறான், உரிய காலத்தில் தண்டனை வழங்குவான்" என்று சொன்னாலும் ஆண்டவன் பெயராலேயே அத்தனை அட்டூழியங்களும் செய்கிறார்கள். மனிதாபிமானமற்ற

முறையில் கொடுமைகளைத் தொடர்கிறார்கள். மனித நேயம் அங்கு செத்துப் போகிறது.

மனிதநேயத்தின் மறுபெயரே சோஷலிசம்

சோஷலிசமே மனித நேயத்தின் ஒப்பற்ற பண்பு. இது இயல்பான அம்சம். இயற்கையாக வருவது. ஒவ்வொரு தனி மனிதனிடமும் இந்த இயல்பான அம்சத்தைக் காணமுடியும்.

ஒவ்வொரு தனிமனிதனின் ஒட்டுமொத்த வளர்ச்சிக்கான பொருளாதார சூழ்நிலைகளை உருவாக்கி உள்ள நிலையில் அவனது உழைப்பு சுரண்டப்படுவதில்லை என்கிற யதார்த்த நிலையில். நாகரீகமான வாழ்வு, உத்திரவாதப் பட்ட நிலையில் தனி மனிதன் சுதந்திர மனிதனாக வாழமுடிகிறது.

இப்படி ஒவ்வொரு தனி மனிதனுக்கும் சுதந்திரம் என்பது, சமூகத்தில் உள்ள ஒவ்வொருவருனுக்கும் சுதந்திரம் என்பது சமூகத்தின் ஒட்டுமொத்த சுதந்திரமாக மாறுகிறது. இதைத்தான் சோஷலிசம் போதிக்கிறது, கம்யூனிசம் போதிக்கிறது.

பாலா: மனித ஆற்றலின் ஜீவன்தான் சோஷியலிசம் என்று சொல்லலாமா?

பே.அ.: சொல்லலாம். ஆகவேதான் சோஷலிசம் சமுதாயத்தில் மிகக் குறுகிய காலத்திலேயே பெரும் பெரும் சாதனைகளையும் படைக்க முடிகிறது. ஒவ்வொரு மனிதனும் தன்னிடமுள்ள அபரிமிதமான சக்தியை, திறமையை உணர்வு பூர்வமாக வெளிக் கொணர்ந்து சமூகத்தைப் பலப்படுத்த முடிகிறது. பொருள் உற்பத்தி, விஞ்ஞான வளர்ச்சி, நாட்டின் சொந்த பலம் இப்படி எல்லாவற்றிலும் ஆக்கபூர்வமான சாதனைகளைப் படைக்க முடிகிறது.

சுரண்டலற்ற ஒரு சமூகத்தில், ஆண்டான் அடிமையற்ற சமூகத்தில், உள்ளவன், இல்லாதவன் இல்லாத ஒரு சமூகத்தில்தான் விரைவான வியத்தகு சாதனைகளைப் படைக்க முடியும். அது சமுதாயத்துக்கு முழுமையாகப் பயன்பட முடியும். எந்தக் கண்டுபிடிப்பும், எந்தப் பலனும் சமூகத்துக்குச் சொந்தமாக்கப்படும். எல்லார்க்கும் எல்லாம் என்கிற சங்க நாதத்தின் ஜீவனே இதில்தான் அடங்கி உள்ளது.

"எல்லாமும் எல்லார்க்கும் என்ற சமூக சூநிலையில்தான் முழுமையான சுதந்திரம் நிலவமுடியும். இதற்கு ஆணிவேர் என்பது மனிதன் சுரண்டலிலிருந்து விடுப்பட்டிருப்பதுதான்.

அப்படிப்பட்ட சமுதாயத்தில் எதையும் சாதிக்க முடியும்?

உதாரணமாக இரண்டாவது உலக யுத்தத்தில் சோவியத் யூனியன் மகத்தான வெற்றி பெற்றாலும், சோவியத் யூனியன் எனும் அந்த சோஷலிச நாட்டைக் காப்பாற்ற அந்த மக்கள் அளப்பரிய தியாகம் செய்தார்கள். இரண்டு கோடி மக்கள் இறந்து போனார்கள்.

அந்த நாட்டில் பொருட் சேதாரம் ஏராளம் நடந்தன. லட்சக்கணக்கான ஏக்கர் நிலங்கள் எரிக்கப்பட்டன. பல ஆயிரம் தொழிற்சாலைகள் தரை மட்டம் ஆக்கப்பட்டன. வானுயர்ந்த கட்டிடங்கள் தகர்ந்தன, அணைகள் உடைந்தன, எண்ணிப் பார்க்க முடியாத சேதாரம். எங்கும் பாலைவனம் போன்ற காட்சிகள். ஆனால் என்ன அதிசயம்? போரில் வெற்றிக்குப் பின் அந்த மக்கள் மிகமிகக் குறுகிய காலத்தில் யுத்த சேதாரத்தை சுவடே இல்லாமல் மீண்டும் சோவியத் யூனியன் எனும் நாட்டை புதுப்பித்து விட்டார்கள். அபரிதமான திறமை, ஆக்கபூர்வமான, உணர்வுபூர்வமான செயல்பாடு. யுத்த சேதாரம் பழைய கனவாக மாற்றப்பட்டது. இந்த அதிசய மாற்றத்தைக் கட்டாயப்படுத்தி, பலவந்தப்படுத்தி உருவாக்கி இருக்க முடியாது. கட்டாயம் முடியாது. ஒவ்வொரு மனிதனும் உணர்வுபூர்வமாக மீட்சிப் பணியில் ஈடுபட்டதால்தான் அங்கே சொர்க்க பூமியை உருவாக்க முடிந்தது.

ஒவ்வொரு மனிதனுக்கும் உண்மையான சுதந்திரம் சமூக பொறுப்போடு வழங்கப்பட்டதால்தான் இந்த வியத்தகு சாதனை சாத்தியமாயிற்று. (இப்போது அந்த சோவியத் யூனியன் வீழ்ச்சிக்கு வேறு பல காரணங்கள் உண்டு).

செல்வா: *முதலாளித்துவ நாட்டில் சமுதாயம் சீர்குலைவதற்குக் காரணம் என்ன?*

பே.அ.: தனிநபர் எவ்வளவு வேண்டுமானாலும் செல்வம் குவிக்கலாம். மற்றவர்களை இதற்காக சுரண்டிப் பிழைக்கலாம். அதற்கு முழு சுதந்திரம் உள்ள ஒரு நாட்டில் உருவாக்கப்படும் எந்த சாதனையும் தனி நபரின் சொந்தமாக, சொத்தாகக் கருதப்படுமே தவிர அது சமுதாயத்துக்குச் சொந்தமாக இருக்கமுடியாது. அது வியாபாரமாக்கப்படும். வசதி படைத்தவன் மட்டும் அதை அனுபவிக்க முடியும். இங்கே சமூக உரிமை மறுக்கப்படுகிறது. அதை ஒட்டி சமுதாயம் ஒரு சிலரின் ஆதிக்கத்திலேயே செயல்படும். முதலாளித்துவ நாடுகளில் செல்வந்தர்களின் வேட்கை, விருப்பம்தான் அரசியல் கொள்கையாக மாற்றப்படும். அவர்களின் நலன்களுக்காக அனைத்து மக்களின் உரிமைகளும்

பறிக்கப்படும். சுமைகள் திணிக்கப்படும். இதன் விளைவு சமூகக் கட்டுப்பாடு சீர்குலையும்.

வினாடிக்கு இத்தனை கொலைகள், கொள்ளைகள், பாலியல் பலாத்காரங்கள், விவசாயிகள் தற்கொலை என்று வந்து கொண்டுதான் இருக்கும்.

பேருந்து தொழிலாளர்கள் வேலைநிறுத்தம், ரயில்வே தொழிலாளர்கள் வேலை நிறுத்தம், சுரங்கத் தொழிலாளர்கள் வேலை நிறுத்தம், அரசாங்க ஊழியர்களே வேலை நிறுத்தம், விவசாயிகளின் போராட்டம், விவசாயத் தொழிலாளர்களின் போராட்டம் என்று நடந்து கொண்டுதான் இருக்கும்.

நெசவாலை மூடல், மோட்டார் தொழிற்சாலை மூடல், லட்சக்கணக்கானோர் வேலை இழப்பு, போராட்டம், அமளி, துப்பாக்கிச் சூடு என செய்திகள் வரத்தான் செய்யும்.

பெண்கள் போராட்டம், மாணவர்கள் போராட்டம், வாலிபர்கள் வேலை கேட்டு போராட்டம் என சமூகம் கொந்தளித்துக் கொண்டுதான் இருக்கும்.

உணவு உற்பத்தி மந்தம், மின்சாரத் தட்டுப்பாடு, கள்ளச் சந்தை, பொய் கணக்கு, வரி ஏய்ப்பு, விலைவாசி ஏற்றம், பட்டினிச் சாவு, லஞ்சம், ஊழல் என சமூகம் பொங்கிக் கொண்டு தான் இருக்கும். இவை எல்லாவற்றிற்கும் ஊற்றுக்கண் முதலாளித்துவ சமூக அமைப்பே!

இந்த சமூகத்தில் அமைதி ஏது? மனிதாபிபானம் ஏது? வாழ்க்கையின் மீது பிடிப்பு, நம்பிக்கை ஏது? இப்படிப்பட்ட சமூகத்தில் சுதந்திரம் ஏது? நாடு அரசியல் சுதந்திரம் பெற்றது உண்மைதான். தனி நபர் சுதந்திரம், சமூகத்தில் பொதுமக்களின் சுதந்திரம் எங்கே?

ஆனால் இதைத்தான் சொர்க்க பூமி என்பார்கள். தனி மனித சுதந்திரம் துள்ளி ஆடுகிறது என்பார்கள். திறமையுள்ளவன் முன்னேறுகிறான், சோம்பேறி பின்னேறுகிறான். அதற்கு யார் என்ன செய்ய முடியும் என்பார்கள்.

பட்டுத்திரை போட்டு மறைக்க முயலுகிறார்கள்!

இப்படிப்பட்ட சமூகத்தை ஏன் வரிந்து கட்டிக்கொண்டு முலாம் பூச முயலுகிறார்கள்? அதற்கு ஒரு காரணம் உண்டு.

முதலாளித்துவ அமைப்பில் உள்ள சீர்கேடுகளை மறைக்க, மனிதாபிமானம் வியாபாரமாக்கப்படுவதை மக்கள் புரிந்து

கொள்ளாமல் தடுக்க இப்படி பட்டுத்திரை போட்டு புகழாரம் சூட்டப்படுகிறது.

சாதாரண மக்களுக்கு, அடிதட்டு மக்களுக்கு சில தர்ம காரியங்களைச் செய்துவிட்டு இது மனிதாபிமான அடிப்படையில், ஏழை மக்கள் மீதுள்ள பாசத்தின் அடிப்படையில் செய்யப்பட்ட சாதனை என்கிறார்கள்.

பள்ளிகளில் மதிய உணவு, புத்தகங்கள் இலவசம், யூனிபார்ம் இலவசம், லாப்டாப், கிரைண்டர், மிக்சி, தொலைக்காட்சி இப்படி இலவசங்களை வழங்கி விட்டு, அதில் கம்பெனியாரிடம் கமிஷன்களும் வாங்கிவிட்டு தங்களை ஆபத்பாந்தவர்களாக, அனாதை ரட்சகர்களாக அரசாங்க பணத்திலேயே, மக்கள் பணத்திலேயே வானுயர ஆட்சி, அதிகாரத்தில் உள்ளவர்களுக்கு விளம்பரங்கள் செய்யப்படுகின்றன. கடவுள் நிலைக்கு அவரின் விளம்பரங்கள் உருவாக்கப்படுகின்றன.

ஏதோ மக்களுக்கு ஓட்டுரிமை உள்ள காரணத்தால், இந்த இலவசமும் நடைபெறுகிறது. மக்களுக்கு ஓட்டுரிமையே இல்லாமல் போனால் அவர்களைச் சீண்டுகிறவர்கள் யார்? இவையெல்லாம் சில சீர்திருத்தங்கள். சமூகத்தில் ஒவ்வொரு தனிமனிதனும் சொந்தமாக, சுயமாக காலூன்றி நிற்க பாதுகாப்பு என்ன? உத்திரவாதம் என்ன?

சாதாரண மக்களை, ஏழை எளிய மக்களை அடிமைதனத்திலேயே அடைத்துவிட்டு, அவர்களைக் கையேந்தும் நிலையிலேயே வைப்பதுதான். அவன் தலை நிமிர்ந்து மனிதனாக வாழ அல்ல. சுயமரியாதையோடு வாழ அல்ல.

எல்லாமே வியாபாரமாகி விட்ட, மனித உறவுகளே பண உறவாக ஆகிவிட்ட, மக்களின் உழைப்பே விற்பனை சரக்காக ஆகிவிட்ட, தனிநபர் லாபம் ஒன்றுதான் குறிக்கோள் என கூறும் ஒரு முதலாளித்துவ சமூக அமைப்பில் சுதந்திரம் என்று சொல்லுவதெல்லாம் வெறும் மோசடிதான்.

சுதந்திரம் என்பது பரந்துபட்ட மக்களின் நலனில்தான் இருக்க வேண்டும் தீண்டாமை எனும் அவக்கேடு, மதசிறுபான்மையினை புறக்கணிக்கும் கொடுமை, ஆணுக்கு நிகராக பெண்கள் உரிமை பெறாத ஒரு நாட்டில், பெண் சுதந்திரம் எங்கே இருக்க முடியும்?

மனிதாபிமானம் பற்றி இயக்கஇயல் பொருள் முதல் வாதத்தைத் தூக்கி பிடிக்கும் மார்க்சியம் என்ன சொல்லுகிறது?

“உழைப்பாளி மக்களின் பரந்துபட்ட மக்களின் மகிழ்ச்சிக்காக, உறுதிக்காக, அவர்களின் வாழ்வை எவ்வளவு முடியுமோ

அவ்வளவு வளமும், பயனும் உடையதாக ஆக்குவதுதான் மனிதாபிமானம் என்று சொல்லுகிறது. இதில்தான் மனித சுதந்திரமும் அடங்கியுள்ளது" என்கிறது மார்க்சியம்.

மாரி: வாழ்வைத் துறந்து சன்னியாசம் போவதே உண்மை சுதந்தரம் என்கிறார்களே!

பே.அ.: ஒரு சாரார் இப்படியும் சொல்கிறார்கள்.

மனிதனின் சுதந்திரம் என்பதே சமூக வாழ்விலிருந்து முழுமையாக சன்னியாசம் கொள்ளுவதுதான். ஏகாந்த வாழ்வில்தான் அனைத்து சுந்திரமும் அடங்கி உள்ளது. இதில்தான் உடம்புக்கும் விடுதலை, ஆன்மாவுக்கும் விடுதலை. சமூக வாழ்வில் சிக்கிக் கொண்டு வாழ்வதுதான் அடிமை வாழ்வு என்கிறார்கள்.

வேறு சிலர் சொல்லுவது:

மனித வாழ்வை முடித்துக் கொண்டு பரலோகம் செல்லுவதுதான் மனிதனுக்குக் கிடைக்கும் நிரந்தர விடுதலை. வேண்டேன்; வேண்டேன்; மனிதப் பிறவியே வேண்டேன். விண்ணுலகில் வாழ்வதுதான் பெரும்பேறு என்கிறார்கள்.

தத்துவவாத உலகில் இதற்கு எதிராகப் பிறந்ததுதான், 'அரிது, அரிது, மானிடராய்ப் பிறத்தல் அரிது' என்பது இயக்க இயல் பொருள் முதல்வாதத்தை இலட்சியமாகக் கொண்ட மார்க்சியம் என்ன சொல்லுகிறது.

"இந்தப் பூவுலகில் மனிதனுக்குத் தேவையான சொர்க்க லோகத்தைப் படைக்க முடியும். அது ஒன்றே மனிதனுக்குப் போதும்" என்கிறது.

"வானுலக சொர்க்கம்" என்பது பெரிய மோசடி.

ஏகாந்த வாழ்வில் விடுதலை கிடைக்கும், பரலோக வாழ்வில்தான் சுதந்திரம் கிடைக்கும் என்பதெல்லாம் கூட ஆதிக்க வர்க்கத்துக்கு சேவை செய்யும் கருத்துக் கோட்பாடாகும்; மக்களின் சிந்தனையை மழுங்கடிக்கும் சூழ்ச்சியாகும்.

பாலா: கட்டுப்பாட்டில் எப்படி சுதந்திரம் கிடைக்கும்?

பே.அ.: சோஷலிச சமூகத்தில், அவ்வாறே கம்யூனிஸ்ட் கட்சியில் கட்டுப்பாடுகள் அதிகம். கை கட்டப்பட்டு இருக்கும். வாய் மூடப்பட்டிருக்கும். சொன்னதைச் செய்யவேண்டும். ஏன், எதற்கு எனக் கேள்விகள் கேட்கக் கூடாது. மீறினால் கடுமையான தண்டனை வழங்கப்படும் என்று நீண்ட நாட்களாக அவதூறு பிரச்சாரம் செய்யப்படுகிறது. கட்டுப்பாட்டில் எப்படி சுதந்திரம் கிடைக்கும் என்கிறார்கள்.

கம்யூனிஸ்ட் கட்சி உறுப்பினர்கள் கட்டுப்பாடு என்பதை சுயமாக உருவாக்கிக் கொள்ளுகிறார்கள். உணர்வுபூர்வமாக அமல்படுத்துகிறார்கள். இதைத்தான் லெனின் இப்படிக் குறிப்பிட்டார்.

"ஒவ்வொருவருக்கும் உயர்ந்தபட்ச கட்சி உணர்வு, தரம், கட்டுப்பாடு தேவைப்படுகிறது. இது கட்டாயப்படுத்தி வருவதல்ல. சமூகப் பொறுப்பின் காரணத்தால் தானாக வருவது."

ஒரு கம்யூனிஸ்ட் கட்சி உறுப்பினருக்கு சுய கட்டுப்பாடு என்பது வரலாற்று பூர்வமான அவசியத்தின் அடிப்படையில் வருவது. இதை அங்கீகரிக்காமல் போனால் உண்மையான சுதந்திரம் என்பது இருக்காது. இது சமூகத்துக்கும் பொருந்தும்.

சுதந்திரம் என்பது கட்டுப்பாடுகள் இணைந்ததுதான். இதை ஆயிரம் முறை சொல்லலாம். கட்டுப்பாடு இன்றி சுதந்திரம் என்பது காட்டெருமை அண்ணாசாலையில் ஓடுவது போலத்தான்.

பொதுவாழ்விலும் கட்டுப்பாடு, தனி வாழ்விலும் கட்டுப்பாடு. கட்டுப்பாட்டை கடைபிடிப்பதன் மூலம்தான் சுதந்திரத்தின் காற்றையே சுகமாக சுவாசிக்க முடியும்.

கட்டுப்பாடும், சுதந்திரமும் இங்கே இணைகின்றன. அதன்மூலம் எண்ணமும், செயலும் இணைகின்றன. அதன்மூலம் எஃகு போன்ற உறுதி உருவாகிறது. இதன் விளைவு, பலமான சோஷலிச சமூகத்தைக் கட்ட கட்சி உறுப்பினர்கள் தங்களை அர்ப்பணம் செய்துகொள்ள முடிகிறது.

கம்யூனிஸ்ட் கட்சி உறுப்பினர்களுக்கு இப்படிப்பட்ட கட்டுப்பாடு உறுதிபட அடித்தளமாய் இருப்பது எது? கொள்கைதான்! வர்க்க பேதமற்ற, பிறப்பால் ஏற்றதாழ்வற்ற ஒரு பொதுவுடைமை சமுதாயத்தை உருவாக்கும் கொள்கைதான் இந்தக் கட்டுப்பாட்டைத் தருகிறது. அந்த கொள்கைதான் சுதந்திரம் என்பது ஒரு வர்க்க உரிமை" என்கிறது. சுதந்திரமும் வர்க்க சார்புடையதே

பாகுபாடான ஒரு சமுதாயத்தில், வர்க்கங்கள் உள்ள ஒரு சமுதாயத்தில், ஆண்டான் அடிமை, முதலாளி தொழிலாளி என்ற வர்க்க பேதமுள்ள ஒரு சமுதாயத்தில் சுந்திரம் என்பது ஆதிக்க வர்க்கத்துக்குத்தான் சாதகமாக இருக்கமுடியும். மேல்தட்டு வர்க்கம் தான் அதை சுவைக்க முடியும்.

இதைத்தான் "சுதந்திரம்" வர்க்க சார்புள்ளது என்று அரசியல் மொழியில் பேசுகிறோம்.

ஒரு கவளம் சோறு கிடைக்கலாம். ஆனால் அந்த உணவு உற்பத்தியாகும் பெரும் சாதனம் ஒரு தனிமனிதனுக்குச் சொந்தம். எனக்கு உடுக்க ஒரு முழம் துணி கிடைக்கலாம். ஆனால் அந்தத் துணி உற்பத்தியாகும் ஆலை ஒரு தனிநபருக்குச் சொந்தம். எனக்கு அரைகுறை வேலை கிடைக்கலாம். ஆனால் அந்தச் தொழிற்சாலை ஒரு தனிமனிதனுக்குச் சொந்தம். இந்தச் சூழலில் யார் சுதந்திர புருஷனாக இருக்க முடியும்? உற்பத்தி சாதனங்கள் யாருக்கு சொந்தமோ அவர்கள்தான் சுதந்திர புருஷர்கள்.

எனக்கும் சுதந்திரம் உண்டு. ஓர் அரை முழம் துணிகட்டவோ, கட்டாமல் போகவோ, ஒரு கவளம் உணவு உண்ணவோ, உண்ணாமல் போகவோ, வேலை செய்யவோ, செய்யாமல் போகவோ எனக்கும் சுதந்திரம் உண்டு. இது வேறு வகையான சுதந்திரம். சாகும் சுதந்திரம்!

தாளாது, மீளமுடியாது, வேறு வழியில்லாது தற்கொலை செய்துகொள்ள முயன்றால் அதுவும் சட்டத்தின் படி குற்றம். சாகவும் விடாத, வாழவும் விடாத விசித்திரமான சுதந்திரம். ஆனால் ஆதிக்கப் பார்வையில் இதுவும் ஒரு சுதந்திரம், ஆன்ம சுதந்திரம் என்கிறது.

ஆதிக்க வர்க்கத்தைச் சேர்ந்த வர்க்கக் கட்டுப்பாடோடு இணைந்த சுதந்திரத்தை விட, கட்டுப்பாடற்ற சுதந்திரம் எவ்வளவோ மேல் என்கிறார்கள்.

நெறிமுறை இல்லா சுதந்திரம்தான் சுதந்திரமாம்

முதலாளித்துவ சமுதாயத்தில் இன்னொரு வகையான சுதந்திரம் உண்டு, அதைப் போற்றுகிறவர்களும் உண்டு.

தலைவிரிகோலமாய், அழுக்கு சட்டை அணிந்து (பொதுவாக அணிய விரும்பமாட்டார்கள்) சில நேரங்களில் நிர்வாணமாகவே சுற்றுவார்கள். பிறந்த மேனியாய் இருப்பதுதான் இயற்கைக்கு செய்யும் சேவை என்பார்கள். யாரும், யாருடன் வேண்டுமானாலும் வாழலாம். அதே வேகத்தில் பிரியலாம். இதில் ஆண் என்ன, பெண் என்ன? ஊர் ஊராக சுற்றலாம், உலகம் பூராவும் சுற்றலாம். போதை மயக்கத்தில் இருபத்து நான்கு மணிநேரமும் இருக்கலாம். குடும்பம், உறவு, தாய், தந்தை, சகோதரி, சகோதரர்கள் என்பதெல்லாம் கால்கட்டு, கைகட்டு எனச் சொல்லி சுதந்திரம் தேடி உலவி வரும் கூட்டமும் இருந்தது. இவர்கள் "இப்பிகள்" என்று அழைக்கப்பட்டார்கள். ஆனால் உண்மை சுகம், சுதந்திரம் அதில் இல்லை என்று கொஞ்ச காலத்திலேயே உணர்ந்து இப்போது அந்தக் கும்பல் அருகி விட்டது.

இந்த வாழ்க்கையில் இன்பமில்லை, மாறாக துன்பம்தான் அதிகம், மனஅமைதி இல்லை, மனப்போராட்டம்தான் அதிகம், பலர் பைத்தியங்களாக, பால் இன நோயாளிகளாக ஆகிப்போனார்கள். சிகிச்சைக்கும் மறுத்து மரணத்தைத் தழுவுகிறவர்களாகவும் ஆகிப் போனார்கள். இந்த வகையினரின் எண்ணிக்கை மிக மிகக் குறைந்து விட்டது. அவர்கள் வாழக்கையில் அவர்களுக்கு சுதந்திரம் கிடைக்கவில்லை. இயற்கைக்கு எதிராக வாழ்கிறவர்கள், அழிகிறார்கள்.

செல்வா: ஊழ்வலிக் கொள்கையாளர்கள் என்பவர் யார்? விளக்கவும்

பே.அ. இயற்கை விதிகளும், சுதந்திரமும் என்பதில் இந்தக் கேள்வி அடங்கும். தத்துவார்த்த உலகில்கூட ஒரு வினா தொடுக்கப்படுகிறது. இயற்கை விதிகளுக்கு உட்பட்டுத்தான் மனிதன் வாழவேண்டுமா? இயற்கை விதியின் அடிப்படையில் அவசியமாக எவை எவை நடைபெறுமோ அவற்றை வெளிக்கொணர மனிதன் முயற்சிகள் எடுக்க வேண்டுமா? எல்லாமே விதிப்படி இயற்கை நியதிப்படி நடக்கிறதென்றால் அந்த விதியின் மீது மனிதனின் சுதந்திரமான நடவடிக்கை தேவைதானா? அவசியம் தானா? என்று கேட்பாரும் உண்டு எல்லாம் விதிப்படி நடக்கிறது. மனிதனுக்கு அங்கு என்ன வேலை? அவன் அதில் தலையிடவதற்கு சுதந்திரம் இல்லை என்று கூறுகின்ற விதி வசத்தாரும் உண்டு. ஊழ்வினையை வெல்ல மனிதனுக்கு என்ன உரிமை உண்டு. அந்தச் சுதந்திரத்தை மனிதனுக்கு யார் கொடுத்தார்கள் என்று கேட்பாரும் உண்டு.

இவர்களைத் தத்துவார்த்த உலகில் ''ஊழ்வலிக் கொள்கையாளர்கள்" என்று அழைக்கிறார்கள்.

பாலா: தான்தோன்றித்தனமாக வாழ்வதே சுதந்திரம் என்கிறார்களே இவர்கள் யார்?

பே.அ.: இயற்கை விதியாவது, மண்ணாவது! யாருக்கு என்ன விருப்பமோ அதன்படி செயல்படலாம். மனிதனின் இச்சைப்படி, விருப்பப்படி வாழலாம். இயற்கை விதி, வாழ்க்கை விதி இவைகளைப் பற்றி கவலைப்படாமல் சுதந்திரமாக செயல்பட வேண்டும் என்று சொல்வாரும் உண்டு. இவர்களைத் தன்னிச்சைவாதிகள் என்று தத்துவ உலகம் பட்டமே சூட்டியுள்ளது.

நம் பார்வையில் மேலே குறிப்பிட்ட இரண்டு வகையாறாக்களும் தவறு செய்கிறவர்கள். இவர்கள் எதையோ மனித சுதந்திரம் என்று கூறி தடம் புரளுகிறார்கள்.

தன்னிச்சைவாதிகள் என்போர் எப்படித் தடம் புரள்கிறார்கள் என்று பார்ப்போம்.

மனிதனுக்கு எந்தக் கட்டுப்பாடும், குறிப்பாக மனதிற்கு எந்தக் கட்டுப்பாடும் இருக்கக் கூடாது என்கிறார்கள். அப்படி மனதுக்கு எந்தக் கட்டுப்பாடும் இல்லாமல் இருப்பதுதான் சுதந்திரம் என்கிறார்கள். அப்படிப்பட்ட கட்டுப்பாடு இல்லாமல், பாதிப்பு இல்லாமல் மனம் சுதந்திரமாக இருக் முடியும் என்கிறார்கள்; அடித்துப் பேசுகிறார்கள்.

புறச் சூழல் மனித மனத்தை பாதிக்குமே என்றால் அப்படி எல்லாம் புறச்சூழல் மனதை பாதிப்பதில்லை என்று உறுதியாகச் சொல்லுகிறார்கள். அதைக் கணக்கில் எடுக்க வேண்டிய அவசியமும் இல்லை என்கிறார்கள். இதேபோல இயற்கை விதி செயல்பாடுகளையும், அவசியத்தின் அடிப்படையில் உருவாகும் வரலாற்றுப் போக்குகளையும் கூட கணக்கில் எடுத்துக்கொள்ள மறுக்கிறார்கள்.

உலகில் எந்த ஒன்றும் அவசியத்தின் அடிப்படையில்தான் நிகழும், காரணமின்றி ஏதும் நடைபொறாது என்பது நமக்குத் தெரியும். மனிதனின் மனமும் அப்படித்தான்! எதற்கும் சம்பந்தப்படாமல் எதேச்சையாக மனித உணர்வுகள் செயல்பட முடியாது. வாழும் புறச்சூழல்கள் தான் மனிதனை உருவாக்குகின்றன.

ஆகவே தன்னிச்சைவாதிகள் என்னதான் இயற்கை விதிகளைப் புறக்கணித்தாலும், காரண, காரியத்தை ஒதுக்கினாலும் அவர்களும் இந்த வளையத்துக்குள் வாழவேண்டியவர்கள் தான். அவர்கள் அடம்பிடித்தாலும் இந்த வளையத்துக்குள் அடங்கித்தான் தீரவேண்டும்.

எதையோ சுதந்திரமாக நினைத்து தன்னிச்சைப் போக்கில் செயல்பட்டால், அதன் விளைவு, அதுவே அவர்களுக்குத் தீங்காக மாறிவிடுகிறது. காரண, காரிய அடிப்படையில்தான் இந்தத் தீங்கும் உருவாகிறது.

தன்னிச்சை வாதிகளிடம் ஓர் அதிசய குணம் உண்டு. உலக வளர்ச்சியில் மனிதனின் பங்கு மனித மனத்துக்குள்ள தீர்மானமான சக்தி இவைகளை ஏற்றுக் கொள்வார்கள். ஆனால் காரண காரியத்தோடு, இயற்கைவிதியின் அடிப்படையில் அவை நடப்பதாக மட்டும் ஏற்கமாட்டார்கள். மனிதன் விரும்புகிறான், அதைச் செயல்படுத்துகிறான் என்று உரத்தக்குரலில் சொல்கிறார்கள். இவர்களின் அறியாமையைக் கண்டு இயக்கஇயல் பொருள்முதல் வாதம் எள்ளி நகையாடுகிறது.

மாரி: விதி வலியது என்போர் இயற்கை விதிகளுக்கு எதிரானவர்கள்தானா?

பே.அ.: இந்தத் தன்னிச்சைவாதிகளுக்கு நேர் எதிராக ஊழ்வலியாளர்கள் வாதம் வைக்கிறார்கள். இவர்கள் இயற்கை விதிகளுக்கு எதிரானவர்களே.

அவனின்றி ஓர் அணுவும் அசையாது. அவன் அசைத்தால் எல்லாம் அசையும். முழுமுதல் வித்தகனான அவன் முன்கூட்டியே எல்லாவற்றையும் நிர்ணயித்துவிட்டான். அதன்படிதான் எல்லாம் நடக்கும். அதற்கு மேல் எந்த சுப்ரீம்கோர்ட்டும் இல்லை. அப்பீல் செய்யவும் முடியாது"என்கிறார்கள். இவைகளையெல்லாம் மனிதன் மாற்றமுடியுமா? "இந்தப் பிரச்சனை முன்னால் மனிதன் எம்மாத்திரம்" என்கிறார்கள்?

இவர்கள் கூற்றுப்படி மனிதன் கையாலாகாதவன், செயலற்றவன். எது நடந்தாலும் எல்லாம் வல்ல அவனின் அருளால்தான் நடக்கும். நீ செய்தாலும் அவன்தான் உன்னை செய்ய வைக்கிறான்" என்கிறார்கள்.

இந்தக் கூற்றை ஏற்றுக் கொண்டால், உலக வளர்ச்சியில், மனித குல வளர்ச்சியில் மனிதனுக்கு எந்தப் பாத்திரமும் இல்லாமல் போகும். அவனது முன் முயற்சிக்கே அவசியம் இல்லை என்றாகிவிடும். செல்லரித்த சமுதாயத்தை, தனக்கு எதிரான வர்க்கத்தை மாற்ற, ஒழிக்க அவனுக்கு சக்தியில்லாமல் போய்விடும்! அடிமை விலங்கு என்பது நிரந்தரமாகி விடும். மனித சுதந்திரத்துக்கே வழி இல்லாமல் போய்விடும்.

இன்றைய மனித குலத்தின் வளர்ச்சி, உலக முன்னேற்றம் இவைகளில் மனிதனின் தலையீடு இல்லாமல் ஈடேறி இருக்க முடியாது. இதற்கு எவ்வளவோ சாட்சியங்கள் நம் முன்னால் உள்ளபோது, மனிதனால் என்ன சாதிக்க முடியும், எல்லாம் அரும்பொருளே, அனைத்தும் அதன் செயலே என்று சொல்லும் இவர்களைக் கண்டு நாம் பரிதாபப்பட வேண்டியுள்ளது.

மனிதனின் சுயமான செயல்பாட்டுக்கு, சுதந்திரமான இயக்கத்துக்கு இவர்களின் கூற்று தடையாக இருக்கிறது.

ஆக, தன்னிச்சை வாதிகள், ஊழ்வலியாளர்கள் என இந்த இரண்டு வகையினருமே நம்மால் புறக்கணிக்கப்பட வேண்டியவர்கள்.

தன்னிச்சை வாதிகளனெல்லாம் மனிதனின் இச்சைப்படி, மனிதனின் சுதந்திரமான செயல்பாட்டின் படி வாழ வேண்டும். காரண காரியம் என்பதனால் மனிதனின் சுதந்திரத்தைக்

கட்டுப்படுத்தி விட முடியாது என்கிறார்கள். இவர்களின், தத்துவமும் ஏற்புடையது அல்ல!

அவ்வாறே ஊழ்வலியாளர்கள் எல்லாம் விதிப்படி, ஆண்டவன் கட்டளைப் படி, ஏற்கனவே நிர்ணயிக்கப்பட்ட ஆணைபடி நடப்பதால், அவசியத்தின் அடிப்படையில் நடப்பதால், இவற்றின் மீது செயல்பட, தலையிட மற்ற மனிதனுக்கு எந்த சுதந்திரமும் இல்லை என்கிறார்கள். இவர்களின் கூற்றும், தத்துவமும் புறக்கணிக்கப்பட வேண்டியவை.

இயற்கையின் விதியில் மனிதனின் தலையீடு தேவை.

இயற்கை விதிகளைப் புரிந்துகொண்டு, அவசிய நிகழ்ச்சிகளை அறிந்துகொண்டு, காரண, காரியங்களைத் தெரிந்து கொண்டு மனிதன் செயல்படுவதில் மனிதகுல முன்னேற்றத்தில்தான் சுதந்திரம் அடங்கி இருக்கிறது.

இயற்கையில் தண்ணீர் எந்த டிகிரியல் குளிரும், எந்த டிகிரியில் பனிக்கட்டியாகும், எந்த டிகிரியில் கொதிநிலை அடையும் என்பதைப் புரிந்து கொண்ட காரணத்தினால் அதைப் பயன்படுத்தி மனிதன் கொதிநீரையும் உருவாக்குகிறான், ஐஸ் கட்டியையும் உருவாக்குகிறான்.

இயற்கையில் தண்ணீர் எதனால் உருவாகிறது என்ற விதியைத் தெரிந்து கொண்ட காரணத்தால்தான், தானே தண்ணீரை உருவாக்கி அதனைப் பயன்படுத்தவும் செய்கிறான். இப்படி பல மேற்கோள்களை காட்ட முடியும்.

இன்றைய மனித குலத்தின் வெற்றி சுதந்திரம் என்பது இயற்கை விதிகளைக் கண்டறிந்து, அவைகளைத் தனக்கு சாதகமாகப் பயன்படுத்திக் கொண்டதில்தான் அடங்கி உள்ளது.

இயற்கை விதிகளை மட்டுமல்ல, இயற்கையின் ஓர் அங்கமான சமூக விதிகளைப் பற்றியும் மனிதன் புரிந்துள்ள காரணத்தால்தான் அவன் சமூக மாற்றத்தையும் உருவாக்குகிறான்.

இயற்கை சீற்றத்தைக் கண்டு அஞ்சிய ஆதிகால மனிதன் அடிமை சமூகத்தில் அடங்கிக் கிடந்த மனிதன், நிலப் பிரபுத்துவ சமுதாயத்தில் சிக்கித் திணறிய மனிதன், முதலாளித்துவ சமுதாயத்தில் சிக்கி அல்லல்பட்ட மனிதன் இவையெல்லாற்றையும் மாற்றி இன்றைய மனிதன் சோஷலிச சமுதாயத்தில் சுதந்திர மூச்சை சுவாசிக்கிறான். அவன் சமூக விதிகளையும் புரிந்து அதை மாற்றுகிறான் என்று இதற்கு அர்த்தம்.

இது பற்றி எங்கல்ஸ் சொன்ன பொருத்தமான வாசகங்கள் :

"மனிதன் இயற்கை விதிகளிலிருந்து சுதந்திரம் பெற விரும்புவதல்ல சுதந்திரம் அந்தக் கனவு அல்ல சுதந்திரம் என்பது. அந்த இயற்கை விதிகளைத் தெளிவாக அறிந்து அவற்றைக் குறிப்பிட்ட இலட்சியங்களுக்காக முறையாக செயல்படும் சாத்தியப் பாட்டில்தான் சுதந்திரம் அடங்கி இருக்கிறது"

இருபத்தி ஒன்றாம் நூற்றாண்டில் வாழும் மனிதகுலம் இனி எத்தனை நூற்றாண்டானாலும் கூட எங்கல்ஸ் சொன்ன கருத்தின் அடிப்படையில்தான் மேலும் மேலும் முன்னேற முடியும். இந்தக் கூற்றுக்கு வெளியே வேறு ஒரு சுதந்திரம் இருக்க முடியாது என்பதை பொருள் முதல்வாதிகள் நெஞ்சை நிமிர்ந்து சொல்கிறார்கள்.

இயற்கை விதிகளைப் புரிந்து சமூக விதிகளை அறிந்து அவற்றைப் பெரும்பாலான மனிதர்களுக்கு சாதகமாக மாற்றுவதில்தான் மனித சுதந்திரத்தின் ஆத்மா அடங்கி உள்ளது. இதற்குத் திறவுகோல் என்பது, உற்பத்தி சாதனங்கள் பரந்துபட்ட மக்கள் சமுதாயத்துக்கு சொந்தமாக்கப் படுவதில்தான் இருக்கிறது. இதைச் சாதிப்பது சோஷலிச சமுதாயத்தில்தான் முடியுமே தவிர முதலாளித்துவ சமுதாயத்தில் தேடிப் பயனில்லை.

பேராசிரியரின் நீண்ட உரைக்குப்பின் கூட்டம் கலைந்தது.

21
ஐயப்பாடுகளும் கேள்விகளும், பதில்களும்

(பேராசிரியர் **அருணா,** *மாணவத் தோழர்கள்* **பாலா, மாரி, செல்வா** *மூவரும் மாலை 6 மணிக்கு நேரத்தோடே கூடி விட்டார்கள். பேராசிரியர் மூவரையும் பார்த்துவிட்டு புன்னகையோடு மெதுவாகப் பேச ஆரம்பித்தார்.)*

பே.அ.: *மாணவத் தோழர்களே கடந்த நாட்களில் ஒருநாள் கூட ஒருவரும் தவறாமல் இந்தக் கலந்துரையாடலில் கலந்து கொண்டது மன மகிழ்ச்சியைத் தருகிறது. சில நேரங்களில் நானே தொடர்ந்து பேசியதும் உண்டு! நீங்களும் நான் பேசுவதைக் கேட்கும் ஆர்வத்தில் இடை இடாது செவிமடுத்தீர்கள். என் முயற்சியெல்லாம் இந்த இயக்கஇயல் பொருள் முதல்வாதத் தத்துவஞானத் துறையில் விஷயங்களை எவ்வளவு எளிமைப்படுத்திச் சொல்ல முடியுமோ அவ்வளவு எளிமைப்படுத்திச் சொல்லியுள்ளேன். இதுபற்றி நீங்கள் உங்கள் கருத்துக்களைச் சொல்லலாம். எவ்வளவு தூரம் புரிந்து கொண்டீர்கள் என்பது பற்றியும் சொல்லலாம்.*

மாரி: *அய்யா ஒவ்வொரு நாளும் நீங்கள் பேசி முடித்த பிறகு, அதன் மீது கேள்வி, பதில், விளக்கம் என நடத்தியிருந்தால் நல்ல வாய்ப்பாக இருந்திருக்கும்!*

பே.அ:*மாணவத் தோழர்களே நம்மைச் சுற்றியுள்ள இந்தப் பிரபஞ்சம் மிகப் பெரியது; எல்லையற்றது. இயற்கையின் புதிர்கள் இன்னும் பலகோடியிருக்கலாம். இந்தப் பிரபஞ்சத்தின் புதிர்களை நாம் மெல்ல மெல்லத் தான் புரிந்துகொள்ள முடியும். நம் விஞ் ஞானத்தால் ஒவ்வொன்றையும் அடுத்தடுத்து அறிந்துகொள்ள முடியும். இன்னமும் அறிய வேண்டியவை ஏராளம் இருக்கலாம். அறிதல் என்பது நடந்துகொண்டே இருக்கும், புரிய வேண்டியது என்ற புதுமைகள் பூத்துக் கொண்டே இருக்கும்.*

பிரபஞ்சம், உலகம், இயற்கை என்பது மட்டுமல்ல, இயற்பியல் வேதியியல், உயிரியல் எனப் பலப் பிரிவுகளில் இன்னும் சாதிக்க வேண்டியவை எவ்வளவோ உண்டு. ஆகவே முழுக்க முழுக்க அறிந்து விட்டோம் என்பது முடியாத விஷயம்.

செல்வா:அறிதலில் முழு முடிவை அடைய முடியாத நிகழ்வு நிரலில் தத்துவ ஞானத்தின் பங்கு என்ன?

பே.அ.: பிரபஞ்சத்தில் நடைபெறுகிற எல்லாவற்றின் அடிப்படைகளையும், காரணங்களையும் அறிவது, அறிந்தவற்றைக் கேள்வி நோக்கோடு அணுகுவது போன்ற மனித நாட்டமே தத்துவஞானத்தின் அடிப்படை.

ஏன்? எதற்காக? என்ற கேள்விகளைக் கேட்டு, அதற்கான அடிப்படைப் பொதுவான காரண காரியங்களை அறிவதுதான் தத்துவஞானத்தின் அடிப்படைப் பங்கு.

மாரி :தத்துவஞானத்தின் அடிப்படை லட்சியம் என்ன?

பே.அ:தத்துவஞானத்தின் அடிப்படை லட்சியம் வெற்றியே. உலகை, இயற்கையை பொதுமைப்படுத்தியதில்தான் அதன் வெற்றி லட்சியம் அடங்கியுள்ளது.

மாரி :இன்னும் புரியும்படி சொல்லுங்கள்.

பே.அ.:பண்டைய மனிதனால் நீண்ட காலமாக தனிப்பட்ட உண்மைகளைப் பொதுமைப்படுத்த முடியவில்லை. ஒரு பொது கருத்துக்கு வர அவனால் முடியவில்லை.

சூரியன், பூமி, நிலவு எல்லாம் இருப்பது உண்மைதான். இவையெல்லாம் தனித்தனியானவை. இவற்றுக்கு இடையில் ஒரு பொதுமையுள்ளது என அவனால் அறிய முடியவில்லை. இவற்றுக்கு இடையில் சம்பந்தம் உண்டு என்பதை அறிய முடியாதது என்பது மட்டுமல்ல, அவையெல்லாம் பருப்பொருளானது என்பதையோ, அவையெல்லாம் இயங்கிக் கொண்டிருக்கின்றன என்பதையோ, மனிதனுடைய சிந்தனைக்கு வெளியே சுயமாக உள்ளது என்பதையோ இப்படிப்பட்ட பொதுக் கருத்துக்கு அவனால் வரமுடியவில்லை. இவையெல்லாம் ஏதோ ஒரு சக்தியால் நடைபெற்றுக் கொண்டிருக்கின்றன, நமக்கு அப்பாற்பட்ட சக்தியால் நடைபெற்றுக் கொண்டிருக்கின்றன என்று எண்ணினான். பல வகையில் கற்பனைகளை உருவாக்கிக் கொண்டான். ஆனால் மனித குலம் மெல்ல மெல்ல வளர்ச்சியடைகிற காலகட்டத்தில் தத்துவஞானம் பற்றி பேசத் துவங்கினான்.

நமக்குப் பெரிய வியப்பு என்னவென்றால் கிருஸ்து பிறப்பதற்கு முன்பாகவே, அதாவது அவர் பிறப்பதற்கு ஆயிரம் ஆண்டுகளுக்கு முன்பாகவே மனிதகுலம் தத்துவஞானம் பேச ஆரம்பித்துவிட்டது.

சுமார் 2500 ஆண்டுகளுக்கு முன்பே இந்தியா, சீனா, கிரிஸ் போன்ற நாடுகளில் தத்துவஞான போதனைகள் தோன்ற வழிகோலிவிட்டன.

செல்வா: ஏன் அங்கு மட்டும் தத்துவஞானம் 2500 ஆண்டுகளுக்கு முன்னேயே விவாதிக்கப்பட ஆரம்பித்து விட்டது.

பே.அ.:ஒரே வார்த்தையில் சொல்ல வேண்டும் என்றால் அந்த நாடுகளின் நாகரீக வளர்ச்சி என்று சொல்லலாம். ஆனால் மார்க்சியம் அதை அப்படி சொல்லி முடிப்பதில்லை. அந்தந்த நாடுகளில் அன்று நிலவிய சமூக பொருளாதார சூழல், உழைப்பு நடவடிக்கை, அரசியல், வாழ்க்கையின் சிறப்பியல்புகள் இவைதான் அங்கெல்லாம் தத்துவஞானம் பேசும்படி வழி வகுத்தது எனலாம்.

மாரி :அய்யா தாங்கள் சொல்லிய அன்று நிலவிய அரசியல் சிறப்பியல்புகள், உழைப்பின் நடவடிக்கைகள், சமூக பொருளாதார சூழல்கள்தான் தத்துவஞான சிந்தனைக்கு வழிகோலின என்றால் தத்துவஞான சிந்தனையில் மாறுபட்ட கருத்துக்கள், முரண்பட்ட கருத்துக்கள் வரக் காரணம் என்ன? தத்துவ மோதல்கள் வரக் காரணம் என்ன?

பே.அ.:தத்துவஞானம் வர்க்க சமுதாயத்தின் விளைபொருள் என்றால் நீங்கள் ஒப்புவீர்கள் என நம்புகிறேன்.

வர்க்க சமுதாயத்தில் ஒடுக்கப்பட்டோருக்கும், ஒடுக்குபவர்களுக்கும் இடையில், வர்க்கத்தின் உள்ளேயே பல்வேறு பிரிவினருக்கு இடையே கூட இடையறாத போராட்டங்கள் நடந்தது உண்டு. பண்டைய சமுதாயத்தில் அடிமை சமுதாயத்துக்கும், அடிமை எஜமானர்களுக்கும் இடையில், நிலவுடமையாளர்களுக்கும் வணிகர்களுக்கும் இடையில் போராட்டங்கள் நடந்ததுண்டு. இந்தப் போராட்டங்கள் பண்டைய வாழ்க்கையின் எல்லா அம்சங்கள் மீதும் தன் முத்திரையைப் பதித்தன. இதன்மூலம் தத்துவஞான வளர்ச்சி மீதும் தாக்கத்தை செலுத்தின.

பொதுவாக சமுதாயத்தில் செல்வந்தர்களாக உள்ளவர்களுக்கு, அதாவது உடைமையாளர்களுக்கு ஓய்வு நேரம் உண்டு. பிறிதொரு மொழியில் கூறவேண்டுமானால் உடலுழைப்பு, மூளை உழைப்பு என்ற பிரிவினர் உருவாயினர். உடலால் உழைப்பது அவர்களின் தலையெழுத்து, உடைமை வர்க்கத்தார் உழைக்காமல் உண்ணுவது அவர்களின் தலையெழுத்து என முதல் தத்துவஞானம் வர்க்கச் சார்போடு பேசப்பட்டது. மூளையைப் பயன்படுத்தியோர் அதிகமாக சிந்தித்தார்கள், ஓய்வு அவர்களுக்கு அதிகம். ஆகவே சிந்திக்கும் வாய்ப்பும் அதிகம் கிட்டியது. ஆரம்ப கால கிரேக்க சிந்தனையார்கள் கூட ஹெராக்ஸீடஸ்,

எம்பிதோக்லஸ், டெமாக்கிரீடஸ், பிளட்டோ போன்றோர் செல்வந்தக் குடும்பத்தைச் சேர்ந்தவர்களாக இருந்தார்கள் என்று சொல்லுவதுண்டு. நம் நாட்டின் புத்தர், வர்த்தமான மஹாவீரரும் கூட மேட்டுக் குடியினர்தான்.

சமூகத்தில் வர்க்க வேறுபாடு தோன்றிய பிறகு, தத்துவஞானமும் வர்க்க சார்புடையதாக மாறிய பிறகு ஒடுக்கப்பட்ட மக்களின் சார்பாக பேசும் தத்துவஞானம் தாக்கப்பட்டது. ஆளும் வர்க்கம் கடுமையான நடவடிக்கைகளை எடுத்தது.

சாக்ரடீஸ் கூட இதனால்தான் விஷம் கொடுத்து கொல்லப்பட்டார். மார்க்சின் வார்த்தைகள் நினைவுக்கு வருகின்றன.

“தத்துவஞான ஆராய்ச்சிக்கு முதல் அடிப்படை துணிவான, தங்கு தடையற்ற மனநிலை வேண்டும்”. இந்த தங்கு தடையற்ற துணிவு இருந்ததால்தான் எதிரிகள் விஷம் கொடுத்து கொல்ல வந்த போதும் சாக்ரடீஸ் துணிவோடு விஷத்தைப் பருகினாரே தவிர கொள்கையை விட்டுக் கொடுக்கவில்லை.

மாரி:சாக்ரடீஸ் கடவுள் மறுப்பாளரா?

பே.அ.:அவர் தன்னுடைய அரசியல் கருத்துக்களை கடவுளர்களின் சித்தத்தை மேற்கோள் காட்டாது அறிவை முதன்மைப் படுத்தி விளக்கினார். அவர் பகுத்தறிவைப் பயன்படுத்த வேண்டினார். அவர் ஒரு பகுத்தறிவாளர் என்று கூறலாம். அவர் தலைவிதியின் மீது நம்பிக்கை இல்லாதவர், வாழ்க்கைக்கு அறிவு தான் ஜீவஊற்று என்றார். அவருடைய அணுகுமுறை, அதை ஒட்டி அவர் சந்தித்த மரணதண்டனை அன்றைய உலகில் ஒரு பெரும் அசைவை உண்டாக்கியது. இவ்வளவு பெரிய தத்துவஞானி எழுத்துபூர்வமாக ஒரு வரிகூட எழுதி வைக்கவில்லை. அவரின் மாணவர் பிளாட்டோதான் அவர் சொன்னவைகளை எழுதி வைத்தார்.

பாலா:அய்யா “Agnosticism” என்கிறார்களே, அவர்கள் கடவுள் மறுப்பாளர்களா?

பே.அ.:கடவுளைப் பற்றி அறிய முடியாது என்று சொல்லுகிற கொள்கை உடையவர்கள். இவர்களை “சமுசயவாதி” என்றும் குறிப்பிடலாம். அதாவது கடவுள் இல்லை என்றோ, இருக்கிறது என்றோ சொல்ல முடியாது. இருக்கிறாரா, இல்லையா என்று சந்தேகிக்கிறவர்கள் என்று பொருள்.

சிலர் கடவுள் உண்டு என்பார், சிலர் இல்லை என்பார். நமக்கு அது பற்றி கவலையே வேண்டாம். கடவுள் உண்டா என்று

அறிய முடியாது. அறிய முடியாததற்கு நாம் ஏன் மூளையை போட்டு குழப்பிக் கொள்ள வேண்டும் என்றும் பேசுகிறார்கள். இவர்களை அறியொணாவாதிகள் என்றும் சொல்லலாம். கண்ணுக்குக் காண்பதே நிச்சயம், அறிய முடியாத மற்றதைப் பற்றி, ஏன் அலட்டிக் கொள்ள வேண்டும் என்றும் வாதிப்பவர்கள். ஆய்வுக்கு உட்படுத்தி அறிந்து கொள்ளாதவர்கள்.

இந்த "Agnosticism" என்ற ஆங்கில வார்த்தையைக் கண்டுபிடித்தவர், டி.எச். ஹக்ஸலி (1860) இவரும் கடவுளைப் பற்றி அறிய முடியாக் கொள்கையாளர்தான். இவர்களை நாத்திகர்கள் என்றும் சொல்லலாம்.

மாரி:'எக்ஸிஸ்டென்ஷியசைம்' (Existentialsim) என்று சொல்கிறவர்கள் எவ்வித கொள்கைக்குச் சொந்தக்காரர்கள்?

பே.ரா.: இந்தக் கொள்கை முற்றிலும் தனிமனித வாழ்க்கையின் நோக்கிலிருந்து பேசப்படுவது.

எல்லா அறிவும் நம் மனத்திலிருந்துதான் பிறக்கிறது என்றும், மனத்தின் புறத்திற்கும், அகத்திற்கும் வேறுபாடு இல்லை என்றும் கூற்றும் கொள்கை.

"நான்" என்னும் சிறிய மனிதன் நிலையிலிருந்து, அவனுடைய அக்கறை, தேவை, அபிலாஷை என்பதை முன் நிறுத்துகிறது. முற்றிலும் தனி மனித வாழ்க்கை நிலையை முக்கியமாகக் கருதி, உலக கண்ணோட்டத்துக்கு பதிலாக தனி மனித கருத்தை கொள்கையை வைக்கிறது. தனக்குத் தோன்றும் அறிவே போதுமானது. இதைக் கொண்டுதான் உலக விதிகளை ஆராய வேண்டும் என்கிறது.

ஒருவன் கீழ்க்கண்ட வகையில் விவாதிக்கிறான்.

"நான் பெரிய கல்விமான், பல பட்டங்கள் பெற்றேன். இது என் அறிவை பொருத்தது, திறமையைப் பொறுத்தது."

"அப்படியானால் பல்கலைக் கழகம், பல்வேறு திறமையுள்ள ஆசிரியர்கள், கற்பிக்கப்பட்ட பாடக்குறிப்புகள் இவையில்லாமல் நீ எப்படி கல்விமானாக முடியும்?" அறிவாளியாக ஆக முடியும்?" என்றால் "எனக்குள்ள திறமையால் விடாமுயற்சியால், உந்தப்படும் அறிவால் நான்தான் அவைகளைப் பயன்படுத்திக் கொண்டேன். வெளியுலகம் பற்றி இப்படித்தான் பார்க்க வேண்டும். என்னிலிருந்துதான் உலக விதிகளையும் பார்க்க வேண்டும், ஆராய வேண்டும்" என்கிறார்கள்.

"எக்சிஸ்டென்ஷியலிசம்" கொள்கை எங்கே தவறு செய்கிறது என்றால் நானும் இந்த உலகின் ஓர் அங்கம். இந்த உலகை

மாற்றியமைப்பதில் எனக்கும் ஒரு பங்கு உண்டு என்பதை மறந்துவிட்டு தனி மனித இன்ப, துன்பங்களை, திறமைகளை தத்துவஞானத்தில் கற்கிறார்கள். எந்த ஒரு மனிதனது இன்ப துன்பமும் உலகுடன் தீவிரமாகக் கலந்து பழகுவதன் விளைவு, இது தானாகவே தோன்றாது, என்பதை மறுக்கின்றனர்.

தத்துவஞானம் என்பது பரந்துபட்ட உண்மையான எல்லையில் மனிதனுக்கும் இயற்கைக்கும் இடையிலான பரஸ்பர செயலாக்கத்தால் வரையறுக்கப்படுகிறது. பிரபஞ்சத்தை, மனிதனை, மற்றும் மொத்தமாக மனித குலத்தை நிர்வகிக்கும் மிகப் பொது விதிகளைத் தத்துவஞானம் ஆராய்கிறது. இது மனிதனுக்கும், சமுதாயத்திற்கும் மனிதனுக்கும், இயற்கைக்கும் இடையிலான அடிப்படையை ஆராய்கிறது. இவையெல்லாவற்றையும் புறந்தள்ளிவிட்டு தனிமனித வாழ்க்கையின் நோக்கிலிருந்து பேசும் கொள்கை எதற்கு உதவும்.

உலகக் கண்ணோட்டப் பிரச்சனைக்கு பதிலாக தனிமனித அக்கறைகள் அம்சங்கள், கவலைகளை அந்த இடத்தில் வைத்தால் அது எப்படிப் பொருந்தும்? இந்த மழுங்கிப் போன கொள்கைதான் எக்ஸிஸ்டென்ஷியலிச தத்துவம் என்பது.

செல்வா:தத்துவஞானத்தின் அடிப்படை பிரச்சினை எது?

பே.அ.: ஏற்கெனவே சொல்லப்பட்டு இருந்தாலும் மேதை எங்கல்ஸ் சொன்னதைக் கூறுகிறேன்.

“அனைத்துத் தத்துவஞானத்தின் குறிப்பாக மிகவும் நவீன காலத் தத்துவஞானத்தின் மாபெரும் அடிப்படைப் பிரச்சனை சிந்தனைக்கும், வாழ்நிலைக்கும் இடையே உள்ள உறவைப் பற்றியது தான்”.

மேலும் விவரிக்கிறேன். மனிதனுடைய உணர்வுக்கும், வாழ்நிலைக்கும், ஆன்மீக அம்சத்துக்கும் பொருளாதார அம்சத்துக்கும் இடையிலான உறவு பற்றிய பிரச்சனையே தத்துவஞானத்தின் அடிப்படை பிரச்சனை.

ஓர் உதாரணம் மூலம் பார்ப்போம்!

ஏன் வேலை கிடைக்கவில்லை!

இந்தக் கேள்விக்கு யார் யார் எப்படி பதில் சொல்லுகிறார்கள் என்று பார்ப்போம்.

படித்த இளைஞன்:நான் வாங்கிய மதிப்பெண்களில் 05% குறைந்து விட்டது. ஆகவே வேலை கிடைக்கவில்லை. தேர்வில் இது முட்டுகட்டையாகி விட்டது.

ஜோதிடர்: அந்தப் பையனுக்கு ராசி எட்டாம் இடத்தில் உள்ளது. எனவே வேலை கிடைக்கவில்லை.

மதபோதகர்: படித்தவனாக இருந்தாலும், வாலிபன் ஜெபம் செய்வதில்லை. கர்த்தரை நினைப்பதில்லை. எனவே தோற்றுப் போனான்.

ஆண் ஆதிக்கவாதி: பெண்களெல்லாம் வேலைக்கு வந்துவிட்டால் ஆண்களுக்கு எங்கே வேலை கிடைக்கும்.

அரசியல்வாதி:கொடுப்பதைக் கொடுத்திருந்தால் வேலை கிடைத்திருக்கும்.

இயக்க இயல் பொருள்முதல்வாதி: இந்த சமூகம் முதலாளித்து சமூக அமைப்பு. நாட்டில் பல நெருக்கடிகளுக்கு மக்கள் அவதிப்படுவது போல வேலை கிடைக்காத இளைஞர்களும் வேலை கிடைக்காது வேதனைப்படுவார்கள். வேலையில்லாத் திண்டாட்டம் என்பது முதலாளித்துவ சமூகத்தில் தவிர்க்க முடியாத விதி. எனவே இந்த சமூக அமைப்பில் வேலையில்லா பட்டாளம் சர்வ சாதாரணமாக நீடித்துக் கொண்டுதான் இருக்கும்! முதலாளித்துவ அமைப்பை தீர்த்துக்கட்டி சோஷலிச அமைப்பை கட்டுவதுதான் தீர்வு. இப்படித் தீர்வுகாணுவதற்கு தத்துவஞானப் பிரிவிலேயே இயக்க இயல் பொருள்முதல் வாதம்தான் மிக முன்னேற்றமான தத்துவஞானம், உழைப்பாளி மக்களுக்கான தத்துவம்.

மாரி:வேலையில்லா பிரச்சனை சமூகத்தில் உள்ள பலப் பிரச்சனையில் ஒரு பிரச்சனைதானே? ஒட்டுமொத்த சமூகத்தைப் பிடித்திருக்கும் துயர் வாழ்நிலைக்குத் தீர்வு என்ன?

பே.அ.:இயக்க இயல் பொருள் முதல்வாதம் என்பது நீண்டநாள் விடை காண முடியாது இருந்த சிக்கலுக்கு விடை கண்டது.

மனிதனுக்கும், உலகிற்கும், ஆன்மாவிற்கும், இயற்கைக்கும் இடையே உள்ள உறவு பற்றிய பிரச்சினையில் இயக்க இயல் பொருள் முதல்வாதம் தான் விஞ்ஞான பூர்வமான விடை கண்டது.

மனிதனால் உலகை அறிந்து கொள்ள முடியுமா? சுற்றியுள்ள யதார்த்தம், மனிதனுடைய உணர்வுகள், சிந்தனைகள், தேவைகள் மீது எப்படித் தாக்கம் செலுத்த முடிகிறது. மனிதனால் உகை மாற்றியமைக்க முடியுமா போன்ற கேள்விகளுக்கு இயக்கஇயல் பொருள்முதல்வாதம் விடை கண்டது.

இங்கே மீண்டும் எங்கல்ஸ் சொன்னதை நினைவு படுத்துவோம்.

"மிகவும் நவீன காலத்தின் அடிப்படைப் பிரச்சனை சிந்தனைக்கும், வாழ்நிலைக்கும் இடையே உள்ள உறவு பற்றியதே"

எது உண்மையானது? வாழ்வு நிலை உணர்வு எனும் சிக்கலான உறவில் எது தீர்மானகரமானது என்பதுதான் பிரச்சினையின் சாராம்சமாகும்.

வாழ்நிலைதான் தீர்மானமான சக்தி. புறவய ரீதியான சமூக பொருளாதார முன் நிபந்தனை அவன் வாழ்நிலைதான் சமூக மாற்றத்துக்கு அடிகோல முடியும். அதற்கு முன்னால் உணர்வு, அறிவு பதப்படுத்தி வைக்கப்பட்டிருந்தாலும் வாழ்நிலையின் யதார்த்தம் தான் தீர்வுக்கு வழிகோல முடியும். ஒன்றை அணுகி, இன்னொன்றுக்கு பயணிக்க வேண்டும்.

பாலா:தத்துவஞானம் விஞ்ஞானமா?

பே.ரா.:ஆம் விஞ்ஞானம்தான். தத்துவஞானம் விஞ்ஞானம்தான். இதோ அந்த விஞ்ஞான ஒளி.

"புறவய ரீதியான விதிகளைப் பற்றிய ஞானத்தைக் கொண்டுதான் நம்மை சுற்றியுள்ள உலகை மாற்றியமைக்க முடியும்" என்கிறது.

ஆகவே நம் நோக்கங்களுக்கு ஏற்ப, இயற்கையைக் கையாள மாற்ற முடியும்; சமுதாயத்தை மாற்ற முடியும். இந்த நம்பிக்கை ஆதார அடிப்படையானவை, சாட்சியங்களின் அடிப்படையானவை.

இயற்கைதான், வாழ்நிலைதான் முதன்மையானது.

செல்வா:அய்யா, சார்புநிலை தத்துவத்தின் தந்தை ஆல்பர்ட் ஐன்ஸ்டின் இந்த தத்துவத்தைக் கொண்டு விஞ்ஞான சிக்கலின் முடிச்சுகளை மிகத் திறமையாக அவிழ்த்துவிட்டார், பளிச்சென வெளிச்சம் காட்டினார். விஞ்ஞானமும் சார்புடையதுதானா?

பே.அ.:சார்புடையதுதான்.

பாலா:விஞ்ஞானமும் சார்புடையதுதானா?

பே.அ.:ஆம், நிச்சயமாக சார்புடையதுதான். இது பற்றி லெனின் சொல்லும் கருத்தை கவனிப்போம்.

வர்க்கப் போராட்டத்தின் அடிப்படையில் அமைந்துள்ள ஒரு சமுதாயத்தில் சார்பற்ற சமுதாய விஞ்ஞானம் எதுவும் இருக்க முடியாது. மூலதனத்துக்குக் கிடைக்கும் இலாபத்தைக் குறைப்பதின் மூலம் தொழிலாளர்களின் கூலியை உயர்த்தலாமா என்ற பிரச்சனையில் முதலாளிகள் சார்பற்றவர்களாய் இருப்பார்கள் என எதிப்பார்ப்பது எப்படி அசட்டுத்தனமாகுமோ, ஏமாளித்தனமாகுமோ, அப்படித்தான் கூலி அடிமை முறை

சமுதாயத்தில் விஞ்ஞானம் சார்பற்றதாய் இருக்குமென எதிர்ப்பார்ப்பதும் அசட்டுத்தனமாகும், ஏமாளித்தனமாகும்".

மருத்துவ விஞ்ஞானம் எவ்வளவோ வளர்ந்துவிட்டது. நூதன கருவிகள் வந்துவிட்டன. ஆனால் இந்த மருத்துவ விஞ்ஞான வளர்ச்சி யாருக்கு பணம் செலவிட, வசதியுண்டோ அங்கே அவர்களுக்கு இந்தப் பயன்கள் கிடைக்கும்; தொகையின் அளவுக்கு ஏற்ற வகையில் மருத்துவ வளர்ச்சி பயன்படும்.

இல்லாதவன், முடியாதவன் நோய் தீர மாரியாத்தாளை வேண்டிக் கொண்டு, மஞ்சள் கயிறை கையில் கட்டிக் கொண்டு, அப்படியே மயானத்துக்குப் போய் சேரவேண்டியதுதான். அவன் மாரடைப்பால் சாகவில்லை; முனீஸ்வரன் அடித்ததால் இறந்துபோனான் என்ற கருத்தும் சமூகத்தில் ஊட்டப்பட்டுள்ளது. விதி முடிந்தது, போய்விட்டான் என்ற ஆன்ம திருப்தியும் உண்டு.

செல்வா:ஐன்ஸ்டின் கடவுள் நம்பிக்கையாளரா? தமிழ்நாட்டின் பிரபல எழுத்தாளர் சுஜாதா ஐன்ஸ்டின் கடவுள் நம்பிக்கையாளர்தான் என்று கூறியுள்ளார், எழுதியுள்ளார்.

பே.அ.:சுஜாதா நல்ல எழுத்தாளர். விஞ்ஞான விஷயங்களை விவரிக்கும் போது புரியும்படி, எளிமைபடுத்தி எழுதும் திறமையாளர். அவர் பலத் துறைகளையும் தொட்டு எழுதியுள்ளார். அவரும் ஒரு கடவுள் நம்பிக்கையாளர். ஆனால் ஆல்பர்ட் ஐன்ஸ்டின் கடவுள் நம்பிக்கையாளர் அல்லர். நான் ஏற்கனவே ஒரு கூட்டத்தில் சொல்லியுள்ளேன். அவரின் கடவுள் கொள்கை பற்றி சற்று விளக்கமாகவே சொல்ல விரும்புகிறேன். ஐன்ஸ்டினைப் பற்றி பலருக்கு அப்படி ஒரு குழப்பம் உண்டு.

இதோ ஐன்ஸ்டின் கடவுள் பற்றி என்ன சொல்கிறார்.

I don't try to imagine a personal god; it suffices to stand in awe at the structure of the world, in soar as it allows our inadequate senses to appreciate it என்கிறார்.

இதனைத் தமிழில் புரிந்து கொள்வது எப்படி!

"நான் கடவுளை ஒரு தனிநபர் போல் கற்பனை செய்ய விரும்பவில்லை"

இந்த வரிகளை நாம் நம் சூழ்நிலைக்கு ஏற்றாற்போல புரிந்து கொள்ள வேண்டும். நான் சிவன், முருகன், விஷ்ணு என்று கடவுளை ஒரு நபராகக் கற்பனை செய்ய முயலவில்லை. ஒரு தனிநபர் போல்" மனிதனைப் போல் கடவுள் இருப்பதாக நான் கற்பனை செய்ய முடியவில்லை.

நமது புலன்களால் எவ்வளவு முடியுமோ அந்த அளவிற்கு இந்த உலகை வியந்து பாராட்டினால் போதும். போதிய அளவு அறிய முடியாத இந்த உலகக் கட்டமைப்பை நமக்குள்ள குறைந்தபட்ச அறிவால் மெச்சினால் போதும்” என்கிறார்.

ஆச்சரியங்களும், அதிசயங்களும், புதுமைகளும் பொதிந்து கிடக்கும் இந்த உலகை நமக்குள்ள குறைந்தபட்ச உணர்வால் நுகர்ந்து மெச்சினால் போதும்” என்கிறார்.

மனிதனின் விஞ்ஞான அறிவு, எவ்வளவு வளர்ந்தாலும், அது முழுமை அடையவில்லை. ஆச்சரியங்களும், அதிசயங்களும் விஞ்ஞானத்தால் விரிந்துகொண்டே போகும், விஞ்ஞானமும் தொடர்ந்து முன் செல்லும். முடிவு, முழுமை அடைய முடியாது.

ஆகவேதான் ஐன்ஸ்டின் நம் அறிவு, உணர்வு (Senses) கொண்டு உலகை வியந்தால் போதும் என்கிறார்.

ஆல்பர்ட் ஐன்ஸ்டினின் கருத்து எங்கே கடவுள் பற்றிய கருத்தை நுழைக்கிறது. பிரபஞ்சம், இயற்கை எல்லையற்றது. மனிதனின் விஞ்ஞான அறிவு இன்றைய நிலையிலிருந்து இன்னும் நீண்டுகொண்டே போகும், அதுவும் எல்லையற்றது.

அண்மையில் விண்வெளி விஞ்ஞானிகள் ‘‘கெல்ட் 9பி” என்ற புதிய கிரகத்தைக் கண்டுபிடித்துள்ளனர். இது அதிகமான வெப்பமுடையதாம். முன் எப்போதுமில்லாத மிக சூடான பெரிய வாயுக் கிரகமாம். பூமியிலிருந்து 650 ஒளி ஆண்டுகள் தூரத்தில் உள்ளதாம். பல நட்சத்திரங்களை விட இதற்கு சூடு அதிகமாம். 4326 டிகிரி செல்ஷியஸ் வெப்பம் என்கிறார்கள். இப்படி பல அதிசயங்களும், அற்புதங்களும் நடந்து கொண்டே இருக்கும்.

கடவுளைப் பற்றி ஐன்ஸ்டின் சொன்ன மேலும் சில கருத்துக்கள்.

‘‘மதத்தைப் பற்றிய என் கருத்தாக நீங்கள் படிப்பது பொய்யானது கட்டுப்பாடாக அதைத் திரும்பத் திரும்ப கூறுகிறீர்கள்” என்று தன் வலிவான எதிர்ப்பை தெரிவிக்கிறார். அவர் சொன்னதாகச் சொல்லப்படும் கருத்து என்ன?

“மதமற்ற அறிவியல் முடமானது; அறிவியலற்ற மதம் குருடானது’’ இப்படி ஐன்ஸ்டின் பேசியதாகக் குற்றம் சாட்டப்பட்டார். அதைத்தான் ஐன்ஸ்டின் மறுக்கிறார். அது பொய்யான கருத்து, நான் சொல்லாத கருத்து என்று சொல்லிவிட்டு கடவுள் பற்றிய அவர் கருத்தை மேலும் விளக்குகிறார்.

“தனி நபராகக் கருதப்படும் ஒரு கடவுளில் எனக்கு நம்பிக்கை இல்லை. இந்த நம்பிக்கையை நான் என்றும் மறுத்ததில்லை. அதற்கு மாறாக நான் அதை தெளிவாகக் கூறியுள்ளேன். நம்முடைய அறிவியல் வெளிப்படுத்தும் அளவிற்கு உலகின் கட்டமைப்பை எல்லையற்ற வகையில் நான் வியந்து பாராட்டுகிறேன். என்னுள் இருக்கும் எதையேனும் மதம் சார்ந்தது எனக் கூற முடியுமானால், அது நான் மேலே குறிப்பிட்டதுதான்.” என்கிறார்.

மேலும் அவரை சிலர் சீண்டுகிறபோது மேலும் தன்னைப் பற்றி விளக்குகிறார்.

“ஆழமான மதம் சார்ந்த கடவுள் நம்பிக்கை இல்லாதவன் நான் இது ஒரு வகையான புதிய மதம்”.

‘‘இயற்கைக்கு ஒரு குறிக்கோள், அல்லது ஓர் இலக்கு உண்டென்றோ, அல்லது மானுடக் கூறுகளை வைத்து, (anthropo morphic) அதைப் புரிந்துகொள்ள முடியும் என்றோ நான் என்றும் கூறியதில்லை. இயற்கையிடம் நான் ஓர் அற்புதமான கட்டமைப்பைக் காண்கிறேன். அதைமிகவும் குறைந்த அளவில்தான் நம்மால் புரிந்து கொள்ள முடியும். அந்தப் புரிதல் சிந்திக்கக் கூடிய ஒவ்வொரு நபரின் உள்ளத்திலும் பணிவிற்குரிய ஓர் உணர்வை உண்டாக்குகிறது. இஃது ஓர் உண்மையான மத உணர்வாகும். இதற்கும் (மதவாதிகள் கூறும்) மர்மமான ஆழமான புரிதலுக்கும், (mysticism) எந்தத் தொடர்பும் இல்லை.

“ஒரு நபர்போல் கருதப்படும் கடவுள் எனும் கருத்து எனக்கு அந்நியமானது, அது வெகுளித்தனமானது என்றும் எனக்குத் தோன்றுகிறது” என்றார்.

இந்தக் கருத்தை எதிர்த்து, மதவாதிகள் வசை மாரி பொழிந்தனர். கண்டனக் கடிதம் எழுதினர். தஞ்சம் அடைந்த அமெரிக்காவை விட்டு மீண்டும் ஜெர்மனிக்கே ஓடு என்றனர்.

“நீ ஒரு விஞ்ஞானி என்றால் எல்லாத் துறையிலும் கருத்துச் சொல்ல உனக்கு என்ன உரிமையுண்டு?” என்று கேட்டனர். ஆனாலும் தன் கொள்கையில் ஐன்ஸ்டின் உறுதியாக நின்றார்.

மேலும் சொல்கிறார்:

‘‘மக்களின் விதிகளைப் பற்றியும், செயல்களைப் பற்றியும் கவனம் செலுத்தும் ஒரு கடவுளை நான் நம்பவில்லை.

இதன் பொருள் எல்லாம் வல்ல ஒருவர் அப்பால் இருந்து கொண்டு இயக்குவிக்கிறார் என்பதல்ல அவர் கருத்து.

"இயற்கையில் என்ன இருக்கிறதோ அதன் ஒழுங்கமைவில் தன்னை வெளிப்படுத்திக் கொள்ளும் ஸ்பினோசாவின் கடவுளை நான் நம்புகிறேன்" என்றார்.

மாரி:அய்யா, ஸ்பினோசா என்பது என்ன?அது மதமா? ஆல்பர்ட் ஐன்ஸ்டினைக் கவர்ந்தது என்றால் அது பற்றி அறிய ஆவல்.

பே.அ.:ஸ்பினோசாவும் ஒரு தத்துவஞானிதான். (1632 to 77 வரை) இவர் யூத மதத்தைச் சேர்ந்தவர். யூத மதம் சொல்லும் கோட்பாட்டில் அவருக்குப் பல ஐயங்கள் உருவாயிற்று. அவரே சுயமாக சிந்தித்து பல கோட்பாடுகளை உருவாக்கினார்.

சாக்ரடீஸ், ப்ளாட்டோ, அரிஸ்டாட்டில் போன்ற மேதைகளின் கருத்துக்களைப் படித்தார், ஆய்ந்தார். ப்ரூனோ என்கிற இத்தாலிய சிந்தனையாளரின் கருத்து, இவரைக் கவர்ந்தது. மேலும் டெஸ்கார்ட் டெஸ் என்ற தத்துவஞானியின் கருத்துக்களும் இவரைக் கவர்ந்தன.

"எல்லா தத்துவங்களும் நம் மனதில்தான் துவங்குகின்றன." "நான் நினைக்கிறேன், எனவே சிந்திக்கிறேன்" என்ற வாசகம் பிரசித்தமானது. (Cogito ergo Sum) இவருடைய கொள்கைகளும் ஸ்பினோசாவுக்குப் பிடித்திருந்தன.

'பிரபஞ்சம்தான், இயற்கைதான் கடவுள்; கடவுளின் உடல், என்றார்.

உயிர் என்பது ஆன்மாதான். அதற்கு அழிவு உண்டு. ஆன்மாவுக்கு அழிவு இல்லை என்று யூத மதம் சொல்வது பொய். தேவைகள் என்பதெல்லாம் கற்பனை.

இவர் இப்படி வாதிட்டதற்காக யூதமதம் இவரை கடுமையாக தண்டித்தது. புருனோ எனும் தத்துவஞானியையும் உயிரோடு கொளுத்திவிட்டது. இவர் பிரபஞ்சத்தின் அத்தனைப் பொருள்களிலும் அடிதளத்தில் பரவியுள்ள ஓர் உண்மை உண்டு. அதுதான் பொருள் என்றார்.

சுருங்கச் சொல்லின் ஸ்பினோசா இயற்கை இறைக் கோட்பாட்டை உடையவர். இயற்கையே இறை என்போர் (Pantheist) இந்த அணுகுமுறை ஐன்ஸ்டினுக்குப் பிடித்திருந்தது.

"கடவுள் நுட்பமாகச் செயல்படுபவர். ஆனால் கெட்ட எண்ணம் உடையவர் அல்ல; தாயம் (சொக்கட்டான்) விளையாடுவதில்லை" என்கிறார் ஐன்ஸ்டின்.

“கடவுள் தாயம் விளையாடவில்லை என்பதின் உள் அர்த்தம் என்ன? எந்த ஒன்றிற்கும் ஒழுங்கு முறையின்மை அடிப்படையாக அமையாது” என்பதுதான்.

மேலும் ஐன்ஸ்டின் ஸ்பினோசாவை மேற்கோள் காட்டுகிறார்.

‘‘அனுபவிக்க முடிகிற எந்த ஒன்றுக்குப் பின்னும் நம்முடைய மனத்தால் புரிந்துகொள்ள முடியாத ஏதோ ஒன்று இருப்பதாகவும், அதனுடைய அழகும் மேன்மையும் மறைமுகமாக, மங்கலான பிரதிபலிப்பாக நம்மை வந்தடைகிறது என்றும் உணர்வது மதத் தன்மையாகும். இந்தப் பொருளில் நான் மதம் சார்ந்தவன்” என்கிறார்.

இப்படி ஸ்பினோசா சொல்லுவது ஐன்ஸ்டினை ஈர்க்கிறது.

இயற்கைதான், பிரபஞ்சம்தான் கடவுள், அதனுடைய அற்புதங்கள், அசைவுகள், பிரமிப்புகள் இவை யாவும் அதனுள் அடங்கி உள்ளன. இதற்கு வெளியே ஏதுமில்லை. இயற்கைக்கு மேலான ஒன்றில், இயற்கைக்கு மேலான கடவுள் என்பதில் இவர்களுக்கு நம்பிக்கை இல்லை. இயற்கைக்கு மேலானதாய் அல்லாத (Non-Supernatural) ஒட்டுமொத்தமான இயற்கையை அல்லது பேரண்டத்தை அல்லது அது செயல்படும் விதிகளைச் சுட்டுகிற மறு சொல்லாக (Synonym) கடவுள் எனும் சொல்லைப் பயன்படுத்துகிறார்கள்.

‘‘தங்களுடைய கடவுள், பிரார்த்தனைக்கு விடை சொல்லுவதில்லை. பாவங்கள் அல்லது பாவமன்னிப்புகளில் அக்கறை செலுத்துவதில்லை. நம்முடைய எண்ணங்கள் என்ன என்று கண்டறிவதில் கூட காரண காரியமற்ற, அற்புதங்களைச் செய்து மக்களின் வாழ்வில் குறுக்கிடுவதில்லை என விளக்கமாக ஸ்பினோசாயிசம் சொல்கிறது.

இது ஆல்பர்ட் ஐன்ஸ்டினுக்கு ஒத்துப் போகிறது. இயற்கை இறையியலார் என்று இவரை அழைக்கலாம். இவர் கொள்கையில் கடவுள் உலக விவகாரங்களில் தலையிட முடியாது. அற்புதங்கள் செய்ய முடியாது. மக்களின் எண்ணங்களை முன்கூட்டி அறிய முடியாது. பாவங்களுக்காக தண்டிக்க முடியாது. வழிப்பாட்டுக்கு இறங்கி வர முடியாது. மன்னிப்புக் கேட்டால், மன்னிக்க முடியாது. தோத்திரம் கிடையாது. ஜபம் கிடையாது. விழா கிடையாது. விரதம் கிடையாது. ஆனால் மனித ஒழுக்கம், உடல் ஆரோக்கியம், சிக்கனம், தேவை என வலியுறுத்துகிறது.

ஆனாலும் மதநம்பிக்கையாளர்கள் ஐன்ஸ்டினைக் கடுமையாக எதிர்த்தார்கள், கேவலப்படுத்தினார்கள். இதற்கு ஓர் உதாரணம்

அமெரிக்கக் கத்தோலிக்கப் பல்கலைக் கழகத்தின் பேராசிரியர் டாக்டர் ஃபுல்டன் ஜே.ஷீன் சாடுவதைப் பாருங்கள்

"பிரபஞ்சத்தையும், அதன் இயக்க விதிகளையும் கடவுளாகக் கொள்ளும் ஐன்ஸ்டினின் நம்பிக்கை Comical கேலிக்குரியது, பரிகசிக்கத்தக்கது.

பிரபஞ்சத்தை கடவுளாகக் கருதும் அவருடைய மதத்தில் (Cosomical Religion) ஓர் எழுத்தைக் கூடுதலாகச் சேர்த்து விட்டார். 'S' எனும் எழுத்தை சேர்த்து விட்டார். அது ஒன்றுதான் தவறு" எனக் கிண்டல் செய்கிறார்.

சரி, மறுபக்கம் கடவுளே இல்லை என்று சொல்லும் நாத்திகர்கள் இதை எப்படிப் பார்க்கிறார்கள். உதாரணமாக கார்ல்சாகன் எப்படி விளக்குகிறார்?

பிரபஞ்சத்தை ஆளும் இயற்பியல் (Physics) விதிகள் எனும் பொருளில் கடவுள் என்ற சொல் பயன்படுத்தப் பட்டால், அப்படிப்பட்ட கடவுள் இருக்கிறார் என்பது தெளிவு. இந்தக் கடவுள் உணர்வுபூர்வமான மனநிறைவைத் தராது. புவிஈர்ப்பு விதியை நோக்கித் தொழுவதில் பொருளேதுமில்லை" என்று சாடுகிறார்.

பாலா:ஆல்பர்ட் ஐன்ஸ்டின் இயற்கை இறை கொள்கையாளர் என்றால், கடவுள் என்பதை ஏற்கிறார் என்றல்லவா ஆகிறது?

பே.அ.:இயற்கைக்கு அப்பால் ஒரு சக்தி இருப்பதாகவோ, பிரபஞ் சத்துக்கு அப்பால் பிரபஞ்சத்தை ஆட்டுவிக்கும் ஒரு கடவுள் உண்டு என்றோ அவர் ஏற்கவில்லை. ஒரு தனிநபராக கடவுளைக் கருதவில்லை, ஒரு வரம் கொடுக்கும் கடவுள் இருப்பதாக அவர் ஏற்கவில்லை. பிரபஞ்சத்தை வியக்கிறார், இயற்கையை ரசிக்கிறார். அவற்றிடையே உள்ள ஒழுங்கமைப்பை, இயக்கத்தை இன்புறுகிறார். இதைத்தான் கடவுள், மதம் என்கிறார். நாநூறு ஆண்டுகளுக்கு முன்னாள் உருவான ஸ்பினோசாயிசம் இந்தக் கொள்கையோடு ஒட்டி வருவதால் அதை ஆமோதிக்கிறார். ஆனால், அதனால் அவர் அவற்றை தோத்திரம் செய்யவில்லை. ஜபிக்கவில்லை. அவர் கடைசிவரை எந்த மதத்திலும் தன்னை இணைத்துக் கொள்ளவில்லை மா மேதை!

செல்வா:இன்னொரு மாமேதை பரிணாமக் கொள்கையின் பகலவன் டார்வின் கண்டுபிடிப்பு பல ஆயிரம் ஆண்டுகளாக

மனிதன் எப்படி உருவானான் என்ற மதத்தின் பொய்யான கற்பனையை உடைத்துப் போட்டது. மதத் தலைமைக்கு பெரும் ஆத்திரமும், கோபமும் ஏற்பட்டது. கடவுள் மறுப்பாளர்களுக்கு, பொருள்முதல்வாதிகளுக்கு பெரும் உற்சாகத்தையும், உத்வேகத்தையும் கொடுத்தது.

ஆனால் அந்த மாமேதை டார்வின் கடவுள் நம்பிக்கையாளராக இருந்தது வியப்பை தருகிறது.

பே.அ.:உண்மைதான். இருபத்தோறாம் நூற்றாண்டில் வாழும் பல விஞ்ஞானிகள்கூட கடவுள் நம்பிக்கையாளர்களாக இருக்கிறார்கள். குழந்தை பருவத்திலிருந்து ஊட்டப்பட்ட அந்த உணர்வை அவர்கள் அவ்வளவு விரைவாக விட்டுவிடுவதில்லை.

டார்வின் கண்டுபிடிப்பின் பரிணாம வளர்ச்சியை, இயற்கைத் தேர்வை தவறு என, மதக் கோட்பாளார்கள், கடவுள் நம்பிக்கையாளர்கள் எதிர்த்தார்கள். டார்வின் அச்சுறுத்தலுக்கு அஞ்சி வாழ வேண்டியிருந்தது; விஞ்ஞானிகள் கூட அவரின் ஒப்பற்றக் கண்டுபிடிப்பைத் தவறென நிரூபிக்க மறு ஆய்வு முறையை வைத்து முறியடிக்கப் பார்க்கிறார்கள். ஆனால் அவர்களால் வெற்றியடைய முடியவில்லை.

வாழ்க்கை அனுபவங்கள் மேன்மேலும் டார்வின் கண்டுபிடிப்பை நிஜம் என்றே நிரூபித்து வருகின்றன என்பதை அறிந்து நாம் மகிழ்வடையலாம்.

மாரி:அய்யா இந்த மகிழ்ச்சி பற்றி ஜார்ஜ் பெர்னாட்ஷா கூறியது ஒன்று நினைவுக்கு வருகிறது.

பே.அ.:என்ன அது?

மாரி :கடவுள் இருப்பது குறித்து அய்யப்படுகிறவனை விட நம்புகிறவன்தான் அதிகம் மகிழ்ச்சியாக இருக்கிறான். ஆனால் அது நிதானமாக இருக்கிறவனை விட குடிகாரன் மகிழ்ச்சியாக இருக்கிறான் என்பது போன்றது என மிக நுட்பமாக சாடுகிறார்.

செல்வா:அய்யா நீங்கள் ஐன்ஸ்டின் ஆண்டவனைப் பற்றி சொன்னபோது "கடவுள் தாயம் விளையாடவில்லை"என்று சொன்னார் என்றீர்கள்.

அதற்கு விளக்கம் சொல்கிறபோது அவர் அப்படி சொன்னதின் அர்த்தம் எந்த ஒன்றிலும் ஒழுங்கு முறையின்மை அடிப்படையாக அமையாது'' என்பதுதான் என்றீர்கள். அதை மேலும் விளக்கவும்.

பே.அ.:இயற்கை அனைத்தும் விதிகளின் படிதான் இயங்குகின்றன. பொழுது புலர்வது முதல் மறைவது வரை அனைத்தும் ஒழுங்கு விதிகளின்படிதான் நடைபெறுகின்றன. இயக்க இயல் விதிப்படிதான் நடக்கின்றன" என்பதை வலியுறுத்தத்தான் அவர் ஆண்டவன் (இயற்கை) சொக்கட்டான் ஆடவில்லையென்றார். ஒவ்வொரு முறையும் தாயம் விளையாடுகிறபோது தாயக் கட்டைகள் உருண்டு நிற்கிற போது தாயக்கட்டையின் புள்ளிகள் அதன் எண்ணிக்கை மாறி மாறி வரும், ஒரு ஒழுங்குமுறை இருக்காது அல்லவா, ஆக அதைத்தான் குறிப்பிடுகிறார்.

நம் 'ஊர்' ஆத்திகர்கள் சொல்வது போல, புராணிகர்கள் போற்றுவதுபோல இயற்கையின் ஒழுங்கு முறை ஆண்டவனின் திருவிளையாடல் அல்ல என்று ஒரு நாத்திகன் மறுப்பது போலத்தான்!

பாலகிருஷ்ணனின் திருவிளையாடல், விஷ்ணுவின் திருவிளையாடல், சிவனின் திருவிளையாடல் போல அல்ல, இயற்கையின் விதிமுறை என்ற அர்த்தத்தில் கொள்ள வேண்டும்.

ஐன்ஸ்டினை அவரின் கடவுள் பற்றிய கருத்தை ஏற்காத கடவுள் நம்பிக்கையாளர்கள், மத நம்பிக்கையாளர்கள் தூற்றியபோது, நீங்கள் சொல்லும் கடவுள் அல்ல நான் சொல்வது, நீங்கள் சொல்லும் மதம் அல்ல நான் சொல்வது என்ற மறுப்பின் அடிப்படையில், நான் சொல்லும் மதம் இது, நான் சொல்லும் கடவுள் இது என இயற்கையின் பால் நின்று சொன்னார்.

மதநம்பிக்கையாளர்கள் சொல்லும், கடவுள் நம்பிக்கையாளர்கள் சொல்லும் கருத்துக்களுக்கும் இவர் சொல்லும் கருத்துக்களும் கொஞ்சமும் ஒத்துப்போகாதவை.

பாலா:ஆல்பர்ட் ஐன்ஸ்டின் கடவுள் இல்லை, எனக்கு மத நம்பிக்கை இல்லை என்று நேரடியாக சொல்லிவிட்டுப் போகலாம் அல்லவா? நான் விரும்பும் மதம் வேறு, கடவுள் வேறு என ஏன் சுற்றி வளைக்க வேண்டும்?

பேரா. அ. ஆத்திகர்களின் வாதத்தை மழுங்கடிக்க இப்படி ஒரு வகையான நடைமுறையை இவரைப்போன்றோர் கையாள்கிறார்கள்.

ஆஸ்திகர்கள் எதை உயர்ந்த பட்சமாக, நினைக்கிறார்களோ, அந்தக் கடவுளை "அன்பே கடவுள், மனித இனத்துக்கு தொண்டு செய்வதே கடவுளுக்குத் தொண்டு செய்வதற்கு சமம்" அதைத் தவிர கடவுள் என்ற சக்திவேறு எங்கும் இல்லை என்கிறார்கள். இது

எவ்வளவோ மேல் அல்லவா. கடவுளின் உச்சபட்சம் இதில்தான் இருக்கிறது என்பதும் கடவுள்தான் உச்சபட்சம் என்று கூறுவதற்கும் இடையில் பெரிய வித்தியாசம் உண்டு. நான் கோயிலுக்கு போகமாட்டேன். உள்ளமே கோயில்என்று சொல்லி, கோயிலுக்கே போகாதவரைப் போற்றலாம் அல்லவா? அது ஒருவகையில் கடவுள் பிம்பத்தை உடைப்பதல்லவா.

“அன்பே கடவுள்” என்று ஏன் சொல்ல வேண்டும்? மனிதன் அன்பாக இருக்கவேண்டும். அதுதான் மனிதநேயத்துக்கு உகந்தது என்றும் வாதிடலாம். கடவுளைப் பணிந்தாலே போதும், அன்பு இரண்டாம்பட்சம் தான் என்று சொல்லும் ஆஸ்திகரை மடக்கிப் போட சிலர் இதை ஒரு வழியாகப் பார்க்கிறார்கள்.

கோயிலில் நுழைவதை சாதி அடிப்படையில் தடுக்கக் கூடாது எனக் கூறி கோயில் நுழைவுப் போராட்டம் நடத்தினால், நாத்திகருக்கு ஏன் இந்த வேலை, அவர்களுக்குத்தான் கடவுள் நம்பிக்கையே இல்லையே, ஏன் கோயில் நுழைவு போராட்டம் நடத்தவேண்டும் என்று கேட்டால் எப்படி? அங்கே ஜாதியின் பேரால் கோயிலில் நுழைவதைத் தடுப்பது மனிதனின் அடிப்படை ஜனநாயக உரிமையைத் தடுப்பது என்ற நோக்கில்தான் கோயில் நுழைவுப் போராட்டம். அது தவறாகாது. அந்தக் குடிமகனைக் கோயிலுக்கே போகாதே என்றுதான் வற்புறுத்த வேண்டுமே தவிர, ஒரு நாத்திகன் எப்படி கோயில் நுழைவு போராட்டம் நடத்தலாம் என்று கேட்பது நியாயமானதல்ல. அடிப்படை ஜனநாயக உரிமை அங்கே காக்கப்பட வேண்டும்.

“கோயிலுக்கே போகாதே” என்பதும் ‘கோயில் நுழைவு’ என்பதும் அடிப்படையில் இரண்டும் வேறான விஷயம். மனிதனின் அடிப்படை சம்பந்தப்பட்ட விஷயம். மனித உரிமை பற்றிய விஷயம். ஜாதியின் பேரால் நடக்கும் கொடுமையை எதிர்க்கும் விஷயம்.

பொதுவுடமையாளர் ஜீவா அவர்கள் பல கூட்டங்களில் பேசுகிற போது,

“யாவரும் இன்புற்றிருக்க நினைப்பதுவே அல்லாமல் வேறொன்றும் அறியாது சோஷலிசமே”என தாயுமானவரின் அடிகளை திருத்தி அமைத்துப் பேசுவார். கூட்டத்தில் இதைக் கேட்டு கை தட்டுவார்கள். அக்கூட்டத்தில் ஆஸ்திகரும் இதைக் கேட்டு கை தட்டுவார்.

ஜீவா, பொதுவுடமைவாதி; அந்த வரிகளைப் பயன்படுத்தியே இருக்கக்கூடாது எனச் சொல்வது என்ன நியாயம்?

எத்தனையோ நாத்திகர்கள் "O God" "God only knows it" என சொல்லுவது உண்டு, வழக்கத்தில், பழக்கத்தில் சொல்லுவதுண்டு. "ஐயோ கடவுளே" என உச்சரிப்பதுண்டு! இது பழக்கத்தில் வழக்கத்தில் வருவதுண்டு. மற்றபடி இதற்கு அர்த்தமே இல்லை. உடனே அவரை நோக்கி குற்றச்சாட்டை வீசலாமா?

தங்களின் புரட்சிகர கொள்கைகளை விளக்க புராணங்களிலிருந்தெல்லாம் மேற்கோள் காட்டி தங்களின் கருத்துகளுக்கு வலிவு கூட்டியுள்ளார்கள். இவர்களை குற்றவாளி கூண்டில் ஏற்றலாமா?

தோழர் ஈ.எம்.எஸ். அவர்களை டெல்லி விமான நிலையத்தில் பத்திரிக்கை நிருபர்கள் கேட்ட ஒரு கேள்விக்கு பதில் கூறும்போது "God only knows it" என்றாராம். உடனே பத்திரிக்கையாளர்கள் கடவுள் நம்பிக்கையற்றவரான நீங்கள் எப்படி God only knows it என்று சொன்னீர்கள் என்று கேட்டபோது, நகைத்தவாறு God only knows it என்று சொன்னது "God" means no -body ஆகவே Nobody knows it என்று விளக்கமளித்தாராம். இதுவெல்லாம் வழக்கத்தில் வந்துவிடுவது. எனவே அவரைப் பொருள்முதல்வாதி அல்ல என்று எந்த ஒரு மனிதராலும் சொல்லமுடியாது.

தோழர் ஈ.எம்.எஸ்.சின் வாழ்க்கையில் இன்னொரு நிகழ்வை நினைவுகூரவேண்டும்.

அவரின் துணைவியார் மன அழுத்தத்துக்கு ஆளானவர். அது அவருக்கு ஏற்பட்ட மீளாத் துயரம்தான். அந்த அம்மையார் தன்னை கோயிலுக்கு அழைத்துச் செல்லும்படி அடம்பிடிக்கிறார். வேறு வழியில்லை. கோயிலுக்கு அழைத்துச் செல்லுகிறார். அந்த அம்மையாரைக் கோயிலுக்குள் அனுப்பிவிட்டு இவர் வெளியே அமர்ந்துள்ளார்.

இவர் கோயிலின் முன்னால் அமர்ந்திருப்பதை பத்திரிக்கையாளர்கள் படம் எடுத்து மறுநாள் பத்திரிக்கையில் போட்டுவிட்டார்கள். விமர்சனம் எழுந்தது. அனாலும் அவர் உறுதி குலையாத பொருள்முதல்வாதிதான்.

கே.வி.ஜெயஸ்ரீ எழுதியுள்ள பால் சக்கரியாவின் மலையாளச் சிறுகதைகள் தொகுப்பின் தமிழாக்கம் அண்மையில் நான் படித்தேன். அதில் இரண்டாம் குடியேற்றம் என்ற சிறுகதையில் ஆஷா மேத்யூ என்கிற பெண் ஒரு புதுவிதமான முடிவெடுக்கிறாள். அவளுக்குத் திருமணம் நிச்சயிக்கப்படுகிறது. ஆனால் அவள் வர இருக்கிற கணவன் எப்படிப் பட்டவன், மாமனார், மாமியார் எப்படிப்பட்டவர்கள், வர இருக்கிற கணவனின் சகோதர, சகோதரிகள் எப்படி, வீட்டு பழக்க வழக்கங்கள் எப்படி என

அறிய விரும்புகிறாள். ஒரு மாதம் வரை கணவன் வீட்டில் தங்கி பழகி, பார்த்து பின் திருமணம் செய்துகொள்ள விரும்புகிறாள். இந்த முடிவை தன் தாயிடமும் சொல்லுகிறாள். குடும்பமே எதிர்க்கிறது. அண்ணன் அவளை மனநல மருத்துவரிடம் அழைத்தச் செல்ல வேண்டும் என்கிறான். தந்தையோ கடும் கோபமாய் கத்துகிறார். எல்லோரும் பகையாய் பார்க்கிறார்கள். அவளின் பாட்டனார், நாத்திகர். இவள் மீது பாசமும், பரிவும் கொண்டவர். மனம் நொந்து, விரக்தியோடு பாட்டனாரிடம் அழுது புலம்புகிறாள். எல்லோரும் பகைக்கிறார்களே என்ன செய்ய எனக் கேட்கிறாள். எல்லா சந்தேகங்களையும், கேள்விகளையும் கொட்டினாள். கண்ணைக் கட்டிக் கொண்டு ஓர் இருட்டை நோக்கி பயணப்பட எனக்குச் சக்தியுமில்லை, விருப்பமும் இல்லை என அழுதாள். இந்தத் திருமணம் தவறினாலும் எதிர்க்காலத்தில் எந்தத் திருமணம் நடந்தாலும் இந்த நிபந்தனைதான்'' என்றாள்.

நாத்திக தாத்தாவின் எதிர்வினை என்ன?

''மகளே, நான் உன்பக்கம் தான். ஆனால் உனக்கும் எனக்குமான கால இடைவெளியில் மிகப் பெரிய வித்தியாசம் இருக்கிறது. நான் கிழவனும், நாத்திகனுமாய் இருக்கிறேன். உனக்கு ஒரு தீர்வு சொல்லித்தர என்னால் முடியுமென்றால் எவ்வளவு நன்றாயிருக்கும்? உன்னை "ஆண்டவன்" காப்பாராக என்றார். பேத்தி ஆச்சரியமாக ஆண்டவனா? என்றாள். ஆம், மகளே, அந்தக் கடைசி துரும்பாவது உனக்கிருக்கட்டும்" என்றார்.

தாத்தா பேத்தியின் பக்கம்தான். ஆனால் கையறு நிலையில் உள்ள நாத்திக தாத்தா அப்படி சொன்னது சரிதானா?

மாணவத் தோழர்களாகிய நீங்கள் என்ன நினைக்கிறீர்கள்? உங்கள் முடிவுக்கு விடுகிறேன். நாம் இந்தப் பிரச்சினைக்கு வருவோம்.

மறைந்துபோன எழுத்தாளர் சுஜாதா ஆல்பர்ட் ஐன்ஸ்டின் ஒரு கடவுள் நம்பிக்கையாளர் என்று எழுதியதாக சொன்ன சர்ச்சையிலிருந்து விவாதம் இவ்வளவு நீண்டு விட்டது.

ஐன்ஸ்டின் சொன்ன வரிகளை நான் மீண்டும் சொல்லுகிறேன்.

"மக்களின் விதிகளைப் பற்றியும், செயல்களைப் பற்றியும் கவனம் செலுத்தும் ஒரு கடவுளை நான் நம்பவில்லை. (இயற்கையில்) என்ன இருக்கிறதோ அதன் ஒழுங்கமைவில் (ஒத்திசைவில்) தன்னை வெளிப்படுத்திக் கொள்ளும் ஸ்பினோசாவின்

கடவுளை நான் நம்புகிறேன்'' என்றார். ஸ்பினோசாவின் தத்துவத்தைப் பாராட்டினார்.

சுஜாதா என்ன சொல்கிறார்?

“எனக்கு அபிமான தத்துவஞானி ஸ்பினோசா” என்று சுஜாதாவே அவர் நூலில் எழுதியுள்ளார்.

“சுதந்திரமாக சிந்திக்கும் ஒரே ஒரு உண்மைக்காகத் தன் வாழ்நாளைக் கொடுத்தவர் ஸ்பினோசா” என்கிறார்.

விஞ்ஞான உலகின் விடிவெள்ளியாய் இருந்த ஆல்பர்ட் ஐன்ஸ்டினின் சமூகம் பற்றிய கொள்கைதான் என்ன?

மாணவத் தோழர்களாகிய நீங்களும் தெரிந்துகொள்ளுங்கள்.

“இந்துப் பூவுலகில் நம் நிலை நூதனமானது. நாம் ஒவ்வொருவரும் குறுகிய காலத்திற்கு இங்கு வாழ்கிறோம். எதற்கு வாழ்கிறோம் எனத் தெரியாது. இருப்பினும் சில நேரங்களில் குறிக்கோள்ஒன்றை நாம் உணர்வதாகவும் தோன்றுகிறது. ஆனால் அன்றாட வாழ்வைப் பற்றிக் கருதும்போது ஒன்றை நன்றாகத் தெரிந்துள்ளோம். ஒருவர் மற்றவர்களுக்காக வாழ்கிறார் குறிப்பாக யாருடைய புன்னகையும், நல்வாழ்வும் மகிழ்ச்சி அளிக்கிறதோ அவர்களுக்காக வாழ்கிறார்” என்றார்.

“The man is here for the sake of other men - above all for those upon whose smiles and well being of our own happiness depends”

இதை வாசிக்கும் போது கார்ல் மார்க்ஸ் சொன்ன வாசகமும் நினைவுக்கு வருகிறது. மனிதப் பிறவியின் பொருள் என்ன?

யார் ஒருவர் மற்ற பெரும்பான்மை மக்களுக்காக அவர்களின் மகிழ்ச்சிக்காக தன்னை அர்ப்பணித்துக் கொள்ளுகிறாரோ அதில்தான் அவரின் வாழ்க்கையின் அர்த்தம் அடங்கியுள்ளது”.

இரண்டும் பொருந்துகிறது.

சரி, இப்போது நாம் தத்துவஞான பிரச்சனைக்கு வருவோம்.

பாலா:கடந்த மூவாயிரம் ஆண்டுகளாகத் தத்துவஞானம் பல மோதல்களுக்கு உள்ளாகியுள்ளன. எதிர் எதிர் வகையாக நின்று மோதல்கள் எழுந்தன. எனினும் தத்துவஞானம் வளர்ச்சியை நோக்கியே சென்று கொண்டிருந்தன. அவை பின்னுக்குத் தள்ளப்படவில்லை. இதற்கு அடிப்படைக் காரணங்கள் என்ன?

பே.அ.:மனிதன் உலகின் மாற்றத்திற்கான காரணங்களை இயற்கைக்கு அப்பாற்பட்ட சக்தியில் தேடுவதை விடுத்து, அந்த இயற்கையிலேயே தேடத் துவங்குகிறான். இதற்கு தத்துவஞானத்தின் விவாதங்கள் தர்க்கங்கள் உதவின. அவனுக்கு உண்மைகளை உணர்த்தின; நம்பிக்கை கொடுத்தன.

பொருள்கள் இயங்கிக் கொண்டே இருக்கின்றன, அதற்கான மூலக்கூறுகள் அந்தப் பொருட்களிலேயே அடங்கி உள்ளன என்ற தர்க்க முடிவு, அனுமான முடிவு மேலும் அவனை இயற்கையின் இயக்கத்திலேயே நம்பிக்கை வைத்து ஆய்வைத் தூண்டுகிறது.

இந்த ஆய்வின் தூண்டுதல், ஆதாரங்களைத் தேட வைக்கின்றன. இந்தத் தேடல் விஞ்ஞானத்தை வளர வைக்கிறது. திட்டவட்டமான, விஞ்ஞானங்கள் வளர்கிறபோது தத்துவஞான கருத்துக்கள் மாறுகின்றன, வளர்ச்சியடைகின்றன.

உதாரணமாக ஒரு காலகட்டத்தில் தத்துவ ஞானிகளும், இறையியல் சித்தாந்திகளும் பூமியில் மனிதன் தோன்றியது இறைவனின் படைப்புச் செயல். கடவுள் தோற்றுவித்த எல்லா செயல்களிலும் உயர்ந்த செயல் ஆண்டவன் மனிதனைப் படைத்தது என்றார்கள், நீண்டகாலம் நம்பினார்கள்.

எனவேதான் மனிதன் வாழும் பூமி பிரபஞ்சத்தின் மையத்தில் உள்ளது என நீண்டகாலம் நம்பி வந்தனர்.

ஆனால் போலீஷ் நாட்டின் வானவியல் நிபுணர் கோப்பர்னிக்கசின் கண்டுபிடிப்பால் பூமி சூரியக் குடும்பத்தின் ஒரு பகுதி மட்டுமே; இந்தச் சூரியக் குடும்பமோ, வான பால் வீதி மண்டலம் என்ற பெயரைப் பெற்ற நட்சத்திர கூட்டத்தின் ஒரு பகுதி என்பதெல்லாம் தெரிய வந்தது. எனவே பழைய தத்துவஞான சிந்தனையில் பெரிய மாற்றம் ஏற்பட்டது.

தத்துவஞானம் வளர்ச்சியடைவதற்கு இன்னொரு காரணமும் உண்டு.

சமூக வளர்ச்சியின் குறிப்பிட்ட கால கட்டங்களில் தத்துவஞானம் மேலும் செழுமை அடைகிறது.

குறிப்பாக சொல்ல வேண்டுமானால் முதலாளித்துவ சமுதாய அமைப்பில் தத்துவஞானம் மேலும் கூர்மையடைந்தது.

சமுதாய வளர்ச்சியின் மட்டத்துடன் பொருளாதாரம், அரசியல் உறவுகள், விஞ்ஞானம், கலாச்சாரம் ஆகிய எல்லாவித வளர்ச்சியுடன் நெருக்கமாகத் தொடர்புடைய தத்துவஞானம் வளர்ந்தது.

ஆக, தத்துவஞானம் என்பது அந்தந்த சகாப்தத்தின் பிரதிபலிப்பு. நாம் இப்போது பார்ப்பது இந்தச் சகாப்தத்தின் வெளிப்பாடு. மனிதகுலம் தன் வளர்ச்சியின் குறிப்பிட்ட கட்டத்தில் தோற்றுவித்த அனைத்தின் சாறு.

செல்வா:இன்றைய சகாப்தத்தின் வெளிப்பாடுதான் நாம் பேசும் தத்துவஞானம். அதாவது இயக்க இயல் பொருள்முதல்வாத

தத்துவஞானம். மனித குலம் குறிப்பிட்ட கட்டத்தில் தோற்றுவித்த அனைத்தின் சாறு என்கிறீர்கள். அப்படியானால் இதை ஓர் உலகக் கண்ணோட்டம் என்று கூறலாமா?

பே.அ.:துணிந்து சொல்லாம். ஒரே வார்த்தையில் சொல்ல வேண்டுமானால் இயக்கஇயல் பொருள்முதல்வாதம் ஓர் உலகக் கண்ணோட்டம் என்று சொல்லலாம்.

பாலா:அப்படியானால் இந்த இயக்கஇயல் பொருள்முதல் வாதத்தை ஓர் உலகக் கண்ணோட்டத்தை, விவரித்துக் கூறுவது எப்படி?

பே.அ.:இந்த உலகக் கண்ணோட்டம்

1) இயற்கை, சமூகம், உலகில் மனிதன் வகிக்கும் இடம் ஆகியவற்றைப் பற்றிய பார்வை.
2) உலகை அறிந்து கொள்ளும் வாய்ப்புகளையும், இதை மாற்றியமைக்கும் வாய்ப்புகளையும் தெளிவுபடுத்தும் கண்ணோட்டம்.
3) கிடைத்த ஞானத்தின் அடிப்படையில் செயல்படும் அவசியத்தின் மீதான ஒரு நம்பிக்கை, உறுதி.

(4) ஞானம், மற்றும் மதிப்பீட்டின் இணைப்பு.

(5) ஞானம் மற்றும் திட நம்பிக்கையின் இணைப்பு.

(6) உணர்ச்சிகரமான மற்றும் பகுத்தறிவு ரீதியான அம்சங்களின் கலவை.

(7) இது மனிதகுல அனுபவம் அனைத்தையும் பாரபட்சமின்றி பொதுமைப் படுத்துவது அல்ல. இதிலிருந்து மனிதனுக்கு மிக முக்கியமான அம்சங்களைத் தனித்து பிரிப்பதாகும்.

பாலா:“மனித குல அனுபவம் அனைத்தையும் பாரபட்சமின்றி பொதுமைப் படுத்துவதல்ல. இதிலிருந்து மனிதனுக்கு மிக முக்கியமான அம்சங்களைத் தனித்து பிரிப்பதாகும்” என்பதை விளக்கவும்.

பே.அ.:இயக்கஇயல் பொருள்முதல்வாத தத்துவத்தை சமூக மாற்றத்துக்கு பயன்படுத்துவது என்பது சமூகத்தில் எல்லா வர்க்கத்துக்கும் பயன்படும் நோக்கத்தோடு அமல்படுத்த முடியாது.

இயக்கஇயல் பொருள் முதல்வாதம் ஒரு முற்போக்குத் தத்துவம். உழைப்பாளி மக்களின், ஏழை எளிய மக்களின் தத்துவம். அதைக் கொண்டு அவர்களை ஒட்டுமொத்தமாக

சுரண்டலிலிருந்து விடுதலை செய்வது அதன் நோக்கம், அதன் உலகக் கண்டோட்டம். பொருள் முதல்வாத தத்துவம் ஒரு தனி மனிதனுக்கான இன்ப சுகத்தை உண்டாக்குவது மட்டுமல்ல, அனைத்து சுரண்டப்படும் சமூகத்துக்கும் விடுதலை பெற்றுத் தருவது. மேல்தட்டு மக்களின் விடுதலைக்கான தத்துவம் அல்ல, ஒடுக்கப்பட்ட அனைத்து மக்களின் முற்போக்குத் தத்துவம்.

மாரி:ஒட்டுமொத்த சமூகத்தின் அதாவது, உழைப்பாளி மக்களின் சமூகத்தை மாற்ற முடியும் என்றால் எப்படி சாத்தியப்படும்?

பே.அ.:எல்லாம் இயங்கிக் கொண்டிருக்கிறது என்றால், சமூகமும் இயங்கிக் கொண்டிருக்கிறது என்று பொருள். எல்லாம் மாறிக் கொண்டிருக்கிறது என்றால் சமூகமும் மாறக் கூடியதுதான் என்ற நம்பிக்கை உருவாகிறது. இந்த நம்பிக்கையைக் கொடுப்பது இயக்க இயல்தான்.

மார்க்சிய ஆசான்கள் மார்க்ஸ், எங்கல்ஸ் போன்றோர் இயக்க இயல் பொருள் முதல்வாதத்தின் அடிப்படையில்தான் இயக்க இயல் வரலாற்றுப் பொருள் முதல் வாதத்துக்குச் சென்றார்கள். அவர்களுடைய ஆய்வில்தான் மனிதகுலம் ஆரம்பப் பொதுவுடமை சமுதாயத்திலிருந்து அடிமை சமுதாயம், நிலபிரபுத்துவ சமுதாயம், பண்ணை அடிமை சமுதாயம், முதலாளித்துவ சமுதாயம், சோஷலிச சமுதாயம், கம்யூனிச சமுதாயம் என ஆய்வு நடத்தினார்கள். மனித குலத்தின் வரலாறே வர்க்கப் போராட்டம்தான் என்ற உண்மையை நிறுவினார்கள். எந்த அறிவுஜீவிகளுக்கும் எட்டாத இந்த உண்மையை உலகத்துக்கு எடுத்துச் சொன்னார்கள். இந்தக் கொள்கை ஒப்பற்ற பல உண்மைகளைக் கொண்டு வர அந்த ஆசான்களுக்கு வழி வகுத்துக் கொடுத்தது. அதனால் ஆதிக்க வர்க்கம் மிரண்டது.

“தத்துவஞானம் என்னென்றும் மாறாத நிலையானது” என்ற கொள்கை தவறானது, மாறக் கூடியது என்ற தத்துவம் சுரண்டும் வர்க்கத்துக்கு மருட்சியைத் தந்தது.

செல்வா: வேதியியல், கணிதம், இயற்பியல், உயிரியல் என விஞ் ஞானம் தனித்தனியாகப் பிரிந்துவிட்ட பிறகு, நல்ல வளமை பெற்றுவிட்ட பிறகு இனி தத்துவஞானத்துக்கு வேலை என்ன? என்று கூட கேட்கலாம். எல்லாப் பிரிவுகளும் வளர்ந்து விட்டன. இனி எதற்கு தத்துவஞானம் எனக் கேட்கலாம்?

இதையே இன்னொரு விதமாகவும் கேட்கலாம்.

“எந்த ஒரு திட்டமான விஞ்ஞானமும் ஒரு குறிப்பிட்ட பிரச்சினையைத் தீர்த்தபின் இதற்கு மீண்டும் திரும்பி வருவதில்லை.

வேறு புதிய பிரச்சனைகள் மீது கவனம் செலுத்துகிறது. ஆனால் தத்துவஞானமோ தன் வரலாறு பூராவும் ஒரே விதமான பிரச்சினையைத் தீர்ப்பதால் இது விஞ்ஞானமாக ஆக முடியாது என்று கூறுவோரும் உண்டு. இந்தக் கேள்விகளை நாம் எப்படி சந்திப்பது?

பே.அ.: இப்படிப்பட்ட கேள்விகள் ஏன் முன் வைக்கப்படுகின்றன.

ஒவ்வொரு சகாப்தமும் ஒவ்வொரு விதத்தில் இப்பிரச்சனைகளை முன் வைப்பது தான் இதற்குக் காரணம்.

சமுதாயம் மாறுகிறது, வாழ்க்கை சூழ்நிலைகள் மாறுகின்றன. விஞ்ஞான அறிவின் அளவும், மனிதன் இயற்கையை ஆட்கொள்ளும் நிலையும் மாறுகின்றன. மனிதனே மாறுகிறான், மனிதனுக்கும் சுற்றியுள்ள உலகத்துக்கும் இடையிலான உறவுகளும் மாறுகின்றன.

இப்படி உலகில் நடைபெறும் எல்லா மாற்றங்களின் மூல ஊற்று எது, பல்வேறுவிதமான பொருட்கள், புலப்பாடுகள், சம்பவங்கள் நிலவக் காரணம் என்ன என்ற பிரச்சனைகள் எல்லாக் காலங்களிலும் தத்துவஞானிகளின் கவனத்தின் மையத்தில் இருந்து வந்துள்ளது. ஏற்கனவே சொன்னது போல தத்துவஞானம் என்பது அவ்வப்போது நிலவும் சகாப்தத்தின் வெளிப்பாடு. எனவே தத்துவஞானம் தன் வரலாறு பூராவும் ஒரேவிதமான பிரச்சனையைத் தீர்ப்பதால் இது விஞ்ஞானம் ஆக முடியாது என்று சொல்வது அஞ்ஞான வாதம்.

செல்வா: கருத்து முதல்வாதிகளிலும் நல்லவர்கள் இருக்கிறார்களே, சமூகம் நல்லபடியாக இருக்க வேண்டும் என்று குரல் கொடுத்துள்ளார்களே, அவர்களோடு தத்துவரீதியாக ஏன் மோத வேண்டும்?

பே.அ.: செல்வா கேட்பது பொதுவாக அனைத்து மக்களிடமும் உள்ள ஒரு கருத்தாகும். அவரவர் கொள்கை அவரவர்களுக்கு இருந்துவிட்டு போகட்டுமே என்று வாதிடும் சமரசவாதிகளும் உண்டு! ஆனால் மனித குல வரலாறு அப்படி இல்லை.

கருத்து முதல்வாதிகளாக இருந்தாலும் பொருள் முதல்வாதிகளாக இருந்தாலும், வாழ்நிலை உணர்வு எனும் சிக்கலான உறவில் எது தீர்மானகரமானது, வாழ்நிலைக்கும் சிந்தனைக்கும் இடையே உள்ள உறவில் எது தீர்மானகரமானது என்பதுதான் அடிப்படை பிரச்சனை. இந்தப் பிரச்சனைக்கு தீர்வு காண்பதில்தான் வரலாற்றில் சிக்கல்கள் உருவாயின.

சமரசங்கள் காண முடியாத மோதல்கள் எழுந்தன. போர்கள் மூண்டன. மதமோதல்கள் நடந்தன. ஆண்டுபலவாக உயிர்கள் கொல்லப்பட்டன, நாச வேலைகள் நடந்தன. நாடு நகரங்கள் கூட அழிந்தன.

இந்த உலகம் எல்லாவல்ல சக்தியினால், ஆண்டவனால் உருவாக்கப்பட்டது. அவரின் பிரதிநிதிகள் நாங்கள். ஆகவே எங்களின் ஆணைப்படிதான் உலகம் நடைபெறவேண்டும். சமூகம் இயங்க வேண்டும், மக்கள் அந்தக் கருத்துக்கு உட்பட்டு ஒழுக வேண்டும் என்ற கட்டாயம் உருவாக்கப்பட்டது.

அதற்கு மாறாக

இயற்கை, பிரபஞ்சம் எந்த ஒரு சக்தியாலும், உருவாக்கப்பட்டது அல்ல, அவை என்றும் இருப்பது என்றும் இயங்கிக் கொண்டே இருப்பது. அந்த ஆன்மா எனும் மனிதனை கட்டுப்படுத்தப்படவில்லை. இந்தப் புறவய உலகம் அவனுடைய உணர்வு வெளியே இருப்பது. அவனுடைய உணர்வு, சிந்தனை புறவய உலகின் பிரதிபலிப்புதான். இதற்கு அப்பாற்பட்ட சக்திதான் ஆன்மாவுக்கும் காரணம் என்பது பொய் என்ற தத்துவஞானம் முன் வைக்கப்பட்டது.

தத்துவஞானத்தில் எது முதல் கருத்தா (ஆண்டவனா) பொருளா (இயற்கை, பிரபஞ்சம்) என்ற மோதலுக்குத் தீர்வு காண்பதில்தான் போர், உயிர்பலி, பொருள்நாசம் என நடந்தன. சமூக வளர்ச்சியில் வர்க்கங்கள் உருவான காரணத்தால் கருத்துதான் முதல் என்ற தத்துவத்தை ஆளும்வர்க்கமும், ஆதிக்க வர்க்கமும் ஏற்றன. அந்தத் தத்துவம் அவர்களுக்கு சாதகமாக இருந்தது. அடிப்படை சமூகத்துக்கு, அடக்கப்பட்ட சமூகத்துக்குப் பொருள்தான் முதல் என்ற தத்துவம் சொந்தமாயின. இது சமரசம் காண முடியாத யதார்த்தம்.

ஆனால் சிலர் நல்ல எண்ணத்திலோ, அறியாமையிலோ இரண்டு தத்துவத்தை ஆதரித்த தத்துவஞானிகளும் உண்டு.

பருப்பொருள், ஆன்மா ஆகிய இரண்டையும் சுயமான ஒன்றையொன்று சாராத அடிப்படைகளாகக் கருதியவர்களும் உண்டு. இவர்கள் “இரட்டைவாதிகள்” என்று அழைக்கப்பட்டார்கள். சமூகத்தில் நிலவும் வர்க்கப் பிரச்சனைக்குத் தீர்வு காண முடியாமல் இவர்கள் திணறுகின்றார்கள்.

கருத்து முதல்வாதிகளில் சிலர் “மக்கள் அனைவரும் ஆண்டவன் மீது பாரத்தை போட்டுவிட்டு, கடவுள் பணியே நம் பாரத்தைத் தீர்க்கும் ஒரே வழி என பக்திமான்களாக வாழவேண்டும். இது

சமூகத்தில் கலவரம் எழாமல் தடுக்கும்" என்கிறார்கள். இவர்கள் மடங்கள் மூலம் ஆசிரமங்கள் மூலம் சேவை செய்கிறார்கள்.

வேறு சில கருத்து முதல்வாதிகள் எல்லோரையும் படிக்க வைத்து கல்வி மான்களாக ஆக்கிவிட்டால் சமூகத்தில் சமரசம் உருவாகிவிடும் என்கிறார்கள்.

வேறு சில கருத்து முதல்வாதிகள் பெரும் செல்வர்கள் எல்லாம் தன் செல்வத்தில் ஒரு பங்கினை தர்மம் செய்துவிட்டால், இல்லாதவர்களுக்கு ஈகை புரிந்துவிட்டால் சமூகத்தில் கலகம் நடக்க வழியில்லை என்கிறார்கள்.

இன்னும் சிலர், குழந்தைப் பருவத்திலிருந்தே நல்லொழுக்கத்தை கற்றுக் கொடுக்கும் வாய்ப்பை சமூகத்தில் ஊட்டி விட்டால் மோசடி இல்லாத, கள்ளம், களவு இல்லாத சமூகம் உருவாகிவிடும் என்கிறார்கள்.

மனம் மாசுபடாது இருக்க தினமும் ஜபம் செய்வது மனிதனுக்கு மிக அவசியம் என்கிறார்கள். சிலர் இப்படிப்பட்ட வழிகாட்டுதல்கள் எல்லாம் ஒன்றுமே இல்லை, உதவாது என்று புறம்தள்ளிவிட முடியாது. ஆனால் இவையெல்லாம் புண்ணுக்குப் புனுகு தடவுகிற வேலைதான். இவை ஓரளவே பயனளிக்கும் மனிதாபிமானம். இவை சமூக அமைப்பின் வர்க்கரீதியான அடிப்படையை ஒழிக்கப்பயன்படாது.

பாலா: மனிதாபிமானம் என்பது எந்தக் காலத்திலும் தேவைப்படும் கோட்பாடல்லவா?

பே.அ.: மனிதாபிமானம் என்பது என்ன?

ஒரு காலத்தில் மன்னராட்சியில் மைதானத்தில் சிங்கம், சிறுத்தைகளை விட்டு, வீரர்களை அவற்றோடு மோதவிட்டு குத்துயிரும், கொலையுயிருமாகப் பிடுங்கித் தின்னும் காட்சிகளைக் கண்டு ஆயிரக்கணக்கானோர் கண்டுகளித்து ஆனந்தப்பட்டது அங்கீகரிக்கும் மனிதாபிமானமாக இருந்தது. இதை நடத்தும் மன்னரின் மகிழ்ச்சி, மக்களின் மகிழ்ச்சியாகக் கருதப்பட்டது. ஆகவே மனிதாபிமானத்தை எப்படி புரிந்துகொள்ள வேண்டும்?

மனிதாபிமானம் என்பது வரலாற்று ரீதியாக மாறிவரும் கருத்துக்களின் அமைப்பு. இது தனிநபர் என்ற வகையில் மனித மதிப்பையும், சுதந்திரத்தையும் அவன் மகிழ்ச்சியையும் அவனுக்குள்ள உரிமையையும் அங்கீகரிக்கிறது.

இந்த உண்மையும், மன மகிழ்ச்சியும் மனிதாபிமானமும் எங்கே அதிகபட்சமாகக் கிடைக்கும்? சோஷலிச சமூகத்தில்தான்.

மாரி:சோஷலிசம், சோஷலிசம் என்று சொல்லுகிறோமே, அது பொதுவுடமைவாதிகளின் அடிப்படை கொள்கையாக இருப்பதற்கு எது காரணம்? அவர்களுக்கு அந்த ஆன்ம (மன) பலத்தை எது கொடுத்தது, அந்த நம்பிக்கையை அவர்கள் எங்கிருந்து பெற்றார்கள்?

பே.அ.:சோஷலிசம் பற்றி பொதுவுடமைவாதிகள் மட்டுமல்ல, இக்காலக் கட்டத்தில் இதற்கு சம்பந்தப்படாதவர்கள் கூட பகிரங்கமாக பேச ஆரம்பித்துள்ளனர். மனிதகுலத்திற்கு அதுதான் தீர்வு என அவர்களே வெளிப்படையாக சொல்லியுள்ளனர்.

பொதுவுடைமை வாதிகள் தங்களின் கொள்கையில் திடமாக இருக்க எது ஆன்ம பலமாக உள்ளது என்றால் தத்துவஞான அடிப்படையில் அவர்கள் ஏற்றுக் கொண்ட அடிப்படையான இயக்கஇயல் பொருள்முதல்வாதம் என்ற தத்துவஞானம்தான்..

மாரி :இயக்க இயல் பொருள் முதல்வாதம் ஏன் ஆகப் பெரிய கோட்பாடு, சுருக்கமாக சொல்லுங்கள். குறித்துக் கொள்ள ஏதுவாக இருக்கும்.

பே.அ.:இயக்க இயல் பொருள் முதல்வாதம் ஒரு உலக கண்ணோட்டம்.

உலகை அறிந்து கொள்ளும் வாய்ப்புகளையும், அதை மாற்றி அமைக்கும் வாய்ப்புகளையும் தெளிவுபடுத்தும் கண்ணோட்டம்.

இந்த ஞானத்தின் அடிப்படையில் எவ்வளவு அவசியமாக, செயல்பட வேண்டும் என்பதில் ஏற்பட்டுள்ள அசைக்க முடியாத நம்பிக்கை, உறுதி மற்றும் மதிப்பீட்டின் இணைப்பு, உணர்ச்சிகரமான மற்றும் பகுத்தறிவு ரீதியான அம்சங்களின் கலவை.

இது மனிதகுலத்தின் அனுபவம் அனைத்தையும் பாராபட்சமின்றி பொதுமைப்படுத்துவது அல்ல, இதிலிருந்து மனிதனுக்கு மிக முக்கியமான அம்சங்களைத் தனித்து பிரிப்பதாகும்,

பொதுவுடமைவாதிகள் தத்துவஞானத்தை மிகப் பொதுவான உலகக் கண்ணோட்ட பிரச்சனைகளைத் தீர்க்கும் தத்துவார்த்த ஞானத்தின் ஒரு வடிவமாகப் புரிந்து கொள்கின்றனர். பொதுவுடமைவாதிகளின் இந்த அணுகுமுறை தத்துவஞானக் கடமைகள் பற்றிய முந்தைய எல்லாக் கருத்துக்களிலிருந்தும் இவற்றைப் பற்றிய நவீன முதலாளித்துவ கருத்துக்களிலிருந்தும் சாராம்ச ரீதியாக வேறுபடுகிறது.

இந்த இயக்க இயல் பொருள் முதல்வாதம்தான் பொதுவுடைமை வாதிகளுக்கு தார்மீக ரீதியான ஆன்ம பலத்தைத் தருகிறது. இது மிக மிக பலமான முற்போக்குத் தத்துவம்.

பொருள்முதல் வாதத் தத்துவஞானம் முன்னணியில் உள்ள சமூக சக்திகளின் நலன்களை எப்போதும் வெளிப்படுத்துகிறது.

கருத்து முதல்வாதத் தத்துவமானது சலுகைப் பெற்ற மக்கள் பிரிவினரின் உரிமைகள் வாழ்க்கை முறை ஆகியவற்றை என்றென்றைக்கும் பாதுகாக்கிறது.

மாரி: ஐயா, அமெரிக்கத் தத்துவஞானி வி.ஜேம்ஸ் பொருள்முதல் வாதத்தை இருண்ட, கடினமான பைத்தியக்காரத்தனத்தையொத்த உலகக் கண்ணோட்டம் என்று சொன்னாரே அதனை நாம் எப்படி எதிர்கொள்ளுவது?

பே.அ.:அவர் குற்றச்சாட்டுக்கு ஆதாரம் இல்லை.

அவர் பொருள் முதல்வாத கொள்கைக்கு எதிரி. அவரிடமிருந்து நாம் என்ன எதிர்பார்க்க முடியும்? யார் பொருள்முதல்வாதியாக இருக்க முடியாது என்பதில் நாம் தெளிவாக இருக்கவேண்டும்.

உலகின் பொருளாயத ஒற்றுமையையும், இதன் நிரந்தரத் தன்மையையும், முடிவற்ற நிலையையும் ஒப்புக் கொள்ளாதவன் பொருள்முதல்வாதியாக இருக்க முடியாது.

செல்வா:இதை விரிவுபடுத்தி சொல்லலாமே.

பேரா.:இந்தப் பிரபஞ்சம், விரிந்து பரந்தது. இந்த உலகத்தின் முன்னால் மனிதன் சிறு தூசு.

காடு, மலை, கடல், நிலம், பிரமாண்டமான விண்வெளிக் கோளங்கள், கிரகங்கள் உள்ளன. அதே சமயம் நம் உலகில் கண்ணுக்குத் தெரியாத துகள்கள், மூலக் கூறுகள், அணுக்கள், அடிப்படை துகள்கள் உள்ளன. மனிதன் காணும் இவை அனைத்தும் மனித குலம் தோன்றுவதற்கு முன்பே உள்ளன. இவைகளைக் கண்ணுறும் அவன் இவை எல்லாவற்றிற்கும் பொதுவான அம்சம் உள்ளதா என ஆய்கிறான்.

எல்லாம் ஒழுங்காக விதிகள் படி, ஒழுங்கான முறையில் செயல்படுகின்றன. இந்த ஒழுங்குமுறை, விதிமுறைகள் இல்லையென்றால் உயிர்கள் எப்படி தோன்றியிருக்கும்? மனிதன் எப்படி தோன்றியிருப்பான்? பருப்பொருளின் பிரதிபலிப்புதான் மனித உணர்வு என்பதை அறிய முடிந்தது. உலகின் ஒற்றுமைப் பற்றிய பிரச்சினையை, உலகை ஒரு முழுமையாக இணைக்கும் விதிகளைப் பற்றிய பொதுமையை அறியாமல், ஏற்றுக்

கொள்ளாமல் ஒருவன் பொருள் முதல்வாதியாய் இருக்க முடியாது.

உலகில் சர்வபொது விதிகள் நிலவுகின்றன. இவற்றை இன்றைய பொருள் முதல்வாதிகள் நன்றாகப் புரிந்துகொண்டார்கள்.

நவீன விஞ்ஞானம் உலகின் ஒற்றுமையைப் பற்றிய தெளிவை தந்துவிட்டது. துல்லியமாக்கிவிட்டது. மூலக்கூறுகள் அணுக்களின் இயக்கம், வான் கோளங்களின் இயக்கம், ஆகியவற்றை ஒழுங்கமைக்கும் விதிகள் கண்டுபிடிக்கப்பட்டுள்ளன. விஞ்ஞானம் நிலவுவதே உலகின் ஒற்றுமைக்கான ஒரு நிரூபணம். ஏனெனில் எப்போதும் விஞ்ஞானம் பொதுவான, நிலையான ஏதோ ஒன்றை எல்லா நிகழ்ச்சிப் போக்குகளிலும், புலப்பாடுகளிலும் திரும்பத் திரும்ப நடைபெறும் ஒன்றை ஆராய்கிறது.

பொருள்முதல்வாதியின் பார்வையில் உலகம் தனது பன்முகத் தன்மையில் ஒற்றுமையானது, கால ரீதியாக முடிவோ, துவக்கமோ இல்லை, இதற்கு எல்லைகளும் கிடையாது, என்றும் இருப்பது.

அப்படியானால் பல கோடியாண்டுகளுக்கு முன்னால் எதுவுமே இல்லாததிலிருந்து, பிறகுதான் இந்த உலகம் தோன்றியிருக்க வேண்டும் என்ற வாதத்தை ஏற்கமாட்டீர்களா?

மாணவர்கள்: ஏற்க மாட்டோம்!

பே.அ.:ஏன்?

மாணவர்கள்: "எதுவுமே இல்லாததிலிருந்து எதுவுமே தோன்ற முடியாது" என்ற நிலையான விதியை இது மறுப்பதாகும். ஆதியும் இல்லை, முடிவும் இல்லை.

பே.அ.: "அப்படியானால் அது அதிசயமல்லவா? அதிசயம் என்பது இயற்கை விதியை மீறிய விஷயம் அல்லவா? இந்த அதிசயம் ஏதோ ஒரு சக்தியால் உருவாக்கப்பட்டிருக்கும் அல்லவா? என்று கேட்கப்படுகிறது.

இயற்கையான ஒழுங்குப்படியே, விதிப்படியே என்றும் இருப்பது, இயங்குவது என்றபோது அதிசயத்துக்கு இங்கு இடமில்லை.

மாரி: இப்படிப்பட்ட ஒரு முற்போக்கான இயக்க இயல் பொருள்முதல்வாதக் கருத்துக்கு வருவதற்கு, கடந்த முன்னூறு ஆண்டுகளின் வளர்ச்சிதான் என்று கூறலாமா? பொருள் உற்பத்தியின் வளர்ச்சி, அதன் உறவு, அதை ஒட்டி சமூக வளர்ச்சி, எல்லாவற்றிற்கும் மேலாக விஞ்ஞான வளர்ச்சி இவைதான் இயக்க இயல் பொருள் முதல்வாதத்தின் வளர்ச்சிக்கு வழிகோலின என்று சொல்லலாமா?

பே.அ.:அப்படியும் சொல்லலாம். ஆனால் அந்த முன்னூறு ஆண்டுகளின் வளர்ச்சியால் கூட இயக்க இயல் பொருள் முதல்வாதத்திலும் சில முரண்பாடான கருத்துகள் நிலவின. அப்படிப்பட்ட கருத்துகள் முன்னணியில் கூட நின்றன.

மாணவ தோழர் மாரி சொன்னதை விரிவாகப் பார்க்க வேண்டும். 19ஆம் நூற்றாண்டின் விஞ்ஞானக் கண்டுபிடிப்புகள் முக்கியமாக மூன்று கண்டுபிடிப்புகள்பற்றி நாம் முன் வகுப்பு ஒன்றில் கூட சொல்லியுள்ளோம்.

ஒன்று உயிரணு அமைப்பு பற்றிய கண்டுபிடிப்பு.

இரண்டாவது சக்தியின் நிலைப்புதன்மை, மற்றும் மாறும் தன்மை, பற்றிய விதியின் கண்டுபிடிப்பு.

மூன்றாவது பரிணாம வளர்ச்சியின் கண்டுபிடிப்பு.

இவை இயக்க இயல் தத்துவம் முன்னேற வழிவகுத்தாலும் பொருள் முதல்வாத கருத்துக்களில் சில வேறுபாடுகளும் இருந்தன.

செல்வா:அந்த மூன்று கண்டுபிடிப்புகளின் கூறுகளை சற்று சுருக்கமாகக் கூறுங்களேன்.

பே.அ.:உயிரியல் விஞ்ஞான கண்டுபிடிப்பு 19ஆம் நூற்றாண்டின் 30ஆம் ஆண்டுகளிலேயே வெளிவந்துவிட்டது.

ஜெர்மனி நாட்டின் உயிரியல் விஞ்ஞானி ''ஷ்வான்'' மற்றும் தாவரவியல் நிபுணர் "ஷ்லெய்தென்" ஆகிய இருவரும் உயிரினங்களின் வளர்ச்சியை ஆராய்ந்து உயிரணுவை, எல்லா தாவரங்கள் மற்றும் விலங்குகள் அமைப்பின் அடிப்படையைக் கண்டுபிடித்தனர். இதன்படி உலகில் உள்ள எல்லா உயிரினங்களின் ஒற்றுமை, உறவு நிலை நாட்டப்பட்டது. இது பெரும் தத்துவஞான முக்கியத்தைக் கொண்டதாய் இருந்தது.

இரண்டாவதாக சக்தியின் நிலைப்புத் தன்மை, மாறும் தன்மை பற்றிய விதியைக் கண்டுபிடித்த இயற்பியல் விஞ்ஞானிகள் ஜோவுல், மற்றும் "லேன்ஸ்". உலகில் காரணமின்றி எதுவுமே தோன்றுவதில்லை, எதுவுமே அழிவதில்லை என்று நிலைநாட்டி, இதை ஆதாரப்படுத்தினர். பண்டைய தத்துவஞானிகள் "ஒன்றுமே இல்லாததிலிருந்து ஒன்றும் தோன்றில என்று வாதிட்ட போது அனுமான அடிப்படையில்தான் சொன்னார்கள். ஆனால் 19ஆம் நூற்றாண்டில் ஜோவும், லேன்சும் சக்தியின் சகல விதங்களுக்கும் இடையிலான பரஸ்பர தொடர்பை நிரூபித்தபோது தான் மேற்கூறிய புதிய அனுமானம் விஞ்ஞான அடிப்படையில் நிரூபிக்கப்பட்டது.

சக்தியை ஆக்கவோ, அழிக்கவோ முடியாது. இது ஒரு நிலையிலிருந்து இன்னொரு நிலைக்கு மாறும். அவ்வளவே! இதை விஞ்ஞான சோதனையில் நிரூபித்துக் காட்டினர்.

உதாரணமாக இயந்திரயியல் சக்தி வெப்ப சக்தியாக மாறுகிறது. வெப்பசக்தி மின்சக்தியாக மாறுகிறது.

மூன்றாவதாக இயற்கை விஞ்ஞானி டார்வின் விளக்கிய பரிணாமத் தத்துவம், தாவர உலகிற்கும், விலங்குலகிற்கும் இடையிலான பரஸ்பர தொடர்பை பொருள் முதல்வாத ரீதியில் விளக்கியது.

தாவரங்கள் முதல் மனிதன் வரை இயற்கையுலகம் முழுவதும் இடையறாத இயக்கத்திலும், வளர்ச்சியிலும் இருப்பதை டார்வின் ஏராளமான ஆதாரங்களோடு விளக்கினார்.

நான் ஏற்கெனவே பொருள்முதல் வாதத்திலும் முரண்பாடான கருத்துகள் தலையெடுத்தன என்பதைச் சொன்னேன். அதில் முக்கியமானது யாந்திரிகமான பொருள்முதல்வாதம் என்பது ஒரு வடிவம்.

முதலில் இதற்கு ஏன் இந்தப் பெயர் வந்தது என்று பார்ப்போம். 1718ஆம் நூற்றாண்டில் பொருள்முதல் வாதத்தின் இந்த வடிவம் வந்தபோது இயந்திரவியல் விஞ்ஞானம் மட்டுமே உண்மையான வளர்ச்சியடைந்திருந்தது.

விஞ்ஞானம் அந்த நூற்றாண்டில் தொட்டிலில்தான் இருந்தது அப்போதுதான் இயந்திரங்கள் உழைப்பிலும், அன்றாட வாழ்க்கையிலும் மனிதனுக்கு உதவ ஆரம்பித்தன.

ஆனால் இயந்திரங்கள் கண்டுபிடிப்பு, அந்த மகிழ்ச்சி, ஆச்சரியம் எல்லா புறப்பாடுகளையும் அறிந்து கொள்ள ஒரே அடிப்படை இயந்திரவியல்தான் என்று ஏற்றுக் கொள்ளப்பட்டது. எந்த வகையில் ஏற்றுக் கொள்ளப்பட்டது

யாந்திரிகமான பொருள்முதல் வாதத்தின் பிரதிநிதிகள் இயந்திரவியலின் விதிகள் சர்வபொதுவானவை, எல்லா உயிருள்ளவையும், உயிரற்றவையும் இவற்றின்படிதான் வளருகின்றன என்று கருதினர்.

மிருகத்தைக்கூட ஏதோ ஒரு தானியங்கி இயந்திரமாகக் கருதினர். எந்த ஒரு இயந்திரத்தையும் போன்றே மிருகத்துக்கும் வலியுணர்வு கூட இருக்காது என்றனர்.

இங்கே மனிதன் எப்படிக் கருதப்பட்டான்? இப்படிப்பட்ட தத்துவ ஞானியின் கருத்தில் மனிதனே கூட மிகச் சிக்கலான இயந்திரமாக மட்டுமே கருதப்பட்டான்.

"இயந்திரயியல்" தத்துவம், விஞ்ஞானிகளின் மண்டையை ஆக்கிரமித்துக் கொண்டிருந்ததால் இந்தப் பிரபஞ்சம் முழுவதும் ஒரு பெரும் கடிகாரம் போல் கருதப்பட்டது என்றால் ஆச்சரியப்பட வேண்டியதில்லை. கடிகாரம் என்று சொன்னால் அது இயங்குவதற்கு, யாராவது ஒருவர் சாவி கொடுக்க வேண்டுமே, அவர் யார்? வேறு வகையில் சிந்தித்தால் இந்தப் பிரபஞ்சம், விலங்குகள், தாவர உலகம், மனிதன் இவற்றின் தோற்றத்தை எப்படி விளக்குவது? இயந்திரவியல் விதிகளை அடிப்படையாகக் கொண்டு இவற்றை விளக்குவது கடினமானது, இயலாதது.

யாரோ ஒரு முறை பிரபஞ்சக் கடிகாரத்தை இயக்கி, அன்று முதல் அது பழுதடையாமல் ஓடிக் கொண்டிருக்கிறதாம். இங்கு ஏதோ ஒரு சக்தி, பொருளாதார தன்மையற்ற சக்தி, ஆன்மீக சக்திதான் இப்படிப்பட்ட கடிகாரமாக இருந்து செயல்பட்டது என்று சொன்னால் யாந்திரிகமான பொருள்முதல்வாதம் தொடர்ச்சியான பொருள் முதல்வாதமாக இருக்க முடியாது.

ஏனெனில் உலகில் ஏற்படும் மாற்றங்களில், இறுதியில் உலகின் மூல ஊற்றைப் பற்றிய பிரச்சனையின் தீர்வில், இது ஆன்மீக அடிப்படையின் உதவியை, கடவுளை நாடுகிறது. இது டெயிசம் எனப்படுகிறது.

செல்வா:"டெயிசம்" என்ற சொல்லுக்கு அர்த்தம் என்ன?

பே.அ.: Deism என்று சொல்லப்படுவது, கடவுள் நம்பிக்கையாளர் தான். ஆனால் மதத்தோடு சம்பந்தப்பட்ட கடவுள் அல்ல. இயற்கைக்கு மேலான அறிவு ஒன்று இருக்கிறது என்று நம்புகிறவர்கள்.

"உலகை உருவாக்கியவர் கடவுள்தான். ஆனால் இக்கடவுள் உலகைத் தோற்றுவித்தபின், அதாவது கடிகாரத்தை இயக்கி வைத்த பின் உலகில் மேற்கொண்டு அக்கறை செலுத்துவதில்லை. எல்லாவற்றையும் உலகின் கைகளிலேயே விட்டு விடுகிறார் " என்பது.

ஆனால் மதங்களின் கடவுள் நம்மை சதா கவனித்துக் கொண்டிருக்கிறார்; தப்பு செய்தால் தண்டிப்பார்; நன்மை செய்தால் மேல் உலகம் கிடைக்கும் என்பது.

ஆனால் இயந்திரவியல் விஞ்ஞானிகளால் பிரபஞ்சம், இதன்பால் மனிதனின் அணுகுமுறை, உணர்வு என்றால் என்ன, மனிதனின் பகுத்தறிவு எப்படித் தோன்றியது, இவனால் எப்படி அழகை ரசிக்க முடிகிறது, நேசிக்க முடிகிறது என்ற கேள்விகளுக்கு பதில் தர இயலவில்லை.

சிலர் சிந்தனையே பொருளாயத ரீதியானதாக உணரத்தக்கதாகக் கருதினார்கள். பித்தநீர் சுரப்பியில் பித்தநீர் சுரப்பதைப் போல மூளையிலிருந்து சிந்தனை உருவாகிறது என்றனர்.

ஒரு பொருள் முதல்வாதியின் கருத்து எதுவாக இருக்கவேண்டும்?

மனித சிந்தனைகள், உணர்வுகள் ஆகியவற்றையும், பருப்பொருள் வளர்ச்சியின் நியதியான, அவசியமான விளைபொருளாக, தொடர்ச்சியான பொருள்முதல்வாதி விளக்க வேண்டும்.

இயந்திரகரமான பொருள்முதல் வாதத்தால் இதைத்தான் செய்ய இயலவில்லை. காரணம் லட்சியங்களை முன்வைத்து, இவற்றை அடையவல்ல, உணர்வுள்ள, சிந்திக்கும் தன்மையுள்ள உயிரினமான மனிதனை இயந்திரவியல் விதிகளால் விளக்க முடியவில்லை. இயந்திரகரமான தத்துவ ஞானத்தால் உலகின் ஒற்றுமை பற்றிய கருத்து, பன்முகத் தன்மையுள்ள உலகின் ஒற்றுமை என்பதைப் புரிந்து கொள்ள முடியவில்லை.

செல்வா: அய்யா, இயந்திரகரமான பொருள்முதல்வாதம் போல் பொருள் முதல்வாதத்தில் வேறு வகையறாக்கள் இருக்கிறார்களா?

பே.அ.: நிச்சயமாக உள்ளனர்.

நம் முன்னால் இரண்டு அடிப்படை வாதங்கள் உண்டு. ஒன்று பொருளாயத அடிப்படை வாதம், மற்றொன்று ஆன்மீக அடிப்படை வாதம்.

இந்த இரண்டு அடிப்படை வாதங்களையும் ஏற்றுக் கொள்ளுகிற வாதங்களும் உண்டு. இது இரட்டை வாதம் எனப்படுகிறது.

இதை சுருக்கமாக சொல்ல வேண்டுமென்றால் பருப்பொருள், ஆன்மா இரண்டையும் சுயமான, ஒன்றை ஒன்று சாராத அடிப்படைகளாகக் கருதும் போக்கு.

இரட்டைவாதத்தை மறுமொழியில் சொல்ல வேண்டும் என்றால் பொருள்முதல்வாதத்துக்கும், கருத்து முதல்வாதத்துக்கும் இடையிலான ஒன்றாகும். இதனை “அரைகுறை” தத்துவ வாதம் என்றும் சொல்லலாம். பல சமயங்களில் கருத்து முதல்வாதிகளும் இரட்டை வாதத்தின் பக்கம் சாய்கின்றனர்.

ஏனெனில் இவர்களும் விஞ்ஞான நடைமுறையின் கோரிக்கைகளை கவனத்தில் கொள்ள வேண்டியுள்ளது. இவர்களால் பொருளாயத உலகம் நிலவுவதை, இயங்குவதை முற்றிலுமாக நிராகரிக்க முடியாது.

இந்த இரட்டைவாதிகள் கூட பொருள் முதல்வாதம், கருத்து முதல்வாதம் என இரண்டையும் ஏற்று மூன்றாவது போக்காக இயங்க முடியாது. இதன் பிரதிநிதிகள் அடிப்படை பிரச்சனையின் தீர்வில் ஒரு முடிவு எடுக்க வேண்டிய நிலையில் கருத்து முதல்வாதம் அல்லது பொருள் முதல்வாதத்தின் பக்கம், ஏதோ ஒரு பக்கம் சாயவேண்டியவர்களாகிறார்கள். சில நேரங்களில் இரட்டைவாதிகள் வெளிப்படையாகப் பொருள் முதல்வாதத்தைக் கைவிட்டது போல் காட்டிக் கொண்டு ரகசியமாக இதை ஒப்புக் கொள்ளும் போக்குகளும் நிலவியது. 17ஆம் நூற்றாண்டில் பல பூர்ஷ்வா இயற்கை விஞ்ஞானிகள் இப்படிப்பட்ட ரகசியப் பொருள் முதல்வாதக் கொள்கையைக் கடைப்பிடித்தார்கள்.

ஆன்மா, பருப்பொருள் இரண்டுமே இன்னும் அதிகப் பொதுவான அடிப்படையாகிய கடவுளுக்கு இட்டுச் செல்லுகின்றன. இப்படி இரட்டைவாதம், மனிதன், சடப்பொருள், ஆன்மீக அம்சங்களின் கூட்டாக விளங்குகிறது. இந்நிலையில் மனிதன் பாதி மிருகம், பாதி தேவதை. அன்பு, புதியவற்றை அறியும் நாட்டம், அழகின் மீதான ஆர்வம், இது மனிதனின் ஒரு பக்கம்.

மற்றொரு பக்கம் மிருகத் தேவைகளைப் பூர்த்தி செய்ய, அடக்க இயலாத விருப்பங்களை அடைய இட்டுச் செல்லுகின்றன. இப்படிப்பட்ட இரட்டைவாதம் நடைமுறை சிபாரிசுகளைத் தருகிறது. மனிதன் தன் உடலைப் பற்றி, உண்பதை, குடிப்பதை நேசிப்பதை மறக்க வேண்டும். தன் உடலை வருத்தி, தன்னைத்தானே கண்டித்துக் கொள்ள வேண்டும். ஏனெனில் உடல் நிரந்தர ஆன்மாவை மூடியிருக்கும், அழிந்து போகும் மேலுறை மட்டுமே.

தன்னைத்தானே வருத்திக்கொள்ள சாட்டையால் தன் உடலை பலமாக அடித்துக் கொள்வார்கள். உடலில் சதை பிய்ந்து இரத்தம் வரும் வரை அடித்துக் கொள்வார்கள். மேலுறையைப் புண்படுத்தி உள்ளுறையை ஆன்மாவைப் புனிதப்படுத்துவார்களாம்.

இங்கே இன்னொரு வாதம் உள்ளது. ஒருமைவாதம் இது இரட்டைவாதத்துக்கு எதிரானது. நேர் எதிரானது.

இந்த ஒருமைவாதம் என்பது பொருள்முதல் வாதம் அல்லது கருத்து முதல்வாதத்தில் ஒன்றை தொடர்ச்சியாகப் பற்றிக் கொண்டு செயல்படும்.

கருத்து முதல்வாதத்தால் இறுதிவரை ஒருமைவாத போதனையாக இருக்க முடியுமா?

சாதாரணமாக ஜெர்மானிய ஹெகலின் கருத்து முதல்வாதத்தைதான் மிகத் தொடர்ச்சியான கருத்து முதல்வாதத்துக்கு உதாரணமாகக் குறிப்பிடுவார்கள்.

முதலில் ஏதோ ஒரு முழுமுதற் கருத்து “உலக ஆன்மா” நிலவியது. பின்னர் இது இயற்கையையும், மனிதனையும் தோற்றுவித்தது என்றார் ஹெகல்.

ஹெகல் மேலும் சொல்வது, இயற்கையை அறிந்து கொள்ளும்போது வெளிப்படையாகத் தெரியும் இதன் பன்முகத் தன்மைக்குப் பின் ஆன்மீக ரீதியான விதிகள் உள்ளன. இவை இந்த இயற்கையின் ஒழுங்கை நிலைநாட்டுகின்றன. உலகத்தை ஒரே முழுமையாக ஒன்றிணைக்கின்றன என்பதை மறக்கக் கூடாது என்றார்.

இவ்வாறாக நாம் வாழக் கூடிய, பார்க்கக் கூடிய, உணரக் கூடிய பொருளாயத உலகை அங்கீரிக்கும் ஹெகல் சுற்றியுள்ள பன்முகத் தன்மையை எப்படியாவது இரண்டாகப் பிரிக்கப் பார்க்கிறார். கருத்து முதல்வாதியைப் பொறுத்தமட்டில் இந்த வெளியுலகம், இயற்கை என்பது கருத்துலகின் வெறும் வெளியுறவு மட்டுமே. எனவே இயல்பாகவே கருத்து முதல்வாதியால் தொடர்ச்சியான ஒருமைவாதியாய் இருக்க முடியாது.

மாரி:அய்யா தத்துவ உலகில் அடிப்படையானவை இரண்டுவித தத்துவங்கள்தானே.

ஒன்று கருத்து முதல்வாதம் மற்றொன்று, பொருள் முதல்வாதம் பின் ஏன் இந்த இரண்டு பிரிவுகளிலும் பல பிரிவுகள், முரண்பட்ட பிரிவுகள் உண்டாகின்றன.

பே.அ.:உண்மைதான். ஒருவர் பொருள் முதல்வாதியாகவோ, அல்லது கருத்து முதல்வாதியாகவோ அதாவது இந்த இரண்டில் ஒரு கொள்கை உடையவராகவோதான் இருக்க வேண்டும். அப்படி இருந்துதான் பின்னர் இவர்கள் பிரிந்து வெவ்வேறு கருத்துகளை உருவாக்குகிறார்கள். அவ்வப்போது சமூகத்தில், பொருள் உற்பத்தியில் வளர்ச்சியும் மாற்றங்களும் வளர்கிற போது, அதற்கேற்றாற்போல் இயற்கையை, பிரபஞ்சத்தை வியாக்கியானம். செய்கிறபோது, ஏதோ, ஒரு அடிப்படையைத் தனக்கு முன்னால் நிலவிய கருதுகோள் தவறு, நான் சொல்லுவதுதான் சரி என விவாதிக்கத் தொடங்குகிறார்கள்.

உதாரணமாக இந்தியாவை எடுத்துக் கொள்ளுங்கள்.

பௌத்தமும், சமணமுமே ஒத்துப் போகவில்லை; சைவமும், வைணவமும் ஒத்துப் போகவில்லை. சங்கரரை ராமானுஜர்

எதிர்த்தார்; இந்த இரண்டுபேரையும் மத்துவாச்சாரியார் எதிர்த்தார். இப்படி நடந்த தர்க்கத்தில் ஒவ்வொரு காலக்கட்டத்திலும் சில முன்னேற்றங்கள் இருக்கத்தான் செய்தன.

அவ்வாறே பொருள்முதல் வாதத் தத்துவத்திலும் பலப் பிரிவுகள், பல வியாக்கியானங்கள், தர்க்கங்கள் நடந்து வந்தன. பருப்பொருள் முதன்மையானது என்று நிரூபிக்கப்பட்டாலும் இப்பிரச்சினைக்கு நேர்எதிரான பதில்கள் இன்றுவரை நிலவுகின்றன. இவை விஞ்ஞான சாதனைக்கு முரணானவை, ஆனால் குறிப்பிட்ட சமூக நலன்களுக்கு உகந்தவை. அந்தக் குறிப்பிட்ட சமூகத்துக்கு, அந்தக் குறிப்பிட்ட காலத்துக்கு அது நலனாகப் பயன்பட்டிருக்கலாம்.

மார்க்சின் கருத்தை நினைவுகூர்வோம்.

“பூமியிலிருந்து காளான்கள் முளைத் தெழுவதுபோல் தத்துவஞானிகள் தோன்றுவதில்லை. இவர்கள் தங்களுடைய காலத்தின், தங்கள் மக்களின் விளைபொருள்கள் ஆவர். இந்த மக்களின் மிகத் துல்லியமான விலைமதிப்பற்ற, கண்ணுக்குத் தெரியாத சாரங்கள் தத்துவஞான கருத்துக்களில் ஒரு முனைப்படுத்தப்பட்டுள்ளன. எந்த சிந்தனை தொழிலாளர் கரங்களின் மூலம் இருப்புப்பாதைகளை அமைக்கிறதோ அதே சிந்தனை தத்துவஞானிகளின் மூலம் தத்துவஞான முறைகளை உருவாக்குகிறது”என்றார்.

மாணவத் தோழர்களே இப்போது மணி இரவு 11.50 ஆகிவிட்டது. கடைசி நாள் என்ற காரணத்தாலும், நீங்களும் கேள்விகளை உற்சாகத்தோடு கேட்டதாலும், நானும் இடையில் கேள்வி கேட்பதை நிறுத்தாமலும் தொடர்ந்தேன். இப்போது இதோடு முடித்துக் கொள்ளலாம். மேற்கூறிய கருத்துக்களை நான் இரண்டாவது முறையாகச் சொல்லியுள்ளேன்.

பாலா:அய்யா இன்னும் ஓரிரு நாட்கள் நீட்டிக்கலாம்.

மாரி:பாலா சொன்னதை நான் ஆதரிக்கிறேன்.

செல்வா:நானும் ஆமோதிக்கிறேன். அய்யா எங்கள் கோரிக்கைகளை ஏற்க வேண்டும்.

பே.அ.: (ஒரு நிமிடம் மவுனம் காத்து) சரி நாளையும் கூடுவோம்.” மாணவர்கள் கலைந்தார்கள், விடுதிநோக்கி விரைந்தார்கள்.

பேராசிரியரும் எதிர்திசை நோக்கி விரைந்தார்.

22

இயக்க இயலா? இயங்கு இயலா?

(பேராசிரியர் அருணா இன்று மாலை 5.30 மணிக்கே வந்து பூங்காவில் காத்திருந்தார். மாணவர்கள் குறித்த நேரமான 6 மணிக்கு வந்தார்கள், அமர்ந்தார்கள்.)

பே.அ.:நீங்கள் கேள்விகளைத் தொடங்கலாம்.

மாரி:அய்யா "இயக்க இயல்" என்று சொல்லுகிறோம். இயங்கு இயல் என்று சொல்லுவதுதானே சரியாக இருக்கும். ஒருவர் ஒன்றை இயக்கும் போதுதான் அது இயங்கும். ஆனால் பருப்பொருள்கள் உள் முரண்பாட்டால் தானாக இயங்குவதால் "இயங்கு இயல்" என்றுதானே சொல்ல வேண்டும்.

பே.அ.:உங்கள் கேள்வி ஒரு வகையில் சரியானதுதான். இயங்கு இயல் என்றுதான் சொல்ல வேண்டும். ஆனால் இயக்க இயல் என்று சொல்லும் போதும் அதுவாக இயங்கும் பொருளில் தான் பேசப்படுகிறது. நீங்களும் அப்படித்தான், புரிந்து கொள்கிறீர்கள், நானும் அப்படித்தான் புரிந்து பேசுகிறேன். பொதுவாக எல்லோருமே அந்தப் பொருளில் தான் புரிந்து கொண்டு பேசுவதால் நாமும் அப்படியே பேசுவோம்.

பாலா:பொருள் முதல்வாதம் பற்றி பண்டைய காலத்திலிருந்தே தர்க்கம் நடத்தப்பட்டு வருவது போல் இயக்க இயல் பற்றிய தர்க்கமும் தொடர்ந்தே நடத்தப்பட்டு வந்ததா? சர்ச்சைகள் நடந்தனவா?

பே.அ.:ஆம்! இயக்க இயல் தர்க்கவாதமும் தொடர்ந்தே நடந்து வந்தது. அதற்கு எதிர்வாதமும் நடந்தது. இதற்கு குதர்க்கவாதம் என்று சொல்லப்பட்டது. ஆங்கிலத்தில் இதற்கு Perversity என்று சொல்லலாம். விவாதத்தில் பொய்யான கருத்துக்களை மூடிமறைக்கும் சகலவிதமான தந்திரங்களையும், தவறான முடிவுகளையும் உணர்வு பூர்வமாகப் பயன்படுத்துவது, பேச்சை நீடிப்பது, சத்தம் போட்டு பேசுவது, ஆத்திரம் ஊட்டும் வகையில் பேசி எதிரியின் கவனத்தை திசை திருப்புவது இப்படி பல நடக்கும்.

பண்டைய கிரீசின் தத்துவ ஞானிகள்தான் முதல் இயக்கவியல் வாதிகளாக விளங்கினார்கள். ஏக காலத்தில் இந்தியாவிலும் இது நடந்தது. அங்கே சாக்ரடீஸ் என்றால் இங்கே கபிலரை சொல்லலாம், புத்தரை சொல்லலாம். பண்டைய கிரேக்கப் பொருள் முதல்வாதி ஹெராக்லீடஸ் மாபெரும் இயக்கஇயல் வாதியாக வரலாற்றில் இடம் பெற்றுள்ளார். ஹெராக்லிடஸ் சொல்லுவதை பாருங்கள்.

''இயக்கவியலில் உலகம் எதிர்மறைகளின் பரஸ்பரச் செயலாக்கமாக இவற்றின் ஒற்றுமை, மற்றும் போராட்டமாகக் காட்சியளிக்கிறது. எதிர்மறைகளின் மாற்றத்தை, இவற்றின் போராட்டத்தைப் புரிந்துகொள்ளுவதில்தான் உண்மையை அறிந்துகொள்ள முடியும். மோதிக் கொள்ளுபவை இணைகின்றன, பிரிந்து போவதிலிருந்து அற்புதமான சீர் இசைவு தென்படுகிறது. எல்லாம் போராட்டத்தின் மூலம் தோன்றுகிறது. எல்லாமே மாறுகிறது. ஏனெனில் போராட்டம் தான் எல்லாவற்றின் தந்தை, எல்லாவற்றிற்கும் பேரரசர்" என்று பதிவு செய்துள்ளார்.

புத்தரும் ''வினாடிக்கு வினாடி எல்லாம் மாறிக் கொண்டிருக்கிறது. பழமை போய் புதுமை உருவாகிறது. இந்த இயக்கம் தொடர்ந்து நடந்து கொண்டே இருக்கிறது. உலகில் உள்ள அனைத்தும் ஒன்றோடு ஒன்று தொடர்பு கொண்டுள்ள பொருள்கள்தான்" என்றார்.

நம் தமிழ்நாட்டுப் பழமை நூல் தொல்காப்பியம்
"பழையன கழிதலும் புதியன புகுதலும்"
வழுவல கால வகையி னானே"
எனச் சொன்னதும் அதுதானே.

கிழக்கத்திய சிந்தனையாளர்களாகிய அவெரோயெஸ், அவித்சேனா ஆகியோரும் இதே மாதிரியான கண்ணோட்டம் கொண்டவர்களாக இருந்தனர்.

"இயக்கம் நிரந்தரமானது, அழிக்கப்பட முடியாதது. தோற்றம், அழிவு, மாற்றம் என்பவை பருப்பொருளுள் உள்வாய்ப்பாக அடங்கியுள்ளன. ஏனெனில் அழிவு என்பதும் பெருக்கம் என்பதும் ஒரே மாதிரியான செயல்களாகும். எந்த ஒரு கருவிலும் அழிவு என்பது வாய்ப்பாக உள் அடங்கியுள்ளது. இயக்கம் என்பது பருப்பொருளில் உள்ளார்ந்ததாக உள்ளது. இது மாற்றத்திற்கான திறமையைக் குறிக்கிறது" என்ற கருத்தை உணர்த்தியுள்ளனர்.

நம் இந்தியாவின் சாங்கிய தரிசனத்தின் மூலவர் கபிலர் சொன்ன கருத்தைக் கேளுங்கள்.

“நிரந்தரமானது எதுவும் இல்லை. வெற்றிடத்திலிருந்து எதுவும் தோன்றுவதில்லை. அழிந்துவிட்ட மற்ற பொருட்களிலிருந்து தோன்றுகிறது. அழிகின்ற மற்ற பொருள்கள் ஒன்றுமில்லாமல் போவதில்லை. படைக்கப்பட முடியாத, அழிக்கப்பட முடியாத பொருள் இருந்து வருகிறது'' என்று மிக உறுதியாக சாதித்தார்.

பண்டைய சீன தத்துஞானியும் “ச்ஷான் தசான்” என்பவரும் “இயக்கத்துக்குப் பொருளாயத சக்தி உண்டு. இந்த இயக்கம் சுழல் ரீதியாக அசைந்து, சில சமயம் சிதறி, மாபெரும் வெற்றிடத்திற்கு திரும்பி செல்லும் அல்லது சில சமயம் ஒரு முனைப்பட்டு குவிந்து நம் கண்ணுக்குத் தெரியும் உலகம் முழுவதையும் உருவாக்கும்” என்றார்.

இப்படி பல பண்டைய தத்துவஞானிகள் இயக்க இயல் தத்துவம் பற்றி அனுமானமாகப் பேசினாலும், அவர்களின் ஆழ்ந்த சிந்தனை அவர்களைத் தாங்கிப் பிடித்தது. இவ்வளவு தத்துவஞானிகள் இயக்கவியல் பற்றி பேசியிருந்தாலும் இயக்க இயலைப் பற்றிய முறைப்படுத்தப்பட்ட போதனையை தோற்றுவித்தவரான ஹெகலை நாம் மறந்துவிட முடியாது.

‘‘எதிரெதிரான சக்திகளின் (பாசிடிவ், நெகடிவ்) பரஸ்பர செயலாக்கத்தால் உலகம் வளர்கிறது’’-என்று ஹெகல் கருதினார்.

ஆனால் இந்த வளர்ச்சியை ஏதோ ஒரு முழுமுதற் கருத்தின், உலக ஆன்மாவின் அல்லது உலகப் பகுத்தறிவின் (மனிதனின் பகுத்தறிவு அல்ல) ஏதோ ஒரு சக்தியின் வளர்ச்சியோடு தொடர்பு படுத்திப் பேசினார். இயற்கையிலும், மனித வரலாற்றிலும் வளர்வது எல்லாம் உலக ஆன்மாவின் வளர்ச்சி என்றார். எல்லா வளர்ச்சியும் பொருளில் உள்ள எதிர்மறைகளின் விளைவால் நடக்கின்றன என்று சொன்னார். ஆனால் முழுமுதலான ஆன்மாவினால் நடைபெறுகிறது என்றார். மார்க்ஸ் அழகாகவே சொன்னார். “ஹெகல் தலைகீழாக நிற்கிறார், என் வேலை இவரை நேராக மாற்றி நிற்க வைப்பது” என்றார்.

இந்த இயற்கை உலகின் மற்றும் இந்த மனிதர்களின் முடிவற்ற மாற்றம், இயக்கம், வளர்ச்சி பற்றிய போதனையாகும். அதற்கான நிரந்தர, இறுதியான உண்மையாகும்.

மாரி: அய்யா, தற்கால வளர்ச்சிபடி பொருள்முதல்வாத இயக்கவியலின் கண்ணோட்டம் எதுவாக இருக்கவேண்டும்.

பே.அ.: உலகம் முழுவதும் இயங்கக் கூடிய, உலகம் முழுவதும் மாறக்கூடிய பொருட்களின் ஒட்டுமொத்தமான தொடர்பு

கொண்டது தான் பொருள்முதல்வாத இயக்கஇயல். இந்த சர்வ பொது உலகத் தொடர்புக்கு வெளியே நின்று தனிப்பட்ட புலப்பாட்டையோ, நிகழ்ச்சிப் போக்கையோ, பொதுவில் இயக்கத்தையோ புரிந்துகொள்ள முடியாது. எனவே ஒவ்வொரு பொருளையும், ஒவ்வொரு விஷயத்தையும் விஞ்ஞான ரீதியாக, புறவய ரீதியாக அணுக வேண்டும். இவற்றின் புதிய அம்சங்களை, உறவுகளை, தொடர்புகளை வெளிப்படுத்தும் முடிவற்ற நிகழ்ச்சிப் போக்கை, ஆம், முடிவற்ற நிகழ்ச்சிப்போக்கை இயக்கவியலில் காண வேண்டும்.

பாலா:உதாரணம் கொடுத்து விளக்குங்களேன்!

பே.அ.:நவீன இயற்கை விஞ்ஞானம் உதாரணமாக இயற்பியல், இந்த அடிப்படை பரஸ்பர செயலாக்கங்களைத் திட்டவட்டமாக்குகிறது. இவை பிரபஞ்சத்தில் நடைபெறும் ஏராளமான புலப்பாடுகளில் பெரும் நட்சத்திரக் கூட்டங்களின் வளர்ச்சி முதல் அடிப்படை துகள்களில் நடைபெறும் மிகச் சிறு மாற்றங்கள் வரை காணப்படுகின்றன. அதாவது, சர்வ பொது பரஸ்பர தொடர்பு காணப்படுகிறது.

புறவய உலகில் சர்வ பொது பரஸ்பரத் தொடர்பு எல்லாவிதமான இயக்கங்களிலும் வெளிப்படுகிறது. அதாவது இயந்திர ரீதியான இடமாற்றம், பல்வேறு பௌதீக, இராசயன, உயிரியல் நிகழ்ச்சிப் போக்குகள், சமூக சம்பவங்கள் என எல்லாவித இயக்கங்களிலும் வெளிப்படுகிறது.

தாவரங்கள் முதல் மனிதன் வரை உலகம் முழுவதும் இடையறாத இயக்கத்திலும், வளர்ச்சியிலும் உள்ளன. விஞ்ஞானத்தின் மற்ற துறைகளிலும் வளர்ச்சிக் கருத்து பரவியது. 20ஆம் நூற்றாண்டில் பௌதீகத்திலும், வானசாஸ்திரத்திலும், பிரபஞ்சத்தின் தோற்றம் மற்றும் வளர்ச்சி பற்றிய போதனைகள் தோன்றின. பூமி, இதன் உட்பாகம், மேல் பரப்பு முழுவதும் இடையறாத இயக்கத்தில் உள்ளதை புவி இயலும், பூகோளமும் மெய்ப்பித்தன. புவி இயல் பொருளின் வளர்ச்சி பற்றிய ஆராய்ச்சியில் இயங்கியது. வரலாறு வரலாற்றுவாதக் கோட்பாட்டை உருவாக்கத் துவங்கியது. அதாவது கீழிருந்து மேல் நோக்கிய இயக்கம் என்ற வகையில் முன்னேற்றத்தைப் பற்றிய கருத்தை முன்வைத்தது. மனிதனின் மனநிலை மாறுவதாக, வளர்ச்சியடைவதாக மனோதத்துவம் கண்டுபிடித்துக் கூறியது. இவ்வாறாக சர்வ பொது வளர்ச்சி பற்றி போதனை விஞ்ஞானத்திலும் தத்துவ ஞானத்திலும் நுழைந்தது. உலகம் மாற்றம் அடையாத ஒன்று என்ற கருத்தும் நிராகரிக்கப்பட்டது.

செல்வா: அய்யா, இயற்கையில் நிலவும் யதார்த்த சர்வபொது தொடர்பு பற்றிய கருத்துக்கு ஆதாரமாக எளிமையாக விளக்குங்கள். மேற்கோள் காட்டி விளக்குங்கள்.

பே.அ.: ஏற்கெனவே சொன்னதோடு மேலும் விளக்குகிறேன்.

உதாரணமாக தட்பவெப்ப நிலையில் ஏற்படும் மாற்றம் தாவரங்களில் மாற்றத்தை ஏற்படுத்தவில்லையா? அவ்வாறே விலங்குகளிலும் மாற்றத்தை ஏற்படுத்துவதில்லையா, அதாவது தாக்கத்தை ஏற்படுத்தவில்லையா?

சூரியனில் ஏற்படும் காந்தப் புயல், வானொலித் தொடர்பைப் பாதிப்பதோடுகூட, பருவநிலை மீதும் தாக்கம் செலுத்துவதில்லையா? காற்றழுத்த மாற்றம் மனிதர்களின் உடல்நிலையை பாதிப்பதில்லையா?

பொருட்கள், புலப்பாடுகளின் சர்வ பொது தொடர்பைப் பற்றி விஞ்ஞானிகள் மட்டுமின்றி எழுத்தாளர்களும், கவிஞர்களும் கூட எழுதுகிறார்கள். வாழ்க்கை அவர்கள் எழுதுவதை, மெய்ப்பிக்கிறது. ஏனெனில், இயற்கையின் ஓர் அங்கத்தை ஒழித்தாலோ, பலவீனப்படுத்தினாலோ, அது இயற்கை மீதும் ஏன் சமுதாயத்தின் வளர்ச்சி மீதும் தாக்கம் செலுத்துவதைப் பார்க்கிறோம்.

Global Warming என்று இன்று நாம் கதறுகிறோமே. அதனால் எவ்வளவு பெரிய பாதிப்பு ஏற்பட்டு வருகிறது. இயற்கையின் பருவகால வழிமுறைகூட மாறிவிடும் போல் தோன்றுகிறது.

கோடைக் காலத்தில் மிக அதிக வெப்பம், குளிர்காலத்தில் மிக அதிகமான குளிர், மழைக்காலத்தில் மழையே இல்லாமல் போவது, இப்படி இன்னும் எதிர்க்காலத்தில் பேரழிவைக்கூட இயற்கை கொண்டுவரும் என்று விஞ்ஞானிகள் சொல்லுகிறார்களே, அது என்ன? இயற்கையை மனிதன் பலவீனப்படுத்தினால், அது மனிதனைப் பழி தீர்க்கிறது.

வேறு ஒரு உதாரணம் பாருங்கள்.

நான் புத்தகத்தில் கண்ட காட்சி!

பயிர்களைத் தாக்கும் பூச்சிகளைக் கொல்ல DDT இரசாயன மருந்து கண்டுபிடிக்கப்பட்டதை நாம் அறிவோம். அதன் விளைவு எப்படி தொடர் பாதிப்பை உருவாக்குவதைப் பாருங்கள். இந்த மருந்து பயிர்களைத் தாக்கும் பூச்சிகளைக் கொன்றதன் மூலம் பறவைகளுக்கான இரையையும் அழித்தது. பறவை இனங்களின் வாழ்க்கை பாதிக்கப் பட்டது. பறவைகள் மட்டுமல்ல, தேனீக்களும் பாதிக்கப்பட்டது. எனவே மகரந்த

சேர்க்கை சரிவர நடைபெறவில்லை. விளைச்சல் குறைந்தது. மழை நீரோடு சேர்ந்து DDT மருந்து பூமியடி நீரில், ஆற்றில், கடல் நீரில் கலந்தது. எனவே நம் உணவில் கலந்தது, நம் உடலில், தசைகளில் கலந்தது. இதை உடலிலிருந்து வெளியேற்ற முடியாது. DTT மருந்தைப் பயன்படுத்தக் கூடாது, நிறுத்துவது என விஞ் ஞானிகள் முடிவுக்கு வந்தார்கள்.

உலகம் வெறுமனே மாற்றம் அடைவது மட்டுமல்ல, இயங்குவதோடு மட்டும் நின்று விடவில்லை. இது பிரிக்க முடியாதபடி ஒன்றோடு ஒன்று தொடர்பு கொண்ட ஒரே முழுமையாகவும் விளங்குகிறது. இதனால் நாம் அறிவது என்ன? இன்றைய விஞ்ஞானம் அன்றைய தத்துவஞானிகளின் ஊகத்தை மெய்ப்பித்தது. என்ன அது? அடிப்படை துகள்களிலிருந்து அணுக்களும், அணுக்களிலிருந்து மூலக்கூறுகளும் தோன்றுகின்றன. தாவரங்களும், விலங்குகளும் பல வகைகளாக, இன வகுப்புகளாக, இனங்களாக அமைகின்றன. பூமி சூரியனுடன் தொடர்புடையது. நம் நட்சத்திர மாற்றங்கள் மற்ற நட்சத்திர மண்டலங்களுடன் தொடர்பு உடையது. இப்படிப்பல.

எனவே நாம் உலகை ஆராயும்போது, இதைப் பரஸ்பரத் தொடர்பில், ஒற்றுமையானதாக, வளருவதாகப் பார்க்கிறோம்.

பாலா:அய்யா, உலகை பரஸ்பரத் தொடர்பில், ஒற்றுமையானதாக வளருவதாகப் பார்க்க வேண்டும் என்கிறீர்கள்? வளர்ச்சி என்பது முரண்பாடுகளின் மோதல்தானே? எப்படி பரஸ்பர ஒற்றுமையின்பாற் படும்?

பே.அ.:குழப்பிக் கொள்ளக் கூடாது. பரஸ்பர ஒற்றுமை என்பது என்ன?

ஒரு சிறு விளக்கம் தருகிறேன்.

மனிதன் யார்? மிருகங்கள் எவை? இவையெல்லாம் இயற்கையின் பரிணாம வளர்ச்சியில் வந்தவை. மனிதனின் உடலில் இரும்பு உண்டு, கால்சியம் உண்டு, உப்பு உண்டு, மக்னீசியம், சிங்க் இப்படி உலோக தாதுக்கள் உண்டல்லவா? இவை அனைத்தும் பூமியிலும் உண்டல்லவா, பூமியில் உள்ளது நம் உடலில் எப்படி வந்தது?

நம் உடம்பில் காற்று, நீர், வெப்பம், நெருப்பு புறத்தே உள்ள இவை எப்படி நம் உடலில் குடி கொண்டுள்ளன.

இந்த பூமிக்கும், காற்று, நீர், நெருப்பு போன்ற பூதங்களுக்கும் மனிதனுக்கும் எவ்வளவு பரஸ்பர ஒற்றுமை உள்ளது,

பொதுமை உள்ளது என்பதைப் பார்க்கவேண்டும். மிருகங்களும் அப்படித்தான்.

மேலும் சொல்லலாம். உயிரற்ற பொருட்களும், உயிருள்ள ஜீவன்களும் கூட பரஸ்பர ஒற்றுமை உண்டு.

தத்துவஞானிகள் பொருட்களை அளவுபடியும், பண்புபடியும் வேறுபடுத்திப் பார்க்கிறார்கள். அணுக்களுக்கும் வெற்றிடம் உண்டு என்றார் டெமாக்ரடீஸ். அணுக்களுக்கும் வெற்றிடமா? மிக மிகச் சிறிய அணுக்களுக்கும் வெற்றிடம் என்றால் அதை எப்படிக் காண்பது? டெமாக்ரடீஸ், அன்று அப்படி சொல்லி வைத்தார். இன்று விஞ்ஞானம் அந்த வெற்றிடத்தை நிரூபித்துவிட்டது. மேலும்,

அணுக்கள் தம் வடிவத்திலும், எடையிலும் (அளவு ரீதியாக) மாறுபடுகின்றன. இதில் உயிரினங்களுக்கும், உயிரற்ற பொருட்களுக்கும் இடையில் வேறு வித்தியாசம் கிடையாது. இந்தப் பொதுமையையும் விஞ்ஞானம் நிரூபித்துள்ளது.

இப்போது பாலா கேட்ட கேள்விக்கு வருவோம்.

நாம் ஏற்கெனவே கூட இது பற்றி பேசியுள்ளோம். ஒவ்வொரு பொருளும் எதிரெதிரான அம்சங்களால் ஆனது. இவற்றில் ஒன்றில்லாமல் மற்றதால் நிலவ முடியாது. நெகடிவ் இல்லாமல் பாசிடிவ் இருக்க முடியாது. பாசிடிவ் இல்லாமல் நெகடிவ் இருக்க முடியாது. ஒன்றை ஒன்று நிராகரிக்கும், ஆனால் ஒன்றில்லாமல் மற்றொன்று இருக்க முடியாது. நாம் சுவாசிப்பதால்தான் உயிர் வாழ்கிறோம். ஒவ்வொரு வினாடியும் கெட்ட கரியமில வாயுவை வெளியேற்றி சுத்த பிராணவாயுவை உள்ளே இழுக்கிறோம். இங்கே இரண்டு வேறு வகையான வாயுக்கள் ஒன்றை வெளியேற்றி ஒன்றை உள்ளே இழுக்கிறது. இது நடக்கவில்லை என்றால், இந்த மோதல் நடக்கவில்லை என்றால் மனிதன் உயிர்வாழ முடியாது. இதுதான் பழையன கழிதல், புதியன புகுதல். தொடர் இயக்கம், போராட்டம்.

ஆனால் நாம் இங்கே பேசப்போவது வளர்ச்சி எப்படி நடைபெறுகிறது என்பதுதான்.

அதாவது அளவிற்கும், பண்பிற்கும் இடையிலான பரஸ்பர தொடர்பைப் பற்றியது.

அளவின் மாற்றங்கள் பொருளில் அல்லது புலப்பாட்டில் புதிய பண்பு தோன்ற வழிகோலுகிறது.

இதை விளக்க ஒரு சிறு உதாரணம் பார்ப்போம். இரண்டு பெரும் கற்களை ஒன்றன்மீது ஒன்று அடுக்கினால் பண்பளவில்

ஏதும் மாற்றம் இல்லை. ஆனால் பல்லாயிரக்கணக்கான பாராங்கற்களை அடுக்கினால் பண்பு ரீதியான மாற்றம் அதாவது அணையாக மாறிவிடுகிறது. இதைத்தான் அளவிலான மாற்றம் பண்பிலான மாற்றம் என்கிறோம்.

மனிதன் குழந்தைப் பருவம், சிறுவன், வாலிபன், நடுத்தர வயதினன், முதியவர் என வயதின் எண்ணிக்கைக் கூடக் கூட பண்பிலான மாற்றம் ஏற்படுகிறது.

பாலா,:அய்யா பல ஆயிரம் கற்களை அடுக்கிக் கட்டுகிறபோது அணையாக மாறுகிறது. அவை தனித்தனியாக இருக்கும்போது கற்கள்தான். அணைக்கட்ட நான்கு ஆண்டுகள் அல்லது பத்தாண்டுகள் கூட ஆகலாம்.

அவ்வாறே மனிதன் ஒரு எழுபது வயதை கடக்க 70 ஆண்டுகள் ஆகிறது. இந்தப் பண்பு மாற்றம் நிதானமாக நடப்பது. ஒரு விளைவைக் காண இப்படிக் காத்திருந்து தான் பெறவேண்டுமா?

பே.ரா.:பாலாவின் கேள்வியில் சில உண்மைகள் உண்டு.

மாற்றங்களில் பலவகைகள் உண்டு. அளவுரீதியான மாற்றங்கள் பல்வேறு வகையாக இருக்கலாம். கற்களை வேகமாக, பல ஆயிரக்கணக்கான கற்களை விரைவில் கொண்டுவந்து, நிறைய பணியாட்களைக் கொண்டு வந்து அணையைக் கட்டும் காலத்தைக் குறைக்கலாம். ஆனால் மனிதன் குழந்தை பருவத்திலிருந்து முதியவனாக வளருவதை அப்படி செய்ய இயலாது. இதனை உன்னிப்பாக கவனிக்க முடியாது. அளவுரீதியான மாற்றங்களைப் பரிணாம வளர்ச்சி என்கின்றனர். பரிணாம வளர்ச்சி என்பது படிப்படியான மெதுவான வளர்ச்சி யாகும்.

பண்பு ரீதியான மாற்றம் புரட்சிக்கான வளர்ச்சியாகும். பழையது அடிப்படை ரீதியாக உடைவதுடன், சமுதாய உறவுகள், கலாச்சாரம், தொழில்நுட்பம், உலகக் கண்ணோட்டம் போன்றவற்றில் திடீர் மாற்றங்களுடன் இது தொடர்புடையது. உதாரணமாக சமூகப் புரட்சிகளை, விஞ்ஞானக் கண்டுபிடிப்புகளைக் குறிப்பிடலாம்.

இதில் கூட சில பூர்ஷ்வா விஞ்ஞானிகள் சில திரிபுகளைப்பேசுகிறார்கள். அவர்கள் பண்பு ரீதியான மாற்றங்களை மட்டும் பார்க்கின்றனர். சிலர் அளவுரீதியான மாற்றங்களைப் பார்க்கின்றனர். உண்மை என்பது வேறு.

உண்மையில் வளர்ச்சி என்பது அளவு மற்றும் பண்பு ரீதியான அம்சங்களின் ஒற்றுமையாகும். இதில் அளவுரீதியான

மாற்றங்கள் பாய்ச்சல்களை பண்பு ரீதியான மாற்றங்களை புதியதின் தோற்றத்தை, வளர்ச்சியின் அடிப்படை மாறுதலை தயார்படுத்துகின்றன.

உதாரணமாக அக்டோபர் சோஷலிச புரட்சி உலக வரலாற்றில் எதிர்பாராதப் பாய்ச்சலாகத் தென்படலாம். ஆனால் இது ரஷ்யாவில் பாட்டாளிகளின் நீண்ட வர்க்கப் போராட்டத்தால் தயார் செய்யப்பட்டது.

பாய்ச்சல்கள் பல்வேறு விதங்களில் நடைபெறுகின்றன. குறிப்பட்ட வெப்பநிலையில் அதாவது 1800 டிகிரி சென்டிகிரேடில் இரும்பு உருகுகிறது. தண்ணீர் 100 டிகிரி சென்டிகிரேடில் கொதித்து ஆவியாகிறது. தொழில்நுட்பப் புரட்சி கூட பாய்ச்சல் வேகம்தான்.

பாய்ச்சல்கள் பல ஆயிரம் ஆண்டுகள்கூட நீடிக்கக் கூடும். உதாரணமாக புவி இயல் சகாப்தத்தின் மாற்றங்களைக் குறிப்பிடலாம். அல்லது இவை வரலாற்று ரீதியாக ஒப்பீட்டளவில் குறுகிய காலக்கட்டத்தில் நடைபெறலாம். உதாரணமாக இருபதே ஆண்டுகளில் சோவியத் நாட்டில் சோஷலிசம் கட்டப்பட்டது. பல ஐரோப்பிய, ஆசிய, ஆப்பிரிக்க, லத்தீன் அமெரிக்க நாடுகளில் சமூக, கலாச்சாரப் புரட்சிகள் நடைபெற்றதை நாம் பார்த்தோம்.

செல்வா:அய்யா இதில் நாம் தெரிந்து கொள்ளும் சாரம் என்ன?

பே.அ.:செல்வா கேட்பது அளவுநிலை, பண்பு நிலையாக மாறுவதைப் பற்றிய போதனை மனிதகுலத்துக்கு எப்படிப் பயன்படுகிறது என்பதுதான்.

அளவுநிலை பண்புநிலையாக மாறுவதைப் பற்றிய போதனை முதற்கண் பொருள்முதல்வாத இயக்க இயலுக்கு விசேஷ புரட்சிகரத் தன்மையை அளிக்கிறது. இது சமூக முன்னேற்றத்தின் கோட்பாட்டு வழிப்பட்ட சாரத்தை விளக்குகிறது. பரிணாம மாற்றங்கள் எப்படி நியதியாக புரட்சிக்கு இட்டுச் செல்கின்றன. இது குறிப்பிட்ட கட்டத்தில் ஒரு சமுதாயம், அல்லது நாட்டின் பரிணாம வளர்ச்சிக்கு எப்படி முடிவாக அமைகிறது என்பதைப் புரிந்துகொள்ள உதவுகிறது.

இன்னொரு வகையாக கேள்வியை முன் வைப்போம்.

இயக்கம் எப்படி நடைபெறுகிறது?

பதில்:அளவு ரீதியான மாற்றங்கள் பண்புரீதியான மாற்றங்களாக மாறுவதன் மூலம் இயக்கம் நடைபெறுகிறது.

அடுத்த கேள்வி:எது வளர்ச்சிக்கான மூல ஊற்றாக உள்ளதா?

பதில்:ஒரு பொருளின் எதிரெதிரான அம்சங்களின் பரஸ்பர செயலாக்கம் முரண்பாடுகள் (பாசிடிவ், நெகடிவ்) உலகில் நிரந்தர இயக்கத்துக்கு, அல்லது மோதலுக்கு வழிகோலுகின்றன, மாற்றங்களை ஏற்படுத்துகின்றன.

இந்த மாபெரும் உண்மை, உள்ளடங்கி இருக்கும் உண்மையை இந்தியா, சீனா, கிரீஸ் போன்ற நாடுகளில் பண்டைய தத்துவஞானிகள் அனுமானமாக சொல்லவந்ததை மீண்டும் இங்கு சொல்வதில் தவறில்லை.

“ஒவ்வொரு பொருளும் எதிரெதிரான அம்சங்களால் ஆனது. இவற்றில் ஒன்றில்லாமல் மற்றதால் நிலவ முடியாது. அதாவது ஓர் அம்சம் மற்றதை முன்னனுமானிக்கும். அதே சமயம் மற்றதை மறுத்து நிராகிக்கும். இவை அணைக்கும், தள்ளும், தள்ளும், அணைக்கும் என்கிற அற்புதமான மோதல், இதுவரை மனிதனை அதிசயிக்க வைக்கும் மோதல். அதுதான் இன்னொரு இயக்கம், என்று சொல்லப்படுகிறது. சாதாரண மக்கள் இதை வாழ்க்கையோடு எப்படிப் பார்க்கிறார்கள், புரிந்து கொள்கிறார்கள். எதிரெதிரான அம்சங்கள் இல்லையென்றால் வாழ்வே என்கிறார்கள். வாழ்வு மரணம், அன்பு வெறுப்பு, நன்மை தீமை, பனிக்கட்டி நெருப்பு, பகல் இரவு, ஆண் பெண்.

தத்துவஞானிகள் பலர் இதைப் பற்றி சொல்லும்போது,

“முரண்பாடு என்பது எதிர்மறைகளின் ஒற்றுமை மட்டுமல்ல; எதிர்மறைகளின் போராட்டமும் கூட என்கிறார்கள். இப்போராட்டங்களின் மூலம்தான் வளர்ச்சி நடைபெறுகிறது. எதிர்மறைகளின் பரஸ்பர உறவுகளின் சாரம் இதில்தான் உள்ளது”என்கிறார்கள்.

செல்வா:‘அய்யா இதுதான் சமுதாயத்திலும் நடைபெறுகிறது, அதாவது எதிர்மறைகளின் போராட்டம், வர்க்கங்களின் போராட்டமாக வெளிப்படுகிறது’என்று சொல்லலாமா?

பே.அ.:நூற்றுக்கு நூறு உங்கள் கூற்று உண்மை என்று சொல்ல வேண்டும். எந்த ஒரு முரண்பாட்டிற்கும் ஒரு வரலாறு உண்டு. அது பிறக்கிறது, வளர்கிறது, கூர்மை அடைகிறது, பின் தீர்க்கப்படுகிறது. சமுதாயத்தின் முரண்பாடுகள் சமரசப்படுத்த முடியாதவையாக இருக்கக்கூடும். இவற்றைப் பகை முரண்பாடு என்று கூறலாம்.

பகை முரண்பாடு என்று சொல்கிறபோது எந்த சமரசமும் இல்லை; இரக்கமும் இல்லை.

முதலாளிக்கும் தொழிலாளிக்கும் இடையில் உள்ள முரண்பாடு,

உழைப்பிற்கும் மூலதனத்துக்கும் உள்ள முரண்பாடு,

சோஷலிசத்துக்கும், முதலாளித்துவத்துக்கும் இடையில் உள்ள முரண்பாடுஇவற்றில் எங்கு, எப்படி பகையற்ற முரண்பாடு இருக்கமுடியும்.

மாரி:அய்யா முரண்பாடுகளில் ஒற்றுமை என்ற ஓர் அம்சம் உண்டல்லவா? அதை மட்டும் வலியுறுத்தி அங்கீகரித்து, முதலாளிக்கும் தொழிலாளிகளுக்கும் இடையில் சமரசம் காண முடியாதா? வர்க்கப் பகைமையைக் குறைக்க முடியாதா?

பே.அ.:மாரி சொல்லுவது நன்றன்று.

பிராணவாயுவை மட்டும் வைத்துக் கொண்டு, கரியமில வாயுவை வெளியேற்றாமல் எப்படி சுவாசிக்க முடியும்? எப்படி உயிர்வாழ முடியும்?

நெருப்பும், நீரும் எப்படி ஒன்று சேர முடியும்?

முதலாளி வர்க்கத்திடம் உள்ள நல்ல அம்சங்களை மட்டும் கட்டிக் காத்து, கெட்ட அம்சங்களை நீக்கிவிட்டால் வாழ்வு வளம் பெறாதா என்று கேட்பது பொருந்திவராது; கெட்ட அம்சங்களே இல்லை என்றால் அவர்கள் முதலாளிகளாக இருக்கவே முடியாது. அவர்களும் தொழிலாளிகளாக ஆகிவிட வேண்டியதுதான். மூலதனம் முதலாளி பிரிக்க முடியாது.

இப்போது கூட சில உரிமைகளை தொழிலாளர்கள் அனுபவிக்கிறார்கள் என்றால் முதலாளிகளின் நல்ல குணத்தால் கிடைத்தது அல்ல. போராடிப் பிடுங்கப்பட்டவை.

இயக்க இயலின் ஓர் அம்சம் எண்ணியலான மாற்றம் குணமாற்றத்தை உருவாக்குவதையும் அது எப்படி சமூக மாற்றத்துக்கு அதன் இயல்பான முரண்பாடுகள் உதவுகின்றன என்பதையும் பார்த்தோம்.

இயக்க இயலுக்கு இன்னொரு முக்கிய அம்சமும் உண்டு.

இயக்க இயலுக்கு என்றென்றும் நிலையான, முடிவான, நிரந்தரமான ஒன்று கிடையாது என்பது நாம் அறிந்ததே.

எல்லாம் இடையறாது மாறிவருகின்றன, புதுப்பிக்கப்படுகின்றன, இயக்கத்தில் உள்ளன, ஒன்றுக்குப் பதிலாக இன்னொன்று வரும் நிகழ்ச்சிப்போக்கு முடிவற்றது என்றும் நாம் அறிவோம்.

இந்த இயக்கம், வளர்ச்சி எத்திசையில் நடைபெறுகிறது?

நிலை மறுப்பின் நிலைமறுப்பு (Negation of Negation)

வளர்ச்சி என்பது பழையது அழிவதுடனும் புதியது தோன்றுவதுடனும் தொடர்பு உடையது. இயற்கையின் வரலாறும் சமுதாயத்தின் வரலாறும் இப்படித்தான் மெய்ப்பிக்கின்றன.

1. நிலப் புறணியில் புதிய புவியியல் அடுக்குகள் உருவாகின்றன.

2. தாவர உலகிலும் விலங்குகளிலும் பழைய இனங்களுக்குப் பதிலாக புதிய, மேம்பாடான இனங்கள் வருகின்றன.

3. உயிரினங்களில் உயிரணுக்கள் புதுப்பிக்கப்படுகின்றன; பழையவை அழுகுகின்றன, புதியவை பிறக்கின்றன.

அவ்வாறே,

மனிதகுலம் புராதன மனிதக் கூட்டத்திலிருந்து அடிமைமுறை, பண்ணை அடிமை சார்புநிலை, கூலி அமைப்பின் வழியாக உண்மையான சமத்துவம் நிலவும் சமுதாயத்துக்கு வந்துள்ளது. இயற்கையும், சமுதாயமும் அதோடு மனிதர்களின் உணர்வும், உலகக் கண்ணோட்டமும், நோக்கங்கள், உணர்ச்சிகள் மாறி வருகின்றன.

பழையதற்கு பதிலாகப் புதியது வருவது என்பது இயற்கை, சமுதாயம், சிந்தனை, வளர்ச்சியின் முக்கிய அம்சமாகும்.

வளர்ச்சியின் முக்கிய அம்சம் இயற்கையில் நடைபெறவில்லையென்றால், சமுதாயத்தில் நடைபெறவில்லை என்றால், அதை ஒட்டி மனித சிந்தனையில் வளர்ச்சி இல்லாமல் போயிருந்தால் இன்றைய காலக்கட்டமே வந்திருக்காதே! இந்த பிரபஞ்சம், இந்த மனித குலம் எங்கே போயிருக்கும். கற்பனையே செய்ய முடியவில்லை.

பழமை போய், புதுமை வருகிறது என்றால் அந்தப் பழமை போகிறபோது புதுமைக்கு எவ்வளவோ நன்மை செய்துவிட்டுப் போகிறது. இதுதான் மறுப்பின் மறுப்பு என்பதன் அதிசயம்.

பாலா:அய்யா உதாரணத்தோடு விளக்குங்களேன்.

பே.அ.: ஒரு மாங்கொட்டையைப் பூமியில் நடுகிறோம். அந்த மாங்கொட்டையிலிருந்துதான் குறிப்பிட்டக் காலகட்டத்தில் தன்னை அழித்துக் கொண்டு அதிலிருந்து குருத்து வெளிப்படுகிறது. இப்போது அந்த 'மா'விதை இல்லை. தன்னை மறுத்துக் கொண்டு புதிய குருத்து உருவாக்கிவிட்டு மறைந்து விடுகிறது, அழிந்து விடுகிறது, சிதைந்து விடுகிறது, இல்லாமலே போய்விடுகிறது

ஆனால் குருத்தினை உருவாக்கி விட்டு போகிறது. இந்தக் குருத்து தளிராகி, செடியாகி, மரமாகிறது. நூற்றுக்கணக்கான மாங்காய்கள் உருவாகின்றன, காய்த்து தொங்குகின்றன. ஒன்றுதான் நட்டோம், சில நூறு காய்கள் கிடைத்துவிட்டன. அப்படியானால் இந்த மறுப்பின் மறுப்பு தத்துவம் என்னதான் சொல்கிறது. பழைமை அழிந்தாலும், புதுமை பூத்தாலும் வளர்ச்சிக் கட்டம்தான்; மேலும் பெருக்கம்தான். மேல் நோக்கிய பெருக்கம் தான். பழையது தான் அழிந்தாலும் நல்ல அம்சங்களை விட்டுச் செல்கிறது.

இயக்கவியலில் நிலை மறுப்பின் நிலை மறுப்பு ஒரு முற்போக்கான அம்சம் என்று உறுதியாகச் சொல்லலாம். முதலாளித்துவத்தை ஒழித்து, அந்த அழிவிலிருந்து சோஷலிச சமுதாயம் வளர்வது முற்போக்கு அம்சம்தானே.

இந்த வளர்ச்சி மேல் நோக்கிதான் வளர்கிறது. ஆனால் செங்குத்தாக அல்ல. திரும்பத் திரும்ப சுற்றி வளைத்து மேல் நோக்கி நகர்கிறது. ஸ்பைரல் **(spiral)** வளர்ச்சி போல. இது பற்றி எங்கல்ஸ் குறிப்பிட்டுள்ளதை மேற்கோள் காட்டுவது உத்தமம்.

சுதந்திரமாக கையால் வரையப்பட்ட சுருள் வட்டத்துடன் ஒப்பிடுவதையே நான் விரும்புகிறேன். இதன் வளைவுகள் அவ்வளவு துல்லியமானவை அல்ல. வரலாறு கண்ணுக்குத் தெரியாத புள்ளியிலிருந்து தன் ஓட்டத்தைத் துவங்கி, அதை மந்தமாக சுற்றி வருகிறது. இந்த வட்டங்கள் மேன்மேலும் அதிகரிக்கின்றன. பறத்தல் மேன்மேலும் விரைவானதாகவும், உயிரோட்டமுள்ளதாயும் மாறுகிறது. இறுதியில், இது சுடர்விட்டு பிரகாசிக்கும் வால்நட்சத்திரம், ஒரு நட்சத்திலிருந்து இன்னொரு நட்சத்திரத்தை நோக்கிப் பாய்வதுபோல் விரைந்தோடுகிறது. இவற்றைக் குறுக்கிடுகிறது. ஒவ்வொரு சுற்றும் அடுத்து மேன்மேலும் முடிவின்மையை நோக்கி நெருங்கிச் செல்லுகிறது" என்று எங்கல்ஸ் எழுதி வைத்துள்ளார்.

சுருள் வட்டத்தின் வடிவம் ஒவ்வொரு சுற்றும் கீழ் வட்டத்தைத் திரும்பச் செய்வதற்குச் சான்று பகர்கிறது. சுருள் வட்டத்தின் ஆரம் அதிகரிப்பதும், இதன் சுற்றுகள் விரிவுபடுவதும் வளர்ச்சியின் அளவு, அதிகரிப்பதைம், இதன் வேகம் கூடுவதையும் இது சிக்கலடைவதையும் காட்டுகின்றன.

ஏன் எங்கல்ஸ் இயக்கியலின் இந்த வளர்ச்சியை சுருள் வளையத்துக்கு ஒப்பிட்டார். ஒவ்வொரு சுற்றின் மீதும் ஏற்படும் விளைவுகளை நுணுக்கமாக விவரிக்கிறார்?

மனிதகுல வரலாற்றையே எடுத்துக் கொள்ளுவோம்.

பூர்வீகக் கூட்டு வாழ்க்கை அமைப்பு பல்லாயிரம் ஆண்டுகள் நிலவியது. இதற்கு மாற்றாக வந்த அடிமையுடைமை சமுதாய அமைப்பு ஒரு சில ஆயிரம் ஆண்டுகள் நிலவியது. அடுத்து வந்த நிலப்பிரபுத்துவ சமுதாய அமைப்பு இன்னமும் விரைவாக வளர்ந்தது. சுமார் 1500 ஆண்டுகள் ஆதிக்கம் செலுத்தியது. இப்போது முதலாளித்துவ சமுதாயம் முன்னூறு ஆண்டுகளாக நீடிக்கிறது. இந்தக் காலத்திலும் ஒருநூறு ஆண்டுகளுக்கு முன்னால் சில பகுதிகளில் சோஷலிசம் மலர்ந்தது. பூமியில் மூன்றில் ஒரு பகுதி கூட சோஷலிசத்தை அணைத்த நாடுகள் உண்டு! இப்போது நிலை வேறு.

மாவிதையை நம்பிக்கையோடுதான் நாடுகிறோம். மரமும் வளர்ந்தது. காய்கள் உருவாவதற்கு முன்னால் கடும் வேகக் காற்று அடித்து மரம் சாய்ந்துவிட்டது. இதனால் நிலைமறுப்பின் நிலை மறுப்பு தத்துவமே பொய்யாகி விடுமா? மீண்டும் மாவிதையை நடுவோம்.

ஆகவேதான் எங்கல்ஸ் வளர்ச்சியை செங்குத்தான வளர்ச்சி என்று உரைக்காமல் சுருள் வளையத்துக்கு ஒப்பிட்டு எழுதினார். மீண்டும் அவர் எழுதிய வரிகளை நினைவுபடுத்திக் கொள்ளுங்கள்.

“இயக்க இயல் என்பது இயற்கை, மற்றும் சமுதாய வளர்ச்சியின் பொது விதிகளைப் பற்றிய போதனை மட்டுமல்ல. இது உண்மையைத் தேடும் சாதனமாக அமைந்துள்ளது. உண்மை அறிந்து இந்த உலகை மாற்றியமைக்கும் கருவியாகத் திகழ்கிறது. மார்க்சிய தத்துவஞானத்தின் அடிப்படைகளில் இது முக்கியமான ஒன்று. இது புரட்சிகர தன்மை கொண்டது“என்ற எங்கல்சின் உதாரண விளக்கத்தைச் சொல்லி இன்றைய சந்திப்பை பேராசிரியர் முடித்து வைத்தார்.

கடைசி சந்திப்பு

*(பேராசிரியர் **அருணா,** மாணவத் தோழர்கள் மாரி, **பாலா, செல்வா** மூவரும் ஒரு சேர ஒரே நேரத்தில் சேர்ந்து வந்தார்கள்.)*

(அனைவருக்கும் இது கடைசி சந்திப்பு என்றாலும் அவர்கள் மனதில் ஏதோ ஒரு காரணம் புரியாத, ஒருவித ஏக்கம் இலேசாக உறைந்து கொண்டிருந்தது. அது அநேகமாக இது கடைசி கூட்டம் இதோடு விவாதம் முடிகிறது என்று கூட இருக்கலாம். சற்று நேரம் மௌனம் நிலவியது.)

(பிறகு பேராசிரியர்தான் கனைத்துக் கொண்டு பேசத் துவங்கினார்.)

பே.அ.: *மாணவத் தோழர்களே, இதுநாள் வரை நாம் மனித குலத்தில் நிலவிய பல்வேறு தத்துவஞான தோன்றல்களையும், அதன் உட்கொள்கைகளையும் பற்றி பேசினோம்,*

சமணம், சாங்கியம், வைசேஷிகம், மீமாம்சம், நியாய வைசஷிகியம், த்வைதம், விசிஷ்ட அத்வைதம், உலகாயதம் என்றெல்லாம் பன்முகத் தத்துவ நிலைபாடுகளை விவாதித்தோம்.

மாரி:*சுருக்கமாகத்தான் விவாதித்தோம்.*

பே.அ.:*ஆம், சுருக்கமாகத்தான் விவாதித்தோம். ஆனால் எளிமையாக, புரியும்படி விவாதித்தோம். ஈறாக நாம் முடித்தது.*

செல்வா:*மார்க்சியத் தத்துவஞானம்*

பே.அ.:*ஆம்! மார்க்சிய தத்துவஞானம் - பண்டை தத்துவஞானிகள் சொன்ன தத்துவத்திற்கும் மார்க்சிய தத்துவஞானத்துக்கும் இடையில் உள்ள வித்தியாசம் என்ன?*

செல்வா:*முந்தைய தத்துவஞானிகள் தமது தத்துவஞானம் உலகைப் பற்றிய முழுமையான ஞானத்தைத் தருவதாகக் கருதினார்கள்.*

மார்க்சிய தத்துவஞானம் வறட்டுச் சூத்திரமல்ல, மாறாக நடவடிக்கைக்கான வழிகாட்டி. அதனுடைய சிறப்பு அம்சம் "படைப்பாற்றல்" தன்மை கொண்டது.

பே.அ.:செல்வா சொன்னது சரியே. நான் இங்கு இதுபற்றி மேதை லெனனின் சொன்னதைச் சுட்டிக்காட்ட விரும்புகிறேன்.

“மார்க்சின் தத்துவத்தை நாங்கள் முற்றும் முடிவான ஒன்றாய், மீறவொண்ணாத ஒன்றாய்க் கருதவில்லை. மாறாக அது சோஷலிஸ்டுகளுக்குரிய விஞ்ஞானத்தின் அடிக்கல்லை மட்டுமே அமைத்துக் கொடுத்திருக்கிறது. சோஷலிஸ்டுகள் வாழ்க்கையுடன் சேர்ந்து நடைபோட விரும்பினால் இந்த விஞ்ஞானத்தை எல்லா திசைகளிலும் வளரச் செய்வது அவசியம் என்பதை நாம் ஐயமற அறிவோம்“என்றார்.

மார்க்சியலெனியத் தத்துவம் சர்வ தேசியப் புலப்பாடு. இது எல்லா நாடுகளிலும் உள்ள உழைப்பாளிகளின் புரட்சிப் போராட்ட அனுபவங்களையும் பொதுமைப்படுத்தி முன்னேறுகிறார்கள்.

பாலா:அய்யா மார்க்சிய தத்துவஞானம் சர்வதேசிய புலப்பாடு என்கிறீர்கள். ஆனால் இங்கே இந்தியாவில், இந்த மண்ணுக்கு மார்க்சிய தத்துவஞானம் பொருந்தாது என்கிறார்களே இப்போதும் சொல்கிறார்களே!

பே.அ.:ஆம் சொல்கிறார்கள். சோஷலிச எதிரிகள் சொல்கிறார்கள். அந்தக் கொள்கை இந்திய மண்ணுக்கும் பொருந்தும்.

ஏனென்றால் மார்க்சிய தத்துவஞானம் ஒரு விஞ்ஞானம். விஞ் ஞானம் ஒரு நாட்டுக்குப் பொருந்தும். இன்னொரு நாட்டுக்குப் பொருந்தாது என்று சொல்வது கெட்ட நோக்கத்தோடு, விரோத நோக்கோடு சொல்லும் கோளாறு. கல்லைத் தூக்கிப் போட்டால் அது புவிஈர்ப்பு விசையால் ரஷ்யாவில்தான் கீழே வந்து விழும், இந்தியாவில் இந்திய மண்ணில் விழாது என்ற விஞ்ஞானத்தை மறுக்க முடியுமா?

செல்வா:கல்லைத் தூக்கிப் போட்டால் தானாகக் கீழ் நோக்கி வரும். அதை விஞ்ஞானம் நிரூபித்துள்ளது. சூரியன் தானாக உதிக்கும், ஏன் என விஞ்ஞானம் நிரூபித்துள்ளது. அதுபோல விஞ் ஞான மார்க்சிய தத்துவம் தானாக இந்தியாவில் உதிக்குமா?

பே.அ.:விஞ்ஞான மார்க்சிய தத்துவம் தானாக இந்திய மண்ணில் முளைக்காது. பகலும், இரவும் ஏன் வருகிறது. பூமி தன்னைத் தானே சுற்றிக் கொண்டும், சூரியனையும் சுற்றி வருகிறது. அப்படி சுற்றி வராமல் போனால் பகல் எங்கே, இரவு எங்கே?

கல்லைக்கூட ஒருவன் மேலே தூக்கிப் போட்டால்தான் கீழே வருகிறது.

அதேபோல விஞ்ஞான மார்க்சிய தத்துவம் துளிர்விட மனிதனின் தலையீடு தேவைப்படுகிறது. மாவிதையை பூமியில் தோண்டி வைத்தால்தான் பூத்து காய்ந்து மரமாக வளரும். மாங்கொட்டையை நல்ல பூமியில் இடவேண்டும். அந்தப் பருவகாலத்தில் அதுவளர்ந்து பூத்து,காய்க்க பாதுகாப்பு தரப்பட வேண்டும்.

இந்திய மண்ணிலும் மார்க்சியம் பூக்க மக்களின் தலையீடு தேவை. தகுந்த சூழலும் உருவாக வேண்டும். புறச் சூழலும் உருவாக வேண்டும். மனிதர்களின் அகச் சூழலும் (மனவளர்ச்சி, தெளிவுதிடம்) தயாராக வேண்டும். ஒரு குறிப்பிட்ட சூழலில் கொதிநிலை வந்து பாய்ச்சலாகிவிடும். நீர் கொதித்து ஆவியாக மாற அது மெல்ல மெல்ல நூறு டிகிரிக்கு வந்துதான் தீரவேண்டும். தண்ணீர் கொதிநிலை அடைய நீர் மட்டும் போதாது, ஸ்டவ் தேவை, மண்ணெண்ணை தேவை; தீக்குச்சி தேவை. தீக்குச்சி சிறியதுதான், அதுவும் சேர்ந்தால்தான், இவை அனைத்தும் சேரும்போதுதான் விஞ்ஞானம் நிரூபிக்கப்படும்.

மனிதன் தலையிடாமல் நடைபெறும் விஞ்ஞான உண்மைகள் உண்டு! மனிதன் தலையிட்டு உண்டாக்குகிற விஞ்ஞான உண்மைகளும் உண்டு. ஆகவே சமூகம் மாறிவருகிறது. வளர்ந்து வருகிறது என்றாலும் இந்த வளர்ச்சியிலும், மாறுதலிலும் விஞ் ஞான உண்மைகளை அமல்படுத்துவதில் மனிதனின் தலையீடு தேவை!

மாணவத் தோழர்களே சிந்தித்துப் பாருங்கள். வர்க்கம் என்பது மனிதனின் படைப்புதானே. வளர்ந்த விஞ்ஞான சூழ்நிலைகளையும், உருவாக்கப்பட்ட விஞ்ஞான சாதனைகளையும் பயன்படுத்திக் கொண்டுதானே மனிதன் வர்க்கத்தை உருவாக்கினான். அப்படியானால் அதே மனித ஈடுபாட்டினால் அவன் உருவாக்கிய முதலாளி வர்க்கத்தை ஒழிக்க முடியும். ஜாதி மனிதனால் உருவாக்கப்பட்டது. ஆகவே அது ஒழிய மனிதனின் தலையீடு தேவை.

மாரி:மார்க்சிய விஞ்ஞான தத்துவத்தை அனைவருக்குமான பொதுப்படை ஆக்க முடியாதா?

பே.அ.:ஆக்க முடியாது. அது வர்க்கச் சார்புடையது. புரட்சிகர உழைப்பாளி வர்க்கத்துக்கான, புரட்சிகர தத்துவம். வரலாற்றின் அதிசயத்தைப் பாருங்கள்.

கார்ல் மார்க்ஸ் பிறந்த குடும்பம் தொழிலாளி வர்க்க குடும்பம் அல்ல, வசதியான குடும்பம்தான். தகப்பனார் நல்ல வழக்கறிஞர் பொறுப்பில் இருந்து பணியாற்றியவர்.

எங்கல்சும் ஒரு முதலாளியின் மகன்தான்.

ஆனால் இந்த இருவரும்தான் ஒடுக்கப்பட்ட மக்களின் புரட்சிக்காக புரட்சிகர விஞ்ஞான தத்துவத்தை உருவாக்கித் தந்தார்கள்.

“இயக்கஇயல் பொருள் முதல்வாதம் எனும் உறுதியான அஸ்திவாரத்தின் மீது கட்டப்பட்ட மாடி வரலாற்றைப் பற்றிய பொருள் முதல்வாதக் கருத்து அல்லது வரலாற்றுப் பொருள்முதல்வாதம்“. இதுபற்றி லெனின் எவ்வளவு ஆணித்தரமாகத் தன் கருத்தை முன் வைக்கிறார் பாருங்கள்.

“மார்க்சின் வரலாற்றுப் பொருள் முதல்வாதம் விஞ்ஞான சிந்தனைக்குக் கிடைத்த மாபெரும் வெற்றியாக அமைந்தது. முன்பெல்லாம் வரலாற்றையும், அரசியலையும் பற்றிய கருத்துக்களின் குழப்பம் தான்தோன்றித்தனமாக ஆதிக்கம் செலுத்தி வந்தன. இப்போது அவை போய், வியப்பூட்டும் அளவிற்கு ஒருமித்த முழுமையும், உள்ளிணக்கமும் கொண்ட ஒரு விஞ்ஞானத் தத்துவம் வந்துவிட்டது“ என்றார்.

தத்துவஞான உலகில் மார்க்சும், எங்கல்சும் சேர்ந்து மற்றுமோர் பெரும் சாதனை புரிந்தார்கள்!

இவர்கள் இயக்க இயலையும், பொருள்முதல் வாதத்தையும் ஒரே முழுமையாக இணைத்தார்கள். இந்த இரண்டையும் இணைக்க வேண்டிய அவசியத்தை முதன்முதலாக மெய்ப்படுத்தியவர்கள் இந்த இரண்டு மேதைகள்தான்.

மார்க்சியம் தோன்றும் முன் இயக்கஇயல் கருத்துமுதல்வாத அடிப்படையில் வளர்ந்து வந்தது. பொருள் முதல்வாதப் போதனைகளோ இயக்க மறுப்பியலால் பீடிக்கப்பட்டிருந்தது. இயக்கஇயல் பொருள்முதல்வாதம் தோற்றுவிக்கப் பட்டதென்பது இயற்கை, சமுதாயம், மனிதனின் வரலாற்று ரீதியான வளர்ச்சியைத் தொடர்ச்சியாக பொருள்முதல்வாதக் கண்ணோட்டத்திலிருந்து விளக்க வழிகோலியது.

மார்க்சுக்கு முந்தைய தத்துவஞானிகள் அனைவருக்கும் அவர்கள் பொருள் முதல்வாதிகளாக இருந்தாலும் சரி, கருத்து முதல்வாதிகளாக இருந்தாலும் சரி ஒரு பொது அம்சம் இருந்தது. அதாவது சமுதாய வாழ்க்கையின் புலப்பாடுகளை விளக்குவதில் இவர்கள் கருத்து முதல்வாதிகளாக இருந்தார்கள். வரலாற்றை

இவர்கள் மக்களுடைய கருத்துக்கள், விருப்பங்கள், சித்தத்தின் படிப்படியான நிறைவேற்றமாகப் பார்த்தார்கள். தனிமனிதர்களின் சாதனைகளாகக் கூடப் பார்த்தார்கள்.

மார்க்சும், எங்கல்சும் முதன்முதலாகப் பொருள் முதல்வாதத்தை, சமுதாய புலப்பாடுகளை விளக்கப் பயன்படுத்தினர். கருத்து முதல்வாதம் அதன் கடைசிப் புகலிடத்திலிருந்து வரலாற்றுத் துறையிலிருந்து விரட்டியடிக்கப்பட்டது.

இரு ஆசான்களும் இயக்க இயலை பொருள் முதல்வாதத்தோடு இணைத்தது மட்டுமல்ல; மேலும் ஒரு சாதனையையும் செய்து காட்டினார்கள்.

பாட்டாளி வர்க்க உலகக் கண்ணோட்டத்தை உருவாக்கி, பாட்டாளி வர்க்கக் கட்சியை உருவாக்கி போராட்டத்திலும் ஈடுபட்டனர். 1847ல் கம்யூனிஸ்டுகள் சங்கம் உருவாக்கினர். உலகத்துக்கும் வழிகாட்டினர். கம்யூனிஸ்ட் கட்சி அறிக்கை" என்ற வேலைத்திட்டம் ஒன்றையும் தயாரித்து வெளியிட்டனர்.

பாலா:அய்யா, மார்க்சும், எங்கல்சும் தலைசிறந்த அறிஞர்கள்தான். ஆனால் அவர்கள் அனைத்தையும் தங்கள் சொந்த அறிவிலிருந்து, சுயமாக சிந்தித்து மார்க்சிய தத்துவஞானத்தை உருவாக்கினார்களா?

பே.அ.:அவர்கள் தலைசிறந்த சிந்தனையாளர்கள்தான். சுயமாக சிந்திப்பவர்கள் தான். ஆனால் அவர்கள் வாழ்ந்த காலத்தில், அவர்களுக்கு முன்னால் பல அறிஞர்கள் பல தத்துவஞான கருத்துக்களை சொல்லிவிட்டுப் போயிருக்கிறார்கள். அவர் வாழ்ந்த காலத்தில் பல அறிஞர்கள் தங்களின் கருத்துக்களைப் பதிய வைத்துள்ளனர். உலகில் அவர்கள் வாழ்ந்த காலத்தில் விஞ்ஞானத்தின் வீச்சும் சாதகமாக அமைந்திருந்தன.

சமுதாயத்தின் முந்திய வளர்ச்சி முழுவதும் மார்க்சிய விஞ் ஞானம் தத்துவம் தோன்ற பாதை அமைத்தது. வெறுமையிலிருந்து மார்க்சியம் தோன்றவில்லை. உலக நாகரிகத்தின் பிரதான வளர்ச்சிப் பாதையில் இருந்து கொண்டுதான், இணைந்து கொண்டுதான், மார்க்சிய விஞ்ஞானம் தோன்றியது. அதன் பொருள் தனித்து விலகி நின்றல்ல.

மார்க்சிய தத்துவஞானம் பிறந்த காலம் எத்தகைய சூழலில் இருந்தது? மார்க்சியம் 19ஆம் நூற்றாண்டின் 40ஆம் ஆண்டுகளின் நடுப்பகுதியில் தோன்றியது. அக்காலக்கட்டத்தில் ஐரோப்பியாவின் நிலை என்ன? ஐரோப்பாவில் முதலாளித்துவம் நிலைப் பெற்றுக்

கொண்டிருந்தது. ஹாலந்து, பிரிட்டன், பிரான்ஸ் ஆகிய நாடுகளில் பூர்ஷ்வா புரட்சிகள் ஏற்கெனவே நடைபெற்றிருந்தன. இந்த பூர்ஷ்வா புரட்சியில் தொழிலாளி வர்க்கம் பங்கேற்று புரட்சிக்கு உதவி செய்தது. ஆனாலும், புரட்சியில் பங்கேற்றாலும் இது தனியான அரசியல் சக்தியாக இன்னமும் உருப்பெறவில்லை. இது தன் எதிரியான முதலாளிகளோடு சேர்ந்து இதன் எதிரியான நிலப்பிரபுகளுக்கு எதிராகப் போராடியது. இப்புரட்சியின் பயனை முதலாளி வர்க்கம் தனக்குச் சாதகமாகப் பயன்படுத்திக் கொண்டது. நிலப்பிரபுத்துவம் ஒழித்துக் கட்டப்பட்ட பின் முதலாளி வர்க்கம் அரசியல் சக்தியாக வளர்ந்ததோடு, ஆட்சி அதிகாரத்திலும் ஏறிவிட்டது. முதலாளித்துவம் வளர்கிறது என்றால் உற்பத்தித்திறனும் வளர்ந்தது என்று அர்த்தம். உற்பத்தித்திறன் வளர்ந்தாலும் முன்னேற்றத்தின் முரண்பாட்டுத் தன்மையும் தெளிவாகத் தெரிந்தது. ஒரு பக்கம் செல்வக் குறிப்பு, மறுபக்கம் ஏழ்மை அதிகரிப்பு இக்காலகட்டத்தில் முதலாளித்துவம் வளர்ந்து வந்தாலும், அதிகமாக உற்பத்தியும் வளர்ந்ததால் நெருக்கடிகள் தோன்றின. திட்டமிடாத மிகை உற்பத்தி நெருக்கடியை உருவாக்குவதில், ஆனால் வேலையில்லா நெருக்கடிகள் வளருவதும் வியப்பில்லை. இதனால் இன்னொரு விளைவு சிறு முதலாளிகள் திவாலடையத் தொடங்கினர். அதுதான் பெரிய மீன் சிறு மீன்களை விழுங்குவதுபோல. இந்த சிறு உற்பத்தியாளர்களும் தொழிலாளர்களோடு சேர்ந்தார்கள். தொழிலாளர்களின் குடும்பங்களும் சுரண்டப்படுகின்றன. எந்தச் சட்டமும் இவர்களை மீட்டு முடியவில்லை. ஆகவே வேலையில்லாத் திண்டாட்டத்தை, இதனால் ஏற்பட்ட வறுமையை எதிர்த்துத் தொழிலாளர்கள் போராடும் நிலைக்குத் தள்ளப்படுகிறார்கள். எத்தனை நாளைக்குப் போராடுவது? தனது இறுதி விடுதலைக்காகவும் போராடும்படி நிர்ப்பந்திக்கப் படுகிறார்கள். பாட்டாளி வர்க்கம் அளவுரீதியிலும், பண்பு ரீதியிலும் வளர்ச்சி அடைகிறது. ஏற்கெனவே நிலப்பிரபுத்துவத்தை எதிர்த்து முதலாளி வர்க்கம் போராடியபோது, தொழிலாளி வர்க்கமும் அதில் இணைந்து போராடிய அனுபவமும் தொழிலாளி வர்க்கத்துக்குக் கிடைத்துவிட்டது.

பாட்டாளிவர்க்கம் சுயமாகப் போராடும் முதல் சக்தியாக 19ஆம் நூற்றாண்டின் முதல் பகுதியில் செயல்பட ஆரம்பித்துவிட்டது.

1831இல் 1834இல் நடைபெற்ற லியோன் நூற்பாலைத் தொழிலாளர்களின் எழுச்சிகள், 1844இல் ஜெர்மனியில்

நடைபெற்ற, சிலோனிய நூற்பாலைகளின் தொழிலாளர் எழுச்சி, 19ஆம் நூற்றாண்டின் 3050ஆம் ஆண்டுகளில் பிரிட்டனில் நடைபெற்ற சார்ட்டிச இயக்கம் ஆகியவற்றை அக்காலத்தில் நடந்த மிகப்பெரும் தொழிலாளர் போராட்டங்களாகக் குறிப்பிடலாம். "சார்டிசம்தான் உண்மையிலேயே பாட்டாளிவர்க்கத்தின் அரசியல் ரீதியாக ஒழுங்கமைந்த முதல் வெகுஜன இயக்கம். லெனின் இதனை மார்க்சியத்திற்கான தயாரிப்பு, இதற்கு முந்திய கடைசி சொல்"என்றார். சார்ட்டிச இயக்கத்தின் வரம்புக்குள் முதல் தொழிலாளர் கட்சி தோற்றுவிக்கப்பட்டது. அரசியல் கோரிக்கைகள் முன் வைக்கப்பட்டன.

மார்க்சியம் ஜெர்மனியில் தோன்றியது தற்செயல் அல்ல. மார்க்ஸ், எங்கல்சின் தாயகமான ஜெர்மனியில் வர்க்க முரண்பாடுகள் மிகவும் கூர்மையடைந்திருந்தன. தன் வர்க்கக் கொள்கைகளை முன்வைத்த போதுமான அளவு பெரும் எண்ணிக்கையிலான பாட்டாளி வர்க்கம் ஜெர்மனியில் இருந்தது. பாட்டாளிகளின் வர்க்கப் போராட்டத்திற்கான சூழ்நிலைகள் பூர்ஷ்வா புரட்சியின் போதே உருவாயின. முந்தைய பூர்ஷ்வா புரட்சியின்போது இந்த சூழ்நிலைகள் இருக்கவில்லை.

ஜெர்மனி வளர்ச்சியின் இந்தச் சிறப்பியல்புகள்தான் இங்கு மார்க்சியம் தோன்றுவதை நிர்ணயித்தன.

வரலாற்று ரீதியாகப் பார்த்தால், எல்லா ஐரோப்பிய நாடுகளிலும் முதலாளித்துவம் மற்றும் வர்க்கப் போராட்டத்தின் வளர்ச்சியால் மார்க்சியம் தோன்றப் பாதை அமைக்கப்பட்டது.

எனவே ஏதோ ஒரு தனி நாட்டில் மட்டுமின்றி, முதலாளித்துவம் நிலைபெற்ற எல்லா நாடுகளிலும் தொழிலாளி வர்க்கம் புரட்சிப் போராட்டத்தில் நுழைந்ததைப் பார்க்கிறோம். ஆனால் பாட்டாளி வர்க்கத்திற்குத் தெளிவானப் போராட்டத் திட்டம் இருக்கவில்லை. பாட்டாளிவர்க்கம் தோல்வியுற்றதற்கு மிக முக்கியக் காரணங்களில் இதுவும் ஒன்று. இப்படிப்பட்ட செயல்திட்டம் இல்லாதது தொழிலாளர்களின் ஸ்தாபன ஒற்றுமையைப் பலவீனப் படுத்தியது. போராட்டத்தில் கலந்து கொண்டவர்களின் இடையே பல நேரங்களில் கோட்பாட்டு ரீதியான கருத்து வேறுபாடுகளைத் தோற்றுவித்தது. புரட்சிகரத் தத்துவத்தின் அவசியம் மேன்மேலும் தெளிவாகியது. மார்க்சிய தத்துவஞானம்தான் பாட்டாளி வர்க்கத்தின் தேவைகளுக்கான பதிலாக இருந்தது.

19ம் நூற்றாண்டின் நடுப்பகுதியில் விஞ்ஞானத்தில் நடைபெற்ற கண்டுபிடிப்புகள் இயற்கையை இயக்கவியல் பொருள்முதல்வாத

ரீதியாகப் புரிந்துகொள்ள அவசியமான உறுதியான அஸ்திவாரத்தை அமைத்தன.

சமுதாயத்தைப் பற்றிய ஞானத்திலும் இத்தருணத்தில் கணிசமான மாற்றங்கள் நடைபெற்றன. சமுதாயத்தில் நடைபெறும் பொருளாயத நிகழ்ச்சிப் போக்குகள், சமுதாயத்தின் வர்க்க ரீதியான பிரிவைப் பற்றிய பிரச்சனைகள், வர்க்கப் போராட்ட பிரச்சனைகள், பூர்ஷ்வா சமூக அமைப்பைப் பற்றிய விமர்சனங்கள் ஆகியவை முற்போக்கான பூர்ஷ்வா தத்துவவாதிகளின் கவன மையத்தில் இருந்தன. உதாரணமாக பிரிட்டிஷ் அரசியல் பொருளாதாரவாதிகள் ஆடம்ஸ்மித்தும், டே. ரிகார்டோவும் செய்த ஆராய்ச்சிகள் உழைப்பளவு மதிப்புத் தத்துவத்திற்கு அடிப்படையை ஏற்படுத்தின. கற்பனாவாத சோஷலிஸ்டுகளான சான் சிமோன், பூரியே, ஓவன் ஆகியோரின் கருத்துக்கள் மார்க்சியத் தத்துவஞானம் உருவாவதில் பெரும் பங்காற்றின. கற்பனாவதிகள் உண்மையான பாதைகளைக் காணாவிட்டாலும் புரட்சிகர மாற்றங்களை நிராகரித்தாலும் முதலாளித்துவத்தை இவர்கள் ஈவுஇரக்கமற்ற முறையில் சாடியதையும், எதிர்கால சமுதாயம் பற்றிய இவர்களுடைய ஊகங்களையும் மார்க்சிய ஆசான்கள் உயர்வாக மதிப்பிட்டார்கள்.

மூலச் சிறப்புள்ள ஜெர்மானிய தத்துவஞானம் (அக்காலத்தில் இதுதான் தத்துவஞான சிந்தனையின் உயர்சாதனையாகும்) மார்க்சியத் தத்துவ ஞானத்திற்கான மிக முக்கியத் தத்துவார்த்த முன்தேவையாகத் தாழ்ந்தது. எல்லாவற்றிற்கும் மேலாக இங்கு ஹெகலின் இயக்கவியலைப் பற்றியும், "பாயர் பாகின்" பொருள்முதல்வாதத்தைப் பற்றியும் பேசப்பட்டது. ஆனால் ஹெகலின் இயக்கவியல் கருத்துமுதல்வாத அடிப்படையில் உருவாகியது. கருத்துக்களின் இயக்கவியலில் பொருட்களின் இயக்கவியலை ஹெகல் நிருபிக்கவில்லை.

ஹெகலிய தத்துவஞானத்தைப் பொருள்முதல்வாத நிலையிலிருந்து பாயர்பாக் அற்புதமாக விமர்சித்த போதிலும் இவரால் இயக்கஇயலையும், ,பொருள்முதல் வாதத்தையும் ஒன்றாக இணைக்க முடியவில்லை. சமுதாயப் புலப்பாடுகளை விளக்குவதற்குத் தனது பொருள் முதல்வாதத்தை எடுத்துச் செல்ல இயலவில்லை.

இவ்வாறாக மார்க்சியத் தத்துவஞானம் மனித அறிதலின் முந்தைய வளர்ச்சி முழுவதாலும் தயாரிக்கப்பட்டது. ஆனால் புதிய தத்துவ தத்துவஞானத்தை உருவாக்க இதற்கு முன் மனித சிந்தனையால் தோற்றுவிக்கப்பட்ட அனைத்தையும் வெறுமனே

கிரகித்து இணைப்பது மட்டும் போதாது. பெரிதும் விமர்சன ரீதியாக மறுபரிசீலனை செய்வதும் அவசியம்.

இதுபற்றி லெனின் சொன்ன வாசகத்தை இங்கு நினைவுகூர்வது அவசியம்.

“மனிதகுலத்தின் முன்னணிச் சிந்தனையாளர்கள் ஏற்கெனவே எழுப்பி இருந்த கேள்விகளுக்கு மார்க்ஸ் விடைகள் தந்தார் என்பதில், குறிப்பாக அவரின் மேதாவிலாசம் அடங்கியுள்ளது”.

அப்படித்தான் கார்ல் மார்க்சும் (1818 1883) பிரட்ரிக் எங்கல்சும் (1820-1895) மார்க்சியத்தை தோற்றுவித்தனர். இவர்களின் பெயர்கள் என்றென்றும், மனிதகுலம் இருக்கும் வரை ஜொலிக்கும்.

மாணவத் தோழர்களே நான் ஏன் இதை விரிவாகச் சொன்னேன் என்றால் மார்க்சுக்கு முன்னால், அதோடு அவர் காலத்திலும் மேலே விவரிக்கப்பட்ட உலகச் சூழல் உருவாகாமல் போயிருந்தால் (தத்துவஞானத்தில், பொருளாதாரத்தில், விஞ் ஞானத்தில்) கார்ல் மார்க்சை வரலாறு கண்டிருக்க முடியாது.

(மாணவத் தோழர்களே, இம்மட்டோடு இந்த நிகழ்வுகளை முடித்துக் கொள்ளுவோம். நான் சொல்லியதை மீண்டும் ஒருமுறை அசைபோடுங்கள். நீங்களும் அவற்றைக் குறிப்பெடுத்துள்ளீர்கள். ஆங்காங்கே 5 பேர் 10 பேர் எனக்கூட்டி இவ்விஷயங்களை எளிமையான முறையில் விளக்க முயலுங்கள், செய்து கொண்டே இருங்கள். ஓய்வின்றி உழையுங்கள். நமக்கு ஒரு நாள் நிரந்தர ஓய்வு கிடைக்கும், அதுவரை ஓய்வின்றி கருத்துக்களை எடுத்துச் செல்லுங்கள்.)

மாணவர்கள் அக நிறைவோடு கலைந்தார்கள்.

நன்றி

இந்த நூலை உருவாக்கப் பயன்பட்ட நூல்கள்:

1. மார்க்சிய தத்துவ அரசியல் பாட குறிப்புக்கள் (சி.பி.ஐ.எம். வெளியீடு)
2. கடவுளின் கதை : அருணன். பாகம் 1, பாகம் 2
3. இந்திய நாத்திகம், தேவி பிரசாத் சட்டோ பாத்யாயா
4. உலகாயதம், சட்டோபாத்யாயா
5. காலம் தோறும் பிராமணியம் : அருணன் பாகம் 3
6. விசாரணைகள் உரையாடல் மூலம் முக்காலம் அறிதல்: அருணன்.
7. கடவுள் ஒரு பொய் நம்பிக்கை : ரிச்சர்டு டாக்கின்ஸ்
8. கடவுள் : சுஜாதா
9. துயில் : நாவல் : எஸ். ராமகிருஷ்ணன்
10. தத்துவஞானம் என்றால் என்ன? க.கிரிலேன்கோ லீ.கோர்ஷ்னவா முன்னேற்றப் பதிப்பகம், மாஸ்கோ
11. தமிழ்த் தத்துவச் சிந்தனை மரபுகள்டாக்டர் கி.முப்பால்மணி
12. திருக்குறள் தெளிவுரை : டாக்டர் மு. வரதராசன்
13. முரண்தர்க்கப் பொருள் முதல்வாதம் என்றால் என்ன? ஓ.யார்க்கோத்
14. இயக்க இயல் பொருள்முதல்வாதமும் வரலாற்றுப் பொருள்முதல்வாதமும்: முன்னேற்றப் பதிப்பகம், மாஸ்கோ.
15. பிரபஞ்சத்தின் கூட்டமைப்பு கி.பி. அரவிந்தாக்ஷம்
16. இந்து நாளிதழ் : தேதி : 22.8.95
17. இந்து நாளிதழ் : தேதி : 29.8.95
18. பைபிள் சொல்லும் கதைகள் : ஆர்.ஆடம் சாக்ரட்டீஸ்
19. அணுவை அறிக : நா.கி.நாகராஜன்

www.ingramcontent.com/pod-product-compliance
Lightning Source LLC
LaVergne TN
LVHW100626051026
849519LV00001B/123
* 9 7 8 9 3 8 8 9 8 6 5 5 7 *